मराठ्यांचा इतिहास
साधन परिचय

संपादक

अ. रा. कुलकर्णी
डॉ. म. रा. कुलकर्णी
डॉ. मा. रा. कंटक

डायमंड पब्लिकेशन्स

मराठ्यांचा इतिहास ः साधन परिचय

अ. रा. कुलकर्णी,

डॉ. म. रा. कुलकर्णी, डॉ. मा. रा. कंटक

प्रथम आवृत्ती : जून २००८

ISBN 978-81-89959-93-7

© डायमंड पब्लिकेशन्स

मुखपृष्ठ
शाम भालेकर

अक्षरजुळणी
अक्षरवेल, पुणे

प्रकाशक
डायमंड पब्लिकेशन्स
२६४/३ शनिवार पेठ, ३०२ अनुग्रह अपार्टमेंट
ओंकारेश्वर मंदिराजवळ, पुणे ४११ ०३०
☎ ०२०-२४४५२३८७, २४४६६६४२
info@diamondbookspune.com

ऑनलाईन पुस्तक खरेदीसाठी भेट द्या
www.diamondbookspune.com

प्रमुख वितरक
डायमंड बुक डेपो
६६१ नारायण पेठ, अप्पा बळवंत चौक
पुणे-४११ ०३० ☎ ०२०-२४४८०६७७

साधन-परिचय

इतिहासाची पारंपरिक व्याख्या "असे घडले" अशी मोजक्या शब्दांत केली जाते. पण केवळ गतकालात झालेल्या घटनांची जंत्री देणे म्हणजे इतिहास सांगणे असे म्हणता येणार नाही. त्या घटना का घडल्या, त्यांचे परिणाम काय झाले, आणि त्या केव्हा घडल्या, या सर्व बाजूंचा साकल्याने विचार करून सुसंगतपणे जो वृत्तान्त अथवा हकीकत पहिल्या दर्जाच्या विश्वसनीय पुराव्यांच्या आधारे सांगितली जाते, तेव्हाच खऱ्या अर्थाने त्या लेखनाला 'इतिहास' म्हणता येईल. अन्यथा ती एक पुराणकथा - काल्पनिक हकीकत - ठरेल.

अशा सुसंगत इतिहासलेखनासाठी प्रमाणभूत ऐतिहासिक साधनांची आवश्यकता असते. इतिहास म्हणजे आपल्या राष्ट्राची स्मृती. ही राष्ट्राची स्मृती विविध साधनांच्या रूपाने जतन करून ठेवलेली असते; आणि म्हणूनच असे म्हटले जाते की, साधने नसतील, तर इतिहास सांगता येणार नाही. म्हणून "No documents, no history" असा इतिहासाचा एक मूलमंत्र मानला जातो. 'डॉक्युमेंट' या इंग्रजी शब्दाचा अर्थ साधन असा व्यापक स्वरूपात करता येईल. यात केवळ 'लिखित' साधनांचा अथवा दस्तऐवजांचाच नव्हे, तर ऐतिहासिक वास्तू, नाणी, शिलालेख, वस्तू, भूर्जपत्रे, ताम्रपट इत्यादी विविध प्रकारच्या साधनांचा समावेश होतो. या साधनांचा एखाद्या राष्ट्राचा, प्रदेशाचा वास्तव इतिहासलेखनासाठी उपयोग करून जास्तीत जास्त सत्याप्रत जाण्याचा वस्तुनिष्ठपणे प्रयत्न करणे, हे इतिहासकाराचे आद्य कर्तव्य ठरते.

प्रस्तुत ग्रंथात आपल्याला प्रामुख्याने लिखित साधनांचा, म्हणजे ऐतिहासिक दस्तऐवजांचा, आणि त्यातही काही निवडक मराठी साधनांचा परिचय करून घ्यावयाचा आहे.

छत्रपती शिवाजी-महाराजांनी सतराव्या शतकात 'मराठी स्वराज्या'ची 'महाराष्ट्र राज्याची' स्थापना केली; आणि अठराव्या शतकात ही सत्ता भारताच्या उपखंडात सर्वदूर भागात पसरली. १९ व्या शतकात भारतावर इंग्रजी अंमल सुरू झाला तो, इंग्रजांनी १८१८ सालच्या तिसऱ्या इंग्रज-मराठे युद्धात मराठ्यांना संपूर्णपणे पराभूत करूनच.

उत्तर मध्ययुगीन भारताच्या इतिहासात मराठ्यांच्या सत्तेला एक विशिष्ट स्थान प्राप्त झाले होते. अठराव्या शतकात मुघली राजवट खिळखिळी करून मराठ्यांनी नर्मदेपलीकडच्या प्रदेशात आपले राजकीय वर्चस्व प्रस्थापित केले. शिवकालापासूनच मराठ्यांनी कर्नाटकात प्रवेश करण्यास प्रारंभ केला होता. याखेरीज, भारताच्या पश्चिम किनाऱ्याच्या साहाय्याने पोर्तुगीज, डच, इंग्रज, फ्रेंच, इ. ज्या युरोपीय सत्ता भारतात आल्या होत्या, त्या सत्तांशीही मराठ्यांचे कारणपरत्वे संबंध आले.

या सर्वांचा परिणाम असा झाला की मराठ्यांसंबंधीची माहिती निरनिराळ्या प्रांतांतील देशी भाषांतून आणि युरोपीय भाषांतून उपलब्ध होऊ लागली. त्यांत फार्सी, दखनी हिंदी व उर्दू, हिंदी, कन्नड, राजस्थानी, संस्कृत आणि पाश्चात्य-पोर्तुगीज, डच, फ्रेंच आणि इंग्रजी भाषांतील साधनांचा प्रामुख्याने उल्लेख करावा लागेल. लंडन, लिस्बन, पॅरीस, ॲमस्टरडॅम इत्यादी परदेशांतील, तसेच भारतातील बहुतेक सर्व राज्यांतील अभिलेखागारांत मराठ्यांच्या इतिहासासंबंधी विविध भाषांतील ऐतिहासिक दस्तऐवज आणि इतर साधने आढळतात. त्यांचा उपयोग करून मराठ्यांचा राजकीय, सामाजिक, सांस्कृतिक इतिहास लिहिणे हे मराठ्यांचा इतिहास लिहिणाऱ्या लेखकांपुढे एक फार मोठे आव्हान होते.

मध्ययुगातील मराठ्यांच्या पराक्रमामुळे अनेकांना, विशेषत: पाश्चिमात्यांना, मराठ्यांच्याविषयी एक प्रकारचे कुतूहल निर्माण झाले; आणि त्यातूनच हाती येतील ती साधने वापरून त्यांनी मराठ्यांविषयीच्या इतिहासलेखनास प्रारंभ केला. यांत, पोर्तुगीज, इंग्रज, फ्रेंच इतिहासकार, प्रवासी यांनी पुढाकार घेतला. जेम्स कनिंगहॅम ग्रँट डफ याने तर इ. स. १८२६ साली मराठ्यांचा पहिला संपूर्ण राजकीय इतिहास लिहिला.

परंतु या पाश्चिमात्यांनी मराठी सत्तेच्या उदयाचे, विकासाचे आणि पतनाचे वस्तुनिष्ठपणे लेखन केले नाही असे भारतीय अभ्यासकांना वाटू लागले. विष्णुशास्त्री चिपळूणकर (१८५०-१८८२) यांनी आपल्या 'निबंधमाला' या मासिकातून इ. स. १८७४ साली 'इतिहास' या विषयावर एक प्रदीर्घ निबंध लिहून, इतिहास म्हणजे काय? इतिहासाचे उपयोग कोणते? इत्यादी विषयांवर तात्त्विक चर्चा करून पाश्चिमात्य इतिहासकारांची पूर्वग्रहदूषित मते आणि इतिहासकर्ते मराठे यांच्याबद्दल त्यांनी काढलेले मानहानिकारक उद्‌गार यांसंबंधी विवेचन करून, "असत्यरूप व भ्रांतिरूप धुके जे या देशावर आजपर्यंत पसरून राहिले आहे, त्याचे निरसन करून सत्यरूप सूर्याचा व ज्ञानाचा उदय अजूनही व्हावा अशी आजची परिस्थिती आहे," याची जाणीव महाराष्ट्रातील विचारवंतांना करून दिली.

चिपळूणकरांचे हे आव्हान तत्कालीन मराठी संशोधकांनी स्वीकारले. काशिनाथ नारायण साने (स. १८५१-१९२७), वासुदेवशास्त्री वामन खरे (स. १८५८-

१९२४), इतिहासाचार्य विश्वनाथ काशिनाथ राजवाडे (स. १८६३-१९२६), दत्तात्रय बळवंत पारसनीस (स. १८७०-१९२६) आणि रियासतकार गोविंद सखाराम सरदेसाई (स. १८६५-१९५९), हे ते थोर इतिहाससंशोधक होत.

का. ना. साने यांनी, विष्णुशास्त्री चिपळूणकर व ज. बा. मोडक यांच्या सहकार्याने इ. स. १८७८ साली 'काव्येतिहाससंग्रह' हे नियतकालिक काढले, त्यातून प्रथम 'ऐतिहासिक बखरी' प्रसिद्ध करण्यास सुरवात केली, आणि वाचकाच्या मनात आपल्या पूर्वजांच्या कर्तृत्वाबद्दल आदर निर्माण केला. पण 'बखरी' म्हणजे काही अस्सल अथवा पद्धतशीरपणे लिहिलेला इतिहास नव्हता. म्हणूनच 'बखरी'-बरोबर त्यांनी अस्सल ऐतिहासिक कागदपत्रे प्रसिद्ध करण्यास सुरूवात केली आणि एकूण ५०१ कागद प्रकाशित केले. तेव्हापासून महाराष्ट्रातील विचारवंतांना अस्सल कागदांचे महत्त्व पटू लागले.

परंतु, इंग्रज सरकारने पेशव्यांच्या पुण्यातल्या दफ्तरखान्यातील अस्सल ऐतिहासिक कागदपत्रे आपल्या ताब्यात घेऊन ते स्वतंत्रपणे कडीकुलपात बंदिस्त करून ठेवले होते. तत्पूर्वी, शिवाजीमहाराजांच्या मृत्यूनंतर महाराष्ट्रात जे स्वातंत्र्ययुद्ध सुरू झाले होते, त्या काळातील लढायांच्या धामधुमीमुळे रायगडावरील अस्सल पत्रव्यवहारही बराचसा नष्ट झाला होता, आणि नंतरच्या काळातील कागदपत्रे कंपनी सरकारच्या बंदोबस्तात ठेवली गेल्यामुळे, अभ्यासकांना, ती कागदपत्रे ठेवलेला दफ्तरखाना खुला नव्हता. इंग्रजांना अशी भीती वाटत असावी की, हा दफ्तरखाना जर संपूर्णपणे अभ्यासकांना खुला केला तर मराठ्यांना आपल्या वैभवशाली इतिहासाची आठवण होऊन ते आपल्याविरुद्ध बंड पुकारतील आणि त्यामुळे आपल्याला मायदेशी परत जावे लागेल. परंतु चिपळूणकर, साने यांनी सुरू केलेली वैचारिक चळवळ विचारवंताना स्वस्थ बसू देत नव्हती. ब्रिटिशांच्या दडपशाहीच्या धोरणाला विरोध म्हणून मराठी संशोधकांनी महाराष्ट्रातील जुन्या ऐतिहासिक घराण्यांची कागदपत्रे मिळविण्याचे कार्य सुरू केले. इतिहासाचार्य वि. का. राजवाडे यांनी या कामी फार महत्त्वाची कामगिरी केली. 'बखरी'पेक्षा अस्सल कागदपत्रे ही इतिहासाचे सत्यदर्शन घडण्यास अव्वल दर्जाची साधने आहेत, असे त्यांचे मत होते. आपल्या 'मराठ्यांच्या इतिहासाची साधने' या मालिकेच्या पहिल्या खंडाच्या प्रस्तावनेत त्यांनी असे जाहीर केले की, "एक अस्सल चिटोरे सर्व बखरींच्या बहुमताला हाणून पाडण्यास बस्स आहे." अनेक हालअपेष्टा सहन करून, आयुष्यभर सतत भटकंती करून, मावळातील आणि अन्य भागातील ऐतिहासिक घराण्यांतून असंख्य मोडी कागद त्यांनी मिळविले, त्यांचे देवनागरीत लिप्यंतर केले आणि कर्ज काढून ते प्रसिद्ध करण्याचा उपक्रम केला. त्या नवीन साधनांचे जतन व्हावे, त्यावर चर्चा व्हावी, त्यायोगे संशोधनाला चालना मिळावी म्हणून आणि मराठ्यांचा इतिहास हा भारताच्या इतिहासाचा भाग

आहे याची जाणीव जनमानसात निर्माण व्हावी म्हणून इ. स. १९१० साली 'भारत इतिहास संशोधक मंडळ' नावाची संस्था मूठभर लोकांच्या साहाय्याने पुण्यात सुरू केली. 'मराठ्यांच्या इतिहासाची साधने' या शीर्षकाखाली आपल्या हयातीत २२ खंड प्रसिद्ध केले आणि त्यांच्या नंतर धुळेकरांनी, त्यांच्या नावे स्थापन केलेल्या 'राजवाडे संशोधन मंडळा'च्यामार्फत त्यांनी जमा केलेल्या साधनांचे आणखी तीन खंड प्रसिद्ध केले. अशा रीतीने 'मराठ्यांच्या इतिहासाची साधने' या मालेतून २५ खंडांच्या द्वारे ५८०९ दस्तऐवजांची ६८५९ पृष्ठे १८९८ ते १९४७ या काळात अभ्यासकांना सादर केली गेली.

राजवाडे यांचे समकालीन वासुदेवशास्त्री वामन खरे (१८५८ - १९२४) या प्राथमिक शाळेतील शिक्षकाने मिरज संस्थानच्या दफ्तरखान्यात बसून 'ऐतिहासिक लेखसंग्रह' या मालेचे १२ खंड स्वत:, आणि त्यांच्यानंतर त्यांचे चिरंजीव श्री. यशवंतराव खरे यांनी ३ खंड असे १५ खंड (१८९७ ते १९४८) प्रसिद्ध केले आणि संशोधकांना एकूण ७२७२ ऐतिहासिक कागदपत्रे (पृष्टसंख्या ८४२८) उपलब्ध करून दिली.

साताऱ्याचे संशोधक दत्तात्रेय बळवंत पारसनीस (१८७०-१९२६) यांनी नाना फडणविसाचे मेणवली दफ्तर, साताऱ्यांच्या छत्रपतींचे दफ्तर, शिंदे, होळकरांची दफ्तरे इत्यादी दफ्तरांतून बरेच ऐतिहासिक मराठी दस्तऐवज प्रसिद्ध केले. तसेच न्यायमूर्ती महादेव गोविंद रानडे यांच्या सहकार्याने पुण्यातील सरकारी 'पेशवे दफ्तरा'त प्रवेश मिळवून, सर्वश्री गणेश चिमाजी वाड आणि पुरुषोत्तम विश्राम मावजी यांच्या साहाय्याने पेशव्यांच्या रोजनिशया, तह व करारनामे, सनदापत्रे, वतनपत्रे, निवाडापत्रे, इत्यादी अस्सल राजकीय व्यवहारांचे कागद मिळवून आपल्या 'भारतवर्ष' आणि 'इतिहाससंग्रह' या नियतकालिकातून प्रथम प्रसिद्ध करून नंतर ग्रंथरूपानेही प्रसिद्ध केले.

कालांतराने जेव्हा ब्रिटिश सरकारने 'ऐतिहासिक दस्तऐवज आयोग' (Historical Records Commission) स्थापन करून पेशवे दफ्तरातील प्रवेशासंबंधीचे निर्बंध सैल केले, तेव्हा वंग इतिहासकार जदुनाथ सरकार यांच्या साहाय्याने रियासतकार गो. स. सरदेसाई (१८६५-१९५९) यांनी १९३०-१९३४ या चार वर्षांच्या काळात पेशवे दफ्तरातून निवडलेल्या कागदांच्या ४५ खंडातून ८५६२ पत्रे (पृष्ठे ७८०१) प्रसिद्ध केली.

कागदपत्रांच्या प्रसिद्धीची ही प्रक्रिया पुढे भारत इतिहास संशोधक मंडळ, पुणे, डेक्कन कॉलेज, पुणे, राजवाडे संशोधन मंडळ, धुळे, शाहू संशोधन केंद्र (कोल्हापूर) आणि अन्य संशोधकीय संस्थांनी सुरू केली. राजवाडे, खरेशास्त्री, पारसनीस, सरदेसाई यांचे आदर्श पुढे ठेवून म. म. द. वा पोतदार, ग. ह. खरे, शं.

ना. जोशी, त्र्यं. शं. शेजवलकर, शां. वि. आवळसकर, वा. सी. बेंद्रे, डॉ. आप्पासाहेब पवार, य. न. केळकर, मा. वि. गुजर, स. मा. गर्गे, पु. म. जोशी, वि. गो. खोबरेकर आणि इतर अनेकांनी दस्तऐवज प्रसिद्ध करण्याचे कार्य चालू ठेवले आणि मराठ्यांच्या सर्वांगीण इतिहासाला उपयुक्त होतील असे अनेक मराठी ऐतिहासिक दस्तऐवज अभ्यासकांना उपलब्ध करून दिले.

याखेरीज, अगणित कागदपत्रे अद्याप हस्तलिखित स्वरूपात पडून राहिलेली आहेत व पूर्वीचे 'पेशवे दफ्तर', म्हणजे आता 'पुणे अभिलेखागार' म्हणून ओळखल्या जाणाऱ्या दफ्तरखान्यात एकूण ३९ हजार रुमाल असून, त्यांत फार्सी, गुजराती, हिंदी इत्यादी भाषांचे अगणित कागद आहेत. या एकूण ३९ हजार रुमालांपैकी २९४६३ रुमाल केवळ मराठी कागदपत्रांचे असून, त्यांतील सर्वांत जुना कागद सन १५९० चा आहे.

सरकारी दफ्तराखेरीज, भा. इ. सं. मंडळ, पुणे, डेक्कन कॉलेज, पुणे, राजवाडे संशोधन मंडळ, धुळे, शाहू संशोधन केंद्र, कोल्हापूर, आणि अन्य संस्थांकडे, तसेच अनेक व्यक्तींकडे असलेल्या दस्तऐवजांची संख्याही खूप मोठी आहे.

थोडक्यात, इतिहासाच्या अभ्यासासाठी साधनांची आता कमतरता नाही, मात्र अभ्यासकांची बरीच वाण आहे.

या प्रसिद्ध झालेल्या ऐतिहासिक कागदपत्रांच्या महासागरांतून कागदपत्रे निवडण्याचे काम मोठ्या जिकिरीचे असले तरी तरुण पिढीला इतिहासाचा वस्तुनिष्ठपणे अभ्यास करण्याची दिशा कळावी म्हणून विविध प्रकारची निवडक पत्रे प्रस्तुत 'मराठ्यांचा इतिहास : साधन-परिचय' या ग्रंथाच्या दोन विभागांद्वारे प्रकाशित करण्यात येत आहेत. महाराष्ट्राच्या इतिहासाचा राजकीय, सामाजिक, आर्थिक, सांस्कृतिक इत्यादी विविध दृष्टिकोनातून, शास्त्रशुद्ध आणि वस्तुनिष्ठ पद्धतीने अभ्यास करण्याची विद्यार्थ्यांना प्रेरणा मिळावी, तसेच ते जे जे इतिहासग्रंथ वाचतील, ते ते ऐतिहासिक विश्वसनीय साधनांवर कितपत आधारित आहेत, हे पडताळून पाहण्याची वृत्ती त्यांच्यामध्ये निर्माण व्हावी, हा हेतू मनाशी बाळगून या ग्रथाची मांडणी केली आहे. या निमित्ताने ज्या पूर्वसूरींच्या साधनग्रथांतून ही निवड केली आहे ते प्रकाशित ग्रंथ वाचण्याची व स्थानिक अभिलेखागारांत बंदिस्त असलेली अप्रकाशित साधने पाहण्याची भावना अभ्यासकांच्या मनात निर्माण झाली तरी या ग्रंथनिर्मितीचे सार्थक होईल.

ऐतिहासिक साधनांचे अनेक प्रकार आहेत. त्यांत राजकीय दस्तऐवज, खाजगी पत्रव्यवहार, बातमीपत्रे, कैफियती, शकावल्या, वंशावळी, करीने, कूळकथा, हकीकती, निवाडापत्रे, वतनपत्रे, सनदापत्रे, याद्या, शोकपत्रे इत्यादी विविध नमुने आपल्याला आढळतात. एखादे ऐतिहासिक पत्र अस्सल आहे की बनावट आहे हे ठरविण्यासाठी अनेक प्रश्नांची उत्तरे मिळवावी लागतात. त्या पत्राचा काळ, लेखकाची पात्रता व

विश्वसनीयता, म्हणजे त्याचे राजकीय, सामाजिक क्षेत्रांतील स्थान, पत्राची भाषा, लेखनपद्धती, शिक्के, पत्रलेखनासाठी वापरलेला कागद इत्यादी गोष्टी संशोधकाला प्रथम निश्चित कराव्या लागतात आणि नंतरच त्या पत्राचा अस्सल साधन म्हणून वापर करता येतो. तसे झाले नाही तर निरनिराळे वाद निर्माण होतात. आणि म्हणूनच पुरावा नसेल तर कोणतेही महत्त्वाचे विधान अभ्यासकाला ठामपणे करता येत नाही.

मराठी सत्तेच्या उदयापूर्वी महाराष्ट्रात मुसलमानी राजवट असल्याने त्यांच्या लेखनपद्धतीचा प्रभाव मराठी कागदपत्रांवर पडणे स्वाभाविक होते. उदाहरणार्थ, शिवाजीमहाराजांचा ''प्रतिपच्चंद्रलेखेव..'' हा शिक्का असलेल्या एका फर्मानाचा प्रारंभ आणि शेवट पहा. ''अज रख्तखाने राजेश्री सीवाजी राजे (अज-पासून, रख्तखाने-कचेरी) म्हणजे शिवाजी महाराजांच्या कचेरीतून लिहिलेले हे पत्र आहे. पुढे ''दाम (चिरायु) दौलत हु (लक्ष्मीवान) बजानिब (कडे) कारकुनानी हाल (विद्यमान) इस्तकबाल (भावी) व देशमुखानी प (परगणे) पुणे बिदानद (जाणावे) के (की) सुहुर सन समान आर्बैन अलफ (ही या पत्राची तारीख इस्लामी पद्धतीप्रमाणे अक्षरी लिहिली आहे. तिचा 'कालगणना' या सदराखाली पुढे विचार करू. हिंदू पद्धतीप्रमाणे ही तारीख शके १५६९ आषाढ वद्य १२ अशी येते व इंग्रजी पद्धतीप्रमाणे १९-७-१६४७ अशी येते). या फर्मानांत (हुकुमांत) पुढे अनेक फार्सी शब्द आले असून शेवटी 'मोर्तब (तयार) सुद' (झाले) या शब्दाने करून, नंतर मर्या / देयंविरा / जते (ही मर्यादा शोभते) असा तीन ओळींचा शिक्का आहे.

भाषेनंतरचा दुसरा महत्त्वाचा विचार कालगणनेचा. महाराष्ट्रात हिंदू, इस्लामी आणि ख्रिस्ती धर्मांच्या राजवटी झाल्यामुळे या तिन्ही पद्धतींचा उपयोग निरनिराळ्या काळात केलेला दिसतो. जेव्हा केवळ हिंदूंचे राज्य होते तेव्हा व्यवहारांत 'शालिवाहन शक' आणि 'विक्रमसंवत्' यांचा निर्देश केला जात असे. नंतर मुसलमानी राजवटीत हिंदू कालगणनेबरोबर मुसलमानी कालगणना दिली जात असे. हिंदू कालगणना अक्षर आणि आकडे यामध्ये दिली जात असे, तर इस्लामी कालगणना केवळ अक्षरात मांडली जात असे. याचे उदाहरण वरील पत्रात दिले आहे. इंग्रजी पद्धतीचा आजही आपण वापर करतो.

मराठी पत्रांत फार्सी शब्द शिवपूर्वकालापासून आले आहेत. छत्रपतींनी फार्सी शब्दांना पर्यायी मराठी शब्द योजावेत म्हणून 'राजव्यवहारकोशाची' निर्मिती केली तेव्हा मराठी शब्दांची संख्या काहीशी वाढली, पण अगदी ब्रिटिश राजवटीच्या प्रारंभीच्या काळापर्यंत फार्सीचा प्रभाव टिकून राहिला. राजवाडे यांनी सतराव्या आणि अठराव्या शतकांतील दोन पत्रे उदाहरणादाखल घेऊन, फार्सी शब्दांचे प्रमाण अठराव्या शतकार्धात कसे घटले हे सिद्ध करून दाखविले आहे. स.

१६२८ च्या पत्रांतील एकूण २३६ शब्दांपैकी फार्सी शब्द २०२ आणि मराठी ३४ आहेत, तर १७१८ स. च्या पत्रात एकूण १२७ शब्द असून त्यात फार्सी ८ आणि मराठी ११९ आहेत. म्हणजे सतराव्या शतकात मराठी शब्दांचे प्रमाण शेकडा १४.४ इतके आहे, तर अठराव्या शतकात ते प्रमाण शेकडा ९३.७ असे आहे (राजवाडे खंड ८, प्रस्तावना).

१९ व्या शतकातील कंपनी सरकारच्या काळात साताऱ्याच्या रेसिडेंटच्या कचेरीतून गेलेल्या मामलेदाराच्या चिटणिसी पत्रात तारीख अशी आहे – छ ३ सफर सु ॥ अर्बा इहिदे मया तैन व अलफ (मु॥ तारीख) म्हणजे २२ फेब्रुवारी १८४४.

थोडक्यात, मुस्लिम कालगणना ही दीर्घकाळ टिकल्यामुळे त्या पद्धतीचा थोडासा परिचय करून घेणे आवश्यक आहे. हिदुपद्धतीप्रमाणे पत्रात शालिवाहन शक, विक्रमसंवत् आणि राजशक (शिवराज्याभिषेक शक) असे उल्लेख येतात. शालिवाहन नावाचा एक राजा दक्षिणेत होऊन गेला आणि त्याच्या नावाने या हिंदू वर्षाची सुरुवात झाली. हिंदू वर्ष (अथवा संवत्सर) हे चांद्रसौर मानाचे असून, यात १२ चांद्रमास (महिने) असतात आणि दर तीन वर्षांनी एक चांद्रमास अधिक येतो त्यास 'अधिकमास' म्हणतात. सर्वसाधारणपणे ३० तिथींचा (दिवसांचा) एक महिना असतो.

शालिवाहन राजाच्या पूर्वी उज्जैनी येथे विक्रमादित्य नावाचा एक राजा होऊन गेला आणि त्याच्या नावे 'विक्रम संवत्' सुरू झाले. हे संवत्सर शालिवाहन शकाच्या पूर्वी सुमारे १३५ वर्षे सुरू झाले. विक्रम संवत् आणि शालिवाहन शक यांचे महिने आणि तिथी एकच असतात. त्यामुळे विक्रम संवतातून १३५ वजा केले म्हणजे शालिवाहन शक आणि ५७ वजा केले म्हणजे इसवी सन येतात. शालिवाहन शकात ७८ मिळवले म्हणजे इ. सन येतो.

राजशक किंवा राज्याभिषेक शक –

शिवाजीमहाराजांनी शके १५९६ आनंद नाम संवत्सर, ज्येष्ठ शुद्ध १३ गुरुवार (इ. स. १६७४, दि. ६ जून) या दिवशी राज्याभिषेक करून घेतला. तेव्हापासून हा शक सुरू झाला आणि मराठी कागदपत्रांत काही काळ या राजशकाचाही उल्लेख होऊ लागला.

मुसलमानी कालगणना

१) हिजरी सन – या सनाचे वर्ष चांद्रमानाचे असते. इंग्रजी तारखेप्रमाणे १६ जुलै ६२२, म्हणजे ज्या दिवशी इस्लाम धर्माचे संस्थापक मुहम्मद पैगंबर यांनी मक्केहून मदिनेस प्रयाण केले, त्या दिवसापासून हिजरी सनाची सुरुवात

झाली. दक्षिणेतील मुसलमानी राजवटीत बरीच वर्षे या सनाचा वापर होत असे. पण नंतर सुहूर किंवा अरबी आणि फसली सनाचा वापर होऊ लागला.

२) सुहूर सन – हिजरी सनापूर्वी २२ वर्षे म्हणजे इ. स. २४ मे ६०० रोजी हा सन सुरू झाला. मुहम्मद तुघलकाच्या काळात हा सन दक्षिणेत सुरू झाला असावा. मराठी कागदपत्रात या सनाचा वापर अधिक प्रमाणात दिसून येतो. या सनाचे इंग्रजी कालगणनेत रूपांतर करावयाचे असेल तर मृग नक्षत्रापूर्वी ६०० वर्षे आणि मृगनक्षत्रानंतर ५९९ वर्षे मिळवून करता येते.

३) फसली सन – मुघल बादशाह अकबर याने उत्तरेकडे हा सन सुरू केला आणि पुढे शाहजहान बादशहाच्या काळात त्याचा दक्षिणेतही वापर सुरू झाला. फसली साल हे सुहूर सनापेक्षा९ वर्षांनी पुढे असते. त्यामुळे त्याचे इंग्रजी कालगणनेत रूपांतर करावयाचे असेल तर फसली सनात मृगापूर्वी ५९१ आणि मृगानंतर ५९० वर्षे मिळवावी लागतात.

४) इसवी सन – इंग्रजी वर्ष ३६५ दिवसाचे असून दर चार वर्षांनी त्यात १ दिवसाची वाढ होते. त्यास 'लीप' वर्ष म्हणतात आणि फेब्रुवारी त्या वर्षी २९ दिवसाचा महिना असतो.

शिवकालात आणि नंतरही मुसलमानी कालगणना, जी आकड्यात लिहिली जाते, तिचा थोडासा अधिक परिचय करून घेतला पाहिजे. मुसलमानी १२ महिने असे आहेत. १) मोहरम, २) सफर, ३) रबिलावल, ४) रबिलाखर, ५) जमादिलावल, ६) जमादिलाखर, ७) रजब, ८) साबान, ९) रमजान, १०) सवाल, ११) जिल्काद, आणि १२) जिल्हेज सनाचे आकडे शब्दात लिहीत ते असे – इहिदे = १, इसने = २, सलास = ३, आर्बा = ४, खमस = ५, सीत = ६, सबा = ७, समान = ८, तिसा = ९, अशर = १०, अशरीन = २०, सलासीन = ३०, आर्बैन = ४०, खमसैन = ५०, सितैन = ६०, सबैन = ७०, समानीन= ८०, तिसैन = ९०, मया = १००, मयातैन = २०० आणि अलफ = १०००

जुन्या पत्रात कालगणनेत **'अलफ'** शब्द आल्यास ते पत्र **शिवकालातील,** म्हणजे १६०० ते १७०० इ. स. मधील असते. **'मया व अलफ'** हे शब्द आल्यास ते पत्र इ. स. १७०० म्हणजे शिवोत्तरकालातील, आणि **मयातैन व अलफ** हे शब्द असल्यास ते पत्र इ. स. १८०० नंतरचे समजावे. सुहूर सनात ५९९ किंवा ६०० मिळविले म्हणजे इसवी सन येतो.

शालिवाहन शक + ७८ = इसवी सन

सुहूरसन + ९ = **फसली सन**

जुन्या पत्रात वारांची नावे खालीलप्रमाणे आढळतात :

रविवार = आदित्यवार, भानुवासर
सोमवार = चंद्रवार, इंदुवार
मंगळवार = भौमवार
बुधवार = सौम्यवार
गुरुवार = बृहस्पतिवार
शुक्रवार = भृगुवार
आणि शनिवार = मंदवार, स्थिरवासर

जुन्या पत्रांत काही शब्द **संक्षेपाने** लिहिले जातात. ते असे –

आ। = असामी; इ।। = इनाम; इ।।दार = इनामदार; ए।। = एकूण; क।। = कर्यात, कसबा, कारकीर्द; खा। = खरीफ; खाो = खरेदी, खेरीज; गो। = गोसावी; चा। = चाकर, चावर; जा।वल = जमादिलावल; जि।।द = जिल्काद; जिरा। = जिराईत; र्ता। = तर्फ, तरफ; ताो = तपे, तेरीख; दा। = दस्तक, दस्तुर; दु।। = दुर्ग; नि।। = निसबत, निहाय; पा। = परगणे; पो। = पैकी, पैवस्ती; प्राा = प्रगणे; प्रो। = प्रमाणे; बि।। = बिकलम, बितपशील; बु।। = बुद्रुक; मा। - मजकूर; मि।। = मिती; मौ। = मौजे; रा। = रख्तखाने, रवाना; रा।खर = रबिलाखर; रा।वल = रवीबिलावल; लि।। = लिहिले; वि।। = विज्ञापना, विनंती; श्नेो = स्नेहाकित; सु।। = सुभे, सुहूर सन; सो। = सेवेसी; हु।। = हुजूर; ज्ञा० = ज्ञातीय.

काही पत्रात व्यक्तींचे उल्लेख सांकेतिक शब्दात केलेले असत. ते फक्त, ज्याच्या नावे ते पत्र लिहिले असेल त्यालाच समजावेत असा त्यामागे हेतू असे. अशा पत्रात व्यक्तींचा उल्लेख आद्याक्षराने अथवा टोपण नावाने केला जात असे. उदाहरणार्थ, रकारपूर्वक = रघुजी भोसले; सकारनामक = सखाराम बापू बोकील; सकारनामक मच्छहारी = सदाशिव रामचंद्र शेणवी; सकारनामक परभू = सखाराम हरी गुप्ते; वरदा = रघुनाथराव दादा, नकारात्मक लेखक = नाना फडणीस, त्रिकारनामक = त्रिंबकराव पेठे; चिकारनामक = चिंतो विठ्ठल रायरीकर; भकारनामक = भगवानराव प्रतिनिधी, इत्यादी.

ऐतिहासिक दस्तऐवजांच्या स्वरूपाचे येथवर विवेचन केले. प्रस्तुत ग्रथाच्या दोन विभागांमध्ये मुख्यत: शिवकाल आणि शिवोत्तरकाल यांतील पत्रे दिली आहेत. त्याचबरोबर पत्रेतर साधनांचे, म्हणजे बखरी, शकावल्या, संस्कृत काव्ये, राजनीतीवरील ग्रंथ, यांतीलही काही नमुने दिले आहेत. इतिहासाचे अध्ययन आणि अध्यापन करणाऱ्या व्यक्तींना हे साहित्य उपयोगी पडेल अशी अपेक्षा आहे.

पुणे **– अ. रा. कुलकर्णी**
२१ जानेवारी २००८

संदर्भग्रंथ

१) खरे, गणेश हरी : **संशोधकाचा मित्र,** पहिला भाग, पुणे, १९५१

२) मोडक, बाळाजी प्रभाकर : Chronological Tables (मोडक जंत्री), पुणे, १८८९

३) केळकर, य. न. : **ऐतिहासिक शब्दकोश,** डायमंड पब्लिकेशन्स, पुणे, २००७

४) खोबरेकर, वि. गो. : **महाराष्ट्रांतील दफ्तरखाने,** मुंबई, १९७१

५) आपटे, द. वि. : **महाराष्ट्र इतिहास मंजरी,** चित्रशाळा प्रेस पुणे, १९२३

६) कुलकर्णी, अ. रा. आणि ग. ह. खरे (सं) : **मराठ्यांचा इतिहास,** खंड १-२, परिशिष्टे - **इतिहासाची साधने,** कॉन्टिनेंटल प्रकाशन, पुणे, २००७

७) कुलकर्णी, अ. रा. : **मराठ्यांचे इतिहासकार,** डायमंड पब्लिकेशन्स २००७

८) कुलकर्णी, अ. रा. : **मध्ययुगीन महाराष्ट्र** (ऐतिहासिक पत्रवाङ्मय, पृ. १७४-२१२), डायमंड पब्लिकेशन्स, पुणे, २००७

१०) पटवर्धन, मा. त्रिं. : फार्शी-मराठी शब्दकोश, भा. इ. स. मंडळ पुणे, १९२५

प्रस्तावना

'मराठ्यांचा इतिहास : साधन-परिचय' हा प्रस्तुत ग्रंथ मराठ्यांच्या इतिहासाच्या अभ्यासकांना, विद्यार्थी - वर्गाला व सर्वसामान्य वाचकांना सादर करताना आनंद होत आहे. ग्रंथ-शीर्षक वाचून काहीजणांची अशी गैरसमजूत होण्याची शक्यता आहे की, हा साधन-परिचय पहिल्या प्रथमच करून देण्यात येत आहे. पण वस्तुस्थिती तशी नाही. कै. गो. स. सरदेसाई, कै. द. वि. आपटे व कै. प्रा. रा. वि. ओतुरकर यांच्यासारख्या विद्वान संशोधकांनी हा परिचय महाराष्ट्राला फार पूर्वीच करून दिलेला आहे. मात्र त्यांचे या संदर्भातील ग्रंथ मुद्रणबाह्य होऊन काही वर्षे लोटलेली आहेत. शिवाय, उल्लेखित तिन्ही इतिहाससंशोधकांच्या काळातील इतिहासविषयक दृष्टिकोन व आजच्या काळातील इतिहासविषयक दृष्टिकोन यात बराच फरक पडलेला आहे. आजच्या काळात, पूर्वीप्रमाणे केवळ राजकीय इतिहासाला महत्त्व दिले जात नाही. इतिहास हा सर्व समाजाचा इतिहास असल्याने, आज इतिहासाच्या सामाजिक, आर्थिक, सांस्कृतिक, शासकीय, युद्धशास्त्रीय, अशा सर्व अंगांचा सखोलपणे वेध घेतला जात आहे. तशातच नवनवीन इतिहास्साधने वेळोवेळी प्रकाशित होत आहेत. त्यामुळे एका आगळ्यावेगळ्या स्वरूपात, इतिहासाच्या जुन्या व नवीन साधनांचा पुन्हा एकवार परिचय करून देणे गरजेचे झालेले आहे. प्रस्तुत साधन-ग्रंथ ती गरज पूर्ण करेल अशी आशा आहे.

मराठ्यांच्या इतिहासाच्या साधनांचा हा पहिला विभाग शिवपूर्वकाल व शिवकाल यांच्यापुरता मर्यादित आहे. त्यात इ. स. १५९० पासून इ. स. १७०७ पर्यंतच्या काळातील शाहजीराजे, छत्रपती शिवाजी महाराज, संभाजीमहाराज, राजाराममहाराज व राणी ताराबाई यांच्या कारकिर्दीशी संबंधित ऐतिहासिक साधने समाविष्ट केलेली आहेत. या साधनांचे दोन विभाग पाडलेले आहेत. पहिला विभाग आहे ऐतिहासिक पत्रांचा व दुसरा विभाग आहे पत्रेतर साधनांचा. पत्रेतर साधनांत, परमानंदरचित 'शिवभारत', जयराम पिंड्येरचित 'राधामाधवविलासचंपू:' व 'पर्णालपर्वतग्रहणाख्यानम्'ही संस्कृत काव्ये, 'सभासद', 'चित्रगुप्त' व 'एक्याण्णव कलमी' या बखरी, रघुनाथपंत

हणमंतेरचित 'राजव्यवहारकोश' 'जेधे शकावली', 'जेधे करीना' (जेधे कुलवृत्तांत सांगणारे हस्तलिखित), रामचंद्रपंत अमात्यरचित 'आज्ञापत्र', समर्थ-वाङ्मय, यातील उतारे दिलेले आहेत.

ग्रंथातील सर्व पत्रे वाचल्यावर मनावर सर्वात जास्त ठसा कशाचा उमटत असेल तर तो शिवकालीन शासकीय मराठी भाषेचा. या मराठी भाषेवर तत्कालीन फारसी भाषेचा प्रचंड पगडा पडलेला दिसून येतो. इतका की, कै. वि. का. राजवाडे यांनी दाखवून दिल्याप्रमाणे, जवळ जवळ प्रत्येक मराठी वाक्यात साठ ते पासष्ट टक्के शब्द फारसी असल्याचे आढळून येते! म्हणजे मराठी भाषेचा मराठीपणा जवळजवळ लुप्त झाल्यातच जमा होता. या पार्श्वभूमीवर 'राजव्यवहारकोशा'तील उतारा वाचला म्हणजे शिवाजीमहाराजांच्या कोशकार्याचे महत्त्व लक्षात येते. महाराजांच्या शौर्याचे, धाडसाचे, मुत्सद्देगिरीचे, स्वराज्यस्थापनेचे व त्यांच्या अनेक गुणांचे कौतुक केले जाते. पण त्यांच्या कोशकार्याला जितके महत्त्व दिले पाहिजे तितके दिले जात नाही. त्यांच्या या कार्यामुळेच पेशवेकालात शासकीय मराठी भाषेला तिचा मराठी बाणा पुन्हा प्राप्त झाला. या काळातील शासकीय पत्रांतून मराठी वाक्यातील फारसीचे प्रमाण दहा ते पंधरा टक्क्यापर्यंत खाली आले.

'शिवभारत' व 'जेधे शकावली' ही दोन्ही साधने अस्सल, विश्वसनीय व पहिल्या दर्जाची समजली जातात. शिवजन्मासंबंधी दोन्ही साधनांतील उताऱ्यांवरून इ. स. १६३० हे शिवजन्माचे पक्के वर्ष ठरते. बखरींनी दिलेला इ. स. १६२७ हा बाद होतो.

'आज्ञापत्रा'तील उताऱ्यावरून शिवाजीमहाराजांच्या राजनीतीसंबंधीच्या तत्त्वांची ओळख होते, तर 'सभासद' बखरीतील उताऱ्यावरून महाराजांचा राज्यकारभार कसा होता याची काहीशी कल्पना येते.

समर्थ रामदासस्वामींनी संभाजीमहाराजांना लिहिलेले पत्र म्हणजे शिवाजी महाराजांच्या नैतिक, आध्यात्मिक गुणांबद्दल तसेच त्यांच्या एकूण कार्याबद्दल थोडक्या शब्दात केलेले अत्यंत प्रभावी व मार्मिक भाष्य होय. इतक्या थोड्या व चपखल शब्दांत महाराजांच्या अंगच्या गुणांचे व समग्र कार्याचे सार आजवर दुसऱ्या कोणीही सांगितलेले नाही.

प्रस्तुत ग्रंथाच्या पहिल्या भागात जी ऐतिहासिक पत्रे आलेली आहेत ती आजवर विविध ग्रंथातून व मासिकांतून प्रकाशित झालेली आहेत. या पत्रांतून विविध विषय आलेले आहेत. शहाजीराजांनी विजापुरकरांसाठी केलेली कर्नाटकातील कामगिरी, जिजामातेने केलेला शहाजीराजांच्या जाहगिरीचा कारभार, त्यांनी दिलेल्या धार्मिक स्वरूपाच्या देणग्या, चाकणच्या ब्रह्मे या पुरोहिताने शिवाजी महाराजांना शाहजीच्या जाहगिरीची मालकी मिळावी म्हणून केलेले अनुष्ठान, अशा अनुष्ठानांवर शिवाजी-

महाराजांचा असलेला विश्वास, अफजलखान-वध, सिंधुदुर्ग व पद्मदुर्ग यांची महाराजांनी केलेली स्थापना, पुरंदरच्या तहाच्या अटी, चिपळूण-जवळील दलवटणे या गावा-जवळील छावणीतील लष्करी अधिकाऱ्यांन व शिपायांना शिस्तीचा धडा देणारे महाराजांचे पत्र, कामचुकार अधिकाऱ्यांना महाराजांनी लिहिलेली जरबेची पत्रे, पोर्तुगिजांच्या प्रदेशात मिठाची किंमत वाढावी म्हणून आपल्या प्रदेशातील मिठावरील जकात वाढवावी, तेणे करून आपला आर्थिक फायदा होईल, हे सांगणारे महाराजांचे पत्र, महाराजांचे शरीर हवामय असून त्यांना पंख आहेत, अशा प्रकारच्या लोकांत उठलेल्या वावड्या, हेन्री ऑक्झिंडेनने केलेले शिवराज्याभिषेकाचे वर्णन, शिवाजी - परमानंद भेटीची हकीगत, शाइस्तेखानाने केलेल्या हल्ल्याच्या वेळी, प्रजेच्या रक्षणाची काळजी कशी घ्यावी हे सांगणारे महाराजांचे पत्र, संभाजीमहाराजांनी गोव्यावरील हल्ल्याच्या वेळी पोर्तुगिजांची सर्व बाजूंनी केलेली कोंडी व त्यामुळे पोर्तुगिजांवर ओढवलेले आर्थिक टंचाईचे अरिष्ट, कवी कलश याने बाटून मुसलमान झालेल्या एका ब्राह्मणास शुद्ध करून पुन्हा हिंदु धर्मात घेतल्याचे उदाहरण, छत्रपती राजाराम यांचे हणमंतराव घोरपडे यास, मुघली मुलूख क्रमाक्रमाने दिल्लीपर्यंत जिंकत गेल्यास कसकसा सरंजाम देऊ हे सांगणारे पत्र, संताजी घोरपडे यांचे रामचंद्रपंत अमात्य याची समजूत घालण्याचा प्रयत्न करणारे पत्र, हे त्या विषयांपैकी काही विषय होत.

प्रत्यक्ष इतिहास वाचण्यापेक्षा ऐतिहासिक साधनांच्या माध्यमातून तो वाचण्याची खुमारी काही और असते. ही साधने म्हणजे 'विश्रब्ध शारदे'च्या दरबारचे दूतच होत. विश्रब्ध म्हणजे शांत, स्तब्ध असूनही ती बोलकी, सक्रिय असतात. वाचकांशी ती थेट संवाद साधतात. म्हणून त्यांच्या वाचनाच्या खुमारीचा अनुभव सर्वांना मिळावा, हीच शुभेच्छा.

– मा. रा. कंटक

पत्रांतील शब्दसंक्षेपांचा खुलासा

इ।।	= इस्तकबाल, इस्तकबिल
क।।	= कसबे
खु।।	= खुर्दखत, खुर्द
गु।।	= गुदस्ता, गुजारतीने, गुरुवार
त।।	= तर्क, तागायत, ताहा, तालीक
दाे	= देहे
ना।	= नाईक, नजीक
नि।।	= निहाय, निसबतीने
पाा	= परगणा, पाठविले, परवानगी, पाटील
पाे	= पैकी, पेस्तर, परगणे, पैवस्ती
बाा	= बरोबर, बमोजीब, बाबत, बहुल
बिताा	= बितपशील
बाे	= बेशमी, बेरीज
बुाा	= बुद्रुक
माा	= मजकूर, मरहूम, मामला
माे	= मौजे
माअनाम	= मशहुरुल अनाम
माइले	= मशारनिल्हे
राा	= रवानगी, रवाना
वाा	= वद्य
शु।।	= शुद्ध
सालगुाा	= सालगुदस्ता
सुाा	= सुहूर सन
सेाा	= सेकीन
फा. आ.	= फाटले आहे
मो. जा.	= मोकळी जागा

ग्रंथसंक्षेपांचा खुलासा

ग्रंथसंक्षेप	खुलासा
ऐ. टि.	ऐतिहासिक टिपणे (इतिहास संग्रहातील)
ऐ. ले.	ऐतिहासिक लेखसंग्रह
ऐ. स्फु. ले.	ऐतिहासिक स्फुटलेख (इतिहास संग्रहातील)
क. छ. पो.	करवीरचे छत्रपति आणि पोर्तुगीज
क. रि. का.	करवीर रियासतीची कागदपत्रे
का. से. घो. घ. का.	कापशीकर सेनापति घोरपडे घराण्याचा इतिहास
कों. इ. सा.	कोंकणच्या इतिहासाची साधने
डे. कॉ. ऐ. सं. - मे. द.	डेक्कन कॉलेज ऐतिहासिक संग्रह - मेणवली दफ्तर
ता. का. प.	ताराबाईकालीन कागदपत्रे
पत्रे, यादी वगैरे	काव्येतिहाससंग्रहात प्रसिद्ध झालेली पत्रे, यादी वगैरे लेख
पे. द.	पेशवे दफ्तर
पे. द. - सं. नि. का.	पेशवे दफ्तर - संशोधनासाठी निवडलेले कागद
पे. रो. - थो. मा.	सातारकर छत्रपति व त्यांचे पेशवे यांच्या रोजनिशीतील उतारे - थोरले माधवराव पेशवे.
भा. इ. सं. मं. त्रैमासिक	भारत इतिहास संशोधक मंडळाचे त्रैमासिक
म. का.	महादजी शिंदे ह्यांची कागदपत्रे
म. रि., म. वि.	मराठी रियासत, मध्यविभाग
म. सा.	महाराष्ट्रेतिहासाची साधने
मु. रि.	मुसलमानी रियासत
राज.	राजवाडे खंड
शि. प. सं.	शिवकालीन पत्र-सार-संग्रह
हो. इ. सा.	होळकरशाहीच्या इतिहासाची साधने
B.C.	Bassein Campaign (1723-41)

❖

अनुक्रमणिका

विभाग १ : शिवपूर्वकाल व शिवकाल

ऐतिहासिक पत्रांतील उतारे

विभाग २ : पेशवेकाल

मराठ्यांचा इतिहास : साधन-परिचय

विभाग १

शिवपूर्वकाल व शिवकाल

(इ.स. १५९०-१७०७)

१. मालोजीचे पेडगावच्या पुजाऱ्यास इनामपत्र

भा. इ. सं. मंडळ
ष. सं. वृ., पृ. ८८) इ. १५९६

अज रख्तखाने राजश्री मालोजी राजे दामादौलतह्

जानोबा हुदेदारानी हाल व इस्तकबाल व मोकदमानी कसबे पेडिगाऊ प॥ मजकूर.

(फारसी शिक्का)

बिदानंद, सु॥ सबा तिसैन व तिसा मैया

आकोबा गोसावी बिन गोदोवा गोसावी बडवे पुजारे श्री विठलदेऊ कसबे मजकूर हुजूर येउनू मालूम केले जे. आपणास इनामाबदल सदकोनाची जमीन चावर एक ता। ठाणे व ता। देहाय कुलबाब कुलकानू व बाजेपटिया, वेठी व बेगारी कारकीर्द दर कारकीर्द कसबे मजकूर ता। सन सीत चालिले आहे. सन सीतामधे वणगोजी आपलिया कदीम हुजती फर्मान व भोगवटे गेले आहेती. साहेबी सदरहू इनाम चालवावेया खुर्दखत होय. मालूम जाले.

आकोबा गोसावी बिन गोदोवा गोसावी बडवे पुजारे श्रीविठलदेऊ कसबे मजकूर यास इनामबद्दल चावर एक जमीन ता। सन सीत चालिले असेलीप्रमाणे चालविने. दरम्यान सालगु॥ गेलेया बाबेचा उजूर न कीजे. औलाद व आफलाद चालविजे. दर हरसाल ताजे खुर्दखताचा उजूर न कीजे. तालिके घेउनू असली खुर्दखत इनामदार मजकुरापाशी दीजे.

सिका

❖

टीप – शिवाजीमहाराजांचे आजोबा मालोजीराजे भोसले यांनी कसबे पेडगाव येथील श्रीविठ्ठलाच्या देवळाचा पुजारी आकोबा गोसावी याला देवाच्या पूजाअर्चेचा खर्च भागविण्याबाबत दिलेले हे इनामपत्र आहे. हे इनाम वंशपरंपरेने दिलेले आहे. एक चावर जमीन म्हणजे दक्षिणेतील शाह्यांच्या काळातील एकशे वीस बिघे जमीन.

२. अहदनामा

शि. च. सा., खंड ४, ले. ६८९ | शके १५३८, पौषमास
इ. १६१७, जानेवारी

आहादनामा लिहिला बा। मलके व दोस्ती जमेली दरमियान इ आमचे राखत व हाजुरत पादसाह निजामसाह यामधे एलनू हजुरत पादसाह इदलसाह तेच्या बोलावरौनु दरवख्त सीनोर इलुमती सीम सीनोर दोनी रोजी मुदनवे द. (?) विजुरै देऊन सेलु देम (?) व मजिस्ताद पादसाह पुर्तगाल म्हणजे वुलित (?) मजिस्तादचे ममरतीचा तेरीख नववा माहे वौतुब्रु साल सोलासे पंधरा दर स्थाहार नवरसपूरमधे हजरत पादस्याहा इब्राईम इदलस्याहाचे घरीचे दिवाण माहाली हुजूर दिवाण व नवाब स्याहानवाजखान दिवाणे करार यैसा केला हुजूर हेजीब सुव मजिस्तादी पादस्याहा पुर्तगाल अंतोनी मतेर कोळी... न ... ड हेजीब हजरत पादस्याहा निजामस्याहा कासी पंडित तेची हेजीब मस्यारनिले निजामस्याही त्याही एक फर्मान ते मजालसेसी हुजूर दाखविले तेवरी सिका मलिक अंबराचा होता लिहित तेरीख अठरावां सते ब्रु सात सोलासे पंधरा लिहिला त्यामधे आपुले मोर्तबे हुकूमत व मजालसीपनाही ते पादस्याहीची लिहुनू येक बाब लिहिली होती. जे सुळशेसमंधी हजरत इब्राईम इदस्याहा वा नवाब स्याहानवाजखान जे करारती सिनोरू बिजुरईपासी केली असे ते पंडित मस्यारनुलेनी सही निस्यान करुनु द्यावी तेच बरहुकूम आपण सर्व पाहुनू व हेजीब सुव मजिस्तादी पादस्याहा पुर्तगाल हुजूर दाखविला आलवेरा त्रेक सीनोर विजुरई दोनी रोजी मुदजवेदचा लिहीत तेरीख तेरावा माहे मायू साल सोलासे पंधरा त्यामधें सीनोर बिजुरैने आपुला हुकूम हेजिबासी दिधला जे सुळहोची बरकरारी करावी आणि जे काही तो हेविसी करील ते आपण पाळावे.

व हजरत दिवाण इब्राईम सद (ल) स्याहा व नवाब स्याहानवाजखान यैसेने मुकरार केला जें सुळहो हजरत पादस्याहा पुर्तगाल व हजरत पादस्याहा निजामस्याहामधें यैसा होवावा जे जैसा पैला जाहला...

कारकिर्दी हजरत मुर्तजा निजामस्याहा बाा वेलेसी केला होता तैसा त्या उपरी इतुकी बाब ज्याजती वाढवितानी जे त्यांचे बंदरी व विलायतेमधे डूंगरेजासी व वोलंदेजासी जागा नेदावा व मदती न[२] करावी तो सुळहो जाहाला ते साल पंधरासे एकाहातरवे वरुस ते लिहिलेप्रमाणे रोही तरफेचे हेजिबी कबूल करुनू आपल्यास जैसी रजा व हुकूम होती तैसे रीती करार केला जे पालावी. हजरत निजामस्याहा हाली व

---

१ ल ओळीवर काढला आहे. २. न रेघेवर काढला आहे.

याफुडां जे ते जागां होतील ते पादस्याही पालावी व आम्हा हुजूर यैसे सिके करुनू दिघले तेरीख नववी यौतुब्रु साल सोलासे पंधरा त्याच्या तालिका चारी केळहा दोनी खत हिंदवीच्या व दुसरे दोनी[२] खत फिरिंगिया सबब जें जो हेजीब सीनोर विजुरै हुजूर जाईल तेणे न न्याव्यासी व जो हेजीब हजरत पादस्याहा निजामस्याहा हुजूर जाईल त्याणे दुसरे दोन न्याव्या हे सर्व लिहिले प्रमाणी दुभासी म्हातीम भाडारी दुबासी राउ ते वख्ति हुजूर होता तेणे दुभासी करुनू समजाविले तेथ गोही हुजूर होते त्यांची नावे तरफ हजरत निजामस्याहा गोही खोजे नुरा हेजीब मुला माहामद व मजालिसी खान वजीर दिवाण व तरफ सुव मजिस्तादी पादस्याहा पुर्तकाल गोही निकुलाऊ पायेसहेबू ळहोईस व बडतल मेऊ कडदोज.

यैसी करारती व आहदनामा सुळहोचा करुनू हेजीब अंतोनी मतेर मुलक दाविणेसी गेला हुजूर हजरत पादस्याहा निजामस्याहा व कुल ममलखत मदारी मलिक अंबर त्याही पासुनू त्यावरी सिके करुनू सौगंद करावेयासी आणि सिके व सौगंद करावेयाचे आदी आणिक करारती तेची हेर्जब अंतोजी मुतेर केली हुजूर पादस्याहा निजामस्याहा व ममलखत मदारी मलिक अंबर बहुजूर दफाखान हेजीब हजरत पादस्याहा इदलस्याहा जें नवा कर्कसा बुराई रेवदांडे चेउलीचे फिरंगी व रयेत हजरत निजामस्याहा व त्याच्या कारकुनामधी अंतर न पडावेयासी सबब बाग व नारगील हजरत पादस्याहाचे तर्फे (घे) उनू दोघें भलो माणुसें व सीनोर विजुरैचे तर्फेपासून दुसरी दोघे येसै जण च्यारी मिलोनू येकी ठाई होउनू त्या बागांचें खतपटे असतील ते पहावे जे कोणे रीतीन फिरगी रयत पादस्याहा पुर्तगालच्या बागांचा भोगवटा करितातो हजरत निजामस्याहाचे विलायतेमधें हे पाहुनू ज्यांचे कागदपटे बरवे भोगवटा नसेल ते दूर कर्णे तूर्त व बाग व माड त्यांचे काडावे आणि ज्यांचे पटे भोगवटा बरवा असेल त्यांसी फिराउनू द्यावे व त्यांसी काबिजात तूर्त द्यावी बागांची व माडांची आणि हे केलेया उपरांत ते बाग जर हजरती निजामस्याहा कार्णे पाहिजत तरी आणि त्याच्या धणियांसी मोल देवितील तरी त्याकरुनू विकउनू यैसा हुकूम त्यांसी फर्माउनू आणि जे च्यारीजण लोक मधेवर्ती घेतले आसती तेही बागांचे मोलबाब करावी तेप्रमाणे धणियांसी त्याचे मोल देउनू राजी करावे यासी ऐसा करारतनामा सिके करुनू हजरत पादस्याहा निजामस्याहा व ममलखत मदारी मलिक अंबरे दिधले व हेजीब इस्ताद अंतोनी मतेर कोडित स्थल व ब (द) फाखा हेजीब हजरत पादस्याहा इदलस्याहा त्याही रयास्यान केले...

गोवेमधें तारीख - माहे जनेल साल सोलासे सतरा सिनोर इलुसि सीम सिनोरु दोनी रोज मु द ज ने द देऊन सेल सुबे मजिस्ताद पादस्याहा पुर्तगाल व विजुरै व कपितान जराल इस्ताद दे ई दि ये बहुजूर कासी पंडित व समसरखां हेजीब हजरत पादस्याहा निजामस्याहा निस्याण व सौगंद सिनोर विजुरै इलुडी सिमाचा पाहावेयाकारणे

अहदनामा वरी - व सिनोरु विजुरै फर्माविले सकडउतारासी जे पढोनू वाचुनू दाखवावा बहुजूर दुसरे लोक हाजीर होते जेही खाली सही केले असती तव मी सकउतारें सर्व पढोनू दाखविले ते सिनोर विजुरैसी खातिर निस्यान होउनू तो करार अहदनामा कबूल करूनू तेचिप्रमाणे सोगंद केला येक मिसालावरी त्यावरी हात ठेविले जे जैसे काहीं आहदनामा लिहिला आहे तैसा पालावा व यैसेच जे कोणी विजुरै व गोवर्नदोर यां पुडा होतील त्याहीं पालावा जववेरी हजरत निजामस्याहा हाली व दुसरे पुडारें होतील ते जे काल परियेतर पलितील तववेळी आम्ही पालावा याचे गौही हुजूर होते ते[१]... क्रिस्तोव ..... माजिस्ताद ...... कपितान .... कारकून व ...... कसवेर जे हुजूर होते ते लोक आहदनामा वाचिता पाहावे ..... जे कोण्ही वर नाव लिहिले आहे +++ हिच केला आसे...

❖

१. येथून कागद संपेपर्यंत म्हणजे आठ ओळींचे वाचन नीट करता येत नाही. अक्षरही निराळे आहे. या मजकुराखाली ८ पोर्तुगीज माणसांच्या सह्या व तीन शेरे आहेत.

टीप – अहदनामा = करारनामा, प्रतिज्ञापत्र इ. स. १६१७ मध्ये अहमदनगरचा निजामशाह व पोर्तुगालच्या राजाचा गोव्यातील प्रतिनिधी जो विजरई किंवा गव्हर्नर यांच्यामध्ये रेवदंडा व चेऊल येथील माडांच्या बागांच्या भोगवट्यासंदर्भात झालेल्या मैत्रीच्या कराराचा तपशील प्रस्तुत पत्रात दिलेला आहे.

३. मामले चेऊलचा महजरनामा

ऐतिहासिक साधने,
ले. ५, पृ. ४-५

सु॥ इहिदे इसरैन व अलफ
इ. १६२१ एप्रिल २

नकल

हु

महजरनामा बितेरीख ..... बिहुजूर हाकीमसरा
हाजीर मजालसी बितपसील .....

काजी सैद अबदला हाकीम	मीर सैद हाकीम बिन	नाखुदा हाजी महमद
सरा	सैद महमद	वकील आगा रजा
सैद इब्राइम बिन....	मीर अकील	सेख महमद हसन कलबलाई
खोज इबन अली सेरवानी	खोजे मलिक अलकास	काजी अली रईस
सौदागर		
खोज माहादी गिलानी	दाऊजी बिन-बोबरा	अबदुल अली –
सेर महमद खोज फरज (द)	खोजे महंमद अली	-
-	फर्जद	
	खोजगी पोखरदीन	
भानजी विठल आजा।	भाऊजी सुडक ठाकूर	ताऊजी नागोजी देस-
माहादो राम देसाई	अदिकारी	कुलकर्णी
अलीबापा अजा।	नामाजी सेटिय	बावाजी बिन भिऊ
मोकदम ताफे जमाती	कांसार सिंवा अकरी	चौधरी सिंवा सात
गेबाजी भाटिया महाजन	गणो गोपीनाथ-	अंताजी तानदेऊ
ताफे चाटे		
पदाजी बाबजी खेत्री	दामाजी हरद प्रभु	येकोजी कृष्णाजी प्रभु
वाघोजी खेत्री	बहिरोबा सराफ –	भवानसेटी माहाजन सेटी
हरजी कारानी व	लहुजी सेटिया ताफे	कृस्णाजी बलाल आगर
खारिया पेंठी	बकाल	नाईक अगर चेऊल
जान जोसी महाजन	तानबा पीट भट	अंतसेटी हीरसेटी सोनार
आगर चेऊल	चौधला आगर चेऊल	-

मामले मूर्तजाबाद ऊर्फ चेऊल सुहूर सन इहिदे इसरीन व अलफ हाजीर

मजालसी महजरनामा केला ऐसा जे जकातीचे बाबे हुकमती रोखा बितेरीख ..... सादीर जाहाला बिनाम कारकुनानी मामले मजकूर व हुदेदारानी व सेटिये माहाजनानी व रयायानी पेठ हुसैनाबाद व पेठ मूर्तजापूर नजीक चेऊल तेथे रजा जे सिदी अंबर खुदावंदखानी हवालदार समत तलकोकण अर्जदास्त छ २० माहे जमादिलौवल इरसाल केली मजमून घांटावरून बकाल परदेसी पेठंमजकुरी गला व हरयेक जिनस आणिताती ते वख्ती पैसाळूची जकात देत नाही. जे वख्ती जितुका विकरा होतो तितुकियाची जकाती होते. वरकड वरची जकाती देत नाही. येण्हेकरून पैसाळूची जकाती गुम होते. ये बाबे देसकांस पुसतां कौल व फर्मान आहे तेथे चेऊलची जकाती निमे घेणे .... (नि. अ)

सदरहू असल राजश्री आबाजी गोविंदराऊ देशाई मामले मजकूर यांजकडेस असे

❖

टीप – महजर म्हणजे, गावच्या किंवा परगण्याच्या विविध स्तरांतील प्रतिष्ठित लोकांच्या मजलिसीने म्हणजे सभेने, सरकारतर्फेचा अधिकारी जो काझी, त्याच्या अध्यक्षतेखाली, गावकीतील दाव्याचा जो निवाडा केलेला असतो, त्याची तपशीलवार हकीगत देणारा ऐतिहासिक कागद. सोळाव्या, सतराव्या व अठराव्या शतकांतील महजरांच्या कागदपत्रांवरून आपल्याला त्या शतकांतील न्यायप्रक्रियेची संगतवार माहिती मिळते. प्रस्तुत महजर हा निजामशाहीच्या ताब्यात असलेल्या चेऊल बंदराच्या (Lower Chaul) जकातीसंबंधी आहे.

महजरनामा = करारपत्र, निवाडापत्र, पैसाळू = आयात माल, रयायानी = प्रजेने, बकाळ = व्यापारी, खुदांवरवानी = खानाच्या पदरचा, गुम होते = नाहीशी होते

४. चोळी-कांकणास जमीन इनाम

सनदा-पत्रें, पृ. १०२) १६२०, जानेवारी ३१

आज्ञापत्र सौभाग्यवती मातुश्री जिजाबाई भोसली मोकदम, कसबे जिंती परगणे श्रीगोंदें, करेवलीत यांनी दानपत्रें वतनावर वतनभाऊ आणि पुरातन चाकर एकनिष्ठ याजवर कृपालू होऊन, इनाम जमीन सवा चावर बिघे १५० दीडशें राजश्री विसाजी रंगनाथ सोनटके कुलकर्णी कसबे मजकूर यांची स्त्री सौभाग्यवती भानाबाई यांजवर कृपाळू होऊन चोळी व कांकणास म्हणून जमीन नेहरशेरीनजीक शीव बाभूळगांव जमीन बिघे १२० एकशेंवीस वंशपरंपरेनें अनुभवून सुखरूप राहणें. एकूण येणें प्रमाणें दानपत्रें अजरामऱ्हामत निधि जल, तरु, पाषाण, चंद्र, सूर्यपावेतों अनभवीत जाणें.

राजश्री रंगो गणेश सोनटक्के कुलकर्णी कसबे मजकूर हे हिशेब मोहसब द्यावयास किल्ले कोंडाणा, राजश्री दादो कोंडदेऊ यांचे घरीं भोजनास बोलाविले. भोजन करून खोलीमध्यें बिछाना करून निद्रा केली. पांचसहा घटका जाहलीयावर अंगाची आगी जाहाली. पाणी पाणी करून खोलींत प्राण गेला. खोलीस बाहेरून कुलूप होतें. दुसरे दिवशीं खोलीचें कुलूप काढून पाहिलें तों मृत पावले. प्राण निघोन गेला. असे वर्तमान जाहलें. याजकरितां साहेब कृपाळू होऊन, दानपत्रें इनाम करून दिल्हीं असे. कदीम सेवा केली आहे. भोसले यांचे वंशी कुटुंब दाखल याचें चालवोन, जे कोणी अंतर करील त्यास श्रीवाराणसीची शपथ असे.

शके १५२६* सिध्यर्थीनाम संवत्सरे, माघ शुद्ध सप्तमी रविवार लेखनसीमा.

❖

---

* शक १५४१ पाहिजे.

५. शाहजी व दादाजी कोंडदेव यांच्या पारिपत्याचा हुकूम

इंडियन हिस्टॉरिकल क्वार्टर्ली,
खंड ७, क्र. २, पृ. ३६२-६४;
ऐ. फा. सा., खं. १, ले. ४८

फारसी शिक्का

हि. १०५४ जमादिलाखर ७
इ. १६४४ ऑगस्ट १

बादशाह - कान्होजी (जेधे ?)

ज्याअर्थी शहाजी भोसले दरबारातून निर्वासित व अपमानित झाला आहे व त्याचा मुतालिक दादाजी कोंडदेव कोंडाण्याच्या बाजूस आहे, (त्याअर्थी त्यास) दफे करण्यासाठी व ती विलायत ताब्यात आणण्यासाठी खंडोजी व बाजी घोरपडे यांस तुमच्यासह नेमिले आहे. तरी तुम्ही आपल्या हशमासह मशारनिल्हेजवळ जाऊन त्यांच्या संमतीने दादाजी कोंडदेव व त्या हरामखोराचे संबंधी यांना शिक्षा देऊन नेस्तनाबूत करा व ती विलायत ताब्यात आणा. ते तुमच्या उत्कर्षाचे कारण आहे. ता. ७ जमादिलाखर, हि. १०५४

❖

टीप – शाहजी व त्याचा मुतालिक दादाजी कोंडदेव यांचा बंदोबस्त करण्याची आज्ञा करणारे विजापूरच्या बादशहाचे हे आज्ञापत्र आहे. मात्र त्या दोघांनी विजापूर दरबारविरुद्ध नेमकी कोणती आगळीक केली, हे स्पष्ट करणारा ऐतिहासिक पुरावा उपलब्ध नाही.

६. हे राज्य व्हावे हे श्रीचे मनात फार आहे

राजवाडे खंड १५,
ले. २६८

शक १५६७ वैशाख शु. १
इ. १६४५, एप्रिल १७

श्री

राजश्री दादाजी नरसप्रभु देशपांडे व कुलकर्णी ता। रोहिरखोरे व वेलवंडखोरे यासी प्रती सिवाजी राजे. सु॥ खमस अर्बैन अलफ. तुम्हांस मेहेरबान वजिराचा विजापुराहून हुकूम आला, तो ठाणे सिरवलाहून अमिनानी तुम्हांकडे पाठविला. त्याजवरून तुमचे बाप नरसीबावा हवालदिल जाले वगैरे कितेक बहुत लिहिले. त्यास, शाहासी बेमानगिरी तुम्ही व आम्ही करीत नाही. श्रीरोहिरेश्वर तुमचे खोरियातील आदि कुलदेव तुमचा डोंगरमाथा पठारावर शेंद्रिलगत स्वयंभू आहे. त्याणी आम्हास यश दिल्हे व पुढे तो सर्व मनोरथ हिंदवी स्वराज्य करून पुरविणार आहे. त्यास, बावास हवाल होऊ नये खामखा सांगावा आणि तुम्ही तो कागद घेऊन सिताब हुजूर येणें. राजश्री दादापंताचे विद्यमाने बावाचे व तुमचे व आमचे श्रीपासी इमान जाले ते कायम वज्रप्राय आहे. त्यांत अंतर आम्ही व आमचे वंशज लेकराचे लेकरी वतन वगैरे चालविण्याविसी कमतर करणार नाही. हें राज्य व्हावें हें श्रीचे मनांत फार आहे. याप्रमाणे बावाचे मनाची खात्री करून तुम्ही येणें. रा। छ २९ सफर बहुत काय लिहिणें (मोहोर)

❖

टीप – छत्रपती शिवाजीमहाराजांनी भोरजवळील डोंगरावरच्या रायरेश्वरच्या देवळात स्वराज्यस्थापनेची शपथ घेतली, ही समजूत करून देणारे हे सुप्रसिद्ध पत्र. हे पत्र अस्सल तर नाहीच. पण, ते उत्तरकालीन असून, त्यातील भाषा अविश्वसनीय वाटत असली तरी त्याचा आशय खरा आहे, अशी टिप्पणी कै. राजवाडे यांनी केली आहे. या पत्राच्या विश्वसनीयतेबाबत मराठी इतिहाससंशोधकांत मतभेद आहेत.

७. बदअंमलास शासन

शि. च. सा., खंड २, ले. २३९
मराठी दप्तर रुमाल ३,
ले. ११

श. १५६७ माघ कृ. ७
सु. १०४६ जिल्हेज २०
इ. १६४६ जाने. २८

श्री

अज रख्तखाने राजश्री सिवाजीराजे दामदौलत ज्यानिब कारकुनानी हाल व इसतकबाल देशमुखानी व देशकुलकर्णियानी तर्फ खेडेबारे बिदानदके सुरूसन सीत अर्बैन अलफ बावाजी बिन भिकाजी गुजर मोकदम मौजे रांजे तर्फ मजकूर हा मौजे मजकूरची मोकदमी करीत असतां याजपासून काही बदअमल जाला हे हकीकत हुजूर साहेबापासी विदीत जाली त्यावरून बेहुकमी तलब करून साहेबी हुजूर आणून वाजपुस करिता खरे जाले याजकरिता बावाजी मजकूर याची वतनी मोकदमी हुजूर अमानत केली बावाजीचे हातपाय तोडून दूर केला ते वक्ती सोनजी बिन बनाजी गुजर किल्ले पुरंदर हे जनात गोत म्हणून येऊन अर्ज केला जे आपले हाती देणे बराय अर्ज खातरेस आणून बावाजी मजकूर याचे माथा गुन्हेगारी होन पादशाही तीनशे करार केले ते सोनजी मजकूर याने देऊन बावाजीस हाती घेतले याचे पोटी संतान नाही हे कुलीचे गुजर म्हणोन साहेबी मेहेरबान होवून मौजे रांजे तर्फ मजकूरची मोकदम सोनजी बिन बनाजी गुजर याचे दुमाला करून याजपासोन दिवाण सेरणी होन पादशाही दोनसे करार करून घेऊन मोकदमी यास दिधली असे यास कोणी मुजाहीम न होणे असल पत्र फिराऊन भोगवटीस देणे उजूर न करणे मोर्तब सूद

टीप – आपल्या अधिकाऱ्यांकडून बदअंमल म्हणजे गैरकारभार झाला तर त्याला शिवाजीमहाराज किती कडक शासन करीत, याचे निदर्शक हे पत्र आहे.

८. कुणबियांस त्रास

भा. इ. सं. मंडळ
वा. इ., १८२८, पृ. ६

इ. स. १६४६ जून १९
आषाढ वाा १, शके १५६८

म॥ हु॥ राजमान्या विराजित राजमान्य
राजश्री चंदरराऊ राजे गोसावी यासि
जाब सुद

॥ऽ॥ श्रीमत प्रहुडीप्रताप अखडित लक्षमी आलकृत परोपकार मूर्ती महामेरू राजमान्य राजश्री

प्रति स्नेह आंकित गोमाजी नरसिंह व रामाजी कृस्ण हवाले अफजलपूर महमूदशाही उरूफ का। बावधन पाा वाई रामराम विसेश येथील क्षेम तो धर्म श्री१ गोसावी स्वकीये कुशेल लिहिती आज्ञा केली पाहिजे विसेश पिलाजी मालोजी बिराजर देसाई दहीवाडी कसबे मजकुरीची मारूनु वस्तभाव नेली व कुणबी २ धरुनु नेले होते त्यास मार करुनु व गोणियामधे घालूनु त्यापासूनु कतबे लेहोनु घेतले व जमान घेतले तोवरी गोसावी यासि खबर लिहिली त्यावरुनु त्यास लेहोनु कुणबी सोडविले परंतु त्याची वस्तभव दिधली नाही जमानदारास तगादा करिताती तो जमानदार येउनु या कुणबीयासि तगादा लावितो यावरुनु रयेता बेदिल होऊनु वाडी पडते वाडी पडली म्हणिजे दुरीदराज लागेली तरी राउळी त्यास कागद लेहोनु त्याचा कतबा व याच्या वस्ता पाठऊनु देविलिया पाहिजेती गोसावियामधे व हजरती साहेबामधे वेगलीक नाही आणि दरम्यान हे लोक यैसे अमल करनु बदलाम करिताती तरी त्यास ताकीद लेहोनु सदरहू गोष्टीचा तगादा तोडुनू टाकविला पाहिजे या उतरावरूनू हुजूर खबर लिहिणे लागेली येविसी बहुत काये लिहिणे गोसावी विवेकी आहेती कृपा असो देउनू कागदी पत्री संभालित जाणे छ १४ जमादिलोवल सु॥ सबा अर्बैन अलफ हे विनति मोर्तवू

❖

टीप – आदिलशाही राजवटीत अधिकाऱ्यांकडून प्रजेला कसा त्रास सहन करावा लागे, हे दाखविणारे हे पत्र आहे.

९. इनामाचे नूतनीकरण

शिवचरित्र साहित्य खंड २ रा, ले. १२०

श. १५६९, आषाढ व. १२
१६४७, जुलै १९

शिवाजीराजांचा 'प्रतिपच्चंद्र' हा शिक्का

अज रख्तखाने राजेश्री सीवाजी राजे दाम दौलतहू बजानीब कारकुनानी हाल व इस्तकबाल व देशमुखानि पा। पुणे बिदानद के सुहुर सन समान आर्बैन (र + वांसुद) अलफ वाो माहादभट बिन मुदगलभट पुरंदरे सेकीन कसबे मजकूर हुजूर येऊन मालूम केले जे आपणांस बदल इनाम दर महाल

जमीन - चावर तीन - ३6

१) (मौजे परवति) जमीन चावर येक देखील नख्तयाती (व बाजे बाबा व पाय) पोसी व (पटिया हाल व) पेस्तर व महसूल कुलबाब कुलकान् चावर येक
२) मैजे पिपरी ताा राहाटणी बाबा महसुलेसी जमीन चावर येक
३) मौजे पिपळे सौदागर जमीन चावर येक दे।। महसूल न नख्तयाती
४) ताा ठाणे ता। देहाये व पायपोसी (कुलबाब) कुलकानू चावर बदल दिवाबती बरमहाल जकाती पाा मजकूर दरोज रुके ३

येणेप्रमाणे बाा फर्मान हुमायुनु राा खास व खुर्दखत ममलकतमदार मलिक अबर व भोगवटे वजीरानी व खुाा महाराजसाहेब बाा सनद शुदा ताा साल गुाा सन सबा चालिले आहे हाली साल माा करणे माा दादाजी कोडदेऊ शुबेदार यासी देवाज्ञा जाली म्हणौनु माहाली कारकून ताजिया खुर्दखताचा उजूर करिताती दरीबाब नजर एनायत फर्माउनु सदरहू इनाम जमीन देहाये गावगना व नख्त रुके तीन दुमाले करावया रजा होये बिनाबरा इलतमेसी खातीरेसी आणौनु माहदभट बिन मुदगलभट पुरंदरे यासी इनाम बरमाहाल बिताा

जमीन चावर ३ ताा -

देणे खााा सरकसखान इनाम जमीन चावर २ गज० रायनी दर सवाद मौजे पिपरी ताा राहाटणी जमीन चावर येक बाबा येक महसुलेसी दुमाला कीजे मौजे परवती जमीन चावर १ गजशहराइणी देाा नख्तयाती व बाजेबाबा पायेपोसी व पटिया हाल व पेस्तर व महसूल कुलबाब व कुलकानूसी दिधले असे.

देणे माा हजरती राजेश्री मुधोजी नाईक जमीन चावर १ गजसरायणी दर सवाद मौजे पिपळे सौदागर व देाा महसुले नख्ययाती व ताा ठाणे व ताा देहाय व पायपोसी कुलबाब कुलकानूसी दिधले असे.

येणेप्रमाणे बाा फर्मान रा खास व खुर्दखत ममलकतमदार मलिक अंबर व भोगवटे वजीरानी व खुाा महाराजसाहेब बाा सनद शुदा ताा सालगुाा सन सबा चालिले असेली तेणेप्रमाणे मनासी आणौनु दुमाले करणे दर हरसाल ताजिया खुर्दखताचा उजूर न करणे तालीक घेऊनु असेली इनामदार मजकुरापासी फिराउनु देणे व रोजमुरा जकातीपैकी इाा अवल सालापासूनु देत जाणे मोर्तब सुद (मर्या / देयविरा / जते / अशा ३ ओळींचा शिक्का)

तेरीख २६ जमादिलाखर माहे रजबू सुरू

सुरुसुद नीवीस

❖

टीप – शिवाजीराजे यांनी, नवीन खुर्दखताचा आग्रह न धरता, मलिक अंबर व शाहजीराजे यांच्या जुन्या सनदांचे नूतनीकरण करून, कस्बे पुणे येथील माहादभट पुरंदरे यांच्या इनाम जमिनींचा कायदेशीर हक्क मान्य करावा, अशी आपल्या अधिकाऱ्यांना केलेली आज्ञा.

१०. विनायकभट ठकार यास इनाम

शि. च. सा., खंड १ — श. १५७० भाद्र. व. २
ले. ३१ — इ. १६४८ ऑगस्ट २५

अष्टकोनी शिक्का

अज रख्तखाने राजश्री सिवाजी राजे दामदौलतहू बजानीबु कारकुनानि हाल व इस्तकबाल व देशमुखानि पाा पुणे बिदानद सुाा तिसा अर्बैन अलफ दरींविले श्री विनायेकभट बिन रामकृष्णभट ठकार सेकीन कसबे पुणे पाा मााा यासि इनाम अजरामऱ्हामती मौजे सूंस कर्याती मावल पाा मजकूर दिधले असे देखील नख्त व महसूल व पायेपोसी व खर्चपटी व पारेवारी व सेलबेल व मोईन सादिलवार व बाजे व बाबा व पटिया हाल व पेस्तर ज्या होतील त्या तूप व बकरे व कडबा यैन जिनस व वेठीबेगारी कुलबाब कुलकानु खेरीज ठाणे दिधले असे दुमाले करणे दर हर साल खुर्दखताचा उजूर न करणे तालीक घेउनु असेली खुाा फिराउनु देणे औलाद व अफलाद चालवणे मोर्तब सुद (मर्यादा)

❖

टीप – शिवाजीराजांनी कसबे पुणे येथे राहणारे विनायकभट ठकार यांना पुणे परगण्यातील मौजे सूस गाव इनाम म्हणून दिले आहे. राजांचे वास्तव्य पुण्यात असताना, त्यांच्या घरची धार्मिक कार्ये पुरोहिताच्या नात्याने ठकार पार पाडीत. सूस गाव हे पाषाणच्या जवळ आहे.

११. कौलनामा

भा. इ. सं. मंडळ तृतीय सं. वृ.
पृ. १६७–६८ इ. स. १६५१-५२

ई कौलनामा अज रख्तखाने सिवाजीराजे दामदौलतहू बजानेबु माल पाटील व बाजी पाटील व अदिकारी तपे बीरवाडी मुा। इसने खमसैन अलफ बाबे कौलनामा ऐसा जे बीरवाडीखालील देह चंदरराऊ खात होते. तेथील अदिकारपण आपलें आहे. यैस्यास चंदररायामधें व आपणामधें बरेपणा नाहीं. म्हणौउनु सदरहू गावींचें अदिकारपण चंदरराउ खात असेती. त्यांसी जरी आपण कुसूर करावा तरी ते सबल; आपण कमजोर; याकरितां आपण गै करीत गेलों. हालीं सदरहु गांव चंदरराये किले कांगोरी खाले दिधले आहेती. हे खबर आपण आइकोनु साहेबांचे सेवेसी आलों आहो. तरी आपण मिरासीदार नफर आहों. साहेबीं आपणास हातीं धरुंनू आपला आदिकारपण आपणास देउनु मिरासीवरी बैसविले पाहिजे. सालाबाद हक लाजिमा जो गावगना असेली त्याप्रमाणें आपण खाउनू चाकरी अदिकारपणाची करुनू. जें वख्तीं साहेबास मसलतीचें काम पडेल ते वख्तीं जैसे मावले देसमुख आपले लोक घेउनु मसलतीस साहेबांपासीं येताहेती तेच हर निसबतीन जे वख्तीं मसलतींचे काम साहेबास पडेल ते वख्तीं आपण दाहा १० लोक बराबरी घेऊनू साहेबांचे सेवेसी येउनू दरोज रोजमुराबदल अडसेरी रुके 6६ सा दर नफरे घेउनू मसलती जोवरी असेली तोंवरी साहेबकाम करुनू मसलतीचें काम जालियावरी साहेब रजा देतील तेधवा गांवास जाउनू म्हणौउनु मालूम केले. बराये मालुमाती खातिरेसी आणौउनु साहेब तुम्हांवरी मेहरबान होउनु सदरहू गांवाचें अदिकारपण तुमची मिरासी तुम्हास दिल्ही असे. तुम्ही अदिकारपण खाउनू अदिकारपणाची चाकरी करणें. हक लाजिमा व गांवखंडी व किरकोली एक नि॥ बलुते व बाजे हक खाउनू लेंकराचे लेकरीं खाणें व जे वख्तीं मसलतीचें काम पडेल ते वख्तीं तुम्हीं दाहा लोक १० बराबरी घेऊनू साहेबापासीं येत जाणें. जोंवरी मसलतीचें काम असेल तोंवरी दाहा लोकांनसीं चाकरी करुनू दरोज रोजमुरा दर नफरे रुके ६ प्रमाणें साहेबापासुनू घेत जाणें, मसलती जालियावरी साहेबाची रजा घेऊनू गांवास जात जाणें. ये बाबे कौल असे.

❖

टीप – कौलनामा म्हणजे अभयपत्र. बीरवाडी येथील अधिकारपद चंद्रराव मोरे याने माल पाटील व बाजी पाटील यांच्याकडून काढून घेऊन स्वत:कडे घेतले होते. दोन्ही पाटलांनी केलेले वरील अर्ज विचारात घेऊन शिवाजीमहाराजांनी त्यांचे अधिकारपद त्यांना परत करून त्याबद्दल अभयपत्र दिले आहे.

१२. मिरासपत्र

राजवाडे खंड १५, पत्र क्र. २७०

श. १५७४ मार्गशीर्ष वद्य ६
सु. १०५३, मोहरम १९
तालिक असली बमोजीब
इ. स. १६५२, डिसें. ११

श्री

सिका राजमुद्रा

अज रख्तखाने राजश्री सिवाजीराजे साहेब दामदौलतहू बजानेबु कारकुनानी हाल व इस्तकबाल व सरदेशमुख व देशमुख व देशकुलकर्णियानि व मोकदमानी व खोतानि व देसकानी व समस्त मिरा (प्रधान सिका) सदारानी ताा मोसेखोरे बिदानद सुाा सलास खमसैन अलफ बाो आमराजी निलकंठ करंजकर सेकीन हिवरे नागेश हुजूर येउनू मालूम केले की ताा मजकुरीचे देहे ७ बिया किता एक देहे ६ बिाा रंगो त्रिमल वाकडा गावकुलकर्णी देाा मजरे देहे ६ मौजे मोसे बुाा देखील मजरे ३

१ मौजा	मौजे मोसे खुाा देह १
२ मजरे	मौजे वरसगौ देह १
१ साडवघर	मौजे सिरकोली देह १
१ पाखर सेत	मौजे साइवे बुाा देह १
२	मौजे साइवे खुाा देह १

३ एाा देह १

येणेप्रमाणे पेशजी रंगोबा मजकूर देहाये मजकूरचे गावकुलकर्णे चालउनु आपला हकलाजिमा व मुशाहिरा व इनाम सेत व आबे परे व फणस व चिंचा व बाजे उत्पन्न जे जे होत होते ते खाउनू सदरहू देहाये मजकुरीचे गावकुलकर्णे चालवीत होता यावरी सवाई बायणी रांडकी ताा मजकुरी होती तिसी त्याणे सिंदलकीचा अमल केला ते खबर जाहिरा होउनू दिवाणात खबर जाहीर जालियावरी यास दिवाणे दस्त करावे तो इतकियांमध्ये रंगोबामजकूर अगोधरच पळाला तो जाउनू जावलीस चंदररायाच्या आसरियाने तेथे राहिला यावरी तो तेथेच देवकरणीने मयत जाला तो निपुत्रिकच होता व भाऊबंदहि कोण्ही होते ते कालेदुकाले करून मेले यावरी त्याचे बुडाले दुसरे देहायेमजकुरीची कुलकर्णे चालवावयास कोण्ही नाही एसे जाले सदरहू देहाये मजकुरीच्या गावकुलकर्णाचे फार बरे चालिले पाहिजे याबद्दल साबाजी यशवंतराऊ देसमुख व माल प्रभू व गोज प्रभु व जान प्रभु व भान प्रभु देशकुलकरणी ताा मजकूर व देहाये

मजकूरचे मोकदम आपणास ह्मणो लागले जे सदरहू देहाये मजकुरीचा गावकुलकर्णी रंगोबा मजकूर होता त्याचे कुल बुडाले आहे भाऊबंद हि कोण्ही नाही ह्मणौनी त्या गावीची गावकुलकर्णे तुह्मासी मिरासी करूनु देतो ते तुह्मी मिरासी करुनु सुखे लेकराचे लेकरी खाणे आणि सदरहू गावीचे गावकुलकर्णीचे काम चालवीत जाणे एकूण – देहे ६

किता एक मौजे तोव देह या गावास कुलकर्णी मिरासीदार अजबाद नाही तरी तेहि गावीचे कुलकर्ण तुह्मा मिरासी करुनू हि दिले असे हेही लेकराचे लेकरी सुखे खाणे एकूण/देहे १

सदरहू साता गावीची कुलकर्णे तुह्मासि मिरासी करुनु देतो ते तुह्मी मिरासी करुनु घेउनु सुखे लेकराचे लेकरी खाणे ह्मणौनु ता। मा।रीचे देशमुख व देशकुलकर्णी व देहाये मजकुरीचे मोकदम ऐसे बोलिले आणि आपणास सदरहू सात गावच्या गावकुलकर्णीची मिरासीचा कागद शफतपूर्व करुनु दिल्हा आहे. त्यावरून सदरहू देहाये मजकुरीची गावकुलकर्णे आपण चालवितो ऐसियास ता। मजकुरीचे हवालदार म्हणताती जे आता गावीची कुलकर्णे देशमुखी व देशकुलकरणी यास व देहाये मजकुरीच्या मोकदमानी जे मिरासी करुनु दिली आहे ते तुह्मी सुखे खाणे. परंतु दिवाणामध्ये सेरणी कबूल करुनु देउनु माहालास खुर्दखत घेऊन येणे ऐसे म्हणताती. तरी साहेब सेरणी जीवनासारिखी आपले माथा ठेउनु ता। मजकुरीच्या कारकुनास खुर्दखत हि आले पाहिजे म्हणोनु नफरमजकुर हुजूर येउनु मामूल केले व ता। मजकुरीच्या देशमुख व देशकुलकर्णी यास देहाये मजकुरीचे मोकदमी सदरहू साता गावीच्या मिरासीचा सदरहू लिहिलेप्रमाणे कागद करुनु दिल्हा आहे तो हुजूर दाखविला. त्यावरून नफर मजकुरास सेरणी होनु ५०6 पनास बाधौनु यास उगवणी हुजूर घेतली असे तरी तुम्ही यास माहाली ठाणाहून महजर करुनु देणे आणि सदरहू साता गावीच्या गावकुलकरणाचे काम यापासुनू घेत जाणे आणि याचा हक व मुशाहिरा व लाजिमा व मौजे मोसे बु।। तेथे इनाम सेत व आंबे पडे ६ व चिच पडे १ एक व फणस पडे १ एक आहेत. दुमाले करणे व याची अजाबाद गावगना जो हक असेल तो दुमाले करणे व साता गावकुलकरणाचे मिरासी घरे असतील ते घर वाडे याचे दुमाले करणे तेथे घर वाडा बांधोनु सुखे नांदणे खुर्दखताची तालिक तुह्मी लेहुनु असल खुर्दखत नफर मजकुरासी फिराउनु देणे मोर्तब सुद.

तेरीख १९ मोहरम.

❖

टीप – तर्फ मोसेखोऱ्यातील सहा गावांच्या कुलकर्णाचा मिरासी अधिकार रंगो त्रिमल वाकडा याच्याकडे होता. त्याच्या मृत्यूनंतर तो आमराजी नीळकंठ करंजकर याच्या नावे करण्यात आला. त्यासाठी त्याला दिवाणात पन्नास होन शेरणी म्हणून द्यावे लागले.

१ ३. स्वामींच्या अनुष्ठानबळे राज्यास अधिकारी जालो

सनदापत्रे, ले. ४ | श. १५७५, श्रावण शु. ३
पृ. ११३ ते ११४ | सु. १०५४, रमजान १
इ. १६५३, जुलै १७

श्री भवानी शंकर

'श्रीसकल तीर्थस्वरूप वेदमूर्ति राजश्री सिद्धेश्वरभट बिन मेघनाथभट ब्रह्मे उपाध्ये, परगणे चाकण स्वामी गोसावी यांसी: –

अज्ञाधारक राजेश्री शिवाजीराजे बिन शहाजीराजे भोसले साष्टांग दंडवत, सुरु (शिक्का) सन अर्बा खमसैन अलफ, पत्र लेहून दिधलें ऐसी जें, स्वामींच्या अनुष्ठानबळें आपण राज्यास अधिकारी जालों व सकळ मनोरथ चिंतिले पावलों, ऐसा अनुभव आला. ह्मणून व संकटकाळी साहाकारी जाणोन, पुत्रपौत्रादि वंशपरंपरेनें स्वामींस वर्षासन होन पातशाई १०० शंभरी केले असेत. सदरहू वर्षासन यावत्काळ पर्यंत आपलें राज्य तावत्काळ पर्यंत चालऊन, यासी अन्यथा करू अथवा पुढे कोणी आपले वंशपरंपरेचा होऊन अन्यथा करील, त्यास श्री जी ची व कुलस्वामीची व आपल्या पूर्वजांची व गोब्राह्मणाची आण असे. यावेगळे स्वर्गदेवतेच्या पूजनास श्री नवचंडीमध्ये जपतप हवनास व ब्राह्मणभोजनास जें लागेल, त्याची आज्ञा करीत जाणें. आज्ञेप्रमाणें प्राप्त करीत जाऊन राज्य स्वामींच्या प्रसादाचे आहे. आपण आज्ञाधारक असो. जाणिजे रसानगी छ १ माहे रमजान मोर्तब केले असे.

रूजू
सुरूनिवीस

❖

टीप : चाकणचे वेदभूर्ती सिद्धेश्वरभट ब्रह्मे यानी अनुष्ठान केल्यामुळे आपण राज्यास अधिकारी झालो अशी शिवाजीराजांची धारणा होती. तसेच संकटकाळात आपणास ब्रह्मे यांनी मदत केली, म्हणून शिवाजी राजांनी त्यांना शंभर पादशाही होनांचे वर्षासन वंशपरंपरेने नेमून दिले.

१४. सांत्वनपत्र

शि.च.सा., खंड १, ले. ८७

इ. स. १६५४, मे ७
श. १५७६, ज्येष्ठ शु. १

मशरुल हजरत राजमान्य राजश्री निळोपंत तथा शंकराजी पंडित व विसाजीपंत तथा त्रिंबक पंडित प्रती माहाराज राजश्री शाहाजीराजे दंडवत उपरी राजेश्री निळकंठरायास देवाज्ञा जाहली म्हणौनु चिरंजीवे लिहिले तरी बहुत अनुचित जाहले श्री – च्या करणीस काही चालत नाही तुम्ही विवेकी आहा आपले समाधान आसो देणे चिरंजीवे तुमच्या सरंजामीचे बाबे लिहिले होते तरी तुमच्या कं ठा ली पाठविल्या आहेती त्या घेणे व लुगडीहि पाठविली आहेती ते घेणे राजश्री राऊ गोसावी जैसे काही समाधाने व स्नेहे करून चालत होते तेच रीतीने तुम्ही वर्तणे तेणे करून तुमचे उतरोत्तर ऊर्जित आहे कोण्हेविषयी चिंता न करणे राजश्री भट गोसावी व रघुनाथ बहुता रीती तुमचे विषई सांगितले तरी तुम्ही सूज्ञे आहा, भले आहा. कोण्हेविषई तुम्हापासून आंतर पडणार नाही तुम्ही सकलविषई आपले समा (धा) न असो दीजे मा। सुद पौ छ १९ जमादिलाखर सु॥ आर्बा खमसैन अलफ.

र॥ छ १६ रजब

❖

टीप – पुरंदर किल्ल्याचे किल्लेदार नीळकंठराव याचे निधन झाल्याबद्दल त्याच्या मुलांचे शाहजीराजांनी वरील पत्रात सांत्वन केले आहे. नीळकंठराव व शाहजी यांची चांगली मैत्री होती.

१५. तुमचे हजार गुन्हे माफ आहेती

मराठी दप्तर रुमाल ३, ले. २१ — श. १५७७, इ. १६५५

श्री

ई कौलनामा अज रख्तखाने राजश्री शिवाजीराजे दामदौलतहू ता।। हैबतराउ देसमुख ता। गुंजणमावळ सु।। सीत खमसैन अलफ. दादे कौलनामा ऐसाजे. तुमचे बाबे हुजूर खबर मालूम जाली जे, कित्येक वढिया लोकांनी तुमचे पाठी शक घातला आहे की, तुमची देसमुखी आम्ही घेऊं, तुम्हास वाईट करूं, ऐसा शक घातला आहे. व दळवी याचे कर्ज आहे, त्यास तुम्ही जमान आहां, जमानती झाडे लाउन आ (?तु) म्हास कष्टी करूं ऐसा शक तुमचे पोटीं बैसविला आहे. व कितेक तुमचिया घरोबियामधे एक प्रकार वर्तणूक जाली आहे, असे कितेक लोक बोलताती. तरी येही गोष्टीच्या निमित्या येऊन कष्टी करितील ऐसा शक बसविला आहे. या तिही गोष्टीकरिता व कितेक गोष्टीकरिता तुम्ही शकजादे आहां. डावाडौल होतां. तरी तुम्हास साहेब घरिच्या लेकरासारिखे जाणिती आणि तुमचे फार हेहि गोष्टीचे वाईट करावे ऐसे मनावर कधी धरणार नाहीत, हे तुम्हास बित्तिम कळले असावे. कोणेही गोष्टीचा शक न धरणे. तुमच हजार गुन्हे माफ आहेती. तुम्हासी आम्ही काहीही वाईट वर्तणूक करू तरी आम्हास महादेवाची आण असें; व आईसाहेबाची आण असे. कोणेहि गोष्टीची चिंता न करणे. अवांतरही लोक भेडसाविले असेल ते भेटविणे. आमच्या इमानावरी आपली मान ठेऊनु आम्हापासी येणे. कोणे गोष्टी चिंता न करणे. मोर्तब

❖

(टीप – गुंजणमावळचे देशमुख हैबतराव यास काही लोकांनी धाक घातला होता की, तुमचे वतन शिवाजीराजे काढून घेणार आहेत. आपण तसे काही एक करणार नाही असे लिहून, शिवाजीराजांनी प्रस्तुत पत्रात त्याला अभय दिले आहे.)

१६. देशमुखीचा निवाडा

भा. इ. सं. मंडळ
त्रै.-वर्ष ७, ले. २, पृ. १११

श. १५७७, मार्ग. शु. ८
सु. १०५६, सफर ७
इ.स. १६५५, नोव्हें. २६

श्री

अज रख्तखाने राजश्री शिवाजीराजे साहेब दाम (दौलतहू) ××× साबाजी येशवतराव पासलकर देशमुख तर्फ (मोसेखोरे) ××× खमसैन अलफ बाबे कोल-नामा यैसा जे तुझे बाबे ×× व रामाजी व नागोजी व बाबाजी बिरादर बाजी ये (शवतराव) (शिका) व हुजूर येऊन अर्ज केला जे पेशजी बाजी येश (वतराव) × लाजी नवलोजी पासलकर यामधे तपेमजकुरी (वडी)ल पणाच्या नावानिशाणाबद्दल गरगसा होत निवाडा जाहला नाही तोच मयेत जाला देशमुखीचा निवाडा + म्हणून वडिलपणाबदल तुलोजी फर्जद साबाजी येशवत + + जी फर्जद कृष्णाजी मजकूर व आपण चौघे भाऊ धर्माजी बालाजी नवलोजी तो देशमुखी खात होता त्यास वरील ×× नावा निशाणाबद्दल भाडत साहेबाचे बंदगीस हु (जूर) उभे राहिलो यावरी साहेबी हुजूर हजीर मज्यालसी बा × (जी साबा-र्जी दे) समुख (स) गत बसऊन धर्माजी बालाजीची व माहली मुनसुफी मनास आगिली आपले घराणे वडील होये नाव निशाण देशमुखीचे वडीलपण आपले होये धर्माजी बालाजीसी वडीलपणासी निसबत (नाही) जैसे आणीक भाऊ तकसीमा खाऊन आहेत तैसेच धर्माजीनेही तकसीम खाऊन असावे यैसे केले नावनिशाण देशमुखी आपल्या (घरा)णि यास देवविली ते वख्ती आपण बाजीचे चौघे भाऊ सा (बाजी) ×× स पुसिले जे तुमचे वडील घराणे होये यैसियास बाजीस संतान नाही देशमुखीचे नावनिशाण वडीलपण कोणास द्यावे यैसे साहेबी आम्हावरी टाकून पुसिले यावरी आपण चौघी आनी तुलाजी फर्जद साबाजी येशवतराव हा बाजीहून वडील भाऊ होता त्याचा बेटा असता गलथ विचार करून तुलाजीस मागे करून कृष्णाजी बाजीहून धाकटा भाऊ त्याचा लेक साबाजी पुढे केला त्यास साहेबी देशमुखीचे वडीलपण नावनिशाण सिका नागर दिधला त्यासी साबाजी इस्तकबिल×× सन इसेन तागाईत सन खमस च्यार साले देशमुखी करितो तो अमच्या समाधाने वर्तत नाही मनास वाटते तैसी राहाटी करितो भावबंधाची मने दुखऊन रेजीस केले आहे व रयतहि राजी नाही व दिवाणकामासहि ल्याख नाही बदरवेसी वर्तणूक करितो (याचे ढं) ग बरे नाहीत तरी साहेबी तुलोजी साबाजी यशवंतराव याचा बेटा अवघियाहून वडील आहे व रयतहि यास राजी आहे व दिवाणकामास ल्याख आहे तरी साहेबी याची देशमुखी नागरसिका नावनिशाण

वडीलपणाची मानमाननुक व पाने व लुगडी यांची यास देऊन साबाजी कृष्णाजीस दूर करून जैसे आम्ही वरकड भाऊबंद तकसीमा खाऊन आहो तैसेच तकसीम साबाजीस देऊन ठेविला पाहिजे नावनिशाण सिका नांगर देशमुखीची पाने व लुगडी वडिल्या भावाचा लेक तुलाजी वडीलच याची यास दिधली पाहिजे म्हणून अर्ज करून तुज हुजूर आणून उभे केले त्यावरून साहेबी बरहक मनास आणिले तू साबाजी यशवतराऊ बाजीहून वडील भाऊ त्याचा बेटा यैसे खातरेसी आले तपेमजकुरीचे मिरासीदार देसक रयत तुज राजी आहे. दिवाण कामा ल्याख आहेस. अवघियाहून वडील होसी यैसे खातरेस आणून तुझे वडीलपण देशमुखी सिका नागर नावनिशान मानमाननुक पाने लुगडी तुझी तुज दिधली आसेत साबाजी कृष्णाजी हा बाजीहून धाकल्या भावाचा लेक व गैरल्याख रयतेही राजी नाही दिवाण कामा ल्याख नाही बदर देस वर्तता याचे ढंग बरे नाहीत त्यासी देसमुखीसी व सिक्यानागरासी व पानामानास लुगडियासी काही समध नाही म्हणौऊन दूर केला असे जैसे वरकड धाकटे भाऊ तकसीमा खाऊन आहेत तैसाच साबाजी मजकूरहि तकसीम खाऊन असेली तुझे वडीलपण देशमुखीचा सिका नागर करून देशमुखी खाणे पानमान लुगडी तुझे तुज दिधले असे तुवा देशमुखीचा नागर सिका करून देशमुखी खाणे पानमान लुगडी तुवा घेत जाणे येणेप्रमाणे तुझे तुज दिधले असे याबद्दल हुजरुन तुझे सिरी सिरणी होन पा। ४५० साडे च्यारीसे मोईन केली यापैकी पैशजी साबाजी कृष्णाजी याच्या देशमुखीच्या हकलजिमापैकी उगवणी केले होनु १५० दीडसे हे सदरहूपैकी मजुरा असेत बाकी खाली होनु ३०० तीनसे उगवणी करून सुखे देसमुखी खाणे नावनिशाणसिका नागर करीत जाणे पानमान लुगडी आधी तुवा घेत जाणे कोण्हे बाबे तालुक आदेश न करणे सुखे असणे कौल असे छ ७ सफर

बार

मोर्तब

सुद

❖

टीप – कुटुंबातील वडीलपणाचा अधिकार, रयतेचा पाठिंबा, दिवाणकाम करण्याची लायकी व देशमुख या नात्याने प्रजेशी वागणूक या निकषांनुसार शिवाजीराजांनी साबाजी कृष्णाजी पासलकर याची मोसेखोऱ्याची देशमुखी दूर करून ती तुळाजी साबाजी पासलकर यास दिली व त्याबद्दल दिवाणात तीनशे पादशाही होन शेरणी घेतली.

१७. आपण रजपूत लोक

श्री. वि. वि., ३४, पृ. २०९ शके १५७८ श्रावण
इतिहासमंजरी, पृ. ६५ इ. १६५६, जुलै

खान अलीशान फैरोजी निशान

अजम अकरम ममलकतमदार दवामयकबालहु व इजलल्लाहु

॥ऽ॥ अमारत व अयालत पन्हाह शुजाअत व शाहामत दस्तगाह अजमत व शौकत इतिहाद एकबाल व इजलाल हमराह अलीशान रफी अल कदर खुलदमकान उमदेह वजरायेजमा कुद व उमराय नसरत निशान

अजी बदिलमाहिद माहाराज शाहाजी राजे सलाम बादज सलाम महबत आंजम महवतमुराय आंकी. पाा कनकगीर पेश अजी दरगाह बंदगीस पेश केली त्याचा मुबादला आपल्यास मऱ्हमत जाला. यावरी पाा आनागोंदीहि पेश केली. (पाचा) महिना जाला. हनोज मुबादलियाचा सरंजाम जाला नाहीं. जमेयतीचाहि दिलासा जाला पाहिजे, कुंदगोलकर मनेवारे अपले जागी व तामगौड तर्फेस तसवीस देउनू फसाद केली आहे. त्यास गोशमाल द्यावयाबद्दल हजरत जान्हपन्हा साहेबी आपल्यास रजा दिल्ही. ते तर्फेस मैसूरकराची हि सरहद नजदीक आहे. बगैर संगीनात मुराई दफे होउनू पातशाही नामोश राहत नाही. आजी वास्ते हजार दीड हजार जाजती कामाचे लोक ठेविले आहेती. बगैर जागीर लेकांची समजावीस होत नाही. तरी दर बंदगीस अर्ज करुनू अनेगोंदीच्या मुबादलियाचा सरंजाम केला पाहिजे. यास ऐवज ए तर्फेस कर्यात अकोलोज व तपे टेभुरणी व भतग्राम अगर पेडणे हे कदीम मुलकात देणें. सदरहू देणे नसेल तरी व मामले पादशाह्बादेखाले जागा नसेल तरी पाा वडेरु या मामले मजकुराखाले चंजाऊरकरास दिधले आहे ते तऱ्ही मुबादलियास दिधले पाहिजे. आपण हरामखोर मनेवार चंजाऊरकरास गोशमाल देउनू सोडउनू घेउनू. हरामखोर मनेवारास दिधल्यात काय फायदा? कुल मनेवाराचे हेजीब मीर जुमला बराबरी गेले आहेती व पाा मुसलकल आपली जागीर पेशजी भिस्त रोजी रुस्तुमजमाबराबरी माहोलीहून हुजूर आलों ते वख्तीं चौ लाखाची जागीर दिधली. त्यामध्यें मुसलकलचा फर्मान आपले नांवें दिधला. यावरी दुसरे वख्ती मरहुमी खाने अजम असदखानाचे गुजारतीने लक्ष्मेश्वराचे वख्ती मोकरर आली तेहि वख्तीं व तिसरियाने हि मरहुमी खाा अहमदखान याचे वख्ती मोकरर फर्मान दिधले तेहि वख्ती मुसलकलचा फर्मान आपलेच नावे आहे ऐसे तीन वख्त आपले नावे फर्मान पाा मााचे आपले नावे आहेती. या फर्मानाच्या नकला पादशाही दफतरी असतील त्या काहाडून पाहिल्या पाहिजेत. आपले भाई व फर्जद याचे दिलासिया बाा क ++++ विले व फर्मान त्याचे

नावे करुनू दिधले. तरी ते काय मसमुबाली हरकसीने गलथ. हुजूर मा ++ करणारी करुनू मुसलकलचा मुबादला पंधरा खेडी कर्याती कारवे आपली जागीर त्रिंबकजीस द्यावया काय निसबत धरिते हजरतसाहेबाचा तरी काल करारदाद आपल्यास आहे कीं तुमचे जागीरपैकी एक चावर कसीदगी करणे नाही. जरूर एक वख्त पादशाही कामा बाा काही कसीदगी केले तरी अवलसवाईन मुबादला देउनू बाजद कसीद करावे. आमा अकार्तुकाचे बोले करुनू आपले जागिरींत नाहक गैरहिसाबी पादशाह खलेल करविवाती. तरी आपण रजपूत लोक. अजी तलग पेशजी हि दोघा चौ पादशाहीत खिदमत केली. आमा गैर... हिसाबी जाजती सोसुनू कम इजतीन व गैर मेहेरवानीन पेशजीहि खिदमत केली नाही व पुढेही न करू उमेदीने आपण आजी दीड वर्ष जाजती सोसिली ते याच दमा कीं थोरले हजरतसाहेबाचे नवाजीस व हजरतसाहेबीहि जहांबक्षी केली आहे व वख्तही एकजनाचा समजोनु आपण सबुरी करुनू तहमूल करावयास तकसीर केली नाही. पेस्तर हजरतसाहेबास आपली दरकार असेल तरी हिसाबी आपला सरंजाम सदरहू केला पाहिजे आणि दरकार नसेल तरी खुसनुदीन रजा दिधली पाहिजे. आपल्यास असलाद पुन्याई मामल्याचीहि हवस काही राहिली नाही. एखादे आपले हिंदूचे तीर्थी बसौनू हकतालाची बदगी करुनू हजरतसाहेबास द्वा [= दुवा] देउनू, फर्जद भाई आहेती यापासुनू खिदमत घेतली पाहिजे. अगर त्याहिपासुनू खिदमत घेणे नसेल तरी त्यासही रजा द्यावी. बाजे भाईबंद जेथे आपली पोटे भरिताती तेथे हेहि भरितील. अमा नाहक आपल्यास बदनाम केलें न पाहिजे. दरीबाब हजरत बंदगीस हाली अर्जदास्त पाठविली आहे. तरी बडे भाईनेहि हजरत बंदगीस अर्ज करुनू सदरहूप्रमाणें आनगोदीच्या मुबादलियाचा सरजाम व पंधरा खेडियाचा फर्मान आपल्याच नावे देविला पाहिजे अगर आपल्यास खुषनुदीन रजा दिघली पाहिजे. व पाा कनकगीर व अनागोदीहि दरगाह बंदगीस पेश केली. एक कपली खेडे दिढा दो हजाराचे तेथे आपण राहिलो होतो. तेव्हडे आपल्यास असो दिधले पाहिजे. तेथे बाग आपण केले. हवासीर जागा आहे. तरी दरगाहबंदगीस अर्ज करुनू मोकरर करनु देणे म्हणौनु मसुरलदौलत सावंतराऊ यांस लिहिले होते. सावंतराऊ मााइलेनें अर्ज केला. अमा हजरत साहेबी हुकूम फर्माविला कीं अनेगोदीच्या मेहतानास कपली पाहिजे. सोडून देणे, म्हणौनु राऊ मााइलेनें लिहिले. यावरी आपल्यास राहावयास जागाहि नव्हती; व तामगौड तर्फेहूनहि ताजी खबर आली की कुंदगोलकरास आपले लोकांनी शिकस्त दिधली होती. अमा तो मागती सवारौनू कोटास एउनू दिलगोव्याची फिकीर करितो. मदत नव्हता जागा राहणार नाही. अजी वास्ता हजरतसाहेबीही पेशजीच रजा दिधली होती. म्हणौनु छ ४ माहे सौवाली कपली साहेबाचे लोकाचे व कनकवेलीकराचे लोकाचे हवाले करुनू आपण स्वार जालो. एक मजली आलियावरी आनेगोदीकार व हलालखोर हे दूर गलथ मालूम करनाराचे बले करुनू आले आहेती. तेही पादशाही

लोकावरी हिसा करुनू कपली त्याजपासुनू घेतली हे खबर आपण कपलीस आलियावरी पाहरा रात्री आपल्यास आली होती. ते पेशजी च लिहिली आहे. पेशजी सिदी अजम सिदी सबूल आलियावरी आनागोदीस व कपलीस व बाजे विलायतीस दखल होऊ देतील की ने देतील हेही पेस्तर रोशन होईल. सेंभरा वर्षांचे मूठमर्द त्यास गोशमाल देउनू मूठमर्द हरामखोरास जेही देविले असतील त्यास याचा जबाब पुसिला पाहिजे. साहेब अजी सबा जमजम स्वार होउनू येतील म्हणौनू सबुरी करुनू दीढ महिना राह साहेबाचे यावयाची पाहिली. आमा साहेबाचे यावयास मातल जाले. मग आपण पादशहाचे रजेवरुनू स्वार होउनू बलदारी नजदीक आलो. पुढेही मजली दरमजली तामगौडतर्फेस जात आहो इत्यादि.

❖

टीप – विजापूरकरांतर्फे शाहजीराजांनी दक्षिणेत कोणकोणत्या पाळेगारांविरुद्ध व बंडखोरांविरुद्ध मोहिमा केल्या, त्या करताना त्यांना कोणकोणत्या अडचणींचा सामना करावा लागला, तरीही त्यांनी निष्ठेने आपली कामगिरी कशी पार पाडली, इ.चे वर्णन तपशीलवार वरील पत्रात आले आहे.

१८. कुलकर्ण व ज्योतिष वृत्तीविषयीचा तंटा

शि. च. सा., खं. ७ — श. १५७९, आश्विन शु. १
ले. ४४, पृ. ६४-७३ — इ. १६५७, सप्टेंबर २८

महजरनामा सके १५७९ हेमलंबी सवत्छरे अस्विन शुध प्रतिपदा व तारीख ३० माहे जिल्हेज ते दिवसी बि हुजूर अज रख्तखानी सिवाजीराजे साहेब दामदौलतहू

देशमुख पा। पुणे.
मालोजी नरसिग राऊ सितोले
विठोजी नाईक सितोले

देसकुलकर्णी पा। पुणे
विठल मोरदेऊ
बाबाजी राम

पा। सुपे

++ हाकीमशरा,
(शा) मराज काटे दे (स)मुख पा। मा।
++ जी कुतबल व ++ जी चादगुडा
+डूजी खैरा व हिरो ++ डवा मोकदम
+ माजी माहाजन व से +ये कसबे
मजकूर

धर्मातकारणी बाबदेभट जोसी व
चद्रभट जोसी
देसकुलकर्णी पा। मा।
विठल माहादेऊ त्रिबक गोमेदऊ
तिमाजी मल्हार व मल्हार बाबाजी
कुलकर्णी का।। मजकूर
साऊजी व मलजी खोमणा मोकदम
मौजे कोल्हाले बुाा पाा माा

++ भे विदमाने तिमाजी खंडेराऊ (हु)जूर येऊन फिर्यादी जाला की मौजे कोल्हाले बु।। पा। सुपे ये (थील) कुलकर्ण व जोतीश हे वृत्ती आपण थोरल्या दुकत्लात रखामा (जी) (व) अंताजी उंडा पणदरकर अ(ना)वीण उपासी मरो लागले दर होन दोनी पाइली धान्य जाले तैस्या (स) मयात या हर दो जणी लुखोजी खोमणा मोकदम मौजे मजकूर यासी मध्यवर्ती घालून मौजे माारीची वृत्ती कुलकर्ण व जोतीश (होन) पा। २०6 वीस होनास विकत आपणास दिधली आपण दुकालात आपली (माण)से मारून हर दो जणास वीस होनू (देऊ)न मौजे माराची वृत्ती घेतली आपण आजीवरी ता। सन खमस खमसैन अलफ (श. १५७६) पावेतो तीस पसतीस वरसे खात आलो या +++ सन सितामधे (श. १५७७) रखमाजी उंडा याचे लेक विसाजी व रामाजी याणी सुपियास जाऊन सभाजी मोहि(ता) हवालदार यासी पाऊणसे होनू (ला)च देऊन पाठीराखा करून त्याकडून आपणास मसाला करून धरून नेले तेथे नेऊन आपणा मार करून पाई बेडी घालून (ती)न महिने बदखानी घालून रो(ज)-बरोज मार करून नाना जाचणी केली (पा)ठीचे वाघोडे केले आणि वीस (हो)नू पा।

आणून सभाजी मोहित्याचे हाते आपले पदरी बलेच घातले कागद वृतीपत्र महजर गोताचा आपला करून दिधला होता तो बलेच हिरोन घेतला मग आपणास निरोप दिधला यैसा हैब केलियावरी आपण करनाटकात बे (न) कालेचे मुकामी जाऊन राजश्री माहाराजसाहेबास भेटलो आपले वृत्तीचा करीना जाहीर केला त्यावरी माहाराज साहेबा माहालीच्या कारकुनास व देसमुखास खुर्दखत दिधले की तिमाजी खंडेराऊ याचे वादी बोलाऊन यासी गोत देउनू निवाडा करणे हक हिसाबी ज्याची वृत्ती होईल त्यास देणे म्हणऊन खुर्दखत दिधले. ते घेऊन गावास जेजुरीस आलो श्री (मो.जा.*) चे दरशन केले तो वर्तमान कलले की साहेबी संभाजी मोहितियास धरले (मा) हालास हवालदार पाठविला म्हणऊन वर्तमान आपणास कलले त्यावरून साहेबाचे सेवेसी हुजूर आलो हर दोजण वादी तलब करून हुजूर (आ)णून बरहक मनसुफी केली पाहिजे म्हणऊन फिर्याद केली त्यावरून विसाजी व रामाजी रखमागद उंडा पणदरकर यासी तलब करून आणिले त्यावरी छ. (मो.जा.) मजकुरी साहेबी सदरेसी बैसोन हर दो जण आग्रवादी तिमाजी खंडेराऊ व पश्चेमवादी विसाजी व रामाजी उंडा पणदरकर यासी नरककुड चाभारकुड वोढून उभे केले तो विठोजी नाईक सितोले देसमुख व बाबाजी राम देसकुलकर्णी पा। पुणे हुजूर भेटीस आले होते त्यास बोलाऊन गोतन्याये निवाडा करावा म्हणऊन सदरेसी बैसविले त्यावरी हर दोजणास रजा फर्माविली की आपले कुलदैवत श्री (मो.जा.) स्मरोन व आपले बेतालीस पूर्वज स्मरोन मागे थोरल्या (दुका)लात करीना जाला तैस्या तकरीरा लेहोनू देणे म्हणवून (र) जा फर्माविली त्यावरी हर दोजणी तकरीरा लेहोनू दिधल्या बिता।

तकरीरकर्दे आग्रवादी तिमाजी खंडेराऊ तकरीर लेहोनू दिधली यैसी जे लुखोजी खोमणा मोकदम मौजे कोल्हाले बु।। पा। सुपे हा श्री (मो.जा.) च्या दरशनास जेजुरीस आला श्रीस दरशन करून भांडार ग्रहात येऊन दंडवत केले आणि वर्तमान सांगितले की आपले गावीचे कुलकर्णी रखमाजी व अंताजी उंडे यांचे सात गाव मिरासी कुलकर्ण व जोतीश आहे परंतु दुकाल थोर पडिला होनाच्या दोनी पाइली धान्य जाले त्यांचा अर्थ तो कठीण आहे राणातील भाजी आणावयास कुवत नाही हातपाय सुजले आहेती वांचावयाचा पदार्थ दिसत नाही आपण त्यास सांगितले की

तकरीरकर्दे पश्चेमवादी विसाजी व रामाजी रखमागद उंडा पणदरकर तकरीर लेहोनू दिधली यैसीजे आपला बाप रखमाजीपंत व चुलता अंताजीपंत याणी आपणापासी वर्तमान सांगितले की थोरला दुकाळ पडिला त्या दुकलामधे आपण उपासी मरो लागलो अन्न मिलेनासा जाले मुलेलेकरे अन्नेवीण राहिली हातपाये सुजले पदरी रुका नाही दाणा न मिले मायेने आपली पोटीची लेकरे खादली धारण दर होनास ६६२ दोनी पाइली धान्य जाले यैसा कठीण समये पडिला मग आपण लुखोजी खोमणा मोकदम मौजे कोल्हाले वु।। याच्या घरास जाऊन त्याची भेटी

येक गाव विकून आपला वाचावयाचा तरणोपाये करणे वांचलेती तरी येक गाव देऊन बाकी गाव राहातील त्यास तऱ्ही खावयास धणी होल म्हणऊन उतर दिधले त्याणीही मान्य केले आहे तरी आपला गाव कोल्होल बु।। आहे तेथील कुलकर्ण व जोती (स) तुम्ही विकत घेणे आपली मोकदमी आहे जेजुरीची मोकदमीही आपली आहे येथेही स्वामीचा सहवास आहे तेथेही सहवास होईल स्वार्थपरमार्थ दोन्ही कोल्हाल्यासारखी वृत्ती मिळेल आणि या कठीण समयात ब्राह्मणे सहकुटुबेसी (वा)चतील म्हणउनू लुखोजी खोमणा याणे रदबदल करून निर्वाह केला मग रखमाजी व अंताजी उंडा यासी बोलाऊन आणून श्री (मो.जा.) चे दरशन करून श्री (मो.जा.)च्या विद्यमाने निस्छये केला की होनू पा। २०6 वीस यास देऊन मौजे कोल्हाले बु।। येथील कुलकर्ण व जोतीश व घरठाणा वर हकउत्पन्न वृतीसंमदे जे असेल ते लेकराचे लेकरी सुखे खावे म्हणऊन निस्छये करून रखमाजी व अंताजी उंडा याचा कागद लुखोजी खोमणा मोकदम मौजे मजकूर याणे आपल्या नांगरेंसी लेहो (न) दिधला आणि वीस होनू पाा घेतले रखमाजी व अंताजी उडा पैके घेऊन पणदरियास गेले आपण कोल्हालाचे कुलकर्ण व जोतीश वृत्ती आजीपरियेत तीस पचतीस वरसे ताा सन खमस खमसैन (श. १५७६) अलफ खात आलो यैसे आसता साप्रत रखमाजीचा लेक विसाजी व रामाजी याणी सुपियास जाऊन सभाजी मोहिता हवालदार यासी पाऊणसे होनू घेऊन सांगितले की आपण वाचत नाही पदरी तो काही नाही कहर थोर पडिला आहे. यैस्या कठीण समयात आम्ही वाचोन हा उपाये तुम्हास ठाकेल तो करणे म्हणऊन सांगितले त्यावरून लुखोजी खोमणा याणे उत्तर दिधले की तुमचे पाच सात गाव मिरासी आहे त्यात येक गाव विकावा पैके घ्यावे त्या पैकियावरी वांचोन उरल्या गावास चालवावयास धणी होवे हा इतका उपाये दिसत आहे हा उपाये न कराल तरी तुम्ही तो मरतच आहा मग पुढे इतक्या वृती तुम्हास काये होती म्हणऊन उतर दिधले मग आपण लुखोजीस उतर दिधले की आम्हास तो हिंडवत नाही हातपाये सुजले आहेत तरी कलेल तेथे जाऊन तुम्हास कलेल तो गाव द्यावयाचे नेमस्त करून आम्हास सागोन पाठवणे आपण हळूहळू त्या (स्थ)लपावेतो येऊ + तरी सत्वर आम्ही अन्नास मिलो ते केले पाहिजे तुजवेगले आमचे येश कोण्ही घेत नाही म्हणऊन बहुतानी सांगितले म (ग)लुखोजी खोम(णा) जेजुरीस जाऊन श्री (मो.जा.) चे दरशन घेऊन भाडारग्रहास जाऊन तिमाजी खंडेराऊ यांचे दरशन घेऊन वर्तमान सागितले की आपले गावीचा कुलकर्णी रखमाजी व अंताजी उंडा दुकल थो(र) पडिला आहे अं (न)विण मरत आहेत पाच सात गाव वतन कुलकर्ण व जोतीश वृत्ती आहे ती त्यापैकी येक गाव वृत्ती देऊन वांचावे उरल्या गावास तऱ्ही वाचोन वृत्त चालवावयास धणी होवे म्हणऊन आम्हास लागू जाला आहे को येक गाव वृत्ती देऊन आपणास वाचवणे

लाच देऊन आपणास मसाला करून नेऊन मार केला पाई बेडी घालून तीन महिने बदखानी घालून बले गजब करून आपले पदरी वीस होनू घालून वृ (ती) पत्रे रखमाजी व आताजीने दिधली ते पाठीराख्या बले हिरोन घेऊन आपणास निरोप दिधला मग आपण करनाटकात जाऊन राजश्री (मो.जा.) माहाराजसाहेबाची भेटी घेऊन माहालास खुर्दखत कारकून व देसमुख यासी आणिले की तिमाजी खंडेराऊ याणे आपले वृत्तीचा करीना सांगितला त्यावरून क(लो) आला तरी याचे वादी आणून गोत देऊन निवाडा रास्ती करणे ज्याची वृत्ती हिसाबी होईल त्यास देणे म्हणऊन खुर्दखत घेऊन जेजुरीस आलो श्री (मो.जा.) चे दरशन केले तो वर्तमान कलले की साहेबी संभाजी मोहित्यास धरिले म्हणऊन वर्तमान कलले त्यावरी साहेबाचे सेवेसी हुजूर येऊन आपले वृत्तीचा करीना येणेप्रमाणे जाहीर केला ते तकरीर सही म्हणताती तरी तुम्ही भले आंहा श्री (मो.जा.) चे स्थली गाव देणे गोस्टी बरीच आहे आपला गाव कोल्हाले बु।। पा। सुपे आपली मोकदमी आहे. जेजुरीचीही मोकदमी आपली आहे यायोंगे भल्यांचा संग दोही स्थली घडत आहे आणि ब्राह्मणे दुकलाची वाचत आहेती ये गोष्टीचा अंगीकार केला पाहिजे म्हणऊन बहुतां रीतीने लागू जाला मग तिमाजी खंडेराऊ याणी मान्य केले मग लुखोजीने कोल्हालियास माणूस पाठऊन आपणास बोलाविले मग आपण दोघे भाऊ हळूहळू जेजुरीस गेलो लुखोजीची भेटी घेतली त्याणे सिकरास नेले श्री (मो.जा.) चे दरशन जाले नमस्कार करून भांडारग्रहात लुखोजी घेऊन गेला तेथे नमस्कार करून बसलो मौजे कोल्हाले बु।। द्यावे हा निर्वाह जाला मग पैकियाची रदबदल करिता करार होनू पा।। २०६ वीस होनू जाले मग तेची स्थली श्री (मो. जा.) चा प्रसाद भोजने त्रिवर्गांनी करून सहरहू वीस होनू पा। लुखोजी खोमणा मोकदम याणे घेऊन आपले पदरी घातले मौजेमारीची वृत्ती कुलकर्ण व जोतीश व बाजे उत्पन्न हकलाजिमा व घरठाणा यैसे गोत व बारा बलुते याचे गोहीनशी वृतीपत्र लेहोन दिधले वृतीपत्रावरी लुखोजी खोमणा मोकदम मौजे मारर याणे आपला नागर करून वृत्तीपत्र तिमाजी खडेराऊ याचे हाती दिधले तिमाजी खडेराऊ यास कोल्हाले बु।। येथे नेऊन घरठाणा दाखऊन गावावरी अपली वृती चालऊन खाऊन सुखे लेकराचे लेकरी राहावे म्हणऊन बैसविले आपण गाव विकिला ये वृत्तीचे वीस होनू पा।।

घेतले त्या पैकी (या) वरी दुकला कालाचे सहकुटुंबेसी वाचलो म्हणऊन सांगितले त्यावरी आपला बाप व चुलता अंताजी वयातीत होऊन त्यास देवाज्ञा जाली त्यावरी तिमाजी खंडेराऊ ता। सन खमस खमसैन अलफ (श. १५७६) वृत्ती खात आले सन सीतापासून (श. १५७७) आपणा कथला केला सुपियास जाऊन सभाजी मोहिता हवालदार याची भेटी घेऊन कोल्हाले बु॥ येथील वृतीचा करीना सांगितला की आपले वडील हे मवसर होते म्हणऊन वृती विकून पैके घेतले आणि दुकलकडे लाविला साप्रत आपणास मवसरीची कुवत आहे पैके देऊन आपली वृती सोडवून घ्यावी तरी साहेबी तिमाजी खडेराऊ यासी बोलाऊन त्याचे पैके त्यास देऊन आपला गाव आपले साभाली केला पाहिजे म्हणऊन अर्ज केला त्यावरून तिमाजी खंडेराऊ यास मसाला करून आणिला आपले पैके ने घेती मग सभाजी मोहिते याणी मार केला पाई बेडी घातली तीन महिने बदखानी घालून तिमाजी खडेराऊ याचे पदरी घालून मौजे कोल्हा (ले)ची वृती आपली आपले साभाली केली हे तकरीर सही

सदरहू येणेप्रमाणे हर दो जणांच्या तकरीरा साहेबी मनास माणून विसाजी व रामाजी रखमागद उंडा यांसी पुरसीस केली की तिमाजी खंडेराऊ याजपासून वीस होनू पा॥ घेऊन मौजे कोल्हाले बु॥ येथील वृत्ती कुलकर्ण जोतीश देऊन पैके घेऊन त्या पैकियावरी तुझा बाप व चुलता सहकुटुंबेसी वाचले म्हणऊन तकरीर लेहोन दिधली हे गोस्टी खरी आहे की त्यावरी विसाजी व रामाजी उडा याणे उतर दिधले की आपण तकरीर लेहोन दिधली आहे हे गोस्टी विसा होनावरी आपले वडील सहकुटुंबेसी वाचले हे गोस्टी हमशाही गावसी व झडेजन जाहीर खरीच आहे म्हणऊन उतर दिधले त्यावरी साहेबी या उतरास पेचून कैदेसी धरिला की तिमाजी खंडेरायापासून

वीस होनू घेतले त्या पैकियावरी तुझे वडील सहकुटुबेसी वाचले तेव्हा तिमाजी खडेराऊ तुझ्या बापाचा बाप जाला त्याणे वांचऊन वरकडा गाव मिरासी खावयास धणी जालेती जरी लुखोजी खोमणा दरम्यान पडिला नसता तेव्हा गाव विकिला नसता पैके आले नसते तेव्हा तुझे वडील सहकुटुबेसी मेले असते पाच सात गाव मिरासी आहे ते पांचा सातां गावास धणी साहेबच होते दुसरी गोस्टी तुझ्या वडिली तिमाजी खडेराऊ याजपासी सदरहू वीस होनू घेतले कोल्हाले बु।। गाव विकिला त्या पैकियावरी दुकलाकडे लाऊन आपण वाचोन पुढे तिमाजी खंडेराऊ याचे वीस होनू यास फिराऊन यासी देऊन आपला गाव सोडऊन हे गोस्टी दूर अंदेसून खरी सागणे त्यावरी विसाजी व रामाजी उडा याणे उतर दिधले की हे गोस्टी आपणा आपल्या वडिली सागितली नाही आगर आपले सात पाच गाव मिरासी आहे त्यात कोण्हे गावीच्या मोकदमे अगर हर कोण्ही पैके फिराऊन द्यावे गाव सोडऊन घ्यावा हे सांगितले नाही तरी सभाजी मोहिता हवालदार पा। सुपे याजपासी जाऊन लाच देऊन पाठीराखा करून तिमाजी खंडेराऊ यास मसाला करून धरून नेऊन मार करून तीन महिने बंदीखानी घालावा जाचणी करावी रोजबरोज मार करावे बलेच पैके फिराऊन पदरी घालावे वृत्तीपत्र दिधले होते ते हिरोन घ्यावे हे कोणे सागितले व लाच सभाजी मोहित्यास काये दिधला हे तहकीक सागणे म्हणऊन पुरसीस केली त्यावरी विसाजी व रामाजी उंडा याणे उतर दिधले की सुपियास जाऊन सभाजी मोहिता हवालदार याजपासी जाऊन त्यास लाच देऊन पाठीराखा करून तिमाजी खंडेराऊ पायी कस्टी करावे याचे पैके याचे पदरी घालावे आपला गाव सोडऊन द्यावा हेही कोण्ही सागितले नाही आपणासच दुर्बुधी निर्माण जाली त्यावरून सुपियास जाऊन सभाजी मोहिता हवालदार यास भेटोन होनू पा।। ७५ पाऊणसे रास दिधले आणि पाठीराखा करून तिमाजी खंडाराऊ यासी मसाला करून धरून आणून त्याचे पदरी पैके घालू लागला त्यास तिमाजी खंडेराऊ पैके ने घेच मग संभाजी मोहितियाने मार करून पाई बेडी घालून तीन महिने बदखानी घातला कस्टी करून तिमाजी खंडेरायाचे पदरी बलेच सदरहू वीस होनू पा। घातले व वृतीपत्र हिरोन घेऊन निरोप दिधला ये गोस्टी आपण सभेविदमान साहेबाचे सेवेसी खरीच सांगितली म्हणऊन विसाजी व रामाजी उंडा बोलिला यावरी साहेबी विठोजी नाईक सितोले देशमुख व बाबाजी राम देसकुलकर्णी यासी पुसिले की हर दो जणाच्या तकरीरा व विसाजी व रामाजी उडा याजसी पुरसीस करिता सूड निघत चालिला यावरून खरा कोण व खोटा कोण हे सांगणे त्यावरून विठोजी नाईक सितोले देसमुख व बाबाजी राम देसकुलकर्णी पा। पुणे याणी अर्ज केला की साहेबी धर्मन्याये हर दो जणाच्या तकरीरा मनास आणून सूड विसाजी व रामाजी उडा याचे तोंडें काढीत चालिले विसाजी व रामाजी उडा याचा बाप रखमाजी व चुलता अंताजी याणे तिमाजी खंडेरायास कोल्हाले बु।। हा गाव विसा होनास विकून त्या पैकेयावरी आपण सहकुटुबेसी वाचला परतु मागती वेडेचार करून

खटपट करावी ते केली नाही त्याणी सुध अंत:कर्णपूर्वक गाव विकून पैके घेऊन दुकलकडे लाविला तरी वरकडा गावास चालवावयास धणी जाले दुर्बुधी मनी धरून वेडेचार केले ते विसाजी व रामाजी आपले तोडे कबूलच जाले सभाजी मोहितियाने लाच घेऊन तिमाजी खंडेरायावरी गहजबच केला धर्मतान्याये केला नाही जे केले ते गैरमालूम केले याउपरी साहेबी कृपालू होऊन विसाजी व रामाजी उंडा याणी संभाजी मोहिता हवालदार यासी लाच दिधला यैन होनू ४५ व घोडी १ येकूण होनू पा। ७५ पाऊणसे दिधले ते याचे यास फिराऊन दिधले पाहिजे संभाजी मोहिता साहेबी धरिला तेव्हा त्याची घोडी व टकापैका साहेबाच्या सरकारात जमा झाले साहेब कृपाळू होऊन विसाजी व रामाजी उंडा याची पाऊणसे होनू फिराऊन देताती तेव्हा धर्मप्रवृत्तीमार्गे निवाडा रास्ती जाला पुढे हर दोजणात कथला होणार नाही तिमाजी खंडेराऊ आपला गाव वृत्ती खाऊन सुखे आसेल व उंडे आपले गाव वृत्ती खाऊन सुखे आसतील म्हणऊन अर्ज केला त्यावरून साहेब कृपालू होऊन पागेतून येकी घोडी आणून पांचाचे मते रहीरास धारण होनू पा। ७५ पाऊणसे करून विसाजी व रामाजी उडा याचे हाती घोडी दिधली याउपरी तिमाजी खंडेराऊ याणे मौजे कोल्हाले बु।। येथील कुलकर्ण व जोतीश व घरठाणा व बाजे हक उत्पन्न लेकराचे लेकरी सुखे खावे याउपरी विसाजी व संभाजी उडा याणे तिमाजी खंडेरायासी कथला करावयास गरज नाही विसाजी व रामाजी उडा यासी साहेबी फर्माविले की तुवा कतबा लेहोन देणे की याउपरी तिमाजी खंडेरायासी वृत्तीनिमित्ये कथला करून श्री (मो.जा.) चे अन्याई व गोताचे खोटे वाराणसी गौहत्येचे पातक व दिवाणात गुन्हेगारी पा। ५०० पाचसे देऊन म्हणऊन कतबा लेहोन देणे त्यावरून विसाजी व रामाजी उडा याणे कतबा लेहोन दिधला की आपल्या बापे रखमाजीने तिमाजी खंडेराऊ यासी मौजे कोल्हाले बु।। येथील कुलकर्ण व जोतीश घरठाणा वृत्ती विसा होनास दिधली होती त्यास आपण संभाजी मोहिता हवालदार पा। सुपे यासी पाऊणसे होनू लाच देऊन पाठीराखा करून तिमाजी खंडेरायाचे पदरी वीस होनू बलेच घालून आपली वृती आपण घेऊन चालऊ लागलो त्यावरी तिमाजी खंडेराऊ साहेबापासी हुजूर येऊन फिर्याद जाला त्यावरून साहेबी आपणास तलब करून आणून बरहक निवाडा करून मौजे कोल्हाळे बु।। येथील कुलकर्ण व जोतीश व घरठाणा व बाजेहक उत्पन्न तिमाजी खंडेराऊ याचे दुमाले केले व संभाजी मोहिता यासी आपण पाऊणसे होनू पा। लाच दिधला होता ते पैके साहेबी कृपाळू होऊन धर्मप्रवृत्तीने पागेतील येकी घोडी आणून रही रास किमती पाऊणसे होनू पा। रास करून घोडी आपले दुमाले केली आपणास टका दिधले नाही याउपरी तिमाजी खंडेराऊ याचे पदरी आपण होनू वीस रास घातले होते ते साहेबी तिमाजी खंडेरायापासून घेऊन आपले पदरी होनू पा। २०6 वीस रास घातले ते आपले आपणास पावले तिमाजी खंडेराऊ यासी मौजे कोल्हाले बु।। वृतीनिमित्य आपण अगर आपले कोण्ही भाऊबद आपले वौंसी हर कोण्ही कथला करील तरी श्री

(मो.जा.) चे अन्याई व गोताचे व वाराणसीस गौहत्येचे पातक व दिवाणात गुन्हेगारी होनू पा। ५००6 पाचसे रास देऊन म्हणऊन कतबा लेहोन दिधला व येणेप्रमाणे तिमाजी खंडेरायास कोल्हाले बु।। येथील वृतीपत्र येणे प्रमाणे विसाजी व रामाजी उडा याजकडून देवविले ते लेहोन दिधले असे यावरी साहेबी तिमाजी खंडेराऊ यासी आज्ञा केली की मौजे कोल्हाले बु।। येथील कुलकर्ण व जोतीश व घरठाणा व बाजे हक उत्पन्न वृत्ती तुझी तुझे दुमाले केली महजर व वृत्तीपत्रे करून दिधले आता साहेबास हरकी काये देतोस म्हणऊन केली त्यावरून तिमाजी खंडेराऊ याणे रदबदल करून हरकी करार केला होनू पा। २०6 वीस रास ते पैके सदरहू वीस होनू पा। रोखच हुजूर रसद दिधली याउपरी तिमाजी खंडेराऊ याणे लेकराचे लेकरी मौजे कोल्हाले बु।। पा। सुपे येथील कुलकर्ण व जोतिश व घरठाणा व बाजेहक उत्पन्नवृत्ती पिढी दर पिढी खात जाणे तिमाजी खंडेराऊ याजसी अगर याच्या मुलांसी विसाजी व रामाजी उंडा याचे लेक अगर भाऊबंद कोण्ही वृत्तीनिमित्य मुजाहीम होतील तरी दिवाणात गुन्हेगारी होनू पा। ५०० पाचसे देतील हा महजरनामा सही सु।। समान खमसैन अलफ

टीप – मौजे कोल्हाले बुद्रुक, परगणे सुपे, येथील कुलकर्ण व ज्योतिषणाची वृत्ती रखमाजी व अंताजी अंडा पणदरकर यांनी इ. स. १६३० च्या सुमाराच्या मोठ्या दुष्काळात तिमाजी खंडेराव यास वीस पातशाही होनांस विकली होती. त्यानंतर काही वर्षांनी रखमाजीचे पुत्र विसाजी व रामाजी यांनी सुप्याच्या हवालदार संभाजी मोहिते याला पाऊणशे होन लाच देऊन ती वृत्ती तिमाजीकडून बळकावली. तिमाजीने शिवाजीराजांकडे यासंबंधी फिर्याद केली. त्या फिर्यादीचा निवाडा गोतसभेमार्फत शिवाजीराजांनी करून तिमाजी खंडेरावास त्याची कुलकर्ण व ज्योतिष वृती परत मिळवून दिली.

गोही

रगोजी मोकदम निबालकर मौजे वडगा पा। पुणे

मडजी मोकदम मौजे जलगा पा। सुपे

मौजे जेजुरी ता। कऱ्हेपठार पा। पुणे

हरजी मालवदकर मोकदम	लुखोजी खोमणा मोकदम
	पुजारी
बाबाजी बिन ताऊजी	परसोजी बीन राघोजी
महिपती बिन नरसोजी	येकोजी बिन तान्हाजी
	लांघी
नारोजी बिन रभाजी	मालजी बिन गोदजी
	वरकड बलुते
भिक सुतार	बहिरा चाभार
येल्हा महार	वृतीकर

नाईकवाडी पा। सुपे

इतबारखान	अभंगराऊ
रविराऊ	बाबाजी मोरे
येशवतराऊ	सिदोजी लांडगा
सिऊजी जाधव	

जाऊजी मोकदम मौजे कोल्हाळे खुर्द पा। सुपे

मौजे कोल्हाळे बु।।	पा। सुपे बलुते
नागोजी कुंभार	कनकोजी व
येमाजी गुरव	लखमोजी न्हावी
कान नाईक	नागोजी व येमा

माहार मेहतरी चाभार

धारोजी पोतदार	खंड नाईक माहारा

❖

१९. मोहनगडावरील राहण्याची व्यवस्था

भा. इ. स. मंडळ, वर्ष ७, पृ. ४४ शके १५८१, ज्येष्ठ शु. २
१६५९ मे १३

मा। अनाम बाजप्रभु प्रती राजेश्री सीवाजीराजे सु।। तिसा खमसैन अलफ जासलोडगड हिरडस मावलमधें आहे. तो गड उस पडला होता. याचे नाव मोहनगड ठेउनू किला वसवावा यैसा तह करुनू किल्यास मसुरल अनाम पिलाजी भोसले यासी किलेमजकूरचा हवाल देउनू पाठविले असेत व मा। इलेबराबर किलाचे संगनाती-बदल लोक २५ पाठविले असेत तरी तुम्ही मा। इळेस व पंचविसा लोकास बराबर घेउनू मोहनगड गडावरी जाउनू हवालदारास व पंचविसा लोकास किल्यावरी ठेवणे आणि किलाच्या हवालदारास घर व लोकांस अलंगा मजबूत करून देणें. घर व अलंगा करुनू द्याल त्या पाउसाने अजार न पावे असा करुनु देणे. नाहीं तरी सजवज करुनू द्याल आणि किल्यावर लोक राहतील त्या आजार न पावे यैसे हवालदारास घर व लोकास अलंगा व एक भाखल मुस्तेद करुनू देणेचे. तुम्ही सदरहूप्रमाणें काम विलेवार लाउनू द्याल म्हणउनू साहेबास भरवसा आहे. याबद्दल तुम्हास लिहिले असे तरी सदर्हू लिहिलेप्रमाणें किला मजबूद करुनू देणें. मग तुम्ही किल्याखाली उतरणे छ १ रमजानु मोर्तब सुद

मर्यादेयं
विराजते

शके १५८१ विकारी संवत्सर जेष्ठ शुद्ध २ शुक्रवार १३ मे १६५९

श्री शिवनर
पति / हर्ष
निदान साम
राज मतिमत
प्रधान

❖

टीप – हिरडस मावळातील जासलोडगडाचे नाव बदलून ते मोहनगड असे ठेवावे व पंचवीस लोकांची शिबंदी त्या गडावर ठेवून, तिच्या राहण्याची गडावर नीट व्यवस्था करावी, अशी शिवाजीराजांची बाजीप्रभूस आज्ञा.

२०. शिवशाहीत पोर्तुगीज कारागीर

शिवशाही पोर्तुगीज कागदपत्रे,
पत्र क्र. २, पृ. ३-६ इ. १६५९ जुलै १९

दि. १९ जुलै १६५९ या दिवशी गोव्याच्या किल्ल्यातील दिवाणखान्यात राज्य सल्लागार मंडळाची बैठक भरली. तिला गव्हर्नर आंतोनियु मेलु द कास्त्रु व आंतोनियु द सौझ कौतिन्यु या दोघांखेरीज राज्य सल्लागार मंडळाचे सर्व सभासद उपस्थित होते. सभेच्या मुख्य कामकाजात शिवाजीराजे यांच्याकडून आलेल्या पत्राचा अंतर्भाव झालेला होता. शिवाजीराजे यांची तक्रार अशी की, त्याचे घोडदळ व पायदळ दांड्याच्या सिद्दीवर हल्ला करीत असता चौल आणि वसई येथील पोर्तुगीज अधिकारी सिद्दीस दारूगोळ्याची व अन्नधान्याची मदत करीत असतात. ह्या मदतीमुळे आपला हल्ला यशस्वी होत नाही. शिवाजीराजे यांचा असा आरोप आहे की, पोर्तुगिजांचे हे कृत्य मैत्रीला बाध आणणारे आहे. त्यांचे म्हणणे आहे की, मान्यवर गव्हर्नरांनी चौल आणि वसई येथील पोर्तुगीज अधिकाऱ्यांना पत्रे पाठवून सिद्दीला मदत करण्यापासून त्यांना परावृत्त करावे.

शिवाजीराजे यांच्या पत्राचा आशय समजून घेतल्यावर राज्य सल्लागार मंडळाच्या सर्व सभासदांनी सल्ला दिला की, चौलचा कॅप्टन व वसईचा कॅप्टन या दोघांचे सिद्दीस मदत करण्याचे धोरण शिवाजीराजे व पार्तुगीज हिंदुस्थान यांच्यामधील मैत्रीला बाध आणणारे असल्याने त्यांना यापुढे सिद्दीस मदत न पाठविण्याबाबत मान्यवर गर्व्हनरानी आज्ञा करावी. शिवाजीराजे यांनी सबंध कोकण प्रदेश, कल्याण व भिवंडी ही ठाणी घेतली असल्याने ते अत्यंत बलाढ्य बनले आहेत. अशा परिस्थितीत त्यांचा रोष ओढवून घेणे आमच्या हिताचे नाही. तरीही चौल व वसई येथील अधिकाऱ्याना सिद्दीस मदत करायचीच असेल, तर त्यांनी ती उघडपणे न करता शिवाजीराजे यांना तिचा सुगावा लागणार नाही अशा रीतीने काळजीपूर्वक करावी. राज्य सल्लागार मंडळाच्या याच बैठकीत वसईच्या कॅप्टनने याच वर्षाच्या एकोणीस जूनला जे पत्र गव्हर्नराना लिहिले, त्याचे वाचन करण्याचा हुकूम झाला. वसईचा कॅप्टन लिहीत होता की, शिवाजीराजे यांनी भिवंडी, कल्याण आणि पेण या ठिकाणी वीस युद्धनौका दांड्याच्या सिद्दीशी युद्ध करण्यासाठी बांधावयास घेतल्या असून हे काम त्यांनी रुइ लैतांव व्हिएगस याच्याकडे सोपविले आहे. पण ह्या आरमारासाठी जे लाकूड लागणार आहे ते आमच्या बंदरातून नेण्याची परवानगी त्यांनी मागितली आहे. परंतु ही परवानगी त्यांना देणे आमच्या हिताचे नाही. त्याचे कारण हे की, त्यानी जर वीस

युद्धनौका बांधून पूर्ण केल्या, तर त्यांच्या आरमारी सामर्थ्यात मोठी भर पडून ते बलाढ्य बनतील. त्यांचा आम्हाला उपसर्ग होईल अशी भीती बाळगण्याचे कारण की, त्यांची आणि आमची जी मैत्री आहे ती टिकाऊ स्वरुपाची आहे असे म्हणता येत नाही. आपण आरमार सिद्दीशी युद्ध करण्यासाठी बांधीत आहोत असे ते जरी सांगत असले, तरी ह्या आरमाराचा धोका आमच्या साष्टी बेटाला पोहोचणार नाही याची हमी कोण देईल? कारण, साष्टी बेटाचे खरे संरक्षण म्हणजे ठाणे नदी आहे. शिवाजीराजे जर आरमार बांधण्यात यशस्वी झाले, तर त्याना साष्टी बेटाकडे या नदीतून आरमार नेता येईल. तरी मान्यवर गव्हर्नराना आमची विनंती आहे की, त्यानी ह्या प्रश्नाबाबत त्वरित निर्णय घेऊन मला पुढील कारवाईचा आदेश द्यावा. यासंबंधी माझे मत स्पष्ट आहे. आमचे आरमारी सामर्थ्य मर्यादित आहे, आणि त्याची जाणीव मान्यवर गव्हर्नरांनाही आहे. त्यामुळे शिवाजीराजे याची आरमार बांधण्याची योजना सर्व बाजूंनी प्रयत्न करून निष्फळ करून टाकली पाहिजे. त्यांचे सर्व मार्ग आपण रोखून धरले पाहिजेत. त्याचबरोबर गव्हर्नरमहाशयांना माझी सूचना आहे की, त्यानी वसई येथे दहा किंवा बारा युद्धनौका बांधण्याची आज्ञा मला करावी. या युद्धनौकांचा उपयोग काफिल्यांच्या संरक्षणासाठी करता येईल. या सूचनेप्रमाणेच वसईचे किल्ले बळकट करण्याची आवश्यकताही आता निर्माण झाली आहे. हे किल्ले बळकट झाल्याखेरीज शत्रूला आमचा वचक वाटणार नाही. या संदर्भात सुरत येथून आलेल्या एका बातमीकडे मी मान्यवर गव्हर्नरांचे लक्ष वेधीत आहे. पुढच्या वर्षी मोगल बादशहा आमच्याशी युद्ध करणार असल्याची ती बातमी आहे. ही बातमी खरी असो वा खोटी असो, परंतु ज्या अर्थी ती आली आहे त्या अर्थी आपण तयारीने असलेले बरे.

राज्य सल्लागार मंडळाच्या सदस्यांनी वसईच्या कॅप्टनच्या पत्राचा विचार केला व गव्हर्नरमहाशयांना सल्ला दिला की, शिवाजीराजे यांच्या युद्धनौकांना ठाण्याच्या नदीतून व वसईच्या खाडीतून संचार करण्यास प्रतिबंध करण्याची आज्ञा त्यानी वसईच्या कॅप्टनला करावी. आणि शिवाजीराजे यानी जर कॅप्टनचा आदेश धाब्यावर बसविला, तर त्यांना विरोध करण्यास वसईच्या कॅप्टनला सांगावे आणि जर शिवाजीराजे यानी ठाण्याच्या नदीतून आणि वसईच्या खाडीतून संचार करू देण्याची परवानगी मागितली, तर त्यांना तशी परवानगी देता येत नाही असे उत्तर धाडावे. दुसरी गोष्ट, पेण येथे शिवाजीराजांच्या ज्या नौका बांधल्या जात आहेत, त्याना अटकाव करण्यासाठी माजगाव, मुंबई आणि कारंजा येते काही युद्धनौका तयार ठेवाव्यात. अर्थात हे काम गव्हर्नरमहाशयांना स्वत:च्या खर्चाने करावे लागेल. आणि त्यांनी जर ते केले तर

त्यांच्या हातून देशाची आणि राजाची मोठीच सेवा पडेल. पण त्याना जर हा खर्च झेपत नसेल तर त्यानी तो सरकारी महसुलातून करावा. पण कोणत्याही परिस्थितीत शिवाजीराजे यांच्या युद्धनौका पेण येथून बाहेर पडू देऊ नयेत.

टीप – जंजिऱ्याच्या सिद्दीशी आरमारी युद्ध करून तेथील जिंकण्यासाठी शिवाजीराजांनी पेण येथे वीस युद्धनौका बांधावयास घेतल्या. हे काम त्यांनी रुइ लैतांव व्हिएगस या पोर्तुगीज कारागिरावर सोपविले. या गोष्टीचा धसका गोव्याचा पोर्तुगीज विजरई व त्याचे अधिकारी यांनी घेतला व शिवाजीराजांच्या या कृत्याला पायबंद घालण्यासाठी त्यांनी कोणत्या योजना आखल्या त्यांची हकीगत देणारे हे पत्र.

२१. खोपडे देशमुखास समज

शि. च. सा., खंड ५ — श. १५८३, भाद्र. व. ७
ले. ७६२ — इ. १६६१, सप्टें. ५

ई कौलनामा अज रख्तखाने राजश्री शिवाजीराजे साहेब दामदौलतह ता। केदारजी नाईक खोपडे देशमुख ता। उतरवळी ता। रोहडखोरे बिदानद सु॥ इसने सितैन आल (फ). दादे कौलनामा यैसाजे. जे वख्ती अफजल साहेबांचे तरफेस आला होता ते वख्ती तुम्ही येक वजा समजोन गनिनास मिळाले. तयावरी गनिमाचा अमल बरतरफ जाला. याकरिता तुम्ही शक अंदेशा धरून ता। मजकुरास न येऊन आपल्या हक्काबद्दल गांवगनास अजार देत आहा. तरी यामधे तुम्ही आपला काये फायदा समजले आहा? साहेबासी गैररुजू असावे आणि आपल्या हकास खलल करून घ्यावे हे अकल तुम्हास कोणे दिधली आहे? या उपरि कोणे बाबे शक अंदेशा न करून आपल्या वतनास येणे आणि आपले देशमुखीचा इनाम व हक खाऊन खुशहालीने राहणे. साहेबांची मेहरबानी तुम्हावरी बहुत आहे. हर बाबा आपली खातिरजमा असो देणे. काही शक न धरणे. मोर्तब सुद

❖

टीप – रोहिडखोऱ्यातील तर्फ उतरवलीचा देशमुख केदारजी नाईक खोपडे हा अफझलखान प्रसंगाच्या वेळी शत्रूस जाऊन मिळाला होता. हा त्याचा अपराध पोटात घालून, शिवाजीराजांनी त्याला त्याच्या वतनावर रुजू होण्यास सांगून अभय दिले आहे.

२२. शिवाजीमहाराजांचे वतनविषयक धोरण

१५८४, वैशाख
राजवाडे, खंड २१, ले. ३ शु. १३
इ. स. १६६२, मे २२

श्री

मसुरल हजरत राजश्री पिलाजी नीलकंठराव सुभेदार नामजाद मामले प्रभावली यासी सिवाजी राजे दंडवत सुहूरसन इसने सितैन अलफ सालगुदस्त तळकोकण मुलकाची कबजादत बदल खासा स्वारी तलकोकणात होऊनू मुलूक कबज जाहला ते वक्तीं शृंगारपूरकर सुर्वे व कोंकणांतील पातशाई अमलदार याणीं बेमानी केली. ते नतीजा पोहचोन उधलोन गेले. मुलकांतील रयतीस सरंजामबद्दल वतनदार व रयत यांस सरकारांतून कौल सादर जाहालेवर केसो नायक बिन राघो नाईक मावलंगकर व सारे वतनदार मामले मजकूर सरकारी खिजमतीस हजीर जाहले. सालमजकुरी रंगो नाईक बिन केसो नाइक मावलंगकर सरदेसाई मामले मा। याणीं किले राजगडच्या मुकामीं हुजूर येऊन अर्ज केला जे आपले सरदेशमुखीचें वतन मामले मा। व मामले दाभोले पिडी दर पिडी मातकदम इस्तकबिलपासून ता। सालगुदस्तपावेतों चालत आलें. हालीं तलकोकण साहेबांस अर्जानी जाले वर साहेबीं सेवकावर मेहरबान होऊन कौल सादर केले. यावर आपण वतनाचे बाबे खिजमतीस हाजीर जाहालों. हालीं दिवाणांतून सारी वतनें अमानत जाली. आपले कबिजा हक व लवाजिमा व इनामती अमानत जाल्या आपण तों साहेबाचे खिजमतीस एकसान असो. साहेबीं मेहेरबान होऊन सेवकाची वतनावर स्थापना केलिया व कुटुंबास अन देऊन उस्तवारी केलिया उमेद धरून एकसान चाकरी करू व ये बाबे तुझी इलतिमास लिहिली. बा। इलतिमास खातरेस आणून व रयत मामुरीवर नदर देऊन बेकदीम वतनदार याबद्दल नायक मा। यास दोनी मामले मा। सरदेशमुखी वंशपरंपरेने करार करून नाईक मा। यांस मामले प्रभावलीचे जमाबंदीवर पटपिछोडी हक लारी २००० दोन हजार रयतनिसबत करार केली असे. तरी तुम्ही मा। मा। जमाबंदीवर रयत निसबत सदरहू लारी २००० दोन

टीप – शिवाजीराजांनी तळकोकण काबीज केल्यावर तेथील देसाई व सरदेसाई यांची वतने सरकारात अमानत केली होती. पण सरकारकडून अभय मिळाल्यावर, मामले प्रभावली व मामले दाभोळची आपली पूर्वीची सरदेशमुखी आपणास परत मिळावी, असा अर्ज रंगोनाईक मावळंकर याने राजगड येथे स्वत: येऊन शिवाजीराजांना सादर केला. तो अर्ज मान्य करून राजांनी दोन्ही मामल्यांची सरदेशमुखी रंगो नाईक मावळंकर यास परत केली.

हजारची सीस्त बसऊन दरसाल नाईक मा। देवीत जाणें. दरसाल ताजा सनदचा अजूर न धरणें मामले दाभोलची पटी पिछाडी हक याची सिस्त होणें. त्यास मामले मा।चे अमलदार व वतनदार हुजूर आणविले आहेत ते आलेयावर होईल. या पत्राची नकल घेऊन असल नाईक मा।जवळ परतून देणें. जाणिजे मोर्तब सूद

तेरीक १२ माहे रमजान सुरू सूद

❖

२३. पायी बेडी गळा तोडा

ऐ. फा. सा., खंड १, ले ११९ | श. १५८४, श्रावण शु. ६
इ. १६६२, जुलै १३

रजपुतानी देशमुख तर्फ रोहिडखोरे

पंताजी पंडित अंबोडा आहेत. तेथे रायाजी देशमुख व पंडित मशारइलेमधे कलागती जाली ते वख्तीं त्या पोराने मशारइलेवर चालोन घेउन बेअदबी केली. तरी हे तुम्हास कैसे सहले? तुम्ही लहान लोकी त्यासी बेअदबी केली. तरी साहेबांची खेशी ठावकीच आहे. साहेब तमाम रजपुतांचे पायी बेडिया घालुनू गला तोडा घालुनू किले राजगडा वरी ठेउनू धोंडे वाहवितील पंडित मशारइले साहेबाचे जागी समजोनू आदब राखत जाणे.

❖

टीप – पंताजी गोपीनाथ बोकील हा शिवाजीराजांच्या खास मर्जीतील इसम होता. त्याची बेअदबी मुकाट्याने सहन केल्याबद्दल राजांनी रोहिडखोऱ्यातील रजपुतांना म्हणजे शिपायांना अत्यंत कडक शब्दात समज दिली. वरील पत्रातील राजांची जरब बसविणारी भाषा लक्षात घेण्याजोगी आहे.

२४. त्याचे पाप तुमचा माथा

राजवाडे खं. १५,
ले. २७६

श. १५८४ कार्तिक व. ७
इ. १६६२ ऑक्टो. २३

मशहुरल अनाम सर्जाराऊ जेधे देसमुख ता। रोहिडखोरे प्रती राजश्री सिवाजीराजे सु।। सलास सितैन अलफ. मोगल प्रस्तुत तुमच्या तपियात धावणीस येताती म्हणौन जासुदानी समाचार आणिला आहे. तरी तुम्हास रोखा अहडताच तुम्ही तमाम आपले तपियात गावाचा गाव ताकिदी करून माणसे लेकरेबाळें समेत तमाम रयेती लोकास घाटाखाले बांका जागा असेल तेथे पाठवणें. जेथे गनिमाचा आजार पहुचेना ऐशा जागीयासी त्यासि पाठवणे. ये कामास हैगै न करणे. रोखा अहडताच सदरहू लिहिलेप्रमाणे अमल करणे. ऐसियासी तुम्हापासून अंतर पडलियावरी मोगल जे बांद धरून नेतील त्याचे पाप तुमचा माथा बैसेल ऐसे समजोन गावाचा गाव हिंडोनू रातीचा दिवस करून लोकाची माणसे घाटाखाले जागा असेल तेथे पाठवणे. या कामास एक घडीचा दिरंग न करणे. तुम्ही आपले जागा हुशार असणे. गावगनाही सडेकडील सेत पोत जतन करावया जे असतील त्यासही तुम्ही सांगणे की, डोंगरावर असिरा कुबल जागा आसरे ऐसे त्यासी सांगणे व गनीम दुरून नजरेस पडताच त्याचे धावणीची वाट चुकवून पलोन जाणे. तुम्ही आपले जागा हुशार असणे. मोर्तब सूद.

❖

टीप – शिवाजीराजांनी तर्फ रोहिडखोऱ्याचा देशमुख सर्जेराव जेधे यास आज्ञा केली की, शाइस्तेखानाचे सैन्य त्याच्या प्रदेशाच्या रोखाने चालून येत असल्याने, आपल्या अधिकाराखालील सर्व गावांतील प्रजेला ताकीद करून, लहानापासून थोरांपर्यंत सर्वांना घाटाखाली दुर्गम जागेत आश्रयासाठी पाठवून द्यावे. शिवाजीराजे आपल्या सर्व प्रजेच्या रक्षणाची कशी काळजी घेत ते या पत्रावरून समजून येते.

२५. शिवाजीचे शरीर हवामय

श. १५८६, आषाढ
शु. १३

शि. प. सं., पत्र क्रमांक ९९६ इ. १६६४, जून २६

सुरत - कारवार (१४ मे च्या पत्रास उत्तर)

विलक्षण धाडसी असा दरवडेखोर म्हणून शिवाजीची इतकी ख्याती झाली आहे, कीं लोकांनीं 'त्याचें शरीर हवामय असून त्याला पंखहि आहेत' असे उठविलें आहे. एरव्हीं तो एकाच वेळीं अनेक ठिकाणीं प्रकट होतो ह्या बातम्या शक्य तरी कशा होतात? आज तो एक ठिकाणी आहे असें खात्रीलायक समजावें, तर एक दोन दिवसांत तो दुसऱ्या ठिकाणी आहे असें कळतें. तर लगेच दूर दूर असलेल्या पाचसहा ठिकाणीं एकामागून एक अशा तऱ्हेनें अप्रतिहतपणें लुटालूट व जाळपोळ करतांना तो आढळतो! यामुळें त्याचें नांव सर्वतोमुखी झालें असून त्याला भीमाचे (हरक्युलिस) सामर्थ्य आहे असें लोक मानतात. सुमारे ६० एक गलबतें (कांहीं नवीं बांधून व सज्ज करून) घेऊन तो ह्या बंदरावर (सुरतेवर) अचानक हल्ला करून इराण व बसरा इकडून परत येणारीं गलबतें लुटणार आहे अशी हूल उठल्यामुळें आमच्या तोंडचें पाणी पळालें आहे! कित्येक लोकांच्या मतें शिवाजी एवढी तयारी करून खंबायत नदीतून जाऊन सुरतेप्रमाणेंच अहमदाबादची जाळपोळ व लूट करणार आहे! तो गोव्याला वेढा देईल हे आम्हांला मुळींच संभावनीय वाटत नाहीं. एकादा सक्त वेढा चालवीत बसायचे त्याच्या मनांतही नाहीं. कारण त्यांत त्याला कांहीं लाभ होणार नाहीं. बिनतटबंदीचीं नगरें धांवतां पळतांना जाळून लुटावीं असा अनायासें मिळणारा लाभ त्याला नेहमी पाहिजे असतो. तुमच्या येथपर्यंत तो येणार नाही, कारण पावसाळ्यात घोडा किंवा मनुष्य यांना तिकडील प्रवास सुखाचा होणार नाही, आणि दुसरें असे कीं, विजापूरच्या शाहानें त्याच्यावर सैन्य पाठविलें तर त्याला रिकामा वेळ लाभणार नाहीं. तथापि आपण सुरक्षित आहों या विश्वासावर विसंबू नका. शिवाजीच्या पाळतीवर असा. आणि वेळ येतांच सुरक्षित ठिकाणीं जाता येईल अशा तयारीने रहा. हाच आमचा सल्ला आहे. हुबळी हें ठिकाण आम्हाला सुरक्षित वाटतें. तरी कंपनीची सर्व मालमत्ता तिकडे नेण्याची तजवीज करा.

❖

टीप – शिवाजीराजांचा पराक्रम, धाडस, अलौकिक कर्तृत्व यामुळे त्यांच्याविषयी अद्‌भुततेचे वलय लोकमानसात निर्माण झाले होते. त्यामुळे त्यांच्या अद्‌भुततेबद्दल अनेक वावड्या उठत. शिवाजीराजांच्या विद्युल्लतेसारख्या होणाऱ्या लष्करी हालचालींमुळे, 'त्याचं शरीर हवामय असून त्यांना पंखही आहेत', अशीही एक वावडी उठली.

२६. बाजी घोरपड्यास शासन

सावंतवाडी संस्थानचा इतिहास, ले. ६ — श. १५८६, इ. १६६४-६५

वडिलांचे शेवेसी शिवाजीराजे यांणी चरणावरी मस्तक ठेवून विज्ञापना ऐसीजे. बाजी घोरपडे मुधोळकर याणी स्वधर्मसाधणता सोडून यवन दुष्ट तुरुक ह्याचे कृत्यास अनुकूल होऊन दगाबाजीचे हुजरे करून विज्यापुरास येणें घडलें. तेथे गुजरला प्रकार निर्वाणीचा तो तुम्ही समजलाच आहां. तोहि प्रसंग श्री तुमचा मनोरथ सिद्धीस नेणें व स्वधर्म सत्यबुद्धि करणे म्हणोन पार पडला. सांप्रत पुन्हा दुर्बुद्धि धरून खवासखान विजापुराहून फौजेसुद्धा रवाना जाहले. त्याची हरोळी बाजी याणी व लखम सावंत व खेम सावंत याणि प्रतिज्ञापूर्वक जत (न) करून सेनासमवेत निघाले. ते तिकडे येत आहेत. "तुम्हास श्री सांब व अंबा यश देणार पूर्ण आहे. ये समयी त्यांचे वेढे घ्यावे. आणि आमचे मनोदय सेवटास नेणार तुम्हीं सुपुत्र निर्माण आहां', म्हणोन आज्ञा केली. त्यास, बाजी घोरपडे पुढें मुधोळास घरीं काही जमेतीनसी आले; हें कळतांच फौजेनसी आम्ही तेच क्षणी स्वारी केली. त्यांचा प्रांत लुटून तळपट जान करून ठाणियास जेरदस्तींत आणिले. हें जाणोन त्यांणीं सर्व जमेतीनसी लढाईस निघाले. युद्ध तारफेचें जाहाले. बाजी मारिले व कितेक खासे लोक पडले. या प्रकारे तो प्रसंग करून लुटून फस्त केले. मता बहुत (हातास) लागली. पुन्हा आपलेसे करून मुधोळ पंचमहाल आपलासा करून स्थापिले. यानंतर खवासखान पुढे आला पाहून त्याजवर चाल केली. ते मारीत लुटीत गर्दी केली. खटा होऊन पळू लागले; ते विजापुरास पाठविले. यानंतर सावंताचा निशाच करावा म्हणोत त्या प्रांतांत शिरलों. तेही येऊन पावले. मुलूख तळपट करीत चाललो. ठाणी किले तमाम घेतले. सावंत दमोन गेले. गोमंतकराचा आश्रय निघोन फोंड्याचा किल्ला भांडू लागला. त्यास सुरुंग लावून बुरुज उडवून बळाने घेतला. याप्रमाणे एकंदर तें संवस्थान घेतले. यानंतर फिरंगी याजवर शह देऊन त्याचा प्रांत मारीत चाललो. त्याणी तह करून तोफा नजराणा पाठविला. सावंत यास तेथे दम न निघे. टोपीकार यास धीर न पडे. त्याजवरून पितांबर शेणवी कारभारी वकील पाठविले. "आपण सावंत भोसले कुळीचे, आपले पुत्र आहों,

---

टीप – इ. स. १६४८ मध्ये विजापुरी सरदार मुस्तफाखान याने आदिलशाहाच्या आज्ञेवरून कर्नाटकात कैद केले. त्या वेळी मुधोळकर बाजी घोरपडे याने खानास खूप मदत केली. त्याचा सूड म्हणून इ. स. १६६४ मध्ये मुधोळवर हल्ला करून बाजीस ठार केले व मुधोळ स्वत:च्या ताब्यात आणले.

सर्फराज करून देसगतीच्या वतनाची सेवा घेऊन प्रांताचा ठराव निमे ऐवज फौजेनशी चाकरी करीतों.'' त्यास निमे ऐवज व निमे ऐवज सरकारांत वसूल घ्यावा ऐसे करून घेतलें. त्याप्रमाणें स्वामीचे पुण्यप्रतापें करून आज्ञेप्रमाणें घडून आलें. तें कलावें म्हणोन लि।। हे विज्ञापना. मोर्तब.

२७. पुरंदरचा तह

राज. खं. ८, ले. ४ — श. १५८७ भाद्रपद शु. ७
प्रभात, ले. ८ — इ. १६६५ सप्टेंबर ५

औरंगजेब-शिवाजी

शिवाजीराजे याणी बादशाही कृपेचे उमेदवार होऊन जाणावे कीं, सांप्रत तुमचे पत्र बहुत नरमाईचे राजे जैसिंग यांचे भेटीबद्दल कळलें. कृत्य माफ व्हावें म्हणून घेतलें याचे पाहून गोड ध्यानास आला. यापूर्वी तुमचे मनांतील हाशील सरकार कामगारांनीं समजविले होते कीं, तुम्ही आपले कृत्यांचा पश्चाताप करून, या दौलतीचे आश्रयास येऊन, तीस किल्ले आपणांकडील इकडील कामगारांचे स्वाधीन करून बारा किल्ले व त्याजखालील मुलूख एक लक्ष होनांचा, निजामशाहीचे किल्ले व मुलूखपैकी, त्याच प्रकारे आणखी चार लक्ष होनांचा मुलूख तळ कोकणांतील विजापूरकरांचे इलाख्याचा जो हालीं तुमचेकडे चालू आहे व पांच लक्ष होनांचा मुलूख बालेघाटापैकीं, विजापूरचे इलाख्यापैकीं, येणेंप्रनाणे एकंदराचा फर्मान बादशाही मागता व चाळीस लक्ष होन दरसाल तीन लक्षप्रमाणें पेशकसीबद्दल देऊ म्हणता. ऐशियास, तुमच्या गोष्टी ज्या तुम्हीं तूट अंदेशा न पाहतां केल्या त्या माफीजोग्या नाहीत. तथापि राजे जैसिंग याणी लिहिल्यावरून ते सर्व माफ करून तुमच्या मनोरथाप्रमाणे बारा किल्ले (देतो). त्यांचा तपशील खाली लिहिला आहे व त्यांच्या खालचा मुलूख देऊन आणखी हुकूम केला आहे कीं, जो मुलूख नऊ लक्ष होनांचा त्यापैकी चार लक्ष होनांचा तळकोकणपैकी विजापूरकरांचे इलाख्यापैकीं हालीं तुम्हांकडे चालत आहे तो बंदोबस्ताकरिता इकडील सरकारांत आला. सबब बालेघाटी पांच लक्षांचा मुलूख, विजापूर आमचे हाती येईल त्या आधी तुम्ही त्यांजकडून घेतल्यास व चांगल्या फौजेसुद्धां राजे जैसिंग यांस मिलोन बादशाही कामात याचे मर्जीप्रमाणें कोशीस केल्यास, विजापूर फते झाल्यानंतर तुम्ही पेशकसीचे ऐवजाचा भरणा केल्यास, तुम्हांकडे बहाल ठेवूं. हाली आमचे चिरंजीवास पांच हजारी मनसब व पांच हजार स्वार .... की एकेकाचीं दोन दोन तीन घोडी असावी ..... याप्रमाणे देऊन, तुम्हाकरिता पोषाख पाठवून, हा फरमान आपले पंजाच्या चिन्हासुद्धां पाठविला आहे,

---

टीप – इ. स. १६६५ मध्ये राजा जयसिंगाने शिवाजीराजांचा पराभव केल्यावर, दोघात पुरंदराचा तह झाला. तहानुसार शिवाजीराजांना स्वत:च्या ताब्यातील तेवीस किल्ले मुघलांना द्यावे लागले व बारा किल्ले औरंगजेबाने त्यांच्या ताब्यात राहण्यास मान्यता दिली. या सर्व किल्यांची यादी व पुरंदर तहाच्या अटी सांगणारे हे महत्त्वाचे पत्र.

तुम्ही तरी इकडील लक्षात वागोन बादशाही काम लहानमोठेसुद्धा करून हे सर्व आपले ऊर्जिताचीच गोष्ट समजावे. रबिलावल सन ८ जुलूस मु॥ सन १०७६ हि.

किल्यांचा तपशील राजे जैसिंग यांचे लिहिल्याप्रमाणे–

१ राजगड	१ तोरणा	१ लिंगणगड
१ भोरप	१ अलवारी	१ महागड
१ घोसाळा	१ तळेगड	१ पाल (गड)
१ उदयदुर्ग	१ रायरी	१ कुंवारी

२८. जिजाबाईची देशमुखास ताकीद

रा. खं. १८, ले. ११ | इ. स. १६६६, जाने ३१
१५८७, माघ शुद्ध ६

म।। अनाम राजश्री बावाजीराम देशकुलकर्णी प्र।। पुणे राजश्री जिजाबाई सु।। तिसा सितैन अलफ म।। मकुंद कान्हों देशकुलकरणी प्र।। मगट त्याचे तकसिमेस तुम्ही खलेल ४ करून म।। लेसी घसघस करिता म्हणउनू हुजूर मालूम जाले. तरी तुमची तकसीम तुम्ही चालऊन हालकुद वर्तनूक करणे. सालाबाद चालिले आहे त्यास घसघस केलया काही उज उज राहे ने. जेणेकरिता आपले भाऊबंद एक नेट करून गहमद सालाबाद चालिले आहे तैसी वर्तनूक करणे. नशते कथले केल्या, चिरंजीव काही कोन्हाचा मुल्हाजा करणार नाहीत. ऐसे समजोन म।। मुकुंद कान्होसी घसघस न करणे. पेस्तर बोभाट आला म्हणजे बोल नाही. छ ४ साबान.

❖

टीप – पुणे प्रांताचा देशकुलकर्णी मुकुंद कान्हो हा पुणे प्रांताचा दुसरा देशकुलकर्णी बाबाजी राम याच्याशी परस्परांच्या ताब्यातील प्रदेशाच्या सीमेबाबत वारंवार भांडण करीत होता. तसे न करण्याबद्दल बावाजी राम यास शिवाजीराजांची आई जिजाबाई हिने दिलेली ताकीद.

२९. शिवाजीराजांचे आग्र्याहून पलायन

ऐ.फा.सा., खंड ६,
अखबार क्र. ६, पृ. ५

जुलूस ९, सफर २७
इ. १६६६ ऑगस्ट १८

बख्तावरखानाने अर्ज केला की, "कुंवर रामसिंग म्हणतो 'सीवा पळून गेला.' " फौलादखानाने अर्ज केला की, "मलाही कळले नाही. त्याच्या पलायनाचे रहस्य कोणासही उमगले नाही." हुकूम केला, "तू जा व बातमी काढ." फौलादखान सीवाच्या डेऱ्यापाशी गेला तेव्हा त्याने ऐकले (पाहिले) की, एक बांधलेली पगडी व एक आरसा पलंगावर आहेत व त्याचे जोडे खाली पडले आहेत. तीन घोडे, दोन पालख्या व एक नोकर पाठीमागे सोडून तो गेला. इतर काहीही सामान नाही. तेव्हा उपर्युक्त खानाने येऊन तसा अर्ज केला. यावर हुकूम केला, "त्याचा तपास करा." या बाबतीत राय ब्रिंदाबनने अर्ज केला की, "कुंवर रामसिंग घुसलखान्यात बसला आहे." यावर हुकूम केला की त्याला म्हणावे, "तू त्याचा (सीवाचा) जामीन आहेस. तू त्यास हजर केले पाहिजेस. नाहीतर तो गेला आहे तेथे तूही जा. कुंवर रामसिंगास खास, आम व घुसलखाना यात येऊ देऊ नये." कुंवरचे चार ब्राह्मण सीवाच्या पलंगापाशी पहाऱ्यास होते त्यांस कैद करावे व फौलादखानास हुकूम केला की, शहरातही ताकीद करावी.

❖

टीप – बिकानेरच्या सरकारी दफ्तरखान्याच्या संग्रहात असलेल्या औरंगजेब बादशहाच्या दरबारच्या अखबारांपैकी म्हणजे बातमीपत्रांपैकी इ. १६६६-१६८५ या काळातील काही बातमीपत्रे ऐतिहासिक फार्सी साहित्य खंड ६ मध्ये प्रसिद्ध झाली आहेत. वरील बातमीपत्र त्यांपैकीच एक आहे. शिवाजीराजे आग्र्याच्या कैदेतून पळून गेल्यावर औरंगजेब बादशाह व फौलादखान यांच्या प्रतिक्रिया काय झाल्या त्याचे वर्णन करणारे बातमीपत्र.

३०. आम्ही सिवाचे लोक

ऐ.फा.सा., खंड ६ — जुलूस ९ रबिलावल २
अखबार क्र. ११, पृ. ८-९ — इ. १६६६ ऑगस्ट २३

नरवरचा (बरोरचा) फौजदार इबादुल्लाहखान याची अर्जदाश्त आली. तीत लिहिले होते की, संध्याकाळच्या नमाजाच्या वेळी सीवा पाच स्वारांसह या वाटेने गेला. विचारले तेव्हा त्याने सांगितले की, "आम्ही सिवाचे लोक आहो." त्यांनी मुहम्मद अमीनखानाच्या शिक्क्याचा दस्तक दाखविला. त्यानंतर, त्याने जाहीर केले की, "आम्ही सीवाच आहो." परंतु समजले नाही. हुकूम केला की "इबादुल्लाहखानाने अत्यंत गैर गोष्ट केली; त्यांचा पाठलाग केला नाही व दस्तकही नीट तपासले नाही."

❖

टीप – शिवाजीराजे आग्र्याहून पळाल्यावर मथुरा, अलाहाबाद या मार्गाने तीर्थयात्रा करीत राजगडला येऊन पोहोचले असे बखरकार सांगतात. पण आग्र्याच्या थेट दक्षिणेस सुमारे सव्वाशे मैल दूर असलेल्या नरवरच्या घाटीवर शिवाजीराजे आपल्या काही सहकाऱ्यांसह पलायनानंतर पाच-सहा दिवसांनी पोहोचले असे वरील अखबारावरून दिसते. म्हणजे बखरकारांचे वरील म्हणणे चूक ठरते.

३१. तर्फ खेडेबारेच्या देशकुलकर्णाचा कथला

पुरंदरे दप्तर, भाग ३

पृ. १३०-१३३ इ. १६६७-६८ (?)

श्री

आसलप्रमाणे नकल

सन १०६३ (श. १५७४) मधे चिमणाजी बापूजी व बालाजी बापूजी व केशो नारायेण यामध्ये व सखो भिकाजी यामधे व गंगाजी विठल यामधे वाद जाला त्याचा करीना राजेश्री सिवाजीराजे यापासी सखो भिकाजी उभे राहून आर्ज केला की आपणास आनंदराव याची मजमू आहे त्यास आपणास च्यार महिने निरोप दिल्हा पाहिजे त्यास आज्ञा दिल्ही याउपरी दुसरा आर्ज केला की तर्फ खेडबारेच्या देशकुलकर्णाचा कथला आपल्या वाद्याचा व आपला आपले आजे राजेश्री रुद्राजी नारायेण त्यापासून आहे तो साहेबास ठावका नाही यैसी खेड कसबा व सिवापूर हे दोन गाव आपले आपले बाप हाली भिकाजीपंत व नारोपंत चालवीत होते पुरातनही आमचेच यैस आसता साहेबापासी नारो बापुजी चाकरी करीत होता व साहेब मातुश्री आईसाहेब कसबियामधे त्याच्या वाडियात सेजारी होते त्या वलखीने साहेबी त्याची पाठी राखून आपल्या बापाच्या हातीचा कसबाच्या रुमाल हिरून त्याचे हाती दिधला ते वेलस बापुजीपंतही होते त्यानी चाहाडी केली की सिवापूरचे पेठमधे भिकाजी रुद्राने काही चोरीमारी केली आहे म्हणून साहेबापासी सागितले तेधवा साहेबी मनास आणिले ते समई राघो बलाल आत्र्या सोनाजीपंत दबीर व भानजी बलाल यैसे बैसऊन मनास आणिले चोरीचे कलम लटके जाले ते वेलस पेठ पेठेचा हावालदार कासीबबे व मजमूदार बापुजी दामोधर होता त्यास देशमुख बापुजी नाईक व बोपजी नाईक व कानजी नाईक व भिवजी नाईक व रामजी नाईक व नागोजी नावडकर देशमुखाचा कारभारी त्या देखता सदरहू करीना जाला म्हणून त्यापासी जाऊन सांगितले की दिवाणबळे त्याने तुम्हादेखता कसबाचा रुमाल घेतला आपण दिवाणात राहून खटपट करावी तर सिवाजी आवजी याचा वाटेदार तो आपला वाटा मागो लागला म्हणून नसरापूरचे कुलकर्ण चालवीत होता म्हणून त्यावर काही कुभांड करून त्याला मार केला तो बहुतच केला धोतरात हागला तो घरास आणिला तेच वेळेस देशमुखादेखता आपला रुमाल घेतला ते वेळेस आपण काही दिवाणात खटपट करावी तो भये उत्पन्न जाले की सिवाजी आवजीचा न्याव होईल म्हणून आपले बाप देशमुखापासी सांगितले की त्यास सागोन आपला निर्वाहा करणे त्यानी आपल्या बापास उतर दिधले की तुमच्या वादियाची राजेश्री राजे पाठ राखीत आहेत ये प्रसगी आम्हास बोलता येत

नाही आपला काळ पडल ते वेळेस तुमचे देसकुलकर्ण तुम्हास देऊ यैसे बोलिले त्यावरी ते प्रसंगी उगच आपल्या बापास राहाणे जाले बापुजीपंत मेले नारो बापूजी सेवा माहाराजाची करीत होते आपले भाऊ नारो भिकाजी सिवापूरचे कुलकर्ण चालवीत होते यैसीयास ते वेलस सन (मो.जा.) मधे फतेखान विजापूरकराची नामजाद राजियावरी आली ते वेळस किले कोढाणा व सिरवळ खेडेबारे देऊन सला केला राजेश्री राजे पुणियास गेले तेथे आबाजी माहादेव हे कारभारी जाले यानी कुल मुलकावरी गुर व उटे व घोडी घातली ते वेळस सिवापूरच्या कुल्कर्णास येक वाटी (?) व दोन टोणगे उटे घातले व्हन १० दाहा घातले ते वेलस आपले बापापासी काही द्यावयास नव्हते तेधवा राजेश्री माहादेवभट माहाभास राजेश्री राजियाचे गुरू ते आपले माऊस चुलते त्यास वरातदारी उपद्रव केला तो त्यास दिल्हे वचना (?) मग आपल्या भावास नारो भिकाजी यास बराबरी घेऊन पुणियास राजेश्री राजियापासी गेले आणि त्यास विनंती केली की हे बहुत दुर्बल आणि यास वृतीसमधे उट घातले आहे इतके त्याच्याने देवत नाही तर निमे घेऊन निमे सोडिले पाहिजे ते वेळेस नारो बापोजी सभेस बैसला होता त्यास आपल्या भावाने हाटकिले की राजे तुझे वचन यैकत आहेत तुम्ही बोला त्यास त्याने उतर बरकसीने उतर दिधले की तुमचे कुलकर्ण तुम्ही सोसने आम्ही बोलणार नाही मग राजेच कृपाळू होऊन व्हन ५ पाच करार केले आणि येक टोनगा फिराऊन घेतला आणि होनरसोड देऊन पाच व्हन करार केले तेहि द्यावयास गत नाही म्हणून सिवापूरचे घरी होते ते भगवत गोसावी यास भाडियाने देऊन रुपयास व्हन पाच घेऊन दिवाणात दिधले पेठेचे कुलकर्ण नारोपत चालवीत होते तो सामराजपत पेसवे याही मुलकावरी मोहीमपटी घातली ते वेलस नारो बापुजी इदलशाहीचा दिवाणाने कसबियामधे उपद्रव माडिला म्हणऊन पेठ राजेश्री राजियाची म्हणून तेथे आले होते ते सगई मोहीमपटी शंभर टके घातले ते वेळेस नारो बापुजीसी आपले भाऊ नारो भिकाजी बोलले की आपण दिवाणात बोलून काही हालू करवणे त्यास नारो बापुजी बोलले की तुमचे कुलकर्ण जाणा आम्ही बोलणार नाही तेही खंडणी दिधली त्यावरी कितेक दिवस जाले नारो बापुजीने राजेश्री राजियापासी चाहाडी केली की सिवापूरची पेठ दाहा बारा वरसे राजेश्री दादाजीपंती इनाम वाढविले सन (मो.जा.) कुलारंग खडनी टके १२०० बारासे टके केली त्या आलीकडे साल दरसाल कमतर खंडणी होत आली ते पैकी कारकुनानी व सेटियानी व कुलकर्णी याने खादले यैस सागितले त्यावरून आपले भाऊ नारो भिकाजी यास पुणियास नेऊन राजेश्री राजियास सागोन मार केला हिसेब कितेक मनास आणिता चोरीचे लिगाड लटके जाले त्यावरी नारो बापुजीने राजेश्री राजियास सागोन पेठेच्या कुलकर्णाचा रुमाल हिरून घेऊन नारो बापुजीचे हाती दिल्हा त्यावरी आपल्या भावानी राजेश्री राजियासी रदबदली केली की कसबाचे देसकुलकर्ण पुरातन आपले आपले बापातानाईत खात आलो या प्राती साहेबाचे

सुभेदार दादाजी कोंडदेव कसबियात होते ते वेलेस राजेश्री साहेब लाहाण होते राजेश्री माहाराजसाहेबी मातुश्री आऊसाहेबास व तुम्हास खेडबारियास दादाजीपंतापासी पाठविले ते वेळेस राहावयास वाडा बापुजी मुग्दल याच्या वाडियात ठाव दिल्हा आणि तुम्हास वाडा बाधावयाची तजवीज केली यैसी कसबियाचे वाणियाची व बाजे मोहतर्फ कुळे याची घरे मोडून तो जागा वाडियास केला त्या कुलास वसाहातीस जागा पाहिजे म्हणून कसबियाच्या सिवारात पेठ वसावयाचा तह केला पेठेचे नाव सिवापूर यैस साहेबाचे ठेविले बारा वरसाचा इनामाचा कौल दिल्हा पेठेचा मुहूर्त करिता मखरे रोविता मिरासदारास वस्त्र दिल्ही ते वेलेस कसबियाचे कुलकर्ण आपले म्हणून पेठेच्या कुलकर्णाचे वस्त्रे आपले बाप भिकाजीपंत यास वस्त्र दिल्हे ते वेलेस बापुजीपंतही होते त्यावरी पेठ नऊ वरस इनाम पाळली कसबीची रयेतीवर मुलकी रयेत कौल देऊन आणिली त्यास घरे दिवाणातून बाधून देऊन कुळे पाहून दिल्ही त्याचा वसूल पेस्तर बोलू तुम्हास घेतला नव वरसे निपेटी चाकरी आपल्या बापाने व्रती म्हणऊन चाकरी केली दाहावे वरसी राजेश्री दादाजीपंत राजेश्री माहाराजांचे भेटीस करनाटकात चालिले त्या वेळेस पेठची खंडणी कुळाचे कूल पाहून खडणी केली आकार टके १२०० बारासे जाला ते वेळेस आवघ्या वतनदारी आर्ज केला की आपल्या हाकाची विल्हे केली पाहिजे त्यास त्याही उत्तर दिल्हे की समागमे दोन च्यार मजली येणे विल्हे करून सवेच निरोप देऊ त्यावरून वीरसेटी सेटिया व समाज पाटील व जावजी कुटा माहाजन व भिकाजी रुद्र यैसे तिकोटेनजीक विजापूरपावेतो गेले तेथे ज्याची त्यासारिखी मुशारियाची विल्हे केली त्यास भिकाजीपंतास शभर टके मुशाहिरा केला आणि आपण फिरोन आलियावरी हाक लाजिमा याची विल्हे करून देऊ म्हणून निरोप दिल्हा त्यास हे गावास आले कसब्याचे व सिवापूरचे कुलकर्ण खातच होते त्यावरी राजेश्री दादाजीपंतही करनाटकातून आले तैसच दुखन्य पडले आणि सवेच मेले हाकलाजिमियाची काही विल्हे जाली नाही त्यावरी कितेक वरसे कसबा सिवापूर आपले बाप व आपले भाऊ खात होतो त्यावरी बापुजी मुद्गल व त्याचा लेक नारो बापूजी याने साहेबाचा बदनिशा करून साहेबाकडून रुमाल बलात्कारे घेऊन आपले

टीप – वरील उतारा पुरंदरे दफ्तर भाग ३ मध्ये प्रकाशित झालेल्या तर्फ खेडेबारे येथील देशपांडे यांच्या शिवकालीन करीन्यातून घेतलेला आहे. तर्फ खेडेबाऱ्याच्या देशकुलकर्णपणाचा वाद सखो भिकाजी विरुद्ध चिमणाजी बापूजी व बाळाजी बापूजी यांच्यात झाला. त्याची शिवाजीराजांच्या जन्मापूर्वीपासून इ.स. १६६४ पर्यंतची हकीगत प्रस्तुत करीन्यात आलेली आहे. ती सर्व हकीगत न देता त्यातील काही भाग वर दिलेला आहे. करीना अत्यंत महत्त्वाचा आहे. शिवाजीराजांच्या संबंधातील अनेक व्यक्तींची स्वभाववैशिष्ट्ये करीन्यात प्रगट झालेली आहेत. शिवाजीराजांवरही त्यांच्या निकटवर्ती अधिकाऱ्यांकडून कसे दडपण येत असे, ते या करीन्यावरून समजते.

हाती घेतला ते वेळेस आपण रदबदली करावी तो चालली नाही चौघा मिरासदारास गोही करून उगच राहोन पेठेचे कुलकर्ण खात होतो त्याहि संमधे नागवणा व बरेवाईट सोसिले यैसे आसोन हाली पेठेचेही कुलकर्ण बलत्कारे घेऊन साहेब त्यास देतात यैसे कितेक प्रकारे राजश्री राजियासी रदबदली केली परंतु त्यानी मानिले नाही.....

३२. पंताजी गोपीनाथ यास इनाम

पे.द., पुणे जमाव, सु॥ तिसा सितैन अलफ साबान ४
रु.क्र. ५१० इ. १६६९ फेब्रु. २४

श्री

श्री शिव
नरपती
हर्ष निदान
महादेव प्रधान

अखंडित लक्ष्मी आलंकृत राजमान्य राजेश्री हवालदार व कारकून हाल व इस्तकबाल व देशमुखानी व देशपांडियानी प॥ सिरवल प्रति मोरो त्रिमल पेशवे सु॥ तिसा सितैन अलफ राजेश्री साहेबाचे आज्ञापत्र छ ४ साबान सादर जाले तेथे आज्ञा जे बाा पंताजी गोपीनाथ बोकील (फा.आ.) भक्त आहेत यानिमित्य यावरी साहेब मेहरबान होउनु इनाम जमीन अवल चावर२ बिघे मौजे मांडिकी जमीन चावर येक मौजे भवरवी जमीन चावर येक येकून दोनी चावर जमीन मेहरबान होऊन येकून दोनी चावर जमीन मेहरबान होऊन दिधली असे यासी दुम्हाले बाब अजराहमरहती करून दिधले असे ती देखील नख्तयाती व महसूल व सेलबेल ताा ठाणे ताा देहाये व पायपोसी व खर्चपटी व मोईन सादिलवार चौबिना व वेठी बेगार व हाली पटिया व पेस्तर पटिया खरिदी व घासकाडी व तूपपटी व तूप कुलबाब कुळकानू व फर्माश कलमी व कदिमो व नकदी व इस्मी व रस्मी दिल्हे असे दुबाले करणे सदरहूप्रमाणे भोगवटा अवलादि व अहफाद चालवणे यासी सरदहू प्राा ठाणाचा खुर्दखत देउनू जमीन इनामबाब महदद घालून माा इलेचे दु (माले) करण दर हरसाल ताजे खुर्दखताचा उजूर न करणे तालीक लेहून घे(ऊन) असल इनामदार माा इलेस फिरोन देणे यासी इस्कील न करणे यासी माा इले घरीच किर्दी करितील तरी करूत अगर कुणबियास लावितील तरी लाऊन ये बाब इस्कील न करणे सदरहू प्राा दोनी चावर इनाम पिढी दर पिढी लेकराचे लेकरी चालवणे कोणे बाबे इस्कील न करणे म्हणोनू आज्ञा आज्ञेप्राा तुम्ही वर्तणूक करणे येक जरा इस्कील न करणे र॥छ३॥ सौंवाल

मरत
ब सुत

टीप - प्रस्तुत पत्रात उल्लेख आलेल्या पंताजी गोपीनाथाने अफजलखान प्रकरणात शिवाजीराजांच्या बाजूने वकील म्हणून चांगली कामगिरी बाजवली होती. त्याला त्याच्या सेवेबद्दल शिवाजीराजांनी इनाम दिले त्याची माहिती सदरहू पत्रात आहे.

३३. जिजाबाईचे लग्नविधीस साहाय्य

राज. खंड, १७, ले. १६

१५९०, फाल्गुन वद्य ९
इ.स. १६६९, मार्च १६

"अज रख्तखान राजश्री जिजाबाईसाहेब दाईमदौलत इ.ता। विठोजी हैबतराऊ सिलंबकर देशमुख ता। गुजनमावल सु।। तिसा सितैन अलफ. तुम्ही व राजश्री गोमाजी नाईक सोईरे जालेती. तुमची कण्या म।। इलेच्या लेकास दिधली. ऐसियास लग्नविधी करावया कारणे तुम्हास व तुमचे मातेस हुजूर बोलाविले. त्यावरून तुम्ही हुजूर येउनू अर्ज केला जे, सांप्रत आपलियास रोजीचे खावयास नाही. आणि लग्नसिधी कैसी होईल म्हणउनू आपला हवाल सांगितला. त्यावरून तुम्हावरी मेहरबानी करून लग्नसिधीकारणे तुम्हास बकसिस दिधले असे. बिता आम्ही आपलियापासुनू हजरून लुगड्याबद्दल होनु २५6

सामग्री ऐन जिनस लागेल ते
पांचशा माणसाची जेवणाची
सामान

सदरहूप्रमाणे होनू पंचवीस व ऐन जिनस सामान पांचाशा माणसाच्या ऐसे दिधले असे. तुम्ही सुखे घेउनू आलबता लग्नसिध करणे. कोन्हेबाबे शक न धरणे. पा। हुजूर

तेरीख २२ सौवाल.

❖

३४. शिवाजीराजांचा एक कौलनामा

शि. च. सा., खं. ३, ले २६९ | श. १५९१ श्रावण शु ।। ५
श. १५९१ श्रावण शु।। ५ | इ. १६६९, जुलै २३

(प्रतिपच्चंद्र हा शिवाजीराजांचा शिक्का)

ॐ९ कौलनामा अज रख्तखाने राजश्री शिवाजीराजे साहेब दामदौलतहू ता। मशहुरल अनाम दताजी बिन कोडावजी नाईक पिसाल देसमुख पा। वाई बिदानद के सुहूर सन सबैन अलफ बादे कौलनामा यैसा जे तुमचे मुतालिक केदारजी सुरो येऊन अर्ज केला जे केशवजी नाईक कदीम साहेबाचा दस्तगीर तैसेच त्यामागे हाली दताजी त्यांचा पुत्र साहेबांचे पायांची बहुत उमेद धरितात येसे असता दताजी केशवजी याचे वारीसदार व गंगाजी व दताजी याची पाठी प।।मजकूरचे सुबेदार व कारकून राखतात आणि दताजी केशवजीचे मुतालिकास दस्त करून ठेऊन देसमुखीस कुसूर केला आहे तरी साहेबी दो गोष्टीने दताजी केशवजीची पाटी राखिली पाहिजे की आपणापासून येक भले माणूस पा। मजकूरचे सुबेदारांपासी पाठऊन त्यासि माकुल करावे की गंगाजी व दताजी यांची पाठी न राखणे ते पाहिलेपासून जे खात आले आहेत तेणेप्रमाणे खाऊन हालखुद राहती ते करणे आणि दताजी केशवजीची देसमुखी चालत आली आहे तैसी बिलकुसूर चालवणे (अै) से जरी न करा तरी दताजी केशवजी दावा करील विलायेतीस (तसदी?) देईल मुलक ओस पडेल मग आम्हास बोल नाही यैश्या गोष्टी बोलोन दाटदपटे देऊन (हेजिबा) हेजिबी आपले पारपत्य होय ते केले पाहिजे जरी या गोष्टी ते नाईकोन पारपत्य न करीत तरी दताजी केशवजीस साहेबी आपले मुलका (त) हरयेक जागा राहावयास जागा दिल्हा (पाहिजे) म्हणजे दाहावीस घोडी करून शर्तीनसी दावा करून पा। मा। विलायतीस आजार देऊन लुटून नागरुन कलेल तो इलाज करून आपले पारपत्य करून घेतील यैस्या दो गोष्टीने साहेबी मदत केलिया साहेबाचे सेवेसी पेसकसी होनु पा। २००० दोन्ही हजार उसूल चौ साला हर साला होन पा। ५०० प्रमाणे देऊन तरी येविसी कौल मरहमत जाला पाहिजे म्हणून अर्ज केला तरी सदरहू अर्ज मनास आणूस तुम्हास ये बाबे कौल मरहमत केला असे तुमचे बाबे पा। मजकुरास सुबेदार व कारकुनासी रदबदल करून खटपट कराया भले माणूस हेजीब पाठऊन त्या हाती सांगोन पाठऊन श्री दताजी केशवजीचे वारीसदार गंगाजी व दताजी याची पाठी तुम्ही राखता यात फाइदा नाही येणेकरून मुलकास आजार पावेल तरी यैसे न करणे येणेप्रमाणे पेशजीपासून चालत आले आहेत तेणेप्रमाणे दताजी केशवजीची देसमुखी बिलाकुसूर चालवणे मुतालिकास कैद केले आहे ते सोडून देणे वस्तभाव घोडी जे घेतले आसेल ते परतोन देणे गंगाजी

व दताजी वारिसदार पहिलेपासून जे खात आले आहेत ते खाऊन हालखुद राहेत ते करणे कुसूर होव नेदणे यैश्या दाटपटीच्या गोष्टी हेजिबा हाती करऊन तुमचे पारपत्य होय ते करून जरी या गोष्टी सुबेदार व कारकून नाइकेत आणि पारपत्य न करीत तरी मग तुम्ही हामचे विलायेतीस हर येक जागा येउनू सुखे असणे आणि दाहावीस स्वार फावतील तितके करून शर्तीनसी दावादरवडा करून पा। मजकूर विलायतीस आजार देवइल तैसा देऊन आपले पारपत्य होऊन ये ते करणे सदरहू दोन्ही गोष्टीने आम्ही तुमची पाठी राखावी याबद्दल पेशकसी होनू पादशाही २००० दोनी हजार उसूल ४ च्यार साला इ।। साल मजकूर सन सबैन पासून हर साला होन पा। ५०० पाचसे प्रमाणे चौ वर्षानी होनू दोनी हजार द्यावे म्हणून केदारजी सुरो तुमचे मुतालिकांनी कतबा लेहून दिल्हा असे तेणेप्रमाणे पेसकशीचा उसूल ताा जाउलीचे सुबा करणे येविसी कौल असे छ ४ रबिलौवल तुमचे वारिसदारास आसीरा नसे ये बाबे कौल आसे मोर्तब सूद मर्या। दर्यविरा। जते

रुजू सुरू
निवीस
सुरू सुद

❖

टीप – परगणे वाईचा देशमुख केशवजी नाईक पिसाळ देशमुख याचा मुलगा दत्ताजी केशव याचा देशमुखीचा अधिकार परगण्याचे शिवाजीराजांचे सुभेदार मानत नव्हते. त्यांनी दत्ताजीच्या मुतालिकास कैद करून दत्ताजीची देशमुखी रोखून धरली. त्या संदर्भात शिवाजीराजांनी दत्ताजीच्या मुतालिकास कैदेतून सोडून देण्याची व दत्ताजीची देशमुखी त्यास परत करण्याबद्दल आपल्या सुभेदार व कारकुनास आज्ञा केली. ती त्यानी न मानल्यास त्यांचे पारिपत्य करण्याचा अधिकार दत्ताजी केशव यास राजांर्न दिला.

३५. वतनी राहणे हेही काम थोर

राजवाडे खंड ८, ले. १० | १५९२ भाद्रपद इ. स. १६७० ऑगस्ट-सप्टेंबर

राजवाडे खंड ८,
ले. १०

१५९२ भाद्रपद
इ. स. १६७० ऑगस्ट-सप्टेंबर

श्रीवरदमूर्ति जयति

सरंजामी छ ... रबिलाखर सु॥ इहिदे सबैन अलफ राजश्री निलोपंत मजमूदार यास वतनीचा कारभार करावयास ठेविले. माहोलीपासून भिवंडीपावेतो व इंदापूर, पुणें, चाकण कदीम वतनीचा कारभार करावा. यासी पंडित मा।इलेने साहेबांसी अर्ज केला कीं "आजी कामाचे दिवस आहेत. वतनीचा कारभार आणिक कोण्हास सांगावा. आपण बराबरी येऊन." दाहा लोक कामें करितील तैसी करून देऊन. गड घेणें पडिले तरी घेऊन देऊन." ऐसा अर्ज केला. त्यास साहेबी उत्तर दिधलें कीं "वतनीं राहाणें हेंही काम थोर आहे. वतनी राहणें. येथें तुम्हांस बकशीस इमारतीस पैके पावतील त्यास दरसदे २ दोनीप्रमाणे पावतील." ऐसे साहेब बोलिलियावरी पंडित मा।इले बोलिले की "जरी वतनीचेही काम थोर आहे तरी बहुत बरें. एकानें सिद्ध संरक्षण करावें, एकानें साध्य करावें. दोन्ही कामे साहेब बराबरीने मानिताती तरी आपण वतनीं राहोन. परंतु इमारतीचे पैके पाववून बकशीस घेणार नाहीं. मोरोपंत त्रिंबक व शिवनेर येथे पाठविले आहेत. गड घेतील व मुलूख घेतील, कामें करितील साहेब थोर कामास जाताती. तें काम श्रीचे कृपेनें होऊन येईल. त्यास राजश्री मोरोपंतांस मेहेरबानीनें पंचवीस फुलें दिधलीं तरी आम्हासहि वीस फुले द्यावी. ऐसा साहेबीं निश्चय केला पाहिजे." त्यावरी साहेबी ऐसाच तह दिधला.

❖

टीप – शिवाजीराजानी त्यांचा मुजुमदार निळो सोनदेव याजवर माहुलीगडापासून भिवंडी पर्यंतच्या, तसेच इंदापूर, पुणे, चाकण या आपल्या जुन्या जाहगिरीतील प्रदेशाचा कारभार पाहण्याचे काम सोपविले. तेव्हा निळोपंताने अर्ज केला की, वतनी कारभाराचे काम दुसऱ्या एखाद्या माणसावर सोपवावे, आपण तुमच्याबरोबर स्वारीवर जाण्याचे काम करू. तेव्हा राजांनी त्यांची समजूत घातली की वतनी काम व मोहिमेवरचे काम ही दोन्ही कामे सारख्याच महत्त्वाची व योग्यतेची आहेत. यावरून राजांचे राजनीतिविषयक धोरण समजून येते.

३६. मराठा होउनु ब्राह्मणावरी तलवार केली

राजवाडे खंड ८,
ले. २४

श. १५९३, भाद्र. शु. १५
इ. १६७१, सप्टे. ८

मशहुरल हजरत राजश्री तुकोराम सुबेदार व कारकून सुभे मामले प्रभावळी प्रती राजश्री शिवाजी राजे दंडवत. शहूर सन इसन्ने सबैन व अलफ उपरि सबनीस सुबे मजकूर यावरी ... ... तगारा नाईकवाडी ... ... याणें कल्हावती करून तरवारेचा हात टाकिला आणि अखेर आपलेच पोटात सुरी मारून घेऊन जीव दिला. हें वर्तमान होउनू गेले. तुम्ही काही हुजूर लिहिले नाही. मराठा होउनू ब्राह्मणावरी तरवार केली, याचा नतीजा तोच पावला. हाली बापूजी नलवडा व कोंडाजी चांदरा व संताजी जामदार हरबकसा करून सबनिसास दटावितात ... ... हें वर्तमान कळों आलें. तरी ... ... त्याची खबर घेणे जरूर आहे. ... ... इतकियाउपरि त्यास ताकीद करून हालखुद ठेवणें कीं सबनिसाचे वाटे नच जात. जरी काही सबनिसासी कथला करावयावरी ... ... हालखुद माकुलपणें असतील तरी हुजूर लिहिणे म्हणजे तहकीक आहे की सबनीस मारायावरी आले होते. याबद्दल साहेब त्यास दस्त करून हुजूर आणवितील आणि खबर घेतील. तुम्ही ऐसे बेकैद लोकांस होऊं न देणें. हालखुद ठेउनू खेशवार चाकरी घेत जाणें कीं कोण्ही बेढंग न वर्ते. मुलाहिजा न धरणे. छ १४ जमादिलावल. मोर्तब सुद.

❖

टीप – सुभे मामले प्रभावळीच्या ब्राह्मण सबनिसावर शिवाजी राजांच्या एका मराठा अधिकाऱ्याने तलवारीचा वार केला व नंतर आपल्याच पोटात सुरी मारून जीव दिला. तसेच बापुजी नलावडे, कोंडाजी चादरा व संताजी जामदार हे त्या सबनिसास धमक्या देत होते. त्या तिघांचा योग्य बंदोबस्त करण्याबद्दल मामले प्रभावळीच्या सुभेदार व कारकुनांना शिवाजी-राजांनी आज्ञा केली आहे. ब्राह्मणांविषयी शिवाजीराजांना वाटणारा आदर वरील पत्रात व्यक्त झाला आहे.

३७. मिठाचा मामला.... लाख रुपये द्यावयाचा

राजवाडे खंड ८,
ले. २७

"साहेबी प्रभावळीपासून तहद कल्याण भिवंडीपावेतों मिठाचा जबर निरखाचा तह दिल्हा आहे. ऐसीयासी, हाली आपणाकडे मिठाचा पाड जबर आला, हे गोष्टी ऐकोन उदमी खळक कुल बारदेशाकडे जातील तरी तुम्ही घाटी जकाती जबर बैसवणे. बारदेशात मीठ विकते. त्याचा हिशेबें, प्रभावळीकडे संगमेश्वराकडे मीठ विकते. त्याणे कितेक जबर पडते. ते मनास आणून त्या अजमासे जकाती जबर बैसवणे की संगमेश्वरी विकते आणि घाट पावेतो जे बेरीज पडेल त्या हिशेबे बारदेशीच्या मिठास जकाती घेवणे, संगमेश्वराहून बारदेशीचे मीठ महाग पडेल ऐसा जकातीचा तह देणे. जरी जबर जकातीचा तह नेदा, मुलाहिजा कराल, म्हणजे कुल उदमी खळक बारदेशाकडे वोहडेल. आपली कुल बंदरे पडतील... ये गोष्टीचा एक जरा उजूर न करणे. ये गोष्टीत साहेबाचा बहुत फायदा आहे.... तुम्हाकडे लहान मीठ आहे त्याचा तह आहे. त्याखेरीज हाली जाजती दरमणे टंकसाळी रुके% बारा रासप्रमाणे तह देणे, मुलाहिजा न करणे. मिठाचा मामला हजराही बद्दल कर्द १६ लाख रुपये यावयाचा मामला आहे..."

❖

टीप – शिवाजीराजांनी आपल्या प्रभावळीपासून कल्याण-भिवंडीच्या मुलखात मिठावर जबर कर बसवला. त्यामुळे त्यांच्या मुलखात मिठाच्या किंमती मोठ्या प्रमाणावर वाढल्या. पण राजांच्या मुलुखातून पोर्तुगीज गोव्यातील बारदेशकडे जाणाऱ्या मिठावर अत्यल्प जकातकर असल्याने बारदेशातील मीठ राजांच्या मुलुखातील मिठापेक्षा स्वस्त पडू लागले. त्यामुळे राजांना भीती वाटली की, व्यापारीवर्ग मिठाच्या खरेदीसाठी बारदेशकडे वळेल. म्हणून त्यांनी आपल्या संबंधित अधिकाऱ्यांना आज्ञा केली की, बारदेशाकडे जाणाऱ्या मिठावर वाटेतील घाटातल्या जकातनाक्यावर इतका जबर जकातकर लादावा की त्यामुळे बारदेशातील मीठ संगमेश्वर व कोकणातील इतर बंदरांतील मिठापेक्षा खूप महाग पडेल. त्यामुळे व्यापारीवर्ग बारदेशात न जाता राजांच्या मुलखातूनच, वाढलेल्या किंमतीने मीठ खरेदी करेल, व त्यात सरकारचा मोठा आर्थिक फायदा होईल, हा राजांचा विचार होता. आपल्या राज्याचे अर्थिक व व्यापारी हितसंबंध जपण्यासाठी वेळप्रसंगी सरकारला संरक्षणात्मक धोरण (Protectionist Policy) स्वीकारावे लागते याची जाणीव राजांना होती.

३८. सिलिमकरास अभय

शिवचरित्र-साहित्य, खंड २ ले. २५३ | श. १५९३ सु. १०७२ इ. १६७२

शिवचरित्र-साहित्य,
खंड २
ले. २५३

श. १५९३
सु. १०७२
इ. १६७२

श्री

प्रतिपच्चंद्र हा शिवाजीराजांचा शिक्का

कौलनामा अज रख्तखाने राजश्री शिवाजीराजे साहेब दामदौलतहू ता। मशहुरल अनाम हेबतराऊ सीलंबकर देसमुख ता। गुजनमावल शुहूर सन इसने सबैन अलफ दादे कौलनामा यैसा जे तुम्ही पेश अजी मुख्य साहेबासी रुजूवातीने इमाने चाकरी करीत होतेस साहेबांची मेहरबानी तुम्हावरी होती यैसियासी पदाजी यशवंतराऊ सिवतरकर याणे कितीयेक बेसंगपणाची वर्तणूक केली याबदल साहेबी त्यावरी निकर करून डोले काढून गडावरी अदबखाना घातले दादाजीचे घरास गेले म्हणून बहिरा सिवदेव याणे नादानगी करून तुमच्या घरास दाहावीस प्यादे पाठविले त्यावरून तुम्ही शक धरून बाहीर गेलेसी ते आजीवरी बाहीर आहा यैसीयासी हाली तुमचे भाऊ संबाजी येउनू मालूम केले की हैबतराव यास साहेबी कौल मरहमत केलिया साहेबांचे पायांपासी हाजीर होईल म्हणून बराये मालुमाती खातीरेस आणून तुम्हास कौल मरहमत केला आसे आजीतागायेत जो काये गुन्हा तुम्हांपासुनू जाहाला असेली तो तमाम माफ केला असे तुम्ही कोण्हे वाबे शक व अंदेशा न करिता खातिरजमा करून बेशक होउनू येणें साहेबांची भेटी घेणे तुमच्या जिवास खता होणार नाही येबाबे श्रीची व मातुश्री साहेबांची आण असे व श्री ... वरील बल व श्री ... खंडाची भाक व रोटी व माल यैसे पाठविले असे ते घेणे व तुम्ही येथे आलियावरी तुमची देसमुखी पहिलेपासून वडीलपण चालत आले आहे तेणेप्रमाणे व हमसाई दाहा देसमुखाचे वतनाचे तह देउनू तेणेप्रमाणे तुमचाही तह करून तुमचे चालउनु ये बाबे कौल असे.

मर्या
देयं
विराजते
सुरू सुद

❖

३९. मराठियाची तो इज्जत वाचणार नाही.

राजवाडे खं. ८ — श. १५९६ वैशाख शु. १५
ले. २८ — इ. १६७४, मे ९

श्री भवानीशंकर

मशरुल अनाम जुमलेदारानी व हवालदारानी व कारकुनानी दिमत पायगो मुक्काम मौजे दलवटणे ता। चिपळूण मामले दाभोळ प्रति राजश्री शिवाजीराजे. सु॥ अर्बा सबैन व अलफ. कसबे चिपळुणी साहेबी लष्कराची विले केली आणि याउपरी घाटावरी कटक जावे ऐसा मान नाही. म्हणूना एव्हा छवणीस रवाना केले. ऐसियास चिपळुणी कटकाचा मुक्काम होता. याकरिता दाभोळच्या सुबेयात पावसाळ्याकारणे पागेस सामा व दाणा व वरकड केला होता तो कितेक खर्च होऊन गेला. व चिपळूणा आसपास विलातीत लष्कराची तसवीस व गवताची व वरकड हर एक बाब लागली. त्याकरिता हाल काही उरला नाही. ऐसें असता वैशाखाचे वीस दिवस, उनाळा, हेही पागेस अधिक. बैठी पडली. परंतु जरूर जाले. त्याकरिता कारकुनाकडून व गडोगडी गल्ला असेल तो देववून जैसी तैसी पागेची बेगमी केली आहे. त्यास, तुम्ही मनास (माने) ऐसा दाणा, रातीब, गवत मागाल, असेल तोंवरी धुंदी करून चाराल, नाहीसे जाले म्हणजे मग काही पडत्या पावसात मिळणार नाही, उपास पडतील, घोडी मरायास लागतील. म्हणजे घोडी तुम्हीच मारिली ऐसे होईल, व विलातीस तसवीस देऊ लागाल. ऐशास, लोक जातील, कोणी कुणब्याचेथील दाणे आणील, कोण्ही भाकर, कोण्ही गवत, कोण्ही फाटे, कोण्ही भाजी, कोण्ही पाले. ऐसें करूं लागलेत म्हणजे जीं कुणबी घर धरून जीव मात्र घेऊन राहिले आहेत तेहि जाऊ लागतील. कितेक उपाशी मराया लागतील. म्हणजे त्याला ऐसें होईल की मोगल मुलकेंत आले त्याहूनही अधिक तुम्ही! ऐसा तळतळाट होईल! तेव्हा रयतीची व घोडियांची सारी बदनामी तुम्हावरी येईल. हे तुम्ही बरें जाणून, सिपाही हो अगर पावखलक हो, बहुत यादी धरून वर्तणूक करणे. कोण्ही पागेस अगर मुलकांत गांवोगांव राहिले असाल त्याणीं रयतेस काडीचा अजार द्यावया गरज नाही. आपल्या राहिला जागाहून बाहीर पाय घालाया गरज नाही. साहेबी खजानांतून वाटणिया पदरी घातलिया आहेती. ज्याला जे पाहिजे, दाणा हो अगर गुरेंढोरे वागवीत असाल त्यास गवत हो, अगर फाटें, भाजीपाले व वरकड विकावया येईल ते रास घ्यावे, बाजारास जावे, रास विकत आणावें. कोण्हावरी जुलूम अगर ज्याजती अगर कोण्हासी कलागती करावयाची गरज नाही. व पागेस सामा केला आहे तो पावसाळा पुरला पाहिजे. ऐसे तजविजीने दाणा रातीब कारकून देत जातील तेणेप्रमाणेच घेत जाणे, कीं उपास न पडतां

रोजबरोज खायाला सांपडे आणि होत होत घोडी तवाना होत ऐसे करणे, नसतीच कारकुनासी धसफस कराया, अगर अमकेच द्या तमकेच द्या ऐसे म्हणाया, धुंदी करून खासदार कोठीत कोठारात शिरून लुटाया गरज नाही व हाली उन्हाळ्याला आहे तइसे खलक पागेचे आहेत, खण धरून राहिले असतील व राहातील, कोण्ही आगठ्या करितील, कोण्ही भलतेच जागा चुली, रंधनाळा करितील, कोण्ही तंबाकूला आगी घेतील, गवत पडिले आहे ऐसे अगर वारे लागले आहे ऐसे मनास न आणिता म्हणजे अविस्राच एखादा दगा होईल. एका खणास आगी लागली म्हणजे सारे खण जळोन जातील. गवताच्या लहळ्यांस कोणीकडून तरी विस्तो जाऊन पडला म्हणजे सारे गवत व लहळ्या आहेत तितक्या एकेएक जाळों जातील. तेव्हां मग कांही कुणबियांच्या गर्दना मारल्या अगर कारकुनांस ताकीद करावी तैसी केली तऱ्ही कांही खण कराया एक लाकूड मिलणार नाही. एक खण होणार नाही. हे तो अवघियाला कळतें. या कारणें, बरी ताकीद करून, खासे खासे असाल ते हमेषा फिरत जाऊन, रंधनें करिता, आगट्या जाळिता, अगर रात्रीस दिवा घरात असेल, अविस्राच उंदीर वात नेईल, ते गोष्टी न हो. आगीचा दगा न हो. खण, गवत वांचेल ते करणे, म्हणजे पावसाळा घोडी वाचली. नाही तर मग, घोडी बांधावी न लगेत, खायास घालावें न लगे, पागाच बुडाली! तुम्हीं निसूर जालेत! ऐसें होईल या कारणे तपशिले तुम्हास लिहिले असे. जितके खासे खासे जुमलेदार, हवालदार, कारकून आहा तितके हा रोखा तपशिले ऐकणे, आण हुशार राहाणे. वरचेवरी, रोजाचा रोज खबर घेऊन, ताकीद करून, येणेप्रमाणे वर्तणूक करिता, ज्यापासून अंतर घडेल, ज्याचा गुन्हा होईल, बदनामी ज्यावर येईल, त्यास, मराटियाची तो इज्जत वाचणार नाही, मग रोजगार कैसा!... खलक समजो. जास्ती केल्यावेगळ सोडणार नाही. हे बरे म्हणून (= जाणून) वर्तणूक करणे. छ १२ सफर.

❖

टीप – शिवाजीराजांची सैनिकी शिस्त किती कडक होती, हे वरील पत्रावरून दिसून येईल. राज्याभिषेकापूर्वी थोडे दिवस आधी राजांच्या पायदळाच्या तुकडीची छावणी चिपळूणजवळील दलवटणे गावात पडली होती. छावणीतील शिपायांनी लष्करी शिस्तीचे कोणते नियम पाळले पाहिजेत व प्रजेशी वागताना, तिला यत्किंचित त्रास होणार नाही याची त्यानी कशी काळजी घेतली पाहिजे याचे राजांनी उत्तम प्रकारे दिग्दर्शन केले आहे. शिवाजीराजांना 'रयतेचा राजा' का म्हणतात ते त्यावरून कळून येईल.

४०. ऑक्झिंडेनची रायगडास भेट

शि.प.सं., खंड २ — श. १५९६, वैशाख व. ४ ते ज्येष्ठ व. ५
पत्र क्र. १६४३ — इ. १६७४ मे १३ ते जून १३

ऑक्झिंडेनची रायगडच्या शिष्टाईची रोजनिशी :

जून ५ रोजीं, दुसऱ्या दिवशीं ७/८ वाजतां सिंहासनरूढ राजाला मुजरा व नजर करण्यासाठी यावें म्हणून निराजी पंडिताचा निरोप आला.

ता. ६ जून रोजीं, त्यावेळी राजा भव्य सिंहासनावर आरूढ झालेला व मूल्यवान पोशाख केलेल्या प्रधानांनी वेष्टिलेला दिसला. संभाजीराजे, पेशवा मोरोपंत आणि एक श्रेष्ठ ब्राह्मण हे सिंहासनाखाली लगत उंचवट्यावर (on an ascent under the throne) बसले होते. राहिलेले सेनाध्यक्ष व इतर अंमलदार बाजूला आदराने उभे होते. मी मुजरा केला व नारायण शेणव्याने नजरेची आंगठी वर धरली. शिवाजीचें आमच्याकडे लक्ष जाताच त्याने अगदी सिंहासनाच्या पायरीजवळ येण्याचा आम्हाला हुकूम केला व पोशाख देऊन आम्हाला तत्काल रजा दिली. थोडाच वेळ आम्ही सिंहासनासमोर होतो. तेवढ्या वेळात सिंहासनाच्या दोन्ही बाजूना सुवर्णांकित भाल्यांच्या टोकांवर (मुसलमानी पद्धतीची) अनेक अधिकारदर्शक व राजसत्तेची चिन्हे असल्याचे आम्ही पाहिले. उजव्या हाताला दोन मोठी मोठ्या दांतांच्या मत्स्यांची सुवर्णाची शिरे होती. डाव्या हाताला अनेक अश्वपुच्छे व एक मूल्यवान भाल्याच्या टोंकावर समपातळीत लोबणारी सोन्याच्या तराजूची पारडी, न्यायचिन्ह म्हणून तळपत होती. राजवाड्याच्या दाराशी आम्ही परत आलो तो दोन लहान हत्ती दरवाज्याच्या दोन्ही बाजूंना उभे केले असून, दोन सुंदर (पांढरे) घोडे शृंगारून आणिलेले दिसले. गडाचा मार्ग इतका बिकट होता हे लक्षात घेता हे पशू कोठून वर आले असावे, याचा आम्हाला तर्कच करवेना!

❖

टीप – इंग्रज वकील हेन्री ऑक्झिंडेन हा शिवाजीमहाराजांबरोबर शिष्टाई करण्यासाठी इंग्रजांतर्फे रायगडावर शिवराज्याभिषेकाच्या वेळी आला. त्याने राज्याभिषेकाचा सभारंभ प्रत्यक्ष पाहून त्याचे केलेले वर्णन या पत्रात आहे.

४१. बाळाजी आवजीकडे चिटणिसी वतन कायम

राज. खंड ६, ले. १ — रा.शक १, ज्येष्ठ व. १
पृ. १२९ — इ. १६७४ जून ९

श्री

स्वस्तिश्री राज्याभिषेक शके १ आनंदनाम संवत्सरे ज्येष्ठ वद्य प्रतिपदा भानुवासरे क्षेत्रियकुलावतस श्रीराजा शिवछत्रपती स्वामी याणी राजकार्यलेखनधुरंधर विश्वासनिधी राजमान्य राजश्री बालाजी आवजी प्रभु चिटन्वीस यासी आज्ञा केली यैसी जे तुम्ही स्वामीसेवा निष्टेने करुनू श्रमसाहास फार केले राज्यवृद्धीचे कामी आला यावरुनू तुम्हावर कृपाळू होऊन अष्टप्रधानातील पद द्यावे मनी धरिले असता तुम्ही विनंती केली की आपणाकडे चिटणीसीचा दरख चालत आहे हा अक्षई वतनी वंशपरंपरेने संनिध व सर्व राज्यातील चालावा व कारखानिसी जमिनिसी दोन धंदे राज्यातील आपलेकडे दिल्हे ते अक्षई असावे यावरून कृपा करून चिटणिसीसंनिधची व सर्व राज्यातील वतनी करार करुनू दिल्ही व कारखानिसी व जमेनिसी राज्यातील तुम्हाकडे दिल्ही असे स्वामीचे वंसीचा कोण्ही अन्यथा करणार नाही लिहिलेप्रमाणे सदरहू प्रयोजनाचे व्यापाराची सेवा करुनू पुत्रपौत्रादि वंशपरंपरेने धंदे सुखरूप अनभवणे जाणिजे बहुत काये लिहिणे मोर्तब असे.

❖

टीप – शिवाजीमहाराजांनी बाळाजी आवजी चिटणिसाच्या कामावर प्रसन्न होऊन त्याला आपल्या अष्टप्रधानमंडळातील एक जागा देऊ केली. पण बाळाजीने नम्रपणे ते पद नाकारून, चिटणिसी वतन आपल्या कुटुंबात वंशपरंपरा चालावे, अशी विनंती केली. महाराजांनी ती मान्य करून वंशपरंपरा चिटणिशी वतन त्याना दिले.

४२. कानूजाबता

काव्येतिहाससंग्रह, पृ. ३, पत्र क्र. २

श. १५९६ ज्ये. व. १३
१६७४, जून २१

श्री कानूजाबता राज्याभिषेक शके १ आनंद नाम संवत्सरे ज्येष्ठ वद्य १३ त्रयोदशी भोमवासरे

मुख्य प्रधान यांणी सर्व राजकार्य करावे. राजपत्रावर शिक्का करावा. सेना घेऊन युद्धप्रसंग व स्वारी करावी व तालुका ताबिनात स्वाधीन होईल त्याचा रक्षून बंदोबस्त करून आज्ञेत वर्तावे. सर्व सरदार सेना (यांणी) याजबरोबर जावे. त्यांणी सर्वासमेत चालावे. येणेप्रमाणें मोर्तब कलम.

अमात्य यांणीं सर्व राज्यांतील जमाखर्च चौकशी करून दप्तरदार, फडणीस (हे) यांचे स्वाधीन असावें. लिहिणें चौकशीनें आकारावें. फडणीसी, चिटणिसी पत्रांवर निशाण करावें. युद्धप्रसंग करावे. तालुका जतन करून आज्ञेंत चालावे मोर्तब कलम१

सचिव यांणीं राजपत्रें शोध करून अधिक उणें अक्षर मजकूर शुद्ध करावा. युद्धप्रसंग करून तालुका स्वाधीन होईल तो रक्षून आज्ञेत वर्तावे. राजपत्रावर चिन्ह संमत करावे. मोर्तब कलम १

मंत्री यांणीं सर्व मंत्रविचार राज्यकारणे, यांतील सावधतेनें विचार करावे. आमंत्रण वांकनिसी त्यांच्या स्वाधीन. तालुका जतन करून युद्धादि प्रसंग करावे. राजपत्रांवर संमत चिन्ह करावें. मोर्तब कलम १

चिटणीस यांनी राज्यातील राजपत्रे लिहावीत. राजकारणपत्रे उत्तरे लिहावी. सनदा, दानपत्रे वगैरे महाली हुकुमी यांचा जाबता फडणिसी अलाहिदा त्याप्रमाणे लिहावी. हातरोखे, नाजूक पत्रे यांजवर मोर्तब अथवा खास दस्तक मात्र. परकडांचा दाखला चिन्ह नाही. चिटणिसांनीच करावे मोर्तब कलम १

किल्ले, कोट, ठाणी, जंजिरे येथील कायदे करून दिले. त्याप्रमाणे हवालदार, सुभेदार, कारखानीस, सबनीस, सरनोबत, तटसरनोबत लोक यांचे जाबते करून दिले. त्याप्रमाणे चालून सावधतेने स्थळे रक्षावीत. तगिरी बहाली हुजुरून व्हावी. बेजमी नेमणूक, तालुकेदार यांजकडे. दरवाजा, किल्या (याजवर) हवालदार याचा हुकूम. शिक्के त्याच्या नावचे, कारखानिसी, सबनिसी जाबता अलाहिदा असे. मोर्तब कलम१.

आठरा कारखान्यांचे अधिकारी याणी खासगीचे अधिकारी यांच्या इतल्यात चालून दफतरी हिशेब गुजरावे, मोर्तब कलम १.

आबदारखाना चिटणीस यांजकडे सरफखाना सुद्धा अधिकार सांगितला. मजालसी विडे, अत्तर गुलाब व हारतुरे, फलफलावल खुषबई खरेदी, जमाखर्च यांणी करून हिशेब दफतरी गुजरावा मोर्तब कलम १.

पागा जुमलेदार, सरदार यांणी कैद करून दिली त्याप्रमाणे चालून सेनापती व प्रधान यांच्या समागमे कामकाजे करावी मोर्तब कलम १

सेनापती यांणी सर्व सैन्य संरक्षण करून युद्धप्रसंग स्वारी करावी. तालुका स्वाधीन होईल तो रक्षून हिशेब रुजू करून आज्ञेने वर्तावे. फौजेच्या लोकांचे बोलणे बोलावे. सर्व फौजेचे सरदार यांणी त्यांजबरोबर चालावे. मोर्तब कलम १.

पंडितराव यांणी सर्व धर्माधिकार, धर्म अधर्म पाहून शिक्षा करावी. शिष्टांचे सत्कार करावे. आचार, व्यवहार, प्रायश्चित्त- पत्रे होतील, त्यांजवर संमत चिन्ह करावे. दानप्रसंग, शांती अनुष्ठान तात्काळ करावे. मोर्तब कलम १.

न्यायाधीश यांणी सर्व राज्यातील न्याय, अन्याय मनास आणून बहुत धर्मे करून न्याय करावे. न्यायाची निवाडापत्रे यांजवर संमत चिन्ह करावे. मोर्तब कलम १.

सुमंत यांनी परराज्यातील विचार करावा. त्यांचे वकील येतील त्यांचे सत्कार करावे. युद्धादी प्रसंग करावे. राजपत्रांवर संमत चिन्ह करावे. मोर्तब कलम १.

फौजेचे सबनीस बक्षी यांणी सर्व फौजेची हजेरी चौकशी करावी. यादी करून समजवावे. रोजमुरा वाटणे, सत्कार करावा. युद्धादि प्रसंग करावा. मोर्तब कलम १.

सेनाधुरंधर यांणी बिनी करावी, आघाडीस जावे, फडफर्मास करावी. लूट करणे, मना करणे, चौकशी, ताकीद त्यांजकडे. पुढे असून सेना रक्षण करावी. मोर्तब कलम १.

सुभे मामले तालुकेदार, यास ज्याकडे जे नेमले ते त्यांणी जाबत्याप्रमाणे चालावे. हुजूरचे दरखदार चिटणीस, फडणीस, मुजूमदार यांच्या इतल्याने चालून हिशेब गुजरावे, मोर्तब कलम १.

बारा महालाचे अधिकारी यांणी आपापले काम दुरुस्त राखून हिशेब आकारून दफतरांत गुजरावे. मोर्तब कलम १.

दरुणी महालाचे कामकाज दिवाण नेमूण दिले त्यांणी सर्व पाहून करावे. चिटणीस, फडणीस यांणी आपापले दरखाचे कागद लिहावे. त्यांजवर निशाणचिन्ह दिवाणांनी करून त्यास समजून मोर्तब समक्ष करावे. मोर्तब कलम १.

पोतनीस यांणी पोते जमाखर्च लिहिणे करावे. नजरपेशकशी जमा करावी

टीप – कानू म्हणजे कायदा किंवा नियम व जाबता म्हणजे यादी. राज्याभिषेकानंतर, आपल्या सर्व मुलकी व लष्करी अधिकाऱ्यांपैकी प्रत्येकाने कोणती कामे राज्यासाठी करावीत याबद्दलचे लिखित नियम महाराजांनी तयार केले. त्यांना 'कानुजाबता' असे म्हणतात.

पोतदार यांणी पारख करावी. मोर्तब कलम १.

अष्टप्रधान यांजकडे पेटे व तालुके व स्वारीस जाणे त्यास दरखदार सर्व हुजूरच्या नावे, त्याच्या दाखल्यांनी पत्रव्यवहार करावा. स्वारीस जावे त्यास मुतालिक करून दिले त्यांणी सर्व व्यवहार चालवावा. हुजूर राहवे. मोर्तब कलम १.

एकूण कलमे वीस मोर्तब.

४३. वेदमूर्ती वालवे यास उपसर्ग न देणे

भा.इ.सं.म.त्रैमासिक,
वर्ष ६१, अंक २-४ — शक. १५९६ आषाढ शु. १
(शिवचरित्र-साहित्य, खंड १४), पृ. ५८ — इ.१६७४ जून २४

स्वस्तिश्री राज्याभिषक शक १५९६ आनंद नाम संवत्सरे आषाढ शुध प्रतिपदा सौम्यवासर क्षत्रियकुलावतंस श्रीराजा शिवछत्रपति याणी राजमान्य राजश्री चांदजी कदम यांसी आज्ञा केली यैसी जे वेदमूर्ति पुरुषोत्तमभट बिन केशवभट वालवे हे वेदशास्त्रसंपन अग्निहोत्री सत्पात्र बहुत थोर ब्राह्मण यांचे चालवणे स्वामीस अवशक आहे तरी तुम्हास हे आज्ञापत्र सादर केले असे तुम्ही स्वारीसिकारीमुळे येताजाता भट गोसावियास उपसर्ग द्याल तरी येकंदर न देणे यांची वृत्ती-भूमी भिवगडीच्या सुभा व फोड्याचे सुभा आहे त्यासही कोण्हेविसी उपसर्ग न देणे जाणिजे *बहुत काय लिहिणे

सुरू सुद बार

❖

---

* येथून पुढे निराळे हस्ताक्षर

टीप – वरील पत्रात उल्लेखिलेले श्री. पुरुषोत्तमभट वाळवे हे शिवछत्रपतींना राज्याभिषेक करणाऱ्या ब्राह्मणांपैकी एक होते.

४४. ऐसे नादान थोडे असतील!

राजवाडे खंड ८,
ले.३१

श. १५९६ माघ शु. ३
इ. १६७५ जाने. १८

श्री शंकर प्रसन्न

मशहुरुल हजरत राजश्री जिवाजी विनायक सुबेदार व कारकून सुबे मामले प्रभावळी प्रती राजश्री शिवाजीराजे दंडवत. सुहुरसन खमस सबैन व अलफ. दौलतखान व दरिया सारंग यांसी ऐवज व गल्ला राजश्री मोरोपंत पेशवे यांणी वराता सुबे मजकुरावरी दिधल्या, त्यास तुम्ही काही पावविले नाही, म्हणोन कळो आले. त्यावरून अजब वाटले की, ऐसे नादान थोडे असतील! तुम्हास समजले असेल की याला ऐवज कोठे तरी (देवविला पाहिजे. तो न पाठविता) ऐवज खजाना रसद पाठविलीया मजरा होईल म्हणत असाल, तरी पद्मदुर्ग वसवून राजपुरीच्या उरावरी दुसरी राजपुरी केली आहे. त्याची मदत व्हावी, पाणी फाटी आदिकरून सामान पावावे, या कामास आरमार बेगीने पावावे. ते (होत) नाही. पद्मदुर्ग हबशी फौजा चौफेर जेर करीत असतील. आणि तुम्ही ऐवज न पाठवून, आरमार खोळंबून पाडाल! एवढी हरामखोरी तुम्ही कराल आणि रसद पाठवून मजरा करू म्हणाल, त्यावरी साहेब रिझतील की काय? हे गोष्ट घडायाची तऱ्ही होय. न कळे की हबशियांनी काही देऊन आपले चाकर तुम्हाला केले असतील! त्याकरिता ऐसी बुद्धी केली असेल! तरी ऐशा चाकरास ठिकठाक केले पाहिजेत! ब्राह्मण म्हणून कोण मुलाहिजा करू पाहतो? या उपरि तऱ्ही त्याला ऐवज व गल्ला राजश्री मोरोपंती देविला असे तो देवितील. तो खजाना रसद पावलियाहून अधिक जाणून तेणेंप्रमाणे आदा करणे, की ते तुमची फिर्याद न करीत व त्यांचे पोटास पावोन आरमार घेऊन पद्मदुर्गाचे मदतीस राहात ते करणे. याउपरि बोभाट आलिया उपरि तुमचा मुलाहिजा करणार नाही. गनिमाचे चाकर, गनीम जालेस, ऐसें जाणून बरा नतीजा तुम्हांस पावेल. ताकीद असे रवाना छ २ जिल्काद.

❖

टीप – शिवाजीमहाराजांनी जंजिऱ्याच्या सिद्दीस शह देण्याकरिता जंजिरा किल्ल्यापासुन जवळच कुरटे नावाच्या बेटावर पद्मदुर्ग नावाचा नवीन दुर्ग बांधून आपले आरमार तेथे आणून ठेवले. त्या आरमारास रसद व कुमक पोचविण्याची जबाबदारी मामले प्रभावळीचा ब्राह्मण सुभेदार जिवाजी विनायक याच्यावर होती. त्याने आपल्या कामात कुचराई केली म्हणून महाराज भयंकर रागावले व त्यांनी अत्यंत कठोर शब्दात त्याची कानउघाडणी करून त्याला सज्जड दम भरला. तू ब्राह्मण असलास तरी तुझा मुलाहिजा ठेवणार नाही, असा त्याला इशारा दिला.

४५. धनगराची पाटिलकी

शिवचरित्र साहित्य, खंड १.
ले. ६०

श. १५९८ चैत्र शु. २
सुहूर १०७६ मोहरम १
इ. १६७६, मार्च ६

(चां-सर)

मसुरुल हजरती राजश्री राघो बलाल सुभेदार समत जुनर प्रती राजश्री सिवाजीराजे दंडवत सु॥सीत सबैइन आलफ मौजे सुपे खुर्द पा। सुपे येथील पाटीलकी नीलकंठराऊ व काटकर व धणगर याची र्त ठाई तीन तकसीमा करून येक येक तकसीम येक येक खाता सालाबाद चालते यास रामोजी व खंडोजी जगथाप नसती करकर करिताती तुम्हास सागोन धणगराची माणसे धरून ठेविली. तुम्ही नेउनू बंदी घातली आहे ती पहिले लिहले तऱ्ही सोडली नाहीत यैसेयास जगथाप झोंडपणे गला पडिताती जैसे पाळीची पाटीलकी कालभोराची आसता उगेच खराडियाने झोडपण केले सेवट रवा काढून खोटे जाहाले तसेच हे जगथाप करिताती उगीच येकाची मिरासी येकास तो देवत नाही आणि तुम्ही जगथापाच्या बोले धणगराची माणसे बंदी घातली हा कोन इनसाफ जगथापास वाद सागणे आसेल तरी हुजूर उभे राहातील काटकरासी वाद सांगतील हुजूर विल्हे होईल नीळकंठराऊ व धणगर खरीदगार आहेती यासी तो काही निसबती नाही तुर्म्ह हा कथला मनावरी घेता हे साहेबास मानत नाही यैसे जाणोन या +++ न पडणे धणगराची माणसे धरिली आहे ती ते सोडून देणे पाटीलकी नीलकंठराऊ व धणगर व काटकर यास चालते तैसी चालवणे जगथापाचा निवाडा हुजूर होईल जाणिजे छ १ मोहरम

❖

टीप – मौजे सुपे येथील पाटिलकी नीळकंठराव व काटकर व धनगर यांची होती. रामोजी व खंडोजी जगथाप यांनी या पाटिलकीबाबत नसता वाद उकरून काढला. संमत जुन्नरचा सुभेदार राघो बल्लाळ याने जगथापांची बाजू घेऊन धनगराच्या माणसांना पकडून कैदेत ठेवले. त्या अन्यायाबद्दल नापसंती व्यक्त करून, शिवाजीमहाराजांनी राघो बल्लाळ यास, धनगराची माणसे कैदेतून सोडण्याची व सुप्याची पाटिलकी नीळकंठराव, काटकर व धनगर यांना परत करण्याची आज्ञा केली.

४६. इमानेइतबारे साहेबकाम करावे

शि.च.सा., खंड ९ — श. १५९८, भाद्र. शु. ८
लेखांक ५५ — इ. १६७६, सप्टें. ५

श्रीशंकर

मशहुरल हजरत राजश्री रामाजी अनंत सुभेदार मामले प्रेभावेली प्रती राजश्री शिवाजी राजे दंडवत सुहूर सन सबा सबैन अलफ. साहेब मेहरबान होऊन सुभात फर्माविला आहे. यैसियास चोरी न करावी, इमाने इतबारे साहेबकाम करावे, येसी तू क्रियाच केलीच आहेस. त्येणेप्रमाणे येक भाजीच्या देठास तेही मन न दाखविता रास व दुरुस वर्तणे. याउपरि कमावीस कारभारास लावणी संचणी उगवणी जेसी जेसी जे जे वेलेस जे करू ये ते ते करीत जाणे. हर भातेने साहेबाचा वतु (अधिक)... होये ते करीत जाणे मुलकात बटाईचा तह चालत आहे परंतु रयेतीवर जाल ('न पडता' शब्द सुटले) रयेतीचा वाटा रयेतीस पावे आणि राजभाग आपणास येई ते करणे. रयेतीवर काडीचे जाल व गैर केलिया साहेब तुजवर राजी नाहीत येसे बरे समजणे दुसरी गोष्ट की, रयेतीपासून यैन जिनसाचे नक्ष घ्यावे येसा येकंदर हुकूम नाही. सर्वथा येन जिनसाचे नख्त घेत नव जाणे. येन जिनसाचे येन जिनसच उसूल घेऊन जमा करीत जाणे आणि मग वेलचे वेलेस विकीत जाणे; की ज्या ज्या हुनरेन माहाग विकेल आणि फायेदा होये ते करीत जाणे. उसूल हंगामसीर घ्यावा आणि साठवण करून आणि विकरा येसा करावा की, कोण्हे वेलेस कोण जिनसच विकावा ते हंगामी तो जिनस विकावा. जिनस तरी पडोन जाया नव्हे आणि विकरी तरी महाग यैसे हुनरेने नारल खोबरे सुपारी मिरे विकीत जाणे. महाग धारणे जरी दाहा बाजार यैन जिनस विकेल तर तो फायेदा जाहालियाचा मजरा तुझाच आहे, यैसे समजणे. त्या उपरि रयेतीस तवाना करावे आणि कीर्द करवावी. हे गोष्टीस इलाज साहेबी तुज येसा फर्माविला आहे की, कष्ट करून गावाचा गाव फिरावे. ज्या गावात जावे तेथील कुलबी किती आहेती ते गोला करावे. त्यात ज्याला जे सेत करावया कुवत माणूसबल आसेली त्यामाफीक त्यापासी बैल दाणे संच आसिला तर बरेच जाले. त्याचा तो कीर्द करील. ज्याला सेत करावयास कुवत आहे आणि त्याला जोतास बैल नागर, पोटास दाणे नाही, त्यावीण तो आडोन निकामी जाला असेल, तरी त्याला रोख पैके हाती घेऊन दोचो बैलाचे पैके द्यावे, बैल घेवावे व पोटास खांडे दोन खांडे दाणे द्यावे. जे सेत त्याच्याने करवेल तितके करवावे पेस्तर त्यापासून बैलाचे व गल्याचे पैक वाढी दिडी न करता मुदलच उसनेच हळूहळू याचे तवानगीमाफीक घेत घेत उसूल घ्यावा. जोवरी त्याला तवानगी येई तोवरी वागवावे. या कलमास जरी दोन लाख लारीपावेतो

खर्च करिसील आणि कुणबिया कुनल्याची खबर घेऊन त्याला तवानगी येती करून कीर्द करिसील, आणि पडजमीन लाऊन दस्त जाजती करून देसील, तरी साहेबा कबूल असतील. तैसेच कुलबी तरी आहे. पुढे कष्ट करावया उमेद धरतो, आणि मागील बाकीचे जलित त्यावरी केले आहे ते त्यापासून घ्यावया मवसर तरी काही नाही. ते बाकीचे खडवे तो कुलबी मोडोन निकाम जाला याउपरी जाऊन पाहातो. येसी जे बाकी रयेतीवरी आसेल ते कुलाचे कुल माफ करावया खडवे तोकुब करून पेस्तर साहेबास समजावणे की, ये रवेसीने कीर्द करऊन साहेबाचा फायिदा केला आहे आणि आमकी येक बाकी गैर उसली मफलिस कुलास माफ केली आहे येसे समजावणे. साहेब ते माफीची सनद देतील. जे बाकी नफर निसबत आसली ते हिसेबीच उसूल घेत जाणे. बाकीदार माहाल न करणे. ये रवेसीने तुजला पदनसीयेत तपसिले करून हा रोखा लिहून दिधला आसे. आकलेने व तजविजीने समजोन याप्रमाणे कारबार करीत जाणे की, तुझा कामगारपणाचा मजरा होये आणि साहेब तुजवरी मेहेरबान होत ते करणे, जाणिजे रा। छ ६ माहे रजब

❖

टीप – अक्कलहुशारीने व पद्धतशीरपणे स्वत:ची विविध कामे कशी करावीत म्हणजे आपण प्रसन्न होऊ, हे शिवाजीमहाराजांनी मोठ्या खुबीने वरील पत्रात मामले प्रभावळीचा सुभेदार रामाजी अनंत यास लिहिले आहे.

४७. तुम्हा आम्हामधे सापत्नपणाचा पडदा

ऐतिहासिक साधने, शके १५९८
ले. १८ सु.१०७७
इ. स. १६७६

श्री (फा. आ)

श्री सहश्राये चिरंजीवित अख (डित लक्ष्मी आलंकृत रा) जमान्येता राजश्री येकोजी राजे प्रती (शिवाजीराजे आशीर्वा) द विनंति उपरि येथील कुशल जाणून स्वकीये तु (म्ही) आपले कुशललेखन करीत असिले पाहिजे येकोजीबा (वा तु) म्हास आम्ही कागद लिहितो तो अक्षेराचे अक्षेर मनन करून अर्थासहित समजणे माहाराज वडील होते त्याहि बेगरूल प्रांत पांच लक्षा होनाची विलायेत बेगरुलास ठेविले आपण अदलशा पाछा सु (बेदा) रा बराबर माहाराज चाकरी करून असता आम्ही पुणे सुपे सिरवल इदापूर बारा मावले च्यालिसां हजारा होनाचा मुलूक व गड होते तेथे ठेविले सेवट तेव्हा मोगल बेदरावरी चालोन आले त्या सलियामधे येखलासखान निजामशाही मुमलूक तमाम मोगलास दिल्हा त्यामध्ये आमचे पुणे सुपे सिरवल इदापूर बारा माउले व गड यैसी निजामशाई म्हणोन लेहून दिल्हे यैसीयास मोगलास भेऊन द्यावे आणि माहाराजाचे वृधपण ते त्याजवल त्या पाचा लक्षामध्ये मागावयास तोंड घेऊन जावे हे ख्यानती गोस्ट यैसे समजोन गडास माहालास मिठी मारून श्री देवदयेणे आन आपले इजतीने पोट भरून आहो यैसियास कितेक वर्शे गेले याउपर माहाराजाणे कैलासवास केला ते समई वाटेयाचे हटकावया (ब)दल राजश्री निराजीपंतास बोलाऊन आणिले आपले जागा ऐसा विचार केला की महाराज थोरले राजे होते त्यानी बहुतां कस्टी करनाटकामधे पांचा लक्षाचे वतन मेलऊन अैसियास आम्ही भाऊ भाऊ निकरे भाडो न म्हणोन येकोजीबाना तुम्ही नेणते आम्ही वडील अैसे करकर होऊन मेलविले वतन मुसलमानाचे हातास गेले तुम्ही वाईट दिसले तेही ख्यानती तुम्हास कअैसा दूरंदेसी विचार करून तुम्हामधे व आपणामधे झगडा वाडो दिल्हा नाहीं तुमचे जे समई जासूध येत गेले ते समई तुम्हाला हल भले दोन हातरोखे लेहून पाठविले माहाराजाणे कैलासवास केला या उपर बारा वरुसे जाहाली बारा वरुशांमधे तुमचा आमचा घटरस बरेपणाचा राखोन आहू अैसियास बारा वरुशामधे काबू पडिल्यां जे राज्ये पांचा लाखा होनाचे होते ते राज्ये विसां लाखां होनाचे करावे आणि महाराजाचा करनाटकमधे हिलाल रोशन करावा अैसियास काबूचे काबूस तुम्हास आम्ही ल्याहांवे तरी माहाराज आम्हाला पिते होते परंतु आम्ही मातुश्री जिजाईआवाचें पोटीं जाहालों महाराज तुम्हाला पिते होते परंतु मातुश्री तुकाई आवाचे पोटी येण्हे

करून तुम्हामधे व आम्हामधे सापत्न भाऊपणाचा पडदा अैसियास तुम्हास आम्ही कागद ल्याहावा परंतु तुम्हामधे व आपणामधे घट बरेपण राखे अैसा थोर माणूस तुम्हाजवळ नाही. च्यार बेअकलें लहान माणसे ब्राह्मणे असती असता आम्ही येथून वडीलपणें थोर राजकारण ल्याहावे जे वरुशाचे मसलतीमधे चहूं पांचा लाखा होनाचा मुलूक तुमचे हातास येईल परंतु आम्ही कागद लिहिला म्हणजे च्यार बेअकले लहाण माणसे ब्राह्मणे म्हणतील की तुम्ही ते सापत्न भाऊ तुमचा त्यांचा गोत्रजपणाचा दावा आहे याकरिता सिवाजीराजे याहीं भलतेच लिहिले आहे येकोजी माहाराज हे जेस्ट फटकाल सिवाजीराजे याला वडिलपण आहे याकारणे दाजीसाहेबी जैंसा कागद लिहिला आहे तैसाच काबू पाहोन हातभार बेगदादी कागद लेहून जासूद चालऊन द्याल आम्ही लेहून हळूवार पाहिलो तुमचा वर सातांपांचा लाखाचा फायदा तुम्हाला कलेना यैसियास येसियास येकोजीबाबा तुम्हाजवळ सातपांच वेडी ब्राह्मणे ब्रा म्हणत असती अैसियास कागद आइकोण कंटालाल आणि म्हणाल की नाही ते दाजीने उगंच सिव्या देऊन कागद लिहिला आहे आम्ही अैसें थोर राजकारण काये चुकलों तर अतां राजकारणाच्या चुकी लिहितो येक अली अदलशहा होता ते समई सारे वजीर दलभारेंकरून पोट भरून होतो अवघ्याबराबर गोरगरीब अकलेनी माहाराजाची मेलविली दौलत तोफा देऊन साजीस करून अली अदलशहा होता तोंवरी दौलत राखिली बरे केले दाहा वजिरांबराबर अकल जाहली याउपर अदलशहा पडिला वेडे खवासखान पेसवें जाहालें खोजा अबदुल महमद अदलशा हाते आपण गर्देस मिलाला येक बहलोलखान खिजरखान हे दोघे आमचे तोंडावरी येऊन बैसले आम्ही दूरंदेसी करून अदलशाहाचे तख्त किले पनाला खुंदळून घेतला व दुसरा किला सातारा घेतला आणिखी तीन गड धाकटे घेतले आणखी कोकनातील फोंडेयाचा कोट घेतला बिजापूर बांकापूरपोवतो रगडून निमे खंडनिया घेतल्या यैसे आम्हाकडील राजकारण खवासखानाचे सीरी तीन वरुसे कारभार हो होतो बहलोलखान खिजरखान साता आठा हजारा घोडियानेंसी मिरजेप्रांते फिरतात यैसा इकडे राजकारणाचा धिंग उसलला आहे विजापुरी तुमचे हेजीब हरामखोर आहेती ते तुम्हाला खबर लिहितात की नाही की ते लिहितात आणि येकोजीबाना तुम्ही नेणतेपणे आइकत नसाल अैसियास तुम्ही आपले पाचां लाखांचे मुलकांत ठांणी बैसऊन वेडीं ब्राह्मणे दोन टके जमा करावयासी लाविलीं आहेत. रसदेस बेरीज आइकिता आगि खुसी होता कीं माहाराजापरीस पैके मेलविले हा कारभार तुम्हाला थेर येऊन पडिला आहे आणि बेगरुलाहून उठोन जाऊन मदुरेचे राज्याचे चंदावर घेतले आहे त्यांसी करकर करीत बैसले आहा आणि आपले जागां आपले शाहाणपणास मानवितात की वेडे खवासखान कैसे आम्ही ठकितों आपला मुलूक चौकस करून ठाणी बैसऊन कमावीस करितो आणि खवासखान वेडियास समजाविले आहे की आम्ही येकच वजीर चंदावरावरी गेलो आहों आणि

त्यासी भांडतो यैसे समजावितां आणि चंदावरावरील लूटलबाडी करून आपलें कटकाचें पोट भरून रोजगार चालविता दोहो तिही लाखाचा चंदावराखाली मुलूक कबज केला आहे पहिली पांचा लाखा होनाची दौलत हाली तीन लाखांची यैसी आठा लाखाजी होनाचे दस्त घडलें अैसे बापडें बडे शाहाणे अैसे म्हणोन चदावराजवळ जाऊन बैसलें आहा परंतु तुम्ही येकोजीबावा भले राजकारण घडमोडी खेटाखेटी तुम्हाला कलल्या नाही ते तुम्हाजवळ उदंड ब्राह्मणे पैके खाणारे आहेत त्यामधे येक तरी शाहाणां तुमचे हितावरी नाही जे तुम्हाला कैसे सागांवे की अली अदलशाहा मेला शिवाजीराजे यानी तिकडे धुधी केली आहे खवासखान बहलोलखान खिजरखान ते तिकडे गुंतले वरकड अदलशाहाही बुडोन राहिली तुम्ही माहाराजाचे लेंक आहा हिंमत करावी आणि महमद नासरखान खवसखानाचा भाऊ चंदीसारिखा जागा तेथे आहे त्याला येक भलतें हुनर करून दाहावीस हजार होन घेऊन देऊन भेटीजवल करावा आणि पछयाडून कापून टाकावा त्याचे से दोंनसें लोक असतील ते ठोकून लिढालीन पाडावे बहुत तरदूद तलास करोन वेढा घालोन बहलोलखानाचा मुळूक आहे त्याचे हजार दोन हजार पठान आहेत त्यास मारून गर्देस मेलऊन बहलोलखानाचा मुळूक तीन लाखाचा आहे तोही कबज करावा मधुरेचा राजा आपले चंदावर खाऊन सुखी असोन आपला सेरीख व्हावा आणि आपण तरतूद तलास करून येळूरचा कोट व रायेलाचे (त) ख्त हाताखाले घालावें पुढे तैसेच घाटावरी चढोन श्रीरंगपटनकरांसी आपलेयामधे सरीख करून आपणही काही श्वार संगीनाथ मेलऊन बेंगरुलाचा दवेदार थोरला कोट बहलोखानाचे लोकापासोन रगडून घ्यावा येकोजीबाबा जरी तुम्हाला अकल सागोन अदलशहा पडोन तीन वरसे जाहाली यामधे सदरहू मसलद हातीं धरिली असती तरी आज इतकी फते जाहली असती अैसियास गेले गोस्टीस काही चालत नाही. तुम्ही चंदावराची लूट खादली तेच फार मानिलीत त्याला आम्ही काये करावें अैसियास येकोजीबाबा तुम्ही धाकुटीपणीहून बालेराजे येकोजी महाराजा इजतीचा तोरा फार येसीयास सदरहू अकलेचें लिहिणे आइकोन कंटालाल आणि म्हणाल की अजिवरी दाजीणे आम्हास काहीच लिहिलें नाही तुम्हास जैसे कलेल तैसे आम्ही आपले अदृस्टे आजिवरी पोट भरिले अैसेंच पुढेही भरून पाहारे कारकून हे दाजीने कितीक लाबच लाब भागडकथा लिहिली आहे ते आमचे जे कारकून आहेत ते आमचे पोटापुरते शाहाणे आहेत इतके बोलोन आम्ही इतका लाब कागद लिहिला आहे त्याची टवाली करून टाकाल तरी येकोजीबाना काटाला टाकून हुशार होणे आणि बैसोन कागद आइकणे आतां आमचे बाप महाराज होते त्या पांचा लाखां होनाची दौलत तुज परोपरी बोलोन अडीच लाखाचा आपला वांटा तुजवल मागावा त्या कामाचा कागद नव्हे माहाराज आमचे बाप होते त्याचे पुण्येकरून मी त्याचा लेक सिवाजी हाली माझे दस्त

गोकर्ण महाबलेस्वरापासून बागलान सालेरी पावेते पन्नास लाखा होनाचा मुलूक कबज जाहला असे १

बतीस हजार ३२००० घोडा घरची पागा या निराले सिलेदार १

यैसे माहाराजाचे पुणे करून वर्तते महारास्टामध्ये छत्र धरवितो १

बुन्हानपूर म्हणजे खानेदश वीस लाखा होनाचा मुलूक २०००००० इदापूर म्हणजे तलगाण बारा लाखा होनाचा मुलूक १२०००००

येकसीअसी १८० किले माहाराजाची भगवी निशाणे चढली आहेत १

येकलाख चालीस हजार १४०,००० प्यादा हशम चाकरी आहे १

श्रीकृपेकरून घडले खेरीज खडणिया आणवितो १

सुरत म्हणजे गुजराथेचा सेवट व बागलाण म्हणजे बारालाखा होनाचा मुलूख १२००००० कराजे म्हणजे वऱ्हाड च्यालीस लाखा होनाचा मुलूक ४००००००

दौलताबाद म्हणजे निजामशाई च्यालिस लाख होनाचा ४००००००

सदरहू मुलकात धा (घा) वनिया करून खडणीयां घेत आहो येण्हेकरून औरंगशहा सारिखा बादशा घाबिरा जाहाला टक होऊन राहिला आहे येकोजी माहाराजा तुझा सिवाजी भाऊ त्याचा ऐसा प्रताब आहे ह्या खबरा तुम्हाजवल कोण्हीतरी सागतात की नाही हे मज कलले ना येकोजीबाना घा (धा) कुटपणीतून बहुत राज विलासी इजतीचा थेर बहुत रवेस तुज आम्ही कागद ल्याहावा याची गरज नव्हती परंतु हाली विजापुरी थोरला बादशही बदा येखलासखान होता याचा पोर वेडा खवासखान याणी अदलशाहाचे साता वरुशाचे मूल मोहोरे घालून अली अदलशहा पडिलापासूनं आजिवरी वेडे खवासखानासं पातशाही चालऊन विजापूरचे कोटांत बहलोलखान व खिजरखान हे दोघे बेइमान पठान आमचे झगडियाचे तोडावरी मिरजेस थोपली होती ऐसेयास येकोजीबाना वेडे खवासखाने वेडे राजकारण करून मोगलाचा सुभेदार बाहादूरखान याकडे वेड्या खवासखाणे विजापुरीहून निघोन भिवरेचे काठी बाहादूरखानास भेटले आणि सल्याचा विचार अैसा केला की अ (द) लशाहा पहिल्यापासोंन आज तागाईत मोगलाचा तोफा राहिला आहे तो माफ करून बलकट कौल बाहादूरखाने मुसाफेवर शफत करून घेतला आणि वेडा खवासखान याणे इनाम दिल्हे की पंचवीस हजार श्वार व ह (श) म अैसा जमाव करून सिवाजीराजे यावरी पनालियावरी व सातारियावरी जाऊन निकरे भाडोन हिमत मर्दानगी करून कोकनात उतरोन कोकण लुटोन जाळून अैसा बाहादूरखानासी बंद करून वेडे खवासखान फिरोन विजापुरास आले तों तिकडे बादुरखाने पेडगांवांस गेले आमचे घोडा राऊत सुभेदार हबीरराऊ वाई पुण्यातून धाविंला तो दौलताबादेजवळ लासूर पेठ

आहे तेथे कितेक पेठेचा माल आमचे लोकी लुटिला इतुकियामधें बाहादुरखान वडका धावणी करून लासुरास गेला तेथे त्यामधे व आमचे (ल) स्करांत झगडा झाला खस्त फार जाहाली त्याचे लोक पडिले आपले लोकी इतकी अधिकाई केले की बाहादुरखानाचे च्यार हती पाडाव केले ते मोहोरे घालोन बाहादुरखानासी थोपून बलेच राखोन मजील दरमजी (ल) आपले मुलकांत कोकणांत अ (ले) इततुका बाहादूरखानाचे जमीतीचा व आपले जमेतीचा तमासा जाहाला इकडे विजापूर अैसे जाहाले की वेडे खवासखाणे तिकडे बाहादुरखान झगडतो आपण इकडे सिवाजीराजे झगडावया जाऊन अैसा विचार करून विजापुरचे कोटांतून च्यालीसपंनास श्वारानसी बाहीर निघोन पठान बहलोलखान बेइमान याचे हवेलीस आले त्यास म्हणो लागले की सिताबी करा तुम्ही आम्ही सिवाजीराजे यावरी झंगडायास जाऊन बाहादुरखानासी बोल खरा करून बसलो खान बोलिला की बहुत बरे रजा तुमची चला खिझरखानासी आधीच इशारत होती बहलोलखान वेडे खवासखान आला म्हणितले की खजरखानही या विचाराबद्दल बोलाविला आहे तोही बाहीर आला आहे त्यास पेसवाज जाऊन घेऊन येणे हुकूमतपन्हा आम्हा दोघांस जैसा हुकूम करितील तैसा अमल करून यावरी खिजरखान पेसवाज गेला द्यानतराऊ बेईमान ब्राह्मण बहलोलखानाचे बेइमानीत मिलाला होता तो पाणी प्यावयास म्हणोन त्याचे मागे गेला बहलोलखाने आपले लोक वडिदियात लपविले त्याणी येऊन वेडे खवासखानानी धरिले होते, अैसा त्याचा समाचार जाहाला खिजरतखान हजरांका स्वारांनसी वाडियासी म्हणून मुस्तेद होऊन आला होता तो सिताबी करून विजापूरचे थोरल्या कोटांवरीचे येक दरवाजेयावाटे दोहो हजांरा घोडियानसी विजापूरचे थोरले कोटांत गेला मागोन बंहलोलखानाची चहुका हजारांची रेल जाहाली पठाणांही बेइमानी करून थोरला हु कोट घेतला खवासखानाचे निसबतेने सेख मिनांज आतील दिवाणाचा कोट जाऊन बलकाविला ते बेइमान हरामखोर द्यानतराऊ त्या सवेची सेख मिनाजवळ जाऊन भेडसाऊन तमाम घेऊन राजी करून आतील कोटांतून बाहीर काढिला बहलोलखानाचे लोकास आतील दिवाणाचा कोट कबज जाहाला अदलशाचे तख्त व छत्र व साता वरूशाचें पोर बहलोलखान बेइमान पठान याचे हातास लागले येकेजीबावा विजापुरीहून सदरहू खबर हर कोण्हीतरी लिहित असेल येकोनीबावा विजापुरची पातशाही पठांणाचे हातास गेली यैसियास येकोजीबाबा तुम्ही अैसा विचार कराल की आम्हास बहलोलखान काये आणि तोफा देऊन खवासखान काये फारसा दाब तुम्हा करितील तरी लाख दोन लाख तोफा देऊन अजिवरी राहिले तैसे पुढही राहोन अैसा विचार कराल तो राहिला अदलशाई होती तो आता पठाणांची बादशाई विजापुरची जाली आहे अैसियास येकोजीबाबा येक वेडा कारकून जातो बहलोलखानासी हलभल रजुवाताचा करीनेत आपले पहिलेपासोन चालले तैसेच चालावे म्हणोन अदलशाचे मुलाचा तुर्मान व बहलोलखानाचे इमानाचा घेऊन येतो मग येकोजीबाबा

माहाराज चंदावराकडे अगर हरकोण्हीकडे मोहिमात मागोन घेतो आम्हास काही विजापुरा जावे लागत नाही इकडे जैसी इतकी वरसे ढकलली तैसीच पुढेही ढकलोन येसा मनी विचार कराल आणि घोरपडीचे आधारे करून घर बुडवाल बेलागरू, कोकण व अैरण आणखी गड पांचा लक्षा होनाची विलायेत बेइमान पठान तुम्हाला खाऊ देणार ना ज्या आदलशाहाचे पठानी अजीवर निमक खादला त्याही बेइमानी करून पातशाही घेतली तेथे तुम्हाला मुलूक जिरो देतील ह्या गोस्टी राहिल्या अैसे येकोजीबाबा बरे समजोन बहलोलखान विजापुरीवर जो गुतला आहे इतका तमासा साडोन त्याच्याने सारी जमेत घेऊन तुम्हाकडे येवत नाही उगेच तुम्ही नसते भये मनात धरून काये येकोजीबाबा तुम्ही माहाराजा म्हणवितोस हिंमत बाध आम्ही तरी येक वेडे बहलोलखानासी वर जादर झगडा लाविला आहे सारी जमेती याची आम्हावर गुतली आहे येक हुसेन खान वागणुरा हजाराका स्वा (रा) नसी आहे येक सेरखान बालगुपुरी आहे चंदीकडे पडलील तीन लक्षाचा मुलूक बहलोलखानासी आहे अैसियास जरी आम्ही तुम्हाला अैसी अकल ल्याहावी की चंदीमधे खवासखानाचा भाऊ महमद नासीरखान आहे तो तुम्ही मिलोन पठानाची विलायेत घ्यावी तरी महमद नासीरखान वेडे आहेत त्याच्याने पुढे राजकारणाची बुनयाद चालवत नाही याकारणे तुम्हाला हुजरून लिहितो की बहलोलखाने विज्यापुरीतून तुम्हाला लिहिले असेल की सेरखान तुम्ही मिलोन खिबा (?) कबज सेरखानाचे हवाला करणे तरी येकोजीबाना तुम्ही पैकियावर न पाहाणे जरी बहलोलखानाचा तिकडे सेरखान आहे तो लस्कारीयास दोन होन देई तरी आपण तीन होन द्यावे आणि लस्कर हशम जमेती करावी लोक कोणाकडे चाकरी न करीत येकोजी माहाराजा पैके फार देतो त्याचेकडे जाऊन चाकरी जाऊन म्हणे असे करून आपणाकडे जमेत करून बलकट होणे बहलोलखानाचा कागद तरी चंदी घ्यावी म्हणोन आले असतील त्या मिसें सेरखानास बोलाऊन आणून ते तुम्ही मिलोन चंदी घ्यावी महमद नासीरखान मारू (न) गर्देस मेलवावा आणि सेरखान सहजेच आपण होऊन तेथे कमजोर असेल तो भेटीस म्हणोन बोलाऊन आणून तेथेच जेब करावा त्याची जमत काही असली त्यावरही हला करावा म्हणजे

टीप – शिवाजीमहाराजांनी आपला सावत्र भाऊ, तंजावरचा राजा व्यंकोजी, यास लिहलेली पाचसहा पत्रे नकल स्वरूपात उपलब्ध आहेत, त्यापैकी हे एक पत्र. व्यंकोजी हा त्याच्या पदरी असलेल्या चार-पाच ब्राह्मण सल्लागारांच्या आहारी जाऊन महाराजांना आवडणार नाही अशा पद्धतीने शत्रुत्वाच्या भावनेने त्यांच्याशी वागत होता. त्याची बुद्धी ठिकाणावर आणण्यासाठी महाराजांनी, त्याने राजकारणात कोणत्या पद्धतीने सावधपणे व हुशारीने वागले पाहिजे, याबद्दलचा उपदेश प्रस्तुत पत्रात केला आहे. तो करताना विजापूर, कर्नाटक, गोवळकोंडे येथील राजकीय व लष्करी घटनांचा उत्कृष्टपणे वेध घेतला आहे. तसेच आपल्या कर्तृत्वाचा आढावा व्यंकोजीसमोर मांडला आहे.

चंदी आपणास आली वाल गुडापुरता मुलूक आहे तोहि आपणास चालोन आला तरी सद (र) हूप्रमाणे वर्तणूक केली तरी येहणेप्रमाणे फते होतच आहे म्हणजे येकोजी (बा) वा तुम्हा अैसा कर्नाटकामधे जोरावर कोण्ही नाही जरी मसल (त) हाती धरिता तरी फते अैसीच होऊन येई हे तजवीज माणली की दाजी न्हेब वडी (ल) होते त्याणी आम्हास ल्याहावें मग आमच्याने होते अगर नाही होत परंतु वडिलपणे पघत लेहून पाचवावी होती अैसही बोल लावाल म्हणून लिहिले असे तुम्ही बेअकल कारभारी याचे बुधीने लागोन हे तजवीज रद कराल तरी आम्ही जे लिहिले आहे हे केलियानी तुमचा नामूस आहे माहाराजाचे पोटी जाहाले याचे सार्थक केले अैसे होईल विशेष काये लिहिणे प्रति उतर पाठव हे आशीर्वाद छ छ छ

❖

४८. समस्त जातीनी धर्म अनादि चालत आले त्याप्रमाणे चालावे

ग्रामण्यांचा साद्यंत इतिहास
पृ. १५४-५५

श. १५९८, माघ. शु. ५
सु. १०७७, जिल्हेज ४
इ. स. १६७७, जाने. २८

मुद्रा

स्वस्ति श्री राज्याभिषेक शके ३ नलनाम संवत्सरे माघ शुक्ल ५ क्षेत्रीये कुलावतंस श्री राजा सिवाजी छत्रपती स्वामि याणी समस्त ब्राह्मण वेदपाटी व ग्रहस्थान व क्षेत्रिय मंडली तथा प्रभु ग्रहस्थान व वैश्य ज्ञाती व सुद्रादी लोकान तथा जमेदार व वतनदार व रयेत वगैरे सर्व ज्ञाती हिंदु महाराष्ट्रात तथा महालानि व देश व तालुके व प्रांतानिहाय वगैरे यास आज्ञा केली औसिजे. हिंदु ज्ञातीत आनादि परंपरागत धर्मशास्त्राप्रमाणे धर्म चालत आले असता अलीकडे काही दिवसात येवनी आमल जाहल्यामुळे काही ज्ञातीतील लोकास बलात्कारे धरून भ्रष्ट केले व कितेक जागीची दैवते जबरीने छिन्नभिन्न केली. हिंदु ज्ञातीत आहाकार जाहला. गायब्राह्मणसह धर्म उत्छद होण्याचा समये प्राप्त जाहला. त्याजवरून श्री ईश्वरी कृपेने आमचे हाते श्री सांबजीने यवन वगैरे दुष्टास शासन करऊन पराभवाते गेले व राहिले ते शत्रू पादाक्रात होतील परंतु लिहिण्याचे कारण की या सरकारात राज्याभिषेक समई क्षेत्रक्षेत्रादि क्षेत्रस्थ ब्राह्मण बहुत ग्रंथ अनादि सर्व जमा करून धर्मस्थापना जाहली त्यात श्री कासी क्षेत्रस्थ सिष्ट ब्राह्मणांत काही तड पडून हाली ग्रंथ पाहता भटजीकडून तफावत जाहली आहे. ठरले त्याजवरून हलो पुन्हा शास्त्री पंडित व मुदसदी व कारकून यांस आज्ञा होऊन ज्ञातिविवेक व स्कंद पुराणांतरगत श्याद्रिखंड अदी माहन ग्रंथी निरणय सर्व ज्ञातीविसी जाहले आहे ते वगैरे सर्व ग्रंथानुमते व जसे ज्याचे धर्म अनादी चालत आले त्याप्रमाणे निरवेध चालावे अगर ज्या ज्या ज्ञातीस वेदकर्माचा अधिकार असून येवनी जाहल्यामुळे आथवा ब्राह्मणानी काही द्वेषबुध्धीने शास्त्रांनरूप कर्मे न चालावता मलीन जाहली असतील ती त्या ज्ञातीचे मंडलीनी पुरी पाहून ज्याची त्याणी नीट वहिवाट आचरणे. ज्या ज्ञातीत जसी परंपरा चालत आली त्या प्रो।

टीप – महाराज हे वर्णाश्रमधर्माचे पुरस्कर्ते होते. त्यांच्या काळात यवनांच्या राज्यामुळे, त्यांच्या सेवेमुळे तसेच संपर्कामुळे वर्णाश्रमव्यवस्थेतील प्रत्येक जातीचे आचार धार्मिक दृष्ट्या दूषित झाले होते. म्हणून त्यानी सर्व जातींना उद्देशून वरील आज्ञापत्र जाहीर केले. ज्ञातिविवेक व स्कंद पुराणांतर्गत सह्याद्रिखंड व इतर मान्यताप्राप्त स्मृतीग्रंथात प्रत्येक जातीचे आचारनियम दिले आहेत त्यानुसार त्या जातीने वागावे म्हणजे समाजातील आचारसंकट दूर होईल, असे महाराजांनी आज्ञापत्रात म्हटले आहे.

चालवावी. जो कोणी द्वेषबुद्धीने द्रव्योलोभास्तव ब्राह्मण शास्त्रविरहीत नवीन तंटे करून खलेल करील येविसी त्या ज्ञातीवाले यानी सरकारात अर्ज करावा. म्हणजे शास्त्राचे समते व रुढीपरंपरा व ग्रंथ पाहून सरकारातून निरंतर निरमत्छरपणे धर्मस्थापना कोणाचा उजूर न धरिता परनिष्ट जेव्हांचे तेव्हाच त्वरित बंदोबस्त होत जाईल. हली येवन उतर देसीहून येत आहे. तरी सर्व ज्ञातीने यकदिल राहून कस्त मेहनत करून सरकारची सेवा करून शत्रू पराभवाने न्यावा. यात कल्याण तुमचे सरकारचे ईश्वर करील. जाणिजे मर्यादेयं विराजते.

❖

४९. दक्षणची पातशाही दक्षणियांच्या हातात

इतिहासमंजरी,
पृ. ९७

श. १५९८ फाल्गुन?
इ. १६७७, फेब्रु. - मार्च

श्री महादेव

राजश्री मालोजीराजे घोरपडे अखंडित लक्ष्मी आलंकृत राजमान्य प्रति राजश्री शिवाजीराजे जोहार उपरी. पूर्वी निजामशाहीतून आमचे बाप कैलासवासी महाराज इभराईम आदिलशाहा पादशहाचे कारकीर्दीस इकडे आले. त्यास, इभराईम आदिलशाने पादशाही कारभाराचा मदार महाराजाचे सिरीं टाकिला. तेव्हां महाराजाने हा विचार केला कीं, पादशाही मदार आपले हातास आला असतां आधी तों आपले जातीचे लोक मराठे याला हातीं धरून सरदारकी करून पोटें भरितात ते पादशाही वजीर करावे. पादशाही कामे यांजकडून करऊन नामोश होय, इज्जती थोर पावेत तें करावें. म्हणून तुमचे बाप बाजी घोरपडे सरदारकी करून होते ते आणून पादशाहास भेटऊन पादशाही वजीर केले. त्या दिवसापासून तुमच्या बापाच्या हातें व तुमच्या हातें पादशाहीचीं कामे होत आली. पादशाहानी तुमचे चालविले. ऐशा तीन पिढ्या पादशाहाच्या, दोनी पिढ्या तुमच्या जाल्या. ऐशियास, महाराजानें तुमच्या बापास इतकें बरें केलें हें स्मरण न धरून, जेव्हा काही मुस्ताफाखानाने महाराजास दस्त करविलें तेव्हा तुमचे बाप बाजी घोरपडे हमी होऊन महाराजास दस्त करून मुस्तफाखाचे हाती दिले. त्या दिवसापासून तुमच्या घरागियाचा व आमच्या घराणियाचा दावा वाढत चालिला. तो कित्येक झगडियांत तुम्ही आमचे लोक मारिले व आम्ही तुमचे लोक मारिले. आदि करून तुमचे बाप बाजी घोरपडे याला आमचे लोकी झगडियांत मारिलें, ऐसा परस्पर दावा चालविला होता. ऐशियास, सांप्रति राजकारण वर्तमान तरी दक्षिणेचे पादशाहा तीन, निजामशहा, आदिलशाह, कुतुबशाह, त्यामध्ये निजामशाही पादशाही बुडाली. ते समयी निजामशाही उमदे वजीर होते त्याणी आदिलशाही दरगाहाशी रुजवाती करून आपणास रोजगारास जागा केला. हाली आदिलशाही बहलोलखान पठाणीं घेतली. पादशाहा लहान लेकरु. नाव मात्र ते आपले कैदेंत ठेविले आहेत. आणि तख्त व छत्र विजापूरचा कोट पठाणाने कबज केला आहे. काही गु (?) बारून मिळाला नाही. ऐशियास, दक्षणचे पादशाहीस पठण जाला, हे गोष्टी बरी नव्हे! पठाण बळावला म्हणजे एका उपरी एक कुली दक्षिणियांची घरे बुडवील, कोण्हास तगों देणार नाही, ऐसें आम्ही समजोन हजरत कुतुबशाहा पादशाहा यांसी पाहिलेपासून रुजुवात राखिली होती. त्यावरून सांप्रत हजरत कुतुबशाहांनी मेहरबानी करून 'हुजूर भेटीस येणें' म्हणून दस्तखत मुबारक व दस्तपंजियानसी

फर्मान सादर केला. त्यावरून आम्ही येऊन हजरत कुतुबशाहाची भेटी घेतली. भेटीचे समई पादशाही आदब आहे की, शिरभोई धरावी, तसलीम करावी. परंतु आम्ही आपणावरी छत्र धरिले असे ही गोष्ट कुतूबशाहास मान्य होऊन शिरभोई धरणें व तसलीम करणें हें माफ केले. पादशाहा तिकडून आले. आम्ही इकडून गेलो. पादशाहांनी बहुतच इज्जती होऊन, गळ्यास गळा लाऊन भेटले. आम्हांस हाती धरून नेऊन जवळी बैसविले. किती एक मेहेरबानी जाहीर केली. आम्हीहि जैसी रुजुवात करून ये तैसी केली. आणि कुतुबशाहाचा व आपला घटी बरेपणा करून घेतला. या उपरी राजकारणविषई हजरत कुतुबशाहांनी महादण्णापंतांस व आम्हांस एकचित करून ऐसा तह केला कीं, जो काय उभयवर्गी तह द्यावा तो आपण कबूल करावाच. ऐसा कुळमनसबा व मदार आम्हावरी टाकिला आहे की "आपली पादशाही जितकी वाढवूं ये तितकी वाढवणे, पठाणाची नस्तनाबूस करणे." दक्षणची पादशाही आम्हा दक्षणियांच्या हातास आलियाउपरि आम्ही हाच विचार केला की, जे काही आपले जातीचे मराठे लोक आहेती ते आपले कटांत घेऊन कुतुबशाहासी त्यांची रुजुवात करावी, दौलत देवावी, त्यांचे हातें पादशाही काम घेऊन पादशाहाची पादशाही दराज करावी, आणि तुम्हा लोकांच्या दौलताही चालेत, घरें राहेत, ते करावे. आपल्या जातीच्या मराठिया लोकांचे बरे करावें हे आपणास उचित आहे. ऐसें मनावरी आणून तुमचा आमचा वडिलापासून दावा वाढत आला तो आम्ही मनातून टाकून नि:कपट होऊन, तुम्ही मराठे लोक, कामाचे, तुमचें बरें करावें ऐसें मनीं धरून, हजरत कुतुबशाहासी बहुत रीती बोलोन, तुम्हास हजरत कुतुबशाहाचा कौलाचा फर्मान घेऊन पाठविला आहे. तरी तुम्ही कुलीन, आमचा भरोसा मानून, देखत पत्र हरएक उपाये, पाठाणापासून निघोन मजल दर मजल भागानगरास आम्हांपाशी येणें त्यास, तुम्ही तरी स्वार होऊन व मजल दर मजल यालच परंतु आपला कुळी खुलासा, नेमस्त मुद्रा व इतबारी हेजीब बहुत सत्वर पुढे पाठवून देणें म्हणजे हजरत कुतुबशाहास अर्ज करून दौलतेचे नेमस्त करून, कौलाचा फर्मान दस्त पंजे मुबारक घेऊन फर्मान व लुगडीं मोहताब तुम्हांस पाठऊन देऊन ते घेऊन, येऊन, आमचे हाते हजरत कुतूबशाहास भेटणे ए प्रसंगी ऐसे तुमचे दौलतीचे काम मजबूत करून देतो की, पुढे बहुत बरें केले ऐसे तुम्ही आठवावे, तुमचे पुत्र पौत्र आठवीत व दौलत थोर होए व हजरत कुतुबशाहाचे काम तुमचे हाते होऊन ये ऐसा समय आहे. ऐशियास तुम्ही कदाचित ऐसा विचार कराल की, आदिलशाहाचे आपण दो पिढीचे वजीर आणि आता विजापुराकडून कुतुबशाहीत राजे यांचे बोले कैसे जावे? तरी, जे समई खवासखान धरिला, विजापूरचा कोट पठाणें घेतला, विजापूरचा पादशाहा धाकटा आहे त्याला कैदेत ठेविले तेच समई पादशाही बुडाली! विजापूर पठाणाचे हातास गेलें! आता आदिलशाही कैची? आणि उगीच तुम्ही तेथे 'आपली अदिलशाही आहे'

म्हणून गुंतून राहिले आहां! जरी पठाणाचीच चाकरी करोन राहों म्हणाल, तरी पठाण कांही तुम्हास थोर दौलत देणार नाही. आणि पठाणास तरी हजरती कुतुबशाहा व आम्ही व तमाम दखणी मिळोन चालोन येऊन बुडवीतच आहो. तुम्ही मराठे लोक आपले आहां तुमचें गोमटें व्हावे म्हणून पष्टच तुम्हांस लिहिलं असे जे काय तुम्हास पठाण देतो त्याची दुगुणी आम्ही कुतुबशाहापासून तुम्हास देवीतच असो. किंवा त्याहून अधिकाहि होऊन येईल तरी करून देऊच सर्व प्रकारे तुमचें गोमटें करून एविसीं आम्हापासून अंतर पडे तरी व मागील दावियाचा किंतु मनातून टाकिला एविसीं आम्हांस श्रीदेवाची आण असे. तुम्ही नि:संदेह होऊन येणे हेजीब आपला पुढे पाठविणे, त्या हाती, आम्हांसी घरोबियाने बरे वर्तावे, मागील दावियाचा किंतु मनातून टाकिला, ऐसे आपला आराध्य व कुळस्वामी असेल त्याची शपथ लिहून पत्र हेजिबाहाती पुढे पाठवून देणे आम्ही सर्व प्रकारे तुमचे गोमटें करावयासी अंतर पडों न देऊन. बहुत काय लिहिणे.

❖

टीप – प्रस्तुत पत्र अत्यंत महत्वाचे आहे, कारण त्यात शिवाजी महाराजांचे त्यांच्या आयुष्याच्या अखेरच्या टप्प्यातील राजकीय धोरणाचे सूत्र प्रगट झालेले आहे. उत्तरेकडील मुघल साम्राज्याची सत्ता ही दक्षिणेतील हिंदूंच्या व मुसलमानी राज्यांची मुख्य शत्रू आहे; तिच्याविरुद्ध सर्व दक्षिणी राज्यांनी एकत्र येऊन संयुक्तपणे लढावे, हे महाराजांचे राजकारणी सूत्र होते. म्हणून दक्षणची पातशाही दक्षिणियांची हातात राहिली पाहिजे, असे ते म्हणतात. मराठा जातीच्या सरदारांचे ऊर्जित करावे. हे महाराजांच्या राजकारणाचे दुसरे सूत्र होते.

५०. चौथाईचा करार

शिवशाही पोर्तुगीज
कागदपत्रे, पृ. ३४-३७ इ. १६७७, मे २८

शिवाजीमहाराजांनी दमण शहराकडे चौथाई आणि जीवनोपयोगी वस्तूंची मागणी केली होती. तत्संबंधी दमणच्या कार्यकारी मंडळाने उत्तरेकडील प्रदेशाचे कॅप्टन जनरल मानुएल लोबु द सिल्वैरा यांना केलेल्या सूचना कौंट व्हिसेरेई यांनी शिवाजीमहाराजांच्या मागणीस नकार देऊन जे पत्र पाठविले तदनुषंगाने प्रस्तुत सूचना करण्यात आल्या.

दमण शहराच्या अखत्यारीखाली सासष्टीच्या राजाची जी खेडी आहेत त्यांचा चौथ आपणाला द्यावा अशी जी मागणी शिवाजीने केली होती ती मागणी फेटाळून लावल्याचे जे पत्र कौंट व्हिसेरेई यानी पाठविले त्या पत्राचा पुरस्कार दमण शहराने करावा.

चौथचा कर हा सासष्टीच्या राजास पूर्वी झालेल्या करार मदारांनुसार दिला जात होता. हे करारमदार दमण शहर व सासष्टीचा राजा याच्यामध्ये झाले. दमण शहराने सासष्टीच्या राजास चौथ द्यावा व त्याच्या बदली त्याने चौथच्या अमलाखाली असलेल्या खेड्यांचे चोर व दरोडेखोर यांच्यापासून रक्षण करावे असे ठरले होते. या कराचा संबंध करदाते किंवा वतनदार यांच्या नुकसानीशी नव्हता. परंतु सासष्टीच्या राजाशी चौथबाबत तह आणि करार होऊन देखील या राजाची माणसे दमणच्या कक्षेतील खेड्यात शिरून चोऱ्यामाऱ्या करीत असत. आणि ज्या ज्या वेळी अशा घटना घडत असत त्या त्या वेळी सरकारी सैन्याचा बंडाळीचा बीमोड करण्यासाठी उपयोग करावा लागे. कारण, हा सर्व प्रदेश उघडा असल्याने चोर लुटारूंना या प्रदेशात लपून छपून प्रवेश करणे कठीण जात नाही.

१६७० साली कोळी राजाने चौथियाच्या राजाविरुद्ध बंड करून त्याचा काही प्रदेश घेतला व तो आमच्याकडे चौथ मागू लागला. त्याने डहाणूपासून माहीमपर्यंतच्या प्रदेशात पुष्कळ वेळा लुटालूट आणि चोऱ्यामाऱ्या केल्या. त्याच्या ह्या उपद्रवास आळा बसावा म्हणून आम्ही चौथियाच्या राजास न कळविता त्याला चोरून चौथ देऊ लागलो. परंतु त्यामुळे त्याचे समाधान न झाल्याने त्याने आपली आक्रमणे पुन: सुरू केली. त्याने उत्तरेकडील प्रदेशातच नव्हे, तर दमण शहराच्या कक्षेतील खेड्यांतदेखील लुटालूट आणि जाळपोळ केली. चौथियाच्या राजाला कोळी राजाचा बंदोबस्त करण्याबद्दल सांगण्यात आले. परंतु त्याने त्या बाबतीत काहीच केले नाही. अखेर दमणचे कॅप्टन माथिअस द सौझ यांनी गव्हर्नर आंतोनियु पाइश द सांद व मानुएल कोर्त रेआल

यांना या प्रश्नाबाबत पत्र घातले. त्यांनी कळविले की चौथियाचा राजा जर आमच्या खेड्यांचे रक्षण करण्यास असमर्थ असेल, तर कोळी राजास चौथ देऊन त्याच्या बंडाळीस आळा घालावा.

सरकारच्या उपरिनिर्दिष्ट हुकुमान्वये दमणचे कॅप्टन माथिअस हे काही माणसे घेऊन करमळे या खेड्यात गेले. तेथे चौथियाच्या राजाची व त्यांची बोलणी होऊन १६७१ च्या एप्रिल महिन्यात एका नवीन करारावर सह्या झाल्या. कॅप्टन माथिअस हे नंतर दमण, तारापूर व माहीम येथील माणसे घेऊन असेरी येथील किल्ल्याच्या वारणापूर तटबंदीकडे गेले. तेथे त्यांना चौथियाची माणसे येऊन मिळाली. मग हे सगळे कोळी राजाच्या खेड्यात आणि तटबंद्यात शिरले व त्यानी तेथे जे काय होते त्याची जाळपोळ करून ते दमणला माघारा परतले. ही घटना जुलै महिन्यात घडली. डिसेंबर महिन्यात मनुएल फुर्तादि द मेदोंसा हे दमण येथे बदलून आले. कोळी राजाने माहीम व तारापूरच्या जवळपासच्या खेड्यात आक्रमणे चालू केली. तो आमच्यापासून फार लांब असल्याने आम्ही त्याला शासन करू शकलो नाही. म्हणून दमणचे कॅप्टन मानुएल फुर्तादि यांनी शिवाजीशी संधान लावून कोळी राजास शासन करण्याची त्याला विनंती केली. त्या समझोत्यानुसार शिवाजीचे सैन्य कोळी राजाच्या राज्यात १६७२ च्या एप्रिल किंवा में महिन्यात घुसले. कोळी राजा पळून गेला. परंतु तो आमच्या खेड्यांना उपद्रव दिल्यावाचून राहिला नाही. त्याने चौथियाच्याही खेड्यांची नासधूस केली. त्या दरम्यान त्याचे आणि शिवाजीचे युद्ध संपले नाही. त्याची काही माणसे शिवाजीच्या सैन्याशी लढतच होती. त्याने चौथियाची खेडी घेतली असल्याने त्या खेड्यांचा चौथ तो आमच्याकडे मागत होता. परंतु शिवाजीच्या हल्ल्यामुळे त्याची खेडी आता त्याच्यापाशी राहिली नसल्याने कॅप्टन माथिअस यानी त्याला चौथ देण्यास नकार दिला. त्यानी चौथची रक्कम अनामत म्हणून 'सां पाऊल' येथे ठेवून दिली. त्यानी ही रक्कम कोळी राजा, चौथियाचा राजा किंवा शिवाजी यांच्यापैकी कुणालाच दिली नाही. जोपर्यंत चौथियाच्या खेड्यांचे भवितव्य निश्चित होत नाही तोपर्यंत चौथ कुणालाच द्यायचा नाही असा निर्णय त्यांनी घेतला.

शिवाजीचा चौथवर दावा आहे. परंतु तो आमच्या शेजारी असून देखील आमच्या प्रदेशात त्याने चोऱ्यामाऱ्या किंवा आक्रमणाचे प्रकार केले नाहीत. इतकेच नव्हे तर चौथिआचा राजा ज्याप्रमाणे चोर दरोडेखोरांपासून आमच्या खेड्यांचे रक्षण करीत होता, त्याप्रमाणे शिवाजीने खिंडी आणि रस्ते रोखून चोर दरोडेखोरांचा बंदोबस्त केला आहे. त्यामुळे त्याला चौथचा कर देण्यास हरकत नसावी असे वाटते. आणि शिवाजीचा बंदोबस्त ठेवण्याचा हेतू देखील तोच आहे. म्हणजे चौथियाला आम्ही जो चौथचा कर देत होतो तो आम्ही आपणास द्यावा. शिवाजीने कोळी राजा आणि चौथिया या दोघांना गप्प बसविले आहे. इतकेच नव्हे, तर बलसाडपर्यंत

मोगलांच्या प्रदेशातही पाचर मारली आहे. तो श्रीमंत आणि बलाढ्यही आहे. त्याच्या सामर्थ्यांच्या मानाने आमचे सामर्थ्य मर्यादित आहे. आमचा अधिकार शहर आणि किल्ला यांच्या पलीकडे जात नाही. त्यामुळे आम्हाला सगळीकडे धावाधाव करणे अशक्य आहे. अशा परिस्थितीत शिवाजीने इकडचा सर्व प्रदेश घेतला तर आश्चर्य करण्याचे कारण नाही. म्हणून ज्याअर्थी तो आमची कसलीच नुकसानी करीत नाही त्याअर्थी तो मागत असलेला चौथ त्याला देण्यास हरकत नाही.

आता शिवाजी आमच्याकडे ज्या खाद्योपयोगी वस्तूंची मागणी करीत आहे त्याकडे वळू. यंदा त्याने आपल्याकडून सामान पुष्कळ नेले असल्याने त्याला ते आणखी देऊ नये. त्याला आणखी सामान दिले तर या ठाण्यात त्याची टंचाई भासेल. त्यातच गोव्याकडे दीवच्या किल्ल्याचे भात पाठविण्यात आले आहे. त्यात पुन: पुढच्या वर्षाची तरतूद केली पाहिजे. तरीही शिवाजी हा या शहराचा आणि किल्ल्याचा प्रामाणिक मित्र असल्याने त्याला आणखी थोडे धान्य पुरविण्यास हरकत नसावी. नाहीतरी आपण मागच्या काळात खंबायत, सुरत वगैरे बंदरांना भात आणि इतर खाद्योपयोगी वस्तू विकत होतोच. परंतु शिवाजीने भाताची जी चालू मागणी केली आहे ती आमची परीक्षा पाहण्यासाठी की काय कळत नाही नाही. कारण, त्याने सोळसुंबाचे मानुएल पैशोतु द गामा यांच्याकडे १०० मुडे भात घेण्याचा करार केल्याची बातमी आहे. त्याबद्दल इसारा म्हणून पैशोतु द गामा यांना शिवाजीकडून २०० अश्रफी मिळाल्याचेही कळते. हे भात जर त्याने नेले नाही तर कायद्याप्रमाणे त्याचा इसारा बुडेल.

ही सर्व परिस्थिती हे उदात्त शहर कौंट व्हिसेरेई यांना सादर करीत आहे. तरी त्या शहराच्या व शाही राजमुकुटाच्या कक्षेतील खेड्यांचे हितसंबंध लक्षात घेऊन आपण काय तो निर्णय घ्यावा. या शहराची भावना आहे की, चौथच्या प्रश्नावरून शिवाजीशी या शहराचे वितुष्ट येऊ नये. तसे झाले तर करदाते, नागरिक आणि कर न देणारे यांचीही नुकसानी होईल.

प्रस्तुत निवेदनाचे लेखन दमण शहराच्या नगरपालिकेत दि. २८ मे १६७७ या दिवशी मी नगरपालिकेचा कारकून अंतोनियु मौरांव कौतिन्यु याने केले.

❖

टीप – उपर्युक्त कागद लिस्बन येथील सायन्स अकादमीच्या ग्रंथालयात असून त्याचा क्रमांक ५८, पृ. २३५ आहे. शिवाजीने चौथियाच्या राजाची जी खेडी घेतली आहेत त्यांची चौथाई त्याला देण्यास हरकत नाही, अशी शिफारस दमण शहराने गोव्याच्या व्हिसेरेईला प्रस्तुत कागदात केल्याचे दिसून येते. कागद कै. पां. स. पिसुर्लेंकर यांनी Assentos to conselho do Estado, vol. 4 मध्ये प्रकाशित केलेला आहे.

५१. गृहकलह बरा नव्हे

पत्रसारसंग्रह, पत्र क्र. २३३२ | श. १५९९
इ. १६७७

रा. शिवाजी राजे- रा. येकोजी राजे

आशीर्वाद उपरी, कैलासवासी साहेबी कैलासवास केला त्यास आजी तेरा वर्षें जाली व महाराजाचे पैके व जडाव व हाती व घोडे व मुलूख आवघेही रा. रघुनाथपंती तुम्हाला राज्यावरी बैसवून संपूर्ण राज्य तुमचे हाती दिल्हे. यैसियास आमचा अर्ध वाटा तेरा वर्षें तुम्हीच खादला. आम्ही जरी तुम्हाजवली मागावे तरी बहुत दूर होतो. बऱ्या बोले तुम्ही देणार नव्हा. म्हणून तेरा वर्षे सबुरी केली. मनामध्ये यैसा विचार केला की, बरे, महाराजाचे पुत्र तेही आहेत. खाती तोवरी खात. मालाचे धनीच आहेत. जे समई आम्हाला फावेल ते समई आम्ही वेव्हार सांगोन घेऊन यैसें मनी धरून होतो. यैसीयास राजकारणप्रसंगे आम्ही कुतुबशहाचे भेटीस भागानगरास गेलो. तेथून कर्नाटकात गेलो. चंजी घेतली व येलूरतर्फेचा मुलूख घेतला व सेरखानास झगडियात मोडून गर्देस मेलविले. सेरखानाचे हाती मुलूख होता तेवडाहि घेतला. त्यावरी मजल दरमजल कावेरीतीरास गेलो. तेथून तुम्हाला पत्रे लिहिली की, रा. गोविंदभट गो। व रा. काकाजीपंत व रा. निलोबा नाईक व रा. रंगोबा नाईक व तिमाजी यख्तियारराऊ यैसे भले लोक आम्हापासी पाठवणे म्हणून तुम्हाला बहुता रीती लिहून पाठविले. त्यावरून तुम्ही सदरहू भले लोक आम्हापासी पाठवून दिल्हे, त्या भले लोकासी बहुता रीती घरोबियाचा वेव्हार सांगोन आमचा अर्धा वाटा आम्हाला बऱ्या बोले द्या म्हणोन सांगोन पाठविले. त्याबराबरी रा. बालंभट गोसावी व रा. कृस्ण ज्योतिसी व कृस्णाजी सेखजी यैसे आपले तर्फेने भले लोक दिल्हे. हे भले लोक तुम्हाजवली जाऊन बहुतां रीतीं बोलिले की, गृहकलह करू नये, आपला अर्धा वाटा मागतात तो द्यावा यैसे बोलिले. परंतु कपटबुद्धी तुम्ही यैसी मनी धरिली की, या समयात आम्ही बहुत थोर राजे जालो आहोत. आम्हासी आपण खासा भेटीस येऊन हरभल नरमी बहुत दाखववावी, आणि आमचा वाटा बुडवावा. तेरा वर्षे सारे राज्य आपणच खादले; पुढेही सारे राज्य आपणच खावे, यैसी बुद्धि मनी धरून वाटियाचा निवडियाची तह न करिता आपण खासाच आमचे भेटीस आलेस आमची व तुमची भेट जाली. त्याउपरी आम्ही बहुता रीती तुम्हासी बोलिलो की, आमचा वाटा अरधा द्या. परंतु तुम्ही वाटा द्यावा, हा विचार मनी धराचना. मग जरूर जाले की तुम्ही धाकटे भाऊ आपण होऊन आमचे भेटीस आलेस आणि तुम्हाला धरावे आणि वाटा मागावा हे गोष्टी थोरपणाचे इज्जतीमध्ये लाख नव्हे या निमित्य तुम्हाला चंजाउरास जावयाचा निरोप दिधला....

आम्ही स्वार होऊन तोरगल प्रातास आलो. तेथे यैसी खबर आइकिली की, तुम्ही तुरुक लोकांच्या बुधीस लागोन आमच्या लोकांसी झगडा करावा यैसे मनी धरून आपली सारे जमेत येकवट करून आमच्या लोकांवरी पाठवून दिल्हेत. ते वालगोडपुरास आले. तुमचे लोक चालोन आल्यावरी तुमच्या आमच्या लोकात थोर झगडा जाला. तुमचे लोक पराजय पावले. प्रतापजी राजे व भिवजी राजे व शिवाजी दबीर यैसे तिघे धरिले व कितियेक लोक मारिले; कितीयेक पलोन दाणादाण होऊन गेले, ऐसा समाचार आइकिला. हे ऐकोन बहुत नवल यैसे वाटले की, कै. महाराज त्यांचे तुम्ही पुत्र, बहुत थोर लोक, यैसे असोन काही विचार करीत नाही व धर्माधर्म विचारीत नाही. यैसे असता कस्टी व्हाल याचें नवल काय? तुम्ही म्हणाल की, काये विचार करावा? तरी यैसा विचार करावा होता की.... श्रीदेवाची व श्रीची कृपा त्यावरी पूर्ण जाली आहे. दुस्ट तुर्काला ते मारितात. आपल्या सैन्यातहि तुरुक लोकच असतां जयें कैसा होतो, आणि तुरुक लोक कैसे वाचो पहातात, हा विचार करावा होता. आणि युद्धध्याचा प्रसंग पाडावा नव्हता. परंतु दुर्योधनासारखी बुधी धरून युध्य केले आणि लोक मारविले. जे जाले ते जाले. पुढे तरी हट न करणे, तेरा वर्षे तुम्ही सारे राज्य खादले ते खादले. याउपरी कितेक आमचे आम्ही घेतले असे. अरणी, बेंगळूर, कोल्हार, होसकोट, सिरलकटे व किरकोल जागे व चंजाऊर यैसे जे जागे तुमचे हाती उरले आहेती ते आमचे लोकांचे हाती देणे. आणि नगद पैके व जडाव व हाती व घोडे यांचा अरधा वाटा देणे. यैसा विचार करून आम्हासी संधी करणे. तुम्ही यैसा संधी निर्मलपणे केलिया आम्ही आपणापासोन तुम्हाला तुंगभद्रे आलाड पनालेप्रांतें तिन्ही लक्ष होनांची दौलत देऊन; अथवा आम्हाजवलील दौलत तुम्हाला मानेना तरी कुतुबशाहास अर्ज करून त्यापासून तुम्हाला ३ लक्षांची दौलत देवऊन. यैसे दोन्ही विचार तुम्हाला लिहिले आहेत. या दोन्हीमधील येक मनी धरून मान्य करणे. हटाचे हाती न देणे. आपल्यात आपण गृहकलह करावा आणि कस्टी व्हावे याचे काही प्रयोजन नाही याउपरी तऱ्ही आमचा आपला संधी व्हावा यैसे बुधी मनी धरून वांटियाचा वेव्हार निर्गमून टाकणे आणि सुख असणे. गृहकलह बरा नव्हे आम्ही तरी वडीलपणे आजीवरी तुम्हाला सांगितले; आताही सांगतो ऐकाल तरी बरे. तुम्हीच सुख पावाल. नाइकाल तरी तुम्हीच कस्टी व्हाल. आमचे काय चालते? बहुत काय लिहिणे 'मर्यादेयं विराजते!' ❖

टीप – शिवाजीमहाराजांनी व्यंकोजीस लिहिलेले उपदेशपर पत्र. आपणा दोघातील वडिलार्जित जाहगिरीवरून चाललेला गृहकलह बरा नाही, त्यामुळे तुमचेच नुकसान होईल, तुम्ही युद्धाचा मार्ग न स्वीकारता माझ्याशी सलोख्याचा तह केल्यास, मी तुम्हाला माझ्या मुलखात तीन लक्ष होनांची जाहगीर देईन, किंवा माझ्याशी मित्रत्वाचे संबंध असलेल्या कुत्बशहाकडून तेवढ्याच उत्पन्नाची जाहगीर त्याच्या प्रदेशात देववीन, असे महाराजांनी कळवळीने व्यंकोजीच्या सुबुद्धीला आवाहन केले आहे. महाराज जरबेची भाषा व प्रेमाची भाषा दोन्हीही किती प्रभावीपणे वापरतात ते पाहण्यासारखे आहे.

५२. चाफळ येथे श्रीची स्थापना

श्रीरामदासवचनामृत
पृ. १९९-२०० | श. १६००, आश्विन, शुद्ध. १०
इ.स. १६७८, सप्टेंबर, १५

श्रीरघुपती श्रीमारुती

श्रीसद्गुरुवर्य श्रीसकळतीर्थरूप श्रीकैव्ल्यधाम श्रीमहाराज स्वामीचे सेवेसी.

चरणरज शिवाजीराजे यांनी चरणावरी मस्तक ठेऊन विज्ञापना जे मजवर कृपा करुनू सनाथ केले. आज्ञा केली की तुमचा मुख्यधर्म राज्यसाधन करून धर्मस्थापना, देव-ब्राह्मणाची सेवा, प्रजेची पीडा दूर करुनु पाळण रक्षण करावे; हे व्रत संपादून त्यात परमार्थ करावा. तुम्ही जे मनी धराल ते श्री सिद्धीस पाववील. त्याजवरून जो जो उद्योग केला व दुष्ट तुरुक (पाठभेद दुराढे) लोकांचा नाश करावा, विपुल द्रव्यें करुनू राज्यपरंपरा अक्षई चालेल ऐशीं स्थळे दुर्घट करावीं ऐसें जें जें मनीं धरिलें ते ते स्वामींनी आशीर्वादप्रतापें मनोरथ पूर्ण केले.

या उपरि राज्य सर्व संपादिलें तें चरणीं अर्पण करुनू सर्वकाळ सेवा घडावी ऐसा विचार मनीं आणिला तेव्हा आज्ञा जाहली की, ''तुम्हास पूर्वीं धर्म सांगितला तेच करावेस तीच सेवा होय.'' ऐसें आज्ञापिलें

यावरून निकटवास घडुनू वारंवार दर्शन घडावे; श्रीची स्थापना कोठें तरी होउनू सांप्रदाय शिष्य व भक्ति दिगंत विस्तीर्ण घडावी ऐसी प्रार्थना केली. तेही आसमंतात गिरिगव्हरी वास करुनू चाफळी श्रीची स्थापना करुनू सांप्रदाय शिष्य दिगंत विस्तीर्णता घडली.

❖

टीप – शिवाजीमहाराजांची सद्गुरुनिष्ठा, निरहंकरी स्वभाव व निरिच्छ वृत्ती वरील पत्रातून दिसून येते. स्वपराक्रमाने व कर्तृत्वाने स्वराज्य स्थापना करूनही, ते कार्य सद्गुरुंनी आपल्याकडून करवून घेतल्याची आपली भावना ते वरील पत्रात व्यक्त करतात. अध्यात्माच्या क्षेत्रात असा शिष्य सद्गुरूला मिळणे विरळाच. रामदासस्वामीही महाराजांना सांगतात की, माझ्या सेवेसाठी तुम्ही मठात येऊन राहण्याची जरुरी नाही. तुम्हाला पूर्वी राजधर्मपालनाचा जो उपदेश केला तोच यापुढे आचरणात आणल्यास तुम्ही माझी सेवा केल्यासारखेच आहे. रामदासांसारखा विरक्त व राजकारणाची उत्तम जाण असलेला सद्गुरूही विरळाच.

५३. देवाच्या पूजेसाठी फुलबाग इनाम

श्री.शं.ना.जोशी संग्रह

श. १६००, आश्विन वद्य २
इ. १६७८, सप्टें. २२

श्री महादेव

स्वस्तिश्री राज्याभिषेक शक ५ कालयुक्त संवत्सरे आ (स्वीन बहु)ल द्वितीया रविवासरे क्षत्रिय कुलावतंस श्री राजा शिवछत्रप(ति) यांणी मोकदमानी पेंठ सिंगणापूर मलेवाडी (या) सी आज्ञा केली यैसी जे श्री देवाचा (फुलांचा बाग) **** बा पुलारी कैलासवासी मातुश्री साहेबी दस्तीं बाद (करुनू) (दरोब)स्त इनाम करून दिल्हा आहे तेणेप्रमाणे चालतच आहे हाली (न) वी सनद पाहिजे म्हणून उजूर केला त्याकरिता पुलारी येउ(नु) (वि) दित केले तरी इस्कील कराया गरज काये आहे याउपरी इस्कील (ये) (क) (दर) न करणे यांचा (बाग) खेरीज दस्त करून इनाम दिल्हा आहे आणि (चाल) त आहे तेणेंचप्रमाणे पेस्तरही चालवणें तालीक घेउनू असल पुलारियापासीं देणें लेखनालंकार (मर्यादा)

❖

५४. कर्यात मावळच्या देशकुलकर्णाचा वाद

राज. खंड १८, ले. २२ सु. १०७९
इ.स. १६७८-७९

आज रख्तखाने राजेश्री शिवाजीराजे साहेब दामैदलतहू, ताहा पायगुडे व कर्जवणे देशमुख व मोकदम व कुलकर्णी व रयात कर्यात मावल प्रांत पुणे, सुहूरसन तिसा सबैन अलफ मालूम दातद. मोरो विठल होनप देशकुलकर्णी कर्यात मजकूर हुजूर येऊन आपली हकीकत जाहीर केली की आपले वडिलांची मिरासी देशकुलकर्णी, तर्फे पुणे ७ बितपशील;

तर्फ नरिथडी देहे ३७	तर्फ सांडस बुद्रुक देहे २९
तर्फ हवेली देहे ८२	तर्फ कर्यात मावल देहे ३६
तर्फ करेपठार देहे ४३	तर्क पाटस देहे ४३
तफ सांडस खुर्द देहे २०	

येणेंप्रमाणे पिढी दरपिढी कारकीर्द दरकारकीर्द देशकुलकर्ण चालत आले आहे. ऐसीयासि राजश्री महाराज साहेबास निजामशहा यांनी परगणे मजकूर मुकासा दिल्हा, ते वक्ती तर्फा तर्फांनी महाराज साहेबीं ठाणीं ठेऊन हावलदार व कारकून तर्फा तर्फास सतंतर (=स्वतंत्र) कमावीस करीत असेती. ते वक्तीं आपल्या वडिली गुमास्ते तर्फतर्फास कारभारास दिल्हे असता, कर्यात मावलास गपचूप पुण्याहून पाठविले त्यांनी कितेक दिवस मुतालिकी करीत असता कागदपत्राचा शिरस्ता आपणाजवळी आणून देत असेती व हकलाजिमा आणून देत असेती. चाकरीचे रवेशीने आपल्या वडिलासीं वर्तत असतां, रयतेसीं बंद सलूक केला, म्हणून त्यास दूर करून नामाजी लाडा पुणेहून गुमास्तगिरी देऊन कर्यात मावळास पाठविला. नामाजी हयात असतां आपला हक लाजिमा व कागदशिरस्ता आपणास देत गेला असे. महाराज साहेबांचे कारकीर्द चालत असता निजामशाही गुदरोन गेली. इदलशाहीतर्फेने विजापुरीहून मुऱ्हारी जयदेवराव सुभा येऊन पुणे जाळून लुटून तलफ केले. ते वक्ती दौलतमंगल उर्फ भुलेश्र्वर येथे मुऱ्हारीने किल्ला बांधोन शहर वसविले. तेथे आपले वडील नांदावयासी गेले. कित्येक मुदती भुलेश्वरी कारभार पडिला. त्याकरिता कर्यात मावळी नामाजी लांडा कारभार करीत असे. तो आपला हक लाजिमा व कागदशिरस्ता देत असे. इदलशाहीतून महाराजसाहेबांस पुणे मुकासा जाहले "ते वक्तीं साहेबास कर्यात मावल व राजश्री मंबाजी राजे भोसले यांसी सांडस खुर्द महाराजसाहेबीं आपणापासून मोकासा दिल्हा साहेबाचे तर्फेने कर्यात मावलास हवालदार व कारकून अलाहिदा गेले. त्यासी नागजोडी करून नामाजीने आपणासी बेइमान होऊन नजर बदलली. ऐसीयास

आपण येऊन साहेबापाशी हकीकत जाहीर केली. तो निळो सोनदेव साहेबांचे मजुमदार यांनी आपाजीची पाठी राखिली. आपाजीस आपणासी रुजू होऊ देत नाहीत. तरी साहेबी मेहेरबान होऊन देशमुख व मोकदम व कुलकर्णी व रयतीस ताकीद करून खुर्दखत दिल्हे पाहिजे.'' म्हणून तुम्ही मालूम केले. त्यावरून तुम्हास बोलावून हकीकत पुसिली. तुम्हीहि सदरहूप्रमाणे सांगितली. तरी हली मोरो विठल देशकुलकर्णी याचे कर्यात मावलांचे देशकुलकर्णाचा अंमल त्याचे दुमाला करणे. आपाजीस दाखल न करणे. याचा हकलाजिमा यासी देणे. तकरार फिर्याद येऊ न देणे. तालीक घेऊन फिरोन देणे. मोर्तब सुद, मोर्तब असे.

❖

टीप – कर्यात मावळ, प्रांत पुणे, येथील देशकुलकर्णाची मिरासी मोरो विठ्ठल होनप याच्याकडे त्याच्या वडिलांकडून शाहजीराजांच्या कारकिर्दीत आली. शाहजीराजांच्या तर्फे नामाजी लांडा हा गुमास्ता म्हणून काम करीत होता. शाहजीराजांच्या काळात तो मोरो विठ्ठल होनप यांच्याशी नीट वागला, पण शिवाजीमहाराजांचा अंमल कार्यात मावळावर सुरू होताच नामाजीने राजांच्या कर्यात मावळच्या हवालदाराशी व कारकुनांशी गुप्त संगनमत केले व तो मोरो विठ्ठलाला देशकुलकर्णाचा मिरासी हक्क उपभोगू देईना. महाराजांचा मुजुमदार निळो सोनदेव याने अन्यायाने नामाजीची बाजू घेतली. पण मोरो विठ्ठलाने फिर्याद केल्यावर महाराजांनी त्याचा मिरासी हक्क त्याला परत देववून त्याच्यावरील अन्याय दूर केला.

५५. कनिष्ठ बंधू असे पुरुषार्थी आहेत

इतिहाससंग्रह,
'तंजावरचे राजघराणे' इ. १६७८-७९
पृ. ४२-४३

श्री

श्रियासह चिरंजीव अखंडित लक्ष्मी अलंकृत राजश्रिया विराजित राजमान्य राजश्री महाराज व्यंकोजी राजे प्रती राजश्री शिवाजीराजे आशीर्वाद. येथील क्षेम जाणोन स्वकीय कुशल लेखन करणे विशेष कितेक दिवस जाले तुमचे पत्र येत नाही याकरिता समाधान वाटत नाही. सांप्रत राजश्री रघुनाथपंती लिहिले की ''तुम्ही आपले ठायी उदासवृत्ति धरून पहिलेसारखे आपले शरीरसंरक्षण करीत नाही. सणवार उत्सवादिक हेही काही करीत नाही. सेना बहुत आहे. परंतु उद्योग करून कार्यप्रयोजन करवावे हेही काही करीत नाही. वैराग्य धरिले आहे. एखादे तीर्थीचे बसून कालक्रमणा करू ऐशा गोष्टी सांगता.'' म्हणोन विस्तारे लिहिले होते तरी या गोष्टी आम्हास बहुत अपूर्व वाटल्या की कैलासवासी स्वामींनी कसे प्रसंग पडले ते निर्वाह करून यवनांच्या सेवा करून आपल्या पुरुषार्थे बाजी संवारून उत्कर्ष करून घेतला. शेवट बरा निर्वाह केला. ते सर्व तुम्ही जाणता त्यांच्या साह्यतेस त्यांच्या बुद्धि युक्ति सर्वही तुम्हास उपतिष्ठोन त्यापासून शहाणे जाला आहा. त्या उपरि आम्हीही जे जे प्रसंग पडले ते निर्वाह करून कोणे तऱ्हेने राज्य मिळविले हे जाणता व देखत आहा. असे असोन तुम्हाला ऐसा कोणता प्रसंग पडला जे इतक्याचमध्ये आपल्या संसाराची कृतकृत्यता मानून नसते वैराग्य मनावरी आणून कार्यप्रयोजनाचा उद्योग सोडोन लोकांहाती रिकामेपणी द्रव्य खाऊन नाश करवणे, व आपल्या शरीराची उपेक्षा करणे, हे कोण शहाणपण व कोणती नीति? व आम्ही तुम्हास वडील मस्तकी असता चिंता कोणे गोष्टीचा आहे? या उपरि सहसा वैराग्य न धरिता मनांतून विषण्णता (काढून) कालक्रमणा करीत जाणे. सणवार उत्साह पूर्ववत करीत जाऊन तुम्ही आपले शरीर-संरक्षण बरे करीत जाणे. जमेती सेवक लोकांना रिकामे न ठेवून कार्यप्रयोजनाचा उद्योग करून त्यापासून सेवा करून पुरुषार्थ व कीर्ति अर्जणे. तुम्ही त्या प्रांते पुरुषार्थ करून संतोषरूप असलिया आम्हास समाधान व श्लाध्य आहे की कनिष्ठ बंधु असे

टीप – शिवाजीमहाराजांच्या सैन्याने व्यंकोजीचा कोलेरून नदीच्या तीरावर पराभव करून त्याचा काही मुलूख जिंकून घेतल्यावर व्यंकोजी उदास व विरक्त वृत्तीने वागू लागला. तो राज्यकारभारात लक्ष घालेना. म्हणून महाराजांनी त्याला, ही विरक्त वृत्ती सोडून आपल्यासारखा पुरुषार्थ गाजवण्याचा व कीर्ती संपादन करण्याचा उपदेश केला.

पुरुषार्थी आहेती. पुरुषार्थ व कीर्ति अर्जणे रिकामे बैसोन लोकाहाती नाचीज खाववून काल व्यर्थ न गमावणे. कार्यप्रयोजनाचे दिवस हे आहेती. वैराग्य उत्तरवयी कराल ते थोडे, आज उद्योग करून आम्हासही तमासे दाखविणे. बहुत काय लिहिणे. तुम्ही सूज्ञ असा. मोर्तब सुद.

मर्यादेयं विराजते

५६. शितोळे देशमुखांची पाटिलकी

पे.द., खंड ३१ — श. १६०१, आषाढ शु. ७
ले. ४१ — इ. १६७९, जुलै ५

श्री

स्वस्ति श्री राज्याभिषेक शक ६ सिधार्थी सवछरे आषाढ शुध सप्तमी मंदवासरे क्षत्रिये कुलावंतस श्रीराजा शिवछत्रपती याणी राजश्री कोनेर रुद्र देशाधिकारी ता। मावले यांसी आज्ञा केली यैशीजे पासीणे ता। कर्यात मावल येथील पाटिलगी गोविंदराव सितोले देशमुख प्रा। पुणे यांची आहे. त्यास रणपिसा वाडी करंदी येथील कुणबी आपणास मजरा निराला करून दिधला आहे, म्हणोन कथला करितो. तुम्ही त्याच्या बोले यांसी कथला करिता म्हणौन हुजुरू येउनू विदित केले. तरी नसते पाटिलगियांचे कथले नवे करावयास तुज गरज काये? स्वामी धाकुटपणापासून या देशात आहेत. मिरासदार कोण व गैरमिरासदार कोण हे जाणताती व माणसाचे माणूस वलखतात. तू नवा वाई देशा नवा सुबा करावयास आला आहेस. तुजला हे काही ठावके नाही, आणि उगाच येकाच्या बोले येकासी कथला करितोस हे तुजला कोणे सांगितले आहे? याउपरी मिरासदारांचे कथले नसते नवे करिसील म्हणिजे आपले केले पावशील! हे जाणौन सितोलियासीं कथला न करणे. पूर्वी मातुश्री आऊसाहेबी मजरा करावयाविषंई सांगितले होते ते प्रसंगी स्वामीनी मान्य केले नाही. त्याउपरी गोमाजी नाईक पानसबल याणी त्यांसी कुसूर केला. ते वर्तमान स्वामीस विदित जालियावर त्यास ताकीद केली. आजीता। सुरलित चालत आहे. हाली त्याप्रमाणे सितोलियाची पाटिलकी सुरलित चालवणे. वाडी करंदीचा मजरा केला नाही. मातुश्री आऊंसाहेबी अगर आणिक कोण्हाचा कागदपत्र कुसुरामुळे नेला असेल त्यावर नव जाणे. सितोलियांसी काही कथला केला म्हणिजे स्वामीस बोल नाही. ताकीद होईल. जाणिजे.

लेखनालंकार

❖

टीप – मावळ प्रांताचा देशाधिकारी कोनेर रुद्र याने वाडी करंदी येथील कुणबी रणपिसा याची बाजू घेऊन कर्यात मावळातील पासीणे गावचा पाटील गोविंदराव शितोळे याच्याशी वाद सुरू केला. त्याबद्दल शिवछत्रपतींनी कडक शब्दात त्याची हजेरी घेतली आहे.

५७. गनिमे जोरावरी बहुत धरली आहे.

महाराष्ट्र कोकिळ, पुस्तक ४, अंक ३ पृ. १-४

श. १६०१ माघ (?) इ. स. १६७९-८० (जाने.-फेब्रु.?)

श्रियासह चिरंजीव अखंडित लक्ष्मी आलंकृत राजमान्य राजश्री महाराज व्यंकोजी राजे यासी प्रती सिवाजी राजे आशीर्वाद. येथील कुशल जाणून स्वकुशल लेखन करणे. उपरी तुम्ही पत्र पाठविले ते पावले. तुमचे कुशल कळोन संतोष वाटला. असेच क्षणक्षण आपले कुशल लेखन करून पाठवीत जाणे. विशेष ए प्रांतीचे वर्तमान दिलेरखान विजापूरची पातशाही कमकुवत देखोन जोरावरी धरून विजापूर घ्यावे या मतलबे विजापुरावरी चाल केली. भीमा नदी उतरून शहरानजीक एऊन भिडला. हे वर्तमान खान अलीशान मसऊदखान यानी आम्हास लिहिले की, "गनिमे जोरावरी बहुत धरली आहे. एऊन मदत केली पाहिजे." त्यावरून आम्ही तेच क्षणी स्वार होऊन मजली दर मजली पनालियास आलो. सारी कुल जमेती जमा करून खासा लष्करानिशी विजापुरासन्निध गेलो. विचारे पाहतां गनीम कट्टा; त्याहीमध्ये पठाणजाती हट्टी, याशीं हुन्नरेच करून खजील होऊन नामोहरम होय तो हुन्नर करावा म्हणून ऐशी तजवीज केली की त्याचे मुलकात फौजाचा पैसावा करून ओढा लावावा त्यावरून दिलेलखानास ती गावाचे अंतरे सोडून भीमा नदी उतरून तहत जालनापूरपावेतो मुलूख ताख्ततराज करीत चाललो. जालनापुरास जाऊन चार दिवस मुकाम करून पेठ मारिली, बहुत मालमत्ता (हाती) लागली. जालनापुरास म्हणजे औरंगाबादेहून चार गावे. ते जागा शहाजादा असता त्याचा हिसाब न धरिता पेठ लुटली. सोने रुपे हती घोडे याखेरीज मता बहुत सापडली. तो घेऊन तरफीस स्वार होऊन कूच करून एता, मध्ये रणमस्तखान व आसफखान व जाबीतखान असेच आणीक पांचसात उमराऊ आठदहा हजार स्वारानशी आले. त्यास शाहाबाजीच्या हुन्नरे जैशी तंबी करून ये तैशी तंबी करून घोडे व हत्ती पाडाव करून पटियास आलो. मागती लष्कर मुलकात धुंदी करावयास पाठविले, व राजश्री मोरोपंत प्रधान यास बागलाण व खानदेश प्रांती सत्तावीस किल्ले मोगलांचे आहेत ते व मुलूख कबज करावयास पाठविले. आणि आम्ही पटियास मुक्काम केला. तो खान अलीशानाची किताबती आली की, "तुम्ही कितेक गनिमाचे मुलकात स्वारी करून खराब केला, ओढा लाविला. परंतु या जागाहून गनीम उखळत नाही. बहुतच बळ धरून कोटानजीक भिडला आहे. ए समयी एऊन मदत करून पातशाही राखली पाहिजे." त्यावरून मागती स्वार होऊन मजली दर मजली पनाळियास आलो. कितेक द्रव्याने व सेनेने पहिले साहाय केले व

मागतीहि द्रव्य मबलक पाठविले व सेना गनिमाचे मुलकात पैसली होती ते बोलावून आणून दिलेलखानावरी पाठविली. त्यानी जाऊन कहीकबाड मारून कुल सामान बाब धरून आरोखून धरिला. त्याचे मदतीस औरंगाबादेहून रणमस्तखान व बाजे उमराऊ अलिखान येऊन सात आठ हजार स्वारानिसी येत होते त्यासहि मारीत गर्देस मेलवीत पिटीत औरंगाबादपावेतो नेले. कितेक शहरे लुटीत देश खराब करीत परतोन येऊन गनिमास घेरोन बैसले हे वर्तमान, व राजश्री मोरोपंत त्या प्रांती पाठविले होते आणि अहिवंत किल्ला घेतला अहिवंत म्हणजे जैसा काही पनाळा; त्याचे बरोबरी समतुल्य आहे. दुसरा नाहवा गड, बागलाणच्या दरम्यान मुलकात आहे; तो कठीण, तोही घेतला. हे दोनी किले नामोशाचे पुरातन जागे कबज केले. त्या किल्यावरहि बहुत मालमत्ता सापडली व त्याजबरोबर जमेत होती ते मुलकात पाठवून धामधूम केली. कितेक मुलूक कबज केला हे वर्तमान, व पहिले आम्ही स्वारी केली, जालनापूर मारिले, रणमस्तखान नामोहरम केला, हे वर्तनान वरचेवर पादशाहास बाकीबाहाल जाला. पातशाहादि बहुत खजील होऊन आहादीवर आहादी दिलेलखानास आले. ये जातीने मुलूक खराब करून गडकोट व देश कबज करून वोढा लाविला; आणि लवाजमा घरून वरच्यावरी कहीकबाड मारून गनीम जेर केला. दिलेलखानासहि ऐसे कळोन आले की, येथे राहिल्याने आपली शाही कुल बुडवितील. हे पुर्ते जाणून विजापूर सोडून दिवसास कोस दोन कोस मजली करून चालिला. ऐसा गनीम जेर जेर करून खट्टा करून उखळिला व खान अलीशानेही बहुतच शर्त केली. जैसा कोट राखावयास शर्त करून ये तैसी करून कोट राखिला. आम्ही या प्रकारे विजापुरीचे साहाय द्रव्याने व सेनेने करून ज्या उपाये गनीम उखळू ये त्या उपाये उखळून विजापुरीचे आरिष्ट दूर करून विजापूर रक्षिले. ते प्रसंगी खान अलीशानचा सलूख जाला. त्या कररबाबेमधे होसकट व बंगळूर व अरणी व चंदाऊर आदीकरून तुमचे निसबती आम्ही आपणासीच लाऊन घेतली. पेशकसी तोफा तुम्ही निराळा द्यावा, सतत निसबती तुम्हासी लागावी, ऐसे केले नाही. आवघे आम्हीच मान्य केले. तोफा आम्हीच तुम्हा देखील द्यावा ऐसा तह ते प्रसंगी करून करारबाब करून सला केला. या उपरी दिलेलखान आदवानी कोरहाल (कोऱ्हाळ-कोल्हार-कोलार) प्रांताकडे गेला होता. आमचीहि सेना पाठीवरी गेली व आम्ही विजापुरास जातो कोरहाल प्रांताकडे राजश्री जनार्दनपंत ठेविले. त्याणी तिकडे कितेक पुंड पाळेगारानी फिसाहती केली होती त्यास मारून काढिले व हुसेनखानाचा भाऊ कासीमखान दोन तीन हजार स्वारानिसी आला होता त्यास व त्याचे कबिला व हुसेनखानाचे दोघे लेक असे दस्त केले व हती पाच व घोरे पाचसे पाडाव केले. याखेरीज पुंड पाळेगारांचा मुलूख व गड व कोट कबज करून ठाणी बैसविली, फत्ते केली. याउपर दिलेलखान, सर्जाखान व हुसेनखान येतो हे कळोन हेहि पाच सहा हजार स्वारानिसी गनिमावर गेले. गनिम

घालून जिकडे गनीम जाय तिकडे जाऊन जागा जागा गनिमास गोषमाल देऊन तिकडूनही मारून काढिला. सांप्रत भीमानदी उतरून पेडगावास आपले मुलकात गेला. गनिमास ऐसे केले जे मागती विजापूरची वाट न धरावी, ऐसा खट्टा केला. व चिरंजीव राजश्री संभाजी राजे मोगलाईत गेले होते त्यास आणावयाचा उपाय बहुत प्रकारे केला त्यासही कळो आले की, ये पातशाहीत अगर विजापूरचे अगर भागानगरचे पातशाहीत आपले मनोगतानुरूप चालणार नाही. ऐसे जाणोन आणि आमचे लिहिण्यावरून स्वार होऊन आले. त्याची आमची भेट जाली. घरोब्याचे रीतीने जैसे समाधान करून ये तैसे केले. हे सविस्तर वर्तमान तुम्हास कळावे म्हणोन लिहिले असे कळले असावे. मोर्तब सुद.

❖

टीप – शिवछत्रपतींचे व्यंकोजीराजास पत्र. आपण दिलेलखानाविरुद्ध विजापुरकरांच्या मसऊदखानास मदत करून विजापूर मुघलांच्या घशात जाण्यापासून कसे वाचविले, आपण कर्नाटक मोहिमेवरून महाराष्ट्रात आल्यावर आपल्या सैन्याने व सेनाधिकाऱ्यांनी आपल्यामागे कोणते पराक्रम गाजवले, तसेच संभाजीराजे मोगलाईत पळून गेले होते, त्यास मोठ्या कष्टाने स्वराज्यात परत कसे आणले, इत्यादी हकीगत या पत्रात छत्रपतींनी दिलेली आहे.

५८. फते जाहाली ऐसी पिराची करामती आहे

शि.च.सा., खंड ८, सु॥ आरबा समानैन आलफ मोहरम २४
ले. ४६, पृ. ५१ इ. १६८४ जानेवारी २

श्री

अखंडित लक्ष्मी अलंकृत राजमान्य स्नेहपूर्वक कवि कलश आसीर्वाद सुहूरसन आरबा समानैन व आलफ हजरत पीर अबदुलाखान कोट फोडा बहुत जागृत स्थल फिरंगियांनी गनिमाई करून कोटास वेढा घातला कोट बहुत जेर केला तेव्हा कोट मजकूरच्या हवालदार व सरनोबत व शबनिवीस व नाईकवाडी लोकी प्रार्थना केली की गनिमाचा पराभव करणे राजश्री छत्रपती स्वामी विनती करून उर्जा चाले सारखी पोख्ती सरंजाम करून घेऊन राजश्री स्वामीची फतेबाजी होऊ देणे म्हणौनु नीयत केला त्यावरी राजश्री छत्रपती स्वामीचे स्वारी कोटमजकुरी होऊनू फिरंगी गनीम मारून काहाडले राजश्री स्वामीस जये आले फते जाहाली ऐसी पिराची करामती आहे म्हणौनू कितेक तुम्ही व कोटकरी याही राजश्री छत्रपती स्वामीसी विनती केली की पिराचा उरूस उर्जा व पिराचा मुजावर सेवक आहे. त्यास वेतन नवे ऐसे मख्ता करून साल-ब-साल देउनू परिसंतुष्ट होये ते केले पाहिजे म्हणौनू विनती केली त्यावरून राजश्री छत्रपति स्वामीने दरसाल द्यावयाचे नियेत केला तेणेप्रमाणे धर्मादाये देविला असे दर सालिना नव होन ५०6 पनास होन रास दिल

हजरत पीर ऊद फूल दिवाबत्ती देखील उरूस येकून सालिना नव होन २६6 — मुा मुजावर नफर २ ये सालिना नव होन २४6

याची सुभाहून मनास आणून मोईन करून देणे तेणेप्रमाणे खर्च करतील.

येणेप्रमाणे सुबेमजकुरी सदरहू ऐवज देविला असे साल दरसाल देत जाणे सनदेची तारीख लिहून घेउनू असल सनद पिराच्या मुजावरापासी परतून देणे सदरहूप्रमाणे पिराच्या नावे खर्च लिहिणे मजुरा आसे छ २४ मोहरम पा। हुजुरु शिक्का*

बार सुद सुरू बाद

---

* पोर्तु. इ. मराताज, भा. २, पा. ६, टीप १ (परि १) – हे पत्र येथील रघुनाथ तळवलकर यांच्या संग्रहातील आहे – पां.स. पिसुर्लेकर

टीप – छत्रपती संभाजीमहाराजांनी फोंडा किल्ल्यावर स्वारी केली त्यावेळी पोर्तुगिजांविरुद्ध त्यांनी जो विजय मिळवला तो किल्ल्यातील पीराच्या कृपेने अशी त्यांची व इतर अनेकांची भावना होती. त्या संदर्भात छत्रपती संभाजीमहाराज यांच्या आज्ञेवरून कवी कलश याने गोव्यातील फोंडा किल्ल्यातल्या हजरत पीर अबदुलाखान याच्या दर्ग्याच्या व्यवस्थेसाठी, पूजाअर्चेसाठी वार्षिक नेमणूक करून दिली. मराठ्यांची, हिंदू साधूसंतांप्रमाणे, मुस्लिम पीर फकिरांवरही कशी श्रद्धा असे ते या पत्रावरून दिसून येते.

५९. संभाजीमहाराजांशी लढण्यास गोवा सरकारची धर्ममंदिराकडे याचना

शिवशाही पोर्तुगीज कागदपत्रे
ले. ११०, पृ. ११०-११२ इ. १६८४ मार्च १३

दि. १३ मार्च १६८४ या दिवशी गोव्याच्या आर्चबिशपच्या पानेली येथील बागेत धर्माधिकारी आणि भिक्षुक यांची एक सभा व्हिसेरेई आणि हिंदुस्थानचे कॅप्टन जनरल सिंज्योर फ्रान्सिश्कु द ताव्होरा कौंट द आल्व्होर यानी पाचारण केली. त्यानी सभेला निवेदन केले की, आमचे शेजारी संभाजीराजे यानी आमच्याशी युद्ध केल्याचे आपणाला माहीत आहेच. त्यांचे प्रचंड घोडदळ आणि पायदळ आमच्या राज्यात सर्व बाजूने घुसले होते. या सैन्याने जी लुटालूट आणि जाळपोळ केली, त्याचे वर्णन करणे कठीण आहे. या सैन्याला आम्ही परिणामकारक प्रतिकार करू शकलो नाही त्याचे कारण हे की, हा सर्व प्रदेश सपाटीचा आणि उघडा असल्याने आक्रमक सैन्याला रोखून धरणे ही मोठी अवघड गोष्ट होती. हे युद्ध चालू असता राज्याचा खजिना पार रिकामा झाला. त्यातच आमचा व्यापार बंद पडल्याने बाहेरून पैसा यायचा थांबला. अशा परिस्थितीत आम्हाला धर्ममंदिरांकडे कर्जाऊ रकमा मागणे भाग पडले. दुर्दैवाची गोष्ट ही की, साष्टी येथील धर्ममंदिरे शत्रूच्या हल्ल्यांची लक्ष्ये बनल्याने त्यांची लुटालूट झाली. तरीही या धर्ममंदिरांनी पन्नास हजार अश्रफी युद्ध-मदत म्हणून दिल्या. परंतु धर्ममंदिरांकडून मिळालेल्या कर्जाऊ रकमा आणि मदतनिधी कमी पडल्याने आम्हाला खानदानी वर्ग, पुरोहितवर्ग आणि रयत यांच्याकडून युद्धनिधी गोळा करावा लागला. नंतर गोवा शहरातील व्यापारी लोकांकडून साठ हजार अश्रफी युद्धनिधी म्हणून गोळा करण्यात आल्या. सरकारी नोकरांकडून अठ्ठेचाळीस हजार अश्रफी वसूल करण्यात आल्या. परंतु हा सर्व पैसा खर्च झाल्याने आणखी पैसा गोळा करणे आवश्यक झाले आहे. याचे कारण हे की, संभाजीराजे यानी राजपुत्र सुलतान अकबर याच्या मध्यस्थीने युद्धविरामाची मागणी करून जरी सैन्य मागे घेतले असले, तरी परिस्थिती सुधारताच ते आमच्याशी पुनः युद्ध सुरू करणार नाहीत असे सांगता येत नाही. त्यांना युद्धविरामाची मागणी करावी लागली, त्याचे कारण हे की मोगल बादशहाच्या मोठ्या सैन्याने त्यांच्या राज्यावर स्वारी केली हे होय. तहाची बोलणी फोंडे येथे झाली. आमच्या वतीने मानुएल साराइव्ह द आल्बुकेर्क यानी बोलण्यात भाग घेतला. त्यानी मागणी केली की संभाजीराजे यानी साष्टी आणि बार्देश या आमच्या दोन्ही प्रांतातून सैन्य मागे घ्यावे. मोगल सैन्याने संभाजीराजे यांच्या कोकणातील प्रदेशात शिरून भयंकर स्वरूपाची लुटालूट आणि जाळपोळ केली मोगलांच्या दडपणामुळे संभाजीराजे तहास तयार झाले, परंतु त्यांच्या सैन्याने आमचे जे युद्धकैदी धरून नेले त्यांची मुक्तता झाली नाही तसेच खोल येथे ते जो किल्ला

बांधीत आहेत तो पाडून टाकण्याची विनंती त्याना केली होती तीही त्यानी अमलात आणलेली नाही. त्यावरून असा संशय येतो की, मोगल सैन्य कोकणातून घाटावर परत जाण्याची ते वाट पाहात असावेत. ते सैन्य परत गेले की, त्याना पुन: आक्रमण करण्यास मार्ग मोकळा राहील. म्हणून आपण तयारीने राहिले पाहिजे. मी आपणाला विहित केलेच आहे की सरकारी खजिना सांप्रत रिकामी आहे. अशा परिस्थितीत धर्ममंदिरांनी त्यांच्यापाशी ज्या चांदीच्या वस्तू असतील त्या त्यांनी उपयुक्त तेवढ्या ठेवून इतर सरकारला द्याव्यात. म्हणजे त्या गहाण टाकून सरकारला एक लक्ष अश्रफी उभ्या करता येतील. ह्या वस्तू सरकारी खजिन्यात पैसा आला की सोडवून घेता येतील. तरी ह्या प्रस्तावाचा विचार आपण करावा.

व्हिसेरेई यानी उपरिनिर्दिष्ट प्रस्ताव सभेसमोर विचाराधीन ठेवल्यावर प्रत्येकाने त्यावर आपापला दृष्टिकोन व्यक्त केला. पण ज्याअर्थी परिस्थिती अत्यंत आणीबाणीची होती आणि पैसा उभारल्याशिवाय राज्याचा आणि धर्माधिकारी वर्गाचा तरणोपाय नाही हे सगळ्याना पटले त्याअर्थी पैसा सरकारला दिला पाहिजे यावर सगळ्यांचे एकमत झाले. परंतु धर्ममंदिरांच्या मालकीच्या वस्तू गहाण टाकून एक लक्ष रुपयांची रक्कम उभारण्याच्या मार्गात एक तांत्रिक अडचग होती. त्यासाठी कॅथॉलिक धर्मपंथाचा प्रमुख जो पोप त्याची संमती हवी होती. परंतु त्यावर एक तोडगा काढता येत होता. परिस्थिती आणीबाणीची होती, कॅथलिक पंथाचे व ख्रिश्चन धर्माचे अस्तित्व धोक्यात होते. ही परिस्थिती ध्यानात घेऊन गोव्याच्या विशपला निर्णय घेण्याचा अधिकार होता.

तो तोडगा निघाल्यावर गोवा, बार्देश आणि साष्टी येथील धर्ममंदिरांच्या अधिकाऱ्यांना सूचना देण्यात आली की आपापल्या धर्ममंदिरातील आणि मठातील चांदीच्या वस्तूंच्या याद्या त्यानी तयार कराव्यात. त्या सर्व वस्तू गोळा झाल्या आणि त्यांचे वजन केले की त्यावर किती पैसा मिळू शकेल त्याचा अदमास करणे सोपे जाणार होते

नंतर व्हिसेरेई यानी पुन: एकदा जाहोर केले की, सरकारी खजिन्यात पैसा जमा झाला की, गहाण ठेवलेल्या चांदीच्या वस्तू सोडवून घेऊन त्या ज्याच्या त्याना परत करण्यात येतील. प्रस्तुत ठरावावर सगळ्यांनी सह्या केल्या.

❖

टीप – वरील कागद कै. पिसुर्लेंकर यांनी Assentos do Conselho do Estado, Vol IV मध्ये प्रकाशित केलेला आहे.

इ. स. १६८४ च्या आरंभीच्या काळात छत्रपती संभाजीमहाराजांनी पोर्तुगिजांच्या गोवे राज्यात ससैन्य शिरून त्यांच्याविरुद्ध मोहीम सुरू केली. तिला तोंड देण्यासाठी लागणारा आवश्यक पैसा पोर्तुगिजांच्या सरकारी खजिन्यात शिल्लक नव्हता. तो पैसा गोवा, बारदेस व साष्टी येथील धर्ममंदिरातील चांदीच्या वस्तू गहाण ठेवून उभा करण्याची पोर्तुगीज विजरईने योजना आखली.

६०. येसाजी कंकास पारितोषिक

राजवाडे खंड १५,
ले. ३६५ — १६८५, मार्च २६

श्री

श्रीशंभो: शिवजातस्य मुद्रा द्यौरिव राजते।।
यदंकसेविनो लेखा वर्तते कस्य नोपरि

पत्र नियत पारतोसिक मा। येसाजी कंक सरनोबत व कृष्णाजी येसाजी कंक पदातिनायक शक १२ क्रोधन नाम संवत्सरे आषाढ शुद्ध द्वितीया भोमवासर सु।। सीत समानीन अलफ, मा। निलेनी व कृष्णाजी कंक मा। निलेचे पुत्र या दोघानी फोंडाचे स्वारीस फिरंगी यांसी गाठी पाहिली तेव्हा बहुत कस्त केली आणि गनीम मारून काढिला. ते वख्ती दोघालाही जखमा लागोन चकाचूर जाले. कठिण जखमा राजश्री स्वामीनी दृष्टीने पाहिल्या, आणि घरासी जावया आज्ञा दिल्ही. त्यावरी कृष्णाजी कंक याच्या जखमा फुटोन घरी मयत जाला. हाली येसाजी कंक हे हुजूर येऊन आपले वर्तमान विदित केले, त्यावरून स्वामी कृपाळू होऊन हे कामाचे मर्दाने स्वामिकार्यावरी तत्पर आणि त्यांचा पुत्रही स्वामिकार्यावरी मयत जाला. फोंडाचे बकसीस द्यावयाचे होते म्हणौन छ मजकुरी पारितोषिकाची मोईन केली होन पादशाही बेरीज २००० दोनी सहस्त्र होन रास, पा।

खासा येसाजी कंक सरनोबत होन १०००

कृष्णाजी कंक माानिलेचे पुत्र
स्वकार्यावरी पाहिले ह्मणोन
दिल्हे होन पा। १०००

येणेप्रमाणे एक साला ये वर्षी पारितोषिक द्यावयाचा नियत केला असे लेखनालंकार
श्री शंभु नरपति हर्षनिदान मोरेश्वरसुत नीळकंठ मुख्य प्रधान

मर्या
देयं विज
यते

तेरीख ३० रजब
सु।। सीत
बार

सुरू सुद बार

❖

टीप – सरनोबत येसाजी कंक व त्याचा मुलगा पायदळ-प्रमुख कृष्णाजी या दोघांनी छत्रपती संभाजीमहाराजांच्या फोंड्याच्या स्वारीच्या वेळी पोर्तुगिजांविरुद्ध मोठा पराक्रम गाजविला. दोघेही जखमी झाले. कृष्णाजीच्या जखमा फुटून तो निधन पावला. संभाजीमहाराजांनी दोघांच्याही पराक्रमासाठी प्रत्येकी एक हजार होन याप्रमाणे येसाजी कंकास दोन हजार होनांचे पारितोषिक दिले.

६१. एकनिष्ठेने स्वामीच्या पायाजवली वर्तावे

राजवाडे खंड १५, ले. ३४२ — १६८५, ऑक्टोबर ५

(श्री ॥ शंभु भजनोत्कंठ मोरेश्वरसुत नीळकंठ)*

स्वस्ति श्री राज्याभिषेक शक[१] १२ क्रोधन नाम संवत्सरे आश्विन बहुल त्रितीया इंदुवासरे क्षत्रियकुलावतंश सिंहासनाधीश्वर श्री राजा शंभुछत्रपती स्वामी याणी

सर्जेराऊ जेधे यांसी आज्ञा केली ऐसे जे तुम्ही संताजी निंबालकर मुद्राधारी विचित्रगड यासी पत्र लेहून आपला मुद्दा सांगोन पाठविला की आपला भाऊ शिवाजी जेधा याणे हरामखोरी करून सिरवलास गेला, त्याने आपली गुरे ढोरें वळुनू नेली. पुढे आपणास बरे पाहाणार नाही, याबद्दल आपणही उठोन सिरवलास आलो आहे. ऐसियासी आपण राजश्री स्वामीच्या पायाजवळी एकनिष्ठच आहे. स्वामी कृपाळू होउनू आपले वतन देशमुखी आपले स्वाधीन करतील आणि अभयपत्र सादर होईल तरी आपण शेवेस एउनू एकनिष्ठ होउनू शेवा करीन म्हणून, तरी तुमचा मुद्दा मानिले हवालदार एही स्वामीचे शेवेसी हुजूर लिहिला त्यावरून कलो आला त्यावरून हे आज्ञापत्र तुम्हास लिहिले आहे. तरी आधी तुम्हीच सरासरी हरामखोरी केली की वतनदार होउनू इमाने इतबारे वर्तावे ते गोष्ट न करिता, स्वामींचे अन्न बहुत दिवस भक्षिले त्याचे सार्थक केलेत की स्वामीच्या पायासी दुर्बुद्धि धरून दोन दिवसांचे मोगल त्यांकडे जाउनू राहिलेस. तुमचा भाऊ शिवाजी गनिमाकडे गेला तो तुम्हास बरे पाहे ना ऐसे होते तरी तुम्ही स्वामिसन्निध हुजूर यावे होते, म्हणिजे तुमचे इतबारपण कळोन एकनिष्ठता कळो एती. ते केले नाहीतरी बरीच गोष्ट जाली. या उपेरीही गनिमाकडे राहाणे च असेली तरी सुखेच राहाणे. तुमचा हिसाब तो काय आहे! एक्षणी स्वामी आज्ञा करितात तरी गनिमादेखील तुम्हास कापून काढवीतच आहे हे बरे समजणे. दुसरी गोस्ट की तेथे राहणे च नाही, एकनिष्ठेनें स्वामीच्या पायाजवळी वर्तावे ऐसे असेली तरी तुम्ही परभारे मुद्दे सांगोन गडकिलियाकडे राबिते काय म्हणून करिता? ही गोष्ट स्वामीस मानत नाही, जो राबिता करणे तो स्वामीकडेच करून हुजूर

---

* प्रधानाचा शिक्का अष्टकोनी

१. शिवाजीमहाराजांनी आपला नवीन शक ६ जून १६७४ रोजी राज्याभिषेकसमयी चालू केला.

टीप – सर्जेराव जेधे व त्याचा भाऊ शिवाजी जेधे हे दोघे मुघलांस फितूर होऊन त्यांच्या आश्रयास गेले. त्याबद्दल संभाजीराजांनी सर्जेरावास लिहिलेले हे खरमरीत पत्र. पत्रातील जरबेची भाषा शिवाजी महाराजांच्या भाषेसारखीच आहे.

वर्तमान लेहून पाठवावे. स्वामी तुमचा मुद्दा मनास आणून आज्ञा करायाची ते करतील. तरी ऐसी गोष्ट करावयास प्रयोजन नाही. उजरातीखेरीज दुसरियाकडे एकंदर राबिता न करणे. जे वर्तमान लिहिणे ते स्वामीस लिहीत जाणे. तुमचे ठायी एकनिष्ठाच आहे ऐसे स्वामीस कललियावरी जे आज्ञा करणे ते करून आज्ञापत्र सादर होईल तेणे प्रमाणे वर्तणूक करणे. लेखनालंकार

लेख - मर्या
रुजू
नावधि देयं विज
रवाना छ ३ जिल्हेज सुरू सुद
मुद्रा यते

६२. ब्राह्मण शुद्ध झाला

राजवाडे खंड ८, ले. ४०

श. १६०८, चैत्र शु. २ इ.स. १६८६, मार्च १६

श्रीमहालक्ष्मै नमः

॥श्री सकलगुणालंकरण अखंडित लक्ष्मी अलंकृत राजमान्य राजश्री देशमुख देशपांडे व ज्योतिषी व उपाध्ये व समस्त वेदमूर्ती वस्ती कसबे हरसूल प्रांत औरंगाबाद व समस्त महाराष्ट्र कोंकण देशस्थ विद्वद्वैदिक गृहस्थ गोसावी यांसी :

पौष्य उपाध्ये व मोरेश्वर पंडितराव आशीर्वाद अनुक्रमे नमस्कार उपरीं गंगाधर रंगनाथ कुळकरणी कसबे हरसूल हा ब्राह्मण मोंगलापासी सेवेसी होता. कित्येक दिवस चाकरी करीत असतां मोगली यावरी बलात्कार करून बाटविला. भ्रष्ट करून यांस तीन महिने बंदखानी निर्बंध ठेविला होता. तेथे यवनासी अन्नोदक संसर्ग घडला. त्यानंतर यास भाग्य अडीच सद्दी मनसब देऊन चाकर करून ठेविला. पाच वर्षे चाकरी करीत होता. स्नानसंध्यादि कर्मे करीता न ये यास्तव राहिले. पाच वर्षात अन्नोदक संसर्ग केला नाही. दौलत करीत असता भाग्याचे सुख टाकून, अंतःकरणी अनुताप मानून आपले जातीत यावे यास्तव दौलत संपत्ती सर्व टाकून, अनुतापास्तव राजश्री छत्रपती स्वामीपाशी रायगडास येऊन एक वर्ष गंगाधर रंगनाथ "दरबारी आपणास प्रायश्चित्त द्या" म्हणऊन सरकारकून व न्यायाधीश व उपाध्ये व दानाध्यक्ष व भलेभले व ब्राह्मण व समस्त आपले ज्ञातीस शरण येऊन प्रायश्चित्त मागत होता. त्या उपरि राजश्री समस्तराजकार्यधुरंधर वर्णाश्रमधर्मप्रतिपालक राजश्री छंदोगामात्य स्वामी यास सर्व वर्तमान विदित जाले. त्यानंतर त्याही ब्राह्मणाचे कष्ट व अनुताप बहुत देखोनी राजश्री छत्रपती स्वामीस याचा वृत्तान्त विदित केला. छत्रपती कृपाळू होऊन प्रायश्चित द्यावयासी आज्ञा दिल्ही. त्या उपरि आम्ही राजश्री छंदोगामात्य यांचे सभेसी समस्त विद्वद्वैदिक ब्राह्मणांचे संमतीने मिताक्षरादि निबंध पाहोन, प्रायश्चित निर्वाह करून गंगाधर रंगनाथ यासी प्रायश्चित्त संकल्प सांगोन श्रीयात्रेस पाठविला.... यथाशास्त्र प्रायश्चित्त विध्युक्त प्रकारे केले... त्यावरून आम्ही आपले पंक्तीस भोजन

टीप – हिंदू धर्मशास्त्रानुसार हिंदू धर्मातून परधर्मात गेलेल्या म्हणजे धर्मभ्रष्ट झालेल्या व्यक्तीला योग्य ते प्रायश्चित देऊन परत हिंदू धर्मात घेता येत असे. शिवाजीमहाराज यांनी नेतोजी पालकर व बजाजी निंबाळकर यांस प्रायश्चित्त देवऊन, शुद्ध करून पुन्हा हिंदू धर्मात घेतले होते. वरील पत्रात, कसबे हरसूल, प्रांत औरंगाबाद, येथील गंगाधर रंगनाथ कुळकर्णी या ब्राह्मणास मुघलांनी बाटविले होते, त्यला कवी कलश याने प्रायश्चित देववून पुन्हा हिंदू धर्मात घेतल्याची हकीगत आली आहे.

देऊन यासी शुद्धिपत्र दिले. हा ब्राह्मण शुद्ध जाला, संव्यवहार्य जाहला... जो कोणी याचा ब्राह्मण्याविषयी संदेह मानील तो देवब्राह्मण द्रोही, महापातकी जाणिजे. शके १६०८ सोळा शतें आठ क्षय संवत्सर चैत्र शुद्ध द्वितीया भौमवार ह विज्ञाप्ति मोर्तब.

❖

६३. हे मऱ्हाट राज्य आहे!

राजवाडे खंड १५,
ले. ३४७

श. १६१२, चैत्र व. ८
इ.स. १६९०, मार्च २३

श्री

स्वस्ति श्री राज्याभिषेक शके १६ प्रमोद नाम संवत्सरे चैत्र बहुल अष्टमी मंदवासरे राजमान्य राजश्री बाजी सर्जाराऊ जेधे देशमुख यासि राजाआज्ञा (अभय दिल्हे) ऐसी जे मा। रतनोजी सिंदे व शंकराजी ढगा याजबराबरी कितेक एकनिष्टपणाचा गोस्टी सांगोन पाठविल्या. सांगितल्याप्रमाणे विदित जाले. ऐसियासि हे मऱ्हाट राज्य आहे. तुम्ही लोक या राज्याची पोटतिडीक धरिता तरि ते प्रांते कितेक राजकारणे आहे ते चालणा करून ++ ण जमाव करून सावधानपणे राहोन स्वामिकार्य जे दृष्टीस पडेल ते मनात आणून हस्तगत करून ठेवणे हुजूर लेहोन पाठविणे. तेणेप्रमाणे हुजूरून विल्हे केली जाईल. या प्रांतीचे वर्तमान तरी राजश्री छत्रपती स्वामी स्वारी करून कर्नाटक प्रांते गेलियावरी तिकडे जमात्र लस्कर चाळीस हजार व हशम एक लाख पंचवीस हजार जमाव जाला आहे. पुढे हि आणखी जमाव होतच आहे. ते प्रांती कुल पुंड पाळेगार तमाम एऊन भेटले आहेती. जमेती पोख्ती जाली आहे. तूर्त पुढे राजश्री केसो त्रिमळ या प्रति रवाना केले आहेती. याबरोबर संगिनात स्वार पंधरा हजार व हशम पंचवीस हजार देऊन रवाना केले आहेती. तेहि कादल प्रांते तुंगभद्रेच्या तीरास आले आहेत. खजानाही एक लाख होनू याबराबरी आहे. त्यास आणावयास राजश्री धनाजी जाधव व संताजी घोरपडे सेनापंचसहस्त्री पाठविले आहेती. तेही आठा पधरा दिवसी एतील. ते आलियावरी तो जमाव व हुजूरचा जमाव ऐसे करून त्या प्रांते स्वारी होईल. तरी हे पत्र तुम्हास सादर केले असे. तेणेप्रमाणे जमावानसी सावध असणे त्या प्रांते आलियावरी तुमची हि सरंजामी एथे मा। रतनोजी सिंदे व शंकरजी ढगे एही रदबदल केली त्या प्रमाणे चालऊन बिता।

तैनाती सालीना होनु	गांव
५००6० खासा	४ इसाती
५०० मताजी जेधे	२ वेतनांत गांव
१००06०	६

सदरहूप्रमाणे हजार होनू तैनाती व गाव इसाती व मुकासे मिळोन सा गांव कार्यभाग जालीया देऊन. तरी तुम्ही आपली खातरनिशा राखोन स्वामीच्या पायासी एकनिस्टता धरून स्वामिकार्य साध्य होए ते गोस्टी करणे गनिमाचा हिसाब काय

आहे? तुम्ही लोक जेव्हा मनावरी धरिता तेव्हा गनीम तो काय आहे? गनीमसा तुम्ही लोकी केला आहे. ते तुम्हीच लोक या राज्याची पोटतिडीक धरिता तेव्हा औरंगजेबाचा हिसाब धरीत नाही ऐसे बरे समजोन लिहिल्याप्रमाणे वर्तणूक करणे व औरंगजेबाने मऱ्हाटे लोक आहेती त्यास मुसलमान करावे ऐसे केले आहे. त्यापैकी मुसलमान केले मा। नेतोजी राजे व साबाजी घाटगे व जानोजी राजे व कित्येक ब्राह्मणहि ए प्रांतींचे बाटविले पुढेहि तलबा गेला आहेती. तिकडून तमाम मऱ्हाटे लोक होते ते आपला जमावानसी आम्हाकडे एताती. हाली रा। हाणमंतराऊ निंबाळकर व सटवोजी निंबाळकर बाजे सरदार आले आहेती, पुढेहि कितेक एताती. ऐसे गनिमाचे लष्कर उडोन हुजूर जमाव होत आहे. ईस्वर करितो तरी फतेच आहे. लिहिलेप्रमाणे हिमती धरणे, जाणिजे छ २० जमादिलाखर सु।। तिसैन अलफ. आज्ञा प्रमाण.

❖

टीप – बाजी सर्जेराव जेधे हा छत्रपती राजाराममहाराजांच्या कारकिर्दीत औरंगजेबाच्या सैन्यास जाऊन मिळाला होता. त्याला आपल्या बाजूला परत आणण्यासाठी महाराजांनी एका बाजूने मराठी राज्याबद्दलचा त्याचा अभिमान जागृत करण्याचा प्रयत्न केला, तर दुसऱ्या बाजूने वार्षिक एक हजार होनांच्या तैनातीचे आणि सहा गावांच्या इसाती-मोकाशांचे आमिष हे पत्र लिहून दाखविले.

६४. महाराष्ट्रधर्म पूर्ण रक्षावा

शि. च. सा. खंड ५ ले. ६ पृ. ११ सुा १०९१, रमजान, ६
इ. स. १६९१ जून ४

वजारतमाब राजेश्री हणमंत घोरपडे गोसावी अखंडित लक्ष्मी अलंकृत राजमान्य राजश्री-प्रती राजाराम छत्रपति उपरी तुमचे विशई राजश्री नागोजी माने येही विनंती केली कीं तुमचा मुदा स्वामीच्या राज्यांत यावयाचा आहे, स्वामीनें त्याजयोग्य भाग्य दिधलिया त्याप्रती राजश्री रामचंद्र पंडित अमात्य याजकडे येतील म्हणोन विदीत केले त्यावरून तुमचा मनोदय कलला की महाराष्ट्रधर्म पूर्ण रक्षावा येसा (स) - कलप (कल्प) स्वामीनी जाणून तुम्हावरी (कृपाल होऊन) राजश्री कृष्णाजी घोरपडे उभयतास भाग्ये होन पा। ६,००००० दिल्हे आहे बि। राजश्री कृष्णाजी घोरपडे यास खा। तुम्हांस भाग्य होन ५०००००

	खा। तुम्हासं होन पा।
६२५००	रायेगड प्रात कबज जालिया उपरी सरजाम
६२५००	विजापूर हस्तगत जाल्यानंतर द्यावे
६२५००	भागानगर घेतल्यास
६२५००	औरंगाबाद घेतल्यावर देणें
२५००००	दिली घेतलेवरी
५०००००	

	भाग्य पा। होन १,०००००
	राजश्री कृस्णाजी घोरपडे
१२५००	(रायग)ड प्रांत क्बज (केल्यावरी)
१२५००	विजापूर हस्तगत झाल्यावर
१२५००	भागानगर घेतल्यावर
१२५००	औरंगाबाद घेतल्यावर
५००००	दिली घेतलेवरी
१०००००	

येणेप्रमाणे सहा लक्ष होन पा।चा सरंजाम करून द्यावयाचा निश्चय केला आहे. नवे स्वाराचा जमान माफिक सरंजाम करून देऊ येकनिस्टपणे सेवा करावी स्वामी तुमचे बहुत प्रकारे चालवितील गनिमाकडील लुटीमध्यें जो जिनस येईल त्यापैकी निमे द्रव्य व हती व निशाण व दमामा यैसे स्वामीचे वरकड घोडीसहित

तुम्हास माफ असे छ १६ रमजान सु।। इसने तिसैन अलफ (नि) बहुत लिहिणे तरी सूज्ञ असा.

❖

टीप – प्रस्तुत पत्र हे प्रसिद्ध मराठी पत्रांपैकी एक आहे. हणमंतराव घोरपडे व कृष्णाजी घोरपडे यांना मुघलांविरुद्ध लढून विजय मिळविण्यासाठी उत्तेजन देण्यासाठी राजाराममहाराजांनी त्यांना 'महाराष्ट्रधर्म' रक्षणाची आठवण करून दिली आहे. तसेच मुघलांचे कोणते ठिकाण जिंकून घेतल्यास किती होन दिले जातील त्याची तपशीलवार नोंद पत्रात दिली आहे. मराठे देशोधडीला लागले असूनही दिल्लीपर्यंतचा मुघली मुलूख जिंकून घेण्याची मानसिक जिद्द बाळगून होते, हे त्यांना भूषणावह होते.

६५. संताजी घोरपडे यास मिरज मामलेची देशमुखी

ताराबाईकालीन कागदपत्रे, खंड १, लेे. ४५, पृ. ७२-७३

सु।। सलास तिसैन अलफ जिलकाद २४
इ. १६९२, जुलै २९
तालकेची तालीक

श्री

राजश्री संताजी घोरपडे गोसावी
यासी
अखंडित लक्ष्मी आलकृत राजमान्य

स्नौ। रामचंद्र नीलकठ आमात्य आसीर्वाद सु।। सलास तिसैन अलफ. राजश्री छत्रपती स्वामी कर्नाटकात जाते समई तुम्हास या प्रांती ठेऊन गेले. त्या समई इकडे गनिमाची धामधूम बहुत होऊन कुलदेश दुर्ग हस्तगत केली होती. राज्यामध्ये काही अर्थ उरला नाही. कुल मऱ्हाठियानी इमान खता करून गनिमाकडे गेले. परंतु तुम्ही इनाम (इमान) खता न करिता राजश्रीचा पायासी बहुतच येकनिष्ठा धरून जमाव करून सेख निजाम व सर्ज्याखान व रणमस्तखान व ज्यान सरखान येसे उमदे वजीर बुडविले. जागा जागा गनिमास कोठ्या घालून नेस्तनाबूद केले आणि देश सोडविला. राजसंवरक्षणाचे प्रसंगास असाधारण श्रम केले. अवरंगजेबास दहशत लाविली. पुढेही कित्येक स्वामिकार्याचे ठाई हिमत धरिता. याकरिता तुम्हावर राजश्री स्वामी संतोष होऊन मामले मिरज कर्याती बेवीस येथील देशमुखी होते ते नस्तनाबूद जाहले त्याचे वंसी कोणी नाही त्याचे मुतालिक होते ते बोलावून देशमुखी वतन खात होते तेही दूरबुधी धरून गनिमाना मिलोन फिसात केली. एकनिष्ठा धरून इकड येऊन भेटले नाहीत म्हणोन त्याची देशमुखी दूर करून तुम्हास अजरामत देशमुखी मामले मारची आवलाद आपलाद वतन करून दिल्हे आस. पुत्रपौत्री चालवून देशमुखीचा हक लाजिमा व इनामत व इसाफतीचे गाव सालाबाद पहिले देशमुखास चालले असतील ते प्र।। खाऊन वतनाचा मामला चालवून सुखरूप राहाणे. तुम्हास देशमुखी नूतन करून अजरामराहमत दिल्ही म्हणोन सेरणी तुमचे माथा व्होन पातशाई ५००० पाच हजार करार केले आसेत. याचा वसूल हुजूर घेतला.

छ २४ जिलकाद — प्रा। हुजूर........
वर्षशके — राजशक
१६१४ — १९

❖

६६. पाटणकर देशमुखास वृत्तिपत्र

ताराबाईकालीन कागदपत्रे, खंड १, ले. ५०, पृ. ७८-७९

सु।। सुलास तिसैन अलफ जमादिलाखर १९
राज्याभिषेक शक १९, माघ व ५
इ. १६९३, फेब्रुवारी १५

श्री

तालीक

सिका छत्रपति

स्वस्तिश्री राज्याभिषेक शके १९ अंगिरा नाम सवत्सरे माघ बहुल पंचमी भौमवासरे क्षत्रियकुलावतंस श्रीराजाराम छत्रपती याणी

सिका सिका (प्रधान मोरेश्वर नीळकंठ याचा)

चंदजीराव बिन नागोजीराव पाटणकर देशमुख परगणा पाटण

यासी दिल्हे वृतिपत्र ऐसी जे. तुम्ही स्वामीचे पुरातन सेवक. सेवा बहुत निष्टेने केली आहे व तुम्ही जमावे घेऊन कर्नाटकात राजश्री संताजी घोरपडे सेनापती या समागमे येऊन शेवा करीत आहा. यास्तव स्वामी तुम्हावर बहुत संतोषी होऊन तुम्हावर स्वामी कृपाळू होऊन तुम्हास इनाम पूर्वी परगणे पाटण खाते गाव ११ अकरा व मौजे अडुळ पा। कराड देह १ येक येकूण बारा गाव चालत आहेत. त्यादेखील परगणे पाटणा म्हाल सारा इनाम कुलबाब कुलकानू हालीपटी व पेस्तरपटी झाडझाडोरा पडले पानसहित खेरीज हकदार व इनामदार करून माहाल इनाम दिल्हा असे. तुम्ही महाल आपले स्वाधीन करून घेऊन लेकराचे लेकरी इनाम अनुभऊन सुखरूप असणे. या वृत्तीस भोसला होऊन इस्कील करील तो भोसल्याचे वंशीचा नव्हे. यासी आणिक कोणी अन्यथा करील त्यास धर्मशास्त्रीचे वचन ।।श्लोक।। स्वदत्ता परदत्तायोहर वसुं(ध)रा।। शष्टी वर्ष (स) हस्त्राणि विष्टाया जायते कृमि ।।१।। हे पातक जाणोन तुम्हास इनाम चालवितील. तुम्ही देशमुखीची सेवा करून सुखरूप असणे जाणिजे निदेश समक्ष. मोर्तब असे.

रुजु

तेरीख १९ जमादिलाकर सु।। सलास तिसैन

बार सुद

❖

६७. वंशपरंपरेने चालवणे स्वामीस अगत्य

कोकणच्या इतिहासाची साधने,
ले. ३,पृ. २-३

राज्या. शक १९, वैशाख शु. २
सु॥ सलास तिसैन, साबान २९
इ. १६९३, एप्रिल २६

स्वस्ति श्री राज्याभिषेक शके १९ श्रीमुख नाम संवत्सरे वैशाख शु. २ सौम्यवासरे क्षत्रिय कुळावतंस श्री. राजाराम छत्रपति याणी राजश्री देशाधिकारी व लेखक वर्तमान व भावी सुभा प्रा॥ राजापूर यासी आज्ञा केली यैसी जे राजश्री रामचंद्र नीळकंट

श्री राजाराम नरपति
हर्षनिदान मोरेश्वर
सुत नीळकठ मुख्य
प्रधान

श्री लक्ष्मी नृहरी प्रीते
र्मुद्रानी राजि जन्मना:
राजाराम प्रतिनिधे:
प्रल्हादस्य विराजते

गोत्र भारद्वाज अश्वलायन हे स्वामीचे पुरातन सेवक सेवा येकनिष्ठपणे करीत आहेत. स्वामीच्या राज्याची अभिवृधिता व्हावी हा हेतु धरून स्वामीच्या पायासी दृढ विश्वास करून अंतकर्णपूर्वक वर्तणूक करीत आहेत यास्तव याचे वंशपंरपरेने चालवणे स्वामीस बहुत अगत्य यास्तव स्वामी मा। नुले वरी कृपाळू होऊन तपे सालसी प्रा। मजकूर या माहलची सरदेसमुखी पूर्वी येदलशाहाने द्यानतराव यासी करून दिल्ही होती परंतु त्यास भोगवटा जाहला नाही वतन दिवाणात अमानतच आहे हे वतन हली यासी अजरामऱ्हामत करून दिल्हे असे सदरहू सालसी माहलचे सरदेसमुखीचे वतन याचे स्वाधीन करून दंडकप्रमाणे वतनाची कमावीस करून असतील या वतनास हक लवाजिमा व इनाम मौजे चिंदर व यैल्य मौजे त्रिंबक देह २ दोनी कुलकानू पूर्वी चालत होते तेणे प्रा। चालावयाची आज्ञा केली असे तरी येणेप्रा। हक लाजिमा व इनाम यास व याचे पुत्रपौत्रादि वंशपरंपरेने चालवणे या वृत्तीस जानतरायांसी संमध नाही यासच चालवणे या पत्राची प्रती लिहून घेऊन असल पत्र मा। नुले यासी परतोन देणे निदेश समक्ष

मर्या
देयविराजत

(मागील बाजू)

सो।   रुजू

तेरीख २९

साबान सु।। सलास तिसैन

बार सूद सुरू सूद बार

पाौ छ २२ माहे जिल्हेज सन

आर्बा तिसैन अलफ

❖

६८. स्वामीवितरिक्त आम्ही काही नाही

राजवाडे खंड ८,
ले.४७ स. १६९४

श्री

राजश्री पंत अमात्य स्वामीचे सेवेसी,

सकलगुणालंकरण अखंडित लक्ष्मी अलंकृत राजमान्य, स्नेहांकित संताजी घोरपडे सेनापति जप्तन्मुलूक दंडवत. विनंती येथील कुशल तो प्रताप स्वामीचा जाणऊन स्वानंदवैभव लेखन केले पाहिजे. विशेष, स्वामीनी राजश्री सेखोजी बरगे व बाजी शिंदे याजबराबरी कितेक बुद्धिवाद सांगोन पाठविला की आपली भेट घेतली नाही, परस्पर निघोन गेलेत. म्हणून शब्द लाविला. ऐसियास, स्वामीची आमची क्रिया ऐसी नाही जे स्वामीस द्वैतवाद धरावा. आम्ही त्या प्रांते असता दहाविसांचे साक्षीनसी ऐकिले की संताजी घोरपडे यास त्या प्रांते ठेवून राजश्री धनाजी जाधवराऊ यास पाठवून देणे म्हणवून पत्रे राजश्रीस लिहिली त्यावरूनच द्वैतपदार्थ दिसून आला. स्वामीचे आज्ञेवितरिक्त आम्ही काहीच नव्हतो. विश्वासाची जाती म्हणावी तरी स्वामीचे आमचे शफत तुळशीबेलाचे श्रीवरील आहे. स्वामीचे मांडीवर आम्ही उसे ठेवून निजावे. आमचे मांडीवरी स्वामींनी उसे ठेवावे, शरीर मात्र भिन्न आत्मा एक, ऐसें असता ही गोष्ट द्वैताची होऊन आली. म्हणूनच वीतरागे येणे जाले गत वर्षापासून श्रमाची जाती म्हणावी तर कागदी लिहितां पुरवत नाही. बरे! जे गोष्टी जाहाली ते जाहाली. याउपरि तऱ्ही राज्यात डोहण्या* न होय तो पदार्थ केला पाहिजे. द्वैतभाव दिसोन आला होता. म्हणूनच येणे जाहाले होते. त्यास राजश्री सेखोजी बरगे व बाजी शिंदे यांजपाशीं स्वमुखे संगितले की, आपण काही संताजीस ठेवून घेऊन धनाजी जाधवराऊ यास पाठवणे ऐसें लिहिले नाही म्हणऊन शफतपूर्वक सांगितले. त्यावरून बाजी शिंद्याचे साक्षीनसी मशारनिलेनी आम्हास सांगितले. वरकडही कितेक भावार्थ व मानाजी मोऱ्यांचे वर्तमान व आणिखी स्नेहाची उत्तरे सांगोन पाठविली. त्यावरून द्वैताची गोष्टी होती ते स्वामीचे वचनावरून दूर केली. आम्ही लोकांचे बळे द्वैत धरिले होते ते आम्हापासूनच अंतर पडले. आपणही त्या गोष्टीचा काही मनात विकल्प धरिला पाहिजे. आणखी स्वामींनी एक शब्द लाविला की, राजश्री छत्रपती स्वामीची भेटी जाहली ते समयी बहुमान जाहाला. तेव्हा आमचा मान काढिला नाही. म्हणून शब्द लाविला. ऐसियासी राजश्री छत्रपति स्वामीचीं व आमची जी वचने स्वामीचे सीहुरसीची* जाहाली, काय काय चाकरी केली असेल ते एक श्री जाणे कोणे गोष्टीस

---

* बखेडा

अंतर पडिले नाही. आम्ही ऐसे सेवक नव्हे जे स्वामीचे स्मरण न करिता आधी आपला बहुमान घेऊ. याचा पर्याय कागदीं काय म्हणून लिहावा! भेटीअंतीं कळों येईल. तुम्ही आपले स्मरण राजश्रीपाशीं घेतले नाही, परंतु अलीमर्दाखान घेतला म्हणून ऐकिलें. विजयी वस्त्रें पाठविलीं म्हणून लिहिलें त्यावरून अपूर्व वाटलें! स्वामी वडील, हे यश येते ते स्वामीचेच पुण्येकडून येते. आमचा अभिमान सर्व गोष्टींचा स्वामीस. पूर्वीपासूनही आम्हास स्वामीनेंच गौरविले. तेथे वस्त्राचेचं काय म्हणून तुम्ही ल्याहावे! पूर्वीपासून अंगीकार आमचा स्वामीनीं केला आणि बंधू म्हणविले तोच सिद्धी पाविला पाहिजे. वरकड विस्तारें ल्याहावे तरी लिहिजेसारखा पदार्थ नाही. राजश्री सेखोजी बरगे व बाजी शिंदे मुखवचनें सांगतील तीं वचने आमचींच ऐसे जाणून, श्रीशिवनाथदेव कृष्णेपाशी आहे, तेथे आपण आलें पाहिजे. आम्ही येऊन स्वामीची आमची भेटी होऊन श्रीचे व कृष्णेचे साक्षीनसी बेल तुळशी होतील. मग जो विचार करणें तो केला जाईल स्वामीवितरिक्त आम्हीं कांही नाहीं. जैसी पूर्वी आज्ञेप्रमाणेच वर्तणूक केली तैसीच करूं, कळलें पाहिजे.

श्रीराजाराम चरणी विलसति
तत्पर। संताजी लेखनावधि:
घोरपडे निरंतर

❖

टीप – मुघलांविरुद्ध युद्ध चालू असताना मराठ्यांचा सेनापती घोरपडे हा हुकमतपन्हा रामचंद्रपंत अमात्य याला न भेटताच परस्पर आपल्या मुक्कामी गेला. त्यावरून रामचंद्रपंत नाराज झाला व आपली नाराजी त्याने बरगे व शिंदे या मराठा सरदारांमार्फत संताजीच्या कानावर घातली. रामचंद्रपंताची नाराजी दूर करण्यासाठी व त्याच्या ठायी असलेल्या आपल्या एकनिष्ठेविषयी त्याची खात्री पटविण्यासाठी संताजीने पंतास लिहिलेले हे पत्र.

६९. गावीचा उपाध्या असावा

काव्येतिहाससंग्रह,
पत्रें, यादी वगैरे १६९४-९५?
लेखांक ४२१

महाराज राजश्री थोरले कैलासवासी स्वामी यांणीं राज्य आक्रमण करीत असता कुडाळ प्रांतास जमाव पाठवून काही मुलूख कबदस्त करीत केवळ प्रांत मजकुरी होती. ते समयीं महाराज राजश्री बसनुर प्रांती मोहीम करावया निमित्त आरमाराच्या जमावानिशीं मौजे मजकूर एथे आले. त्याउपर दर्यामध्ये बेट मौजे मजकूर नजीक दृष्टीस पडलें तेव्हा 'या बेटाचें नाव काय' म्हणून पुसिले. त्यावर कृष्ण सांवत देसाई व भानजी प्रभुदेसाई प्रांत मजकूर यांणीं सांगितलें की 'या बेटाचे नाव कुरटे' त्यावरी राजश्री स्वामी बेटावरी येऊन जागा पाहिला ते स्थळ उत्तम, विस्तीर्ण, आटोपसारखे दिसले. त्याउपरी राजश्री स्वामीनीं आज्ञा केली कीं या जागीं बिलंद किल्ला बांधून बसवावा. म्हणून आज्ञा करून किल्ला बांधावयास हुकूम केला. आणि आरमाराच्या जमावानिशी राजश्री स्वामीनीं बसनुरावरी मोहीम केली. जंजिरा बांधावयास राजश्री स्वामीनीं मुहूर्त करिते समयी पंडितराव व उपाध्ये ज्योतिषी होते. तथापि आज्ञा केली की पेस्तर संपूर्ण प्रांत हस्तगत करणे आहे. हे कृत्य होतच आहे. ऐशियास गावीचा उपाध्या असावा म्हणून आपणास व आपला मामा जानभट अभ्यंकर उपाध्ये मौजेमजकूर असे दाखल्यास घरून आणून छ.१४ जमादिलावल सन खंमस सितैन मार्गशीर्ष बहुल २ ते दिवशी किल्ला बांधण्यास मुहूर्त करून चिरा भूमीमध्ये बसविला आणि सिंधुदुर्ग असे नाव ठेवले. आणि आपणास व आपला मामा जानभट यांस राजश्री स्वामींनी सांगितले कीं तुम्ही ब्राह्मण या जागीं सुखरूप राहणें काही शंका मनामध्ये न धरणें प्रांतमजकूर हस्तगत इ. जाहालाच आहे. काही किंचित अद्दलशाई-कुडाळापासून मामले फोंड्यापर्यंत ठाणी आहेत. ती दहशत खाऊन जातील. महाराज राजश्री स्वामींचें राज्य प्रबळ होत आहे चिंता न करणे, ह्मणून अभय देऊन सांगितलें त्या उपर आम्ही येथे राहिलो. पळून जावे तर यत्न नाही. त्यावर आपला मामा जानभट यांणी आपणास सांगितले कीं 'तू म्हणजे एका पायाने क्षीण आहेस. तुझे वस्तु हर कोठे जावते येवते असा अर्थ नाही. येथे राहणे जंजिराचे उपाध्येपण चालवणें. जो उपाय होईल. त्यावर आपला योगक्षेम करणें म्हणून सांगितले. त्या गोष्टीस आपण मान्य होऊन या स्थलीं राहिलो. आपला मामा जानभट मालवणीं जाऊन राहिला. महाराज राजश्री स्वामींचे राज्य प्रबळ होऊन कुडाळापासून फोंड्याकडे वाडी शिवेश्वर देवाचे महालपर्यंत ठाणी बसविली. अद्दलशाई ठाणी निःशेष निघोन

गेली. आपल्या मनाच्या ठायी निर्धार जाहला जे 'या उपर अद्दलशाईचा प्रसंग होत नाही. हेच राज्य प्रबल जाहले.' असा निश्चय चित्ताचे ठायीं केला आणि या जागी राहिलों... असे असता महाराज राजश्री संभाजीराजे तक्तारुढ जहाले. त्याउपर सहासात वर्षांनी शालमतार्ब (= शाहअलम) फौजेनिशी प्रांत मजकुरीं आला. त्यामुळे संपूर्ण प्रांत उध्वस्त जहाला किती एक मनुष्ये तांब्रानीं धरून नेलीं. तांब्राच्या भयास्तव ज्यास जिकडे मार्ग जहाला तिकडे मनुष्यें निघून गेलीं. जानभट आपला मामा मालवणामध्ये कुटुंबसह होता. तो तांब्राच्या धामधुमीकरितां परागंदा होऊन गेले. कुडालप्रांती संपूर्ण धामधुमी जहाली. त्या उपरांतिक खेमसावंत देसाई प्रांत मजकूर यांणी महाराज राजश्री स्वामींच्या राज्याची निष्ठा सोडून तांब्राचा अवलंब धरिला; आणि तांब्राकडील फौजदार महंमद अब्बास व अब्दुल राजखान यास जमावानिशीं कुडाळास आणिले. त्यांच्या स्वाऱ्या मुलखामध्ये होत्या. एकवेळ मौजे मजकुरीं स्वारी येऊन कित्येक लुटी नागवा करून मनुष्ये धरून नेलीं मौजे मजकूरचे देव श्रीनारायण व रामेश्वर एथें गोवध करून देवस्थानें भ्रष्ट केलीं. जंजिऱ्याच्या मनुष्यास बाहेर जावयाकरिता मोंगलाच्या भयास्तव सावंताच्या रिस्काकरितां जागा नाहीं कोठून दाणा गल्ला येणें तो राहिला. मनुष्यास अन्न नाही. जो कोणी मूठमर्दीनें दळाकडे जाऊन भाजीपाला आणून उदरपोषण करीं तो वांचला, व कितीएक मनुष्ये जंजिराच्या लोकांची मयत जहाली. असा प्रसंग जाहल्यावर चाकर लोकांखेरीज जंजिरेमजकुरी जे कोणी होते ते बिदनूर प्रांती जाऊ लागले. ते समयी जंजिराचा मुद्राधिकार राजश्री कृष्णाजी मोहिते यांस होता. त्यांणी व जंजिऱ्याचा तटसरनोबत व नाईकवाडी यांणीं आपणास पुसिले की "तू ब्राह्मण म्हणजे एका पायाने क्षीण आहेस. तुझ्या वस्तु कोठे जावतें असे नाही. जंजिरामध्ये अन्नाचे दुर्भिक्ष जहालें. त्याहीमध्ये कर्नाटकांतून वाणी उदमी उकडे तांदूल आणितात ते काही ब्राह्मणाच्या प्रयोजनाचे नव्हते. आम्ही मराठे लोक भाजीपाला खाऊन धन्याची जागा जतन करीत आहो आमच्या निष्ठेस फलदाता ईश्वर आहे. आम्हा चाकर लोकांस सुटका नाही. तू ब्राह्मण कर्नाटकास जाणार तर सुखरूप जाणे. आम्ही निरोप देत असो." म्हणून आपणास सांगितले.

त्यावर आपण उत्तर दिले की 'आपण एथें आहां. मागे तुम्हांमध्ये राहून उपाध्येपण करून सुख भोगिले आणि तुम्हास काही काल बिलग पडल्यावर टाकून जावें ही गोष्ट ईश्वरास बरी मानवणार नाही व महाराज राजश्री स्वामींनीं जे समयी सिंधुदुर्गास मुहूर्त केला ते समयी आपल्या मामास विचारिले कीं, येथे ब्राह्मण कोण राहतो. ते समयी आपला मामा बोलिला की 'आपला भाचा दादंभट येथे राहून उपाध्येपण करील' म्हणून बोलून माहाराज स्वामींचे दृष्टीपुढे आपणास उभे केले. आपण ते समयी महाराजासमुख बोललो की, आपण येथे राहून उपाध्येपण करीन म्हणून सांगितले. ही गोष्ट चित्तामध्ये आहे. ते केवळ महाराज स्वामीजवळ मी भाष्य

दिल्यासारखी जाहली. त्या गोष्टीस आता माझ्या हातून अंतर करवत नाही. होणार प्राक्तनाधीन आहे. कोठेहि गेलो तरी अंतर सुटणार नाही. 'असे असता ही जागा टाकून आपण जात नाही. तुम्हाबरोबर जसे होईल तसे होऊ' म्हणून बोललो. त्याउपर जंजिऱ्याचे नायकवाडी यांणी व लोकांनी आपले समाधान केलें की, "आम्हा निमित्य तुम्ही म्हणून इतका निर्धार केला त्यास आम्ही जे अन्न मिळवू त्यामध्ये तुमच्या प्रयोजनाचे सुरई तांदूळ व नाचणे जे मिळतील ते तुमच्या कुटुंबास देऊन भाजीपाला आणू त्यातील विभाग तुजला देऊ" म्हणून समाधान करून सांगितले. त्यावरून आपण राहिलो. त्यास जंजिऱ्यामध्ये पाच वर्षेपर्यंत मोठे महारण व कांतील दुःखामध्ये गडकरी यांच्या घरी लग्न, मुहूर्त, हव्यकव्य, बरें वाईट जो प्रसंग जाहला तो संपादिला. ज्याते आपल्या उचितानें जे दिलें ते तितके घेऊन लक्षशः मानिले न्यून पूर्ण बोलिलों नाही. 'कार्य निमिते जे सर्व प्रसंग धामधुमीकरितां तुटका जहला असेल तो पदार्थ द्यावयास हे लोक अवमान करणार नाहीतं पदरी नाहीं तेव्हा मजलाच कोठून देणार?' असे चित्तामध्ये मानून कार्य-प्रसंग संपादिले. कोणाचेही न्यून पडू दिले नाही व कोणा समागमें खटला न केला. याप्रमाणे पाच वर्षे दुःखाची घालविली. उपरांतील सुभिक्ष प्रसंग होत चालला. महाराज राजश्री राजाराम चंदी प्रांती असतां राजश्री रामचंद्र पंडित अमात्य विशालगडीं राहून संपूर्ण तांब्र कोकण प्रांत प्रवेश केला होता त्यास दहशत लावून निःशेष घालविला. इत्यादि.

❖

टीप – प्रस्तुत कागद राजाराम महाराजांच्या काळातील असून त्यात इ. स. १६६५ पासून इ. स. १६९४-९५ पर्यंतची हकीगत आलेली आहे. शिवाजीमहाराजांनी इ. स. १६६५ मध्ये मालवणजवळ सिंधुदुर्ग बांधला त्यासंबंधीची सविस्तर माहिती या कागदावरून मिळते.

७०. जो मैत्रीची इच्छा करतो तो शत्रुत्व कसे करतो?

शिवशाही पोर्तुगीज कागदपत्रे,
ले. ११८, पृ. ११८-११९ इ. १६९५ जून १५

गणेश रघुनाथ यांस

रामचंद्र पंडित ह्यांनी कोकणच्या राज्यकारभारासाठी आपली नियुक्ति केल्याचे कळून आनंद झाला. आपली कामगिरी यशस्वी होवो हीच शुभेच्छा आमच्या मैत्रीची आपण अपेक्षा करता. आपणाला मी कळवू इच्छितो की, ज्याना पोर्तुगिजांची मैत्री हवी असते त्याना ती मिळाल्यावाचून राहात नाही. आपणालाही तो अनुभव आल्यावाचून राहाणार नाही. परंतु मला आश्चर्य वाटते ते ह्या गोष्टीचे की, रामचंद्र पंडित हे ह्या राज्याच्या मैत्रीची अपेक्षा करीत असता दुसऱ्या बाजूने त्यांच्याकडून शत्रुत्वाची कृत्ये कशी घडतात? त्यांच्या सुभेदारांच्या युद्धनौका आमच्या समुद्रात संचार करून आमच्या नौकायनास उपद्रव देत आहेत. त्यावरून ते जे आमच्या मैत्रीची इच्छा करतात ती प्रामाणिक नसावी असा संशय येतो. जो मनुष्य मैत्रीची इच्छा करतो तो शत्रुत्व कसे करतो ह्या गोष्टीचा उलगडा होत नाही. म्हणून मी अरबांच्या शोधार्थ राजापूर बंदरात गेलो होतो. रामराजे ह्यानाही आमची मैत्री हवी आहे पण ते आमच्या शत्रूशी मैत्रीने वागतात, ही गोष्ट आमच्याकडील मैत्रीशी विसंगत आहे. रामराजे यांच्याशी मैत्री करण्यास मी तयार आहे. परंतु त्यांच्या सरदारानी शत्रुत्वाची कृत्ये केली नाहीत तरच ही गोष्ट शक्य होईल. त्यांच्या युद्धनौकांनी जर आमच्या नौकांचा पिच्छा सोडला नाही, तर ह्या दरोडेखोरांना मी योग्य ती शिक्षा दिल्यावाचून राहाणार नाही. सत्याजी राणे याने आमच्या राज्यात शिरून अनुचित कृत्ये केली ह्याबद्दल मी त्याला कैद करण्याचा हुकूम केला. परंतु नंतर जेव्हा मला कळले की, आमच्या राज्यात लुटमार करण्यात त्याचा हात नव्हता तेव्हा तो निरपराध म्हणून मी त्याला सोडून दिले. तो आता तुमच्या प्रदेशात संचार करीत असल्याची बातमी आहे.

❖

टीप – वरील पत्र पणजी येथील गोवे सरकारच्या दप्तरखान्यातील आहे. कोकणातील मराठी सुभेदारांच्या नौका आरमारी नौका पोर्तुगिजांच्या आरमारी नौकांना त्रास देत असल्याबद्दल गव्हर्नरची तक्रार.

* पोर्तुगीज गव्हर्नरने हे पत्र कोकणाचा सुभेदार गणेश रघुनाथ यास लिहिले आहे.

७१. उपाध्येपणानिमित्त गर्गशा

मा. इ. सं. मं. दप्तर,
स. ग. जोशी संग्रह,
रु. क्र. ५/२०

सु. १०९९, जमादिलावल ४
इ. १६९८, ऑक्टो २९

श्री

तालीक

(सीका)

मा। अनाम देसमुखानी व देसपांडे व सेटे महाजन व मोकदम प्रा। वाई यासी कान्हेर जगनाथ न्यायाधीस असीर्वाद सुहूर सन तिसा तिसेन अलफ विठल जोतीसी बिन रंग जोतीसी येजुरवेदी अर्गवादी व अपदेभट बिन बालंभट अडकर रुगवेदी उतरवादी या उभयेतामधे मौजे धोम सा। मुऱ्हे प्रा। मजकूर येथे श्री-

गंगातीर क्षेत्रीचे उपाधेपणानिमित्त गर्गशा लागली आहे याकरिता हरदुजणाचा निवाडियाचा कज्या हुजूर पडिला आहे याची रास्ती मनसुफी करून जो खरा होईल त्यास उपाधेपणे द्यावे लागते राजेश्री

स्वामी उगव येकाची वृत्ती येकास देत नाही पूर्वापार ज्याची वृत्ती खरी असेल त्याची त्यासच देताती याकरिता हरदूजणाचा करीणा व कागदपत्र हुजूर मनास आणिता त्यावरून रास्ती निवाडा होत नाही तुम्हा येकास हुजूर बोलाऊन पूर्वापार करीना मनास आणून निर्वाहा करावा तरी राजेश्री स्वामी कर्नाटक प्रांत स्वारीस चालिले आहेत समागमे आम्हास जावे लागते यानिमित्य तुम्हा देसकावरी हरदूजणाची मनसुफी धर्मता रास्ती निवाडा करावयासी टाकिला आहे यैशास हरदूजणानी अपलाले करीने हुजूर लेहून दिल्हे आहे–

विठल जोतिसी अर्गवादी याणे आपला करीना लेहून दिला आहे की मौजे मा।रचे देखील श्री गंगातीर क्षेत्र जोतीस व उपाधपण वृत्ती पूर्वापार अपली आहे यैशास श्री गंगातीर क्षेत्री भलेभले ब्राह्मण येताती त्यास रुगवेदी ब्राह्मण पाहिजे याजनिमित्त आपला वडील नागजोतीसी याणे अपदेभट अडकर याचा वडील नरसीभट रुगुवेदी अंगातुक क्षेत्री आला होता. भला देखोन त्यास क्षेत्री उपाधेपणावरी

अपदेभट अडकर उतरवादी याणे आपला करीना लेहून दिल्हा आहे की मौजे मा।री गावीचे देखील श्रीगंगातीर क्षेत्राचे उपाधेपण पूर्वापार वडील वडिलापासून वृत्तो आपली आहे व जोतीस पण विठल जोसी येजुर्वेदी याचे आहे उपाधेपणासी जोसी यासी समंध नाही व जोतीसपणा आपणास समंध नाही यैसे असता आपला बाप बालंभट अडकर व विठल जोतिसी या उभयेतापासून क्षेत्रीचे उपाध्येपणाचा

मुतालिक ठेविला त्याणे मुतालिकपणाचे आपले वडिलासी वर्तणूक केली त्या आली कदे त्याचे संततीपासून क्षेत्रीचे उपाधेपणानिमित्य कथला होत आला परंतु मौजे मा।री गावीचे जोतीसी व उपाधेपण आपले वडील व आपण पूर्वापार अजीवरी अनभवीत आहो व श्रीगंगातीर क्षेत्री जोतीस व गणेशपूजनही अजीवरी अनभवीत आहो यात कोणाचा काही कथला जाला नाही आपली वृत्ती आपणच अनभवीत आहो यैसे असता श्री गंगातीर श्रेणीचे उपाधेपण पूर्वापार आपलेच आहे अलीकडे क्षेत्रीचे उपाधेपणासी आमचा लोप करून अडकर नूतन अपले वृत्तीस जडिले आहेत.

कथला लागला परंतु गावीचे देखील उपाधेपण आपला बापच अन्भवीत होता परंतु परसपरे कलहो बहुत वाढुला यानिमित्य गोतानी आपले बापाची व रंग जोसी याची समजावीस करून कथला तोडिला की मौजे मा।री गावात उपाध्ये पण व जोतीसी हे वृती जोसी यानी खावी व श्रीगंगातीर क्षेत्री उपाधेपण व गणेशपूजण हे वृत्ती आम्ही आडकरानी खावी आणि परसपर समाधाने असावे यैस निवाडा करून दिल्हा त्याप्रमाणे श्री गंगातीरक्षेत्री उपाधेपण व गणेशपूजण हे वृत्ती आपण अनभवीत आहो आपले वृतीसी जोसी यासी समंध नाही.

यांप्रमाणे उभयेतानी आपला करीने तपसीले लेहून दिल्हे आहेत तरी तुम्ही गोत देसक व वैराट क्षेत्रीचे ब्राह्मण थोरथोर स्मार्थ वैज्ञान व बारा बलुते मौजे धोम प्रा। यैसे श्री गंगातीर क्षेत्री देवीचे देवलासनिध अवघे मिलोन गोतसभा करून वीठल जोतीसी व अपदेभट अडकर या उभयेताचे राजीनामे व जमान घेऊन दोघाचे करीने तपसीले मनास आणून लेहून घेणे आणि कागदपत्र वृत्तीसमंधे उभयेताजवल जे असतील ते मनास आणून धर्मतारास्ती मनसुफी तुम्ही आपले बेतालीस स्मरोन कोणाची रयात न करिता गोही साक्ष व शफता घालून विचारणे आणि दोघाचा निवाडा करणे त्याप्रमाणे जो खरा होईल त्यास महजर करून देऊन बैखर तपसीले हुजूर लेहून पाठवणे त्यावरून मनास आणून ज्याची वृत्ती खरी होईल त्याची वृत्ती त्यास देऊन तोवरी श्रीगंगातीरक्षेत्रीचे उपाधेपणाची कमावीस अमानत तो दिवाण निसबतचा भट ठेऊन उपाधेपण चालवणे जोसी यासी व अडकरास होऊ न देणे व मौजे धोम येथील गावातील ही उपाधेपणाची कमावीस अमानती चालवणे जोसी यासी दखल होऊ न देणे रा। छ ४ जमादिलावल

❖

टीप – विठ्ठल जोतिषी व अपेदभट अडकर यांच्यात गंगातीर क्षेत्राच्या उपाध्येपणाबद्दल वाद झाला. गोतसभेने दोघांची निवेदने, दोघांतर्फे पुढे आलेले साक्षीपुरावे इ. तपासून अंतिम निवाडा द्यावा, असे ठरले. तोपर्यंत उपाध्येपणाची कमावीस दिवाणात अमानत करावी व दिवाणाने नेमलेल्या भटजीने उपाध्येपण चालवावे, असाही निर्णय घेण्यात आला.

७२. कऱ्हाडची देशमुखी

ताराबाईकालीन कागदपत्रे,	राज्याभिषेक शक ३०, मार्ग. शु. १
खंड १, ले १४३	इ. १७०३, नोव्हेंबर २८
पृ. १९०-१९४	

श्री प्रतिपच्चंद्र शिक्का

स्वस्ति श्री राज्याभिषेक शक ३० सुभानु संवत्सरे मार्गसीर्ष शुध प्रतिपदा रविवासर क्षत्रियकुलावतंस श्रीराजा शिवछत्रपति

		याणी राजश्री गिरजोजी बिन
मोरेश्वर नीळकंठ	परशुराम त्रिंबक	मुधोजी यादव देशमुख पा। कराड
याचा शिक्का	याचा शिक्का	यास दिल्हे वृत्तिपत्र ऐसे जे तुम्ही
		किले प्रतापगडीचे मुकामी स्वामी

समीप विनंती केली की पा। मजकूरची देशमुखी व मौजे गोवारे तर्फ हवेली कऱ्हाड येथील मुकादमीचे वतन पुरातन यादवांचे. त्यास पूर्वी अदलशाहा विजापुरी पातशाही करीत असता (मुधोजी) वणगोजी निंबाळकर याणी पुंडावे करून मुलूक मारू लागला. त्याकरिता यादव देशमुख (मुधोजी) वणगोजी निंबाळकरास भेटोन परगणियास कौल घेतला. हे वर्तमान कऱ्हार्डी पातशाकडील मुकासदार होता त्याणे हुजूर लिहिले की यादव (मुधोजी) वणगोजी निंबाळकर यास भेटोन परगणियाची खंडणी देतात, आपणाकडे सुरळीत वर्तत नाही. त्यावरून पातशा इतराज होऊन पा। मजकूरचे देशमुखीचे वतन मौजे गोवारे येथील मुकादमीचे वतन अमानत करून वजिरास दौलतेचे पुरवणीस दिल्हे. सवेच दुसऱ्या वजिराचे दौलतेचे पुरवणीस दिल्हे. या प्रकारे ज्या वजिरास कऱ्हाड मुकासा देत आले त्याचे दौलतेचे पुरवणीस दोन्ही वतने देत आले. ऐसे साता आठा वजिराचे दौलतेस मुकासा देत आले. त्याउपरी रणदुलाखानाचे दौलतीचे पुरवणीस वतन दिल्हे. त्याकडे कितेक दिवस चालत असता पातशाहानी रणदुलाखानाकडून दूर करून माहाराज राजश्री शाहाजीराजे यास देसमुखीचे व गोवारीचे मुकादमीचे वतन दिल्हे. त्या दिवसापासून त्याकडे चालत होते. त्याउपरी थोरले कैलासवासी स्वामीने कऱ्हाड प्रांत कबज केलियावरी पा। मजकूरचे देशमुखीचे व गोवारीचे मुकादमीचे वतन आपणच अनभविले. पा। अऊंद देह २७ सतावीस येथील देशमुखीचे वतन पूर्वापार यादवांस चालत होते. त्यास थोरले कैलासवासी स्वामीचे वेळेस राजश्री जनार्दन नारायण सरकारकून आउदास श्री येमाईच्या दर्शेनास आले तेव्हा यादवापासून काही अंतर पडिलेसे समजोन अउंदची देशमुखी अमानत केली. त्या दिवसापासून पा। कऱ्हाड व अउंद येथील देशमुखीचे

वतन व गोवारे याचे मुकादमीचे वतन दिवाणात चालिले. त्याउपरी या प्रांते ताम्राचे उलंबण विशेष जाहाले. या निमित्य कैलासवासी स्वामी निघोन कर्नाटक प्रांते चंजीस गेले. तेथे आपण जाऊन निष्ठेने सेवा केली. वतनानिमित्य शेरणीही दिवाणात दिल्ही. याकरिता कैलासवासी स्वामीने पा। अऊंद देह २७ सतावीस येथील देशमुखी वतन अजरामऱ्हामत करून दिल्हे. त्याउपरी आपण दिवाणात शेरणी होऊन प्रलये घटी २००० दोनी हजार देऊन वतनाविषी विनंती केली. तेव्हा मेहेरबान होन ता। उबरज देह ३० तीस व तर्फ तारगाव देहे २४ चोवीस येकून चोपना गावीची देशमुखी अजरामऱ्हामत करून देऊन पत्रे दिल्ही. वरकड पा। कऱ्हाड देह ८७ सत्यांइसी येथील देशमुखी दिवाणातच चालत होती. त्याउपरी माहादजी जगदळा मसूरचा पाटील याणे चंजीचे मुकामी कैलासवासी स्वामीसनीध जाऊन गैरवाका विदित करून ता। मसूर येथील देशमुखी मागोन घेऊन पत्र करून घेतले आहेत. याप्रकारे कितेकानी या वतनाविषी गैरवाका विदित करून पत्रे घेतली आहेत. त्यानंतर स्वामीचा जन्म शुभकाली चंजीमधे जाला. हे संतोष वर्तमान आपण कैलासवासी स्वामीस श्रुत केले तेव्हा कृपाळू होऊन बकसीस नेमिले. ते आपण दिवाणात शेरणीस देऊन वतनाविषी विनंती केली. तेव्हा मेहेरबान होऊन पा। मजकूरचे वतन अजरामऱ्हामत करून द्यावेसे अभये दिल्हे. जुलपुकारखान बाहादुर याने चंजीस परीघ घालून चंजी हस्तगत केली. कैलासवासी स्वामी अगोधर स्वार होऊन वेळुरास आले. स्वामी कोटात असता परमसाहास करून ताम्राचे सेनेतून स्वामीस व मातुश्री आईसाहेबास काहाडून वेळुरास आणून पाविले. तेथून कैलासवासी स्वामीचे व स्वामीचे आगमन या प्रांते विशाळगडास जाहाले. त्याउपरी कितेका दिवसी कैलासवासी स्वामी जालन्हापूरचे स्वारीस जाऊन परतोन किले सिहगडास आले. तेथे त्यास कैलासवास जाला. हे राज्य श्रीचे वरदी सतावीस पिढियाचे. या राज्याचे संरक्षण जाले पाहिजे म्हणोन स्वामी सुमूर्ते सिंव्हासनारूढ जाले. ते प्रसंगी आपणावरी कृपाळू होऊन आपणापासून पूर्वी सेवा घडोन आली त्याचे स्मरण करून पा। कऱ्हाडचे देशमुखीचे वतन व मौजे गोवारचे मुकादमीचे वतन अजरामऱ्हामत करून दिल्हे. परंतु ते वतन आपणास सुरलीत चालत नाही. ऐशास आपण स्वामीचे कदीम सेवक. येकनिष्ठ आहो. आपले वडील भाऊ अर्जोजी यादव याणी व आपण स्वामीसेवा बहुतच निष्ठेने केली आहे. सांप्रत आपणही निष्ठेने सेवा करीत आहो. वतनाविषी थोरले कैलासवासी स्वामीचे वेलेस व राजश्री संभाजीराजे काका यांचे वेलेस व राजश्री कैलासवासी स्वामीचे वेलेस प्रसंग करीत आलो आहो. कैलासवासी स्वामीने सारे वतन आपणास मेहेरबान होऊन दिल्हे. स्वामीनेही दिल्हे आहे. ते सुरळीत चाले ऐसी आज्ञा केली पाहिजे म्हणोन विदित केले. त्यावरून देशमुखीच्या वतनाचे व मुकादमीचे वर्तमान पूर्वोत्तर मनास आणिता पूर्वी अदलशाहाचे कारकिर्दीस व मुग्दोजी (मुधोजी) निंबाळकर याणी पुंडावे करून देशास आजार

दिल्हा म्हणोन यादव देशमुख याणी कौल घेऊन उपद्रव वारिला. याबद्दल पातशाहानी इतराजी मानून देशमुखीचे वतन व गोवारियाचे मुकादमीचे वतन अमानत करून सात आठ वजिरास व रणदुलाखानास दौलतेचे पुरवणीस मुकासा दिल्हा. त्याकडून दूर करून माहाराज राजश्री शाहाजे राजे यास दोन्ही वतने दिल्ही. त्या दिवसापासून देशमुखीचे वतन व मुकादमीचे वतन दिवाणात चालिले. थोरले कैलासवासी स्वामीचे वेलेस पनालियाचे मुकामी अर्जोजी यादव व पदाजी यादव याणी जाऊन वतनाविषयी रदबदल केली ते प्रसंगी थोरले कैलासवासी स्वामीने सिवसेटी सेटया का। कऱ्हाड यास मधे उभे करून बोलले की पा।मजकूरची देशमुखी व गोवारेची पाटेलगी यादवांची होती. परंतु पातशाहानी आमानत करून वजिरास मुकासा देत आले. त्याउपरी माहाराज राजश्री शाहाजीराजे यास दिल्हे. त्या दिवसापासून देशमुखीचे व पाटेलगीचे वतन आपण अनभवीत आहो. यादवाचा बहुत दिवस भोगवटा तुटला. याउपरी यादवास या वतनाविषी रदबदल करावयास संमध नाही म्हणोन आज्ञा केली. त्याउपरी पावनगडची इमारत पाहात असता हिरोजी फर्जंद याणे थोरले कैलासवासी स्वामीजवळ विनंती केली की अर्जोजी यादव याणी स्वामीची सेवा बहुत निष्ठेने केली. सांप्रत इमारतीच्या कामावरी सीमेपरता श्रम करीत आहे. त्याकरिता स्वामीने कृपाळू होऊन पा। मजकूरचे देशमुखीचे व मुकादमीचे वतन यास मऱ्हामत केले पाहिजे. त्यावरून थोरले कैलासवासी स्वामींनी अर्जोजी यादव यास बोलाऊन आणून मेहेरबानीने बोलले की तुम्ही निष्ठेने सेवा करीत अहा याकरिता हे वतन तुम्हास देऊन ऐसे अभये दिल्हे. ऐशास गिरजोजी यादव यांचे भाऊ अर्जोजी यादव या राज्यातील कदीम सेवक सेवा यकनिष्ठेने करीत आले आहेती. थोरले कैलासवासी स्वामीची सेवा उभयता बंधूनी बहुतच निष्ठापूर्वक केली. प्रतापगडची इमारत त्वरेने मुस्तेद करावी म्हणोन थोरले कैलासवासी स्वामीने प्रतापगडी अर्जोजी यादव यास इमारतीचा

टीप – कऱ्हाडची देशमुखी आदिलशाहीत पूर्वापार यादव घराण्याकडे होती. परंतु आदिलशाही कारकिर्दीत मुधोजी वणगोजी निंबाळकर याने पुंडावा केला असता अर्जोजी व गिरजोजी यादव या भावांचे वाडवडील त्याला मिळाले. म्हणून आदिलशहाने हे वतन खालसा केले. त्याने ते प्रथम रणुदल्लाखानास व नंतर शाहजीला दिले. शाहजीनंतर वारसाहक्काने ते शिवाजीकडे आले. तेव्हा त्यांच्या पदरी असलेल्या यादवांच्या घराण्यातील अर्जोजी यादवाने ते परत मिळविण्याची खटपट सुरू केली. अर्जोजीने व त्याचा भाऊ गिरजोजी यानी निष्ठेने केलेली सेवा लक्षात घेऊन प्रत्येक छत्रपतीने अर्जोजीच्या नावे कऱ्हाडचे वतन करून द्यावे व काही ना काही प्रसंग निर्माण होऊन त्यांच्या हातून ते निसटावे, असे शिवाजीमहाराजांपासून दुसऱ्या शिवाजीच्या कारकिर्दीपर्यंत घडत गेले. शेवटी दुसऱ्या शिवाजीने कऱ्हाडच्या देशमुखीची सनद गिरजोजीच्या नावे इ. स. १७०३ मध्ये करून दिली. या सनदेतील शिवाजीमहाराजांच्या कारकिर्दीपर्यंतच्या हकीगताचा उतारा वर दिला आहे.

सुभा सांगितला ते समई कस्त करून स्वामीचे आज्ञेप्रमाणे सारी इमारत सिध करून किला मुस्तेद केला. त्याउपरी किले पावनगड नवा वसविला. तेथील इमारत मुस्तेद करावयाविशी आज्ञा केली. त्याप्रमाणे त्याणी तोही किला मुस्तेद केला. थोरले कैलासवासी स्वामी इमारत पाहोन मेहरबान होऊन होन पा। ५००० नेमिले. ते मशारनिलेनी दिवाणात शेरणीस देऊन वतन मागितले. ते समई त्याहि हे वतन तुम्हास दिल्हे ऐसे अभय देऊन स्वार होऊन रायगडास गेले. अर्जोजी यास पावनगडी ठेविले. वतनाचे कागदपत्र करून द्यावे तो इतकियात थोरले कैलासवासी स्वामीने रायगडी कैलासवास केला.

❖

७३. इंगळास वोळंबे लागले

भा. इ. सं. मं., वार्षिक इतिवृत्त, शके १८३७, पृ. २९८

शं. १६२७, वै. शु. ७
इ.स. १७०५, एप्रिल १९

॥ श्रीशंकर॥

राजश्री श्री देवस्वामीचे सेवेसी

॥श्रीमत् परमपूज्य तपोनिधी मुक्तिदायक सकलगुणालंकरण देवमान्य वरद मूर्तिपरायण राजमान्य राजश्री.

आज्ञाधारक सेवेसी मातुश्री येसूबाईसाहेब दोनी करमकमल जोडून चरणावरी मस्तक ठेऊन साष्टांग नमस्कार विनंति उपरि. येथील क्षेम तागाईत वैशाख सुद्ध सप्तमी गुरुवार जाणऊन मुकाम अमदानगरीं दुर्गात स्वामीच्या आशीर्वादिंकरून यथास्थित असे. स्वकीय कुशल लेखन आज्ञा केली पाहिजे. विशेष बहुत दिवस जाले. स्वामींनी आशीर्वाद-पत्र पाठवून बालकाचा परामृश केला नाही याकरिता चितास स्वस्थता होत नाही ते देव जाणें तरी स्वामींनीं येणारा मनुश्याबराबरी प्रतिक्षणीं आशीर्वाद-पत्र पाठवीत गेलें पाहिजे. विशेष आमचे वर्तमान तरी स्वामीपासी सत्यच लेखन केलें पाहिजे. चिरंजीव दाजी तो पृथ्वीपतीसमागमे गेले. आम्हांस सार्वभोमाची आज्ञा जाली कीं 'अहमदानगरास जावें.' आज्ञेप्रमाणे आम्हांस अहमदानगरास घेऊन आले. तेथे आलियावरी आजी पांच मास जाले. परंतु खर्चाची बहुत तंगचाई जाली. काय निमित्य तरी सार्वभोम दूर गेले. आमचा तनखा जो दिल्हा तेथें ताम्रांनीं व हरिभक्तांनीं व काही काळाने करून प्रतिकूल जाली, यामुळे द्रव्य येपें राहिलें. येथे अंमदानगरी साहुकारांचें पांच सात सहस्त्र ब्रह्मस्त जाले. आता कोण्ही देव नाही. मागिल्याच पैकियास तगादे लाविले आहेत. त्याच्यामुळें बहुत कष्टी होतो. तो दुःखसागर स्वामीस काय म्हणऊन ल्याहावा? स्वामीच्या सेवेसी रायाजी जाधव पाटविला असे. तरी माहाराज कैलासवासी स्वामी गेल्यातागाईत आपणावरी हा कसाला प्राप्त जाला. इंगलास वोळंबे लागले.[३] बरे, होणार भविष्य त्यास यत्न काय आहे? आता एक स्वामीवितरिक्त आणिक कोणाचा भरवसा या समयांत नाही. एक स्वामीच क्लेशपरिहार करतील. इतराच्याने काही होणे नाही. तरी सारांश गोष्टी कीं ब्रह्मस्वापासून मुक्त केलियाने बहुत कीर्ति स्वामीची आहे. आणि पाऊसपाणी जालियावरी स्वामी ज्यापासून देवितील त्यास प्रविष्ट करून. यासी उपेक्षा केली न पाहिजे. वरकड चिरंजिवाकडील सामराज व आमचे वर्तमान रायाजी मुखांतरी चरणापाशी विनंती करिता श्रुत होईल. तें सत्यच मानणे विशेष ल्याहावें तरी आपण अज्ञान, मूढ असे लिहितां येत नाही. अथवा

ज्ञानहि नाही. त्याहिवरी आपणाजवळी कोण्ही शाहणा कारकून नाही. आवाक्षराची क्षमा केली पाहिजे. कृपा आशीर्वाद निरंतर करीत गेले पाहिजे. कृपा असो दीजे. जाणिजे मोर्तब सुद.

रा। छ ११ माहे मोहरम सन ४९ हे विज्ञापना

❖

टीप – संभाजीमहाराजांची पत्नी राणी येसूबाई हिने अहमदनगर येथे औरंगजेबाच्या कैदखान्यातून चिंचवडकर देवाना लिहिलेले पत्र. पुत्र शाहू याला औरंगजेबाने आपल्याबरोबर नेल्यावर खर्चाच्या बाबतीत द्रव्याची आपल्याला कशी तीव्र टंचाई भासत आहे, टंचाईमुळे, आपण घेतलेली कर्जे फेडण्याबद्दल सावकारांनी आपल्यामागे कसा तगादा लावला आहे, इ. चे हृदयद्रावक वर्णन या पत्रात येसूबाईने केले आहे. तसेच केवळ देवस्वामीच आपली आर्थिक मदत करू शकतील, अशी अपेक्षा व्यक्त केली आहे.

७४. हिंदुराव घोरपडे याचे तांब्रासी अनुसंधान

सोंधेकर दफ्तर (अप्रकाशित) — श. १६२९, चैत्र शुद्ध १५
इ. स. १७०७, एप्रिल ६

श्री

राजश्री सवाई बसवलिंग नाईक
गोसावी यासी

उपरि हिंदुराव घोरपडे याणीं दुर्बुध धरून तांब्रासी अनुसंधान लावून कितेक स्वामिद्रोहाचा अर्थ योजिला यास्तव राजश्री जयेसिंग जाधवराऊ सेनापती व हंबीरराऊ मोहिते सरलस्कर याणीं त्यास नतीजा पावविला. समूल नाश करावा तो त्याणें स्थलांतर करून फिरत आहे. यैसीयासी हिंदुराऊ स्वामिद्रोही. त्याचा समूल नाश करणें हे स्वामींस अवश्यक. यास्तव त्यास स्वामींनी जिल्हे व मुकासे दिल्हे होते ते कुल दूर करून तो जेथे जाईल तेथें जाऊन त्याचा नि:शेष निपात करावा किंवा हस्तगत करून निर्बंधयुक्त हुजूर पाठवावें यैसी उभयेता राऊ मशारइलेस परिछिन्न आज्ञा केली आहे. कदाचित् पालेगार लोक अविचारबुधीनें त्यास मदत देतील अथवा पत्रादिमुखे अनुसंधान लावितील तरी जो नतीजा हिंदुरायास तोच नतीजा त्यांस देऊन स्थल देखील खणोन काढणें ऐसा निर्वाह केला आहे. यैसियासी तुम्ही पहिलेपासून स्वामीसी निष्टेनें वर्तत आले आहा. स्वामीची दयाही तुम्हावरी विशेषच आहे. हा अर्थ तुम्हास निष्टंक कलावा यास्तव हें पत्रलेखन केले असे. तरी कदाचित्[२] हिंदुरायानीं तुम्हाकडे पत्र अगर मनुष्य पाठविलें तरी पत्र न घेतां माणूस मारून बाहेर घालणें त्याकडील हेजीब तुमचे स्थलीं होता त्यास कैद करून भानजी बलाल हेजीब याचे स्वाधीन करणें जाणिजे बहुत काय लिहिणे.

❖

टीप – हिंदुराव घोरपडे याने मुघलांना मिळून स्वामिद्रोह केला याबद्दल त्याचा समूळ नाश करून त्याचे परिपत्य करावे, असे दुसऱ्या छत्रपती शिवाजीचे बसवलिंग नाईक यास आज्ञापत्र.

७५. स्वराज्याचा कमालदस्त

वाड यांनी निवडलेले कागद, रु. क्र. ५ (पे. द)

श्री

जमाई स्वराज्याचा कमालदस्त कारकिर्दी राजश्री सिवाजी राजे होन इजमाइली होन पातशाही

तलकोकण होन	
१००००००	सुबा आंकोले
१००००००	सुबा फोंडे
१२५००००	सुबा भिवगड
१५००००	सुबे कुडाळ
२२५०००	सुबे राजापूर प्रभावली
१७५०००	सुबे दाभोल
१७००००	सुबे जावली वले मुऱ्हे
१०००००	सुबे राजपुरी
१०००००	सुबा चेऊल
१०००००	सुबे कल्याण
७५०००	सुबे भिवंडी
	जवार
	रामनगर बमय घणदिवी
१४०००००	
वरघाट	**होन**
किता माहाल ८ अजमास	
७५०००	बेलगाव पातशहापूर
१०००००	प्रा। संपगाव
१२५०००	पा। गदक (ग?)
१०००००	पा। लक्षमेश्वर
७५०००	पा। नवलगुंद
१०००००	पा। कोपल
१०००००	पा। बेटगिरे खुदावंदपूर
५००००	पा। हल्याल
८	

१०००००	सुबे अजिरे
१०००००	सुबा तारळे
१०००००	सुबा कोल्हापूर
२०००००	सुबा पन्हाळा
१०००००	सुबा मलकापूर
१५००००	सुबा कऱ्हाड
१०००००	सुबा सातारा
२०००००	सुबे वाई
१०००००	सुबा खटाऊ
१०००००	सुबा माण पा। फलटण
२०००००	सुबा मावले १३
१२५०००	सुबा पुणे
	सुबा सुपे
	सुबा बारामती
	सुबा पा। इंदापूर
	सुबा जुन्नरपैकी १३ तरफा

❖

टीप – शिवाजीमहाराजांच्या स्वराज्याचे निरनिराळ्या सुभ्यांनुसार एकूण उत्पन्न किती होते ते दर्शविणारा हा पेशवेकालीन कागद. उत्तरकालीन व नकल स्वरूपात असल्याने त्यातील आकडे जसेच्या तसे ग्राह्य धरता येणार नाहीत. पण महाराज्यांच्या 'स्वराज्या'त, तळकोकणातील व वरघाटातील सुभे कोणते होते ते या कागद वरून निश्चितपणे कळून येते. या कागदात जिंजी - तंजावरकडील सुभ्यांचा समावेश नसल्याने यातील माहिती अपूर्ण आहे.

शिवपूर्वकाल व शिवकाल
(पत्रेतर साधने)

७६. महाराष्ट्रधर्म

महिकावतीची बखर,
पृ. ६०-६१

सर्वा वर्णावर्ण नट नाट बुरुड चर्मक अंत्यज जाति।। यास सर्व माराष्ट्र।। सर्वास ब्राह्मण श्रेष्ठ।। वर्णभेद, गोताचि कर्मे भिन्न, वर्तणुक आचार भिन्न, पहिराव भूषणे भिन्न, भाषा भिन्न।। भीन्न भीन्न देशिंचे देशाचार आहेत।। कुळाचार आहेत।। वंशाचार आहेत।। देवशास्त्राचार आहे।। तो श्रेष्ठ व कुळाचार देशाचार श्रेष्ठ।। ।।श्लोक।। स्वधर्मं परमं श्रेष्ठ परधर्मो भयावह:।। ऐसे हे भगवद्गीतेचे वचन।। ते असे।। जर आप आपले धर्मि असावे।। गुरुवाक्ये गुरुसि मानावे।। देव गुरुरुपे सर्वांस रक्षिता।। सुख देता।। दुष्कर्मे दूर करिता।। अंति सायुज्यमुक्ति देता।। तरि हा सर्वधर्माचा जीव। मूलधर्म माराष्ट्र स्नान गुरु-उपदेश मंत्रजप प्रत्यहि करावा।। जे गुरु संख्या सांगेल त्याप्रमाणे सुर्यास नमस्कार सूर्यव्रत आचरावे।। विशेषें करोन सूर्यवंशि व सोमवंशि गणेशचतुर्थि संकष्टि यथानेमे कराव्या।। शेषवंशि सोमवार-व्रत महादेवाचे करावे।। कुळस्वामिची तीथ यथा नेमे उपोषण ब्राह्मणहस्ते पुजन तयांस आमान्य दक्षिणा द्यावी।। कामिकव्रते आचरावी।।

❖

टीप – 'बखर' हा शब्द फार्सी 'खबर' या शब्दाचे अपभ्रष्ट रूप आहे. बखर म्हणजे जुन्या पैराणिक पद्धतीने मराठी भाषेत लिहिलेला इतिहास. शिवपूर्वकाल, शिवकाल, पेशवेकाल व ब्रिटिशकाल यांच्यासंबंधीच्या अनेक बखरी आजवर प्रसिद्ध झालेल्या आहेत. त्यांतील 'महिकावतीची ऊर्फ माहिमची बखर', ही अत्यंत जुनी बखर आहे. कै. वि. का. राजवाडे यांनी ती संपादित केलेली आहे. तिच्यात माहीमचा, तेराव्या व चौदाव्या शतकांतील इतिहास आलेला आहे. या बखरीत 'महाराष्ट्रधर्मा'चा सर्वप्रथम उल्लेख आलेला आहे.

७७. शाहजी-स्तवन

राधामाधवविलासचंपू:,
पृ. २६७

महीच्या महेंद्रा मधे मुख्य राणा। बलीपास त्याचे कुळी जन्म जाणा।।
तयाचे कुळी मालभूपाल झाला। जयाने जले शंभु संपूर्ण केला।।८५।।
तयाची असे मुख्य राणी उमाई। उमा त्यते ऊपमा देउ काई।।
गुणोत्कर्ष गाता जिच्या नंदनाचे। कवीचे जिवी थोर आनंद नाचे।।८६।।
जसी सागराते मिले ताम्रपर्णी। तये संगमी होति मोतें सुवर्णी।।
तसा त्याजपासून राजा शाहाजी। असे जन्मला लोचनी तो पहाजी।।८७।।
महाराज हा कोटिलक्षैकपाली। जया लागि हो तुष्टलासे कपाली।।
जयाते च तीही जयाचे कपाली। म्हणोनी सदा वंदिजे लोकपाली।।८८।।
समुद्रान्त रक्षी धरा एकचापें। परा लागि संतापवी जो प्रतापे।।
शकांची जरी ऊपमा देवुं याला। शिरी त्यांचिये दोष एकैक आला।।८९।।
रणी पर्वताचे परी जो चळे ना। तथा कीर्ति लोकत्रयी आकळे ना।।
नगारे तुरे वाजती रम्यराती। ध्वनीने मनी कंपती ते अराती।।९०।।
प्रयाणी रवी धूलिधारी दिसे ना। पडे गांव दीढेकसी रुंद सेना।।
सदा वैरियांची शिरे जो समेटी। सदा भांडवी मत्तमातंग जेठी।।
सदा फारधी फौज बांधोन खेळे।। सदा नीववी कामिनीचित्त डोले।।९१।।
सदा ब्रह्मचर्चा करी पंडितांसी। सदा दे समस्या कवीकोविदांसी।।
सदा आइके भाटपार्हाट गाणी। सदा शुद्धदेशीय वैकारगाणी।।९२।।
कधी बोलवी सारिका रक्तरावें। कधि नृत्यशालांतरी सौख्य पावे।।
कधी याग आरंभदी विप्रहस्ती। कधी शेविजे कार्यभारी समस्ती।।९३।।
कधी मानभावास भेटीस आणी। तयांचे शिरी वंदि तो पायपाणी।।
अशक्ते अनाथे जनी अंधपंगे। तयां लागि दे अन्नवस्त्रे प्रसंगे।।९४।।
सदा सर्वदा जे सदा धर्म जे जे । करूनि दिल्हे एकएकांस जे जे।
सदा पूजवी सर्व ही ज्योतिलिंगे। त्रिकाली पुजा विप्र गाती षडंगे।।९५।।

टीप – ''राधामाधवविलासंचंपू:'' हे कवी जयराम पिंड्ये याने संस्कृत व मराठी भाषांत लिहिलेले काव्य. त्यात मुख्यत: शाहजीची दिनचर्या, बंगलोरचा त्याचा दरबार, त्या दरबारातील शास्त्री, पंडित व कवी त्यांच्याशी संस्कृत भाषेतून शाहजी व त्याचा दासीपुत्र कोयाजी यांचा चालणारा संवाद, शाहजीची धार्मिक वृत्ती, त्याचे शौर्य, त्याचा पराक्रम, त्याने कर्नाटकात शत्रूंवर लढायात मिळविलेले विजय, इत्यादींचे रसभरित वर्णन आलेले आहे. हे काव्य कै. राजवाडे यांनी संपादित केलेले असून, त्याला त्यांनी प्रदीर्घ विवेचक प्रस्तावना लिहिलेली आहे.

७८. जेधे शकावली : काही महत्त्वाच्या नोंदी

शिवचरित्रप्रदीप (जेधे शकावली),
पृ. १६

श्रीगजवदनवरद

श्रीशके १५४० कालयुक्त नाम संवछरे कार्तिक वद्य प्रतिपदा औरंगजेब उपजला.

शके १५४६ रक्ताक्षी संवछरे

कर्तिक मासीं भातवडीस मोगलाचा सुभेदार लस्करखान व येदीलशाही मुला महमद यैसी दोन कटके मलीक आबरे बुडविली १.

मलिक अबरे सोलापुरास वेढा घालून विज्यापूरकरापासून घेतले १.

शके १५४७ क्रोधननाम संवछरी जहागीर पातशाहवरी त्याचा लेक सुलतान खुरुम रुसोन निजामशाहीमध्ये गेला व त्यास निजामशाहामध्ये मलिक अबरे ठाव दिल्हा. १

शके १५४८ क्षयनाम संवछरे वैशाख मासी मलिक आबर परलोकास गेला १.

शके १५५० विभव नाम संवछरे सुलतान खुरूम पातशाहीस दिलीस बैसला नाव शाहाजाहा ठेविले १.

ये वर्षी कार्तिक मासी कृष्णपक्षी पंचमी गुरुवासरी नक्षत्र पुष्य राजश्री कान्होजी नाईक जेधे यांची पहिली स्त्री पासलकराची लेकी सावित्रीबाई होती तिचे पोटी बाजीना। पुत्र जन्मला माहानक्षत्र अनुराधा दक्षणायेन

शके १५५१ शुक्ल सवत्सरे
फालगुण वद्य त्रितिया शुक्रवार नक्षत्र
हास्त घटी १८ पले ३१ गड ५
पळे ७ ये दिवसी राजश्री सिवाजीराजे
सिवनेरीस उपजले १.
श्रावणे पुर्णिमेस लुखजी जाधवरावजी
नीजीमशाहानी मारिले १.
चैत्रमासी* इभराम इदिलशाहा
परलोकास गेला. सुल (ता) न महमद
शाहा तख्ती बैसले. खवासखान
प्रधान जाला. मुरार जगदेवराव

---

* 'चैत्रमासी' या शब्दाचा संबंध 'मुरार जगदेवराव कारभारी जाला' या विधानाकडे आहे. मधली विधाने संदर्भासाठी लिहिली असावीत.

कारभारी जाला १
शके १५५२ प्रमोद संवछरे
ये वर्षी दुकाल पडिला
पौष वद्य येकादसी फत्तेखानास
सोडून मज्यालस दिल्ही १
शके १५५३ प्रजापति संवछरे फत्तेखान ??
बुऱ्हान निजामशाहा मारिला १
शके १५५४ अगिरा सवछर
जेष्ट काजी महबतखाने वेढा घालून
दौलताबाद घेतली १
भाद्रपद मासी शाहाजी राजे याणी
पेमगिरीस निजामशाहीवरी छेत्र
धरिले १

❖

टीप – शकावली म्हणजे कालक्रमानुसार ऐतिहासिक घटनांच्या नोंदी करणारे हस्तलिखित साधन. इतिहासातील घटनांचा काळ समजण्यासाठी शकावली हे एक महत्त्वाचे साधन होय. कारीच्या जेध्यांचे घराणे हे शिवाजीमहाराजांशी अगदी निकटचा संबंध असलेले घराणे होते. त्या घराण्यातील माहीतगार लोकांनी शाहजीराजांच्या, शिवाजी, संभाजी व राजाराम या छत्रपतींच्या काळातील महत्त्वाच्या घटनांच्या कालानुक्रमे वेळोवेळी नोंदी करून ठेवल्या. या नोंदीतील पंचाण्णव टक्के नोंदी ऐतिहासिक निकषानुसार खऱ्या ठरल्या आहेत. त्यामुळे जेधे शकावली हे शिवकालीन इतिहासाचे पहिल्या दर्जाचे साधन समजले जाते. शिवाजीमहाराजांची फाल्गुन व ३, शके १५५१ (१९ फेब्रुवारी १६३०) ही जन्मतिथी जेधे शकावलीमुळे प्रथम उजेडात आली. महाराज दिल्लीला गेले नव्हते तर आग्र्याला गेले होते, ही गोष्टही जेधे शकावलीवरून समजली. लोकमान्य टिळक यांना प्रथम ही शकावली मिळाली.

७९. शिवजन्म

शिवभारत, अ. ६,
पृ. ५१ इ. १६३०, फेब्रु. १९

भूबाणप्राणचंद्राद्बैः सम्मिते शालिवाहने।
शके संवत्सरे शुक्ले प्रवृत्तेचोत्तरायणे॥२६॥
शिशिरर्तौ वर्तमाने प्रशस्ते मासि फाल्गुने।
कृष्णपक्षे तृतीयायां निशि लग्ने सुशोभने॥२७॥
अनुकूलतरैस्तुंगसंश्रयैः पञ्चभिर्ग्रहैः।
व्यंजिताशेषजगतीस्थिरसाम्राज्यवैभवम्॥२८॥
अपारलावण्यमयं स्वर्णवर्णमनामयम्।
कमनीयतमग्रीवमुन्नतस्कन्धमंडलम्॥२९॥
अलिकांतमिलत्कांतकुंतलाग्रविराजितम्।
सरोजसुंदरदृशं नवकिंशुकनासिकम्॥३०॥
सहजस्मेरवदनं घनगंभीर निस्वनम्।
महोरस्कं महाबाहुं सुषुवे साद्भुतं सुतम्॥३१॥

(२६-३१. शालिवाहन शके १५५१, शुक्ल नाम संवत्सरी, उत्तरायणात, शिशिरऋतूमध्ये, फाल्गुन वद्य तृतीयेला रात्री शुभ लग्नावर, अखिल पृथ्वीचे साम्राज्यवैभव व्यक्त करणारे पाच ग्रह अनुकूल व उच्चीचे असताना तिने (जिजाबाईने) अलौकिक पुत्ररत्नास जन्म दिला. त्याचे लावण्य अपार, वर्ण सुवर्णासारखा, शरीर निरोगी, मान अत्यंत सुंदर व खांदे उंच होते; त्याच्या कपाळावर सुंदर कुंतलाग्रे पडल्यामुळे ते मोहक दिसत होते; त्याचे नेत्र कमळासारखे सुंदर, नासिका ताज्या पळसाच्या पुष्पासारखी, मुख स्वभावतःच हसरे, स्वर मेघासारखा गंभीर, छाती विशाल आणि बाहू मोठे होते.)

❖

टीप – शिवभारत हे संस्कृत काव्य शिवाजीचा दरबारी कवी कवींद्र परमानंद याने शिवाजीमहाराजांच्या आज्ञेवरून लिहिले. शाहजी व शिवाजी यांच्याशी निकटचा संबंध असल्याने त्याने लिहिलेला काव्यरूप इतिहास हा बराचसा सत्य स्वरूपात उतरला आहे. त्यामुळे 'शिवभारत' हे पहिल्या दर्जाचे ऐतिहासिक साधन समजले जाते. मात्र हे काव्य अपूर्ण आहे. त्याचे बत्तीस अध्याय असून त्यात शिवाजीमहाराजांचे आजे मालोजीराजे यांच्या काळापासून महाराजांच्या इ. स. १६६२ च्या शृंगारपूरच्या स्वारीपर्यंतची हकीगत आलेली आहे. परमानंद हा मूळचा नेवाशाचा असून, आपल्या आयुष्याच्या उत्तरार्धात तो रायगडाजवळील पोलादपूर येथे जाऊन राहिला होता. 'जेधे शकावली'ने जी शिवजन्मतिथी दिली, तीच 'शिवभारता'ने दिल्याने बहुतेक इतिहाससंशोधकांनी ती मान्य केली).

८०. अफझलखानवध

शि. च. प्र. - जेधे करीना - पृ. १९-२१

(शके १५८१ च्या) वैशाख मासी अदलशाहा पादशाहा यांचे फरमान मावलच्या देशमुखास आले की 'अफजलखानास सामील होणे.' त्यास केदारजी खोपडे अफजलखानाजवळ होते. खंडोजी बिन धर्मोजी खोपडे देशमुख ता। उत्रोली हे अफजलखानाकडे गेले. कान्होजी नाईक जेधे यास मावळच्या देशमुखाबराबरी फरमान आला होता. तो घेऊन व आपले पाचजण पुत्र घेऊन राजश्री स्वामीच्या दर्शनास राजगडास गेले. राजश्री स्वामीस परवाना दाखविला तेव्हा राजश्री स्वामी बोलिले की, "तुमचे सेजारी केदारजी व खंडोजी खोपडे देशमुख ता। उत्रोली हे अफजलखानाकडे गेले. तुम्ही पादशाही हुकूम मोडून राहिले म्हणजे वतनास अपाय होईल." जिवावरी गोष्ट येऊन कान्होजी नाईक बोलिले की "महाराजांनी आपली क्रिया घेऊन तुमचे हाती दिल्हे तेच क्रिया व इमान आपला शाबूत आहे. वतन साहेबाच्या पायावरी ठेविले. आपण व आपले सा (मुलगे) साहेबापुढे खस्त होऊ तेव्हा जें होणें तें होईल." कान्होजीने यैसे बोलोन शफत केली. त्यावरी राजश्री स्वामी बोलिले कीं "हातावरी पाणी घेऊन वतनास घालणे." आज्ञेप्रमाणें वतनास हातावरी पाणी घेऊन सोडिले. तेव्हा बोलिले की "आपला कबिला कारीस आहे तो तळेगावाकडे घेऊन जाणें." ते समई दादाजी कृष्ण यांस कल्याणचा हवाला होता त्यास बोलाऊन आणून त्यांचे वडील पुत्र रखमाजी दादाजी आपणाजवळ ठेवून कान्होजी नाईकांनी आपला कबिला व दादाजी पंताचा कबिला राजश्री स्वामीचे आज्ञेप्रमाणे तलेगावास ढमढेरियांच्या गावी ठेविला. राजश्री स्वामीची व कान्होजी नाईक यांची क्रिया बेलरोटीवरी हात ठेऊन जाली. त्याउपरि बांदलांचा जमाव व हैबतराव सिलिंबकर व पासलकर व ढमाले व मरल, डोघार बोलाऊन आणून अंतस्थ यांच्या विद्यमाने क्रिया घेऊन हाशमाचा जमाव खरा केला. राजश्री पंताजी गोपिनाथ यांस अफजलखानाकडे हेजिबीस पाठविलें आणि प्रतापगडाखाली भेटी द्यावी ऐसी बोली केली.

कार्तिकमासी अफजलखानाने प्रतापगडास कृष्णराव हेजीब राजश्री स्वामीकडे पाठविला. त्यांस वस्त्रे देऊन प्रतापगडाखालीं भेटी व्हावी हा निश्चय करून मागते पाठविले. तेव्हा अंतस्थे विचार कान्होजी जेधे व सरकारकून बैसोन राजश्री स्वामीनीं विचार केला कीं, 'मुसलमान बेमान आहे, बांदलाचा जमाव जाउलीस व दराच्या रानात रहाणे कदाचित भेटीचे समयीं त्याने बेइमानी केली तरी त्याचें लष्कर पारात आहे ते डोंगरास चढू न देणे आणि निवडक माणूस घेऊन आपली मदत करणे कदाचित श्रीअंबेच्या वरदे अफजलखान मृत्यू पावला तरी इशारतीचे आवाज गडावरी

होतील. तेव्हा पारावरी चालून घेऊन अगदीं लष्कर बुडविणे. हैबतराऊ व बाळाजी नाईक सिलिमकर जमावानिसी बोचेघोलीचे घाटी ठेविले आहेत. ते लष्करास घाट चढू देणार नाहीत.' यैसा अंतस्थे विचार जाला आणि बंदोबस्ती केली.

मार्गशीर्षमासी शुद्धपक्षी सप्तमीस गुरुवारी प्रतापगडाचे माचीस अफजलखान बरोबर पालखी व हेजीब घेऊन हुदकरासमवेत भेटीस आले. राजश्री स्वामी किल्ल्यावरून उतरून भेटीस आले. भेटीचे समई येकांगी करून अफजलखान जिवे मारला. सीर कापिले. जिवा माहाला व लोक कान्होजी नाईक यांचे पुत्र बाजी सरजाराऊ याणीं युद्धाची शर्त केली. इशारती आवाज प्रतापगडावरी जाला तेव्हा कान्होजी नाईक जेधे जमावानिशी व बांदल देखील याणीं पारावरी चालोन घेऊन लष्करात मारामारी केली. लष्कर अगदीं बुडविले. काही पळोन गेले. तेव्हा खंडोजी खोपडा पाडाव जाला. त्यास राजश्री स्वामीनीं शास्त केली. कान्होजी नाईक जेधे व लोक निष्ठा धरून राहिले त्यांची नवाजीस केली... पवाडा केला त्यामध्ये आहे की "हनुमंत अंगद रघुनाथाला जेधे बांदल सिवाजीला."

❖

टीप – जेधे करीना हे जेधे घराण्याचा शिवकालीन इतिहास सांगणारे ऐतिहासिक साधन होय. अफझलखानवधामध्ये जेधे घराण्यातील वीर पुरुषांनी कोणती कामगिरी बजावली, त्याचे वर्णन वरील उताऱ्यात आले आहे.

८१. अफझलखान-वधानंतरच्या झटापटी

शिवभारत, अ. २१, पृ. २०७, २०९ — इ. १६५९, नोव्हेंबर १०

ते हतं स्वामिनं वीक्ष्य यवनानीकनायकाः।
कुप्यन्तोऽतीव दृश्यन्तो विनिर्धूतायतायुधाः॥५७॥
सय्यदोऽबदुलो नाम बडाह्वोपि च सय्यदः।
रहीमखानोऽफजलभ्रातृपुत्रश्च दुर्मदः॥५८॥
पहीलवानखानोपि महामानी महान्वयः।
पीलुजिच्छंकरश्चोभौ वीरौ महितवंशजौ॥५९॥
चत्वारोन्येपि यवनाः पवनातिगविक्रमाः।
बलिनोऽफजलस्यैते पार्ष्णिग्राहाः प्रमाथिनः॥६०॥
ध्वस्ते जंभासुरे सद्यः सुरेश्वरमिवासुराः।
संभूयाभ्यपतन्सर्वे शिवराजजिघांसवः॥६१॥

(५७-६१ धन्यास ठार मारलेला पाहून, अबदुल सय्यद, बडा सय्यद, अफझलखानाचा पुतण्या उन्मत्त रहीमखान, अत्यंत मानी आणि थोर घराण्यातील पहिलवानखान, पिलाजी व शंकराजी मोहिते हे दोघे वीर आणि वायुहून अधिक वेगवान, बलवान, विध्वंसक व अफझलखानाचे पृष्ठरक्षक असे दुसरेही चार यवन – असे ते यवनसेनेचे नायक अतिशय क्रुद्ध व बेफाम होऊन, शस्त्रे परजीत, जंभासुराचा नाश झाला असता इंद्रावर जसे असुर लगेच चालून गेले त्याप्रमाणे, शिवाजी राजास ठार करण्याच्या इच्छेने सर्व मिळून त्याच्यावर चालून गेले).

तदा संभः कावुकीयः काट्वश्चेंगालसंभवः।
कुंडजिच्च यशोजिच्च द्वाविमौ कंकवंशजौ॥७०॥
गोकपाटान्वयः कृष्णः शूरजित् कांटकोपिऽच।
तथैव माहिलो जीवो विश्वजिच्च मुरुंबकः॥७१॥
संभः करवरस्तद्वद्विभरामोऽपि बर्बरः।
एते दश महावीराः शिवराजाभिरक्षिणः॥७२॥
कृतक्ष्वेडारवाः कोशनिष्कासितमहासयः।
प्रत्यगृहन्त तोस्तत्र पवनानिव पर्वताः॥७३॥

(७०-७३. तेव्हा संभाजी कावजी, काताजी इंगळे, कोंडाजी व येसाजी हे दोघे कंक, कृष्णाजी गायकवाड, सूरजी काटके, त्याचप्रमाणे जिवा माहाला, विसाजी

मुंरुबक, संभाजी करवर, इब्राहीम सिद्दी अशा या शिवराजरक्षक दहा महावीरांनी गर्जना करून, म्यानातून प्रचंड तलवारी उपसून, पर्वतांनी जसे वायूस अडवावे तसा त्याना (खानाकडील योद्ध्यांस) विरोध केला.

❖

टीप – शिवाजीमहाराजांनी अफझलखानाची एकांतात भेट घेतली त्या वेळी दोघांच्याही बरोबर प्रत्येक दहा वीर कोण होते, तसेच अफझलखान ठार झाल्यावर या वीरांच्या आपसात कशा चकमकी झडल्या, त्याचे वर्णन शिवभारततल्या वरील श्लोकात आले आहे.

८२. समुद्रामध्येही एक लष्कर झाले

सभासद बखर (शं.ना. जोशी संपादित), पृ. ६५ — श. १६१९, इ.स. १६५९-६०

....पुढे राजियास राजपुरीचे शिद्दी घरात जैसे उंदीर तैसा शत्रु यास कैसें जेर करावे म्हणून तजवीज पडली. ते रघुनाथ बल्लाळ सबनीस यांनी आंगे अर्ज केला कीं, आपण शिद्दीवर स्वारी करतो. असे म्हणून सात पाच हजार मावळे खलक पाईचे घेऊन राजपुरीवरी चालिले. त्यांनी जाऊन राजपुरीपावेतो तळे घोसाळे कुल देश मारून राजपुरीपावेतो सरद (सर्व?) दरिया किनारा मोकळा केला. शिद्दीच्या एक दोन फौजा आल्या त्या मारिल्या. तेव्हा राजपुरीकडून रघुनाथपंताशी राजकारण करून सल्ला केला. देश थोडाबहुत मागून, पुढे सज्जन मनुष्य पाठवून, शफत देऊन, रघुनाथपंतास भेटीस नेले. भेट जाहली, सत्याची बळकटी करून सख्य झाले. रघुनाथपंतास वस्त्रे घोडा दिधला आपले देशास आले. पुढे काळानुसार रघुनाथपंत मृत्यू पावले. त्यानंतर शिद्दीचे शैल तुटले. यावरी हाबशियांनी बदल खावून देशास उपद्रव करू लागले.... त्यास राजियानी जाहाजे पाणियातील सजिली. गुराबा व तरांडी व तारवे, गलबतें, शिबाडे, गुराबा, पगार अशी नाना जातींची जहाजे करून दर्यासारंग म्हणोन मुसलमान सुभेदार मायनाईक म्हणोन भंडारी असे दोघे सुभेदार करून, दोनशे जहाजे एक सुभा, असे आरमार सजले. त्यास व शिद्दीचे जाहाजास युद्ध होऊन शिद्दीची जहाजे पाडाव केली. युद्ध बहुत जाहले. दर्यात तरांडे फिरेना असे जाले. त्यावर हमेशा युद्ध करीत चालले. मग चोरून मारून हाबशी सामान नेत होता. राजियाचीं जहाजे व जागांजागां बंदरे शहरे मोगलाई व फिरंगी व वलंदेज, इंग्रज, किलाताव ऐशा सत्तावीस पातशाहा पाणियात आहेत त्यांची शहरे बदनूर, सोदे, श्रीरंगपट्टण एशीं दर्या किनारे नाना शहरे मारून पोट भरीत चालले. जागांजागा युद्ध करीत मालमत्ता मेळवून आपले पोट भरून राजियास रसद द्रव्ये जिन्नस आणून देऊ लागले. ये रीतीने सातशे जहाजे पाण्यातील झाली. समद्रामध्येही एक लष्कर झाले. हा एक बेत सजिला. पाण्यातील एक राजपुरी निजामशाही उरली. ❖

टीप – कृष्णाजी अनंत सभासद याने छत्रपती राजाराम यांच्या आज्ञेवरून शिवाजीमहाराजांचे चरित्र जिंजी येथील वास्तव्यात लिहिले. हे चरित्र महाराजांचे आद्य चरित्र असून, ते 'सभासदाची बखर' म्हणून ओळखले जाते. महाराजांच्या चरित्रासंबंधी ज्या बखरी आजवर उपलब्ध झालेल्या आहेत त्या सर्वात सभासदी बखर ही विश्वसनीय समजली जाते. महाराजांनी दंडा राजपुरीच्या सिद्दीविरुद्ध केलेल्या जमिनीवरील व नाविक मोहिमा, दोन्ही, प्रकारच्या मोहिमात सिद्दीचे केलेले पराभव, नवीन आरमाराची केलेली उभारणी, इंग्रज पोर्तुगीज, डच यांच्यावर बसविलेला वचक, इत्यादींची हकीगत सभासदी बखरीतील वरील उताऱ्यात आली आहे.

८३. पन्हाळगड ते विशाळगड

शिवछत्रपतींची
९१ कलमी बखर,
कलम ३९, पृ. ७७-८०

कलम ३९

भारतवर्ष प्रत

शिवाजीराजे फौजसुद्धा पायी चालत विशाळगडास चालले. पुढे चार कोस किला राहिला. तो प्रात:काळ जाहाला. पातशहाची फौज फाजलखानसुद्धा रात्रीस चंद्रजोती लाऊन काडा काढीत पाठीवर चालले. त्या समयी बाजीप्रभु देशकुलकर्णी हिरडस मावळकर राजास बोलते जाले की तुम्ही निमे लोक घेऊन पुढे जावे. दोन प्रहरपावतो पाठीवर फौज येऊ देत नाही आम्ही साहेबकामावर मरतो. मागे मुलांमाणसांस अभय देऊन त्यांचे चालवावे. याअन्वये उभे राहून विनंती करून राजे यांसी वाटेस लाविले. इतक्यात फाजलखान व सरजाखान फौज समवेत खिंडीनजीक आले. तेथे वीस हजार मावळे व बाजीप्रभु याणी बहु युद्ध केले. प्रहर दीड प्रहरपावेतो फौजेस खिंड चढोन दिल्ही नाही. तर राजे विशालगडावर चढले मोठ्या मोठ्या तोफांचे आवाज केले. यावर बाजीप्रभूनी निश्चय केला की राजे गडावर दाखल जाहले आता आपण साहेबकामावर खर्च जाहलो तरी चिंता नाही. म्हणोन तसेच खिंड धरून होते. तो मोगली कानडे लोक आले. त्याणी बाजीप्रभूचा मोड केला. मावळे लोक खिंडीतून मारून काढिले. ते समयी बाजीप्रभूस जखमा मातबर लागोन त्या स्थळी पडले व काही मावळे पडिले. काही डोंगरात पळोन गेले. फौज गडाखाली जाऊन एक प्रहरपर्यंत उभी राहिली आणि कोकण नाकारी जागा पाहून शिवाजी आपल्या हस्तगत होत नाही. येथे अगर पन्हाळेयासी राहिलो असता छापा घालोन बुडवितील असा विचार करून फौजसुधा माघारे विजयापुरास गेले.

राजवाडे प्रत

त्याउपर विशाळगडच्या मार्गे पाई चालता चार कोस गड उरला तो प्रात:काल जाला तो फौज रातोरात चंद्रजोती लाऊन माग काढीत फौज पाठीवर कुल लागली. ते समई बाजीपरभु देसकुलकर्णी हिरडस मावळकर धारकरी राजे यांस म्हणो लागले जे तुम्ही निमे लोक घेऊन गडावर जाऊन जाताच तोफेचा आवाज करणे. तोपावेतो या खिंडीमध्ये आपण निमे मावले घेऊन दोन प्रहरपावेतो पाठीवर फौज येऊ देत नाही. साहेबी निघोन जाणे आपण साहेबकामावर मरतो. पुढे मुलास अन्न देणे यैसे म्हणोन बाजी परभु उभे राहोन राजे यांस वाटे लाविले. तो फौज फाजिलखान व

सर्जाखान कुल सरदार येऊन खिंडीसनीध येऊन भांडो लागले. वीस हजार मावळे व बाजीप्रभु याणी बहुत युध्य केले. प्रहर दीड प्रहरपावेतो फौज खिंड चढो दिधली नाही. तो राजे गडावर जाऊन तोफ मोठी सोडून आवाज दोनतीन करिता बाजीप्रभु म्हणो लागले जे याउपर जीव गेला तर काही धोका नाही. याउपर फौजेने प्यादे कानडे मागून आले त्याणी मोड केला. मावळे खिंडीतून मारून काढिले. पलो लागले. ते समई बाजीप्रभु उभे राहोन भांडण बहुत जाले. बाजीप्रभूस जखमा जोरावार लागल्या. त्या स्थली पडिले पडता मावळे काही मेले. काही डोंगरात सांभाळून पलाले. भोजगडाखाले गोणीमूट तेथे प्रहर पावेतो (विजापुरी फौज) उभी राहिली. त्या स्थली पाणी नाही. कोकण कुबल जागा देखोन याउपर सिवाजी सापडत नाही येथे अगर पनाला राहिल्या फौजेवर छापा घालून बुडवील हा विचार करून माघारे फौज कुल घेऊन विज्यापुरास वेढा काढून गेले.

साने प्रत

तेथून विशाळगड तीन कोस होता. तो दूर राहिला. प्रात:काल जाहला. यवनाची फौज चंद्रज्योती लाऊन मार्ग काढीत पाठीवर आली. खिंडीजवळ महाराजांस आटोपिले. राजश्री बाजीपरभु धारकरी हिंमतीचे माणूस होते. त्यास बोलावून पुशिले की आता कसे करावे? मशारनिल्हेनी उतर केले की महाराजानी निघोन जावे. मी येथे राहतो. त्यासी खिंड चढू देत नाही. महाराजांनी गडावर तोफांचे आवाज करावे. तोपर्यंत यांशी युद्ध करून फौज येऊ देत नाही. साहेबकामी पडलो तरी मुलांलेकरांस अन्न देणार महाराज आहेत. असे बोलून निमे मावळे घेऊन खिंडीजवळ येऊन उभा राहिला. तेथे युद्ध मोठे जाहले. शिद्दी बिलावल व फाजलखान यास खिंडीजवळून माघारे सारिले. खिंड चढों न दिली. तो महाराज गडावर पोचून गडावर तोफाचे आवाज दोन केले. ते ऐकून बाजी परभु हुशार जाहले की आता हा जीव गेला तरी चिंता नाही फाजलखान व शिद्दी बिलावल व सरजाखान यांनी मोठा लगट करून तुंबळ युद्ध केले. बाजी परभु जखमी जहाला. सातआठशे मावळे कामास आले. बाजी परभु जखमी होऊन रणात पडताच काही एक सांभाळून डोंगरात गेले. फौज खिंड चढून विशाळगडाखाली आली. तो पाणी नाही. जागा कुबल पाहून दोनचार घटका उभे राहून पन्हाळियास गेले. तेथे वेढा घालून बसले. यांनी छापा घालून फौज सर्व बुडविली. असा विचार पाहून कुल फौज उठोन गेली. महाराजांनी बाजीपरभु आदिकरून मावळे जखमी जाले होते त्यांसी आणोन जखमा बऱ्या केल्या.

फॉरेस्ट प्रत

Shivaji continued moving all night, and in the morning was within eight miles of Vishalgad still pursued by Fazil Khan's troops. Baji Prabhu and the other Chiefs of the Mawalis, then requested Shivaji to take half the Mawalis along with him, and move with all possible expedition to the fort of Vishalgad, and to fire some guns when he got into the fort, as a signal to them, that he was safe; in the meanwhile they would courageously engage the enemy. Shivaji took their advice and moved with half the troops to Vishalgad. Soon after Fazil Khan and Shurzah Khan and the other chiefs came up. Baji Parbhu took his post in a defile through which the road led and remained there ready to receive Fazil Khan. They fought till noon, and Fazil Khan could not force the defile. Chiefs heard the guns of Vishalgad announce Shivaji's safe arrival there, They renewed the fight with greater spirit. In a short time Fazil Khan's infantry turned the flanks of the Mawalis and attacked them in rear. A vast number of them were slain and the rest fled. Baji Parbhu, with a few of his companions, however, kept their ground, but he was at last killed, and all his followers immediately fled. Fazal Khan gained a complete victory, and arrived with his army below the fort of Vishalgad. He remained there three or four hours consulting with his officers. It appeared to him that the Konkan was a very difficult country to subdue. If he invested the fort he would be in want of water and he would be harassed by the night attacks of Shivaji, and he might in one of them fall into Shivaji's hands. These considerations determined him not to remain. He gave up the idea of any further attack on Shivaji, and set off for Bijapur.

सरकार प्रत

From Pawan to Vishalgarh the distance is $3\frac{1}{2}$ gaon, one gaon being 8 miles. The day broke when one gaon had yet to be traversed. The Bijapuri commanders were in pursuit with lighted Mahlabs. At a narrow hill pass on the way, Shivaji took counsel with the brave Baji Parbhu, who said, "I shall stay here with my contingent and bar their road. Your Majesty should push on to Vishalgarh, and fire guns on entering it, on hearing which I shall seek my own safety." Then Baji Prabhu stood at the pass with 8000 men while Shivaji proceeded to Vishalgarh. The mouth of the pass was a scene of great fight. Fazal Khan and Siddi Hilal heroically assaulted the hillock of the pass, but Baji Prabhu drove them back with the fire of guns and muskets. This went on for $4\frac{1}{2}$ hours, when Shivaji arrived at Vishalgarh and fired two or three guns as a signal. At this, Baji Prabhu, greatly delighted, thanked God and put forth his best efforts, as also did the Bijapuri commanders Fazal Khan, Siddi Hilal, Sharza Khan and others. At one time the battle was at such close quarters that daggers were plied. The dead on the two sides numbe red about 700. Baji Prabhu sank down severely wounded but the Mawals carried him off to the hills. The Bijapur army then crossed the pass and arrived near Vishalgarh, but finding no water there, they halted for 2 or 4 gharis and then returned to Panala. In fear of night attack they did not besiege it, but retreated towards Bijapur.

टीप – शिवचरित्राबद्दलच्या ज्या ऐतिहासिक बखरी उपलब्ध आहेत त्यापैकी ९१ कलमी बखर ही एक आहे. ही बखर पेशवेकालात लिहिली गेली असून तिच्या पाच प्रती सध्या उपलब्ध आहेत. कै. वि. स. वाकसकर यांनी या पाचही प्रतीतील मजकूर 'शिवछत्रपतीची ९१ कलमी बखर' या पुस्तकात प्रकाशित केला आहे. वरील सर्व उतारे या पुस्तकातील आहेत. बाजीप्रभू देशपांडे याच्या शौर्यगाथेची व आत्माहुतीची हकीकत त्यांत आली आहे.

८४. सिंधुदुर्गाची पायाभरणी

चित्रगुप्त बखर,
पृ. १३२-३३ इ. १६६४ नोव्हे. २५

तदनंतर आपण औरंगजेबाचे दावेदार याजकरिता अजिंक जागा पाहिजे म्हणोन या विवंचनेत असता श्रीअंबेने कृपा करून समुद्रात जागा उत्तम नेमिला. राजापूर प्रांती महाराजांची स्वारी जहाली. संपूर्ण जंजिरे समुद्रातील पाहिले, परंतु महाराजांचे चित्तात ते जागे न आले. यापेक्षा अधिकोत्तर स्थळ पाहिजे. तेव्हा समुद्रकिनारा पहात पहात चालले तो अकस्मात जागा समुद्रोदरी पाहिला. पाहून महाराजास संतोष जहाला. चौऱ्यायशी बंदरी ऐसा जागा नाही. तेव्हा तानाजी व मानाजी व गंगाजी व सावजी कोळी होते त्यास महाराजांनी सन्निध पाचारून आणिले आणि आज्ञा केली. तो जागा पाहून मार्ग कोणे प्रकारीचा याचे ठिकाण पाहून येणे, म्हणोन आज्ञा होताच कोळी-मजकुरानी जिवाची तमा न धरिता नाना यत्ने लाग करून मार्गाचा ठिकाण पाडून येऊन कळविलेवर महाराज फौजेनिशी त्या जागेचे नजीक समुद्रथडीस गेले. जागा पाहिला. मार्ग कठीण, सर्पाकार, तरांडी होडी मात्र चालते, सभोवार सारे खडक, दुसरे तरांडी तीन कोशपर्यंत यावयासि अगदी गत नाही. तेव्हा तो जागा महाराजांचे चित्तास मानला. कोळीमजकुरावर महाराज मेहेरबान होऊन चौघास सोनेची कडी व मंदील पैठणी पासोड्या व किनखापी तुंबे पायातील देऊन बक्षीस पादशाही होन सुमार १०० प्रमाणे दिले व चौघास गाव तेच क्षणी वंशपरंपरा देऊन गौरविले. आणि तांडेल-कर्माची सेवा सांगितली. तदनंतर उत्तम मुहूर्त पाहून पाथरवट असामी पाचशे व लोहार असामी दोनशे आणून लोखंड दोनशे खंडी खरीदी करून टाक्या हातोडे व पहारा व अडू वगैरे तयार करविले. नंतर धोंडे काढवून पायाचे व इमारतीचे टाकी लावून तयार करविले. काही आरपार छिद्रे पाडून मुस्तेद केले व पाच खंडी शिसे आणून जंजिरेचा पाया शोधून घातला. श्रीगणेशपूजन व समुद्रपूजन करून तरांडियातून धोंडे व सामान नेऊन काम चालीस लाविले.

❖

टीप – रघुनाथ यादव चित्रे याने अठराव्या शतकाच्या पूर्वार्धात लिहिलेली शिवाजीमहाराजांसंबंधीची बखर ही 'चित्रगुप्त बखर' म्हणून प्रसिद्ध आहे. त्याने बरीचशी सभासद बखरीची नक्कल केलेली आहे. मात्र वरील मालवणच्या सिंधुदुर्गाच्या उभारणीसंबंधीचा उतारा सभासदी बखरीत नाही. रघुनाथ यादव हा कोकणात रहात असल्याने तेथील इतिहासाचा माहीतगार होता. त्यामुळे त्याची वरील माहिती विश्वसनीय समजली जाते.

८५. शिवाजी-परमानंद भेट

पर्णालपर्वतग्रहणाख्यानम्,
पृ. २६-२७, अ. ४ था इ. १६७३

नासीरस्थानपि तया पताकाभिरलंकृतान्।
वाजिवाहान् दन्तिवाहान् हेषाबृंहितसंकुलान्॥९॥
तांस्तान् प्रणमतान्मार्गे यथास्थानमवस्थितान्।
स्वहस्तेन यथामानं संभाव्योभयपार्श्वयो:॥१०॥
निस्त्रिंश खेटकरै: परित: परिवारितान्।
प्रतस्थे तूर्यनिर्घोषैर्घोषयन् सर्वतो दिश:॥११॥
वाजिराजिमुखोत्खातधूली पट्टल पाटलाम्।
पीतवस्त्रातपत्रस्य रविस्तत्र छविं ददौ॥१२॥
ततस्तीरे तु सावित्र्या महार्हनगरोत्तमे।
नालिकेरेक्षुपनसखर्जूराम्रातकैर्वृते॥१३॥
दाडिग्याक्रोटकदली द्राक्षामंडपसंकुले।
मध्यान्हमनयद्राजा तालव्यजनवीजित:॥१४॥
जातीचंपकमालत्याद्यानेककुसुमैर्नवै:।
उत्तंसमालावलयान्याजघु: सैनिकाअपि॥१५॥
तत: पौलस्त्यनगरे परमानन्दनन्दितै:।
रसैस्तु पंचदशभि: कवीन्द्रैर्वर्धितैर्द्विजै:॥१६॥
गीयमान यश: स्वीयं श्रुत्वा श्रुत्वा शनै: शनै:।
नरयानादवातीर्य चतु:शालं मनोरमम्॥१७॥
मन्दिराग्र्यं समासाद्य एक एवाग्रगोऽभवत्।
गोस्वामिचरणद्वंद्वं नन्दयामास मंजिरे॥१८॥

निशाणांनी शोभणारे आघाडीतील लोक घोड्यांच्या खिंकाळण्याने व हत्तींच्या चीत्कारांनी गजबजलेले घोडेस्वार व हत्तीस्वार हे आपापल्या योग्य स्थानी उभे राहून लवून नमस्कार करीत असता व हातात ढाल तलवार असणाऱ्या शिपायांकडून दोन्ही बाजूंस सारले जात असता महाराज त्या सर्वांचा ज्याच्या त्याच्या मानाप्रमाणे स्वहस्ताने सत्कार करून तुताऱ्यांच्या ध्वनीने सर्व दिशा दुमदुमवीत पुढे निघाले (श्लोक ९-११) तेव्हा अश्वपंक्तीच्या खुरांनी उडविलेल्या धुळीच्या लोटांमुळे पिवळ्या कापडाच्या छत्रीप्रमाणे सूर्याची प्रभा दिसू लागली (श्लो १२). नंतर सावित्री नदीच्या काठी नारळी, ऊस, फणस, खजूर, आंबाडा यानी व्याप्त, तसेच डाळिंब, अक्रोड, केळी

व द्राक्ष-मंडप यांची गर्दी असलेल्या महाड (महाई) नावाच्या उत्तम नगरात, ज्यांच्यावर ताडाच्या पंख्यांनी वारा घालण्यात येत होता, अशा महाराजांनी दुपार घालविली (श्लोक १३, १४). सैनिकांनी देखील जाई, चाफा, चमेली इत्यादि अनेक प्रकारच्या ताज्या फुलांचे हार, तुरे व गजरे यांचे वास घेतले (श्लोक १५). पुढे पोलादपुरात (पौलरत्यनगर) अत्यंत आनंदित झालेल्या कवींद्र परमानंदाने आणि त्याने वाढविलेल्या ब्राह्मणांनी पंधरा रसात गायिलेली आपली कीर्ति सावकाशपणे ऐकत ऐकत महाराज पालखीतून उतरले आणि चौसोपी, सुंदर व उत्तम मंदिराजवळ पोहोचल्यावर पुढे एकटेच आत गेले व मंदिरात परमानंदाच्या (गोस्वामीच्या) पायांवर त्यानी डोके ठेवले (श्लोक १६-१८).

❖

टीप – कवी जयराम पिंड्ये याने 'पर्णालपर्वतग्रहणाख्यान' हे काव्य संस्कृतमध्ये लिहिलेले उपलब्ध आहे. शिवाजीमहाराजांचा दरबारी कवी परमानंद हा आपल्या आयुष्याच्या उत्तरार्धात रायगडाजवळील पोलादपूर या गावात जाऊन राहिला होता. इ. स. १६७३ मध्ये शिवाजीमहाराजांचा सरदार कोंडाजी याने अवघ्या साठ लोकांनिशी मुघलांच्या ताब्यातील पन्हाळगडावर हल्ला करून तो जिंकून घेतला. या विजयानंतर महाराज पन्हाळगड पाहण्यास रायगडाहून निघाले. तत्पूर्वी पोलादपुरास जाऊन परमानंदाची भेट घेऊन त्यास वंदन केले. त्या भेटीचे वर्णन वरील उताऱ्यात आहे.

८६. मऱ्हाटा पातशाह तेवढा छत्रपती जाला

सभाराद बखर (शं. ना. जोशीसंपादित),

पुढे वेदमूर्ति राजश्री गागाभट म्हणून वाराणशीहून राजियाची कीर्ति ऐकून दर्शनास आले. भट गोसावी, थोर पंडित, चार वेद, सहा शास्त्रे योगाभ्याससंपन्न, जोतिषी, मांत्रिक, सर्व विद्येने निपुण, कलयुगीचा ब्रह्मदेव असे पंडित. त्यास राजे व सरकारकून सामोरे जाऊन, भेट घेऊन सन्माने आणिले. त्यांची पूजा नाना प्रकारे, रत्नखचित अलंकार, पालखी, घोडे, हत्ती देऊन द्रव्यही उदंड देऊन पूजिले. गागाभट्ट बहुत संतुष्ट झाले. भट गोसावी यांचे मते, मुसलमान पादशहा तक्ती बसवून, छत्र धरून, पातशाही करितात आणि शिवाजीराजे याणीही चार पातशाही दबाविल्या आणि पाऊण लाख घोडा लष्कर गडकोट असे असतां त्यास तक्त नाही. या करिता मराठा राजा छत्रपति व्हावा असे चितात आणिले. आणि (हे) राजियासही मानिले. अवघे मातबर लोक बोलावून आणून विचार करिता सर्वांचे मनास आले. तेव्हा भट गोसावी म्हणू लागले की तक्ती बसावे. तेव्हा राजियाचे वंशाचा शोध करिता राजे शुद्ध क्षेत्री शिसोदे–उतरेहून दक्षिणेस एक घराणे आले तेच राजियाचे घराणे असे शोधिले उत्तरेचे क्षत्रियाचे व्रतबंध होतात त्याप्रमाणे व्रतबंध करावा हा विचार आधी करून भट गोसावी यानी राजियाचा क्षेत्री व्रतबंध केला. शुद्ध क्षत्रिय आधी केला. अपार द्रव्यधर्म केला. कुल आपले देशातून, परदेशातून वैदिक ब्राह्मण थोर थोर क्षेत्रीहून मिळाले. तो सर्वही समुदाय राहून घेतला. प्रत्यही मिष्टान्न भोजनास घालू लागले. पुढे तख्तारूढ व्हावे. तक्त सुवर्णाचे बत्तीस मणांचे सिद्ध करविले. नवरत्ने अमोलिक जितकी कोशात होती त्यामध्ये शोध करून मोठी मोलाची रत्ने तक्तास जडाव केली. जडित सिंहासन सिद्ध केले. रायरीचे नाव रायगड म्हणोन ठेविले. तक्तास स्थळ तोच गड नेमिला. गडावरी तक्ती बसवावे असे केले. सप्त महानदियांची उदके व थोर थोर नदियांची उदके व समुद्राची उदके तीर्थक्षेत्र नामांकित तेथील तीर्थोदके आणिली. सुवर्णाचे कलश केले व सुवर्णाचे तांबे केले. आठ कलश व आठ तांबे यांनी अष्टप्रधानानी राजियांस अभिषेक करावा असा निश्चय करून सुदिन पाहून मुहूर्त पाहिला. शालिवाहन शके १५९६ ज्येष्ठ मासी शुद्ध १३स मुहूर्त पाहिला. ते दिवशी राजियानी मंगल स्नाने करून श्रीमहादेव व श्री भवानी कुलस्वामी व उपाध्ये प्रभाकरभटाचे पुत्र बांळभट कुलगुरू व भटगोसावी वरकड श्रेष्ठ भट व सत्पुरुष अनुष्ठित यांची सर्वांची पूजा यथाविधी अलंकार वस्त्रे देऊन सर्वास नमन करून अभिषेकास सुवर्णचौकीवर बसले. अष्टप्रधान व थोर थोर ब्राह्मणानी स्थळोस्थळीची उदके करून सुवर्णकलशपात्री अभिषेक केला. दिव्य वस्त्रे दिव्य अलंकार घेऊन सर्व

पूज्य मंडळीस नमस्कार करून सिंहासनावर बसले. कित्येक नवरत्नादिक सुवर्णकमळे व नाना सुवर्णफुले वस्त्रे उदंड दिधली. दानपद्धतीप्रमाणे षोडश महादाने इत्यादि दान केली. सिंहासनास अष्टखांब जडित केले. त्या स्थानी अष्टप्रधानानी उभे राहावे. पूर्वी कृतयुगी, त्रेतायुगी, द्वापारी, कलियुगो ठायी पुण्यश्लोक राजे सिंहासनी बैसले. त्या पद्धतीप्रमाणे शास्त्रोक्त सर्वही साहित्य सिद्ध केले. अष्टखांबी अष्टप्रधान उभे राहिले त्यांची नावे बितपशील:

१. मोरोपंत, त्रिंबकपंताचे पुत्र, पेशवे, मुख्य प्रधान
१. नारो नीळकंठ व रामचंद्र नीळकंठ यांचे नाव अमात्य
१. रावजी पंडितराव होते त्याचे पुत्रास रायजीराव
१. हंबीरराव मोहिते, सेनापति
१. दताजीपंत व निराजीपंत वाकनीस यांचे नाव मंत्री
१. त्रिंबक सोनदेव डबीर याचे पुत्र रामचंद्रपंत सुमंत्र
१. अणाजीपंत सुरनीस यांचे नाव सचिव
१. निराजी रावजी यास न्यायाधीश

येणेप्रमाणे संस्कृत नावे ठेविले. अष्टप्रधानांची नावे ठेविली ते स्थळे नेमून उभे केले. आपले स्थळी उभे राहिले. बाळप्रभु चिटणीस व नीळप्रभु पारसनीस वरकड अष्टप्रधानांचे मुतालिक व हुजरे प्रतिष्ठित सर्वही यथाक्रमे पद्धतीप्रमाणे सर्वही उभे राहिले. छत्र जडावाचे मोतीलग झालरीचे करून मस्तकावर धरिले. छत्रपति असे नाव चालविले. कागदीपत्री स्वस्तिश्री शक सिंहासनावर बसले त्या दिवसापासून नियत चालविला. पन्नास सहस्त्र ब्राह्मण वैदिक मिळाले. यावेगळे तपोनिधि व सत्पुरुष, संन्यासी, अतिथी, मानभाव, जटाधारी, जोगी, जंगम नाना जाती मिळाले. तितक्यास चार मास मिष्टान्न उनफे चालविले. निरोप देतां पात्र पाहून द्रव्य, अलंकार, भूषणे, वस्त्रे अमर्याद दिधली. गागाभट्ट मुख्य अध्वर्यू, त्यास अपरिमित द्रव्य दिले. सपूर्ण खर्चाची संख्या एक क्रोड बेतालीस लक्ष होन जाले. अष्टप्रधानास लक्ष लक्ष होन बक्षीस दर आसामीस. त्याखेरीज एक एक हत्ती, घोडा, वस्त्रे, अलंकार असे देणे दिले. येणेप्रमाणे राजे सिंहासनारूढ जाले. या युगी सर्व पृथ्वीवर म्लेंच्छ बादशहा. मऱ्हाटा पातशाह तेवढा छत्रपती जाला. ही गोष्ट काही सामान्य जाली नाही.

❖

टीप – कृष्णाजी अनंत सभासद याच्या बखरीतून शिवराज्याभिषेकाचा वरील उतारा घेतलेला आहे.

८७. राजव्यवहारकोश : जनपदवर्ग

राजकोश, पृ. ९९-१००

चौगला ग्रामणी: प्रोक्तो ग्रामरक्षस्तु कोतवाल।
कुलकर्णी देशकरण: पाटीलो ग्रामगोपक:।।६।।
जमीनजुमला नाम ज्ञेयो भूमिगणो बुधै:।
जिरायितं नाम तथा विज्ञेयं वृष्टिमातृकम्।।७।।
आहुर्बागायितं नाम कोविदा जलमातृकम्।
मस्यातिर्भूमिगणना बटायी भाग ईरित:।।८।।
कैलं नाम विदु: क्षेत्र धान्यमानं मनीषिण:।
बाजकैलं पुनर्मानं बलुते कारव: स्मृता।।९।।
मजुर्दारस्तु भृतिक: सिरभारी भारवाहक:।
खुता पुञ्ज: परिजेय: तसैरं धान्यविक्रय:।।१०।।

अच्छेर: प्रसृति: प्रोक्तो शेर: कुडवनामक:।
प्रस्थस्तु पायली नामा मानिका नाम चोथवा।।३६।।
द्रोणो मण इति प्रोक्त: स्वारी खण्डीति कीर्तिता।
बुधला तु कुतू नामा बुधली कुतुप: स्मृत:।।३७।।
व्रीहि धान्य इति प्रोवत्तो गोणी नाम समं द्वयो:।
भाषयोरथ कंठाळ इत्यसौ भारसंचक:।।३८।।

टीप – शिवपूर्वकाल व शिवाजीचा काल या दोन्ही काळात शासकीय व्यवहारातील मराठी भाषेवर मुसलमानी राज्यकर्त्यांच्या फार्सी भाषेचा एवढा जबरदस्त पगडा बसला होता की कै. राजवाडे यांनी दाखवून दिल्याप्रमाणे त्या काळच्या कागदपत्रांतून ७० ते ८० टक्के शब्द फार्सी भाषेतील आढळून येतात. फार्सीचे मराठीवरील हे वर्चस्व शिवछत्रपतींना सहन झाले नाही, म्हणून त्यांनी राज्याभिषेकानंतर आपला विद्वान व कारभारातही दक्ष असलेला अमात्य जो रघुनाथपंत हणमंते त्याच्याकडून 'राजव्यवहारकोश' रचवून घेतला. या कोशात राज्यकारभाराच्या विविध क्षेत्रात शिवकाली जे फार्सी व उर्दू शब्द प्रचलित होते, त्यांचे मराठी व संस्कृत प्रतिशब्द दिलेले आहेत. शिवछत्रपतींच्या या कृतीमुळे शिवकालात असलेला फार्सी भाषेचा शासकीय मराठीवरील प्रभाव हळूहळू कमी होत जाऊन पेशवेकालात शासकीय व्यवहारातील मराठी भाषा प्रौढ व संस्कृतप्रचुर बनली. त्या काळी फार्सी भाषेचा परिणाम पूर्णपणे जरी नाहीसा झाला नाही, तरी तो पंधरा ते वीस टक्क्यांपर्यंत खाली आला.

राजव्यवहारकोशात राजवर्ग, कार्यस्थानवर्ग, भोग्यवर्ग, शस्त्रवर्ग, चतुरंगवर्ग, सामंतवर्ग, दुर्गवर्ग व जानपदवर्ग अशा आठ वर्गांखाली शब्द प्रतिशब्दाची मांडणी केली आहे. वर दिलेले निवडक आठ श्लोक जानपदवर्गातील म्हणजे सर्वसामान्य लोकव्यवहारातील फार्सी व उर्दू शब्दांचे मराठी किंवा संस्कृत प्रतिशब्द देतात.

८८. निश्चयाचा महामेरू

इतिहास मंजरी,
पृ. १११-१२

निश्चयाचा महामेरु। बहुत जनासी आधारु।
अखंड स्थितीचा निर्धारु। श्रीमंत योगी।।१।।
नरपती हयपती। गजपती गडपती।
पुरंदर आणि शक्ति। पृष्ठभागी।।२।।
यशवंत कीर्तिवंत। सामर्थ्यवंत वरदवंत।
पुण्यवंत आणि जयवंत। जाणता राजा।।३।।
तीर्थक्षेत्रे मोडिली। ब्राह्मणस्थानें बिघडली।
सकळ तीर्थे आंदोळली। धर्म गेला।।४।।
देवधर्मगोब्राह्मण। करावयासी रक्षण।
हृदयस्थ जाला नारायण। प्रेरणा केली।।५।।
या भूमंडळाचे ठाई। धर्म रक्षी ऐसा नाहीं।
महाराष्ट्रधर्म उरला कांहीं। तुम्हां कारणे।।६।।
कित्येक दुष्टांसी संहारिलें। कित्येकासी धाक सुटले।
कित्येकांसी आश्रय जाले। शिवकल्याण राजा।।७।।
तुमचे देशीं वास्तव्य केलें। परंतु समाचार नाहीं घेतले।
ऋणानुबंधें विस्मरण जालें। काय नेणूं।।८।।

❖

टीप – समर्थ रामदासस्वामींनी वरील पत्र शिवाजीमहाराजांना पाठविले. ते केव्हा पाठविले ते कळत नाही. पण त्यात स्वामींनी महाराजांच्या स्वभावावर, पराक्रमावर, कर्तृत्वावर व वैभवावर जे चपखल भाष्य केलेले आहे तसे दुसऱ्या कोणीही आजवर केलेले नाही.

८९. रामदासस्वामींचा संभाजीमहाराजांस उपदेश

इतिहासमंजरी, पृ. ११२-१३
१६८० ?

अखंड सावधान असावें। दुश्चित कदापि नसावें।
तजवीज करीत बसावें। एकांत स्थलीं ।१।।
कांहीं उग्र स्थिति सोडावी। कांहीं सौम्यता धरावी।
चिंता पराची लागावी। अंतर्यामीं।।२।।
मागील अपराध क्षमावे। कारभारी हातीं धरावें।
सुखी करून सोडावे। कामाकडे।।३।।
पाणवठी तुंब निघेना। तरी मग पाणी चालेना।
तैसे जनाच्या मना। कळलें पाहिजे।।४।।
जनाचा प्रवाह चालिला। म्हणजे कार्यभाग आटोपला।
जन ठाई ठाई तुंबला। म्हणिजे तें खोटें।।५।।
श्रेष्ठीं जें जें मेळविले। त्यासाठीं भांडत बैसलें।
तरी मग जाणावें फावलें। गलीमासी।।६।।
ऐसे सहसा करुं नये। दोघे भांडितां तिसऱ्यासी जाये।
धीर धरुनि महत्कार्यें। समजूनि करावें।।७।।
आधीं च पडली धास्ती। मग कार्यभाग होय नास्ती।
या कारणें समस्ती। बुद्धि शोधावी।।८।।
राजीं राखता जग। मग कार्यभागाची लगबग।
ऐसें जाणोनियां सांग। समाधान राखावें।।९।।
सकळ लोक एक करावे। गलीम निवटुनि काढावें।
येणें करितां कीर्ति धांवें। दिगंतरीं।।१०।।
आधीं गाजवावे तडाके। तरी मग भूमंडल धाके।
ऐसें न करितां धक्के। राज्यास होती।।११।।
समय प्रसंग ओळखावा। राग निपटुनि काढावा।
आला तरी कळों न द्यावा। जगामाजीं।।१२।।
राज्यामध्ये सकळ लोक। सलगी देऊनि करावे सेवक।
लोकांचे मनामध्ये धाक। उपजों चि नये।।१३।।
बहुत लोक मेळवावे। एकविचारे भरावे।
कष्ट करोनि घसरावे। म्लेंछावरी।।१४।।

आहे तितुके जतन करावे। पुढे अधिक मेळवावें।
महाराष्ट्र-राज्य करावे। जिकडे तिकडे।।१५।।
लोकीं हिंमत धरावी। शर्तीची तरवार करावी
चढती वाढती पदवी। पावाल येणें।।१६।।
शिवराजास आठवावें। जीवित तृणवत् मानावें।
इहलोकीं परलोकीं रहावें। कीर्तिरूपें।।१७।।
शिवराजाचे आठवावें रुप। शिवराजाचा आठवावा साक्षेप।
शिवरायाचा आठवावा प्रताप। भूमंडळीं।।१८।।
शिवरायाचें कैसें बोलणें। शिवरायाचें कैसें चालणें।
शिवरायाची सलगी देणें। कैसीं असे।।१९।।
सकळ सुखाचा केला त्याग। करुनि साधिजे तो योग।
राज्यसाधनाची लगबग। कैसी केली।।२०।।
त्याहुनि करावें विशेष। तरी च म्हणवावें पुरुष।
याउपरी आता विशेष। काय लिहावें।।२१।।

❖

टीप – शिवाजीमहाराजांच्या निधनानंतर संभाजीराजे सिंहासनारूढ झाले. त्या काळात समर्थ
रामदासस्वामींनी छत्रपती संभाजी महाराजांना वरील पत्र पाठविले. पत्रात, शिवाजीमहाराजांच्या
अंगच्या विविध गुणांची व कर्तृत्वाची आठवण देऊन राज्यकारभार कसा केला पाहिजे याचा
उपदेश समर्थांनी केला आहे.

१०. शिवाजीमहाराजांचा राज्यकारभार

सभासद बखर (श. ना. जोशी संपादित)

२७. गडावरील कारभारव्यवस्था

जे जे गड घेतले त्या गडावर राजियानें कारभारी बंदोबस्ती ऐसी पद्धत घातली की, गडावरि हवालदार एक व सबनीस एक व सरनोबत एक. असे तिघेजण एका प्रतीचे. जो कारभार करणें तो तिघांनी एका प्रतीचा करावा. गडावरी गल्ल्याचे, सामानाचे अंबर करावे. त्यास कारखाननीस म्हणून कारभारी केला. त्याचे विद्यमाने सर्व कारखाने यास जमाखर्च लिहावा. गड तोलदार आहे तेथे, त्या गडाचा घेरा थोर, त्या जागा सात-पाच तट-सरनोबत ठेवावे. त्यास तट वाटून द्यावे. हुशारी-खबरदारीस त्यांनी सावध असावे. गडावरि लोक ठेवावे, त्यास दाहा लोकांस एक नाईक करावा. 'नऊ पाईक दाहावा नाईक' येणेप्रमाणे जातीचे लोक ठेवावे. लोकांत बंदुखी व इटेकरी व तिरंदाज व आडहत्यारी असे लोक मर्दाने चौकशीनें आपण राजियांनी नजरगुजर (करून) एक एक माणूस पाहून ठेवावे. गडावरी लोक हवालदार व सरनोबत मराठे जातिवंत ठेवावे. त्यास जामीन आपले हुजरातीस लोक असतील त्यापैकी घेऊन मग ठेवावे. सबनीस ब्राह्मण हुजरातीचे ओळखीचे ठेवावे व कारखाननीस परभू ठेवावे. असे एकास एक प्रतिमेळ ठेवावे. एक हवालदाराचे हाती किल्ला नाही. हरएक फितवा-फांदा यास किल्ला कोणाच्याने देववेना. ये रीतीने बंदोबस्तीने गडकोटाचे मामले केले. नवी पद्धत घातली.

२८. पागा - लष्कर - व्यवस्था

तसेच लष्करात पागा केली. पागेचें बळ तोलदार केले. पागांच्या तोलदारीखाली शिलेदार ठेविले. स्वतंत्र बंड कोणाचे चालेना. पागेमध्ये दर घोड्यासि बारगीर एक. पंचवीस बारगिरांस मराठा धारकरी हवालदार एक केला. पाच हवाल्यांचा एक 'जुमला' म्हणून नाव ठेविले. जुमालदारास पाचशे होन तैनात व पालखी त्यास एक व (त्याच्या मजमूदारास शेंसवाशें होनांची (तैनात) करावी. पंचवीस घोड्यास एक पखालजी व एक नालबंद. असे दाहा जुमले म्हणजे एक हजारी. यास एक हजार होन तैनात, एक मजुमदार व एक मराठा कारभारी व एक जमनीस परभू कायस्थ त्यास पाचशे होन. याप्रमाणे असामींस तैनात (व) पालखी द्यावी. आला जमाखर्च चौघांचे विद्यमाने करावा. अशा पांचा हजारिया मिळोन एक पाच हजारी करावा. त्यास दोन हजार होन तैनात. तसेच मजुमदार, कारभारी, जमनीस करावे. अशा पाच हजारिया, सरनोबताच्या हुकुमात. ये जातीचा मामला पागेचा. तसे शिलेदाराकडे सुभे वेगळाले,

तेही सरनोबताचे आज्ञेत. पागा (व) शिलेदार मिळोन सरनोबत याचे आज्ञेत वर्तावे. दर हजारी, पंच हजारी, सरनोबत यांजवळून वाकनिसीचे कारकून व हरकारे व जासूद ठेवावे. सरनोबताजवळ बहिरजी जाधव नाईक, मोठा शाहाणा, जासुदांचा नाईक केला. तो बहुत हुशार चौकस करून ठेविला.

२९. छावणीस घरीं येणें व स्वारीवर जाणें

लष्कर पावसाळिया दिवशीं छावणीस आपले देशात यावे, त्यास दाणा, रतीब, औषधे, घोडियांस (व) लोकांवर घरे गवताने शाकारून ठेवविली असावी. दसरा होताच छावणीहून लष्कर कूच करून जावे. जातेसमयी कुल लष्करचे लहानथोर लोकांचे बिशादीचे जाबते करावे; आणि मुलुखगिरीस जावे. आठ महिने बाहेर लष्करांनी परमुलखात पोट भरावे. खंडण्या घ्याव्या. लष्करात बायको व बटकी व कलावंतीण नसावी. जो बाळगील त्याची गर्दन मारावी. परमुलखात पोर बायका न धरावी. मर्दाना सापडला तरी धरावा. गाई न धरावी. बईल ओझ्यास मात्र धरावा. ब्राह्मणास उपद्रव न द्यावा. खंडणी केल्या जागा बोलीप्रमाणे पैका घ्यावा. कोणी बद-अंमल न करावा. आठ महिने परमुलखात स्वारी करावी. वैशाख मासी परतोन छावणीस येताच आपले मुलखाचे सरदेस कुल लष्कराचा झाडा घ्यावा. पूर्वील बिशादीचे जाबते रुजू घालावे. ज्याजती होईल तितकी किंमत करून त्याच्या हक्कात धरावी. थोर किंमतीची वस्तभाव असलियास दिवाणात द्यावी. कोणी चोरून ठेवील आणि दाखल सरदारांस जाहलियाने शासन करावे. लष्कर छावणीस आलियावर हिशेब करून सोने, रुपें, जडजवाहीर व कापड वस्तभाव कुल सरदारांनी बराबर घेऊन राजाचे दर्शनास जावे. तेथे अवघे हिशेब समजावून माल हुजूर द्यावा आणि लष्करच्या लोकांचे हिशेब देणे (व) फाजील समजावीस जो ऐवज जो मागणे तो हुजूर मागावा. मग छावणीस यावे. काम कष्ट मशागत केलिया लोकांस सरंजाम करून द्यावा. बेकैद वर्तणूक कोणी केली असेल आणि नामर्दी केली असेल त्याची चौकशी करून, बहुतां मते शोध करून, त्यास दूर करून शासन करावे. वरचेवर शोध करावा. चार मास छावणी करावी आणि राजाचे भेटीस दसऱ्यास जावे. राजियाच्या आज्ञेने ज्या प्रांती स्वारी जावयाची होईल त्या प्रांतीं जावे. अशी लष्करची रीत.

३०. पायदळ – व्यवस्थाः

तसेच मावळे लोकांत दाहा लोकांत एक नाईक. पन्नास लोक म्हणजे पंच-नायकी यांस एक हवालदार. दोन तीन हवाले मिळून एक जुमलेदार. दाहा जुमले मिळून एक हजारी. जुमलेदारांस शंभर होन तैनात सालिना. एक सबनीस, त्यास चाळीस होन तैनात. हजारियास पाचशे होन तैनात. (त्याच्या) सबनिसास शंभरसवाशें होनपर्यंत. ऐशा हजारियास (नेमणुका केल्या). सात हजारिया मिळोन एक सरनौबत येसजी कंक म्हणून केला. याचे आज्ञेत सर्वांनी असावे.

३१. तनखा व्यवस्था-मोकासा नाही; वरातेनें रोख द्यावा.

सरनौबतास व मजुमदारास व कारकुनास व हुजुरांतीतील लोकांस तनखे वराता देत होते. शेत करीत होते त्याचा आकार रयतेप्रमाणें त्यांच्या हक्कांत धरीत होते. वरकड वाटणी हुजूर व मुलुकावरी वराता. येणेप्रमाणे सालझाडा वरचेवर करीत होते. लष्करात व हशमास व गडास एकंदर मोकाशे महाल गांव दरोबस्त देणे नाही. जे देणे ते वरातेने द्यावे. अगर पोत्याहून रोख ऐवज द्यावा. मुलखात साहेबी कारकुनाखेरीज कोणाची नाही. लष्करास व हशमास व गडास देणे ते कारकुनांनी द्यावे. मोकाशी जाहालियाने रयत अफरा होईल आणि बळावेल. कमाविशीची कैद चालणार नाही. रयत बळावली म्हणजे जागा जागा बंडें होतील. ज्यास मोकासे द्यावे तो व जमीदार एक जाहालियानें बेकैद होतील. म्हणून मोकाशे कोणास देणेचे नाहीत.

३२. मुलकी दप्तरव्यवस्था व मानसन्मान

मुलूख काबीज होतो. त्यास मुलखास सरबराचौकशीस कारकून ठेवावा. आधी लिहिणार चौकस दप्तरदारी करून कागद घडणी करून मोकासबा दिला म्हणजे दप्तरदारीमध्ये शाहाणा पाहून मुलुखात ठेवावा आणि माहालची मजमू सांगावी. कोणास माहालचा हवाला सांगावा. कोणास सुभ्याची मजमू सांगावी. पुढे होता होता शाहाणा पाहून हवालदार चौकस पाहून सुभा द्यावा. सुभ्याचा मजमूदार लिहिणार चौकस, हिशेब जाणता त्यासच मामला माहालाचा सांगावा. केवळ लिहिणे येईना, कमाविशी न केली, त्यास मुलकीचा हुद्दा न सांगावा. आणि पादशाहीत चाकरी करणे अगर घोडे घेऊन शिलेदारी करणे, असे सांगोन निरोप द्यावा. मुलखास कारकून ठेवावे, त्यास माहाल पाहून (हवाले सांगावे), हवालदारास तीन होन तैनात अगर चारपाच होन इतकी तैनात; मजमुदारास तीन, चार, पाच; पन्नास पाऊणशें होन, येणेंप्रमाणे करावे. दोन माहाल मिळोन लाख, सवा लाख, पाऊण लाख होन पाहून एक सुभेदार व एक कारकून करावा. त्यास दर असामीस चारशे होन तैनात करावी. मजमुदार सुभ्याचा करावा त्यास शंभरसवाशें होन करावे. सुभेदारास पालखी चारशे होनात करार करवावी. मजमुदारास अबदागिरी द्यावी. तैनात सरकारची द्यावी. पादशाहीत छत्री वजिरी उमराव मातबर लोकास होती, तो शिरस्ता मोडून टाकिला; की, पातशाहावर छत्र आणि चाकर लोकांवरही छत्र, ही गैर-पद्धत, याकरिता पातशाही कायदा छत्रीचा मोडून अबदागिरीचा घातला. सर्वत्र लष्कर, हशम, मुलुखगिरीस (जाईल) त्यात भर सवाशे होन तैनात असेल त्याने अबदागिरी बाळगावी. मुलुखात देश पाहून लाख रुपयास सुभा ठेविला. धामधुमीचा मुलूख सरदेचा पाहून मुलुखगिरीच्या कारकुनासमागमे लष्कर, स्वार, हशम जे जागा जितकी तोलदारी पाहिजे तितकी करून द्यावी.

३३. जमीन मोजणी, मुलुखातील वसूल व बंदोबस्त

(तशीच) मुलखाची जमीन मोजणी करून धुरंग, झाड, चावर करून आकार केला. पाच हात पाच मुठींची काठी, हात चवदा तसूंचा असावा. हात मुठी मिळून बैंशी तसूंची लांबी काठीची. वीस काठ्या औरसचौरस त्यांचा बिघा एक. बिघे एकशेवीस त्यांचा एक चावर. अशी जमीन मोजून, आकरून गावची गावास मोजून चौकशी केली. बिघेयास पिकाचा आकार करून पाच तक्षिमा पिकाच्या करून तीन तक्षिमा रयतेस द्यावा. दोन तक्षिमा दिवाणात घ्याव्या; येणेप्रमाणे रयतेपासून घ्यावे. नवी रयत येईल त्यास गुरेंढोरें द्यावी. बीजास दाणापैका द्यावा. भक्षावयासि दाणेपैका द्यावा तो ऐवज दोहो-चोहो वर्षांनी आयुर्दाव पाहून उगवून घ्यावा. ये जातीचे रयतेचे पालग्रहण करावे. गावचा गाव रयतेची रयत कारकुनाने कमावीस पाहून रयतेपासून वसूल पिकाचे पिकावर घ्यावा. मुलखात जमीदार, देशमुख व देसाई यांचे जप्तीखाली कैदेंत रयत नाही. यांणी 'साहेबी' करून नागवीन म्हटलियाने त्यांचे हाती नाही. इदलशाही, निजामशाही, मोगलाई दश कबज केला, त्या देशात मुलकांचे पाटील कुलकर्णी यांचे हाती (व) देशमुखांचे हाती कुल रयत. यांणी कमाविसी करावी आणि मोघम टक्का द्यावा. ते गावी दोनशे तीनशें दिवाणात खंडमक्ता द्यावा. त्यामुळे मिरासदार पैकेकरी होऊन गावास हुडे, वाडे, कोट बांधून प्यादे बंदुखी ठेवून बळावले. दिवाणास भेटणे नाही. दिवाणाने गुंजाईस अधिक सांगिल्याने भांडावयास उभे राहातात. जातीने पुंड होऊन देश बळाविले. त्यास राजियाने देश काबीज करून हुडे, वाडे, कोट, पाडिले. नामांकित कोट जाहाला तेथे (आपले) ठाणे ठेविले. आणि मिरासदाराचे हाती नाहीसे ठेविले. असे करून मिरासदार इनाम इजारतीने मनास मानेसारखे आपण घेत होते ते सर्व अनामत करून जमीनदारास गल्ला व नख्त गाव पाहून देशमुखास व देशकुलकर्णी यांस व पाटील कुळकर्णी यांसि हक्क बांधून दिला. जमिनदारांनी वाडा बुरजांचा बांधू नये घर बांधून राहावे. ऐसा मुलकाचा बंद केला.

३४. धर्मादाय व्यवस्था

मुलखात देव-देवस्थाने जागाजागा होती त्यास दिवाबत्ती, नैवेद्य, अभिषेक, स्थान पाहून यथायोग्य चालविले. मुसलमानांचे पीर, मसिदी, त्यांचे दिवाबत्ती नैवेद्य स्थान पाहून चालविले. वैदिक ब्राह्मण यांसि योगक्षेम ब्राह्मण विद्यावंत, वेदशास्त्रसंपन्न, ज्योतिषी, अनुष्ठानी, तपस्वी गांवोगांवी सत्पुरुष पाहून त्यांचे कुटुंब पाहून अन्नवस्त्र ज्यास लागेल त्याप्रमाणे धान्यद्रव्य त्यास गावचे गाव माहाली नेमून देऊन, साल दरसाल त्यास कारकुनांनी पाववावे. ब्राह्मणांनी ते अन्न भक्षून, स्नानसंध्या करून, राजियासि कल्याण चिंतून सुखरूप असावे. असे गड, कोट, लष्कर, हशम, मुलूख हुजरातीची चौकशी करून राज्य करीत चालले. ❖

टीप – शिवाजीमहाराजांच्या राज्यकारभारासंबंधीचे वरील उतारे सभासदी बखरीतून घेतलेले आहेत.

११. वतनदार

आज्ञापत्र आणि राजनीति,
पृ. ३३-३५

राज्यातील वतनदार, देशमुख व देशकुलकर्णी पाटील आदिकरून यांस वतनदार म्हणून म्हणावे, ही प्राकृत परिभाषा मात्र आहे. ते स्वल्पच परंतु देशनायकच आहेत. सार्वभौमापासून बलन्यूनतेने उतरती परंपरा बळवंत राखोन दुर्बल वर्ततच आहेत, परंतु त्यास साधारण गणावे असे नाही. हे लोक म्हणजे राज्याचे दायादच आहेत. आहे वतन इतकियावर कालक्रमणा करावी, सर्व देशाचा स्वामी म्हणजे राजा, त्याशी निष्ठेने वर्तावे, कोणाचा अन्याय न करावा, ही यांची बुद्धि नाही. जंव जंव नूतन संपादावे व बळकट व्हावे, बळकट झाले म्हणजे एकाचे घ्यावे, दावे दरवडे करावे, हा यांचा सहज हव्यास. राजशासन होईल हे जाणोन अगोदर दुसऱ्याचा आश्रय करितात, स्थळे बांधतात, त्या बळे वाटा पाडितात, देश मारितात, समयी जीवाचीही तमा धरीत नाहीत; परचक्र आले म्हणजे वतनाच्या आशेने अगोदर सलूख करितात, स्वता भेटतात, इकडील भेद तिकडे करून राज्यात शत्रूचा प्रवेश करितात, मग तेच राज्याचे अपायभूत होऊन दु:साध्य होऊन जातात. याकरिता या लोकांचे संरक्षण परम युक्तिजन्य आहे. इत्यादी दोष या लोकात आहेत म्हणून केवळ त्यांचा द्वेष करावा, वतने बुडवावी म्हणता हाही परम अन्याय, समयविशेषे अनर्थाचे कारण; ते न होता यांस (केवळ) मोकळी वाग देईन म्हणता, यांची निजप्रकृती तेव्हाच प्रकट होणार, याकरिता या दोन्ही गोष्टी कार्यास येत नाहीत. यास स्नेह व दंड या दोहोमध्ये निक्षून ठेवावे लागतात. आहे वतन ते चालवून प्रजेवर त्यांची सत्ता असू न द्यावी. हक्क इनाम आज्ञेविरहित घेऊन न द्यावे. जे चालत आले असेल त्याहून जाजती किंवा जवभर कमीही होऊ न द्यावे, आणि देशाधिकारी यांचे आज्ञेत वर्तावे.

❖

टीप – रामचंद्र नीळकंठ अमात्य बावडेकर हा शिवाजीमहाराजांच्या राज्यकारभाराचा अनेक वर्षे प्रत्यक्ष अनुभव घेतलेला व त्यांच्या तालमीत तयार झालेला अनुभवी, मुरब्बी राजकारणी व मुत्सद्दी. त्याने अमात्य (मुजुमदार) म्हणून, आपले वडील निळो सोनदेव यांच्या मृत्यूनंतर शिवाजीमहाराज, संभाजीमहाराज, राजाराममहाराज व ताराराणींच्या आरंभीच्या काळात काम केले. भोसल्यांच्या राजघराण्यातील युवराजांना शिवाजी महाराजांच्या राजनीतीच्या व राज्यकारभाराच्या मूलभूत तत्त्वांची ओळख व्हावी या उद्देशाने त्याने 'आज्ञापत्र' ऊर्फ 'राजनीती' हा ग्रंथ आपल्या अधिकारवाणीने लिहिला. हा ग्रंथ मराठ्यांच्या इतिहासात व जुन्या मराठी वाङ्मयात गाजलेला आहे. वरील उतारा हा त्या ग्रंथातून घेतलेला आहे.

१२. साहुकार म्हणजे राज्याची व राजेश्रीची शोभा

इतिहासमंजरी, पृ. १३९-४१

साहुकार म्हणजे राज्याची व राजेश्रीची शोभा साहुकाराच्या योगाने राज्य अबादान होते. न मिळे त्या वस्तुजात राज्यात येतात. ते राज्य श्रीमंत होते. पडले संकटप्रसंगी पाहिजे ते कर्जवाम मिळते. तेणेंकरून आले संकट परिहार होते. साहुकाराचे संरक्षणामध्ये बहुत फायदा आहे. याकरिता साहुकाराचा बहुमान चालवावा. कोण विषयी त्याजवर जलाल अथवा त्याचा अपमान होऊ न द्यावा. पेठात दुकाने, वखारा घालवून हत्ती, घोडे, जरमिना, पशमी आदिकरून वस्त्रजात, रत्ने, शस्त्रे, आदिकरून अशेष वस्तुजात यांचा उदीम चालवावा. हुजूर बाजारामध्येहि थोर थोर साहुकार आणून ठेवावे. वर्षसंबंधे तसेच लग्नादी महोत्साही हि त्यांचे त्यांचे योग्यतेनुरूप प्रतिष्ठेने बोलावून आणून वस्त्रपात्र देऊन समाधान करीत जावे. परमुलखी जे जे सावकार असतील त्यांची समाधाने करून आणावे. त्यास अनुकूल न पडेच तर असतील तेथेच त्यांचे समाधान रक्षून आपली माया लावून त्यांचे मुतालीक आणवून त्यास अनुकूल जागा दुकाने देऊन ठेवावे. तसेच दर्यावर्दी सावकार यासहि बंदरोबंदरी कौल पाठवून आमदरपती करावी. साहुकारामध्ये फिरंगी व इंग्रज व वलंदेज व फराशीस व डिंगमारादि टोपीकर हेहि लोक साहुकारी करितात, परंतु ते वरकड सावकारासारखे नव्हत. यांचे खावंद प्रत्येक प्रत्येक राज्य च करीत आहेत. त्यांचे हुकुमाने त्यांचे होत्साते हे लोक या प्रांती साहुकारीस येतात. राज्य करणारास स्थळलोभ नाही असे काय घडो पाहते? तथापि टोपीकरास या प्रांती प्रवेश करावा, राज्य वाढवावे, स्वमते प्रतिष्ठावी हा पूर्णाभिमान. तदनुरूप स्थळोस्थळी कृतकार्य हि जाले आहेत त्यास ही हट्टी जात; हातास आले स्थळ मेल्याने सोडावयाचे नव्हेत. यांची आमदरपत्ती आले गेले इतकीच असू द्यावी. त्यास केवल नेहमी जागा कधीहि देऊ नये. जंजिऱ्यासमीप तो या लोकांचे जाणे येणे सहसा होऊ देऊ नये. कदाचित वखारीस जागा देणे जाली तर खाडीचे मोबारी समुद्रतीरी न द्यावी. तसेच ठिकाणी जागा दिल्याने जोपर्यंत आपले मर्यादेने आहेत तो आहेत. नाही ते समयी आरमार, तोफा, दारूगोळी हेच त्यांचे बळ. आरमार पाठीशी देऊन त्याचे बळे त्या बंदरी नूतन किल्लाच निर्माण करणार. तेव्हा इतके स्थळ राज्यातून गेले. याकरिता जागा देणेच तर लांब खाडी गाव दोन गावे राजापुरीसारखी असेल तेथे फराशियास जागा दिल्हा होता त्या न्याये दोन च्यार नामांकित थोर शहरे असतील त्यामध्ये जागा द्यावा. तो असा की तीच जागा शहराचे अहारी, शहराचा उपद्रव चुकवून नेमून देऊन वखारा घालाव्या. त्यास इमारतीचे घर बांधू देऊ नये. या प्रकारे राहिले तर बरे. नाहीतर

याविणें प्रयोजन नाही. आले गेले असून त्याचे वाटे आपण न जावे, आपले वाटे त्याणी न जावे इतके च पुरे. गनीमाचें मुलुखातील गनीमाचा मुलूख मारिले यामुळे अथवा दर्यावर्दीमुळे साहुकार सापडले तर अवसर पाहून त्यांशी खंड करावा. खंडाचा वसूल घेणे तोहि त्यास राखून घ्यावा. खंड फारीक जाल्यावर थोडीबहुत त्यांशी मेहेमानी करून बहुमाने त्यास त्याचे स्थळास पाठवून द्यावे. गनीमाकडील सेवक लोकांस जे शासन आहे ते सावकार लोकांस उचित नाही.

❖

टीप – वरील उतारा रामचंद्रपंत अमात्यांच्या 'राजनीती' ('आज्ञापत्र') या ग्रंथातून घेतला आहे. राज्यकारभारात आरमार व व्यापार यांना असलेले महत्त्व शिवाजीमहाराजांनी ओळखल्याचे त्यावरून दिसून येते.

१३. ताराबाई रामराणी। भद्रकाली कोपली

सरदेसाई स्मारक ग्रंथ, पृ. १८४ — इ.स. १७०७

श्री गोविंदो जयति

तुळजा प्रसन्न झाली। पातशाही हाती आली।
जयलक्ष्मी माळ घाली। शिवाजीस आदरे॥१॥
दिल्ली झाली दीनवाणी। दिल्लीशाचे गेले पाणी।
ताराबाई रामराणी। भद्रकाली कोपली॥२॥
जाणा तुम्ही आजि साची। आज्ञा आली शंकराची।
सर्व सेना दिल्लीशाची। अंतकास वोपली॥३॥
मानहानी दिल्लींद्राची। सभा हासते इंद्राची।
आजि काल कवींद्रांची। सर्व चिंता हारली॥४॥
रामराणी भद्रकाली। रणरंगी क्रुद्ध झाली।
प्रलयाची वेळ आली। मुगल हो सांभाळा॥५॥
बसे रत्नसिंहासनी। भोंसल्यांचा शिरोमाणी।
शिवराज चिंतामणी। दिनमणी उदये॥६॥

❖

टीप – शिवछत्रपतींचे धाकटे चिरंजीव छत्रपती राजाराममहाराज यांचे इ. स. १७०० मध्ये निधन झाल्यावर त्यांची पत्नी महाराणी ताराबाई यांनी आपल्या असामान्य पराक्रमाने औरंगजेब बादशहाच्या सैन्यास कसे सळो की पळो करून सोडले याचे रोमांचकारी वर्णन वरील काव्यपंक्तीत आलेले आहे. या काव्यपंक्ती कवींद्र परमानंद याचा मुलगा देवदत्त याने रचलेल्या आहेत.

परिशिष्ट १

शिवकालीन राजपत्रांची लेखनपद्धति

(ले. - ग. ह. खरे, वाई)

पत्रव्यवहार दोन प्रकारचा असतो, एक खाजगी व दुसरा सरकारी. सरकारी पत्रांतही दोन भाग पडतात. एक वतनी व २ रा राजकारणी. शिवकालात दक्षिणेत ४ शाह्या झाल्या. १ ली निजामशाही, २ री आदिलशाही, ३ री मोगलशाही व ४ थी शिवशाही. एकाच रियासतींतील कागदात पुन्हा ३ भेद पडतात. खास बादशहाकडून सुटलेल्या हुकूमांना फर्माने म्हणत असत. दुय्यम प्रतीच्या अधिकाऱ्यांनी म्हणजे प्रधान, सुभेदार वगैरेंनी दिलेल्या पत्रांना खुर्दखते म्हणत असत. तिसऱ्या प्रतीच्या म्हणजे हवालदार वगैरेंनी लिहिलेल्या पत्रांना हुजत किंवा मिसेली म्हणत. निजामशाही कागदात पहिल्या व तिसऱ्या प्रकारचे कागद तसेच मोगली कागद फारच कमी प्रमाणात सापडले आहेत. त्यांचे मानाने विजापुरी व शिवशाही कागद पुष्कळ सापडले आहेत. या कागदाविषयी माहिती द्यावयाची म्हणजे कागद, शिक्के, फारशी मजकूर, मराठी मजकूर, तारखा, शेरे यांची माहिती द्यावयाची. पण ही माहिती देताना एक अडचण अशी की, पहिल्या प्रकारच्या म्हणजे फर्मानांवरील शिक्के साधारण स्पष्ट असले तरी दुसऱ्या व तिसऱ्या प्रकारच्या पत्रावरील शिक्के अगदी अस्पष्ट आहेत. शिवाय मुसलमानी रियासतीतील शिक्के बहुधा फारशी असत. हे फारशी शिक्के व फारसी मजकूर छापलेले आढळत नाहीत. यामुळे त्यांचेविषयी फारशी माहिती सांगता येणार नाही. दुसरी अडचण अशी की मूळ कागदांच्या विषयी माहिती द्यावयाची म्हणजे बाह्यांग वर्णनाकरिता मूळ कागदच हाताशी असले पाहिजेत व अंतरंगाविषयी लिहावयाचे म्हणजे यथातथ्य छापलेला पत्रव्यवहार मिळाला पाहिजे. या दृष्टीने पारसनिसांनी छापून काढलेल्या कोणत्याही पुस्तकाचा उपयोग करता आला नाही व बरीचशी साधने व्यर्थ ठरली. तरी पण जमविता आली ती माहिती थोडक्यात पुढे दिली आहे. पत्रांच्या तारखा निश्चित करणे हा स्वतंत्रच भाग असल्यामुळे त्याचे विवरण निराळ्या अधिकरणात केले आहे. पुढे सांगितलेल्या गोष्टी निरपवाद सिद्धांतवत् मानण्याचे कारण नाही. जास्त व सूक्ष्म संशोधनाने निश्चित व अधिक माहिती मिळण्याचा संभव आहे. सर्वसामान्य वर्णनाचे आधार दिलेले नाहीत. पण प्रत्येक विशेषाला आधार दाखविला आहे. खाजगी पत्रव्यवहार विविध व अफाट असल्यानें त्यांचा अभ्यास करून माहिती देणे कालावधीचे आहे; म्हणून येथे फक्त राजकीय पत्रव्यवहाराविषयी माहिती दिली आहे.

निजामशाही पद्धत – निजामशाही फर्मानांचा कागद धूसर पिवळ्या रंगाचा

आणि आदिलशाही कागदाचे मानाने लहान आकाराचा व हलक्या प्रतीचा असतो. या कागदास ४ घड्या पाडलेल्या असून उजव्या बाजूची पहिली घडी समास म्हणून मोकळी सोडलेली असते. तसेच आरंभीचा $\frac{1}{3}$ भाग मोकळा सोडून नंतर कोणतेहि शीर्षक न घालता एकदम बादशहाचा लहान (१।। × ·।।।· इंच) शिक्का उठविलेला असतो. शिक्क्याखाली 'अज दीवान रख्तखाने खास' किंवा 'अजरख्तखाने खास' या शब्दसमूहाने फर्मानातील फारशी मजकुरास आरंभ झालेला असतो. नंतर ज्यांना फर्मान पाठविले त्यांचा निर्देश 'बजानिब' (प्रति) शब्द घालून करतात. बदलणाऱ्या अधिकाऱ्यांपुढे 'हाल व इस्तकबाल' (वर्तमान व भावी) हे शब्द असतात. नंतर अधिकाऱ्यांचा अधिकार-प्रदेश सांगितलेला असतो. त्यापुढे 'जाणावे' या अर्थी (अस्तु वः संविदितम्) 'बिदानद' शब्द घालतात. यापुढे अरबी शब्दात सुहूर सन सांगितलेला असतो. नंतर इनामी सनदांतून ज्याला इनाम दिले आहे किंवा चालू ठेविले आहे त्याचे म्हणणे 'मालूम नमूद' म्हणून सांगितलेले असते. बादशहाबद्दल 'दरबंदगीए हजरत' (स्वामीचे सेवेसी) असे शब्द नेहमी वापरलेले असतात. नंतर बादशहाने दिलेल्या आज्ञेचा मजकूर सुरू होतो. निजामशाहीत दिवाणांचे (मलिकंबर वगैरे) प्रस्थ माजल्यानंतरच्या फर्मानातून 'बहरहुक्मे इशारते दिवान आला' (दिवाणांच्या सूचनेप्रमाणे) असे म्हणून बादशाही आज्ञेच्या मजकुरास सुरुवात झालेली असते. तसेच अशा हुकमावर शेवटी किंवा मध्येच 'बरजाए रोके मालिकत मदारी मलिकंबर यकंदर इनामदारान्' (मालिकबरनें पाठविलेल्या रोख्यानुसार) असा शेरा असतो. फर्मानाचा उल्लेख करावयाचा असल्यास 'हुजत', 'फर्मान बासिके खास' वगैरे शब्द योजलेले असतात. जमीन इनाम देताना त्या जमिनीची मशागत करणारा (प्रज) कोण हेहि बहुधा फर्मानात सांगतात. वतनी फर्मानांच्या शेवटी 'दर हर साल उज्र दर फर्मान न कुनंद' (हर साल फर्मानाचा उजूर न करणे) 'तालीक गिरफ्ता असल बाज दहंद' (तालीक घेऊन आसल फिरावून देणे) वगैरे वाक्ये असतात. राजकारणी पत्रात असली वाक्ये नसतात. सुहूर सन लिहिल्यावर हुकमाचे कारण व त्यावर दिलेला हुकूम सांगून एकदम फर्मान संपविलेले असते. कौलांतून 'दरीं बाब कौल असे' असा मजकूर असतो, फारशी मजकुराच्या खाली व शेवटच्या १/२ ओळींच्या उजव्या अंगास शिक्के (प्रधानांचे) असतात. नंतर डाव्या किंवा उजव्या अंगास समास न सोडता मराठी मजकूर लिहिलेला असतो. हा मजकूर म्हणजे फारशी मजकुराचे भाषांतर असते. मुख्य मजकूर संपल्यावर इनामाचा निराळ्या हस्ताक्षराने पुन्हा अगदी थोडक्यात उल्लेख करितात. नंतर 'मोर्तब सुद' चा फारशी शिक्का उठवून त्याच ओळींत 'मोर्तब सुद' लिहितात. (मोर्तब सुद म्हणजे पुरें झाले; याची 'मर्यादेयं, लेखनालंकार, लेखनसीमा, लेखन शुध', वगैरे मराठी रुपांतरे आहेत). मोर्तबाच्याच ओळीत शेवटी 'रुजु सुरूनिवीस' हा शेरा असतो. मराठी व फारशी मजकूर अशा

तऱ्हेने लिहिलेला असतो की, शेवटची ओळ बहुधा पूर्ण केलेली असते. मराठी मजकुराच्या खाली एकेका ओळीत पुढीलप्रमाणे शेरे असतात.

(१) रुजु सुदु   रुजु मुश्रीफ.

(२) तारीख, महिना व अरबी शब्दांनी सांगितलेले हिजरी वर्ष

(३) पा। हुजूर (निदेश समक्ष); हुजूरच्या जागी कधी कधी एकाद्या मनुष्याचे नांव असते हा मनुष्य म्हणजे बादशहाचा त्याच्या गैरहजेरीतील प्रतिनिधी असावा.

(४) यापुढे पांच उभ्या रेघा ओढून प्रत्येक रेघेच्या वर मध्ये व शेवटी पुढे दाखविल्याप्रमाणे शेरे असतात.

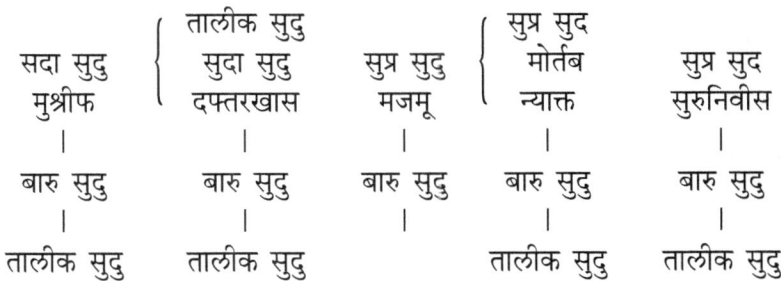

सदा सुदु मुश्रीफ	{ तालीक सुदु सुदा सुदु दफ्तरखास	सुप्र सुदु मजमू	{ सुप्र सुद मोर्तब न्याक्त	सुप्र सुद सुरुनिवीस
|	|	|	|	|
बारु सुदु	बारु सुदु	बारु सुदु	बारु सुदु	बारु सुदु
|	|	|	|	|
तालीक सुदु	तालीक सुदु		तालीक सुदु	तालीक सुदु

पैकी सदा-सुप्र-सुदा या शब्दांचे वाचन कोणत्या फारशी शब्दाचा अप्रभ्रंश तो शब्द आहे हे न समजल्याने, नीट झाले नाही असे वाटते.

मराठी मजकुराचा मुख्य भाग संपल्यापासून निरनिराळ्या ठिकाणी जे निरनिराळे शेरे असतात त्या प्रत्येकाचे वळण निरनिराळे असते. पाठीवर जे शेरे लिहिलेले असतात ते पाठीमागे दाखविलेल्या उभ्या ओळोंच्या दोन्ही अंगास लिहिलेले असतात. पाठीवरील शेऱ्यांच्या बाबतीत विकल्प सहसा आढळत नाही. 'तालीक सुद' हा शेरा १, २, ४, ५ या रकान्यापैकी एका किंवा अनेक रकान्यांच्या शेवटी असतो. मुजुमदाराच्या शेऱ्याच्या शेवटी बहुधा नसतो. ज्या ज्या अधिकाऱ्यांना फर्मानाची नक्कल आपल्या दप्तरी ठेवणे आवश्यक असे त्यांनी त्यांनी हे शेरे (तालीक सूद) केलेले असावेत. सनदापत्रातील कानू जाबत्यांत, मुजुमदाराच्या आज्ञेत दप्तरदाराने रहावे असे सांगितले आहे. अर्थात् दप्तरदारापाशी नक्कल असल्यावर पुनः मुजुमदारास नक्कल करून घेण्याचे कारण नाही. म्हणून मुजुमदाराचा 'तालीक सूद' हा शेरा नसतो असे वाटते.

(आधार त्रै. व. २ पृ. १५० ते १५६ राज. खं. २० ले. २५४, २५५, २५६; राज. खं. १५ ले. ३८५, ४००, ४०१ व मंडळाच्या संग्रही असलेले काही अप्रकाशित कागद)

निजामशाही दुय्यम प्रतीचे कागद म्हणजे मलिकंबर व शहाजी यांनी लिहिलेले

कागद होत. हे कागद बादशाही फर्मानांचे मानाने लहान, जास्त काळे व कमी प्रतीचे असतात. आरंभी जागाहि बेताचीच सोडलेली असून समास मुळीच नसतो. शीर्षक कोणतेही नसते. आरंभी ज्या अधिकाऱ्यानें खुर्दखत पाठविलेले असते, त्याचा शिक्का व त्याखाली फारशी मजकूर न लिहिता एकदम मराठी मजकूरच लिहिलेला असतो. (आरंभ 'अज रख्तखाने' (मलिकंबर शहाजी वगैरे)' या शब्दांनी केलेला असतो. अधिकाऱ्यांच्या नावापूर्वी 'खुदायेवंद, खाने आली शान-अजम-अकरम' वगैरे सन्मानदर्शक उपपदे असून नांवापुढें तुली-खुली दयाम दौलतहू (अखंडितलक्ष्मीअलंकृत) ही पदवी असते. नंतर ज्याला पत्र पाठविले त्याचा सोपपद उल्लेख 'तहा' किंवा 'बजानिब' हे शब्द घालून करतात. नंतर कालाचा उल्लेख पुढे हुकूम देण्याचे कारण सांगून आज्ञेचा मजकूर लिहिलेला असतो. इनामी पत्रांवर शेवटी फर्मानातून असलेली वाक्ये असतात. राजकारणी हुकूम आज्ञेचा मुख्य भाग लिहून होताच एकदम संपविलेले असतात. शेवटी 'मोर्तेब सुद' हा शेरा व मोर्तेबचा शिक्का आणि त्या खाली क्रमाने पुढील शेरे असतात.

तेरीख (तारखेचा आकडा) माहे (महिन्याचे नाव) रुजु सुरू
(महिन्याचे नाव) निवीस
बार सुदु सुरु सुदु

हे सर्व शेरे निरनिराळ्या वळणाचे असतात, येवढेच नव्हे तर तारखेच्या शेऱ्यातहि दोन वळणे असतात. तसेच दुय्यम प्रतीचे सुभेदार वगैरे अधिकाऱ्यांनी लिहिलेल्या पत्रात हे शेरेहि कमीजास्त असतात. अगदी आवश्यक शेरे म्हणजे मोर्तब सूद व तारीख हे होत. उ. सा. ले. १२५, १९८ ते २०२.

तिसऱ्या प्रतीच्या लोकांनी म्हणजे हवालदार वगैरे लोकांनी लिहिलेली पत्रे दोन प्रकारची दिसतात. या अधिकाऱ्यांनी वापरलेले कागद दुय्यम अधिकाऱ्यांनी वापरलेल्या कागदांसारखेच असतात. समास वगैरे नसतो. आरंभी अधिकाऱ्याचा शिक्का असतो. शिक्याखाली वतनीपत्रे 'अजब दिवाण ठाणा' किंवा 'परगणे' या शब्दांनी सुरू केलेली असतात. बाकी सर्व बाबतीत हे अधिकारी दुय्यम अधिकाऱ्यांचेच अनुकरण करीत असलेले दिसतात. राजकारणी पत्रात ज्याला पत्र पाठवावयाचे त्याचा प्रथम सोपपद उल्लेख करितात. अशा पत्रांतून शिक्के बहुधा मुख्य मजकुराच्या शेवटी शेवटी उठविलेले आढळतात. मुख्य मजकुरात वर्षाचा उल्लेख न करिता शेवटी फक्त महिना व तारीख एवढेच नमूद करितात किंवा नाहीही. यामुळे अशा पत्रांचा नेमका काल ठरविणे कठीण जाते. (उ. सा. २२८ तो २३१ पहा.

आदिलशाही पद्धत – शिवकालात विजापुरास जे चार बादशहा होऊन गेले त्या प्रत्येकाची पत्रलेखन पद्धत वेगळाली आहे; येवढेच नव्हे तर एकाच्याच कारकीर्दीतील पत्रातहि भरपूर विविधता आढळते. असे असल्याने पुढील मजकुरात प्रत्येकाचे

वैशिष्ट्य सांगितले आहे. विजापुरी खाशांच्या फर्मानांचे कागद पारवे किंवा गडद पारवे (क्वचित् पांढरे) या रंगांचे असून निजामशाही फर्मानांचे मानाने जास्त गुळगुळीत, पातळ व मोठे असतात. कागदांची लांबी १॥ ते २ फूट व रुंदी ७॥ ते १०॥ इंच असते. आरंभीचा $\frac{1}{3}$ व उजव्या अंगचा $\frac{1}{3}$ किंवा थोडा जास्तच भाग समास म्हणून मोकळा सोडलेला असतो. आरंभीच्या या $\frac{1}{3}$ भागात दोन शीर्षके असतात. पैकी 'अल्मुल्कोलिल्ला' हे वाक्य सर्वच बादशहांच्या फर्मानावर असते. पण त्याच्या अगोदरच्या शीर्षकात विकल्प आढळतो. इब्राहीम आदिलच्या फर्मानावर 'हुअलखलील' हे शीर्षक असते. महमद आदिलशहाच्या आरंभीच्या फर्मानावर वरीलच शीर्षक आढळते. मागाहूनच्या फर्मानावर 'बिसमिल्ला रहमन उर्रहीम' हे वाक्य आढळते. अली आदिल व शिकंदर यांच्या फर्मानावर पहिले शीर्षक 'बिसमिल्ला रहमन उर्ररहीम' हेच असते. शीर्षके झाल्यावर शिक्का असतो. इब्राहीमचा शिक्का सु. १ इंच व्यासाचा असून आत 'नादेअली' (कुराणमंत्रा) चा मोनोग्राम असतो. महमद आदिलचा शिक्का सुमारे २ ते २॥ इंच व्यासाचा असून त्यात एकात एक ३ वर्तुळे आहेत. अगदी आतल्या वर्तुळात कुराणमंत्रांचा मोनोग्राम, मधल्या वर्तुळात 'शाहनशाह दीन महमद इब्राहीम दर जेरे नगीने शाह शुद हफ्त इक्लीम' असा मजकूर व बाहेरच्या वर्तुळात नक्षी आहे. अली आदिलचे तीन शिक्के आहेत. पहिला शिक्का कुयरीच्या आकाराचा (३।'' × २।।।'') व बहुदळी असून त्यात पुढील मजकूर आहे; ''या आली, मदद मुहरे, शाही जद, अज मेहरे, मुर्तिजा बर मिहर व माह, खुस्रुवे आदिल अली बाद अज मुहमद, बादशाह १०६८; दुसरा शिक्का वाटोळा (२॥ इंच व्यासाचा) असून आत पुढील मजकूर आहे :-'जेरे फर्मान, सिके, शाही जद बताईदे इलाह बंदे हैदर अली, इब्ने महमद बादशाह;' तिसरा शिक्काही वाटोळा, पूर्वींच्याच आकाराचा व 'मुरीदे नजफ शाह अली बादशाह गाजी इब्ने सुलतान महमद शाह' अशा मजकुराचा आहे. पहिला शिक्का शके १५८२ पर्यंत, दुसरा १५८८ पर्यंत व तिसरा कारकीर्द संपेपर्यंत आढळतो. सिकंदर आदिलशहाच्या फर्मानावर प्रथम 'नादेअली' चा शिक्का असे. पण पुढे वाटोळा (सुमारे १ इंच, व्यासाचा) 'सिकंदर गाझी सुलतान इब्ने अली, आदिल शाह' अशा मजकुराचा शिक्का त्याच्या फर्मानावर येऊ लागला. शेवटी शेवटी 'मददे या मोहीदीन' असा शिक्का आलेला आढळतो.

नंतर मुख्य मजकुरास सुरवात होते. मजकुराला आरंभ 'फर्माने हुमायूं शरफ सुदूरयाफ्त' या वाक्यखंडाने करतात. सिकंदरच्या काही हुकमांवर कित्येक वेळा हे वाक्य न येता हेतुभूत मनुष्याच्या पदव्यांनाच सुरुवात केलेली असते. पण अशी उदाहरणे क्वचित् आढळतात. नंतर मजकुरांत क्रमाने पुढील गोष्टी येतात.

१) हेतुभूत मनुष्याचा सोपपद उल्लेख व त्याचा अधिकारप्रदेश (आरंभ 'बजानिब'

शब्दाने करतात)

२) सुहूर सनाचा उल्लेख अज हा शब्द पाठीमागे घालून येतो. पण प्रत्येक बादशहाच्या कारकीर्दीत काही फर्माने अशी आढळतात की ज्यात या ठिकाणी सुहूर सन नसतो.

३) वतनपत्र असल्यास वतन मागणाऱ्या मनुष्याचे म्हणणे सांगितलेले असते व राजकारणी पत्र असल्यास विशिष्ट हुकूम सोडण्याच्या कारणाचा निर्देश केलेला असतो.

४) बादशहाचा हुकूम काय हे लिहिलेले असते.

५) हद्दी घालून देणे, दरवर्षी फर्मानाची मागणी न करणे, नकल करून घेऊन असल परतून देणे किंवा चाकरीकरून उर्जित करून घ्यावे किंवा दरीं बाब कौल आहे वगैरे अर्थी मजकूर असतो.

६) या पुढे तारीख, महिना, व वर्ष यांचा उल्लेख असतो. राजकारणी पत्रात तारीख व महिना घालून वर्ष क्वचित गाळलेले असते.

मजकूर संपण्याच्या सुमारास उजव्या बाजूस परवानगीने आरंभ होणारा शब्दसमूह असतो. इब्राहीमच्या फर्मानावर 'परवानगीए हुजूर अशरफ अकदस हुमायूं आला' हा शब्दसमूह घालून सोपपद एकाद्या प्रधानाचा उल्लेख असतो (उ. - बाइलामखान आलीशान सादत निशान रफिअ उल् कद्र वल् मुआला मकान 'इख्लासखान अमीरजुम्ले' किंवा 'शहानवाजखान सरे मजलिस'). महमदशहाच्या कारकीर्दीत प्रथम इखलासखान व नंतर मुस्तफाखान प्रधान होते. इखलासचा उल्लेख पूर्वीप्रमाणेच येतो. पण मुस्तफाखानाचा उल्लेख 'बरिसाले कमतरीने बंदेगान मुस्तफाखान' असा येतो. मुस्तफाखानानंतर महमदशहा, अली आदिलशहा व सिकंदर शहा यांच्या फर्मानावर प्रधानाचा उल्लेख बहुधा आलेला नाही. परवानगीचा समूह मात्र मोठा होऊन 'परवानगीए हुजूर खुरशीद जहूर अशरफ अकदस हुमायूं आला' अशा स्वरूपात येऊ लागला. मुख्य मजकुराची शेवटची ओळ कागदाच्या डाव्या बाजूला अगदी भिडलेली असते. कधीहि अर्धी असत नाही. मजकुराच्या खाली इब्राहीम, महमद व अली या तीनजणांच्या कारकीर्दीत शिक्के उठविलेले दिसतात. पैकी इब्राहीमच्या पत्रावर हमखास असतातच. महमदाच्या कारकीर्दीत मुस्तफाखान होता तोवर हमखास येतातच. पुढे नाहीत. (इख्लासखानाचा शिक्का ११ कोनांचा व १। इंच लांबी रुंदीचा आणि मुस्तफाचा वाटोळा आहे.) अलीच्या आरंभीच्या पत्रावर आहेत पुढे आढळत नाहीत. या शिवाय अलीच्या पत्रावर त्याच्या पहिल्या शिक्क्याच्या आकाराची पण प्रमाणाने लहान व 'हु, अल कादिर, अलीआदिल शाह इब्ने सुलतान महमद' या मजकुराची मोहर आहे; शिकंदरच्या पत्रावर मुळीच नाही. हे शिक्के कधी एक, कधी दोन तर कधी जोडून उठविलेले आढळतात. या शिवाय चौघांच्याही पत्रांवर लंबवर्तुळ व बदाम या आकारांच्या मोहराहि आहेत.

शिक्क्यानंतर इब्राहीम व महमद यांच्या काही फर्मानावर मराठी मजकूर (फारशीचा सारांश) लिहिलेला आढळतो. तसेच ज्यावर नुसता फारशी मजकूर आहे अशा काहींच्या पाठीवर तारीख, महिना, व अरबी शब्दांनी दर्शविलेले हिजरी वर्षे असते. कांहीच्या पाठीवर प्रारंभी ओळीने ५ ते ७ शिक्के, त्याखाली वरील प्रकारची तारीख व त्याखाली पुढील क्रमाने ५ ते ७ शेरे असतात. हे शिक्के अगदी खराब उठलेले असल्याने नीट लागत नाहीत. पण जी काही अक्षरे लागतात त्यावरून ज्या अधिकाऱ्यांनी शेरे लिहिलेले असतात त्यांचेच ते शिक्के असावेत असे वाटते. शेऱ्यांचा क्रम पुढीलप्रमाणे असतो.

सबत द फ्तर शुद; + मुजुमदार; मुतलअ शुद; बार दफ्तर; बार मुश्रीफ; बार सर खास; मुमालिक; दफ्तर;

यापैकी अनुक्रम २।३।४ हे शेरे फारशी लिपीत व बाकीचे मोडी लिपीत असतात. अनुक्रम २ चा शेरा लागलेला नाही. अनुक्रम ६ च्या ठिकाणी क्वचित एक अगदी अपरिचित न लागण्यासारखा शेरा असतो. मराठी मजकुरापासून पुढील सर्व गोष्टी फक्त इब्राहीम व महमद यांच्या पत्रात व त्याहि विकल्पाने आढळतात. अली व शिकंदर यांच्या पत्रात यापैकी कोणतीही बाब आलेली आढळत नाही. हे सर्व शेरे भिन्न अक्षरांचे अर्थात् भिन्न व्यक्तींनी केलेले असतात हे सांगणे नकोच. राजकारणी फर्मानावर मराठी मजकुरापासून पुढील भाग आढळून येत नाही.

फर्माने लिहिण्याची ही प्रणाली ठरून गेल्यामुळे काही शब्द व शब्दसमुच्चय फर्मानातून वारंवार आलेले आढळतात. त्यापैकी फार वेळा येणारे त्यांच्या अर्थासह क्रमाने पुढे देतो.

(१) फर्माने हुमायूं शरफ सुदूरयाफ्त = दयाळू, श्रेष्ठ व जणु उगवणार (सूर्य) असा हुकूम
(२) बजानिब = प्रति
(३) आमिलान-कारकुनान-हाल व इस्तकबाल = अमलदार-लेखक-वर्तमान व भावी
(४) अज शहूर सना = सुहूर सन
(५) बदरगाहे बमसामेह } जहां पनाह-वाला जाह-मुआला-फल्के बारगाह-जाह व जलाल = राजाधिराज-महाराज-राजश्री यांस
(५) इल्तिमास नमूद = विनंति केली; रोशन गरदीद-प्रकाशित झाले. (बमसामेह) रसीद = कानावर आले
(६) नजरे अनायत फर्मुदा = (कृपेची दृष्टी करून)
(७) फर्माने-अशरफ-अतिफत हुमायूं आला-कजाजारियान = हुकूम

(८) अज राहे मराहिमे पादशाहाना व फर्त अदवातिफे खुस्रवाना = बादशाही कृपेच्या रस्त्याने
(९) बराए – बिनाबरा-इस्लिमास बखतिरे मुबारिक मुआला - आला आवादी = विनंतीविषयी महाराजांनी-राजश्रीनी मनास आणून
(१०) मरमहत् फर्मूदा दहानीदा शुदा अस्त = कृपेच्या हुकमाने देववून टाकिले आहे.
(११) मीबायद के = म्हणून, तरी
(१२) बमुजरदे-वसूले फर्मान, रसीदने फर्मान = फर्मान पोहोचतांच
(१३) हद महदूद कर्दा दर कब्ज व तसर्रुफ दुंबाला नुमायंद = हद् महदूद घालून हवाली करा, ताब्यांत द्या.
(१४) मूमीइल्हे-मशारिल्हे-मजाल्हा = उपर्युक्त (मनुष्य)
(१५) मजकूर, मस्तूर, मजबूर = उपर्युक्त (बाब)
(१६) हसबुल् मस्तूर-अम्र, बमूजबे फर्मान, बरहुक्मे फर्मान = फर्मानाप्रमाणे
(१७) दर हर साला उब्रे फर्माने मुजरद-नूह न कर्दा साल बसाल बर हमीं फर्मान जारी दारंद-जारी साजंद = दर हर साल ताज्या सनदेचा उजूर न करणे व सालोसाल याच फर्मानाप्रमाणें इनाम चालू ठेवणे.
(१८) तालीक नविश्ता गिरफ्ता असल फर्मान बाज गुजारंद-दहंद = तालीक लिहून घेऊन असल पत्र फिराऊन देणे; या पत्राची प्रति लिहून घेऊन मुख्य पत्र भोगवटियासी परतोन देणे.
(१९) तादानंद = जाणिजे, कळावे, श्रुत होये.
(२०) मुसलमान व हिंदु यांना शपथा घातल्याचीही वाक्ये असतात पण ती निरनिराळ्या प्रकारची असल्याने दिली नाहीत.
(२१) ताकीदे बलीब = कदघने इतीम = ताकीदे कुली = सक्त ताकीद
(२२) तहरीरा फी = तहरीर = लिहिले (तारखेस)

ज्याप्रमाणे काही शब्द व शब्दसमुच्चय वारंवार येतात त्याप्रमाणे सरदार, सुभेदार वगैरे लोकांच्या पाठीमागे लावण्याची उपपदेंही ठरलेली आहेत. निजामशाही कागदांत फारशी उपपदे येत नाहीत. मराठी पत्रात काही फारशी व काही संस्कृत उपपदे येतात. विजापुरी व मोगली कागदात उपपदे फार येतात पण विस्तारभयास्तव ती येथे देता येत नाहीत.

विजापुरी दुय्यम प्रतीच्या म्हणजे सुभेदार वगैरेनी लिहिलेल्या पत्रांचे कागद पांढरे, अरुंद व हलक्या प्रतीचे असे असत. सुमारे १/४ किंवा कमीच भाग समास म्हणून सोडीत. आरंभी शिक्का उठवून मुसलमान सुभेदार फारसी मजकूर लिहून त्याखाली मराठी मजकूर लिहीत. शेवटी 'मोर्तब सुद' व त्याचा शिक्का तसेच 'रुजू,

सुरु, बार' वगैरे निरनिराळे शेरे करीत आणि तारीख लिहीत. यांच्या पत्रांवर पा। हुजूर (निदेश समक्ष) व रा। हुजूर (संदेश समक्ष) असे दोन शेरे कधी कधी आढळतात. कधी कधी हुजूरच्या ऐवजी एखाद्याचे नाव असते. बादशाहाला ज्याप्रमाणे खाजगी चिटणीस, प्रतिनिधि वगैरे लोक असत त्याप्रमाणे सुभेदार वगैरे दुय्यम अधिकाऱ्यांनाही, त्यांचेकडे बरेचमोठे अधिकार व प्रदेश असल्याने, असत व सुभेदाराच्या गैरहजेरीत सुटलेल्या हुकमावर लोक आपली नावे घालीत. शहाजी वगैरे हिंदु सरदार फारशी मजकुराऐवजी फक्त मराठी मजकूर लिहित. बाकी शेरे वगैरे करण्याची पद्धत मुसलमानी सुभेदारांप्रमाणेच असे. सुभेदारांचे हुकमांचे आरंभी 'अज रक्तखाने'चा प्रयोग नेहमी असतो. सुभेदारांच्या नांवापाठीमागे खुदायेवेद, खाने अली शान, खाने-अजम-अकरम, मशरूल हजरत (राजविख्यात), मशरुल अनाम (लोकविख्यात) मोतमीद दौलत (विश्वासनिधि) वगैरे उपपदे लावून पुढे खुली-खलद-तुली दयाम-दबाम दौलतहू (अखंडितलक्ष्मी, खंडेश्वरी) हे उपपद हमेशा लाविलेले आढळते, सुभेदारांची ही पत्रे लिहिण्याची धाटणी फर्मानाप्रमाणेच असे. पण फर्मानांतील गौरवाची व अलंकारिक भाषा, पदव्यांची विपुलता, वगैरे गोष्टी या खुर्दखतांतून आढळत नाहीत. सुभेदारांच्या कित्येक पत्रातून प्रथम ज्याला पत्र पाठविले त्याचा उल्लेख, नंतर पाठविणाऱ्याचा उल्लेख व शिक्का मजकुराच्या डाव्या अंगास कोठे तरी असाही प्रकार आढळतो. ही पत्रे त्या त्या मनुष्यांच्या गौरवार्थ असल्याने असा विशिष्ट क्रम ठेवलेला असावा उ.सा. ले २३२, २३३ २३४ पहा. ही पत्रे रणदुला व अफजल या सुभेदारांची असूनहि कान्होजी जेधे मान्यवर म्हणून प्रथम उल्लेखिलेला आहे.

तिय्यम प्रतीचे अधिकारी म्हणजे हवालदार, महालकरी वगैरे. यांनी लिहिलेल्या पत्रांचा कागदही सुभेदारी कागदासारखाच असून पत्र लिहिण्याची पद्धत ही सुभेदारी पत्राप्रमाणेच आहे. आरंभी २।३ शिक्के उठवून व क्वचित् फारशी मजकूर लिहून नंतर मजकुराला सुरवात केलेली आडळते. सामान्यत: आरंभी 'अज दिवाण ठाणा' असा प्रयोग येतो. शेवटी 'मोर्तब सुद' हा शेरा व त्याचाच शिक्का उठविलेला असतो. हवालदाराच्या हाताखाली सुभेदाराप्रमाणे सुरनीस, बारनीस, दफतरनीस वगैरे अधिकारी नसल्याने यांच्या पत्रावर 'रुजु सुरू, बार' वगैरे शेरे सहसा नसतात एकदा तारीख व महिना आणि पुन्हां फक्त महिना असे दोन शेरे निरनिराळ्या अक्षरात लिहिलेले आढळतात. सुभेदाराप्रमाणेच हवालदारांनी देशमुख किंवा इतर मानार्ह लोकांस लिहिलेल्या पत्रात आरंभी मानार्हाचा उल्लेख व नंतर हवालदारांचा स्वत:चा उल्लेख असा क्रम आढळतो. उ.खं. १५ ले. ३३६, ३३७; अशा पत्रात शिक्काही बहुधा पत्र संपता संपता डाव्या अंगास कोठे तरी आढळतो.

मोगली पद्धत – सामान्यत: सर्व मोगली पत्रांचा कागद मोठा, पिवळसर, जाड व घोटल्यामुळे तुकतुकीत असा असतो. आरंभींचा सुमारे १/६ भाग मोकळा व

पुढल्या १/६ भागात 'बिसामिला रहमनुर्रहीम' हे वाक्य असून त्याखाली (बादशहाच्या नावाचा चौकोनी (३'' × ३'') तुग्रा व त्याच्या उजव्या बाजूस वर्तुळाकृती शिक्का (३ इंच व्यासाचा) असतो. सुमारे १/३ भाग समास असतो. तुग्र्याच्या खाली मुख्य मजकुराला सुरवात होते. दिलेल्या देणग्या वगैरेंचा तपशील व अधिकाऱ्यांनी केलेले शेरे हे सनदांच्या पाठीवर असतात. शिक्क्यामधे पुन्हा एक लहान वर्तुळ असून त्यांत बादशहा व त्याचा प्रधान यांचा उल्लेख असतो. लहान वर्तुळास भिडणारी अशी ८।१० वर्तुळे असून त्या प्रत्येकात एकेका पूर्वजाचे नाव असते. कित्येक मोगली फर्मानावर फर्मान देणाराचा पंजा उठविलेला असतो व फर्मानात तसा उल्लेख केलेला असतो. उदाहरणार्थ – औरंगजेब-शिवाजी पत्रव्यवहार किंवा फरामीनुस्सलातीनमधील ४०-७९-८० हे लेखांक पहा. पंजा उठविण्याचा हेतु पत्र ज्याला लिहिलेले असते पूर्ण विश्वास वाटावा हा असतो.

मोगली पहिल्या प्रतीच्या पत्रात ज्यास पत्र पाठवावयाचे त्याच्या निरनिराळ्या पदव्यांनी आरंभ केलेला दिसतो. उ. उपर्युक्त पुस्तकामधील पत्रव्यवहार पहा. नंतर 'बादशाही कृपेस पात्र होऊन जाणावे की' अशा अर्थाची वाक्ये असतात, नंतर हुकूम देण्यास जे काही कारण झाले असेल ते 'अर्जदाश्ती के' अशा आरंभींच्या शब्दांनी नमूद करून पुढे मुख्य हुकुमाचे शब्द येतात. शेवटी ज्या तऱ्हेचा हुकूम असेल त्या तऱ्हेचे शब्द येतात. उदाहरणार्थ, ताकीद असल्यास 'दरी बाब ताकीद दानद वगैरे मजकूर असतो. चाकरीस बोलाविले असल्यास आपल्या चाकरीवरून आपले ऊर्जित होईल वगैरे अर्थाचा मजकूर असतो. शेवटी तारीख, महिना, हिजरी सन व जुलूस असतात.

मोंगली दुय्यम व तिय्यम अधिकाऱ्यांचे अगदी थोडे कागद आपणास पहावयास मिळतात. त्यात आरंभी ज्याने कागद पाठविला त्याचा बादशहाचा चाकर या अर्थाचा शिक्का उठवून मजकूर लिहितात. जयासिंगाचे जे फर्मान शिवचरित्र प्रदीपमध्ये छापले आहे, त्यात व फरामीनुस्सलातीन मधील इतरही फर्मानातून हाच प्रकार दिसून येतो. खं. २० ले. २३८, २४४ यावरही असेच शिक्के आहेत.

नंतर बहुधा मुत्सद्दियाने मुहिमात हाल व इस्तकबाल किंवा गुमाश्तहा देशमुख व देशपांडे किंवा सरदेशमुख व सरदेशपांडे असा मजकूर असतो. तसेच जयसिंगाच्या वरील पत्रात शेवटी ''ज्यादा अज ई चे नविश्ता (बहुत काय लिहिणे, विशेष लिहिणे नलगे, बहुत लिहिणे नलगे) हे वाक्य लिहिलेले आढळते.

तिय्यम अधिकाऱ्यांची जी पत्रे आहेत ती इकडील पद्धतीनेच लिहिलेली असतात; त्यामुळे त्यांचे विशेष वर्णन करण्याचे कारण नाही.

शिवशाही पद्धत – शिवशाही कागद निजामशाही कागदाप्रमाणेच पांढरा, भरड, अरुंद असा असतो. आरंभी सुमारे १/६ किंवा कमीच भाग मोकळा सोडलेला

असतो. 'स्वस्तिश्री'ने आरंभ होणाऱ्या कागदांवर श्रीकार आहे. बाकीच्यावर श्रीकार नाही. कागदाला चार सारख्या घड्या पाडलेल्या असतात; पण समास मात्र मुळीच सोडलेला नसतो. 'मोर्तब सुद' व त्याचा शिक्का, तसेच लेखनसीमा वगैरे शेरे व 'मर्यादेय' चा शिक्का आणि रुजु सुरुनिवीस किंवा इतर शेरे हे मुख्य मजकुराच्या अंगासच असतात. तारखेचे दोन व सुरू सुद हे शेरे कागदाच्या पाठीवर असतात.

शहाजींने निजामशाहीत सर्वाधिकारी म्हणून व आदिलशाहीत सुभेदार म्हणून नोकरी केली. दोन्ही शाह्यातील त्याचे कागद दुय्यम प्रतीचेच सापडतात. आरंभी शहाजीचा फारशी शिक्का असतो. व नंतर 'अज रख्तखाने शहाजी राजे' म्हणून मजकुरास सुरवात असते. काही कागदांवर मजकुराच्या डाव्या अंगास 'रवा सुद' असा फारशी शिक्का असल्याचे आढळते. शेवटी 'मोर्तब सुद' व मोर्तबचा फारशी शिका, तारखेचे दोन शेरे, पा-, रा-, रुजु, सुरु, वगैरे शेरे तत्कालीन विजापुरी सुभेदारांप्रमाणेच केलेले आढळतात. शहाजीच्या पत्रांतून फारशी मजकूर नसतो येवढाच शहाजी व इतर मुसलमानी सुभेदार याच्या पत्रांतील फरक होय. हा फरक घोरपडे, कराटे, घाटगे, निंबाळकर वगैरेंची जी पत्रे सापडली आहेत त्यातही दिसून येतो. तसेच शहाजीच्या पत्रातही मानार्ह लोकांचा उल्लेख प्रथम व नंतर शहाजीचा उल्लेख असलेला आढळतो. अशा पत्रावर शिक्का आरंभी न करता बहुधा ३।४ ओळीनंतर डावे अंगास केलेला आढळतो. उ.सा. ले. ८७ पहा. यात प्रथम चांबळीच्या सरनाइकांचा उल्लेख असून नंतर शहाजीचा उल्लेख आहे.

शिवाजीच्या पत्रात २।३ प्रकार आढळतात. पहिला प्रकार म्हणजे वतनपत्रे व कौलनामे यांचा. प्रथम या पत्रांचे बाबतीत शिवाजीने शहाजीचे अनुकरण केले. उ.सा.ले. २३९ हे शिवाजीचे विश्वसनीय असे पहिलेच पत्र आहे. हे पत्र सुभेदारी पत्राप्रमाणे आहे. शहाजीचा फारशी शिक्का होता. शिवाजीने संस्कृत मजकुराचा शिक्का केला. शेवटी 'मोर्तब सुद' आहे. मोर्तबाचा शिक्का नाही. रुजु वगैरे मामुली शेरे आहेत. सा. १२० च्या पत्रात शेवटी मोर्तब सुद असून त्यापुढे त्याचेच संस्कृत रूपांतर जे 'मर्यादेयं विराजते' त्याचा शिक्का आहे. इतर शेरे नेहमीप्रमाणे आहेतच. खं. १५ ले. ४३८ (१५७५) यात 'प्रतिपत' 'सामराज मतिमत्'व 'मर्यादेयं' हे शिक्के व मोर्तब, पा-, रा-, हे शेरे असून शिवाय इतर शेरे आहेत. सनदापत्रे पृ. ११४ ले. ५ हेही वतनपत्र आहे. यातही सुभेदारी पद्धत दिसते. शेवटी पा- हुजूर व रा- पंताजी गोपिनाथ चिटणीस असे शेरे आहेत. 'मोर्तब असे' हाही शेरा आहे. राज्याभिषेकानंतरही शिवाजीची काही इनामपत्रे या स्वरूपात सापडतात. उ.सा.ले. २७८ पहा. यात आरंभी 'तिपद्' ही मुद्र. 'अज रख्तखाने' या शब्दांनी आरंभ, परवानगी हुजूर, मोर्तब सुद व 'मर्यादेयं'चा शिक्का वगैरे सर्व गोष्टी आहेत. डाव्या बाजूस प्रधानाचा शिक्का मात्र जास्त आहे. श्री.स.ले. १४ मध्ये मात्र लिहिण्याची पद्धत

बदलेली आहे. ही नक्कल आहे यामुळे शिक्के वगैरे दिलेले नाहीत. पण आरंभ 'स्वस्ति श्री राज्याभिषेक शके' असा केला आहे व शेवटी जाणिजे (तादानंद) आहे.

कौलनाम्यांच्या लेखनात वतनपत्राचेच अनुकरण केलेले दिसते. उ.सं. ३ पृ १६७ पहा. याला आरंभ 'ई कौलनामा अज रख्तखाने' असा केला आहे. मजकुराच्या आरंभी 'प्रतिपद्' व शेवटी 'मर्यादेयं' असे शिक्के आहेत. सा. ले. १३९ हाही कौलनामाच आहे. यात आरंभी 'प्रतिपद्' शिक्का; 'ई कौलनामा अज रख्तखाने' असा आरंभ, डाव्या अंगास 'शामराज मतिमत्' चा शिक्का शेवटी 'पाा, राा, तारीख' हे शेरे व 'मर्यादेयं'चा शिक्का आहे. कौलनामे लिहिण्याची हीच पद्धत. १५९७ (राज्याभिषेकानंतर १ वर्ष) मध्येही दिसते. उ.श्री. सं.ले. १३ त प्रारंभी 'प्रतिपद' मुद्रा, 'कौलनामा अज रख्तखाने' असा आरंभ, डाव्या बाजूस मोरोपंताचा शिक्का, शेवटी 'परवानगी, मोर्तब सुद' वगैरे शेरे आणि 'मर्यादेयं' चा शिक्का या सर्व गोष्टी आहेत.

शिवाजीच्या पत्राचा दुसरा प्रकार म्हणजे राजकारणी पत्रे यात प्रथम मानार्ह व्यक्तीचा उल्लेख व नंतर शिवाजीचा उल्लेख असलेला आढळतो. उ.सा.ले. ८८; यांत प्रथम निळकंठराव व नंतर शिवाजी आहे. पत्र खाजगी स्वरूपाचे असल्याने शिक्कामोर्तब व शेरे नसावेत; किंवा नकलकाराने गाळले असावेत. असेच एक पत्र खं. १५ले. ३३८ चे आहे. यात प्रथम कान्होजीचा उल्लेख व नंतर प्रति म्हणून शिवाजीचा उल्लेख, शेवटी 'बहुत काय लिहिणे' (ज्यादा अज ई चे नविश्ता) हे वाक्य, 'मर्यादेयं'ची मुद्रा व जवळ 'प्रतिपद्'ची मुद्रा आहे. आपल्याहून मोठ्या मनुष्यास पत्र लिहावयाचे असल्यास नावाची मुद्रा खाली करावी असे एके ठिकाणी लिहिले आहे. याचे उदाहरण म्हणून प्रस्तुत पत्र सांगता येईल. पण अशी पत्रे अगदीच दुर्मिळ आहेत. सं. ४ पृ. ७९ वर एक शिवाजीचें पत्र आहे. त्यात प्रथम देशाधिकारी व नंतर शिवाजी असे आलेले आढळतात. शेरे मामुली आहेत. नकल असल्याने शिक्के समजण्यास मार्ग नाही. खं. २१ ले ३ (श. १५८४) मध्ये प्रथम सुभेदाराचा व नंतर शिवाजीचा उल्लेख आहे 'प्रतिपद्' हा शिक्का नसून डाव्या बाजूस शामराजाचा व खाली 'मर्यादेयं' चा शिक्का आह. मोर्तब सुद, तारीख, रुजु, वगैरे शेरे नेहमीप्रमाणे आहेतच. 'जाणिजे' असा शब्द मुख्य मजकुराच्या शेवटी आहे. श्री. सं. ले. १६ (श. १५९८) त प्रथम सज्जनगडचा हवालदार व नंतर शिवाजी असे निर्देश आहेत. नेहमी प्रमाणे (१ किंवा २ ओळी सोडल्यावर) मजकुरांत डाव्या अंगास मोरोपंताचा शिक्का, शेवटी तारीख, परवानगी हुजुर, मोर्तबसूद वगैरे शेरे, व 'मर्यादेयं'चा शिक्का या गोष्टी आहेत. प्रधानांचे शिक्के सुरू झाल्यावर 'प्रतिपद' च्या मुद्रेस हळुहळू या दुसऱ्या प्रकारच्या पत्रात चाट मिळत गेला असे दिसते. श. १५९८ नंतर ही पद्धत बदलून 'स्वस्ति श्री' ने आरंभ होणारी संस्कृतप्रचुर पद्धत अंमलात आली असावी असे दिसते. उ.खं. ८ ले. ३३ ते ३६ पहा. यांचा आरंभ स्वस्तिश्रींने केला आहे. प्रथम आज्ञा करणारा

शिवाजी व नंतर आज्ञप्त मनुष्य हा क्रम आहे. यात 'प्रतिपद्' ही मुद्रा नाही मोरोपंताचा शिक्का आहे. शेवटी परवानगी हुजूरच्या ऐवजी 'मजुरा असे' हे शब्द व 'मोर्तब सुद' या ऐवजी 'लेखनसीमा' हे शब्द आहेत. 'मर्यादेयं' चा शिक्का आहेत.

शिवकालीन कागदांचा तिसरा प्रकार म्हणजे तह, करारनामे, याद्या, वगैरे होत. हे सर्व कागद कलमबंद असत. प्रत्येक कलमाच्या शेवटी 'मर्यादेयं'चा शिक्का उठविलेला आढळतो. तसेच काही तह म्हणजे ठरावांवर आरंभी 'प्रतिपद्' चा शिक्का व शेवटी 'मोर्तब सुद' व 'मर्यादेयं' चा शिक्का असे आढळते उ.खं. ८ ले. २१ किंवा त्याच खंडातील इतर कागद पहा. पण खरे सांगावयाचे म्हणजे असले शिवकालीन कागद फारसे सापडलेले नाहीत. यामुळे त्यांच्याविषयी निश्चित माहिती देता येणे अशक्य आहे.

शिवाजीच्या पत्रांची लिहिण्याची जी पद्धत तीच शिवाजीच्या दुय्यम व तिय्यम अधिकाऱ्यांनी उचललेली होती. उदाहरणार्थ, श्रीसंप्रदायाची कागदपत्रे यांतील १७ ते ३१ हे लेखांक पहा. या सर्वात अगोदर ज्याला पत्र लिहिले त्याचा निर्देश व मागून अनाजी दत्तो, दत्ताजी त्रिमल, मोरो त्रिमल वगैरेंचे निर्देश आहेत.

या चारी शाह्यांची निशेषतः शिवशाहीचो पत्रे तपासून पहाता पुढील अनुमाने निघतात.

१) वतनी पत्रें व कौलनामे या पत्रांवर प्रारंभी शिवाजीचा 'प्रतिपद्' शिक्का, डाव्याबाजूस प्रधानाचा शिक्का व शेवटी 'मर्यादेयं' चा शिक्का असून बहुतेक सर्व शेरे लिहिलेले असतात. आरंभी 'अज रख्तखाने' घालून शिवाजीचा उल्लेख व 'ताा' घालून पत्र मिळविणाऱ्याचा उल्लेख केलेला दिसतो. तसेच मोकदम व हुद्देदार यांना लिहिलेल्या पत्रात हीच पद्धत दिसते.

२) हवालदारापासून पुढच्या सर्व अधिकाऱ्यांना व मान्यवर लोकांना लिहिलेल्या पत्रात प्रथम अधिकारी व नंतर शिवाजी असे निर्देश आलेले आहेत. 'प्रतिपद्' शिक्का अशा पत्रांवर नसतो. डाव्या अंगास प्रधानाचा व शेवटी 'मर्यादे'चा हे शिक्के व इतर शेरेही नेहमीप्रमाणे आढळतात.

३) राज्याभिषेकानंतर पत्रे लिहिण्याच्या दोन पद्धती पडलेल्या दिसतात. एक पूर्वीची व दुसरी 'स्वास्तिश्री'ने आरंभ होणारी. शिक्के व शेरे या बाबतीत पूर्वीचीच पद्धत काय राहिलि. मात्र फारशी शेऱ्याऐवजी मराठी व संस्कृत शेरे जास्त प्रचारात येऊ लागले.

४) मितीच्या बाबतीतही हा फरक राज्याभिषेकानंतर हळूहळू पडलेला दिसतो.

५) दुय्यम व तिय्यम अधिकारी मात्र आपली पूर्वीचीच पद्धत चालवीत असत.*

---

* या अनुमानांना आधार श्रीसंप्रदायाचीं कागदपत्रें, ले. १० ते ३१ खं. ८ ले. १८ ते ३६, शिवचरित्र साहित्य ले. २७५ ते २८० आहेत.

चारी शाह्यातील पत्रांच्या अभ्यासावरून पुढील अनुमाने निघतात....

१) शिवाजीच्या पत्रांवर मुसलमानी लेखनपद्धती व भाषासरणी यांचा फार परिणाम झाला होता.

२) शिवाजीच्या पत्रात कागद, शिक्के व शेरे या बबतींत निजामशाहीचे किंवा विजापुरी खुर्दखतांचे अनुकरण फार आहे.

३) मोगली व विजापुरी पत्रांप्रमाणे शिवाजीच्या पत्रात पदव्यांची विपुलता आढळत नाही.

४) कोणाला कसे पत्र लिहावयाचे या बाबतीत चारही शाह्यात जवळ जवळ एकच पद्धत चालू असलेली दिसते. कदाचित् मोगली लेखनपद्धतीच थोडी निराळी असावी.

५) फारशी भाषेतील शेकडों शब्द व शब्दसमूह मराठी राज्यकर्त्यांनी जसेच्या तसेच किंवा वेषांतर चढवून घेतले आहेत.

६) ज्या गोष्टी मराठी राज्यकर्त्यांनी मुसलमानापासून घेतल्या असे दिसते, त्या मुसलमानांनी कोठून आणल्या याचा शोध केला पाहिजे. कदाचित् त्यांपैकी पुष्कळ भाग मुसलमानपूर्वकालीन हिंदु राज्यकर्त्यांपासून घेतला असण्याचा संभव आहे. कदाचित् बगदादकडील राज्यांतूनही त्यापैकी काही गोष्टी आलेल्या असण्याचा संभव आहे.

मित्यांविषयी काही विचार

शिवकालीन कागदात मुसलमानी व हिंदु अशा दोन पद्धतीच्या मित्या येतात. पोर्तुगीज, डच, इंग्रज, फ्रेंच या परदेशी लोकांमुळे ख्रिस्ती पद्धतही कोठे कोठे आली आहे. दक्षिणेतील तत्कालीन कागदपत्रांत हिजरी, फसली, सुहूर, जुलूस व इसवी हे सन, शालिवाहन, जव्हार व राज्याभिषेक हे शक इतक्या वर्षगणना आल्या असल्यामुळे त्या प्रत्येकाविषयी थोडीथोडी माहिती देऊन नंतर प्रत्येक रियासतीतील पत्रात कोणते विशेष आढळतात हे सांगतो.

हिजरी — मुहम्मद यांनी ज्या दिवशी मक्केहून मदिनेस प्रयाण केले तो दिवस हिजरी कालगणनेच्या पहिल्या वर्षाचा पहिला दिवस धरण्यात आला असून या पहिल्या दिवसास श. ५४० श्रावण शु. २ (इ. ६२२ जुलै १५) ही मिति येते. हिजरी सनाचें वर्ष चांद्रमानाचे आहे. प्रत्येक महिना एका चंद्रदर्शनापासून दुसऱ्या चंद्रदर्शनापर्यंतचा असतो. प्रत्येक तारीख सायंकाळी सुरू होऊन दुसऱ्या दिवसाच्या सायंकाळपर्यंत चालू असते. याचे शकांत रूपांतर करणे हे आकडेमोडीशिवाय करिता येत नाही.

सुहूर सन — या सनाचा आरंभ हिजरी ७४५ (श. १२६६) मध्ये झाला.

मात्र आरंभीचे वर्ष १ न धरता हिजरी इतकेच म्हणजे ७४५ हेच धरले. यांचे शकांत रूपांतर करावयाचे असल्यास ज्येष्ठ ते फाल्गुन ५२१ व चैत्र ते वैशाख ५२२ वर्षे मिळवावे लागतात. याचे वर्ष सौरमानाचे असून वर्षाचा आरंभ मृगनक्षत्रावर होत असल्याने यास मृगसाल असेही म्हणतात. महिने चांद्रमानाचे असल्याने दरवर्षी याच्या एकाच सालात एकाच नावाचा महिना दोनदा (एकदा आरंभी व एकदा शेवटी) येतो. यामुळे असा महिना ज्या पत्रात आला असेल त्याची तारीख ठरविताना मूळ महिना त्या वर्षातील अरंभींचा का अखेरचा हे पाहून तारीख ठरवावी लागते. नाही तर तारीख एक वर्ष अगोदर किंवा मागाहून लागल्याने सुबोध पत्रही दुर्बोध होऊन जाईल. शके १५५८ च्या वैशाख आमावास्येस याचे १०३७ साल सुरू होत आहे. आरंभी १/२ दिवसानी हिजरी १०४६ व मोहरम महिना सुरू होत आहेत. हे साल १५५९ च्या ज्येष्ठात शु ११ स सरत आहे. त्यावेळीही मोहरम महिनाच चालू आहे. हिजरी वर्ष मात्र बदलून १०४७ हे आले आहे. या वर्षी मोहरमच्या १-९ या तारखा दोनदा आल्या आहेत. याचा प्रचार उत्तरेत नसून फक्त दक्षिणेत व तोही आदिलशाही व निजामशाही राजवटीत होता. हा अंकात लिहिलेला सहसा आढळत नसून अंकदर्शक शब्दांनी याचा उल्लेख सर्वत्र केलेला आढळतो.

फसली – ही कालगणना कोणी प्रथम सुरू केली हे निश्चित सांगता येत नाही. दक्षिणेमध्ये ही गणना शहाजहान बादशहाने हि.स. १०४६ मध्ये सुरु केली. सुहूर सनाप्रमाणेच आरंभी या सनाचे १०४६ हेच वर्ष धरून कालगणनेस सुरवात केली. फसली १०४६ ला सुहूर १०३७ येत असल्यामुळे हा सन सुहूरच्या पुढे ९ वर्षे आहे. सुहूर सनाप्रमाणेच याचे नवीन वर्ष मृगनक्षत्रावर सुरू होते. महिने व तिथि सुहूरप्रमाणेच चांद्रमानाच्या आहेत. याचे शकांत रूपांतर करावयाचे असल्यास ५१२ व ५१३ अशी वर्षे अनुक्रमे मिळवावी लागतात.

राजशकः – ही गणना शिवाजीने आपल्या राज्याभिषेकापासून सुरू केली. राज्याभिषेक श. १५९६ ज्येष्ठ शुद्ध १३ स झाला. अर्थात् या पद्धतीचे शकांत रूपांतर करण्यासाठी ज्येष्ठ ते फाल्गुन १५९५ व चैत्र ते ज्येष्ठ शु. १३ पर्यंत १५९६ मिळविले पाहिजेत. याच्या किंवा अशाच इतर आड महिन्यात (चैत्राशिवाय) सुरू होणाऱ्या कालगणनेच्या एकाच वर्षी दोन संवत्सरनामे येतील. उदाहरणार्थ राजशक १ ला आनंद संवत्सरही येईल व राक्षस संवत्सरही येईल.

जव्हार शक – जव्हार संस्थानांतील पत्रातून हा शक आढळतो. याची सुरवात शके १२६५ ज्येष्ठ शु. १२ स झाली आहे. अर्थात् जव्हार पद्धतीला शकाचे रूपांतर द्यावयाचे असल्यास ज्येष्ठ ते फाल्गुन १२६४ व चैत्र ते ज्येष्ठ शु. १२ पर्यंत १२६५ वर्षे मिळविली पाहिजेत.

जुलूस – मोगल बादशहा व विजापूरचे बादशहा यांनी जुलूस सन वापरलेला

आहे. जुलूस सन म्हणजे राज्याभिषेकाचे वर्ष. आपल्याकडे राज्याभिषेक वापरण्याची पद्धत फार जुनी आहे. चालुक्य, राष्ट्रकुट वगैरे घराण्यांतील राजपुरुषांनी सर्रास आपल्या राज्याच्या अभिषेकाचे वर्ष वापरले असून अशा वर्षगणनेस सर्वांचे 'विजयराज्यसंवत्सर' असे सामान्य नाव आहे. येवढेच नव्हे तर काही कुलांनी आपले स्वत:चे नवीन शक सुरू केले. उदाहरणार्थ, कल्चूरी, शिलाहार यांचे स्वतंत्र शक आहेत. तसेच कल्याण चालुक्यांपैकी एकाने आपल्या नावाने एक नवीन शक सुरू केला होता. शिवाजीने या बाबतीत दुसऱ्या पद्धतीचे अनुकरण केले; म्हणजे इतर राजांप्रमाणे त्याने आपल्यापुरताच राज्याभिषेक शक सुरू न करता नवीन शक सुरू केला. तो पेशवाईअखेर कागदात चालू असलेला दिसतो. निजामशाहीत जुलूस वापरीत नसत. शिवकालात आदिलशाही व मोगल या दोन घराण्यांपैकी तीन पुरुषांनी आपला जुलूस वापरलेला दिसतो. हे तीन पुरुष म्हणजे विजापूरचा अली आदिलशहा आणि मोगलांपैकी शहाजहान व आरंगजेब हे होत. अली आदिलशहा हिजरी १०६७ च्या मोहरम २६ ला (श. १५७८ कार्तिक व. १३ इ. स. १६५६ नोव्हें. ४) गादीवर आला. त्याने आपला स्वत:चा नवीन जुलूस सुरू केला. व तो सुमारे १६ वर्षे म्हणजे त्याच्या मरणापर्यंत चालू राहिला. (मृत्यू १५९४ मार्ग.) मोगलापैकी शहाजहान हिजरी १०३७ जमादिलरवर १ ला (श. १५४९ माघ शु. २इ. १६२८ जाने. २८) गादीवर आल्यामुळे त्या दिवशी त्याचा जुलूस सन सुरू झाला व तो ३२ वर्षे चालला. त्यानंतर औरंगजेब गादीवर आला. औरंगजेबाचे राज्याभिषेकसमारंभ दोन दिवशी झाले. पहिला श. १५८० श्रावण शु. १ स व दुसरा १५८१ ज्येष्ठ व. ११स. (इ.स. १६५९ जून ५) पण जुलूस सन यापैकी कोणत्याच दिवशी सुरू न होता हिजरी १०६८ च्या रमजान महिन्यान १ तारखेस (श. १५८० ज्येष्ठ शु. २ इ.स. १६५८ मे २३) सुरू झाला व तो ५१ वर्षे चालू होता.

इसवी सनः – हा कसा सुरू झाला हे प्रसिद्धच आहे. शिवकालात या कालगणनेत दोन प्रकार उत्पन्न झाले होते. एक ओल्ड स्टाईल व दुसरी न्यू स्टाईल. न्यू स्टाईल ओल्ड स्टाईलच्या १० दिवसांनी पुढे आहे. म्हणजे न्यू स्टाईलच्या इ. स. १६७४ जानेवारीला ओल्ड स्टाईलची तारीख इ. १६७३ डिसेंबर २२ ही येते. येथे ज्या परकीयांनी वखारी घातल्या त्यापैकी पोर्तुगीज, डच, व फ्रेंच हे न्यू स्टाईल व इंग्लिश ओल्ड स्टाइल वापरीत असत. अर्थात् पत्रांची संगति लावताना स्टाईलची बाब अवश्य विचारात घेतली पाहिजे.

महिने व वार – मुसलमानी पद्धतीत वर्षगणना जरी निरनिराळ्या असल्या तरी महिने एकच आहेत. तसेच वारही सर्वांचे सारखेच आहेत. म्हणून ते पुढे देतो : – महिन्यांची नावे (१) मोहरम किंवा मोहरम उल् हराम (२) सफर किंवा सफर उल्

मुजफर (३) रबिअ उल् अवल (४) रबिअ उल् आखिर किंवा रबिअ उस्सानी (५) जमादि उल् अवल (६) जमादि उस्सानी किंवा जमादि उल् आखिर (७) रजब किंवा रजब उल् मुरजब (८) शाबान किंवा शाबान उल् मुअजम (९) रमजान किंवा रमजान उल् मुबारक (१०) शवाल किंवा शवाल उल् मुकरम (११) जिल्काद (१२) जिल्हेज, यातील हराम (पवित्र), मुजफर (यशस्वी), अवल (पहिला) सानी (शेवटचा), मुरजब (पवित्र); मुअजम (श्रेष्ठ) मुबारक (दयाळू); मुकरम (प्रिय) हे शब्द त्या त्या महिन्यात लावलेली विशेषणे आहेत. मराठी पत्रात महिन्यांचे उल्लेख नुसते किंवा सविशेषण केलेले आडळतात.

वारांचा क्रम आपल्यासारखाच आहे. मात्र नावे भिन्न आहेत. वार तिथी प्रमाणेच रोज संध्याकाळी बदलतो. गुरुवार सायंकाळ ते शुक्रवार सायंकाळपर्यंतचा जो वार त्यास जुमा किंवा आदिना म्हणतात. शुक्रवार सायंकाळ ते शनिवार सायंकाळ या वारास यकशंबा, दोशंबा, सीशंबा, चहारशंबा, पंजशंबा ही फारशी नावे किंवा इहिशेबा, इसनेशंबा, सलासशंबा, अबाईशंबा खम्सशंबा ही अरबी नावे आहेत.

कोणत्याही कालगणनेतील एका मितीचे दुसऱ्या कालगणनेत रूपांतर करावयाचे झाल्यास एकाच मितीस दुसरीचे दोन वार व दोन मित्या (क्वचित एक किंवा तीन) दिल्या पाहिजेत. पण असे करणे अतिशय जिकीरीचे व गैरसोईचे असल्याने पंचांगे किंवा जंत्र्या यातून प्राय: एकच वार, मिति व तारीख ही दिलेली असतात.

येथवर निरनिराळ्या कालगणना आणि मुसलमानी महिने व वार यांची माहिती दिली. आता प्रत्येक रियासतीतील तारखा घालण्याची पद्धत कशी होती ते सांगतो.

निजामशाही पद्धत – खास निजामशाही फर्मानात आरंभी सुहूर घालीत व शेवटी हिजरी सन घालीत. मात्र हिजरी सन आकड्यात न घालता तदंकवाचक जे अरबी शब्द त्या शब्दांनी दर्शवीत. उदा. खं. २० ले. २५४, २५५ ही निजामशाही पत्रे पहा. यात आरंभी सु॥ सन सबा अलफ असा सुहूरचा उल्लेख आहे व शेवटी तेरीक १७ किंवा २२ माहे जिल्कादी खमस अशर अलफ अस हिजरी सनाचा उल्लेख आहे. आणखी उदाहरणाकरता त्रै. २ पृ. ५६, ५७, ५८ व १४१, १५१-१५६ व खं १५ ले. ४००-०१-०२ ही पत्रे पहा. शके १५४० पासून शके १५५८ पर्यंत निजामशाहीत मलिकंबर व शहाजी हे अनुक्रमे सर्वाधिकारी होते. अर्थात त्यावेळच्या खुद्द पादशाही फर्मानात मलिकंबर किंवा शहाजी यांची तारखा घालण्याची पद्धतच बहुधा दिसून येते.

दुसऱ्या पायरीचे अधिकारी म्हणजे सुभेदार वगैरे प्रांताधिकारी. पहिले पहिले अधिकारी फर्मानाप्रमाणेच प्रथम अरबी शब्दात सुहूर सन व शेवटी अरबी शब्दात हिजरी सन घालीत. उ. खं. २० ले. २२६ पहा. यात आरंभी सुहूर घालून शेवटी हिजरी सन घातलेला आहे. मलिकंबर व शहाजी यांनी ही पद्धत टाकून दिली.

त्यांच्या पत्रातून प्रथम अरबी शब्दांनी सुहुर सन दिला असून शेवटी फक्त तारीख व महिना येवढीच दिलेली आहेत. उ.सा. २८७ किंवा खं. २० ले. २५७ पहा. यात प्रथम सुहूर देऊन शेवटी फक्त तारीख व महिना दिलेले आहेत.

तिसऱ्या प्रकारची पत्रे म्हणजे महालकरी, मामलेदार, ठाणेदार वगैरे अधिकाऱ्यांनी लिहिलेल पत्रे. यात आरंभी सुहूर सन देऊन शेवटी फक्त तारीख व महिना ही दिलेले असतात. उ.खं. २० ले. २२४ पहा. यात आरंभी सुहूर सन आणि शेवटी महिना व तारीख दिलेली आहेत. खं. २० ले. २२५ हा ठाणेदाराचा हुकूम असूनही आरंभी सुहूर व शेवटी हिजरी दिला आहे. पण अशी उदाहरणे फारच थोडी आहेत.

विजापुरी पद्धत – विजापुरी राजवटीत बादशाही पत्रावर आरंभी सुहूर सन घालून शेवटी तारीख, महिना, व हिजरी सन घालीत असत. यात तारीख व सन ही कधी अंकांनी दाखवीत, कधी तदंकवाचक फारशी शब्दांनी दाखवीत, तर कधी फारशी शब्दाऐवजी अरबी शब्दांनी सन व तारीख व्यक्त करीत. कधी कधी अंक व अंकवाचक शब्द दोन्ही लिहित. उ.त्रै. व २ पृ. ६० पहा. येथे एक विजापुरी फर्मान आहे. त्यात आरंभी सुहूर सन देऊन शेवटी नहूमे ९ शहरे रमजान सने १०५९ असा उल्लेख आंहे. यात नहूम शब्द ९ अंक वाचक आहे हे उघड आहे. खं. २१ ले. १ मध्ये आरंभी सुहूर व शेवटी तारीख दुयेम.... सन एक हजार सात असा उल्लेख आहे. सर. ले. ४२, ४३, ४४ त आरंभी सुहूर व शेवटी हिजरी दिला आहे. श्री. आतार यांनी मंडळाकडे पाठविलेल्या फर्मानांवर शेवटी तारीख हफ्तुम... सना १०७० असा उल्लेख आहे. बशीर अहमद यांनी प्रसिद्ध केलेल्या 'फरामीनुस्सलातीन' या पुस्तकात दिलेल्या विजापुरी फर्मानांवर अशा तऱ्हेने सुहूर व हिजरी यांचे उल्लेख केले आहेत. विजापूर बादशहांपैकी दुसरा अली आदिल याने आपला जुलूस सुरू केला होता. तेव्हा त्याच्या पत्रावर जुलूस सापडावा हे साहजिक आहे. खं. २० ले. ७६ मध्ये किंवा मंडळाच्या संग्रही काही फर्माने आहेत त्यावर तारीख व हिजरी सन याबद्दल अरबी शब्दच वापरलेले आहेत. व एकावर अली आदिलचा जुलूसही आहे.

विजापुरी राजवटीतील दुय्यम प्रतीच्या अधिकाऱ्यांच्या पत्रात सामान्यत: आरंभी सुहूर सन घालून शेवटी फक्त तारीख व महिना यांचा उल्लेख केलेला असतो. अशी पत्रे आज शेकडो उपलब्ध आहेत. त्यांची उदाहरणे शिवकालीन कागदपत्रांच्या बहुतेक पुस्तकात सापडतील. क्वचित् दुय्यम अधिकाऱ्यांनीही शेवटी हिजरी सन घातला आहे.

या अधिकाऱ्यांचा सनाचा उल्लेख करण्याचा आणखी एक प्रकार आहे. काही पत्रातून आरंभी व शेवटी अरबी शब्दात सुहूर सनच सांगितलेला असतो उ. खं. २० ले. ८६ यात आरंभी व शेवटी सन सबा अर्बैन असा उल्लेख केला आहे.

परगण्याहून सुटलेल्या हुकमावर प्राय: आरंभी सुहूर सन व शेवटी तारीख व

महिना ही दिलेली असतात. हिजरी किंवा जुलूस वापरलेले आढळत नाहीत उदाहरणार्थ खं. २० मधील चित्रावप्रकरणी पत्रे पहा.

मोगली पद्धत – मोगली राजवटीतील शहाजहान व औरंगजेब यांच्या कारकीर्दीची दक्षिणेत पत्रे आहेत. शहाजहान व आरंगजेब या दोघांचेही जुलूस होते. त्यामुळे त्यांच्या पत्रातून हिजरी व जुलूस असे दोन्ही प्रकारचे सन दिलेले आढळतात. सुहूर सन मोगलांनी कधीही वापरलेला नाही. दोघांच्याही पत्रात आरंभी कोणताही सन घालीत नाहीत. शेवटी तारीख, महिना व हिजरी किंवा जुलूस, किंवा हिजरी व जुलूस दोन्हीही वापरलेले आढळतात. तसेच तारीख व सन यांचा निर्देश कधी अंकांनी तर कधी अंकवाचक फारशी शब्दांनी केलेला आढळतो. खं. ८ व प्रभात मासिक यात दिल्लीपतीचा पत्रव्यवहार आला आहे. त्या पत्रांच्या मूळ फारशी नकला मंडळाच्या संग्रहास आहेत खं. ८ ले. ३ च्या फारशी अस्सलात 'तारीख हफ्तुम शहरे जिअल्काद सना २३ जुलूस' असे शब्द आहेत. खं. ८ ले. ४ च्या फारशी अस्सलात शेवटी तारखेचा उल्लेख 'तहरीर फीत्तारीखे पंजूम शहरे जिल्हेज सना बीस्त वसे जुलूस मिमिनत मानूस मुताबिक सना हजार व पंजाह व नुह हिजरी' असा आहे. खं. ८ ले. ५ च्या फारशी रूपात शेवटी 'तारीखे १८ रजबुल मुरजबा सना ३१' असा उल्लेख आहे. ही सर्व पत्रे शहाजहानाच्या कारकीर्दीतील आहेत हे हिजरी सनावरून उघड होते. खं. ८ ले. ६ चे पत्र औरंगजेबाने राज्याभिषेक झाला नसताना पाठविलेले आहे याच्या शेवटी 'गुर्रे शहरे जमादिउल् आखिर सन १०६७' असा उल्लेख आहे. अर्थात १०६७ हे हिजरी साल आहे. खं. ८ ले. ७ च्या फारशी नकलेत शेवटी 'बतारीखे ४ जिल्काद सना इहिदे अज जुलूस मुताबिक सना १०६९ हिजरी' असा कालाचा उल्लेख केला आहे. इहिदे हा एक अंक वाचक अरबी शब्द आहे. असे अनेक उल्लेख निरनिराळ्या २-३ प्रकारचे दाखविता येतील.

मोगली दुय्यम अधिकाऱ्यांनी लिहिलेली फारशी पत्रे उपलब्ध नाहीत. शि.प्र.पृ. १९४ वर एक जयसिंगाचे फर्मान दिले आहे त्यात तारखेचा उल्लेख बतारीखे चहारूम शहरे जमादि उल्अवल सना ७ जुलूस असा आहे. खं. २० ले. २३८ व २४४ ची पत्रे एका मोगली अधिकाऱ्याची आहेत. त्यात विजापुरी शिरस्त्याप्रमाणे आरंभी सुहर आणि शेवटी महिना व तारीख ही घातली आहेत. खं. २० ले १९९ च्या पोटात एक सनद छापिली आहे. ही मोगली दुय्यम अधिकाऱ्याने लिहिली आहे. शेवटी केलेला तारखेचा उल्लेख 'तारीख गुरे माहे जिल्हेज सन ९ जुलूसे वाला मुताबिक सन १०७६' असा आहे. औरंगजेबाच्या ९ जुलुसला १०७६ फसली येत आहेत. एकंदरीत दुय्यम अधिकाऱ्यांनी फसली सन बराच वापरला असावा असे वाटते.

तिय्यम अधिकाऱ्यांनी लिहिलेली पत्रे विजापुरी पद्धतीचेच अनुकरण करतात.

शिवशाही पद्धत – शिवशाहीच्या कागदात शहाजीचेही हुकूम येतात. शहाजीच्या

हुकमात आरंभी सुहूर आणि शेवटी महिना व तारीख दिलेली असतात. शिवाजीच्या पत्रात २/३ प्रकार आढळतात. काही पत्रात आरंभी सुहूर आणि शेवटी तारीख व महिना यांचा उल्लेख असतो. उ.सा.ले. २३९ पहा. यात आरंभी सुहूर व शेवटी तारीख व महिना दिलेली आहेत. शिवाजीने राजशक सुरू केला हे खरे. पण राजशक सुरू झाल्याबरोबर हिंदु महिना, मिती किंवा राजशक यांचा सर्रास उपयोग होऊ लागला अशी जर कोणाची समजूत असेल तर ती अगदी चुकीची आहे. राज्याभिषेकानंतर किती तरी पत्रे अशी आहेत की, ज्यात सुहूर सन आणि मुसलमानी तारीख व महिना वापरलेली आहेत. उ खं. ८ ले. ३१ पहा. हे पत्र राज्याभिषेक झाल्यावर ५/६ महिन्यांनी लिहिलेले आहे. यात मुसलमानी सन, तारीख व महिना नेहमीच्या पद्धतीने दिलेली आहेत. उत्तरोत्तर मुसलमानी कालगणना शिवाजीच्या पत्रातून कमी कमी होत जाऊन त्या ठिकाणी राज्याभिषेक शक आणि हिंदु मास व मित्या यांचा जास्त जास्त प्रचार झाला हे खरे. उ.खं. ८ मधील ३३ ते ३६ लेखांक पहा. यात राज्याभिषेक शक, हिंदु मास व मिति ही आढळतात.

शिवाजीच्या २ ऱ्या व तिसऱ्या प्रतीच्या अधिकाऱ्यांनी शिवाजीने प्रयोगात आणलेली कालगणनेची पद्धत उपयोगात आणली असल्याने तीविषयी जास्त लिहिण्याची जरूरी नाही.

एका पद्धतीचा उल्लेख मात्र येथे केला पाहिजे. शिवशाहीतील काही पत्रांवर शेवटी तारीख, महिना व सुहूर सन ही नमूद केलेली असतात. उ.खं. ८ ले १२ पहा. यात पत्राचे शेवटी छ. ४ माहे रमजान सन सलास सितैन असा उल्लेख आहे. आणखी उदाहरणांकरिता इतिहाससंग्रहातील ‘गोमातकाच्या इतिहासाची साधने’हे प्रकरण पहा.

मित्यांविषयी काही विशेष – इ.वृ. १८३४ पृष्ठ ५६ वर एक मिरासी पत्र छापले आहे. त्याची मिती त्या पत्रात १५९१ सौम्य संवत्सर ज्ये.शु. ७ शुक्रवार अशी दिली आहे. जंत्रीप्रमाणे ज्येष्ठ शु. ७ गुरुवारी ९ घटका ४ पळे असून शुक्रवारी ८ मी १३ घटका ७ पळे आहे. या ठिकाणी ७ मी प्रमाण मानावी तर वार चुकीचा लिहिला असे म्हणावे लागते. वार प्रमाण धरला तर तिथी चुकीची घातली असे मानावे लागते. सामान्यत: लोकांच्या ध्यानात वारं जितका निश्चयाने रहातो तितकी तिथी राहणे शक्य नाही. पंचांगाचा प्रसार आज जसा घरोघर झालेला दिसतो तसा पूर्वी नव्हता. निदान खेडेगांवी तरी (आजच्या स्थितीवरून पहाता) प्रत्येकाचे घरी पंचांग असेल असे म्हणवत नाही. उलट वरील पत्रात खरेदी विक्री करणारे अनुक्रमे जोशी कुळकर्णी आहेत. यामुळे त्यांनी पंचांगात तिथि पाहिली नसेलसे म्हणवत नाही. तरी पण तिथी चुकण्याची संभवनीयता जास्त येवढे मात्र खरे. येथे हेही सांगून ठेवण्यास हरकत नाही, की अस्सल पत्रात कित्येक वेळा अक्षय्य तृतीया, नागपंचमी,

दसरा अशा एकाद्या प्रसिद्ध तिथीचा उल्लेख असतो. अशा वेळी मात्र तिथीच प्रमाण धरली पाहिजे. पण अशा तिथींना दिलेले वार चुकल्याचे आढळात नाही. उलट दिव्य प्रकरणी, शनिवार, रविवार, मंगळवार हे दिव्यांगभूत कार्ये करण्याचे ठरलेले असल्यामुळे अशा वेळी वार व तिथी यांचा मेळ नसल्यास वार बरोबर मानून तिथि चुकीची मानिली पाहिजे.

शिवचरित्र साहित्य ले. २६७ मध्ये आरंभी सुहूर सा १०४२ दिला आहे व शेवटी हिजरी १०५२ जमादिलावल १७ ही तारीख दिली आहे. सुहूर १०४२ मध्ये जमादिलावल महिना येतो पण हिजरींचे साल १०५१ येते. हिजरी १०५२ चा जमादिलावल घ्यावा तर सुहुर १०४२ संपून १०४३ चे २।३ महिने घेऊन जातात. अशा घोटाळ्याची पत्रेही बरीच सापडतात. ह्या घोटाळ्याची संगति लावण्याचा एकच मार्ग दिसतो. सुहुर १०४२ च्या शेवटी शेवटी म्हणजे फाल्गुन पत्राचा मुख्य मजकूर तयार झाला. पण शिक्का मोर्तब व निरनिराळ्या अधिकाऱ्यांचे शेरे होण्यास ४।६ महिने लागून हिजरी १०५२ च्या जमादिलावलात पत्र पूर्ण तयार झाले. अर्थात् पत्र पूर्ण तयार झाल्याची तारीख शेवटी घातली. या ४।६ महिन्यांच्या अवधीत सुहूर सन तर बदललाच पण मुख्यतः हिजरी बदलून नवीन वर्ष सुरू झाले. यामुळे हिजरी व सुहूर जमत नाहीत. पत्रे तर त्यांच्या स्वरूपावरून खरी म्हणणे भाग असते. तेव्हा वरील उपपत्तीशिवाय इतर कोणत्याही रीतीने या घोटाळ्याचा समाधानकारक निकाल लावता येत नाही. अशा तऱ्हेंची आणखी उदाहरणे पाहिजे असल्यास अभ्यासकांनी पुढील पत्रे पहावी. त्रै.व. ५ पृ. ६०; फरा. सला. पृ. २२० स.प. पृ. ५२ ले. २०; सावंतवाडी संस्थानचा इतिहास जुने लेख नं. ८-९-११ वगैरे. तारखेचा असला घोटाळा असणारे लेख बहुधा शुद्ध फारशी व खाशांचे असेच असतात. बादशहाकडून हुकूम मिळविण्यास ५/६ महिने लागले तर त्यात आश्चर्य मानण्याचे कारण नाही. आजही कोर्टकचेऱ्यांचा जो अनुभव येतो त्यावरून एकतंत्री बादशाही कारभारात ५/६ महिने लागणे म्हणजे काहीच नाही. खं २० ले.१७ यात वतन राखण्याकरिता जो वाद खेळावा लागला त्याला खर्च काय आला व कोणकोणत्या लोकांच्या गाठी भेटी घेऊन कोणकोणते विधि करावे लागले याची हकीकत दिली आहे. त्यावरून माझे वरील म्हणणे परिस्थितीला धरूनच आहे असे म्हणावे लागेल.

दुसरा असाच एक प्रश्न संशोधकांचा थोडा घोटाळा उडवून देणारा आहे. काही पत्रात असे आढळून येते की, पत्रात उल्लेखिलेला काळ एक असावा तर पत्रावरील शिक्यातील काळ दुसराच असावा. अशा वेळी निराळाच काळ दाखविणारा शिक्का खुद्द बादशहाचा किंवा त्याच्या एखाद्या प्रधानाचा असतो. अर्थात शिक्यातील काळ ज्याचा शिक्का तो मनुष्य त्या कामावर केव्हा आला हे दाखवितो. आणि म्हणूनच शिक्यातील काळ हा प्रत्यक्ष पत्रलेखनाच्या अगोदरचा बहुधा असतो. याशिवाय इतर

कोणत्याही तऱ्हेने या दोन भिन्न कालांची संगति लगत नाही. शिवशाहीतील पत्रात हा प्रश्न उत्पन्न होत नाही. कारण कोणाच्याही शिक्क्यात कालाचा उल्लेख केलेला नसतो.

कित्येक पत्रातून सुरुसन म्हणून पुढे काही तरी आकडा घातलेला असतो. त्या ठिकाणी पाठीमागील शब्द सुरुसन असला तरी आकडा फसली सनाचा असतो. हा प्रकार मोगली पत्रात फार आढळतो.

कधी कधी वर्षांचा उल्लेख सन समान १०४७ असा केलेला असतो या ठिकाणी समान म्हणजे सुहूर १०३८; पुढील १०४७ ही फसली वर्षसंख्या घ्यावी लागते. असे उल्लेख पुष्कळ ठिकाणी आलेले आहेत व त्या प्रत्येक ठिकाणी असा अर्थ केल्याशिवाय संगति लागत नाही.

काही ठिकाणी वर्षाचा उल्लेख सन हजार १०५७ असा केलेला असतो. या ठिका हजार शब्द काय सुचवितो हे सांगता येत नाही. पण पुढील आकडा फसली वर्ष दाखवितो हे मात्र खास.

पत्रात कधी कधी हकीकत सांगतांना सन सलास असा सुहूर सनातील एका आकड्याचा उल्लेख असतो. तेथे सलास हे सुहूर सनाचे 'ज्याच्या शेवटी तीनचा आकडा आहे.' असे वर्ष असते. ते कोणते हे पुढचा मागचा संदर्भ पाहून अदमासाने ठरवावे लागते.

शिवकालीन कागदपत्र चाळीत असता एक ठिकाण असे आढळले की त्या ठिकाणी हल्लींच्या पद्धतीप्रमाणे वर्षसंख्या व संवत्सरनाम ही जुळत नाहीत ते ठिकाण पुढीलप्रमाणे –

	वर्ष	दिलेला संवत्सर	पाहिजे असलेले साल
खं. २० ले. ५४	१५९४	'विरोधकृत्'	१५९३

महाराष्ट्रात संवत्सर देण्याची जी पद्धत आहे तीप्रमाणे या ठिकाणी संवत्सरांची नावे दिलेली नसून तामील पद्धतीप्रमाणे दिलेली आहेत. असे वाटते. तामील व महाराष्ट्र या दोन्ही देशात संवत्सराचे नाव एकच असते पण वर्ष मात्र आपल्यापुढे एक वर्ष असते म्हणजे आपल्या १८५१ ला तामील पंचांगांत १८५२ म्हटलेले असते. असली उदाहरणे फारच क्वचित आढळत असल्याने त्याविषयी जास्त लिहावयाचे कारण नाही. अर्थात् वरील ठिकाणी श. १५९४ हे वर्ष दिले असले तरी १५९३ हेच वर्ष घेतले पाहिजे.

सा.ले. ३८९ हा विजापुरी कागद आहे. नेहमींच्या पद्धतीप्रमाणे आरंभी सुहूर आहे. पण शेवटी मात्र नेहमीप्रमाणे हिजरी न घालता फसली घातला आहे. पण अशी उदाहरणे फारच थोडी असतील.

खं. २० ले. १९९ मध्ये एक पत्र आहे त्याच्या शेवटी ९ जुलूस दिला असून नेहमीप्रमाणे त्याशी जुळता हिजरी सन न देता फसली १०७६ असा दिला आहे. असली उदाहरणेही क्वचित् आढळतात.

टीप १

फरामीनुस्सलातीन (ले. बशीरुद्दीन अहमद M.R.A.S. लंडन) हे पुस्तक चाळीत असता खालील दोष माझ्या नजरेस आले.

१) ले. १३७, हि. १०५६ चा म्हणून दिला आहे. मुळात सुहुर सीत व खमसन व अलफ हा आहे. त्याला गणिताने हिजरी १०६५ व १०६६ ही साले पडतात. फर्मानाच्या शेवटी हिजरी १०५६ छापला आहे. हिजरी ग्राह्य धरावा तर सुहूर चुकला व सुहूर ग्राह्य धरावा तर हिजरी चुकला असे म्हणावे लागेल.

२) ले. १४० हे पत्र हि. १०६६ म्हणजे महमदशहाच्या (मृत्यु हि. १०६७) शेवटच्या वर्षांचे असून आरंभी 'मुहरे इब्राहीम आदिलशाह जगद्गुरु' असा शिक्का आहे. इब्राहीम मरून ३० वर्षे झाली तरी त्याचा शिक्का चालू होता हे म्हणणे सयुक्तिक दिसत नाही. शिवाय हि १०६६ च्या अगोदर किती तरी वर्षे महमदशहाचा शिक्का चालू असलेला आढळतो. तेव्हा भलत्याच फर्मानास भलताच शिक्का घातल्याचे दिसते.

३) ले. १४२ मध्ये सुहुर सन नीट छापलेला नाही हिजरी १०६६ म्हणून लिहला आहे. मला वाटते तेथे सुहुर, सीत सितैन व अलफ असा पाहिजे सितैन व अलफ छापले आहे. सुहूर सीत सितैनला हिजरी १०७६ येतो. शेवटी १०६६ हिजरी छापला आहे. शिक्का 'नजफ अला मुरीदे सुलतान महमद आदिलशाह' असा छापला आहे. महमदशहाचा अशा प्रकारचा शिक्का. कोठे पहाण्यात नाही. वास्तविक तो शिक्का 'मुरीदे नजफ शाह अली पादशाह गाझी इब्ने सुलतान महमद शाह' असा असावा आणि हा शिक्का अली आदिलशाहाचा आहे. शिवाय सीत सितैनला अली आदिलच राज्य करीत होता. एवंच फर्मान वास्तविक अली आदिलचे आहे. पण महमद आदिलचे म्हणून छापले आहे.

ले. १४५ व १४६ मध्ये सुहुर किंवा हिजरी कोणतेच वर्ष दिले नाही. असे असता पहिले फर्मान अली आदिलशहाचे व दुसरे अनामकाचे ठरविले आहे. फर्मानांवर जो शिक्का आहे तो शिकंदर आदिलशहाचा आहे. तेव्हा दोन्ही फर्माने शिकंदराची असावीत.

ले. १४७ त आरंभी अली आदिलशाहा शिक्का आहे, मजकुरात सुहुर समान खमसैनव अलफ असा असून शेवटी हिजरी १०६८ दिला आहे. शिक्का सुहुर व हिजरी ही सर्व फर्मान, अली आदिलशाहाचे कारकीर्दीतील आहे असे दाखवीत असून महमद आदिलशहाचे नांवावर ग्रंथकर्त्याने दिले आहे.

ले. १५० आदिलशहा सानीचे फर्मान म्हणून दिले आहे. आदिलशहा सानी नांवाचा कोणीही राजा विजापुरास झाला नाही. शिवाय मजकुरात सुहुर १०३१ व

१ मूर्तजा निजाम; २, ३, मलिकंबर; ४-६ मोगल;
७ इखलासखान; ८ मुस्तफा; ९ अलीआदिल.

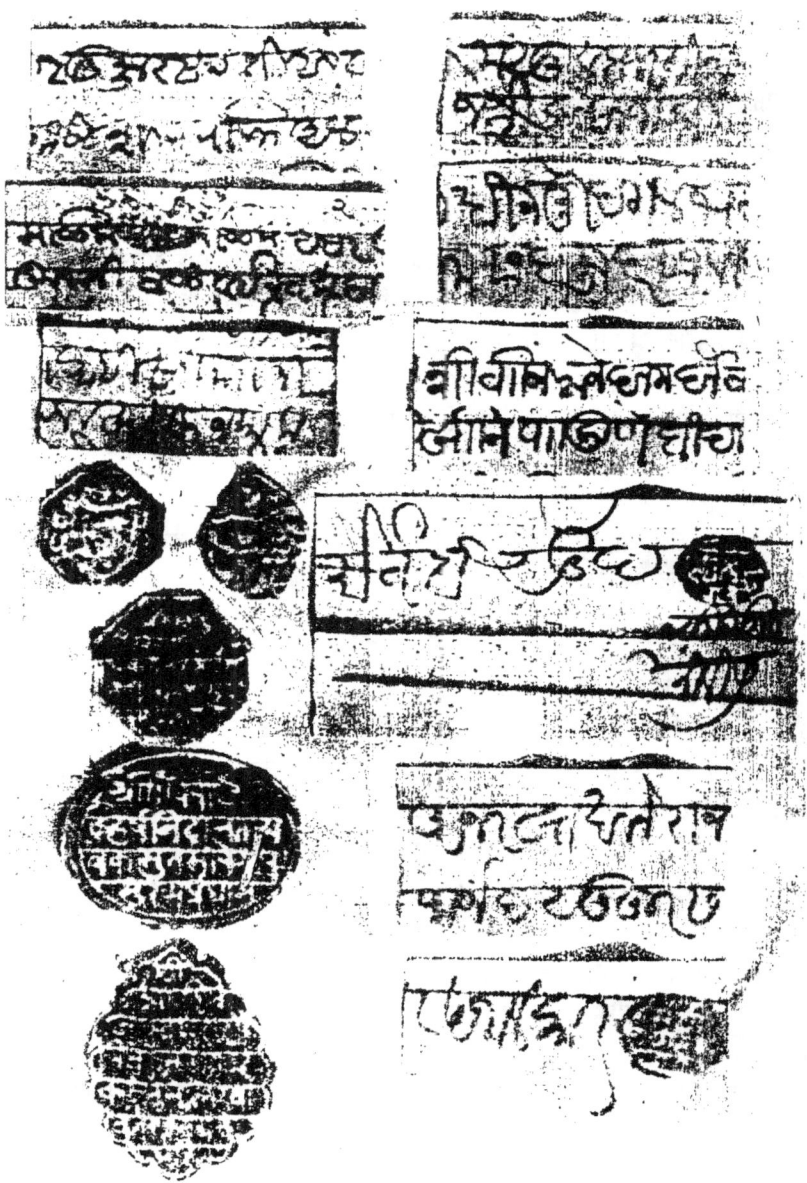

अक्षरांची वळणे - १ विजापुरी, २ मलिकंबरी, ३ दादाजी कोंडदेव, ४-५ शहाजी, ६,७,८ शिवाजी, ९ संभाजी;, शिक्के - १० शहाजी, ११ जिजाई, १२ शिवाजी, १३ मोरोपंत, १४ संभाजी

हिजरी १०७१ दिला आहे. या दोहोंचा मेळ घालता येणे कधीच शक्य नाही.

ले. १५२ शिंकरदरचा म्हणून सांगितला आहे. मजकुरात सुहुर सबैन व अलफ (१०७०) व हिजरी १०८६ दिला आहे. सुहुर १०७० ला हिजरी १०८१ येईल व हिजरी १०८६ ला सुहूर १०७५।७६ येईल. कोणता तरी एक चुकीचा छापला आहे. मला वाटते सुहुरच्या पुढे रसना शब्द असून पुढे तत्सदृश सीत शब्द असावा. पण नकलणाऱ्यास हे न समजून त्याला वाटले की सना शब्द चुकून दोनदा पडला आहे म्हणून त्याने एक सीत शब्द गाळला व मोठी चूक करून ठेविली.

ले. ४५ औरंगजेबचे फर्मान म्हणून दिले आहे.या फर्मानातील शिक्क्यांत सन १०६७ महमद अलमगीर बादशहा गाझी अहमद अबुअल अदल अजीजुद्दीन असा मजकूर आहे. व भोवताली औरंगजेबाच्या १० पूर्वजांची, औरंगजेबाचे आणि २ वंशजांची अशी १३ नावे आहेत. हे फर्मान औरंगजेबाचे नसून आलमगीर दुसरा याचे आहे. हे वंशावळ, औरंगजेबाचे नाव सन. वगैरेवरून स्पष्ट दिसून येईल. ले. ७७ ही असाच खोटा असावा याला कारणेही वरचीच आहेत.

एकदंरीत या पुस्तकात प्रसिद्ध केलेल्या कागदाचे ? वगैरेंचे आधार फार तपासून घेतलेले पाहिजेत.

टीप २

शहाजीचा शिक्का अष्टकोनी पाऊण इंच रुंदीचा असून आत बंदा शहाजी भोसला असे लिहिले असावे. अक्षरे स्पष्ट लागत नाहीत.

जिजाबाई मुद्रा (अष्टकोनी १ इंच लांब रुंद) त्यांच्या हयातभर एकच होतो ती म्हणजे 'प्रतिपच्चंद्रलेखेव वर्धिष्णुर्विश्ववंदिता शाहसूनो: शिवस्यैषा मुद्रा भद्राय राजते' ही होय 'मर्यादेयं विराजते' ही शिवाजीची मोहर असून तिची लांबी रुंदी अनुक्रमे १/२ '' व ५/८'' आहे. मोहर षटकोनी आहे.

शिवाजीचे प्रधान तीन झाले असून त्यांच्या ४ मुद्रा आहेत. पहिला प्रधान शामराज रांझेकर याची मुद्रा वाटोळी १ इंच व्यासाची 'श्रीशिवनरपति हर्षनिदान सामराज मतिमत प्रधान' अशी होती. ही श. १५८४ वैशाख शु. १३ पर्यंत आढळते.

दुसरा प्रधान महादजी याची मुद्राही वर्तुळाकार १।। इंच व्यासाची व 'श्रीशिवनरपती हर्षनिदान महादेव मतिमत् प्रधान' अशा मजकुराची होती. ही शके १५९४ फाल्गुनपर्यंत चालू होती.

शिवाजीचा तिसरा प्रधान मोरोपंत याच्या मुद्रा तीन आढळतात. एक कुयरीच्या आकाराची असून ती श्रीशिवचरणी तत्पर त्र्यंबकसुत मोरेश्वर अशी होती. दुसरी लंब वर्तुळाकार १×१।। व्यासाची असून तीत श्री शिवराजेन्द्र इर्षनिदान त्र्यंबकसुत मोरेश्वर

मुख्य प्रधान अशी आहे. तिसरी मुद्रा ही दुसरीच्याच मापाची पण एषा श्री शिवराजेंद्र, मुख्यामात्यस्य सत्यघृक।। मुद्रा मोरेश्वरस्यास्तां भद्रा सद्रागदायिनी अशी होती. पहिली मुद्रा श. १५९७ च्या विजयादशमीपर्यंत खात्रीपूर्वक चालू होती. दुसरी मुद्रा वरील विजयादशमीनंतर चालू झाली असावी; कारण सा. २७५ व २७६ ही पत्रे श. १५९७ आश्विन शु. ४ वद्य १० ची असून पहिल्यात पहिली व दुसऱ्यात दुसरी मुद्रा आहे. यानंतर मोरोपंताच्या दोन मुद्रा काही दिवस चालू असाव्यात; कारण रामदास रामदासीच्या ६३/६४ अंकांतील महजरात मोरोपंताची पहिलीच मुद्रा आहे. श्रीसंप्रदायाची कागदपत्रे यातील १५९८ शकांतील कागदात मोरोपंतांची दुसरी मुद्रा आहे. तर खं ८ ले. ३६ श.१५९९ चा असूनही त्यात पहिलीच मुद्रा आहे. तिसरी मुद्रा श. १६०२ च्या कार्तिक महिन्यातील पत्रात दिसते. पण आतील शब्दांवरून ती शिवाजीच्या मरणापूर्वीची (श. १६०२ चैत्र १५) असावी असे वाटते. मोरोपंताची मोहोर वाटोळी असून विळसति लेखनांक धिर्मुद्रा' अशा मजकुराची आहे.

शिवाजीच्या कार्यकारी मंडळांपैकी सेनापति प्रतापराव गुजर याची मुद्रा चौकोनी असून तीत 'श्री शिवसेदनांधिपमुद्रा जयति सुभद्रा प्रतापरायस्य' असा मजकूर आहे. (रामदास रामदासी अं. ६३-६४ यामध्ये प्रत परावाच्या मुद्रेवर नागोजी गुजर लिहिले आहे. तर पत्रसार संग्रह ले. १४४१ मध्ये व बखरीमधून प्रतापरावाचे कडतोजी गुजर नाव येते; तेव्हा प्रतापरावास दोन्ही नावे होती असे वाटते. याची मोहोर अजून आढळली नाही.) शिवाजीचा दुसरा सेनापती हंबीरराव (हंसाजी) मोहिते याच्या दोन मुद्रा होत्या. पहिली वाटोळी व 'श्रीमछिवमहानुभाव सेनाधीश हंबीरराव' अशा मजकुराची आहे.व दुसरी 'श्री शिवचरणी दृढभाव, सरलष्कर मोहिते हंबीरराव' हशी होती. दोन्ही मुद्रा शिवाजीच्या कारकीर्दीतील दिसतात. पण पहिली मुद्रा श. १६०६ त (खं. १५ ले. १०) व दुसरी शके १६२७ मधील (खं. ८ ले. ५३) आहे. पहिलीची संभवनीयता आहे. पण दुसरी शंकनीय आहे.

अनाजी दत्तोची मुद्रा षट्कोनी व 'श्रीशिवचरणी तत्पर दत्तसुत अनाजि पंत निरंतर' अशी असून मोहोर वाटोळी असून 'लेख, ना वधि रे, धते' अशा मजकुराची आहे.

शिवाजीचे धर्माधिकारी पंडितराय यांची मुद्रा लंबवर्तुळी व श्री. चिंतामणीच रणशरण अशी आहे व मोहोर षट्कोनी व 'सुभं, भवतु' अशी आहे.

दत्ताजी त्रिमल वाकेनिवीस याची मुद्रा आढळत नसून फक्त अष्टकोनी 'मोर्तबसुद'च पहाण्यात येतो.

परिशिष्ट २

शिवकालीन मोडी लिपी

(लेखन – विनायक विष्णु देशपांडे, जुन्नर)

१. प्रास्ताविक – शिवकालीन इतिहासाचा अभ्यास करताना त्या कालातील अनेक कागद माझ्या अवलोकनात आले. त्याबरोबरच मोडी लिपीचा जन्मकाल कोणता असावा व तिची उपपत्ति व विकास कसा होत गेला असावा ह्या विषयी माझ्या मनात विचार येऊ लागले. तसेच शिवकालीन मोडी कागदाच्या वाचनातील बिकटपणा सर्व इतिहासभक्तांच्या माहितीचा असाच आहे. मराठी इतिहासाचे संशोधन करणारास सुरुवातीसच नाउमेद करणारी ही एक मोठी अडचण आहे. एखाद्या विषयाचा अभ्यास व त्यामध्ये संशोधन करावयाचे असेल तर अभ्यासकास त्या विषयास उपयोगी पडणारी सर्व साधनसामुग्री अगदी सौकर्याने प्राप्त झाली पाहिजे; नाहीतर सामग्रीची जुळवाजुळव करतानाच त्याची अर्धीअधिक शक्ति खर्च व्हावयाची. शिवाय एकाद्याने शिवकालीन मोडी वाचण्याची कला मोठ्या श्रमाने जरी साध्य करून घेतली तरी गुप्त धनासारखी त्यालाच ती फलप्रद होते. जुने मोडी कागद हे खेड्यापाड्यातून सापडतात व तेथे त्यांचे महत्त्व जाणून ते वाचणारा असा कोणीही मिळण्याचा संभव नसतो. तेव्हा एकतर ते कागद तसेच पडून राहतात किंवा मोठ्या प्रयासाने शिवकालीन मोडी जाणणाऱ्याकडे पाठवून वाचून घ्यावे लागतात. तात्पर्य, जुन्या मोडी कागदाचे वाचन हे प्राय: शिलालेख, ताम्रपट इत्यादिकांच्या वाचनासारखेच दुर्घट आहे. ह्या निबंधात मोडी लिपीचा जन्म काल, मोडी लिपीची उपपत्ति व तिचा विकास याविषयी विचार करावयाचा आहे. तसेच शिवकालीन मोडी कागद साधारणपणे कसा ओळखावा वा वाचावा याविषयी काही सूचना शेवटी केल्या आहेत.

२. साधने – हा निबंध लिहिण्याकरिता सुमारे ८५/९० शिवकालीन मोडी कागद मी निवडिले. स्थलाच्या दृष्टीने विचार करता, या कागदात उत्तरेस गुलशनाबाद म्हणजे नाशिकपासून तो दक्षिणेस अथणी विजापुरापर्यंतचे कागद आहेत. निजामशाही व आदिलशाही मुलखाचा ह्यामध्ये बहुतेक समावेश होतो. मोगलाईतील मोडी कागद १०।५ पेक्षा जास्त मिळाले नाहीत व ते जुन्नरकडील आहेत. कालदृष्ट्या पाहिले तर शके १५३५ पासून शके १६१० पर्यंत लिहिले गेलेले असे ते कागद आहेत. याशिवाय भा. इ. सं. मंडळाच्या संग्रही शके १४२९ मधील सातारा प्रांताकडील एका मोडी कागदाचा फोटो आहे, तोही पहावयास मिळाला. मोडी लिपीच्या उपपत्तीविषयी नीट समजूत होण्याकरिता यादवांच्या १३ व्या शतकातील ४/५ शिलालेखांच्या प्रतिकृति मननपूर्वक तपासिल्या व काही बालबोधी अक्षरे (ही १५ व्या शतकातील

असावीत) पाहावयास सापडली. वरील सर्व साधनांचे सूक्ष्म रीतीने परीक्षण केले. तसेच मोडी लिपीच्या उपपत्तीविषयी कोणी लिहिले असल्यास पहावे या हेतूने शोध केला असता, राजवाड्यांच्या ८ व्या खंडाच्या प्रस्तावनेतील एक परिच्छेद व चांदोरकरांनी भा. इ. सं. मंडळाच्या प्रथम संमेलनप्रसंगी वाचलेला व प्रथम संमेलनवृत्तांत छापून प्रसिद्ध झालेला 'मोडी लिपीची उपपत्ति' या विषयावरील एक निबंध, हे वाचण्याजोगे दिसले. चांदोरकारांनी 'आर्यलिपी' नावाचे एक लहानसे पुस्तक प्रसिद्ध केले आहे. त्यातील महत्त्वाचे मुद्दे वर उल्लेखिलेल्या निबंधात बहुतेक सर्व आले असल्यामुळे ते पुस्तक मिळविण्याचा प्रयत्न मी केला नाही. व आणखी एक दोघांनी, तसेच श्री. छत्रे यांनी या विषयावर लिहिले आहे असे समजते. ह्या विषयावरील आतापर्यंत प्रसिद्ध असलेली व मी पाहिलेली माहिती ती इतकीच.

३. तक्ता – यासोबत जो तक्ता जोडला आहे तो वर सांगितलेल्या कागदांतून काही विशिष्ट वळणाचीं मोडी अक्षरे घेऊन तयार केला आहे. एकच अक्षर घेऊन शके १५३५ पासून शके १६१० पर्यंत त्याचे वळण कालानुक्रमाने कसकसे होत गेले हे नीट प्रतीत व्हावे या करिता अक्षरे कालानुक्रमाने दिली आहेत. तक्ता तयार करताना कागद बहुतेक निजामशाही मुलखातील घेतले आहेत. म्हणजे निजामशाही मुलखात अथवा पुणे महाराष्ट्रात १६ व्या शतकात मोडी लिपीची स्थित्यन्तरें कशी होत गेली हे तक्ता बारकाईने पहाणाऱ्याच्या ध्यानात यावे. असेच तक्ते स्थलदृष्ट्या निरनिराळ्या मुलुखांतील पाहिजे होते ही गोष्ट खरी आहे. पण वेळेच्या अभावी ते काम झाले नाही.

४. मोडी लिपीचा जन्मकाळ – आता मोडीलिपीच्या जन्मकालाविषयी पहिल्या प्रथम विचार करू. या लिपीच्या जन्मकालाविषयी प्रचलित लोककथा अशी आहे की, शालिवाहन शकाच्या १३ व्या शतकाच्या प्रारंभी महादेव व रामदेवराव यादव यांच्या पदरी दप्तरदारीच्या कामावर असलेला जो हेमाद्री उर्फ हेमाडपंत त्याने ही लिपी बाजरी ह्या धान्यासह लंकेहून आणिली. ह्या लोककथेचा अनुवाद डॉ. भांडारकर व राजवाडे यांनी आपापल्या पुस्तकांतून केला आहे. याला विरोधी असे मत श्री. चांदोरकरानी प्रतिपादिले आहे. श्री. चांदोरकर हे मोडी लिपीची उत्पत्ति अशोक कालीन 'ब्राह्मी' किंवा (त्यांनी दिलेल्या नावाने संबोधावयाचे असल्यास) 'मौर्या' लिपीत आहे असे मानतात. मोडी लिपीचा जन्मकाल ठरवणारी काही प्रमाणे आपल्याला सध्यां उपलब्ध आहेत. त्यावरून ठोकळमानाने तो निश्चय करता येईल असे वाटते; तेव्हा ती प्रमाणे पुढे देतो;

(अ) आतापर्यंत उपलब्ध असलेल्या लिखितावरून (कागदावर अगर दुसऱ्या कोणत्याहि साधनावर लिहिलेल्या) असे दिसते की, मोडी लिपीत लिहलेला मजकूर तेराव्या चौदाव्या शतकाच्या पूर्वीचा नाही. राजवाड्यांच्या जवळ तेराव्या चौदाव्या

शतकातील कागद होते असे त्यांनी लिहिले आहे व भा. इ. सं. मंडळाच्या संग्रहातील वर सांगितलेला जुन्यात जुना असा कागद शके १४२९ मधील आहे. मोडी लिपी तेराव्या शतकाच्या अगोदरपासून जर अस्तित्वात असती तर शिला, ताम्रपट, कातडे, कापड इत्यादिकांवर लिहिलेले मोडी लेख सांपडावयास पाहिजे होते. असा एकादा सुद्धा तेराव्या शतकापूर्वीचा लेख अजून सापडू नये हे चमत्कारिक दिसते.

(आ) कागदाशिवाय इतर साधनांवर लिहिलेले असे जुने लेख हे सापडतात ते सर्व त्या त्या काळात प्रचलित असलेल्या ब्राह्मी किंवा देवनागरी लिपीच्या स्वरूपात लिहिलेले (खोदलेले अगर ओरखडलेले पाहिजे असेल तर म्हणू) आहेत. सुलभतेने लिहिण्याचे जे साधन कागद, ते उपलब्ध झाल्याशिवाय मोडी लिपी प्रचारात येण्याची सर्वतोपरी अनवश्यकता होती. कारण मोडी लिपी ही मराठी भाषेतील लघुलिपीसारखी जलद लिहितां येणारी अशी लिपी आहे. तेव्हा जलद लिहिता येणें हे सुलभ साधनांच्या (कागद वगैरे) अभावी जोपर्यंत अशक्य होते तोपर्यंत ही शीघ्रलिपि (मोडी लिपी) प्रचारांत येणे अगदी अनवश्यक व अनैसर्गिक दिसते.

(इ) शालिवाहन शकाच्या १३ व्या शतकाच्या प्रारंभी अल्लाउद्दीन हा मुसलमानी सैन्य बरोबर घेऊन प्रथमच दक्षिणेत शिरला. मुसलमानांचा संबंध त्यावेळीच पहिल्याने दक्षिणेशी आला असे मानण्यात येते. (अल्लाउद्दीनाचा चुलता ग्यासुद्दीन ह्याच्या एका प्रशस्तीवरून वर दिलेल्या कालाच्या अगोदर थोडे दिवस मुलसमान दक्षिणेत आले असण्याचा संभव दिसतो)त्याच्या अगोदर शंभर वर्षे मुसलमान राजे दिल्लीच्या तक्तावर आरूढ झाले होते. तेव्हा ह्या कालाच्या संधीत विंध्याद्रीच्या दक्षिणेस असलेल्या प्रदेशातील लोकांस फारसी भाषा व फारसी लिपी ह्यांची माहिती झाली असावी हे म्हणणे तर्कशुद्ध दिसते. फारसी भाषेतील जलद लिहिण्याच्या लिपीस शिकस्ता असे म्हणतात. 'शिकस्ता' यांतील मूळ शब्दाचा अर्थ 'मोडणे' असा होतो; इतकेच नव्हे तर फारसी भाषेतील मूळ लिहिण्याच्या 'नस्ख' लिपीवरूनच ही 'शिकस्ता' लिपी अक्षरे मोडून तयार केलेली आहे. आपल्यामध्येही हुबेहूब तोच शब्द घेऊन व तीच क्रिया करून 'बालबोधीवरून मोडी लिपी तयार केलेली आहे.

(ई) श्रमाशिवाय ज्याच्यावर जलद लिहिता येते असा जो कागद तोही इराणातून याच कालांत आपल्याकडे आला असण्याचा संभव आहे. राजवाड्यांनी या बाबतीत ज्ञानेश्वरीतील खालील ओव्या प्रमाण म्हणून उद्धृत केल्या आहेत.

हें बहु असो पंडित्। धरुनु बालकाचा हातू।
वोळी लेहे वेगवंत। आपणचि।। अध्याय १३, ओवी ३०७।।
सुखाची लिपी पूसिली।। अध्याय ३ ओवी ३४६।।
दोषांची लिहिली फाडी।। अध्याय ४ ओवी ५२।।
आखरे पूसलिया न पूसे।। अर्थ जैसा।। अध्याय ८ ओवी १७४।।

यावरून कागदाची माहिती ज्ञानेश्वरीच्या काली नुक्तीच आम्हास होत होती असे राजवाड्यांनी प्रतिपादिले व ते खरेच दिसते. कारण याच काळाच्या सुमारास मुसलमानांचा व आपला संबंध प्रथम आला. शिवाय 'कागज' हा शब्द फारसी असून त्याला प्रतिवाचक असा शब्द शुद्ध संस्कृत भाषेत नाही. तेव्हा कागद हे साधन जसे आम्ही परदेशापासून घेतले तसेच शीघ्रलिपी लिहिण्यासहि आम्ही त्यांचेपासून शिकलो, असे म्हणावे लागते.

(उ) मोडी लिपीतील प्रत्येक अक्षराची खूण ही त्या कालांत (१३ व्या शतकात) प्रचलित असलेल्या देवनागरी लिपीतील त्या त्या अक्षराच्या खुणेवरून 'मोडून' तयार केलेली आहे. हे यापुढे दिलेल्या माहितीवरून सहज ध्यानात येईल.

(ऊ) मोडीलिपीच्या उत्पत्तीविषयी रूढ असलेली लोककथा, हे मोडीचा जन्मकाल ठरविण्याबाबत एक अचूक व मोठे महत्त्वाचे प्रमाण आहे. लोककथा, दंतकथा किंवा प्राचीन समजुती ह्यातील अतिशयोक्तीचा भाग सोडून सत्यांश तेवढा घेतला म्हणजे तो प्राय: इतिहासच असतो. जनसमूहामध्ये एकादी कथा प्रचलित होण्याचे सत्याशिवाय बहुतेक दुसरे कोणतेही कारण असू शकणार नाही. असा एक इतिहासाचा सामान्य नियम आहे की, कोणत्याही विधानास प्रत्यंतर पुरावा भरपूर मिळाला म्हणजे ते विधान ऐतिहासिक सत्य म्हणून ग्राह्य धरण्यास हरकत नाही. तोच नियम येथे लावून पहा. सर्व समाजामध्ये एकादी कथा प्रचलित आहे; तेव्हा ह्याचा अर्थ असा होतो की, ह्या विधानास (कथेस) प्रत्यंतर पुरावा हा सगळीकडे भरपूर मिळतो; म्हणून ही गोष्ट ऐतिहासिक सत्य म्हणून धरावयास हरकत नाही. आता इतके खरे आहे की, हा पुरावा सगळीकडे भरपूर मिळतो; म्हणून ही गोष्ट ऐतिहासिक सत्य म्हणून रावयास हरकत नाही. आता इतके खरे आहे की, हा पुरावा लेखी व त्या कालातील नाही. तरीही लोककथा किंवा दंतकथा ह्यांमधून प्रचलित असलेल्या समजुती, ह्या बहुधा अविकृत स्वरूपात तशाच पिढ्यान् पिढ्या चालत आलेल्या असतात. आपल्याकडे दंतकथांना ऐतिहासिक पुरावा म्हणून जितके महत्त्व द्यावयास पाहिजे तितके ते देण्यात येत नाही व काही थोडेसे विरोधी प्रमाण सापडल्यास प्रचलित असलेल्या समजुती वेडगळ, भ्रामक व चुकीच्या अशा मानल्या जातात याचे मोठे नवल वाटते! असो. हेमाडपंत हा यादवांच्या दप्तरदारीच्या कामावरील मुख्य अधिकारी म्हणून श. ११८२ पासून श. १२३१ पर्यंत होता. त्याच्या कारकीर्दीत किंवा थोडे अगोदर यादवांचे दप्तर कागदी झाले असण्याचा संभव आहे. व हेमाद्रीने बालबोधी लिपीतून मोडीलिपी स्वत: किंवा दुसऱ्या एखाद्या लेखन पंडिताकडून बसवून घेतली असण्याचा संभव आहे. तसेच तो स्वत: दप्तरदारीच्या हुद्यावर असल्यामुळे त्याने ह्या लिपीच्या प्रसारार्थ पुष्कळ खटपट केली असली पाहिजे. हेमाडपंती मेस्तके इतिहासज्ञांच्या परिचयाची आहेतच. वर दिलेल्या प्रमाणावरून

'मोडी' लिपी ही बालबोधीवरून १३ व्या शतकाच्या प्रारंभींच तयार झाली असली पाहिजे, असे उजड दिसते.

५. 'मोडी' नावाची उपपत्ति – प्रथम 'मोडी' ह्या शब्दाविषयी विचार करू. श्री. चांदोरकरांच्या मताने 'मौर्या' ह्या शब्दाचा 'मोडी' हा अपभ्रंश व्याकरणदुष्ट नाही. 'मोडी' लिपीच्या अशोककालीन ब्राह्मी लिपींतून असलेल्या उत्पत्तीविषयी त्यांनी हे एक प्रमाण म्हणून दिले आहे. परंतु ह्यात एक मोठी अडचण अशी आहे की, ब्राह्मी लिपीस 'मौर्यी' हे नाव कोणीहि, कधीहि दिलेले आढळांत नाही. अशोक हा मौर्य कुलांतील राजा होता व त्या काली ही लिपी प्रचारांत होती म्हणून त्या लिपीचे नाव 'मौर्यी' असलेच पाहिजे असे काही नाही. शिवाय ही लिपी मौर्य कुलांतील राजांच्या कारकीर्दीच्या अगोदर व नंतरही आर्यावर्तात प्रचलित होती. अशोककालीन लिपींचे आपल्याला सध्या माहीत असलेले नाव ब्राह्मीच होते. त्याअर्थी 'वदतो व्याघात:' न्यायाअन्वयें हें प्रमाण लंगडे पडते. 'मौर्यी'च नाही तर त्याचा अपभ्रंश 'मोडी' हा येणार कोठून? मग तो अपभ्रंश व्याकरणदुष्ट असो किंवा नसो. याकरितां 'मोडी' हा शब्द 'मोडणे', 'मोडून लिहिणे' अशा कोणत्याही शब्दावरून बनला असावा हे म्हणणे सयुक्तिक दिसते. वर सांगितल्याप्रमाणे फारसी भाषेतील 'नस्ख' व 'शिकस्ता' ह्या लिप्यांतील संबंध लक्षात घेतला म्हणजे या विवेचनाला बळकटी येईल. बालबोध लिपीतील अक्षरे मोडून लिहिल्यामुळे जी लिपी तयार झाली ती 'मोडी' होय. तसेच 'बालबोध' व 'मोडी' या दोन लिपी दोन भिन्न संस्कृतीच्या दर्शक आहेत व (संस्कृत व प्राकृत) ह्या दोन भाषांची अनुक्रमे प्रत्यक्ष रूपे आहेत, असे जे अनुमान श्री चांदोरकरांनी काढले आहे तेही बरोबर वाटत नाही. प्राकृत भाषेलाच 'बालभाषा' असे दुसरे नाव आहे व त्या भाषेच्या लिपीचे नाव 'बालबोध' असे हेच जास्त सयुक्तिक आहे. शिवाय प्राकृत भाषा पुष्कळ जुनी असूनही 'मोडी' लिपीत लिहिलेला १३ व्या शतकापूर्वीचा असा प्राकृत भाषेतील (किंवा कोणताहि) एकहि लेख अजून उपलब्ध झाला नाही.

६ मोडी लिपीची उपपत्ति: - 'मोडी' च्या जन्मास अत्यंत अनुकूल असा काल म्हणजे लिहिणाराच्या हातात कागद मिळणे हा होय. ताम्रपट, ताडपत्र, कापड इत्यादिकांपेक्षां कागदावर अनेकपटीने जलद लिहिता येते हे पाहिल्यावर मार्मिक व शोधक बुद्धीच्या लोकांच्या डोक्यात, प्रचलित लिपी अधिक जलद लिहिता येण्यासारखी कशी बनवावी या विषयी साहजिकपणेच कल्पना घोळू लागल्या असाव्यात. लिहिताना निरर्थक जाणाऱ्या वेळाची बचत शक्यतोवर करणे ही कल्पना, लिहिण्याकरता कागद प्रचारांत येण्याच्या पूर्वी सुचली असण्याचा संभव नाही. व बालबोधीतून मोडी लिपी तयार करण्यात हाच उद्देश अगदी उघड व स्पष्ट आहे. आता लिहिताना वेळ तरी कोणता निरर्थक जातो हे पाहू. कागदावर लेखणी जोवर टेकलेली आहे व लिहिण्याकरता

रेघा ओढीत आहे तोवर वेळ फुटक जातो असे कोणासहि म्हणता यावयाचे नाही. मात्र लेखणीचे टोक कागदावरून उचलून पुन्हा टेकेपर्यंत जो वेळ जातो तो पुष्कळांना फुकट गेला असे वाटण्याचा संभव आहे. आता हे खरे आहे की, ह्या काळात प्रत्यक्ष लिहिण्याचे काम लेखणी करीत नाही. परंतु लेखनात जे स्पष्टत्व व वाचनीयत्व राखावयाचे असते व याकरता अक्षरामध्ये जी नोकळी जागा सोडावी लागते त्याकरिता ह्या कालाचा उपयोग होतो; म्हणजे अप्रत्यक्ष रीतीने हा घालविलेला काल उपयोगाचाच आहे. बालबोधी लिपीतील इ, उ, ट, ठ, ड, द, र इतकी अक्षरे सोडून दिली तर बाकीची अक्षरे काढताना कागदावरून कोठे दोनदा तर कोठे तीनदा असा हात उचलावा लागतो. सध्या कागदावर बालबोधी लिहितांना आपण लिहिण्याच्या लपेटीत हात उचलणे पुष्कळच कमी केले आहे हे निराळे; तर मोडी लिपी तयार करताना बालबोधी अक्षर घेऊन ते कागदावरून लेखणीचे टोक शक्यतोवर कोठेही न उचलता काढले व अशा रीतीने जी अक्षरे बनली ती मोडी लिपीतील अक्षरे होत. कालांतराने लेखनसौकर्याकरिता अनेक सुधारणा होत गेल्या त्या मुख्य कोणत्या दिशेने होत गेल्या हे पुढे देतो.

बालबोधी अक्षरांपैकी पुष्कळ अक्षरांना कोपरे आहेत. तसेच बाराखड्यांतील काना, मात्रा इत्यादि खुणा नीट, सरळ अस्तात. हे विशेष वळणदार काढावयाचे झाल्यास, लिहिताना हात सावकाश चालवावा लागतो; त्याशिवाय कोपरे साधावयाचे नाहीत. निराळ्या शब्दात बोलावयाचे झाले तर असेही म्हणता येईल की, लेखणी जर जलद चालावयास हवी असेल तर अक्षरांतील व बाराखड्यांतील कानेकोपरे, सर्व वाटोळ्या आकारांचे झाले पाहिजेत. कोठेही एकदम तीव्र कोन (Sharp angle) करणारी अक्षरे लिपीत असू चालावयाची नाहीत. उपलब्ध कागदांपैकी त्यातल्यात्यात जुने मोडी कागद पाहिले असता बालबोधी अक्षरांतील हे विशेष, कायम असल्याने व तीच अक्षरे 'मोडी'त जलद लिहिण्याचा प्रयत्न केल्याने अक्षरांतील वेडेवाकडेपणा व त्यातील रेघांचे एकमेकांशी नसलेले संगनमत (Coordination) दृष्टोत्पत्तीस येते. ह्या वेळी मोडी लिपी स्थिर झाली नसून त्यात सुधारणा होत होत्या. ती स्थिर होताना वर सांगितलेला नियम मुख्यत्वेकरून पाळला गेला आहे. म्हणून मोडी अक्षरे वाटोळ्या वळणाची तयार झाली आहेत. सावकाश काढलेले अक्षर चांगले वळणदार येते, हा बालबोधीतील सामान्य नियम या ठिकाणी उलट करावा लागतो व मोडी अक्षर जसजसे जलद काढले गेले तसतसे ते जरी बालबोधीपासून दूर जात चालले तरी अधिक सफाईदार व वळणदार बनत गेले. सोबत जोडलेला तक्ता पाहिला म्हणजे ही गोष्ट स्पष्ट: दिसून येईल. तेव्हा मोडी लिपी बनवणारास बालबोधी लिपीत मुख्य दोन दुरुस्त्या कराव्या लागल्या: (१) कागदावरून शक्य तोवर लेखणीचे टोक उचलावयाचे नाही, (२) लेखनात ज्या ज्या ठिकाणी कोनकोपरे आहेत ते सर्व

बदलून लेखन वाटोळ्या वळणाचे करावयाचे. ह्या दोन गोष्टींकडे मुख्य लक्ष पुरविले असता जलद लिहिता येते. पण लिपी तयार करताना ह्या गोष्टीत उद्भवलेले बरेच किरकोळ नियम पाळावे लागतात. एक गोष्ट मात्र लक्षात ठेवली पाहिजे ती ही की, मोडी लिपी बनविताना व्याकरणाच्या कोणत्याही नियमाकडे लेखकांनी लक्ष दिलेले नाही. त्यांनी आपल्या डोळ्यापुढे शीघ्र लिपी शोधून काढण्याचे एकच ध्येय ठेविले होते. तेव्हा व्याकरणाची अडचण, ही मोडी बालबोधीतून निघालेली नाही. असे म्हणणाऱ्यांना कधीच उपयोगी पडणार नाही. आता मोडी लिपी तयार करताना ज्या नियमानुसार वागावे लागले ते नियम देतो -

(अ) डोक्यावरील रेघेसंबंधी

(१) ओळ लिहिण्यास सुरुवात करण्यापूर्वी डोक्यावरील रेघ सबंध काढून घेणे.

(आ) अक्षरासंबंधी

(१) प्रत्येक अक्षर होता होईल तो कागदावरून लेखणीचे टोक न उचलता काढणे.

(२) प्रत्येक अक्षराची सुरुवात, तसेच प्रत्येक अक्षराचा शेवट हा त्याच्या डोक्यावरील रेघेपाशी नेऊन करणे.

(३) अक्षरांतील कोपरे मोडून सर्व अक्षरे वाटोळी बनवणे.

(४) जोडाक्षर हे बहुधा बालबोधीत काढणे.

(इ) बाराखड्यांसंबधी –

(१) 'आ'कारांचा काना बहुतेक ठिकाणी खालून वर काढलेला दिसतो.

(२) दीर्घ 'ई'कार हा एकच मोडी लिपीत कायम केला.

(३) 'इ'कारांत अगोदर वेलांटी व नंतर काना काढणे.

(४) ऱ्हस्व 'उ कार' हा एकच मोडी लिपीत कायम केला.

(५) बहुतेक मात्रा शब्द संपल्यावर देणे.

(६) अनुस्वार पुष्कळ ठिकाणी गाळले आहेत.

(ई) वाक्यरचनेसंबंधी –

(१) शब्द तोडून न लिहिता एकमेकांपासून दूर लिहिणे.

(२) विरामचिन्हे पूर्वी नव्हतीच; तेव्हा ती देत नसत हे उघड आहे.

७. मोडी लिपीचा विकास – वर जे नियम दिले आहेत ते कालांतराने कसकसे बनत गेले (किंवा त्या नियमानुसार वागणे हळुहळू कसे भाग पडले) याविषयी प्रत्येक नियम घेऊन व उदाहरणे देऊन दाखवितो. येथे हे एक लक्षात ठेवले पाहिजे की, विवेचनाच्या सोयीकरिता निरनिराळ्या बाजूंनी झालेल्या सुधारणा एका विवक्षित क्रमाने खाली लिहिल्या आहेत. एकापुढे एक लिहिलेल्या सुधारणा कालदृष्ट्या एकामागून एक झाल्या असे दर्शविण्याचा हेतु नाही. सबंध देशभर मोडी लिपी लिहावयास अनेक लेखक बसले असतां कोणाला कोणती सुधारणा कोणत्या काली

सुचली व ती अंमलात केव्हा आणली गेली हे सांगता येणे अशक्य आहे. इतके मात्र खात्रीपूर्वक सांगता येते की, शके १६०० च्या सुमारास चिटणीशी व आणखी काही वळणे मोडी लिपीचे स्थिर स्वरूप म्हणून कायम झाली. त्याच्या अगोदर पुढे दिलेल्या बहुतेक सर्व सुधारणा घडून आल्या असाव्यात असे त्या शतकातील कागद पाहिले असता कोणाच्याहि लक्षात येईल. शिवाय पुढे दिलेल्या सुधारणा कसकशा होत गेल्या हे नीट ध्यानात आणिले म्हणजे त्यापासून जुन्या मोडी अक्षरांची वळणे कशी बदलत गेली हे ध्यानात येईल.

(अ) ओळीची रेघ – प्रथम अक्षराच्या डोक्यावर असणाऱ्या रेघेविषयी विचार करू. बालबोधीमध्ये प्रत्येक अक्षराच्या डोक्यावर ज्याच्या त्याच्या पुरती स्वतंत्र अशी रेघ आहे.

जुन्या बालबोधी लिहिण्यात शब्द तोडून लिहीत नसत. अक्षरे फक्त एकापुढे एक काढावयाची; परंतु शब्द संपला हे ओळखण्याकरिता एकमेकामध्ये अंतर ठेवीत नसत असे जुन्या बालबोधी लेखावरून दिसते. तसेच अक्षराच्या डोक्यावरील रेघेचा उगम तरी केव्हा झाला व प्रथम कोणत्या अक्षरांना डोक्यावर रेघा आल्या. हे देखील शोधण्यासारखे आहे. असो. मोडीमध्ये सुरवातीस या डोक्यावरील रेघेने बरेच अडविले असे दिसते. आपल्या उद्देशाप्रमाणे निरर्थक फुकट जाणाऱ्या वेळाची बचत जर करावयाची असेल तर तुटक शब्द कसे काढावयाचे, हा एक मोठा प्रश्नच होता. तुटक शब्द काढले म्हणजे हात उचलावा लागावयाचा व हात उचलला म्हणजे वेळ फुकट जातो. म्हणून लेखकानी पुढील युक्ति योजिली. ते प्रत्येक ओळीतील शब्दांच्या रेघा कागदावर ओळ लिहिण्यास आरंभ करण्यापूर्वीच काढून घेऊ लागले. व त्या सरळ रेषेत येण्यासाठी तुटक भागांच्या काढू लागले; म्हणजे एका ओळीत साधारपणे जर १०-१२ शब्द बसतील तर १०-१२ रेघांचे तुकडे त्यांनी त्या ओळींत अगोदरच काढून ठेवावे व नंतर ओळीतील मजकूर त्या रेघेखाली लिहावयास सुरुवात करावी. जुने कागद पाहिल्यास कोणासही असे आढळून येईल की, काही कागदातून शब्दांच्या डोक्यावर असे रेघांचे तुकडे असून शब्दांच्या लांबीशी ह्या तुकड्यांच्या लांबीचा मेळ मुळीच बसत नाही. रेघा शब्दांच्या मानाने कोठे कमी तर कोठे जास्त लांब झालेल्या आहेत. बरोबरच आहे. जितक्या लांबीची रेघ आहे. तितक्याच लांबीचा शब्द तिच्याखाली काढावयास येईल असे थोडेच आहे. यावरून ओळीतील शब्दांच्या डोक्यावरील रेघा मजकूर लिहिण्यास सुरवात करण्यापूर्वीच काढून घेत असत हे स्पष्ट दिसते. पण याहिपेक्षा मोठा आधार हा आहे की, कागदांतील शेवटच्या ओळींतील मजकूर अर्ध्या ओळीतच जरी संपला आहे. तरीही ह्या ओळीत डोक्यावरील तुटक रेघा शेवटपर्यंत ओढलेल्या असतात. तेव्हा या रेघा अगोदरच ओढून घेतल्या असल्या पाहिजेत. काही कागद असे आहेत की मजकूर मोडी असून शब्दांच्या डोक्यावर स्वतंत्र मुळी

रेघच काढलेली नाही. शब्दांतील अक्षरांचे फाटे त्यांच्या डोक्यापर्यंत नेऊन त्यालाच जोडलेली अशी एक रेघ त्या अक्षराच्या डोक्यावर काढलेली आढळते. ह्या दोन्ही दुरुस्त्या मनास न पटणाऱ्या अशा होत्या. पहिलीमध्ये शब्दांच्या व त्याच्या डोक्यावरील रेघेचा मेळ बसेना व दुसरीने तर सामान्य वेळापेक्षाही अक्षर लिहिण्यास अधिक वेळ लागू लागला. म्हणून या दोन्ही फार दिवस टिकल्या नाहीत. त्यानंतर एका ओळीत इतके तुकडे काढण्याचे सोडून देऊन २/४/५ तुकड्यातच संबंध ओळ काढू लागले. हा प्रकार पुष्कळ कागदात प्रतीत होतो. डोक्यावरच्या रेघेची शेवटली सुधारणा म्हणजे प्रत्येक ओळीची रेघ मजकूर लिहिण्यास सुरूवात करण्याच्या अगोदर काढून घेणे ही होय. सध्या आपण अशा रीतीने उगोदर रेघ काढून घेतो.

(आ) अक्षरासंबंधी – डोक्यावरच्या रेघेविषयी लिहिल्यानंतर आता अक्षराविषयी लिहितो. लेखणीचे टोक कागदावरून उचलून व्यर्थ काळ घालावावयाचा नाही हा मुख्य उद्देश लक्षात ठेवून बालबोध अक्षर लिहण्यात काय काय फरक करावे लागतात ते पहा. प्रत्येक बालबोध अक्षर लिहिण्यास रेघेपासून किंवा रेघेजवळून सुरूवात होते. तसेच ते (ल व ळ ही अक्षरे धरली तरी) रेघेपासून दूर जाऊन संपते. शिवाय बहुतेक बालबोध अक्षरे लिहिताना कागदावरून लेखणीचे टोक दोनचारदां उचलावे लागते. तेव्हा पहिली दुरुस्ती बालबोधी लिपीतील अक्षरे मोडी लिपीत आणताना अशी करावी लागली की, बालबोध अक्षर घेऊन, त्याचे सर्व भाग शक्यतोवर कागदावरून लेखणीचे टोक न उचलता एकमेकांस जोडून काढावयाचे. ह्या दुरुस्तीने संबंध अक्षर हात न उचलता काढता आले; पण पुढील अक्षर काढताना हात उचलावा लागतो त्याची वाट काय? तेव्हा त्याकरता आणखी दुरुस्ती अमलात आणावी लागली. दोन अक्षरे एकमेकांस जोडून काढावयाची असल्यास मागील अक्षर जेथे संपेल तेथेच जर पुढील अक्षराची सुरुवात असले तर ती एकमेकांस जोडून काढणे शक्य आहे. तेव्हा प्रत्येक अक्षराची सुरुवात व शेवट एकाच ठरलेल्या व सोयीच्या ठिकाणी नेऊन करणे आवश्यक होते. तशातून बालबोधी अक्षरांपैकी बहुतेक अक्षरांची सुरूवात डोक्यावरील रेघेपाशी होत असल्यामुळे डोक्यावरील रेघ हेच अक्षरप्रारंभास व अक्षरसमाप्तीस सोयीचे असे ठिकाण होऊन बसले. त्यामुळे मोडी लिपीतील प्रत्येक आक्षराची सुरुवात व शेवट डोक्यावरील रेघेपाशी साहजिकच होऊ लागली. पण इतका फरक होऊन मोडी अक्षर पूर्णपणे तयार होण्यास शेकडों वर्षांचा काल लागला आहे हे विसरता कामा नये. १३ व्या शतकाच्या प्रारंभापासून १६ व्या शतकाच्या अंतापर्यंत जवळ जवळ ३५०।४०० वर्षे ह्या लिपीत हळूहळू सुधारणा घडून येत हातेया. शिवकालीन कागदावरून तयार केलेला तक्ता जो सोबत जोडला आहे त्यामध्ये दृग्गोचर होणारे फरक व अक्षरांचा विकास ह्या सुधारणा मोडी लिपीतील शेवटच्या आहेत हे लक्षात ठेविले पाहिजे. व या निबंधात मोडी लिपीच्या उपपत्ति व

विकासाविषयी जे लिहिले आहे ते प्राय: हे कागद पाहून त्यातील सुधारणाबद्दल किंवा त्यापूर्वीच्या झालेल्या सुधारणाविषयी अनुमान बांधून लिहिले आहे. याशिवाय बालबोधीतून मोडीमध्ये येताना जे काही फरक निरनिराळ्या काली अक्षरांत झाले असावेत किंवा झालेले दिसतात ते फरक, काही अक्षरे घेऊन त्यांचे बालबोधीतून मोडीत झालेले संक्रमण पायऱ्यापायऱ्यांनी जोडलेल्या तक्त्यांत दाखविले आहेत. आता, काही अक्षरे घेऊन त्यांच्या विकासाविषयी लिहितो.

(१) 'अ' हे अक्षर घ्या. बालबोध 'अ' लिहिताना हात तीनदा उचलावा लागतो. मोडीमध्ये पहिल्या प्रथम 'अ' मधील आढवी रेघ व उभी रेघ जोडून लिहू लागले. म्हणजे आडवी रेघ खाली उतरती काढून उभी रेघ ही तिला जोडून खालून वर अशी काढू लागले. अशा रीतीने 'अ' चा शेवट रेघेपाशी होऊ लागला. शके १४२९ मधील मोडी कागदांत काढलेला 'अ' असाच काढलेला दिसतो व त्यानंतर ह्या वेड्यावाकड्या अक्षराचा विकास होत जाऊन 'अ' हा वाटोळ्या आकाराचा व सफाईदार बनत गेला. आडवी रेघ व उभी रेघ ह्यांच्यामध्ये जो कोन झाला होता तो मोडून त्याच्या जागी वर्तुळाकृती रेषा आली. नंतर हा अर्धवर्तुळावकार 'अ' मधील 'तीन' ह्या आंकड्याच्या शेवटच्या टोकास जोडून काढण्यात आला व अगदी शेवटी तिनाची मधली गाठ जाऊन त्याच्या जागी नुसती वाटीच काढण्यात येऊ लागली. इतक्या अवधीत 'अ' ची सुरूवात रेघेखालून जी होत होती ती जाऊन सुरुवात रेषेपासून होऊ लागली व वाटीचा बराच भाग रेघेच्यावरून काढण्यात येऊ लागला. हल्लीचा वळणदार 'अ' हा इतक्या पायऱ्यांनी झालेला आहे.

(२) आता ख हे अक्षर घेतो. श्री. चांदोरकरांनी मोडी व बालबोध ह्यांचा जन्म जनक संबंध आहे असे म्हणणाऱ्यापैकी कोणीही बाळबोध व मोडी 'ख' ह्यामधील जनकजन्ये संबंध दाखवून द्यावा असे म्हटले आहे. तेव्हा मी त्याची उपपत्ति दाखविण्याचा प्रयत्न करतो. हात न उचलता बालबोध 'ख' व 'स' ही अक्षरे लिहिली म्हणजे त्याचे स्वरूप बहुतेक सारखेच दिसते. त्यामुळे 'ख' व 'स' मध्ये लवकरच सुधारणा झाल्या असाव्यात. 'ख' मधील र ची गाठ, मोडीकरण करताना मोठी व पोकळ होत गेली. तशीच 'र' ची आकृती जी उभी आहे ती लिहिण्याच्या लपेटीत तिरपी व वरच्या रेघेस बहुतांशी मिळालेली अशी होत गेली. नंतर 'ख' मधील शेवटली जी उभी रेघ वरून खाली काढून तशीच सोडून देत असत, तसे न करता 'ख' मधील 'व' ची वाटी थोडी खाली तिरपी करून शेवटली उभी रेघ त्या वाटीच्या तिरप्या रेघेसच जोडून, अशी खालून वर काढण्यास लागले; त्यामुळे 'ख' चे आजचे स्वरूप तयार झाले. इतक्या अवधीत 'र' च्या गाठीवरची जी लहानशी रेघ होती. तिचा लोप झाला; पोकळ आणि मोठी झालेली 'र'ची गाठ रेघेच्यात्रर पूर्णपणे गेली व रेघेच्याखाली दोन बाकदार वळणे फक्त शिल्लक राहिली. आपला हल्लीचा 'ख' ही असाच आहे. 'ख' ला

हे रूप कधी मिळाले ते मात्र नक्की सांगता येत नाही. कारण जुन्या कागदात सुद्धा 'ख' चे जवळ जवळ असेच रूप रुढ म्हणून लिहिलेले दिसते. ह्यावरून इतके मात्र निश्चित होते की, 'ख' चा विकास बाकीच्या कित्येक अक्षरांपेक्षा पुष्कळच अगोदर झालेला आहे. 'खा' मात्र आपण दोन पद्धतीनी काढतो. एक ह्या मोडी 'ख' पासून सामान्य नियमाप्रमाणे झालेला व एक काना जोडून तयार केलेला.

(३) 'ज' ह्या अक्षराचेही असेच आहे. आकृतीमध्ये दिलेला १३ व्या शतकातील देवनागरी 'ज' पहा, व तो काढण्यास डावीकडून सुरुवात करा. आपल्याला सबंध अक्षर हात न उचलता काढावयाचे आहे. 'ज' चा डावीकढील भाग काढून झाल्यानंतर उभी रेघ काढावयाची ती खालपर्यंत नेऊन नंतर पुन्हा वर आणून डोक्यावरील आडव्या रेघेस मिळवा म्हणजे मोडी 'ज' तयार झाला. असे रूप पुष्कळ कागदातून आढळण्यात येते. ह्यानंतरची शेवटली सुधारणा म्हटली म्हणजे डावीकडील वेटोळे काढण्यात (पुढे येऊन पाठीमागे परत जाण्याचा) जो द्राविडी प्राणायाम करावा लागतो तो लिहिण्याच्या सोयीच्या दृष्टीने व वेळ वाचविण्याच्या दृष्टीने विघातक असल्यामुळे तो सोडून देऊन 'ज' काढण्यात येऊ लागला.

(४) पुढचे अक्षर 'ब' हे निवडतो. १३ व्या शतकातील शिलालेखातील 'ब' पहा. व त्यावरून हात न उचलता मोडी 'ब' काढण्याचा प्रयत्न करू या. या 'ब' मध्ये डावीकडील वाटी व त्यामधील आडवी रेघ अजून आलेली नाही. त्या ठिकाणी साधारण सहाच्या आकृतीप्रमाणे असणारी आकृती आहे. ही सुधारणा बालबोधीतही या कालानंतर झालेली दिसते. 'ब' च्या आहे. ही सुधारणा बालबोधीतही या कालानंतर झालेली दिसते. 'ब' च्या आकृतीतील डावीकडील भाग काढून झाल्यानंतर लेखणी उजवीकडील रेघेला खाली जोडून नंतर ती रेघ खालून वर काढण्यात आली. त्याकरिता डावीकडील बाजू जी वर वक्र झाली होती ती बदलून खाली तिरपी करून घ्यावी लागली. तसेच डावीकडील भागातील मधल्या आडव्या रेघेचा लोप होऊन तिच्या जागी कालांतराने एक गाठ येऊन बसली. नंतर वळणदार अक्षर येण्याकरता आणकी सफाई होऊन हल्लीचा 'ब' कायम झाला.

(५) आता 'ल' हे अक्षर घेतो. बालबोधी 'ल' हा हात न उचलता काढा. म्हणजे तक्त्यामध्ये दिल्याप्रमाणे 'ल' चे रूप तयार होईल. हे 'ल' चे रूप पुष्कळ कागदातून दृष्टीस पडते. बालबोधी ळ सारखी जवळ जवळ ही आकृती आहे. तेव्हा मोडी कागदातील 'ल' व 'ळ' हे कसे ओळखता यावयाचे? तेव्हा मोडी 'ल' हा असाच काढून मोडी 'ळ' हा त् + ळ ह्यांचे मिळून जे जोडाक्षर होते त्याने दर्शवीत असत. आता 'ळ' ला हा 'त' कार कोठून आला हे आजच निश्चितपणाने सांगता यावयाचे नाही. तरी पण इतके म्हणतो की, मोठी लिपी बसवणारास जेथे जेथे अशा अडचणी आल्या व त्यामुळे घोटाळा होतो असे दिसून आले, तेथे त्याने जुन्या ब्राह्मी किंवा देवनागरीचा आश्रय घेतला असावा. पण तेवढ्यावरून मोडी लिपी ही बालबोधीतून न निघता जुन्या एकाद्या लिपीचे अपभ्रंश रूप आहे असे मात्र म्हणता यावयाचे नाही.

असो. ह्या सुरवातीच्या 'ल' मध्ये पुढे फरक पडत गेले. उजवीकडील वर्तुळ वरच्या रेघेपासून खाली येऊ लागले. व त्याचा मोटा आकार जाऊन त्यास लहान पोकळ गाठीचा आकार येत चालला. डावीकडील अर्धवर्तुळाची एक बंकदार रेघ झाली व वरच्या आडव्या रेघेपासून तिची सुरूवात होऊ लागली. अशा रीतीने हल्लीचा उभट 'ल' तयार झाला व 'ळ' चे पहिले रूप नंतर कायम राहिले.

(६) शेवटी 'ज्ञ' हे अक्षर घेतो. ह्याच्या पुढे सुचविलेल्या उपपत्तीविषयी मी थोडा साशंक आहे; तरी ती देतो. बालबोध 'ज्ञ' चे दोन भाग आहेत अशी कल्पना करा. डावीकडे 'इ' सारखा दिसणारा एक भाग व उजवीकडील आडवी रेघ व त्याला जोडून असलेली उभी रेघ हा एक भाग. आता 'इ' सारखा दिसणारा भाग 'द' सारखा देखील दिसतो, तसेच उजवीकडील भागाच्या आडव्या रेघेच्या टोकाशी एक गाठ कल्पिली म्हणजे तो भाग 'न' सारखा दिसू लागेल. ज्ञचा उच्चार देखील द + न असा होतो. यावरून 'ज्ञ' चे मोडीकरण करणाराने व्याकरणापेक्षा उच्चाराकडे अधिक लक्ष दिले असे म्हणावे लागेल. मोडी लिपी ही व्याकरण शुद्ध बनविली आहे अशी कल्पना करणे वस्तुस्थितीचा विपर्यास होय. श्री. चांदोरकरानी 'ज्ञ' ची उपपत्ति व्याकरणापेक्षा उच्चाराकडे अधिक लक्ष दिले असे म्हणावे लागेल. मोडी लिपी ही व्याकरण शुद्ध बनविली आहे अशी कल्पना करणे वस्तुस्थितीचा विपर्यास होय. श्री. चांदोरकारानीं 'ज्ञ' ची उपपत्ति व्याकरणानियनांस अनुरूसरून दाखविण्याचा प्रयत्न केला आहे. परंतु ज्ञ = ज + ञ ऐवजी ज्ञ = ज + न असे ओढाताणीने त्यांना मोडी 'ज्ञ' पुरते धरावे लागले आहे. ही जी उदाहरणादाखल अक्षरे घेतली होती त्यांचा विकास थोड्या विशिष्ट रीतीने झालेला आहे. राहिलेल्या अक्षरांचे बालबोधीवरून मोडी स्वरूप कसे तयार झाले हे चटकन लक्षात येते, मात्र त्या त्या अक्षरांची हल्लीची जी मोडी रूपे आहेत ती जुन्या कागदात आढळावयाची नाहीत.

(इ) बाराखड्यासंबंधी - आता मोडीतील बाराखड्यांचे विशेष पाहू.

(१) **'आ' कार-मोडी** अक्षर तयार झाले म्हणजे शेवटली रेघ वरच्या आडव्या रेघेस जाऊन पोचण्याच्या अगोदर 'आ' काराचा काना काढण्याकरता वळवून पुन्हा खाली आणीत असत. जुन्या पत्रातून पुष्कळ ठिकाणी खाली आलेली रेघ आपल्या नियमाप्रमाणे पुन्हा वर न नेता तशीच सोडून दिलेली आहे. या बाबतीत 'बा', 'ला', 'वा', 'हा' इत्यादी अक्षरे जुन्या कागदात तपासून पहाण्यासारखी आहेत. पण या गोष्टीची अडचण भासून 'आ' कारातील काने पुन्हा वर रेघेस नेऊन मिळविण्यात यावयास लागले. 'का', 'खा' वगैरे अक्षरातील काने अशा पद्धतीने काढलेले आढळतात. मात्र त्यामुळे असे झाले की, अक्षराची शेवटली रेघ जवळ जवळ रेघेपर्यंत नेऊन जी पोचवीत असत ती कमी कमी होत गेली व अक्षराच्या सर्वात खालच्या टोकापासून कान्याच्या खालच्या टोकापर्यंत दोघास जोडणारी अशी एक रेघ पूर्वीच्या रेघेच्या जागी आली. ही रेघ काही अक्षरात बाकदार आहे तर काही अक्षरात अर्धवर्तुलाकृती आहे. ही सुधारणा जलद लिहिण्यामुळे घडून आली आहे.

अशा आकृतीमुळे सध्या 'आ' कारातील काना खालून वर काढलेला दिसतो. वास्तविक तसे नसून ती रेघ काना काढून घेतल्यानंतर वर रेघेस अक्षर नेऊन पोचविण्याकरता काढलेली आहे.

(२) **'इ कार-मोडी** लिपी व्याकरणाच्या नियमावर बसविलेली नाही. हे 'इ'कारावरून स्पष्ट होते. लिहिण्याच्या सौकर्याकरिता व वेळेची बचत करण्याकरिता ही लिपी तयार करणारा व्याकरणाचे नियम एका बाजूस गुंडाळून ठेवावे लागले आहेत. ऱ्हस्व 'इ' करांत अक्षराच्या अगोदर काना काढावा लागतो. व तो काना मोडीकरणाच्या नियमान्वये पुढील अक्षरास जोडावयास पाहिजे. तसा तो जोडला असता (मध्ये वेलांटी घेऊन जोडला असता तरी) तर वाचनात घोटाळे झाल्याशिवाय राहिले नसते. तसेच जलद लिहिणे साधले नसते. म्हणून लिपी बसवणाराने 'इ' कार एकच व तो दीर्घ 'इ' कार पसंत केला. ब्राह्मी लिपीवरून मोडीची उपपत्ति लावणाऱ्यास हा एकच 'इ'कार आडविणारा आहे. शिवकालीन कागदापैकी अगदी जुने कागद घेतले तर त्यात काही 'इ'कार ऱ्हस्व काढलेले आढळतील. त्यामध्ये, मोडी अक्षर मध्ये काढून त्याच्या दोन्ही बाजूस दोन काने काढीत असत व वर वेलांटी नंतर देत असत असे दिसते. काही असले तरी ही अडचणीची पद्धत पुढे सोडून द्यावी लागली. बालबोधीतून मोडी लिपी तयार झाली असे दाखविण्यास सारखे एकादेच, ह्या दोन लिप्यांमधील दुवा असलेले प्रमाण पुरे पडते; असो. 'इ' कार काढताना सुद्धा अक्षर संपल्याबरोबर अगोदर वेलांटी काढून घेऊन नंतर काना काढण्याची पद्धत स्वीकारली गेली. ह्या पद्धतीमुळे 'इ' कार काढण्यास वेळ फार थोडा लागू लागला. शिवाय ऱ्हस्व, दीर्घ 'इ' कार मनात निश्चित करताना जो काल जातो तोहि या व्यवस्थेमुळे वाचला. शिवकालीन 'इ' कारांतील काने बहुतेक सगळे खाली सोडून दिलेले आढळतात. हल्ली हे काने आपण पुन्हा वरच्या रेघेस नेऊन मिळवितो. 'इ' कारापैकी 'ली' हे अक्षर लक्षात धरण्यासारखे आहे व दिलेल्या तक्त्यावरून त्याचा विकास पाहिला म्हणजे हल्लीचे स्वरुप त्याला कसे प्राप्त झाले हे ध्यानात येईल.

(३) **'उ' कार-'इ'** काराप्रमाणेच 'उ' काराची व्यवस्था झाली. मोडीमध्ये दीर्घ 'उ' कार काढावयास अडचणीचा असल्यामुळे ऱ्हस्व 'उ' कारच सगळीकडे पसंत केला. ब्राह्मीमध्ये दोन्ही 'उ' कार आहेत. हे लक्षात ठेवण्यासारखे आहे. बहुतेक सर्व जुने मोडी 'उकार' हे अक्षराच्या सर्वात खालच्या टोकाला 'उ' कार जोडून तयार केलेले आहेत. सध्यांचे बरेच 'उ' कार आपण मोडी अक्षर संपूर्ण काढून घेऊन व त्याच्या पुढे मोडी 'उ' काढून तयार करतो. हा भेद ध्यानात धरण्यासारखा आहे. आता उदाहरणाकरिता 'उ' कारांतील 'कु' हे अक्षर घेतो. ह्यामध्ये अगोदर 'क' ची डावी वाटी व खालचा 'उ' कार इतके काढून घेऊ लागले. नंतर तो 'उ' कार तसाच डावीकडून वर नेऊन उजवीकडे खाली आणला. मग त्याच रेघेस जोडून 'क' मधील उमी रेघ व उजवी वाटी काढू लागले व अक्षर पुन्हा रेघेस नेऊन मिळविण्यासाठी मोडी 'क' प्रमाणेच उजव्या वाटीतून एक रेघ काढून ती वरच्या रेघेस नेऊन

मिळविली, अशा तऱ्हेने 'कु' काढताना मात्र उभी रेघ व उजवी वाटी हा भाग डाव्या भागापासून तुटक झाला. तसेच डाव्या वाटीची बाकदार रेघ सरळ झाली व ती मोडी 'क' प्रमाणेच रेघेपासून काढू लागले. जुन्या मोडीतील 'उ' कार हा अक्षराच्या सर्वात खालच्या टोकापासून सुरूवात करून, त्याच्या डाव्या बाजूने वर डोक्यावर नेऊन वरचेवर असा रेघेस मिळवीत असत. जुन्या मोडी पत्रातील खु, जु, तु, नु, पु, इत्यादी अक्षरे पाहिली असता हे स्पष्ट दिसेल.

(४) **मात्रा –** मात्रा काढताना सुरवातीस अक्षर संपल्याबरोबर तीच रेघ अक्षराच्या डोक्यावर मात्रेसारखी तिरपी नेऊन पुन्हा तशीच परत आणीत असत. दोन मात्रा काढावयाच्या असल्यास ती मात्रेची रेघ तशीच परत न आणता दुसरी मात्रा काढली असे दाखविण्याकरिता त्या रेषेच्या घाळून परत आणून वरच्या रेघेस मिळवीत असत. हल्ली आपण बहुतेक मात्रा शब्द संपल्यानंतर देतो.

(५) **अनुस्वार –** मोडीच्या सुरूवातीस बालबोधीतील सर्व अनुस्वार देत असत असे जुन्या पत्रावरून स्पष्ट दिसते; कारण त्यांच्यापासून अनुच्चारित अनुस्वारही पुष्कळ ठिकाणी दिलेले आढळतात. शिवकालानंतरच्या मोडी पत्रात केवळ व्याकरणास लागणारे असे अनुच्चारित अनुस्वारच काय पण वाचनाकरता लागणारे उच्चारित अनुस्वार देखील पुष्कळ ठिकाणी गाळले आहेत. अनुस्वार देण्याकरता हात कागदावरून उचलावा लागतो त्यामुळे ते देण्याचा कंटाळा लेखकांनी साहजिकच केला आहे.

(ई) वाक्यरचनेसंबंधी ओळीची रेघ सबंध अगोदर काढून घेतल्यामुळे शब्द तुटक लिहिता येणे अशक्य होते. तेव्हा शब्द एकमेकांपासून अंतराने लिहू लागले. ही सुधारणा घडून येण्यास बराच अवधि लागला आहे. कारण शिवकालीन कागदात शब्द हे एकमेकात मिसळून गेले आहेत. वाचनाच्या दृष्टीने ही एक मोठी अडचण आहे. विसर्गाची जरूरी मोडीमध्ये भासली नाही.

वर वर्णन केल्यावरून मोडी लिपीच विकास कोणत्या पायऱ्यांनी व कसा होत गेला हे लक्षात येईल. पुढील विषयास सुरूवात करण्यापूर्वी श्री. चांदोरकरांनी घेतलेल्या आक्षेपांपैकी दोन आक्षेप तसेच राहिले आहेत. त्यांचा आता विचार करतो. मोडीची अंतर्रचना ब्राह्मीच्या अंतर्रचनेशी जुळते असे त्यांनी दाखविण्याचा प्रयत्न केला आहे. तसे करताना त्यांनी बालबोध व मोडी यांच्यामधील भेद व ब्राह्मी व मोडी यांच्या मधील साम्य दर्शविणारी दोन उदाहणे दिली आहेत. ती अशी (१) 'ऋ, ॠ, ऌ, ॡ हे स्वर बालबोधीमध्ये असून अशोकलिपीमध्ये व मोडीमध्ये नाहीत. (२) ब्राह्मी व मोडीमध्ये व्यंजनान्त सस्वरत्व व अस्वरत्व असे फरक नसल्यामुळे, जोडाक्षरे, त्यातील अक्षरे एकापुढे एक ठेवून काढावी लागतात. या दोन्ही आक्षेपांना एकच उत्तर आहे, ते असे. मोडीमध्ये अक्षराची सुरुवात रेघेपाशी होते तसेच ते रेघेपाशी संपते. असे केल्याने मोडीमध्ये पुढच्या अक्षराला मागचे अक्षर जोडून काढता येते. जोडाक्षर काढताना मागील अक्षर तोडावे लागते. त्यामुळे हात उचलल्याशिवाय जोडाक्षर काढता येणे शक्य नाही. तेव्हा जोडाक्षर अक्षरे एक पुढे

एक ठेवून तरी काढावे किंवा बालबोधीत तरी काढावे; कारण अक्षर एकका पुढे एक काढल्याने जोडाक्षराचा भास होत नाही. म्हणून मोडीमध्ये बहुतेक जोडाक्षरे बालबोधीच काढतात. त्याप्रमाणे ऋ, ॠ, ऌ व ॡ यांचा स्वतंत्र उपयोग मोडीत काही नाही, म्हणून ते स्वर मोडी लिपीत नाहीत व व्यंजनांत असलेल्या त्या स्वरांच्या खुणा जोडाक्षरासारख्याच दिसतात. त्यामुळे त्या स्वरांनी युक्त असलेली अक्षरे बालबोधीतच काढतात. ह्या एकंदर विवेचनावरून मोडी लिपी बालबोधीवरून बनविलेली आहे असे वाचकास पटण्यास कोणतीही अडचण पडणार नाही.

(८) शिवकालीन कागद – आता आपल्यापुढे असलेला कागद शिवकालीन की शिवोत्तर कालीन आहे हे (जर त्या कागदात काल दिलेला नसेल) तर ठोकळ मानाने कसे ओळखावे याविषयी काही अनुमाने देतो. यावरून प्रत्येक कागदाचा काल निश्चितपणे सांगता येईल असे मात्र म्हणता यावयाचे नाही. महाराष्ट्रातील शिवकालीन व शिवोत्तरकालीन कागदात मुख्यत्वे करून दोन कारणांमुळे फरक पडतो. एक कारण म्हणजे काल व दुसरे कारण म्हणजे मुसलमानी राज्य जाऊन त्या जागी स्वराज्याची स्थापना होणे हे होय. पुढे दिलेल्या कागद ओळखण्याचा साधनांमध्ये ह्या दोन कारणांचा परिणाम कसा झाला हे निदर्शनास येईल.

(अ) कागद – फारच थोडे शिवकालीन कागद चांगल्या स्थितीत आहेत. सुमारे २५०-३०० वर्षापूर्वी कागदाचे दुर्भिक्ष होते व कागदाची कृतिही परिणतावस्थेस पोहोचली नव्हती. त्यामुळे बहुतेक शिवकालीन कागद आकाराने लहान, जाड, ओबडधोबड, काळसर वर्णाचा व ज्याच्यातून धसकटे निघतात अशा तऱ्हेचा आहे. जो जो जुने कागद पहावे तो तो अशा तऱ्हेचे कागद जास्ती जास्ती आढळतात. आता सर्व प्रकारचे कागद असेच होते, असे म्हणण्याचा हेतू नाही; कारण बादशाही फर्माने वगैरे मोठ्या, पातळ आणि पांढऱ्या अगर निळसर कागदावर असलेली त्या कालीहि आढळतात. परंतु सरकारी गोष्ट वेगळी व सामान्य लोकांची गोष्ट वेगळी; सामान्य लोकांना इतका चांगला कागद बहुतेक मिळत नसे. गावच्या पाटलाच्या मुशाहिऱ्यांत कागद ही एक बाब असे. शिवोत्तरकालीन कागद ह्या कागदापेक्षा पुष्कळच सुधारलेले आहेत. त्या वेळेला कागद करण्याची कृति हळुहळू परिणतावस्थेत येत चालली असावी. शिवाय कालाचा पराक्रम कागदावर दिसतोच; शिवकालीन कागद हे जास्त फाटलेले, किंवा किड्यांनी खाल्लेले व जास्त काळे पडलेले आढळतात.

(आ) फारशी मजकूर – कागद हातात धरल्याबरोबर वर फारसी मजकूर व खाली मोडी मजकूर आहे असे जर दिसेल तर तो कागद बहुतेक शिवकालीन आहे असे समजावे. शिवोत्तरकालीन कागदावर फारसी मजकूर नाही. हे साधन स्वराज्यातील कागद ओळखण्यासच मात्र उपयोगी पडेल. नगरच्या बाजूकडे म्हणून निजामउल्मुलुकाचे राज्य जिकडे होते त्या प्रांतात वर फारसी व खाली मोडी हा प्रकार चालू होता. स्वज्यांतील कागदात मात्र शिवकालापासूनच फक्त मोडी लिहावयाची सुधारणा घडून आली आहे.

(इ) भाषा – जुन्या शिवकालीन कागदाची भाषा म्हणजे मराठी, प्राकृत व फारसी यांचे मिश्रण झालेली अशी होती. जुन्या जुन्या कागदातून शब्दाची 'उ' कारान्त प्राकृत रूपे पुष्कळ आढळतात. तसेच त्या वेळच्या सनदा-खुर्दखतांमधून फारसी शब्द व फारसी तऱ्हेची वाक्यरचना यांचीहि अतोनात गर्दी आहे. ही मोडी पत्रे म्हणजे फारसी पत्राची भाषांतरे असत, त्यामुळे फारसीचा इतका पगडा मराठी मजकुरावर बसलेला आढळून येतो. कै. राजवाडे यांनी ८ व्या खंडाच्या प्रस्तावनेत फारसी भाषेचे जोखड मराठीच्या मानेस किती जड व घट्ट बसले होते याचे उत्कृष्ट विवेचन केले आहे. ते वाचकाने मुद्दाम पहावे. शिवाजीमहाराजांनी 'राजव्यवहारकोश' तयार करून राजकीय कामात नेहमी उपयोगी पडणाऱ्या फारसी शब्दाचा संस्कृतात प्रतिशब्द शोधून काढून किंवा नवीन निर्माण करून हे फारसीचे जोखड फेकून देण्याचा जोराचा प्रयत्न केला व तो त्यांच्या काली जरी नाही तरी पेशव्यांच्या काळापर्यंत पुष्कळसा सिद्धीसहि गेला. मराठी भाषेत काही फारसी शब्द जरी पुढे शिल्लक राहिले तरी मराठीची वाक्यरचना जी फारसी पद्धतीने पूर्वी होत असे ती बदलून मराठी पद्धतीवरच होऊ लागली.

(ई) मोडी अक्षर – मोडी लिपी ही शके १६०० च्या सुमारास स्थिर लिपी म्हणून झाली. तोपर्यंत निरनिराळ्या प्रांतातील लेखक मोडी अक्षरे निरनिराळ्या पद्धतीने काढीत असत. तसेच कागदाच्या दुर्भिक्षतेमुळे शिवकालीन मोडी अक्षर लहान व किरटे असे व ओळीहि जवळजवळ काढीत असत. पुढे पेशवाईमध्ये कागदाच्या सुबत्तेमुळे अक्षर मोठे, शब्दामध्ये ऐसपैस जागा सोडलेली व ओळी लांब लांब काढलेल्या असत असे दृष्टोत्पत्तीस येते. सोबत शिवकालीन मोडी अक्षरांचे जे नमुने दिले आहेत त्यावरून त्या काळातील अक्षरे नीट ध्यानात ठेविले म्हणजे शिवकालीन कागद कोणता हे समजणे सोपे जाईल.

ही जी चार ठोकळ साधने दिली आहेत ती सर्वच एकसमयावच्छेदेकरून शिवकालीन कागदात बहुश: आढळतात. तेव्हा कागद ओळकावयाचा असल्यास या चारी कसोटी लावून पाहिल्या पाहिजेत. म्हणजे ठोकळ मानाने कागदाचा काल निश्चित करता येईल.

ज्या पत्रात सुहूरसन दिलेला असतो त्यांचा काल सांगणे अर्थातच सोपे असते. 'तिसा मया' हा शब्द असेल तर तो कागद 'शिवपूर्वकालीन', 'अलफ' असल्यास शिवकालीन 'मया व अलफ' असेल तर पेशवेकालीन आणि 'मया तैन व अलफ' असल्यास अवल इंग्रजीतला कागद आहे असे समजावे.

❖

कठीण शब्दांचे अर्थ

अख्त्यार = अधिकार
अज = पासून, कडून
अज रख्तखाने = कचेरीतून
अजरामरामत = कृपेने, कृपादत्त, बक्षीस
अजार = त्रास, उपद्रव
अजुदी = बेफिकीर, निष्काळजी
अडसेरी = अर्धा शेर
अडीच सद्दी = अडीचशे
अबादान = समृद्ध
अमीर-उल्-उमरा = मोठा किंवा मान्यवर सरदार
अफलाद = कन्या-संतती
अलम = जग, लोक
अलाहिदा = निराळा
अलंगा = सोपा, पडवी
अव्वल = आरंभीचे, पहिले
अवाक्षराची = अधिकउणे लिहिल्याची
असेली = अस्सल
अंदेशा = विचार, कल्पना
आंख = जिनसांचा आकडा, कापडाचा तागा
आजीवरी = आजपर्यंत
आटोपला = पार पडला
आदाब = वंदन, मुजरा
आनश = मित्रत्व
आबदारखाना = पिण्याचे पाणी साठविण्याची टाकी
आमदरफ्ती = दळणवळण, वहिवाट
आमा = परंतु
आराबा = तोफेचा गाडा
आलाड = अलीकडे
आहारले = वठले, पाने-फुले झडून गेली
आंगे = स्वत: होऊन
इज्जत = प्रतिष्ठा
इतल्ला (इतिल्ला) = लोभ, आज्ञा, सल्ला
इनफिसाल = निकाल, निर्णय
इमला = बांधकाम, इमारत
इल्तिमास = विनंती
इस्किल = हरकत, अडथळा
इस्तकबाल = भावी, पुढे होणारे
इस्तकबिल = सालाच्या प्रारंभापासून
इसाती (इसाफती) = इनाम गाव, वेतन म्हणून गावचे उत्पन्न
इंगळ = विस्तव
उकाल = निशाणावर न बसता पलीकडे गेलेला तोफेचा गोळा (असे गोळे पुन्हा उपयोगात आणता येत असत.)
उजूर = अपेक्षा, बेपर्वाई, हरकत, आक्षेप
उदमी = व्यापरी
उपप्लव = विध्वंस, अत्याचार
उपेद्र = उत्पन्न
उस = ओस
एक जरा = थोडीसुद्धा
एखलास = मैत्री
ऐशियास = तथापी
ओहडेल = ओढला किंवा आकर्षिला जाईल
औलाद = पुत्र-संतती
कटक = सैन्य
कदीम = जुनी
करा = करार, कबुली लिहून देण्याचा कागद

कर्जवाम = कर्ज

कलगी = पागोट्या‌वर बांधावयाचा एक अलंकार

कष्टी = दु:खी

कसबा = खेडे, बाजारपेठ

कसबे मजकूर = वर उल्लेखिलेला कसबा

कसाला = संकट

काईत = कायस्थ

काबू = संधी, ताबा, नियंत्रण

काले दुकाले = दुष्काळात

किब्लेगाह = वंदनीय, आदरणीय

किमया = जादू, रहस्य, गूढ गोष्ट

किस्त्या = नौका

कुन्हा = खुनशीपणा, दुष्ट बुद्धी

कुल = सगळे, संपूर्ण

कुलकान = संपूर्ण नियमाप्रमाणे

कुलकानू = सर्व नियम

कुलबाब = सर्व बाबती किंवा कर

कुसूर = तंटा, भांडण

कैद = शिस्त, व्यवस्था

कोशीस = प्रयत्न, परिश्रम

कोळी = पेटलेल्या दिव्याची वात

खलक = लोक

खलेती = पिशवी

खातरनिशा = खात्री

खातिरेसी आणौउनु = मनास आणून

खातीर = समजूत, खात्री

खानदार = अधिकारी

खासा स्वारी = खुद्द बादशाहाची स्वारी

खिपत = दहशत, भीती

खिलत = बहुमानाचा उंची पोशाख

खिसारा = हानी, नुकसान, खराबी

खुरा = सोनारांचे हत्यार, साधन

खुर्दखत = भोगवट्याबद्दलची सनद

खुशबू = सुगंधी वस्तू

खुषबो = मर्म, सार

खुसनुदीन = खुषीने, संतोषाने

खंड = करार

गज = २४ तसू किंवा दोन फूट लांबीचे परिमाण

गजशराइणी = २४ तसूंच्या मापाच्या मोजणीनुसार

गरगशा किंवा गर्गशा = भांडण, तंटा

गर्देस मेलविले = धुळीस मिळविले

गलीम = शत्रू

गालीब = बळकट, समर्थ

गावगना = दर गावचे, गावानुसार

गिराईक होतील = बळकावून बसतील

गुढगा = अंत:स्थ संबंध, अडचण

गोशमाल = शिक्षा, पारिपत्य

चष्मपोशी = डोळेझाक

चारकुबा (वा) = मुसलमानी पद्धतीचा उंची पोशाख, चौकटीदार कापड

चावर = १२० बिघे

चौथाई = एकूण उत्पाचा चौथा हिस्सा

छेत्र = छत्र

जडाव = सोन्याचे अलंकारादि जिन्नस

जफ्त = बंदोबस्त, व्यवस्था

जमेत = जमाव

जरमिना = जरीचे वस्त्र (?)

जलाल = कठोर वागणूक

जानेबा = यांस

जामियेकौम = येथील, हिंदुस्थानातील

जुमलेदार = शेदीडशे पायदळ तुकडीचा किंवा बारगिरांचा अधिकारी

जंजिरा = पाण्यातील किल्ला, जलदुर्ग

टका = ४८ रुके. रुका हे नाणे जवळजवळ ब्रिटिश काळातील पैसारखे होते. साधारणपणे साडेतीन टक्क्यांचा एक रुपया होई.
ठाणे = हवालदाराच्या कामाचे ठिकाण
ठाव = आश्रय
डाव डोलणे = डळमळणे
डिंगमार = डॅनिश (डेन्मार्कमधील) लोक
तकसीमा = मर्यादा, हक्क.
तकसीर = चूक, दोष, कमी
तगिरी= बदली, बडतर्फी, जप्ती
तजवीज पडली = काळजी पडली
तडाके = पराक्रम
तथा नाही = अन्यथा होणार नाही
तमनतोग = मुघल बादशाहांच्या नऊ राजचिन्हांपैकी एक
तमाम = सर्व
तमाशा = गंमत, फजिती
तर्फ = काही खेड्यांच्या समूहाचा शासकीय विभाग
तर्फ ठाणे = तर्फेचे ठाणे
तर्फ देहाय = तर्फेचे गाव
तलब करून = अटक करून
तलबा = बोलावणे
तवारीखनामा = बखर, इतिहास
तह दिधला = १) निर्णय दिला, २) ठराव केला
तहमूल = सहन
तस्तकौली = प्रामाणिकपणा
तक्षीम = भाग, वाटा
ताकूब = पाठलाग
तागायत = पर्यंत
ताले = ग्रह
तालीक = नक्कल (कागदपत्राची)
ताहा = कडे, यासी
तूट अंदेशा = कमीजास्त
तैनात केले = मागवले, आणवले
तैनाती = पगारी
तंगचाई = टंचाई, कमतरता
तांब्र (ताम्र) = मुघल लोक
तुंब = साचलेले पाणी
दफे = कलमे, परिच्छेद
दफे होउनु = पाडाव होऊन
दफ्तर = कचेरी
दरक = सरकारी काम
दरखदार = सरकारी अधिकारी
दरखास्त = मागणी, अर्ज
दरगाह = बादशाही सेवेस
दरज = फूट, भेद
दर महाल = महालानुसार
दरीबाब = दर इबाब = त्या बाबीमध्ये
दारुणी महाल = अंत:पूर, जनानखाना
दरोज = दररोज
दर्दगुजर = चालढकल
दस्तक = परवाना
दळ = सैन्य
दादर = पूल
दामदौलतहू = अखंडित लक्ष्मीआलंकृत
दिलोजाननिसी = अंत:करण व जीव ओतून
दुमाला कीजे = ताब्यात द्यावे, परत करावे
दुश्चित = चित्त ठिकाणी नसणे, बेसावध राहणे
दे = देणे
देखील = सुद्धा
देहे = गाव
धास्ती = भीती, धाक

नख्तयाती = रोख रक्कम
नगद = रोख
नजर एनायत = कृपेची नजर
नफर = मनुष्य
नरमी = नम्रता
नवदिगर = अडथळा, विरोध, अडवणूक
नवाजीस = मर्जी, मेहेरबानी
नशीयत = शिक्षा
नस्त = खाडीचे तोंड, खाडीच्या तोंडासमोरील मुख्य समुद्राचा भाग
नाकोर = नाकर्ते
नागजोडी = संगनमत
नादानगी = नालायकी
नामोश = कीर्ती
नालकी = पालखीसारखे, पण त्याहून मोठ्या मानाचे वाहन
नास्ती = न + अस्ति = होत नाही.
निकर = शिक्षा
निकर्ष = जोरदार हल्ला
निखालस = शुद्ध किंवा सरळ भाव
निरखाचा = किंमतीचा
निर्गमून टाकणे = निकालात काढणे
निर्वाह = निर्णय
निवटून = निपटून, समूळ
निवडियाची = निर्णयाची
निशाण = चिन्ह
नेदा = न द्याल
नौबत गुजरणे = द्वाही फिरविणे, डंका वाजणे
पटिया = कर
पटीपासोडी = विविध कर.
पदर = फादर या इंग्रजी शब्दाचा चुकीचा उच्चार
पराची = दुसऱ्याची
परामृश = परामर्श
परेतकेज = पोर्तुगीज
पश्मी = लोकरी वस्त्र
पाटी करून = बाजू घेऊन
पाड = किंमत
पायख = प्रवेश
पायपोसी = राज्यप्रमुखाला द्यावयाची भेट म्हणून लादलेला कर
पाऱ्हेरा = हकीगत,माहिती, इतिहास
पावखलक = पायदळातील शिपाई
पास करून = आस्था बाळगून
पाळेगार = लहान स्वायत्त संस्थानिक
पुरसीस = चौकशी, विचारणा
पेश केली = अर्पण केली, सादर केली.
पेशकस = शाही नजराणा
पेस्तर = पुढे, पुढील
पैकी = पैके, पैसे
पोख्ती = मोठा
पोतदारी = नाणी पारखण्याचे काम
पोतनीस = जमाखर्च लिहिणारा
पोते = खजिना, तिजोरी
पांढर = गावातील सर्व प्रतिष्ठित लोक
प्याहाटोरा = प्लीहावृद्धी
प्रविष्ट करू = परत करू
फडफर्मास = सरबराई, पुरवठा
फतेमारी = छोट्या आकाराचे जहाज
फराशीस = फ्रेंच
फरोख्त = विक्रय, विक्री
फर्जंद = मुलगा
फर्माउनू = हुकूम देऊन
फर्मान = सुलतानाचे किंवा बादशहाचे आज्ञापत्र

फर्मानबाडी = बादशाही वस्त्रे, फर्मान इ. स्वीकारताना भरविण्यात येणारा तंबूतील दरबार
फारीक = पूर्ण, पुरा
फिराउनू = परत
फिरंगी = पोतुगीज
फिलफौर = लगोलग
फिसादी = बंडखोर
बजानीब = कडे
बजिदी = निकड, आर्जव
बटछपाई = व्यापाऱ्यांची वजनमापे बरोबर आहेत की नाहीत याची तपासणी
बदल = साठी, म्हणून (बदल इनाम = इनाम म्हणून)
बदल खाऊन = पलटी खाऊन
बदसलूक = गैरवागणूक
बमोजीब = प्रमाणे
बराये = याप्रमाणे
बसबब = विनाकारण
बहाल ठेवू = देऊन टाकू
बहाली = नेमणूक
बहुल = वद्य (उदा. बहुल सप्तमी = वद्य सप्तमी)
बक्षी = सैन्यात पगार वाटणारा, उमेदवाराची शिफारस करून मन्सब देवविणारा अधिकारी
ब्रह्मस्व = कर्ज
बागी = बंडखोर
बाजदि होऊन = विरुद्ध जाऊन
बाजे = वरकड, इतर
बाजे पटिया = इतर कर
बातेरी = तोफांचा उभारलेला मोर्चा
बाबा = बाबी
बाबे = कारणे
बावजूद = शिवाय, आणखी
बितपशील = तपशिलाप्रमाणे
बिदानंद = जाणावे की
बिन = चा पुत्र (उदा.शिवाजी बिन शाहजी शाहजीचा पुत्र शिवाजी)
बिनी = आघाडी
बिरादरी = तुकडी
बेजमी = पुरवठा, बेगमी
बेदस्तुर = नियमबाह्य, अन्याय्य
बेशमी =इसमाबरोबर, नावे, नामे
बेसंगपणा = अविचारी वर्तन
बेहुरमत = अप्रतिष्ठा, मानखंडना
बैतलमाल = सरकारात जमा होणारा बेवारशी महाल
बंदगी = सेवा
भाक = शपथ
भाखळ = बखळ
भोगवटापत्र = उपभोग घेण्याचा अधिकार देणारे पत्र
भोवरगाव = शेजारचे गाव
मख्तसर (किंवा मत्खसर) = हक्कदार किंवा कामदार नसलेले गावातील जुने वतनदार
मतालीन = मुद्दा, मतलब
मनेवारे = बंडखोर
मनोती = सावकाराला खूष करण्यासाठी व्याजाखेरीज वर दिलेले पैसे
ममलकतमदार = राज्याचा आधारस्तंभ (हा एक किताब आहे)
मरवारिंद = मोती
मरहूम = मयत
मवजूद (मौजूद) = तयार

मश (हु)रुल अनाम = लोकप्रसिद्ध, राजमान्य राजेश्री
मशरुल हजरती = राजमान्य
मशारनिल्हे = उल्लेखित, उपरिनिर्दिष्ट
महकूब =रद्द, रहित
महामुरी = संपन्नता, विपुलता
महामूर = ताकीदबंद
महाल = खाते
माकुल = शाहणा, जाणता, पोक्त
माबजतीने = काळजीपूर्वक
मामला = प्रकरण (उदा. मामला मिठाचा = मिठासंबंधीचे प्रकरण)
मारेचुरे = हत्या, खून
मालुमाती = हकीगत, वृत्तांत
माहामुरा = पहा 'महामुरी'
माहीमरातब = मत्स्य (मासा) व सोन्याचे दोन गोल मिळून होणारे व हत्तीवरून मिरवावयाचे बहुमानाचे चिन्ह
मिनोटी = कागदपत्र
मिसली = १) पत्रे, सनदा; २) रणांगणावर नेमून दिलेल्या जागा
मुकरर = निश्चित
मुकासा = सरकारी वसूल करून बंदोबस्त राखावा या अटीवर दिलेले गाव
मुजरद = ताबडतोब, लगेच
मुजाहीम होणे = प्रतिबंध करणे
मुतालीक = प्रतिनिधी, मुख्त्यार
मुदारात = संभावना, बडदास्त
मुनसफी = न्यायीपणावर विश्वास, भरवसा
मुनासब = उचित, योग्य
मुरक्का = पुस्तक, आल्बम
मुराई = बंडखोर
मुलाहिजा = भीड
मुशाहिरा = पगार
मुस्वर = चित्रकार
मुस्तेद = तयार
मूठमर्दी = दांडगाई
मेहमानी = आतिथ्य, पाहुणचार
मेहसान = उपकार (?)
मोकदम = गावचा पाटील (बहुवचन मोकदमानी)
मोकासबाब = वसुलाच्या उत्पन्नातील वाटा
मोबारी = तोंडाशी
मोरचेल = मोरपिसांचा पंखा
मोर्तब = पत्राच्या शेवटी येणारा शेरा
यैसो = अशी
रकम = मोठी गोष्ट, कामगिरी
रख्तखाना = कचेरी
रजपूत लोक = शिपाईगडी
रजा = हुकूम
रजा दिल्ही = आज्ञा दिली
रयान = रयत लोक
रवा सुद = रवाना झाले. हा पत्रातील मजकूर नसून, पत्रावरील शेरा आहे.
रवासुदगी = १) सरकारी किंवा कचेरी कामाचा कागद, २) रवाना झालेली
रवेशीने = नात्याने
रसद = सामग्री
रसानगी = दुसऱ्याच्या मुखे अथवा चिठ्ठीने दिलेली परवानगी
रहिवासी = निवास, राहणे
रास = नग
रास्तगोई = सत्यवचन
रुका = एक नाणे (१ रुका = ३॥रुपये)
रुजामा = पातळ गादी
रुजू होणे = दाखल होणे

रुदार = रुंद (?)
रूमशाम = इराण व तुराण (तुर्कस्तान)
रोजमुरा = रोजचे वेतन
लइलाज = नाइलाज
लगबग = त्वरा
लक्षात वागवोन = ध्यानात ठेवून
लाजिमा = जबाबदारी, कर्तव्य
लांझ्या = भानगड, लफडे
ल्याख = लायक, योग्य
वकीलमुतलकी = सर्वाधिकार असलेला वकील
वरात = सरकारी हुंडी
वलीअहद = युवराज, राज्यवारस
वलंदेज = डच लोक
वसी (शी) यतनामा = मृत्युपत्र
वस्तुजात = सर्व प्रकारच्या वस्तू
वाखा = अनर्थ, संकट
वाजपुस = चौकशी
विनाबरा = साठी
विल्हे = व्यवस्था
विलायत = प्रदेश
विलेवार = व्यवस्था
वेत्यास = अंतर
वोटल = गाळा, बैठक (?)
वोळंबा = वाळवी
शक = शंका, संशय
शक्स (शकस) = माणूस
श्रेष्ठी = वडील माणसांनी
शुदा = सुरू
शेरनी = ज्याच्या बाजूने न्यायनिवाडा होई, त्याने सरकारात भरलेली रक्कम; बेवारस पडलेले वतन बहाल केले तर दिवाणात जी रक्कम भरावी लागे तिलाही 'शेरनी' म्हणत
शैल तुटले = बुद्धी फिरली
सकेकरी = पखालवाले
सजवज = तकलुपी
सजावल = शिक्षा, हुकूम
सरद = सीमा
सरबरा = व्यवस्था, तरतूद
सर्द = स्तंभित,चकित
सलगी देणे = विश्वासात घेणे
सलाबत = धाक, वचक, दरारा
सवाद = शिवार, जमीन
सा = सहा
साख्त = दोस्ती, मैत्री
सालगुदस्ता = गेले वर्ष
साहेब मुलूक = जमिनीचा मालक
साक्षेप = दीर्घोद्योग
सांग = संपूर्ण
सिपाई = घोडदळातील सैनिक
सिलसिला = १) काम, २) हुद्दा, ३) संबंध
सुरुनवीस = सचिव
सुरु सुद = प्रारंभ झाला (अंमलबजावणीस प्रारंभ झाला.)
सुहूर सन = अरबी सन
सेकीन = राहणार, वास्तव्य
सेनापंचसहस्त्री = पंचहजारी स्वारांचा मुख्य
संगनाती = बंदोबस्त
संगिनात = शस्त्रधारी
संव्यवहार्य = व्यवहार करण्यालायक
हकलाजिमे = हक्क व विविध कर
हकतालाची = अल्लाहची, परमेश्वराची
हजराहीबद्दल कर्द = लागवड, निपज किंवा उत्पादन करण्याबद्दल

हनोज = तथापी

हमेशा = नेहमी, सतत, एकसारखे

हर निसबतीने = स्वत:, जातीनिशी

हरिभक्त = मराठे

हवाला = ताबा

हशम = शिपाई

हाजुमा = गर्दी, गडबड, घोटाळा

हाल = हल्लीचे

हावभरीत = आशा किंवा लोभ सुटलेला

हाशील = उद्देश, हेतू

हासिया = किनार

हिसाब = पर्वा

हुजूर बाजार = मुख्य बाजार

हुजूर येऊन = स्वामीजवळ येऊन

हुजूर राहवे = हुजूरच्या (स्वामीच्या) आज्ञेत
राहवे

हुद्देदारानी = अधिकारी, अधिकार धारण
करणारे

हुमायुनु = शुभ

हुंडी = सावकारी किंवा सराफी पेढ्यांवर
पैसे घेण्यासाठी बँकांतील चेक्सच्या
धर्तीवर असलेली विशेष व्यवस्था

ग्रंथसूची आणि ग्रंथसंक्षेप

१.	आपटे, द.वि.(संपा.)	–	'महाराष्ट्र इतिहासमंजरी अथवा निवडक ऐतिहासिक उत्तरेः पूर्वार्ध, चित्रशाळा प्रेस, पुणे, १९२३ (इतिहासमंजरी)
२.	केळकर, न.चिं.आणि द.वि.आपटे	–	'शिवकालीन पत्र-सार-संग्रह', खंड १ व २ श्रीशिवचरित्र - कार्यालय, पुणे, १९३० (पत्रसारसंग्रह)
३.	खरे,ग. ह. (संपा.)	–	'ऐतिहासिक फारसी साहित्य', खंड १, भारत इतिहास संशोधक मंडळ, पुणे, १९३४
४.	खरे,ग.ह. आणि गो.त्र्यं. कुलकर्णी (संपा.)	–	'ऐतिहासिक फारसी साहित्य',खंड ६, भा.इ.सं. मंडळ, पुणे, १९७३
५.	खोबरेकर, वि.गो. आणि शं.सं.शिंदे (संपा.)	–	'कोकणच्या इतिहासाची साधने', शासकीय मुद्रणालय, मुंबई, १९७१
६.	जोशी, शं.ना. आणि ल.म.शिंगारे (संपा.)	–	'आज्ञापत्र आणि राजनीती', कॉंटिनेंटल प्रकाशन, पुणे, १९६०
७.	जोशी, शं.ना. (संपा.)	–	(कृष्णाजी अनंत सभासद विरचित्त) 'छत्रपती शिवाजीमहाराज यांची बखर, चित्रशाळा प्रकाशन, पुणे, १९६० (सभासद बखर)
८.	टिकेकर, श्री.रा. (संपा.)	–	'सरदेसाई स्मारकग्रंथ',केशव भिकाजी ढवळे, मुंबई, १९३८
९.	ठाकरे, के.सी. (लेखक व संपा.)	–	'ग्रामण्यांचा साद्यंत इतिहास अर्थात नोकरशाहीचे बंड', य.शि.राजे, मुंबई, १९१९ (ग्रामण्यांचा साद्यंत इतिहास)
१०.	दिवेकर, स.म. (संपा.)	–	'(जयराम पिण्ड्येविरचित) पर्णालपर्वत-ग्रहणाख्यानम्, भा.इ. सं. मंडळ, पुणे, १९२३
११.	दिवेकर, स.म. आणि द. वि. आपटे (संपा.)	–	'शिवचरित्रप्रदीप', भा.इ.सं.मंडळ, पुणे, १९२५
१२.	दिवेकर, स.म.(संपा.)	–	(कवींद्र परमानंदविरचित) 'श्रीशिवभारत', स.म.. दिवेकर, मुंबई, १९२७
१३.	पवार, आप्पासाहेब (संपा.)	–	'ताराबाईकालीन कागदपत्रे', खंड १, शिवाजी विद्यापीठ, कोल्हापूर, १९६९

१४. पारसनीस, द.ब. – 'तंजावरचे राजघराणे', तुकाराम जावजी, मुंबई, १९१३

१५. पारसनीस, द.ब. आणि पु.वि.मावजी (संपा.) – 'सनदापत्रांतील माहिती', पु.वि.मावजी, मुंबई, १९१२ (सनदापत्रे)

१६. पिंगुळकर, वि.पु. – 'सावंतवाडी संस्थानचा इतिहास', वि.पु.पिंगुळकर, सावंतवाडी, १९११

१७. पुरंदरे, कृ.वा.(संपा.) – 'पुरंदरे दफ्तर', भाग ३, भा.इ.सं.मंडळ, पुणे १९३४

१८. भावे, वि.ल. (संपा.) – 'मराठी दफ्तर', रुमाल ३, वा.कृ. भावे, ठाणे, १९२८

१९. राजवाडे वि.का. (संपा.) – 'मराठ्यांच्या इतिहासाची साधने (राजवाडे खंड)–
खंड ८, श्रीसमर्थप्रसाद प्रेस, कोल्हापूर, १९०३
खंड १५, शं.श्री. देव, धुळे, १९१२
खंड १६, तुकाराम जावजी, मुंबई १९१२
खंड १७ (माहिती उपलब्ध नाही), १९१३
खंड १८, तुकाराम जावजी, मुंबई १९१४
खंड २१, सत्कार्योत्तेजक सभा, धुळे, १९१०

२०. राजवाडे, वि.का. (संपा.) – 'केशवाचार्यादिकृत माहिकावतीची ऊर्फ माहीमची बखर', शं.न.जोशी पुणे, १९२४

२१. राजवाडे, वि.का. (संपा.) – (जयराम पिंड्येविरचित) 'राधामाधवविलासचंपू:' चित्रशाळा प्रेस, पुणे १९२२

२२. वाकसकर, वि.स. (संपा.)– 'शिवछत्रपतींची ९१ कलमी बखर', बडोदे, १९३० (९१ कलमी बखर)

२३. सरदेसाई, गो.स. (संपा.) – 'पेशवे दप्तरातून निवडलेले कागद', खंड ३१, गव्हर्नमेंट सेंट्रल प्रेस, मुंबई, १९३० (पेशवे दप्तर खंड, पे. द. खंड)

२४. सरदेसाई, गो.स., या.मा. काळे आणि वि.स. वाकसकर (संपा.) – '(काव्येतिहाससंग्रहात प्रसिद्ध झालेली) ऐतिहासिक पत्रे, यादी वगैरे लेख' (आ. २), चित्रशाळा प्रेस, पुणे, १९३० (पत्रे, यादी वगैरे)

२५. साने, का.ना.(संपा.) – 'चित्रगुप्तविरचित शिवाजीमहाराजांची बखर', का.ना.साने, पुणे (चित्रगुप्त बखर)

२६.   – भारत इतिहास संशोधक मंडळ वार्षिक इतिवृत्त,
            पुणे, शके १८३७ व १८३८ (भा. इ. सं.
            मं. वार्षिक इ.)

२७.   – भारत इतिहास संशोधक मंडळ, तृतीय संमेलन
            वृत्त, पुणे (भा.इ.सं.मं, तृतीय संमेलन वृत्त)

२८.   भारत इतिहास संशोधक मंडळ, षष्ठ संमेलन
            वृत्त, पुणे (भा.इ.सं.मं., षष्ठ संमेलन वृत्त)

२९.   'शिवचरित्र-साहित्य' खंड १, २, ४, ५, ७,
            ८, ९, १४, भा.इ.सं. मंडळ, पुणे

३०.   – भारत इतिहास संशोधक मंडळ, स.ग.जोशी
            संग्रह, पुणे (अप्रकाशित)

३१.   भा. इ. सं. मंडळ 'त्रैमासिक', वर्ष ६१, पुणे

३२.   पेशवे दफ्तर, पुणे जमाव, रुमाल क्र.
            ५१०(अप्रकाशित)

३३.   कै. शं.ना.जोशी-संग्रह (अप्रकाशित), भा.इ.
            सं. मंडळ, पुणे

३४.   सोंधेकर दफ्तर (अप्रकाशित), भा.इ.सं.मंडळ,
            पुणे

❖

मराठ्यांचा इतिहास : साधन-परिचय

विभाग २

पेशवेकाल

(इ.स. १७००-१८१८)

प्रस्तावना

ऐतिहासिक साधन-परिचय ग्रंथाचा हा दुसरा भाग असून त्यात स्थूलमानाने पेशवाईच्या प्रारंभापासून इंग्रजी राजवटीच्या पहिल्या पन्नासवर्षांपर्यंतच्या कालखंडातील महत्त्वाच्या पत्रांचा समावेश करण्यात आलेला आहे.

क्र. १ ते ३ पत्र छ. शाहू मुघलांच्या कैदेतून सुटून महाराष्ट्रात आल्यावर त्याचा आणि महाराणी ताराबाई यांच्यात जो सत्तासंघर्ष झाला त्यावर प्रकाश टाकणारी आहेत. महाराष्ट्रातील ही गुंतागुंतीची राजकारगे गोव्याच्या व्हाईसरायने पोर्तुगालच्या राजाला पत्राने कळवली आहेत ९, १०, ११ ही पत्रे मराठे पोर्तुगीज राजकीय संबंध स्पष्ट करणारी आहेत. विशेषत: मराठ्यांनी वसईचा संग्राम किती वीरश्रीने केला त्याचे दर्शन या पत्रातून घडते.

देव, धर्म, ब्राह्मण यांचे संरक्षण, संवर्धन हे मराठी राज्याच्या आरंभापासूनचे ध्येय होते. आणि त्याचा विसर पेशव्यांनाही पडलेला नव्हता. हिंदूधर्मीयांना पवित्र असणारी काशी-मथुरा ही क्षेत्रे हिंदूंच्याच ताब्यात असली पाहिजेत असाही त्यांचा आग्रह राहिला त्या दृष्टीने ५,६,१८, ४८ ही पत्रे वाचनीय ठरतील.

महाराष्ट्रीय ग्रामीण प्रशासन कसे राहिले? तत्कालीन समाजावर, जात, जातसभा, धर्म, रूढी परंपरा इ. चा किती गाढ प्रभाव होता? ते स्पष्ट करणारी ४, ७, १६, १९, २२, ३४, ६५, ६७, ७३, पत्रे असून त्यात विविध सामाजिक प्रश्न - सती पद्धती, प्रभू ज्ञातीवरील निर्बंध हे विषय आले आहेत. पत्र क्र. १२, १३, ६१, ७९, १०० विशेष महत्त्वाची आहेत. श्रीवर्धनच्या भटांवर छ. शाहूचा विशेष लोभ जडला. ही मंडळी कष्टाळू, विश्वासू आणि अत्यंत कर्तृत्ववान आहेत यावर छ. शाहूंचा दृढ विश्वास होता. तथापि त्याची त्यांचे वर्तनावर करडी नजर होती. म्हणूनच काही दिवस नानासाहेब पेशव्यांवर शाहूची इतराजी होऊन त्याला घरी बसावे लागले. पुढे याच पेशव्याच्या काळात मराठी साम्राज्याचे वैभव कळसाला पोहोचले. उत्तर-दक्षिणेकडून खंडणीच्या रूपाने सुवर्णनदी पुण्यास सतत वाहात राहावी हे या पेशव्याचे स्वप्न होते. त्या दृष्टीने १२, १५ १७,२३ महत्त्वपूर्ण ठरतील.

मराठी साम्राज्याच्या मुळावरच घाव घालणारा पराभव असे पानिपतच्या पराभवाचे यथार्थ वर्णन केले जाते. प्रत्यक्ष ही लढाई होण्यामागची ५-७ वर्षे उत्तरेत राजकीय वातावरण कसे गढूळ होत गेले, आणि प्रत्यक्ष लढाईच्या दिवशी मराठे किती वीरश्रीने लढले याची तपशीलवार माहिती सांगणारी म्हणून १३, २७, २८, ७० ही पत्र उल्लेखनीय आहेत.

पानिपतच्या लढाईनंतरचा काळ हा थो.माधवराव, नाना फडणीस, महादजी

शिंदे यांच्या कार्यकर्तृत्त्वाचा कालखंड होय. अत्यंत बिकट परिस्थितीतूनही माधवरावाने कसा मार्ग काढला, राघोबाच्या स्वैर वर्तनावर कसा दबाव ठेवला आणि अखेरीस मराठी राज्याची किती दूरदृष्टीने निरवा-निरव केली यावर प्रकाश टाकणारी २९, ३०, ३१, ३५, ३६, ३७ ही पत्रे अभ्यासनीय ठरतील.

नारायणराव पेशव्याच्या खुनानंतर नाना फडणिसाच्या नेतृत्वाखाली झालेला बारभाईचा प्रयोग, त्यातील उणिवा, यशापयश, सभासदांतील सत्तास्पर्धा इ. प्रकाश टाकणारी ४० ते ४५, ५२, ५३, ५६, ३७, ५८ ही पत्रे आहेत. उत्तर पेशवाईत नाना फडणीस आणि महादजी शिंदे हे दोघे मराठी साम्राज्याचे मुख्य आधारस्तंभच होते. पण पुढे त्यांच्यातही वैमनस्य, स्पर्धा सुरू झाली. त्याचे दर्शन घडवणारी २५, ५५, ६२, ६८ ही पत्र आहेत.

इंग्रजांसारख्या सर्व दृष्टींनी बलाढ्य, सुसज्ज अशा शत्रूशी मराठ्यांनी दीर्घकाळ रणांगणावर टक्कर दिली. एवढेच नव्हे तर विजयश्रीही संपादन केली. या महत्त्वपूर्ण प्रसंगाची तपशीलवार माहिती देणारी तसेच मराठ्यांचा हैदर, टिपू यांच्याशी झालेला संघर्ष, चौकडीचे रंगलेले राजकारण इ. वर प्रकाश टाकणारी ४९, ६४, ८३, ८६ ही पत्रे विशेष महत्त्वाची आहेत.

मराठी राज्याचे अखेरचे पर्व म्हणून सवाई माधवरावाच्या कारकिर्दीचा उल्लेख केला जातो. गोपिकाबाईने आपल्या नातवास केलेला प्रेमळ उपदेश, पेशव्यांची अत्यंत थाटात पार पडलेली मुंज, लग्न आदी समारंभ. नाना-महादजी संघर्ष मिटल्यावर प्रत्येक देशप्रेमी माणसाच्याच मनातील भावना पत्राने व्यक्त करणारे गोविंदराव काळ्यांचे पत्र, ही मराठ्यांच्या काळाच्या अभ्यासास उपयुक्त आहेत. (७०, ७४, ७८, ८४, ८६, ८९)

मराठी राज्याच्या अखेरच्या क्षणांचा साक्षीदार म्हणजे दुसरा राव बाजी. त्याचे बेजबाबदार वर्तन, मनमानी कारभार यावर प्रकाश टाकणारी म्हणून ९५, ९७, ९९ ही पत्र महत्त्वपूर्ण ठरतील.

थोडक्यात, मराठ्यांचा इतिहास हा अशा अस्सल साधनावर आधारित असावा. ऐकीव माहिती, बाजारगप्पा यांच्या आधारे तो लिहिला अथवा अभ्यासला जाऊ नये या उद्देशाने, मूळ साधनांचा अल्पसा प्रयत्न प्रस्तुत ''मराठ्यांचा-इतिहास साधन-परिचय'' या खंडांतून केला आहे.

पुणे

- म.रा.कुलकर्णी

१. बाबा तुमचेच उदा. मी नेहमी डोळ्यापुढे ठेवले आहे.

मनूची, स्टोरिया द मोगोर (स. १७०३ ?
भा. ४, पृ. १७१.

"बाबा तुमचेच उदाहरण मी नेहमी डोळ्यांपुढे ठेविले आहे. इतके चांगलें उदाहरण दुसऱ्या कोणाचे सापडणार? ज्या राजपुतांनी अकबर, जहांगीर, व शहाजहान यांस मनापासून साह्य केलं, त्यांचा आश्रय, मी केला, यांत वाईट तें काय केलें? जसवंतसिंह तुमच्या भुलथापांस भुलला नसता तर तुम्ही आज हिंदुस्थानचे बादशहा राहिले नसता. असे हे राजपूत लोक आपल्या राज्याचे खांब होते. एकाचे ठिकाणी शंभर उमेदवार पुढे येत. हल्ली तुम्ही तीन तीन वर्षे डांगोरा पिटूनही दहा पाच माणसे देखील जमा होत नाहीत, हा परिणाम कशाचा? आज तुमचे अंमलदार इतके आहेत, पण एकाची तरी तुमच्यावर खरी भक्ति आहे काय? फौजेतील सर्व लोक दरिद्री झाले आहेत. कोणापाशी हत्यार नाही. एक कवि किंवा ग्रंथकार तुमच्या अमदानीत निपजला नाही. व्यापारी धनिक म्हणून आहेत त्यांची दिवसाढवळ्या लूट होते. त्यांचे खून पडतात. रयत तर धुळीस मिळाली. विजापूर गोवळकोंडा येथील राज्यांचा दक्षिणचा प्रदेश जो पूर्वी तुम्हास अत्यंत संपन्न व स्वर्गतुल्य वाटत होता. तो आता ओसाड, कंगाल, निर्धन बनला आहे. विजापूर, औरंगाबाद वगैरे शहरे केवढी धनाढ्य, विस्तृत व शोभिवंत होती, पण हल्ली तेथे धुळीशिवाय जास्त काय आहे. तुम्हीच सांगा, ह्या सर्वांचे कारण काय तर तुमचा परधर्मद्वेष. तुम्ही हिंदूंवर जिझिया बसविला त्याने लोक सर्व तुमच्यावर उठले, जाळपोळ व लूट करू लागले, त्यानेच देश धुळीस मिळाला.

"तुमच्या राज्यात एक तरी प्रकार असा आहे काय कीं ज्याची मला तारीफ करितां येईल? थोर थोर पुरातन घराणीं सर्व नामशेष झालीं, सर्वच लुच्चांचा बाजार भरला आहे. सगळा राज्यकारभार हलकट लोकांच्या हातात आहे. हातात जपमाळ, काखेंत कुराण आणि डोक्यास मोठेंसे मुंडासे असले म्हणजे त्यावर तुमचा पूर्ण भरंवसा, अशी मंडळी तुमच्या राज्याचे आधारस्तंभ

असा सर्व राज्यांचा नाश झालेला मला पाहवेना, तेव्हां अत्यंत कष्टाने मी देशत्याग करून इकडे आलो. आता मी शांत आहे. परमेश्वर तुम्हाला दीर्घायुष्य देवो. मीच परत येऊन राज्य करावे म्हणता, तरी तुम्ही राज्य सोडून मक्केस चालते व्हा, म्हणजे मी येऊन दाखवितो कसे राज्य करावयाचे. आजपर्यंत काय करामत होती, ती सर्व तुम्ही करून दाखविलीत, आता वृद्धापकाळी परमार्थसाधनच तुम्हास योग्य आहे. जास्त लिहून तुम्हास त्रास होईल म्हणून पत्र पुरं करतो.

❖

२. ख्रिश्चन लोकांना तहानुसार सवलती मिळत नाहीत.

छ. शाहू बादशाहाच्या कैदेतून महाराष्ट्रात आल्यावर तेथे निर्माण झालेली राजकीय गुंतागुंत पोर्तुगीज व्हाईसराय आपल्या राजाला कळवीत आहे.

गोवा दि. १० डिसेंबर १७०८

महाराज,

मायदेशाहून यायच्या नौकांचे अद्याप इकडे आगमन न झाल्याने काळजी वाटू लागली आहे. ह्या राज्याच्या रक्षणासाठी माणसांची कमतरता आहे म्हणून मी महाराजाच्या निदर्शनास आणीत आहे की मायदेशाहून यायच्या नौका इकडे वेळेवर न आल्याने आमची इकडे फारच अडचण झाली आहे. तरी महाराजांनी कृपावंत होऊन इकडे मदत लवकर पाठविण्याचा हुकूम काढावा अशी त्यांना माझी विनंती आहे. त्याचे प्रमुख कारण हे की, संभाजीराजे यांचे पुत्र शाहूराजे यांच्या राज्याला लागून असलेल्या आमच्या राज्याच्या हद्दीवर सर्वत्र अशांतता माजून राहिली आहे. शाहू राजे हे बलाढ्य सैन्यानिशी आपल्या वडिलांच्या व आजोबांच्या मालकीचा संपूर्ण प्रदेश ताब्यात घेण्याचा प्रयत्न करीत आहेत. त्या प्रदेशावर आपली मालकी असल्याचा त्यांचा दावा आहे. महाराजांना कदाचित आठवत असेलच की काऊंट द अल्कोर या राज्याचे व्हिसेरई होते तेव्हा शाहू राजे यांचे पिते संभाजी राजे याणी या राज्यावर स्वारी केली होती. तदनंतर लवकरच ते मोगल बादशाहाकडून कैद झाले होते. त्यावेळी शाहूराजे हे ही बादशाहाच्या हातास लागून कैदेत होते. शाहू राजे आणि त्यांची चुलती यांचे युद्ध चालू आहे. त्यांची ही चुलती म्हणजे रामराजे याची राणी असून ती मराठ्याची राणी म्हणूनही समजली जाते. ही राणीही सामर्थ्यवान आहे. परंतु शाहूराजे यांचे सामर्थ्य तिच्या सामर्थ्याहून अधिक मोठे आहे. त्यांनी राणीचा बराच प्रदेश जिंकला असून खुद्द राणीचेच सैन्य त्यांना येऊन मिळाल्याने त्यांचे सैन्य मोठे झाले आहे. शाहूराजे यांनी सांप्रत भुदरगडाला वेढा घातला आहे शाहू राजे यानी माझ्याकडे आपला वकील पाठऊन उपरिनिर्दिष्ट घडामोडी मला कळविल्या आहेत. मी आपणाशी तह करावा अशीही इच्छा त्यांनी दर्शविली आहे. शाहू राजे यांच्याप्रमाणे राणीनेही आमच्याशी तह करण्याची इच्छा दर्शविली आहे. मी दोघानाही कळविले आहे की त्यांच्यामधील यादवी युद्ध जूंपून जो कोणी विजयी होईल त्याच्याशी मी तह करीन. महाराजाच्या सेवेसाठी आणि राज्याच्या सुरक्षिततेसाठी प्रस्तुत धोरणाचा अवलंब मला करावा लागत आहे.

खेम सावंत यांनी आमच्याशी तह करण्याची इच्छा दर्शविली होती. परंतु आम्ही त्यांना जी कलमे सादर केली होती. ती त्यांना मान्य न झाल्याने तह होऊ

शकला नाही. त्यांनी डिचोली येथील किल्याच्या दुरुस्तीचे काम हाती घेतले होते परंतु मला कळले आहे की, आपण जर आमच्याशी तह केला नाही, तर आम्ही त्यांचा किल्ला पाडून टाकू अशी भीती त्यांना वाटल्याने त्यांनी किल्याच्या दुरुस्तीचे काम स्थगित केले आहे.

××× येथील ख्रिश्चन जमातीच्या धर्मगुरुने मला कळविले आहे की तेथील राजाचा आणि आमचा जो तह आहे त्यातील कलमे सदर्हु राजा अमलात आणीत नसल्याने तेथील ख्रिश्चन लोकांना तहाच्या कलमानुसार सवलती मिळत नाहीत. ××× च्या राजास मी ह्या प्रश्नाबाबत वारंवार लिहिले आहे. परंतु तो जर तहाच्या कलमाप्रमाणे वागत नसेल, तर त्याला वठणीवर आणले पाहिजे. त्यासाठी तिकडे दोन युद्ध नौका पाठविण्याचा बेत मी केला आहे. बळाचा उपयोग केल्यावाचून ××× या राज तहाप्रमाणे वागणार नाही. आता असे कळते की अरब लोक मोठ्या सामर्थ्यानिशी कर्नाटकाच्या किनाऱ्यावर आले असून ××× च्या राज्यात वखारी उघडण्याचा अथवा एकादा किल्ला बांधण्याचा त्यांचा विचार आहे. तसे झाले तर ते आजदिव बेटावर स्वारी करतील यात शंका नाही. माझ्यापाशी इकडे जे मर्यादित सैन्य आहे. त्यातील काही सैन्य मी कर्नाटकात पाठविले तर आमचे सामर्थ्य विभागले गेल्याने आम्ही कमकुवत होऊ म्हणून, मी अरबांना कर्नाटकाच्या किनाऱ्यावरून हाकलण्यासाठी व तिकडे त्यांनी किल्ला बांधू नये म्हणून उपनिर्दिष्ट युद्धनौका तिकडे पाठविण्याचा विचार केला आहे. अरबांनी कर्नाटकाच्या किनाऱ्यावर पाय रोवला तर आमची मोठी हानी होईल. आमच्या प्रजेला तिकडून जे अन्नधान्य मिळते, त्याच्या वाहतुकीत अडथळे येतील. परंतु परिस्थितीत सुधारणा होईस्तोवर मी युद्ध नौका पाठविणार नाही. तोपर्यंत ××× च्या राजाशी बोलणी चालू ठेविन.

सोंधेच्या राजाचा आणि आमचा जो तह पूर्वी झाला होता, तो आता कायम करण्यात आला आहे. त्याच्याशी आणि त्याच्या प्रजाजनाशी आमचे मैत्रीचे आणि सलोख्याचे संबंध प्रस्थापित झाले आहेत. मोगल बादशहाशीही माझी मैत्री आहे. त्याच्याशी मैत्री ठेवावी लागते कारण त्याचे नवाब विशेष करून सुरतेचा नवाब आमच्या उत्तरेकडील प्रदेशावर हल्ला करण्याची संधी पाहात असतो. हे नवाब त्यांच्यामधील चालीरीतीप्रमाणे आक्रमक वृत्तीचे असतात.

मी महाराजांकडे प्रस्तुत पत्रासमवेत या राज्यातील पायदळाच्या सैन्यातील लोकांच्या नावाची यादी पाठवित आहे. प्रस्तुत यादी नजरेखालून घातली की, येथे सैन्याची कमतरता किती आहे त्याची महाराजांना कल्पना येऊन, महाराज इकडे लवकरात लवकर सैन्याची कुमक धाडण्याचा हुकूम करतील अशी आशा करतो. सैन्याची कुमक त्वरित आली नाही तर या राज्याची किती नुकसानी होईल ते सांगता

येत नाही.

महाराजांवर ईश्वराने सुख सौख्याचा वर्षाव करावा व त्यांनी आपले जीवन आनंदात आणि समाधानात व्यतीत करावे, अशी त्यांच्या आम्हा प्रजाजनांची इच्छा असते.

गोवा, दि. १० डिसेंबर, १७०८
व्हाईसरायची सही.
(अक्षरे लागत नाहीत.)

---

1. Mohcoes do Raino No. 73, Pg. 73 Verso.

३. त्या काळ्याने (आंग्र्यांनी) आमच्या विरुद्ध सिद्धीशी दोस्ती केली आहे.

गोव्याहून पोर्तुगिज व्हाईसरायने आपल्या राजास महाराष्ट्रातील राजकीय घडामोडी कळविल्या आहेत. त्यात आंग्रे-पोर्तुगीज आरमारी युद्धाचा तपशील आला आहे.

गोवा दि. ३१ डिसेंबर १७०९

महाराज

दि. २८ डिसेंबर... रोजी महाराजांना मी जे पत्र पाठविले त्यात आमच्या उत्तरेकडील प्रदेशातील घडामोडींचा वृत्तांत सादर केलाच आहे... कडील सेनापतीनी धाडलेले एक गलबत इकडे येऊन दाखल झाले. या गलबतावर उत्तरेकडील घडामोडीचा अहवाल धाडण्यात आला आहे. कान्होजी आंग्रे याच्याशी आमचे जे युद्ध चालू आहे, त्याच्या संबंधीचा वृतांत प्रस्तुत पत्रात आहे. कॅ. अंतोनियु कार्दिम फ्राईश यांनी कुलाब्यापर्यंत जाऊन शत्रूच्या काही खेड्यांची जाळपोळ केली. शत्रूकडून आमच्या सैन्याला चांगलाच प्रतिकार झाला. याप्रसंगी जी घनघोर लढाई झाली, तीत शत्रूची बरीच माणसे ठार होऊन त्याने माघार घेतली. आमचा फक्त एक सैनिक ठार आणि काही जखमी झाले. या पराभवाने शत्रू इतका क्रोधाविष्ट झाला की, त्याचा बदला घेण्यासाठी त्याने आमची असुरक्षित अशी तीन चार खेडी जाळली..

परंतु हे प्रकरण एवढ्यावरच मिटलेले नाही. त्या काळ्याने (कान्होजी आंग्रे) आमच्याविरुद्ध दंडा राजापुरीच्या सिदीशी दोस्ती केली आहे. सिदी आमचा शेजारी असून बलाढ्य आहे. त्याचप्रमाणे कोळी राजा आणि कल्याणचा नवाब हे देखील सैन्य गोळा करून आमच्याशी उत्तरेकडील प्रदेशावर स्वारी करण्याचा बेत करीत आहेत, असे उत्तरेकडील प्रदेशाचे सेनापती आंतोमिथु परैरा द सिकैरा यांनी लिहिले आहे. त्यांनी माझ्याकडे दारूगोळा आणि शस्त्रात्रे यांची मदत मागितली होती. ती मी त्यांना इकडून निघालेल्या 'काफील्यावर' पाठवून दिली आहे. या काफिल्याला फ्रिगेट्सचे संरक्षण आहे. आणखी दोन फ्रिगेट्स उत्तरेकडील प्रदेशात पाठविण्यासाठी तयार करण्यात येत आहेत. या युद्ध नौकांना 'नोस्सवा सित्र्योरा द पियेदाद' हे फ्रिगेट जाऊन मिळणार आहे. या तीन्ही युद्धनौका जेथे जरूर भासेल तेथे जाऊ शकतील. या युद्धनौकांवर जनरल फ्रान्सिइकु परैरा द सिल्व्ह यांना पाठविण्यात आले असून त्यांना आवश्यक त्या सूचना देण्यात आल्या आहेत. जनरल फ्रान्सिश्कु परैरा द सिल्व याच्या हाताखाली जी कुमक पाठविण्यात आली आहे, त्या कुमके शिवाय माझ्या हाताशी इकडे आणखी माणसे नाहीत. इकडे फक्त दोन छोटी फ्रिगेट्स आहेत. आमच्या आरमाराला युद्ध नौकांचे संरक्षण असल्याखेरीज त्यांना प्रवासास धाडण्याचे धोक्याचे आहे. कारण इथल्या समुद्रावर 'शिवाजी'चे (मराठ्यांचे) आरमार संचार करीत आहे. त्यामुळे कर्नाटकात तांदूळ आणण्यासाठी (कारण ह्या शहराला

तिकडच्या तांदूळाचा पुरवठा होत असतो.) चौदा अथवा सोळा 'परांगी' पाठवावी लागली. त्यांच्या संरक्षणासाठी येक मोठी युद्धनौका आणि दोन मचवे धाडण्यास आले होते. या एका काफिल्यावर मराठ्यांच्या युद्धनौकांनी हल्ला केला. त्यात दोन पाली आणि बारा गलबते समाविष्ट होती. आमच्या 'संगिसल'ने (मोठी युद्धनौका) या हल्यास धैर्याने तोंड दिले. लढाई घनघोर झाली. अनेक माणसे ठार आणि जखमी झाली. शत्रूने आमच्या काफिल्यावर दोनदा हल्ला चढविला पण दोन्हीही वेळा त्याला माघार घ्यावी लागली. अखेर तिसऱ्या हल्ल्यात आमच्या युद्धनौकेस शरणागती पत्करावी लागली. तिच्यावरील बहुसंख्य माणसे ठार झाली होती. उरलेली युद्ध-नौक कै. दो. मिंगुश फ्रान्सिश्कु यांच्यासह शत्रूच्या हातास लागली. परंतु दैवयोगे कॅ. दो मिंगुश फ्रान्सिश्कु हे शत्रूच्या तावडीतून निसटले... शत्रूचे सामर्थ्य मोठे असल्याने मचव्यांनी युद्धात भाग न घेता माघार घेतली. तुकडे उडाले... मला संधी मिळेल तेव्हा मी त्या काळ्याला (कान्होजी आंग्रे) त्याने आमच्या युद्धनौकांवर हल्ला करण्याचे धाडस केल्याबद्दल योग्य ते शासन करणार आहे. आमच्या आरमाराची विभागणी झाली असल्याने तूर्त मी शत्रूच्या वाटेस जाऊ शकत नाही. आमच्या आरमारापैकी काही युद्धनौका उत्तरेकडे गेल्या आहेत तर काही दीवला आहेत दीवचे किल्लेदार आंतेनिय परैरा द बारेरतू यांनी मला गेल्या महिन्याच्या १२ तारखेला लिहिलेल्या पत्रात कळविले आहे की, एक अरब गुप्तहेर 'सेट इग्रसियु' चर्चच्या दरवाजात पकडला गेला. त्याच्या छळ करण्यात आला, तेव्हा त्याने कबुली दिली की त्याला दीव येथील परिस्थितीची माहिती काढण्यासाठी पाठविण्यात आले होते. त्याचा दुसरा सोबती सापडला नाही. प्रस्तुत दोघा गुप्तहेरांना 'काशे' आणि 'नगाना' येथे येऊन राहिलेल्या अरबानी हेरगिरीसाठी पाठविले होते. त्या ठिकाणी त्यांच्या चार व्यापारी नौका होत्या. आणि मस्कतहून आणखी सहा नौका त्यांना येऊन मिळणार होत्या. ह्या दहाही नौका मग दीववर हल्ला करणार होत्या. दीवच्या कॅप्टनच्या हाताखाली फारच थोडं सैन्य आहे. गेल्या वर्षी त्यांच्या कुमकेस मी जी माणसे पाठविली होती, त्यापैकी बहुसंख्य मरण पावली. तर काही पळून गेली. परंतु जनरल फ्लान्सिकु परैरा द सिल्व्ह याच्या आरमाराचे इकडे आगमन झाले की, त्यांना मी लगेच दीवला धाडणार आहे.

इथल्या शोचनीय अवस्थेची महाराजांना कल्पना व्हावी म्हणून मी हा वृत्तांत त्यांना लिहित आहे. या राज्याचे रक्षण करावयाचे झाल्यास सैन्याच्या कुमकेची अत्यंत आवश्यकता आहे, हे मी महाराजाच्या निदर्शनास वारंवार आणले आहे. महाराज माझ्या विनंतीची कदर करून कुमक धाडण्याचा हुकूम करतील अशी आशा बाळगतो.

परमेश्वराने महाराजांना सुख समाधानात ठेवावे. अशी त्याच्यापाशी प्रार्थना करतो.[१]

गोवा दि. ३१ डिसेंबर १७०९

1. Mohcoes do Raino No. 74, B, Pg. 500

४. कल्याण - कोहज मिळवण्याची योजना

पोटभरून उदंड घेतील आणि लबाडींही करतील

लेखांक ४ / नं. ४२१ तारीख २८.९.१७३१

तारीख २६.९.१७३१

॥र्छ मोहिबान पन्हाई मुकलिसान दस्तगाई अजी दिलयेकलास पिलाजी जाधवराऊ सलाम बाजद सलाम आंकी येथिल खैरखुसी जाणोन मोहिबी आपली खैरखुसी हमेशा कलमे करित गेले पाहिजे. दिगर कलमी केले की अंताजी रघुनाथ याण मतलब लयाबयाचा वगैरे आपले वाजेन ज्या बात लिहिले ते का. बाबा तो लबाड फिरंगाण प्रांती वैध्यकी करून भाशा लिहीण सिकला येथही होता. तेव्हा आम्हास... लबाडी करीत होता की कल्याण व कोहज घेऊन देतो इकडे आपले हवे लोगे दोस्ता आहेत त्यांचे बोलिल्यावरून कर्म केले नाही त्यास पिटून लाविला हाली मोहिबाकडे... जाऊन लबाड्या काहीतो नाव बदललेस कलुकी काग... दाखवितो तो असेल त्याजवरून तुम्ही त्यास सरदे... इचा किताब दिल्ला आणि त्याने कितेक मतलब लिहिला ते गैर बाजिब आहेत इज्पानेबानी त्यास सजा दिल्ही पाहिजे म्हणून कलमि केले त्यास गतवर्षी राजश्री कृष्णरायाचा आपला सला लुटला ते वख्ती राजश्री पंतप्रधान याणी कल्याण प्रांते बाबे दोस्तीस आम्हास पाटविले. ते वख्तीला आमचे भेटिस आला होता. आपली हकिकत जाहीर केली कि इजरेला न आपल्यास सरदेसाई साहाणक दिल्ही आहे कागदपत्र तुमच्या फिरंगी सिकीयाचे दाखवि त्या वर्ग आम्ही मुश्क सोडविला रयतेतही त्या रुजू जाहली. आम्हीही मनता अर्थ आणिला कीहा... कडून रुसून आला असेल जो असरियाने आला त्या गौरे करावा मात्र ती तुम्ही समजाऊन न्याल तेही न... आम्ही तिकडून मसलतीस आलो रा. कृष्णाभाऊ हो... तुम्हाकडील सल्ला मामलीयाची गोष्टीन बनली तो आम्हाजवळी येऊन विनती केली. की तुम्हासी बहुत दोस्ती.. ता ती त्याजवरून आम्ही दोस्तीचा कागद मोहिबास लिहीला त्याणे काय मतलब लिहिला तो कळत नाही.. त्याचे बोलिवरून कोण्ही मनसुबा करितो यसे जो विचार करणे तो दूर खरूनच करितील... पोट भरून ऊदंड घेतील आणि लबाडी करितील. खरी मनसबा नाही याउपरी त्याचे कामे... त्याचे बोले भले लोकास पत्रे लिहिणे वाजिब नाही हमेशा खत किताबती पाटवित गेले पा... रा. ६०२७ माहे रबिलावल ज्यादा काये लिहीणे प्यार मोहबत असो दिने ह किताबती

❖

बाजद सलाम - वारंवार सलाम, दिगर - दुसरे

५. विड्याटिळ्याच्या हक्काचा वाद

ग्रामीण भागात गोदापंचायतीचा व्यवस्थेवर किती प्रभाव होता आणि मान-पान काय होते ते दर्शविणारे पत्र

भा.इ.सं.मं. त्रैमासिक शा. १६५४ चैत्र व. ६
वर्ष ३०-३१, अंक ३-४ व १,
इ १७३२ एप्रिल ५
ले. ४०, पृ. २८-२९

श्री

तालीक

माहाराज राजश्री पंतप्रधान साहेबाचे सेवेसी.

तकरीद कर्ते वे।। धोंडो मल्हार व माहादाजी अंबाजी पुरंधरे जोसी कुलकर्णी का। सासवड व देशकुलकर्णी कर्यात मजकूर सुहूर सन इसने सलासीन मया अलफ कारणे साहेबांचे बंदेगीसी तकरीर लेहून दिल्ही यैसी जे आपले आजे त्रिंबकपंत व मैराल गोमाजी यांचे आजे विसाजीपंत हे उभयेता येकोदर सखे भाऊ त्यास त्रिंबकपंत वडील व विसाजीपंत धाकटे भाऊ यैसीयासी वतनास मानपान विडा टिला व तश्रीफ व नावदस्तक व रुमाल व सेव व तेल व सरूप व जोडा, कांबला व करला व राबता माहार व होलीची पोली व सण व सणाची मोली व हकाच्या चोल्या व याखेरीज किरकोल वडीलपणाचे मान आपले आहेत यैसे असोन राघो लक्ष्मण व मैराल गोमाजी हे नहक घसधस करून साहेबांपासी फिर्याद आले त्यावरून साहेबी आपल्यास मसाला करून हुजूर बोलाऊन तकेरीरविसी अज्ञा केली तरी सदरहू लिहिल्याप्रमाणे आपले वडीलपणाचे हक मान आहेत याखेरीज वतनसमधे उत्पन्न व हकलाजिमा असेल तो भाऊपणाप्रमाणे खाऊन सुखरूप असो ते वडीलपणाच्या मानाविसी व हकासी राघो लक्ष्मण यासी मैराल गोमाजी यांसी लक्ष्मण रामचंद्र यांसी अगर अणीक कोणा भावासी संमध नाही. याखेरीज जोषणाचे व कुलकर्णाचे व देशकुलकर्णाचे उत्पन्न ते व हकलाजिमा व इनामाचे उत्पन्न होईल भाऊपणाप्रमाणे आमचे घरीहून वाटा न्यावा हे तकरीर लेहून दिल्ही सही छ. २० सवाल

❖

बंदगी = सेवा, तकरीर = फिर्याद, धसधस = अडथळा, तालिक = नकल, बंदगेसी = सेवेसी

६. काशी, प्रयाग हरतजविजेने साधावी

हिंदूची पवित्र देवस्थाने यवनमुक्त करण्याची पेशव्यांची इच्छा या पत्रात आढळते.

पत्रे, यादी वगैरे, श. १६८१ वैशाख शु. ६
ले. १७१, पृ. १६१-६२ इ. १७५९ मे २

श्री

अखंडितलक्ष्मी अलंकृत राजमान्य राजश्रो रामाजी अनंत गोसावी यांसी सेवक बाळाजी बाजीराव प्रधान नमस्कार उपरी येथील कुशल जाणोन स्वकीय कुशल लिहित जाणे. विशेष. सुजायतदौलाजवळून पनास लाख रूपये घेऊन वजीरी द्यावी, अंताजी माणकेश्वर यास दिलीच्या कारभारातून काढावे, हा मनसुबा, दुसरा, नजीबखानाजवळून तीस लाख घ्यावे. त्याहून तिसरा आपणच पातशाहातेचा बंदोबस्त करावा. याचे सेवटवर कसे ते ल्याहावे, तोपर्यंत लाहोराहून येऊ म्हणोन लाहुराचे पत्री मजकूर. त्यास वजीर दादानी सर्व प्रकारे आपले करून ठेविले (ते) निर्बल आहेत. याजपासून केल्या करारात अंतरही काही नाही. ऐसे असोन सुजा अतदौलाचा मनसुबा करणे योग्य नाही. तत्रापि करणे तेव्हा जर पक्की निशा पन्नास लाखांची सहा महिन्यात होती असे दिसल्यास, वजिराजवळून केल्या कारभारात अंतर मातबर पडल्यास, वजिरावर जाटानी व सुजाअतदौलानी एक होऊन यावे. तुम्ही सुजाअतदौलाचा पक्ष न करावा. जर सुजाअतदौलाचे पके राजकारण नाही तर वजीर पातशा बाहेर काढून सुजातदौलाचे परपत्य करून मातबर पैका मेळवावा. जर हे गोष्टी वजिराजवळून न होय, बाहेर न निघे, तेव्हा दिलीतील कारभार वजिरावर सोपून सुजातदौला व आपण एक होऊन काशी प्रयागचे काम करून घेऊन, पूर्वेस जावयास सुजातदौला सामील करून घेऊन, त्यास निमे बंगाला देऊ करून मातबर पैका मेळवावा. लाहोर प्रांतीचा बंदोबस्त उतम प्रकारे करावा. चिरंजीव दादानी अबदाली ठेविला होता. त्याचाच कोणी मातबर इतबारी ठेवून तो कारभार नीट करून सारा पैका हुजूर येई ते करावे. इतके करून दिलीतील बंदोबस्त होऊन पूर्वेस जावयास बाजद बरसात ठीक पडेल. यंदा छावणी दिलीची कराल तेव्हा सोई पडेलसे दिसते. अंताजी माणेकश्वर यास वारंवार हुजूर बोलाविले असता येत नाही. वजिराकडे पनास लाखांचे हिशेब काढून तेथेच गुंतले. कित्येक लबाड्या करितात.त्या तुमचे प्रत्ययास येऊन त्यास ठेऊ घेता;मेरट वगैरे परगणे मधीच खातात, वजिरा जवळ हजेरी बारा हजार फौजेची लटकीच देतात, ही चौकशी करीत नाही; अपूर्व आहे याउपर त्यास पत्र पावतात हुजूर पाठावणे. सुप्रयुक्त आले तर बरे, न आले तर धरावे, लुटावे, माल सर्व सरकारात लावावा. मेरट वगैरे सर्व महाल सरकारात लावावे. वजिरावर पाच लाख

रुपयांची वरात चिरंजिवांनी दिली आहे. ती सरकारात वसूल घ्यावी. त्यास याउपरी एक पैसा न द्यावा. जर ही गोष्ट जबरदस्तीने न करता अंताजी हुजूर आला तर त्याचा एक लेक हजार राउतानिशी ठेवावा. बाकी फौज वजिराजवळ चाकरीस पाहिजे ते दुसरी नेमून द्यावी. परंतु अंताजीस ठेऊ नये. याउपरी त्याचा काहीएक मुलाहिजा न करिता कैद करून पाठवणे. तुम्ही कारभारी भिडेस न पडणे. जाणिजे. नजीबखान बाट, अर्धा अबदाली. त्याचे राजकारण न करावे. सुजातदौला व ज्याट एक जाहाल्यास भारी उपयोगी नाहीत. यापेक्षा आहेत. वजीर ते फारच उपयोगी. परंतु सुजातदौला साहा महिन्याने पनास लाख रुपये खरेखुरे देतात, या वजिराजवळून एक दोन मात्तबर अंतरेयाची तगेरी करावया जोगी जहाल्यास सुजातदौलाचे काम जरूर करावे. मातबर लाभ सोडू नये. याचा विस्तार उभयतां सरदारास लिहिला असे. तो मनात आणून उत्तम दूरदर्शाने सरकारात मातबर लाभ होऊन, येथील लक्ष्याने वर्त (त) ऐसे प्रकारे जे तुमचे तेथील माहीतगारीस बनेल ते करणे. वरचेवरी कचे वर्तमान लिहित जाणे. जाणिजे छ. ४ रमजान. बहुत काय लिहिणे. अंताजीपंतास जरूर हुजूर पाठविणे. सहसा रदबदल ऐकू न देणे. लक्षा प्रकारे वजिरासच राखावे. कदाचित तो करारात वाकडा वर्तत असला तर मात्र मातबर लाभ पुर्ता दृष्टीस पडला तरच सुजातउद्दवलास हाती धरावे. परंतु काशी, प्रयाग हरतजविजेने साधावी. विशेष काय लिहिणे. कर्जाची चिंता दतबास असेलच. जाणिजे. लेखनसीमा.

❖

निशा - खात्री
इतबारी - विश्वासू
मुलाहीजा - पर्वा
तगीरी - तहकूबी

७. महाराज तो हिंदुपद राजे

माळव्यातील राजकीय घडामोडी आणि शिंदे, होळकर, पवार आदी मराठे सरदाराच्या मोहिमा

पेशवे दफ्तर खंड १४ इ.१७३२ मार्च ४
पत्र क्र. १, पृ. १२१९

श्री

मा। रा बाजीराव पंतप्रधान गोसावी यांसी

श्रीमंत पहुडप्रतापदिनकर खाडेश्वरी परदुखभजन परउपकारक सदाकाळी येशवंत राजमुद्रायाविराजित शुभचिंतनकारी महंत गरीबपुरी किले कुकुडमुडे अनेक उत्तम आसीर्वाद ××× उपर. येथील कुशल जाणून स्वकीय खबर आरोग (ग्य) निजानंदवैभव लि।। आज्ञा केली पाहिजे. यानंतर महाराजाही बहुत दिवसा सांभाळपत्र कृपावंत होऊन पाठविले ते छ १७ माहे रमजानी पाऊन बहुत आनंदमय जाला. यैसेच पत्र निरंतरी माहाराजे अतीताचा परामर्ष करीत असिले पाहिजे विशेष. माहाराजांही लि।. होते की, मल्हारजी होळकर वगैरे फौज कुली कोणकोणे ठायी आहेत त्याचा वर्तमान लि।. जर माहाराजसलामत गंगास्वरूप उमाई दाभाडे गायेकवाड व बांडे यांची फौज महीपार उतरून अमदाबादेवर असे, व धोकलसिंग अमदाबाद शहरामध्ये आहे. हे खबर कागदीपत्री आहे. आनखी रा मल्हारजी होलकर व रा। राणोजी सिंदे यांची पत्रे डोंगरपूर बासवाड्याचे मुकाम छ. २० माहे साबानची आली, त्यात लि।। होते की, कानसुलवरून कूच केला ते नरबदातीरी पावलो. तेथे दोन फौजा केल्या. रा। आनंदराव पवार व विठोजी बुले यांसी तो माळवा प्रातास बिदा केले. आन आपन जरीदी फौजेसी मजल दरमजल पावागडास जाऊन चापानेर सर केले. आणखी उमरठ शहर वगैरे २ मोडून येथील बंदोबस्त करून सर्वच मजल दरमजल मालव्यात प्रतिष्ट जालो, निमित्य की सवाई जैसिंग माळव्यात आला. राजश्री चिमणाजी आपाजी व सवाईशी खटपट होणार म्हणून राजश्री चिमणाजी आपाजी पत्रे उदाजी पवारकारणे व आपणास लि।। यास्तव सत्वर जाणे जाहाले. हे वर्तमान मल्हारजी होळकर याही आम्हास लिहिले. त्यास रा उदाजी पवार व हुजुराती रा नाहार प्रभु बमये फौज आलगोर फतेपुराहून कूच केला ते राजे मोहनसिंगचे मुलकातून रा आपा मदतीस माळव्यात गेले. हा कालपर्यंत तो लढाईभिडाई कोठे जाती ऐसे आयकिले नाही. पुढे जे वर्तमान होईल ते साकल्य सेवेसी लि।। पाठऊन दुसर बाडियाची ठाणी ये प्रातास आखराणी व राणीपुरे व दतोडे व आमोदे व कुवरखेडे यैशी आहेत. तलोदियाचे आसपास बांडियाठाणियाचा माहेश्रा आहे. रात्रंदिवस तलोद्याशी खटखट करीत आहे.

आमच्याने जे मदत मावन होऊन येते ते करितो. त्यास मल्हारजी माहाराजाचा म्हणवितो, त्याचे स्थळ तळोदे आहे; सर्व गोष्टीने उपराळा करणा जरूर आहे. यावर माहाराजाधिमाहाराजा स्वामीही जासूदजोडी २ मल्हारजी होलकराचे समाचारनिमित्य पाठविली ते छ १३ रमजानी आपल्या स्थलास पावले. आपण जासुदांस दोन तीन रोज ठेऊन मुदारात करून समागमे मनुष्य देउन मल्हारजीकडे राणा मोहनसिंगचे मार्गाने मार्गस्थ केले. माहाराज सलामत आमची हकीकत तो परस्पर श्रुत जाली असेल की, नवाब निजामनमुलुक चालून येऊन कृपावंत जाले. सरफराजी करून मनसबदार केले. लिहावयास कारण हे की, ताम्र होऊन इतकी त्यास दया उत्प(न्न) जाली. यासी महाराज तो हिंदुपद राजे व परशराम अवतारी म्हणवितात. अतीत ब्राह्मणाचे पोषक असता किती सदाव्रते खर्चाक निमित्य मोकाशाची उमेदवारी राखितो, सद्व्रत चाले, आज नाव माहाराजाचे होय तो अर्थ केला पाहिजे. आपण अतीत आज्ञाधारक आहू. आम्हयेउग कामकाज असल ते लिहित जाणे. चापानेरास ठाणे मल्हारजीचे नाही. पावागडावर किलेदार आहे त्याचे ठाणे चापानेरी आहे. कळले पाहिजे. बहुत काय लिहिणे हे विनंती.

❖

बमेय - सुद्धा-सह

८. न्याय-दिव्य पद्धती

विश्वासराव गायकवाड दप्तर तकरीरा डोईस बांधून दिव्य करतो
१ / १६ जुलै १६३४

"सामाजिक न्याय प्रकरणात दिव्य महत्त्वाच्या क्रियेचा तपशिल सांगणारे गुरव यादव यांचा तंटा"

स्वस्ति श्री राज्याभिषेक शके ६१ रौद्र नाम संवत्सरे आषाढ शुद्ध त्रयोदशी गुरुवासरे क्षत्रीय कुलावंतस श्री राजा शंभू छत्रपती स्वामी यानी राजश्री देशाधिकारी व कारकून वर्तमान व भावी सुभा प्रांत खटाव यासी आज्ञा केली ऐसीजे. जोत्याजी बीन रुद्राजी व कृष्णाजी बीन हणगोजी व खळोजी बीन अनसोजी व तुकोजी बीन नरसोजी यादव पाटील मौजे कडेपूर कर्यात आऊंद प्रांत मजकूर यानी हुजूर विनंती केली की आपणामध्ये व साबाजी बीन तानाजी व सिदोजी बीन डोंगरोजी व दताजी बीन देलोजी व कुसाजी बीन भीकाजी गुरव मौजे नजकूर यामध्ये मौजे मजकूरच्या रानात श्री देवडोंगराई डोंगरावर आहे. तेथील पूजा व उत्पन्नाचा कज्या लागला होता. त्याला आपण गुरव ऐसे राजेश्री श्रीनिवास पंडीत प्रतिनिधी याजकडे जाऊन त्यांनी आपलाले कटीने जाहीर केले. त्यांनी मनास आणून आम्हास व गुरवास राजेश्री नागोजीराव याकडे ईनसाफाकरिता कडेगावास पाठविले. त्यानी हर दू वादी थास थल कर्यात कऱ्हाड येथे श्री कृष्णा व कोईना संगमास बरोब्रर आपले कारकून व मौजे माारचे बारा बलुते व भवर गावचे पाटील देऊन पाठविले आणि त्यांस सांगितले की थलचे विद्यमाने श्रीचे तीरी हर दू वादी एकीकडे बसवून साक्ष सत्य साक्षीदारास घालून प्रथकाकार विचारणे म्हणून त्यावरून त्यांनी हरद वादी यास थलास नेऊन संगमी श्री चे गिरी बसवून भलकरी मौजे सैदापूरचे मुकदम यांचे विद्यमाने आम्हास व गुरवास एकीकडे बसवून साक्ष भोवर गावचे पाटील त्र गावचे पाटील व गावचे बलुते यांस बोलावून त्यावरी सत्य सुकृत त्यांचे वडिलांचे घालून व श्रीचे उदक माथा घालोन येकेकास साक्ष विचारली साक्षदार बी।। तपशील

भोवर गावचे पाटील

१ बहिरोजी पाटील, मौजे नेरली.

१ दताजी बीन सिदोजी पाटील, मौजे सोनसल

१ केरोजी पाटील, मौजे हिंगणगाव खुर्द

१ आपाजी पाटील व अंबाजी पाटील, कोतवडे

करीना - हकीकत, कज्या - भांडण, तकरिर - तक्रार,
भोवर - आसपासच्या, भोवरगाव - भोवतालच्या गावचे

१ संक्राजी बीन रुद्राजी पाटील, तडसर
१ चिलोजी बीन कृष्णाजी पाटील, मौजे सोवली
१ बहिरजी बीन भीवाजी पाटील, मौजे सरिसगाव
१ केदारजी बीन नाईकजी पाटील, मौजे बेलवडे
कर्यात नीबसोड माईणी
१ संक्राजी बीन धनाजी पाटील मौजे सासगाव
१ नीबाजी बीन सिदोजी पाटील व खालोजी पाटील, मौजे अबदापूर
१ सिदोजी बीन बाजी पाटील मौजे चिखली

११

मौजे मजकूरचे समाकुला पांढर बलुते
१ बापूजी बीन जोती सुतार
१ सुभानजी बीन धुलोजी लोहार
१ धनाजी बीन पीराजी चांभार
१ गावची वसाहत
१ सखोजी बीन धावजी कुमार
१ म्हाळोजी बीन नरसोजी न्हावी
१ डोंगरोजी बीन सिदौजी परीट
१ डोंगरोजी
१ रघोजी साळी
१ डोंगरोजी फुलारी
१ आनंतभट बीन जीवभट जोशी
१ संक्राजी बीन बसवया जंगम
१ साबजी बीन येमाजी गुरव
१ हसेन बीन सैद अह्ली मुलाणी

१३

१ खंडसेट बीन म्हाद सेट सेठया
१ आंबाजी बीन तुकोजी गोंधळी
१ तुकोजी बीन सिबजी तेली म्हेतर
१ नरसोजी बीन तुकोजी गावगुरव
१ नीबाजी बीन रुद्राजी चौगुला
१ जननालु बीन संतनालु म्हेतर माहार
१ गंगानाऊ बीन सपनालु आंबेड म्हेतर माहार

१ जननालु बीन भरभनाक मांग
———
८

येकूण २१ येणे प्रमाणे साक्षीदार यांनी गोही (ग्वाही) दिली. प्रथम, प्रश्न लिहून त्याचा अर्थ अवधीयाचा साक्षीचा येकच जाब सालाने साक्षपत्रे व थल मौजे सैदापूरचे पाटील यांची अर्दास लिहून दिली. ते घेऊन नागोजीराव याजकडेस पाठविली. त्यांनी मनास आणून ती साक्षपत्रे व गोहीदार त्यास राजश्री पंत प्रतिनिधी याकडेस उंबरेजच्या मुकामास पाठविले. त्यांनी कागदपत्र वाचून पाहाता साक्ष अवधीयांची लिहिली होती ती एकच की, श्री देवाचे भांडार ग्रह व पुजा पुनस्कार व नैवेद्य होणे व खारीक खोबरे हे देवाचे पाटील खात आले हे आपलं वडील वडीली सांगत आले हे आपणास ठाऊक आहे. गुरवाने मुलकात श्रींचा अंगारा फिरवावा व देवापुढे (पै. पैसा) तांब्याचा येईल तो घेऊन असावे. याखेरीज त्यास संमंध नाही. म्हणून साक्षी गुदरल्या. त्या पाहोन त्यांनी ईन्साफ विलेस लावावा. याजकरिता याची चौकशी गोहीदारास बोलावून केली. त्यावरून गोहिदार बोलिले जे श्रीचे तीरी साक्ष दिली. त्यातून दुसरी गोष्ट आपणास ठाऊक नाही. ऐसे गोहीदार बोलिले व हरदु वादी यांची चौकशी करून विचारिले त्यास आम्ही हरदु वादी बोलविलो की, गोहिदारानी साक्षी दिल्या त्या दिवाणात दाखल झाला. आपण आपली तक्रारी भोगवर गावासी लिहून देतो, त्याप्रमाणे आपणास श्रीची क्रिया दिली तर क्रियेस राजी म्हणून बोलोन आम्ही हरदु वादीयानी आपल्या तक्रारी लिहून दिल्या बि॥ तपशील

तकरीर कर्दे[१] जोत्याजी बीन रुद्राजी व कृष्णाजी बीन हणगोजी व खेलोजी बीन अनसोनी व तुकोजी बीन नरसोजी यादव पाटील मौजे मजकूर यांनी लिहून दिली तकरीर अैसीजे श्री देव डोगरजाई तुळजापुरीहून आपले वडिलांचे भक्तीस आली. आपले वडिलास दृष्टांत जाहाला की, आपली पूजा पत्री चालवणे, त्यास येक ब्राह्मण अडसेरी देऊन ठेविला. पूजा चालो लागली. मग भागाई भोरी कुलवाडीण गावास होती. ती गुप्तरुपे देवीचे भक्तीस लागली. तिची भक्ती देवास मानिली. त्यावरी देव डोंगरावरी जाहाला. आपले वडिलांनी डोंगरावर देवाची स्थापना करून देवाची पूजा करू लागले. मग कित्येका दिवसांनी आगांतुक गुरव पुजेस आपले वडिलांनी मुतालकीस ठेविला. तो पूजा करू लागला. त्यावरी गावच्या गुरवानी आपले वडिलास बजिद होवून देवाचे चाकरीस आगांतुक गुरवास ठेविले, त्यास आम्ही तुमचे कदीम गुरव आहो, आपले तर्फेने आम्हास देवाची चाकरी सांगाल तर करू म्हणोन बोलिले. त्यावरून गावच्या गुरवास सांगितले की, मुलकात आंगारा नेत जाणे व देवापुढे

अर्दास अर्जदास्त - विनंती

गोहीदार - साक्षीदार, तकरीर - फिर्याद, क्रीया - दिव्य, कदीम - पुरातन

तांब्याचा पाअली येईल ती घेत जाणे व देवाची पूजा आगांतुक गुरव व तुम्ही करीत जाणे. पाअली आंगाऱ्यामुळे जे येईल ते दोन्ही कलम पैकी चौथाई आगांतुक गुरवास देणे. तीन तक्षीमा तुम्ही घेणे. त्यावर आमची हक्कदारी देत जाणे ऐवजी मोईन करून एक गुरवास ठेविले. त्याप्रमाणे गुरव व मौजे मजकूरचे व आगांतुक वर्तन होते. त्या आलीकडे आगांतुक गुरव व गाव गुरव येक होऊन आम्हासी नव दिगर[२] करून आपणच देवाचे उत्पन्न खावू लागले. गावातील देसमुख व नरसोजी व रानजी यानी सांगितले की, तुम्ही पाटलासी घासाघास लावू नका. लावाल तर आम्ही तुम्हास नाही. तुम्ही सेवट लागेल ते करणे म्हणून सांगितले. परंतु गुरवानी ऐकिले नाही. सन सबा पासून त्याचा आमचा कज्या लागला आहे. येणेप्रमाणे आपली तक्रार आहे. म्हणून श्री ची क्रिया करून, उदक गुरवाचे हातावर घालून खरे उतरलो तर सदरहु तक्रारीप्रमाणे पूजा व उत्पन्न अनुभवू, खोटे जाहालो तर देवाचे पूजा व उत्पन्नास संबंध नाही. गोताचे अन्यायी, दिवाणाचे गुन्हेगार हे तकरीर, सही ५ २२ जमादिलाखर सन साल मजकूर.

तकरीर कर्दे साबाजी बीन तानाजी व सिदोजी बीन डोंगरोजी व दताजी बीन खेलोजी व कुसाजी बीन भीकाजी गुरव, मौज कडेपूर कर्यात आऊंद, लेहून दिली तकरीर अैसीने, श्री देव डोंगराई तुळजापूरीहून भागाई भोरीचे भक्तीस कडेपुरास आली. त्या दिवसापासून पूजा आपली देवाची आहे. तेथे पाटलाची हक्कदारी बी।।
तपसील

हळु होन २ एकून कलम १	बकरे पडेल त्याची
बकऱ्याची खुरकी सके ८	खुरी मुंडी १
पैकी रुपे ७६ एकूण कलम १	भक्तांनी बकरे मारून
वस्त्रे देवाचे उताराची	नैवेद्य केला (तर)
कलम १	पाटीलास जेवावयास
	बोलवावे कलम १
	देवाचे फुलोरा... व निम्मे घ्यावे कलम १.

येकूण कलमे ६ पाटीलास देत आलो याखेरीच पाटीलास संबंध नाही. आपले वडिल कुणबावा दोन चावर करीत होते, हे तकरीर श्रीचे मुखे खरी करून क्रियेनिसी देवू. क्रियेस खोटे जाहालो तर आपणास संबंध नाही. खरे जाहालो तर सदरहूप्रमाणे आपण खाऊ. हे तकरीर सही.

येणे प्रमाणे गोताचे विद्यमाने आम्हा हरदू जणाच्या तकरीरा घेऊन ईनसाफ

मुतालीक - हस्तक, अंगातून - पाहुणा, मोईन - नेमणून, नवदिगर - दुर्लक्षुन, कज्या - भांडण, गोन - ज्ञातीसभा, तक्षिमा - वाटणी, रजामंद - कबूल

गोतावर टाकिला. गोतानी मनास आणून हरदूजणास समजावून सांगावे. अगर क्रियेस रजामंद असलीया क्रिया करवावी. त्यास क्रियेस गुरव कापो लागले. क्रियेस निठावेनात. मग विचार करून गोतानी येवून वर्तमान दिवाणात विदीत केले. त्यावर राजश्री पंत प्रतिनिधी यांनी आमचा व गुरवाचा व्यवहार, गोही साक्षी गुदरल्या त्याचा अर्थ व तकरीरा मनास आणून सदरहू गोतास बोलावून गोताचे विद्यमाने आम्हास व गुरवास फुरसीस केली की तुम्हा हरदूजणाचा तह करून देऊ. त्याप्रमाणे वर्ताविया राजी असला तर हरदूजण वादी आपलाले राजीनामे तेहून देणे. त्यावरून आम्ही हरदू वादी यांनी राजीनामे लेहून दिले. त्यावर आम्हा दरहुजणास निक्षून सांगितले की, गुरवास देवाची पूजा उत्पन्नापैकी तिजाई करार करून दिली व कुणबावाही दोन चावर पैकी तिजाई करार करून दिली. आम्हास दोन तक्षीमा पूजा उत्पन्नापैकी व कुणबावा दोन चावर पैकी दोन तक्षीमा करार करून देऊन आमची व गुरवाची समजावीसी करून दिली. आम्ही व गुरवानी समजोन याप्रमाणे चालावे अैसे ठरावून दिले. यावर आम्ही व गुरव जेने मजकुरास गेलो.

मागती गुरव मजकूर राजश्री पंत प्रतिनिधी मौजे नि:तई, संमत कोरेगाव, प्रांत वाई येथे श्री एकवीरा भवानीचे यात्रेस गेले होते, तेथे जाऊन उभे राहिले. की आपला व पाटीलाचा कुसुर उरला नाही. आपण तकरीस डोईस बांधोन श्रीपुढं दिव्य करतो, दिव्यामुळे खरे जाहाले तरी आपले तकरीरा प्रमाणे खाऊ. खोटे जाहालो तर आपणास पुजेस व कुणबावीयास अर्थाअर्थी संबंध नाही. पाटीलानी अवधे पूजा उत्पन्न खावे तरी आपणास खा देऊन आपला संदेश वार्हीला पाहिजे. म्हणून त्यावरून आम्हास पंडित मशारनिलेनी हुजर येऊ विचारले. त्यास आम्ही बोलिलो की, गुरव दिव्यास खरा निघाला तर आपण खोटे, वतनास संबंध नाही. अवघे गुरवानी खावे. जर गुरव दिव्यास खोटे जाहाले व आपण खरे जाहालो तरी देवाचे पूजा व उत्पन्न व कुणबावा सदरहू तक्रारी प्रमाणे खाऊ गुरवास संबंध नाही. म्हणून आपण मान्य केले. मग आमचे व गुरवाचे बोली प्रमाणे घेऊन गुरवास श्रीपुढे दिव्य नेऊन दिव्य घ्यावयास बराबर खेडो अनंत सुभेदार किले वासगी व देशमुख व देशपाडे व हमशाही गीत व भोवर गावचे पाटील व बाग बलुते देवून डोंगराई सन्नीध पाठविले. त्यांनी जाऊन कार्तीक वद्य नऊमी ९ शनिवारी कुसाजी बीन भीकाजी गुरव याचे हात साबणाने धुवून नखे काढून लखोटा हातास करून चौकी देवून त्यास ठेविला. दुसरे दिवशी रवीवारी देवाचे नंदीजवळ दिव्यची सामुग्री व रवे पात्र आणून यथाविधी करून पात्र स्थापून त्यामद्ये केवडी व तेल मोईन प्रमाणे घालोन आणि भाते लावुन अगोदर स्नान करून मंडील घालोन उभा होता. त्या देखत रवा पात्रात टाकिला. तो त्याने पाहून

तीजाई - १/३ भाग, तक्षीमा - वाटण्या, मशारनिल्हे - उपरोक्त व्यक्ती, कुणबावी - देवाची शेतजमीन, रवा - नाणे वा अंगठी

तक्रारीप्रमाणे चीरपत्र मस्तकी बांधोन रवा पात्रातून उचलोन पाच बोटाने काटुन बाहेर टाकिला. मग त्याच्या हातात खलेती घालोन लाखोटा करून बरोबर दिवाणची माणसे देऊन कुसाजी गुरव व त्याचे भावबंध गुरवव आम्हास कसबे उंबरजेच्या मुक्कामास स्वामी सनीध पाठविले. हरदू जणानी दिव्याचे वर्तमान हुजूर सागितले. त्यावरून कुसाजी गुरव यांचा हातचा लखोटा हुजूर सोडून हात मज्यालसीत पाहिला. परीक्षा करीता गुरवास रवा लागला. पाच बोटे भाजली. काळी जाहाली. याजकरीता रव लागला म्हणून गुरव खोटा जाहला. गुरव मजकुरास श्रीच्या पूजा उत्पन्नास व कुणबाव्यास अर्थाअर्थी संबंध नाही. म्हणून मज्यालसीत टाळी पिटून गुरव मजकूर लटके म्हणून राजश्री व समस्त लोक बोलिले देसमुखास... खरा देणे म्हणून आज्ञा केली. त्यावरून देसमुखाने खरा आपले नावे लिहून दिले. मनास आणिता पुरातन श्रीचे पुजारेपण यादव पाटील मौजे मजकूर याचे खरे ऐसे जाणोन स्वामी कृपाळू होऊन यादव पाटील यांचे पुजारेपण असे. तरी याचे वतन पुत्रपौत्रादी वंशपरंपरेने चालवीत जाणे. सदरहू प्रमाणे तीर्थरूप राजेश्री शाहू राजे राजी याचे पत्र तेने ते विदीन केले. त्यावरून स्वामीनी पूर्वेत्तर करीता व पत्राचा मजकूर व भोगवटा मनास आणून श्रीचे पुजारीपणाचे वर्तन सदरहू यादवाचे खरे ऐसे पाहून यादव ममार याचे केले असे वतन संबंधे कानु कायदे. जो असतील ते पाटील मशार यास वंशपरंपरेने चालवित जावे, प्रतिवर्षी नवीन पत्राचा उजूर न करणे, या पत्राची प्रती लिहून अस्सल पत्र परतोन द्यावे. जाणीजे, नीर्देश समक्ष.

रुजू सम्मत मंत्री
(शिक्का मोर्तब)

❖

९. पिलाजी जाधवाच्या झाशीजवळील हालचाली.

पुढे जावे तो मुलूख वैराण

पेशवे दफ्तर, खंड १४, इ. १७३४
पत्र क्र. १३,

श्री

छ. ११ जिल्हेज

राजश्री पंतप्रधान तथा राजश्री आपा स्वामो गोसावी यांसी श्रीमंत सकलगुणालंकरण अखंडित लक्ष्मी आलंकृत राजमान्य श्री। पिलाजी जाधवराऊ व तुबाजी अनंत दंडवत व आ। सा। नमस्कार विनंती येथील वर्तमान ता। छ १५ जिलकाद मु।। (मुकाम) नरवर येथास्थित असे विशेष पूर्वी इकडील सविस्तर वर्तमान दत्याचे मुकामीहून लेहून स्वामीकडे पत्रे पाठविली आहेत, त्यावरून विदित होईल. त्या अलीकडे दत्याचा कारभार उरकून राजश्री मल्हारजी होल्कर व राणो (जी) सिंह अहिरवाड्याकडे गेले. आम्ही दत्याहून कूच करून ग्वालेरीस गेलो. च्यार मुकाम ग्वालेरीखाली केले. मुलूक तिकडील खराब पडिला आहे. काही गाव वस्ते होते. तेथे शेपनास रुपये आले ते घेतले. भदावरचा कार्यभाग तेथेच विल्हेस लागला मग पुढे जावे तरी मुलूक वैराण, याजकरिता माघारे फिरोन नरवरास आलो. येथे येकदोन मुकाम करून केहरसिंग व गुजरोरा सुकलारी येथील निर्गम करून मजल दरमजल चंदेरीडावी टाकून गौरझाबरेयास येतो. तेथे गोविंद बलाल यास बोलाऊन आणून, तेथील कार्याची विचारणा करून, पुढे मजल दरमजल देशास येतो. बुंदिकोटे प्रांती थोडीसी बाकी राहिली आहे, व हती आजारी तेथे ठेविले होते ते आणविले आहेत. चऊ रोजात येतील म्हणजे इकडील निर्गम जाहला. सेवेसी श्रुत होये. बहुत काय लिहिणे हे विज्ञापि.

❖

वस्ते - नांदते

१०. वसई मोहीम

राज. खं. २ ले. २७ — १३ मे १७३९

मराठ्याची वसई मोहिम खूप वीरश्री युक्त झाली. पोर्तुगीज आणि मराठे किती बेभान होऊन झुंजले याचा ह्या पत्रात तपशील आला आहे. पेशव्यांचे गुरू घावडशीचे ब्रह्मेंद्र स्वामी यास चिमाजी आपा विजयाचे सारे श्रेय देत आहे.

या मागे युद्धे बहुत झाली परंतु या लडाईस तोडच नाही.

श्री

श्रीमंत महाराज श्रीपरमहंस बाबा स्वामीचे सेवेशी अपत्ये चिमाजीने कृतानेक सा। नमस्कार विज्ञापना येथील कुशल ता। वैशाख बहुल प्रतिपदा पर्यंत मुकाम वसई स्वामीचे आशीर्वादे करून सुखरूप असतो. विशेष.

स्वामीचे अभया वरून वसईस मोर्चे माघ शु।। दशमीस लाविले. त्यादारम्य मोर्चे चालविले व धमधमे चारपाच बांधले सुरंग चालविले जे जे उपाय स्थळ हस्तगत करावयाचे ते केले. फिरंगी यानी निराकरणाचा मंत्र पूर्वी युद्धप्रसंगी मोठमोठ्या सुरांनी केले. तदन्वये पिरंगियानी सुरंगावर व धमधमे यांवर गरनाळा टाकिल्या. सुरुंग विच्छिन्न केले. पनळ लावून पाणी सोडिले. आगीचे ओंडे जळके टाकून त्यावर तेल दारु, राळ टाकून च्यार च्यार रोज डोंबाराही[1] सारखा करी बरकंदाजी व तोफाजी फिरंगियांची निस्सीम म्हणावी तैसी तथापि स्वामीचा आशीर्वाद व दंड हे सबळ शस्त्र आम्हाजवळ. त्याचेप्रमाणे इकडून तोफा लावून फिरंगियाच्या तोफा मना केल्या सफेल[2] पाडून लेग केली. वसई जागा बाका बुलंद सुरुंगाचा उपाय नाही. परंतु स्वामीचे कृपाकटाक्षे सुरुंग चालवून दोन्ही बाजूनी खांब वरती तक्तपोशी त्यावर दोन अडीच हात रेती टाकून सुरुंग नेऊन पोहचऊन, दोनशे पाथरवट लावून, मोठे मोठे चिरे फोडून सुरुंगाचे बुधलियास जागा करून वैशाख शु।। पंचमीस सकल सिद्धता करून, सुरुंग लोकास बाजू वाटून देऊन नगारेयाची इशारत करून, सुरुंग उडताच सर्वानी येलगारास[3] उठावे, बुरजावर चढावे, शिड्या टेकून चढावे, ऐसा करार करून वैशाख शु।। ६ बुधवारी दोन घटका दिवस प्रात:काळचा येताच सुरुंगास बत्त्या दिल्या डावे बाजूचे सुरुंग काही उडाले,

---

धमधमा - चौथरा

१ डोबारा - आगीचा लोळ

२ सफेल - तटबंदीच्या आतील बाजूचा धक्का

३ येलगार - हल्ला करण्यास

काही उडणे होते, तोच लोकानी उतावळी करून कोटावर चालून घेतले; तो दुसरे सुरुंग तेच बाजूचे उडाले. त्याणी लोक दडपले व जाया व ठार झाले. तसेच उजवे बाजूचे सुरुंग उडाले. एक दोन उडताच बुरजास वाट जाहलीशी देखून लोक वरते चढले, तो दुसरे सुरुंग उडाले, त्याणी वरते लोक चढले होते ते उडोन गेले. लोक कचकरले. हिरमोड होऊन काम बंद पडिले. फिरंगियानी सांभाळून हुके गरनाळा व रोजगरीचा मार न भूतो न भविष्यति केला. त्याणे लष्करचे लोकास व हशमास अवसान राहिले नव्हते.

उजवे बाजूचा मातबर सुरुंग राजश्री मल्हारजी होळकर याजकडील उडणे होता. त्याचा शोध करून पुन्हा त्यात बुधले घालून रंजक[१] दुरुस्त करून लोकांची निवड केली; आणि सुरुंग उडताच खामखा निशाणे चढवावीसा करार करून वैशाख शु।।७ गुरुवारी उजवे बाजूचा सुरुंग उडविला. ते समयी लोक जाऊन बुरुज अर्धा उडाला त्याजवर चढले फिरंगियानी सफेलीच्या आतून मेंढा[२] घालून पेटीभरून तोफा जाऊन तयार होताच तेथे फिरंगी बळाऊन लोक गरनाळाचा दारुच्या पोत्यास आग लावून मार केला, व रेजगिरीचा मार सिमेपरता केला. लोकावरी अग्नीचा पर्ज्यन्ये करून भाजून काढीले. तथापि **स्वामीचे अभय आशीर्वादाचे वज्रकवच लोकांचे अंगी होते. तेणे करून आगीची तमा न धरिता लोकांनी हत्यार केले. फिरंगीयानी मरदुमी शिपाईगिरी करावी तैशी केली. त्याप्रमाणे इकडील लोकांनी भारती युद्धाप्रमाणे युद्ध केले.**

या मागे युद्धे बहुत झाली. परंतु या लढाईत जोडाच नाही. सदैव स्वामींचा आशीर्वाद. लोक बुरुज सोडीनासे जाहले, तेव्हा **स्वामीच्या दंडक प्रहारे करून फिरंगी धर्म द्वेष्टे बहिमत होऊन अष्टमीस प्रहरा दिवसास कौलास आले.** कौल घेतला. आठ दिवसात कबिलासुधा झाडून जातोसे करार केले. याजवरून मार तहकूफ केला. फिरंगी याणी कबिले वस्तभाव गलबतात भरिली काल वै।। पौर्णिमेस फिरंगी झाडून गेला. **स्वामीच्या पुण्येकरून जागा फते झाली.**

लष्करचे व हशमाचे लोक सुरुंगाने उडाले व जाया ठार आदमासे पाचहजार किंबहुना विशेष होतील. तैसेच फिरंगीयांचे सात आठशे माणूस ठार व या निराळे जखमी झाले. भारती युद्धाप्रमाणे युद्ध झाले. वसई बाकी जागा, पश्चिमेकडून समुद्र. दक्षिणेस खाडी, पूर्वेकडे खजाण चिखल, तिहीकडून किमपी इलाज नाही. एक उतरेकडून उपाय. तिकडेही रेती, धर नाही. **स्वामी साक्षात्कार. ईश्वराचा अंश. स्वामीनी वसई दिली. त्रिवार लिहिले ते शब्द अन्यथा कसे होतील.**

---

१ दारु पेटवण्याचे छिद्र — भारती - महाभारत
२ दुबेळखा खांब — कबिला - कुटुंब
३ गठ्ठा, मारा

वरकड वसईची गोष्ट मानवी लोकानी म्हणावी असे नाही. वसई स्वामीचे आशीर्वादे फते झाली. **श्रीचे सुदर्शन धर्म द्वेष्ट्याचे मस्तकी वज्रप्रहार होऊन टोपीकर म्लानत्व पावले.** अन्यथा वसई वसई होती. व फिरंगी आगीचा पुला[३] होता. स्वामीचे कर्तृत्त्वास पार नाही. स्वामीचा महिमा स्वामी जाणत. आम्हा मानवी लोकास काय कळे?

वसई फते होताच सवाशे पुतळी पाठवून देणे व श्री भुलेश्वरास सव्वाशे रुपयाचा मुगुट घातला म्हणोन आज्ञा केली. यावरून स्वामीचे आज्ञेप्रमाणे वसई फत्ते होताच श्रीनिवास केदार याजबरोबर पुतळ्या सव्वाशे व श्री भुलोबास मुगुट सव्वाशे रुपयाचा घातला. ते रुपये १२५ सव्वाशे स्वामीचे सेवेशी पाठविले आहेत. प्रविष्ट होतील. **आम्ही लेकरे स्वामीची असो. सर्व प्रकारे कृपा करणार स्वामी समर्थ आहेत. स्वामीचे वितरिक्त दुसरे दैवत आम्हा काय आहे?** सारांश स्वामींच्या आशीर्वादे व दंडाच्या प्रतापे कार्यसिद्धीते पावले असे. **स्वामीचा महिमा आम्ही वर्णावयास सामर्थ्य धरीत नाही.** श्रीनिवास केदार पुतळ्या व रुपये देऊन रवाना केले आहे ते लवकरच पावतील. वर्तमान त्वरेने विदित व्हावे यास्तव हे पत्र पुढे रवाना केले असे. सेवेशी श्रुत होय हे विज्ञापना.

❖

११. वसई किल्याविरुद्ध मराठ्यांची मोहीम

महाराजांचे लोक विरथपणे झुंजले फिरंगीपाणी सिपायीगीरी म्हणावी तसी केली.

सु॥ तिस्सा सलासीन मया अलफ सफर १४
इ. १७३९ मे १२
पोर्तुगीज व मराठे, भा. ४

श्री

श्रीमत् क्षत्रियकुलावंतस महाराज राजश्री स्वामीचे सेवेसी

विनंती. शेवक चिमणाजी बल्लाळ कृतानेक विज्ञापन्हा. सेवकाचे वर्तमान तागाईत छ १४ सपुर मोकाम वसई. महाराजाचे येथास्तीत असे विनंति. वसईस मोर्चे छ. ८ जिलकादी लाविले. वसईचा बिलंद उंच वीस बावीस हात रुधी. इमारत बारा हात पकी. गजी तोफा थोर व दारुगोळा व हुके गरनाळास न्यून नाही. वसईच्या कोटास पश्चिमेकडेस समुद्र. दक्षिणेकडे मातबर खाडी, पूर्वेकडे खाजण चिखल, तीन अंगास उपाय नाही. उतरेकडेस खुसगी. तिकडे वाळूची जमीन. दोन हात खंटल्याने पाणी लागते. जागा पका. फिरंगियाच्या कोटात चार हजार माणूस. त्यामध्ये एक हजार ढोणे फिरंगी पुर्तुकाली. बाकी तीन हजार किरस्ताव. वगैरे. एक हजार जुजते माणूस खबरदार होते. आरमार सामान वसईच्या बंदरात तयार. मोर्चेवर मार कोटाचा व आरमाराचा होत होता. तेव्हा शेवकांनी तीनसे तोफा व दौनसे फटगडथा लाग करून रात्रदिवस मार देऊ लागलो. पाच सातशे गोळा नित्य कोटास गेला. या निराळे धंबधंबे (धमधमे) पाच. एक दोनसे हातावर दुसरा शंभर हातांवर. तिसरा साठी हातांवर. चवथा तीसा हातांवर, पाचवा कोटाज्वळ. याप्रमाणे कोटापासीन तफावतीने बांधोन, करोल व बरखंदाज व जताल बालदार वरते बसऊन मार राखोन फिरंगियासी सफेलीवर मार करु लागलो. फिरंगीयाणी धंबधंबे यावर व मोर्चेवर गरनालाचा मार नित्य सीमेपरता केला. त्यांनी मोर्चेतील व धंबधंबेतील माणसे जखमी व ठार होत. तथापि **महाराजांचे प्रतापे, लोकांनी हिंमत न सोडितां जीवित्व त्रुणप्राय साहाय करू लागले.** सुरुंगाचा उपाय केला. त्यास जमीन रेतीची. धर नाही. याजकरिता सुरुंग खंडोन दोन बाजूनी खांबावर तख्त पोसी, त्याजवर दोन अडीच हात रेती, गरनाळेस फुटेना, असे करून सुरुंग बारा चवदा चालविता, हे बातमी फिरंगियास कळालियावर सुरुंगावर मोठमोठ्या गरनाळा टाकून, सुरुंग मोडून टाकिले. दहा पाच सुरुंग याच रितीने विछिन्न केले. तदोपर चोरीने दाहा सुरुंग कोगास नेऊन, लाट

सफेली - तटबंदी, धमधमा - चौथदा, गरनाळा - तोफेचा प्रकार

करून, टांकीं वाजता, फिरंगियानी आईकून पनाळांनी पाणी सोडिले पाण्याचा उपाय न चालेसा जाहला. तेव्हा आगीचा मार करून, मोठेमोठे ओंडे पेटवून खाली टाकून, त्यावर राळ व तेल टाकून, च्यार पाच रोज डोंब केला. तरी उपाय न चालेसा जाहला, तेव्हा कुसीचे बाजूनी नारळीचा मेढा घालून, पेटी भरून, तोफा लागू करून, तोही तयार जाहाला. शेवकाकडून सुरुंगाची तयारी. छ. ३ सफरी जाहाली. लश्करच्या लोकांस व हशमांस बाजू वाटून देऊन, सुरुंगास नगारेची इशारत करून सुरूंग उडताच सर्वानी येलगार करून जागा फते करावा, ऐसा सिद्धात करून सुरुंग भरोन लपोन घेऊन बत्त्या भरून आणून छ. ४ सफरी बुधवारी[१] प्रांत:काळी दोन घटका दिवसे येता सुरुंगास बत्त्या दिल्हया. जेथे बसीस सरदही पोहचली नाही. तो अगोदर उडाला. काही सरदी पोहोचली त्यास जरा विलंब लागला. दोन सुरुंग उडालेच नाहीत. त्यास प्रथम सुरुंग उडताच लोकांनी उताविळी करून हल्यास उठले. काही कोटाखाली गेले. काही थोडे थोडे कोटाचे बुरुज उडाले त्याजवर लोक चढले. तो मागून दुसरे सुरुंग उडाले. त्याणे लश्करचे व हशमाचे लोक दडपले. कित्येक दगडांनी जखमी जाहालि. काही लोक बुरुजावर चढले होते, ते सुरुंगाने उडोन गेले. तेच फिरंगियाणी संभाळून हुके व गरनाळे व दारुची मडकी व तोफाचे रोजगरीचे मार सीमेपरता केला. माणूस जाया व ठार बहुत जाहाले. दोन ही बाजूंनी लोक थडकून कचरले. काम सुधारले. लोक धरिमोड जाहले. ते दिवशी काम काही जाहाले नाही. उजवे बाजूचा सुरुंग मातबर बांधला होता, त्याचा शोध करून पुन्हा सुरुंगात आणखी दारुचे बुधले घालून, बत्ती दुरुस्त करून, लिपोन घेऊन, छ. ५ सफरी महाराजांचे नामस्मरण करून, लोकांची निवड केली होती, त्यांस जोरावार ताकीद केली की, पडेल तो पडेल. राहेल त्याणे खामखा महाराजाचे निशाण कोटावर चढवावे. असे करून बत्ती दिल्ही. सुरुंग उत्तम प्रकारे उडाला. तेच लोकांनी चालोन घेऊन निमा बुरुज उडाला त्याजवर निशाणे चढविली. तो फिरंगियांनी मेढ्यातून संभाळून हुके व गरनाळा व दारुंची मडकी व दारुचा जोत्या व तोफाचा रोजगारु ऐसा मार कबुल केला, तेव्हा लोक भाजून काढिले. फिरंगियाजवली आगीचे भय भारी. तरी लोकांनी डोया देऊन बुरुजाच्या कराडीयास दम धरून उभे राहिले. फिरंगि याणी तीन वेळा आम्हाकडील लोकांवर लगट करून उधलोन दिल्हे.

तरी लश्करच्या व हशमाच्या लोकांनी छातीचा कोट करून पुन: परडियासि व बुरुजाच्या बधलीस बसोन काईम जाहले तसेच बुरुजाचे तळवटीस तबके खाणोन आश्रा केला. दोन रोज येलगार केला. त्यास सुरुंग उडाले. त्याखाली लोक दडपले व जखमी ठार आजमासे चार पाच हजार होतील. तैसेच फिरंगियाचे दोनही येलगारा अगोदर दोनसे असे सातसे ठार जाहाले. या निराळे जखमी जाहाले. मेढी मारून

सरदी - ओलावा

फिरंगी बोलावला होता. मेढा जालावयाचा विचार केला होता. परंतु ते रात्रीस लाग चालिला नाही. **फिरंगियांनी हिंमत धरून सिपाईगिरी म्हणावी तैसी केली. ज्याचे नाम सिपाईगिरी.** सुरुंग उडाले. बाहेरील लोक निमी बुर्जास जाऊन पोहचले असता अन्यात्रांनी दम धरावा. जेणे प्राप्त काये आहे? तेच फिरंगीच की इतुकी मर्दुमी करून, मेढा नूतन व बाहेरून आम्हाकडील लोक जुजले. त्याणीही मर्दुमी सीमेपरती केली. **पूर्वी भारती युद्धात अतिरथी महारथी झुंझले. त्याच न्याये प्रस्तुत काळी महाराजांचे येकनिष्ठ शेवकलोकी विरथीपण जुंझले.** दीड प्रहर परियेंत आगीचा मार प्रजन्य फिरंगियांनी केला, तितका सोसून राहिले. इतुकी आग पिऊन मराठे फौजेने दम धरिला असे जाहाले नाही. सीमा केली. जागा काईम राखिला. कोट घेतलेखेरीज उठत नाही, असे पुर्ते कळले तेव्हा फिरंगी बेहिमत होऊन कौलाची बोली लागली मातबर फिरंगी बाहीर येऊन शेवकास भेटले. आठ रोजाची मुदत द्यावी, शंभर गलबते द्यावी, म्हणजे झाडून मुंबईस जातो, असा करार करून गेला. आम्ही जेथिले तेथे मोर्चे काईम राखोन फिरंगी यांसी कौल दिल्हा. फिरंगयाणी मुंबहून शेदीडसे गलबते भाडेने आणिली. व शेवकानी शंभर गलबते दिल्ही. त्यावर कुल कबिले वस्तभाव चढऊन छ. १३ सफरी [१] फिरंगी गेला.

जागा महाराजांचे पुण्य प्रताचे फते जाहाला. वसईसारिखा जागा बांका बिलंद. कोणी गोष्टीचा अपाय नाही. याहीमध्ये फिरंगी याचा जागा. सर्व गोष्टीने संजुती सामानपुर. लढाईला हे जागा येणे दुराबस्त (दुरापास्त) होती. परंतु महाराज पुण्यप्रतापी. माहाराजाचे पुण्य प्रभावास जोड नाही. तत्प्रभावे करून फिरंगी आयास येऊन जाता हस्तगत जाहाला. अन्यश्रया जाग्यास उपाय आहे असे नाही. **महाराजांचे प्रताप तेजोद्भवे सार्वभौमादिक पृथ्वीत प्रफुल्लित जाहाली आहे. फिरंगि याचा जागा वसई हस्तगत जाहलियामुळे, समुद्रात सर्वास दहशत प्राप्त होऊन चौऱ्यांशी बंदरांतरी महाराजांची सलाबत गालीब जाहली. महाराज ईश्वरी अंश.** जे गोष्टी यामागे कर्णद्वारा श्रवण जाहाली, ते या कलयुगी महाराजांचे पुण्यप्रभावे दृष्टिगोचर होते. अघटित गोष्ट घडोन येते. **पूर्वी दाशरथी व श्री कृष्ण व पांडवादिक अवतारी याणी दैत्यादी दमने करून, देव ब्राह्मणांचा आशीर्वाद घेतला त्याच न्याये महाराजांनी या युगी अवतार धरून धर्मद्वेष्टे दैत्यांचा निःपात केला. महाराजांचा स्तुती स्तव मानवी लोकांनी करावा असे सामर्थ्य काय आहे? मुख्य गोष्ट महाराजांचे पुण्ये वसई फते जाहाली.** अन्यत्रास शेवक लोकांचा उपाय होता असा अर्थ नाही. विस्तारे वृत्त महाराजांचे शेवेसी विदित व्हावयास्तव विनतीपत्र लिहिले आहे. शेवेसी श्रुत होय, हे विज्ञापन्हा.

❖

१. ११ मे १७३९, विरथपणे - एकाएकी, सामानपूर - भरपूर

१२. करवीरचे छत्रपति आणि पोर्तुगीज आरमारी चकमकी

वसईशहरात पटकीच्या साथीने हजारो मेले

(या पत्राचा आरंभीचा मजकूर गहाळ आहे.)

पत्र १७

दीवच्या आसपास अरबांचा संचार असल्याने त्या बंदराच्या संरक्षणासाठी जात आहे. खंबायत बंदरातून आणि वसई शहरातून जे काफिले निघाले त्यांना संरक्षण देण्याचे काम प्रस्तुत युद्ध नौकांकडे होते. त्यापैकी एक नौका उत्तरेकडील आरमारातील होती. आमच्या आरमाराची आणि शिवाजीची (मराठ्यांच्या आरमाराची) जी लढाई झाली तीत केळोसीच्या उपसागरात शत्रूच्या तीन युद्धनौका आमच्या आरमाराने पकडल्या. तसेच शिवाजीच्या (मराठ्यांच्या) अठरा युद्धनौकांशी आमच्या आरमाराची जी लढाई झाली. तीत त्यांची दोन गलबते आमच्या आरमाराने पकडली. त्या लढाईमुळे सिदी दांडाच्या किल्याचा वेढा ढिला पडला. आमच्या आरमाराने, पकडण्यात आलेल्या दोन युद्धनौका चौलच्या बंदरात नेल्या. याच वेळी कोळी राजाने आमच्या दमणच्या हद्दीतील काही खेड्यात अतिक्रमण केले. त्या खेड्यांच्या संरक्षणासाठी मनोर येथील कॅप्टन मोरला पन्नास बंदुकधारी शिपाई देऊन पाठविण्यात आले. त्याला कोळी राजाच्या प्रदेशात अतिक्रमण करण्याचा हुकूम देण्यात आला होता. ह्या सैन्याने चिकाटीने युद्ध करून कोळी राजास आमच्याशी तहाची मागणी करावयास भाग पाडले. आमच्या सैन्याचा हा मोठाच विजय आहे यात शंका नाही. शत्रू शिवाजी (मराठे) वसईच्या टापूत शिरून त्या शहरावर हल्ला करण्याची तयारी करीत आहेत. ह्या स्वारीला तोंड देण्यासाठी चौक्या पहारे बसविण्यात आले असून रात्रीचीही टेहेळणी करायाचा हुकूम झाला आहे. पावसाळ्याचे दिवस असल्याने वरील काम अवघड झाले आहे. व नवापूरच्या ठाण्याला कोळी राजाने वेढा घातला आहे. त्याच्या मदतीला जाण्याचा हुकूम वसईच्या कॅप्टनला करण्यात आला आहे. त्याला स्वखर्चाने काही बंदुकधारी माणसे नेण्यास सांगितले आहे.

वसईवर अरबांनी हल्ला केला तेव्हा त्यांच्या समाचारास उत्तरेकडील आरमाराचे दर्या सारंग ते आलेश्यु द अलमैदा यांना जाण्याचा हुकूम करण्यात आला होता. तसेच संभाजीने आमच्या उत्तरेकडील प्रदेशात आक्रमण केले तेव्हाही दर्यासारंग अलमैद यांना शत्रूच्या समाचारास जाण्याचा हुकूम झाला होता. त्यांना स्वखर्चाने आठ बंदुकधारी वसईच्या कॅप्टनच्या मदतीस धाडण्याबद्दल सांगण्यात आले होते. कसब्यामध्ये शत्रू ठाण देऊन राहिला होता. त्यांच्यावर दर्यासारंग अलमैद हे चालून

दर्यासारंग - नौदलप्रमुख

गेले. एकदा तर घोड्यावरूनही गेले. त्यांच्याबरोबर आणखी तिघेजण होते. त्यांनी जीव धोक्यात घालून किनाऱ्यावरील बालेकिल्ल्यात प्रवेश करून त्या ठाण्याच्या कॅप्टनची जागा व्यापिली. एकदा तर सोपारापर्यंत शत्रूच्या मागावर जावे लागले.

वसईंच्या कॅप्टनने उत्तरेकडील प्रदेशातील किल्ल्यांच्या कॅप्टन जनरलच्या गैरहजेरीत सोपारा येथील ठाण्याला स्वखर्चाने मदत केली. शत्रू प्रस्तुत ठाण्याच्या समोर होता. त्यांनी आपल्या पदरचे दोनशे सत्तर पार्दाव पटकीच्या साथीची लागण झालेल्या वसई शहराची साफसफाई करण्यासाठी खर्च केले. शहरात पटकीच्या साथीने अनेक माणसे मरण पावली.

आणि अखेर पोर्तुगीज हिदुस्थानचे व्हाईसरॉय कौट द अलव्होर यांनी दीवला भेट दिली. तेव्हाही त्यांना सोबत करावी लागली.[१]

गोवा दि. २१ मे १७३९

❖

---

१. Livro das Consultas No. 2, Pg. 97-98., पार्दाव - पोर्तुगीज चलन

१३. करवीरकर छत्रपती आणि पोर्तुगीज

बलाढ्य मुघल सैन्याला ज्याच्यापुढे नमते घ्यावे लागले त्याच्याशी गांठ पडावी.

क्र. २७   गोवा दि. १९ जाने. १७४१

(दौलतराव घोरपडे यास गोव्याच्या राजा सचिवाचे पत्र)

आपले पहिलेच पत्र हाती पडताच मोठा आनंद झाला. आपली ख्याली खुशाली कळली. आपणास चांगले आरोग्य प्राप्त व्हावे अशी इच्छा करतो. आपल्या पहिल्याच पत्राचा जबाब पाठविण्यास विलंब झाला याचे कारण हे की, ते इकडे अशा वेळी येऊन पोहोचले की कामाची अतिशय घाईगर्दी होती. दुसरी गोष्ट अशी की पत्रात ज्या विषयाचा उहापोह करण्यात आला आहे त्याच विषयासंबंधी आपले पिते श्री हिंदूराव ममलकत मदार यानी आम्हाला जे पत्र घातले होते त्याचे उत्तर आम्ही केले होते. हिंदूराव यांना आम्ही जे उत्तर धाडले त्याची कल्पना आपल्याला असल्याने पत्रव्यवहाराचा विषय धोपटमार्गी नाही याची जाण आपणाला असावी असे आम्ही धरून चाललो होतो. आपल्या पत्राचे उत्तर धाडण्यास विलंब झाला याचे हेही एक कारण आहे. पत्राचे उत्तर लिहिण्याची तयारी चालू असतानाच दुसरे पत्र येऊन दाखल झाले. ते वाचून आनंद वाटला. त्यात आपली ख्याली खुशाली लिहिलेली आहे. आपल्या आरोग्याची बातमी वरचेवर कळली तर मला आनंद वाटेल.

आपले पिते श्री राव यांना त्यांच्या पत्राचे जे उत्तर आम्ही धाडले त्यावरून सोनू बापूजी यानी बाबुली आणि इतर यांच्याशी जो व्यवहार केला त्यात त्यांची फसवणूक झाली. हे आपल्या ध्यानी आले असेल असा आम्ही समजून चालत होतो. परंतु ज्याअर्थी आपल्या पत्रात त्याच विषयाचा आपण उहापोह केला आहे. त्याअर्थी त्या विषयासंबंधीची खरी वस्तुस्थिती काय आहे ते आपणाला अद्याप कळले नसावे म्हणून त्या व्यवहारासंबंधीचा वृत्तांत मी आपल्या माहितीसाठी येथे सादर करीत आहे. बाजीरावाशी आमचे मैत्रीचे संबंध होते परंतु त्याने त्या मैत्रीची तमा न बाळगता अकस्मात दगलबाजीने आमच्याशी युद्ध पुकारले व आमच्या उत्तरेकडील सुपीक आणि मोठे उत्पन्न देणाऱ्या प्रदेशात सैन्य घुसविले ही घटना प्रचलित राजनीतीला धरून नव्हती. परंतु प्राप्त परिस्थितीला तोंड देणे आवश्यक झाल्याने आणि प्रत्येक प्रज्ञावंत मनुष्याचे ते कर्तव्य असल्याने, आमच्या उत्तरेकडील प्रदेशात आम्हाला कुमक धाडणे भाग पडले. तिकडे कित्येक दिवस घनघोर युद्ध चालू राहिले हे सर्वश्रुतच आहे. हे युद्ध त्यालाही (बाजीरावास) महागात पडले हे सगळ्यांना माहित आहे. या युद्धात आम्हाला आमच्या मित्राकडून यत्किंचितही मदत झाली नाही. दुसरी

मामलकतमदार - राज्याचा आधार

अडचण अशी की हे बेअन्याय युद्ध अशा प्रसंगी सुरू झाले की, पोर्तुगालला त्याची बातमी कळविणेही आम्हाला शक्य झाले नाही. कारण ते दिवस मोसमाचे नव्हते. बातमी कळल्यावर तिकडून मदत येण्यासही विलंब झाला. त्यामुळे आमच्यापाशी जे सैन्य आणि दारुगोळा होता त्याच्याच बळावर आम्हाला हे युद्ध खेळावे लागले. त्यात दुर्दैवाची गोष्ट ही की, सैन्याचीही विभागणी झाली. हे रक्तरंजित युद्ध जितके दिवस आम्हाला लढविता आले तितके दिवस आम्ही लढविले व नंतर तह केला. **प्रत्यक्ष मोगलासारख्या बलाढ्य सत्तेने, ज्या शत्रूसमोर नमते घेतले व त्याला प्रदेश तोडून देऊन खंडणी दिली, त्या भयंकर शत्रूशी आमची गाठ पडली होती.**

आम्ही हे युद्ध आमच्या वैयक्तिक हिंमतीवर खेळलो. आमच्या इकडच्या कोकणातील मित्रांकडून देखील आम्हास मदत झाली नाही. उलट ते आमच्या शत्रूला सामील झाले. अशा परिस्थितीत आमचे गोव्यातील सैन्य आम्ही उत्तरेकडे धाडले असता आमच्या शेजाऱ्यांनी आमच्या विरुद्ध आमच्या इकडच्या प्रदेशावरही स्वारी केली. दुर्दैवाची गोष्ट म्हणजे सत्ताधारी आमचे मित्र म्हणवीत होते. त्यांनीही आमचा विश्वासघात केला. आमच्या शत्रूवर सूड उगविण्याचा आमचा निर्धार होता. परंतु देवानेही आम्हाला हात दिला नाही. आमच्या हातून घडलेल्या पापाचे प्रायश्चित आम्ही भोगले पाहिजे असा कदाचित दैवी संकेत असावा. आणि त्याची परिणती म्हणजे आम्हाला तहाचा अवलंब करणे भाग पडले. अशा रीतीने हे युद्ध एकदाचे समाप्त झाले. आम्ही गृहीत धरायला पाहिजे की सर्व शक्तिमान परमेश्वरानेच आम्हला ही अद्दल घडविली. परंतु त्याचबरोबर एक गोष्ट ध्यानात ठेवली पाहिजे ती ही की आमच्या शत्रूलाही हे भयंकर युद्ध महागात पडले. त्याचा दृश्य परिणाम लवकरच दिसून आला... ते सगळ्यांना ज्ञात आहे. आम्ही तहाच्या वाटाघाटी करून त्यावर सह्याही केल्या आणि आमच्या राष्ट्राच्या राजनैतिक धोरणास अनुसरून आम्ही भूतकाल विसरून जाऊन तहाची कलमे इमाने इतबारे अमलात आणण्याचा प्रयत्न केला. मात्र पुन्हा युद्ध झाले तर आमची बाजू पडती राहू नये म्हणून आम्ही या वेळी तयारीत राहिलो. मागच्या वेळी आम्ही गाफील असताना आमच्यावर हल्ला झाला होता.

आमच्याशी जातीने शांतीने वागण्याचा नेम आम्ही चालू ठेवला होता. पण त्याचबरोबर आमची कुणी कुरापत काढली तर त्याला अद्दल घडविण्यासाठी आम्ही तयारीने राहिलो होतो. अशा स्थितीत आमच्या सरहद्दीवरील एका खिंडीत एक गरीब मनुष्य आला. तो बार्देशमधील एका खेड्यातला होता. त्याच्यापाशी काही पत्रे आणि कागद सापडले. त्याने कबुलीजबाब दिला की सोन बापू या नावाच्या ब्राह्मणाने त्याला व्यंकटी याच्या घरी कागद आणण्यासाठी धाडले होते. त्याच्याकडून असेही कळले की सोन बापू या ब्राह्मणाचे दोन अथवा तीन दिवसांनी आगमन होणार असून

नंतर पत्रे बंद केली जाणार आहेत. कारण ती सर्व पत्रे उघडी होती. आम्ही प्रस्तुत पत्रांचे भाषांतर करण्यास आमच्या दुभाषास सांगितले आणि आश्चर्याची गोष्ट ही की त्या कागदपत्रांतून तहाचा भंग करून युद्ध पुन्हा सुरू करण्याचे एक कपटस्थान उघडकीस आले आणि ह्या कारस्थानाचे सूत्रधार म्हणजे बाबुली आणि व्यंकटी हे दोघे होते. बाबुली आणि व्यंकटी हे दोघे दिसावयास निरागस आणि मतिमंद वाटत होते. परंतु त्यांनी सोनू बापू याला कसे फसविले याचा पुरावा आढळून आला त्या दोघांना ताबडतोब शिक्षा होणे अगत्याचे. बापू याची घोडचूक त्याच्या निदर्शनास आणायची होती. त्याच्यासमोरच त्या दोघांचा कबुलीजबाब घ्यावयाचा होता. मी त्या दोघांना माझ्यासमोर बोलावून घेतले व त्याच्या कामाबद्दल त्यांना काय द्यायचे ठरले होते ते त्यांना विचारले. त्यांनी कबूली दिली की, एका उत्पन्नाची ठराविक रक्कम त्यांना देण्याचे ठरले होते. मी त्या दोघांना आणखी दोन तीनदा माझ्यासमोर बोलावून घेतले. आणि शेवटी त्यांच्याकडून कळले की, त्यांना जी रक्कम मिळणार होती ती कोंडे येथील एका शेताच्या भाताच्या उत्पन्नाची. प्रस्तुत शेताची कापणी होण्यापूर्वीच त्यांनी पाचारण केलेल्या सैन्याचे तेथे आगमन व्हायचे होते. आता उशीर झाला होता. सैन्याचे आगमन वेळीच होणे अशक्य होते. ते पुढे असेही म्हणाले की, त्यांनी जे काम करण्याचे कबूल केले होते, ते त्यांना आता अशक्यच झाले आहे.

थोडक्यात सांगायचे म्हणजे उपरिनिर्दिष्ट माणसांकडून जो दगलबाजीचा प्रकार घडला, त्याबद्दल त्यांना कडक शासन होणे आवश्यक असल्याने त्यांना ताबडतोब कैद करण्यात आले. आणि सोन बापू याची जसी फसगत झाली तशी फसगत राव ममलकतमदार यांची होऊ नये म्हणून मी आणि नामदार हिसेरे यांनी त्यांच्याकडे दोन निरोपे पाठवून त्यांना सर्व वृत्तांत सादर केला. त्यानी आम्हाला जी पत्र ह्या घटनेबाबत पाठविली. ती माझ्यापाशी आहेत. आणि मला आपणास कळवायचे आहे की, राव ममलकत मदार यांच्या पत्राप्रमाणे आम्ही सोनू बापू याची मुक्तता केली व त्याला चांगली वागणूक देण्याचा आम्ही हुकूम केला. त्याला इकडून जेव्हा निघून जायचे असेल, तेव्हा जाण्याची परवानगी आम्ही दिली. नंतर राव ममलकत मदार यांना कुणाकडून तरी गैर माहिती मिळाल्याने त्यांनी आम्हाला लिहिले की सोनू बापू याच्याशी आमचा जो करार झाला होता त्याचा आम्ही भंग करून दुसऱ्या काही माणसाशी आम्ही वेगळा करार केला. आम्ही त्यांना कळविले की आमच्याकडून असे काही घडलेले नाही, हे आपणास आमच्या प्रत्युतरावरून कळून येईल.

उपरिनिर्दिष्ट प्रश्नाबाबत मी आपल्या पत्राची प्रत्युतरे केलीच आहेत. हल्ली आमच्या शेजाऱ्याशी आमचे सलोख्याचे संबंध असल्याने आपणाशी कोणत्याच प्रश्नाबाबत बोलणी करण्याचे प्रयोजन नाही आणि मी आपणास कळवू इच्छितो की, जे कुणी आमच्याशी मैत्रीचे संबंध जोडू इच्छितात त्यांना आमच्याकडून प्रतिसाद

मिळाल्यावाचून राहाणार नाही. मी रामचंद्र आबाजी यांनाही असाच निरोप धाडला आहे. त्यांनी आमच्याकडे वेगवेगळ्या प्रश्नाबाबत बोलणी करण्याबाबात जो दूत पाठविला होता. याला मी सर्व गोष्टी समजावून सांगितल्या आहेत. आणि सोनू बापू याची बाबुली आणि व्यंकटी या दोघोकडून फसगत झाल्याने त्याच्यावर जरी पस्तावण्याची पाळी आली असली तरी देखील, आमच्याकडून तो एकाद्या नोकरीची अपेक्षा करीत आहे. त्याचे म्हणणे आहे की, त्याची जी फसवणुक झाली, त्याला तो स्वत: जबाबदार नाही. आणि त्याच्याबाबतीत आमची जी सद्‌भावना आहे त्यामुळे तो अद्याप इकडून निघून गेलेला नाही. त्यावरून आमची सेवा पत्करण्याची त्याची इच्छा असावी असा कयास करण्यास हरकत नाही. मी त्याला वारंवार प्रवृत्त केले की, त्याच्या कुटुंबातील माणसे त्याची वाट पाहात असल्याने त्याने आता इथून निघून गेले पाहिजे, परंतु आमच्याकडून आपणास काहीतरी काम मिळेल या आशेवर अद्याप तो इकडे राहिला आहे. आम्ही जा म्हणून सांगत असता तो इकडून जात नाही याचे कारण हे आहे.

आमच्या हातून आपले एखादे काम व्हायचे असेल, तरी ते करण्यास आम्हाला आनंद वाटेल.

ईश्वर आपले कल्याण करो.१
गोवा दि. १९ जानेवारी १७४१
लुईज आफॉस दाताश

❖

१. Reis Vizinhos No lo, Pg. 84-86

१४. सामाजिक प्रथेवर प्रकाश टाकणारे पत्र

बटकीचा लेक गोतात घेतला.

भा. इ. सं. मं. त्रैमासिक
वर्ष ३०-३१. अंक ३-४ व १
ले. १२४, पृ. ८९

श. १६६२ श्रावण वा। ४
इ. १७४० जुलै ३१

श्री

द बो। दताजी बिन बहिरजी नाहावी मौजे बेलसर का। सासवड सु।। इहिदे आर्बेन मया आलफ आपण बहिरजीचा बटिकीचा लेक त्यास बहिरजीस संतान नाही त्यास त्याजला देवाज्ञा जाहाली ते समई त्याचा भाऊ सुभानजी नाहावी जवली होता त्यास बहिरजीने सागितले की आपला काल समीप उरला आपण मरतो आपले ×××× नाही पाणी पाजावयासी ×××× नाही यैसे आहे तरी आपला कुणबिणीचा लेक दतू आहे याजला गोतात घेणे म्हणजे हा पाणी पाजील यैसे सांगितले. त्यावरून हाली सुभानजी आपणास गोत घेत आहे. तरी आपणास गोत घेतलियावरी आपण गोताचे पंक्तिपावन मात्र होईन परंतु त्याचे वतनासी आपणास काही संमध नाही हा कायदा लेहून दिल्हा सही छ १७ जमादिलवल.

❖

१५. राघोबांचे शिक्षण

केवळ घोडी फेरावयाचे छंदास न लागणे

राज खंड १, पृ. ९६ ९ जुलै १७४२

१८ व्या शतकात राजघराण्यातील लहान मुलांवर कोणते संस्कार करत कोणते शिक्षण दिले जाई यावर प्रकाश पाडणारे पत्र.

"चिरंजीव रघुनाथ यांसी प्रति बाळाजी बाजीराव प्रधान आशिर्वाद, उपरी विशेष येथून जाते समयी जे सुचले ते तुम्हास सांगितले आहे. त्याचे स्मरण निरंतर मनात असू देत जाणे. रघुवंश, विदूरनीति, चाणक्य, व जे तुम्हास येत असेल, त्याची नेमपूर्वक, चिंतनिका करून, थोडे बहुत शास्त्री याजवळ नित्य म्हणत जाणे. विराटपर्वापासून पुढे भारत रिकामपणी वाचीत जाणे. केवळ घोडी फेरावयाचे छंदास न लागणे. वजनी, कैली, बेरीज, बराबर करावयाचा सराव बहुत करणे. चिरंजीव भाऊची मर्जी बहुत प्रकारे रक्षण करीत जाणे. जे आज्ञा करतील तेच काम करावे. बहुत करून भाऊ बरोबर जेवीत जाणे. घोडी वेगळी बांधीत न जाणे, क्षुद्र मनुष्यांशी सहवास कोणे प्रकारेही न करणे. मातुश्री, ताई, अनुबाई यांसी येक दोन दिवशी अर्ध घटकाभर जाऊन बसत जाणे. शरीर प्रकृत नीट नाही यास्तव औषध काही नेमे करून घेत जाणे. सातारियास जर जावयाची आज्ञा केली तर चिमणगिरी गंगाधर भटास. भाऊ जवळ विनती करून, बरोबर दिल्हे तर घेऊन जाणे. सातारियास गेलियावर दोही बाईकडे विना बोलविल्यावाचून, अथवा गोविंदराव यानी आपणहून सांगितल्या वाचून, न जाणे. कालानुरुप, वयास उचित योग्य वेष करीत असावे. देवपूजा थोडी परंतु एकांती, न बोलता करीत जाणे. इतकेही नेमेकरून करावे. आणि गर्व न करावा, निरंतर साधन वृत्तीने वडिलांची मर्जी उत्तम असलिया पुसावे. शिष्यधर्मे असलिया फार उपयोग आहे. चिरंजीव जनार्दन[१] बहुत कामही करून पढतात. ते हर एक गोष्टीत अधिक जाहल्यास तुम्ही त्यास मान्य पुरुष कसे व्हाल? विशेष काय लिहिणे? येथील वर्तमान तर उदेपुराजवळ पंचविसा दिवसात पावलो. श्रीकृपेने मेहनत करून दिल्लीचे सुमारे जात आहो. जसे पुढील वर्तमान होत जाईल, तैसी योजना होईल हे आशीर्वाद.

❖

---

१. राघोबाचा वडिल बंधू

१६. प्रमुख मराठे सरदारांतील वाटणी

प्रमुख मराठे सरदारांना नेमकी किती सरंजामी नेमणुक होती ते स्पष्ट करणारे पत्र.

शिंदेशाही इतिहासाची साधने,   संवत् १८०१ ज्येष्ठ व. ९

भाग १ ला, ले. २१, पृ. १९-२०   इ. १७४४ मे २४

श्री

हिसेब प्रा। कोटे बाकी ता। आखेर सन सलास	१,७६,००० रुपये
पैकी पेशजी वाटणी परभारे महाली होऊन यैवज	
ज्याचा त्यास पावला हापत्ता	८८,००० रुपये
बाकी	८८,००० रुपये
पैकी वजा वाटणी प्रा। खैराबाद व बकानी व	
भीलवाडी यैन खंडणी सन सलास कुली प्रा। कोटे	
रुपये १,५०,००० यास दर हजारी रुपये ८६ प्रा।	१२,९०० रुपये
यासी वाटणी	

प्रा। खैराबाद बकानी दर हजारी	प्रा। भीलवाडी
रुपये ७० प्रा।	दर हजारी रुपये
यो। रुपये १०५००	१६प्रा। रुपये २४००
यासी वाटणी	यासी वाटणी
५२५० रा। मल्हारजी होलकर निमे वाटणी	१२०० रा। मल्हारजी होलकर निमे वाटणी
५२५० पवार उभयता निमे वाटणी	१२०० रा। राणोजी सिंदे निमे वाटणी
३६५२, यशवंतराव पवार दर १६	
१५९८ तुकोजी पवार दर ७	२४००
—————	
५२५०	

————

१०,५००

येकूण येकंदर तपसील   रुपये

   ६४५० राजश्री मल्हारजी होलकर वाटणी

   ५२५० खैराबाद बकानी निमे

   १२०० भीलवाडी निमे

   —————

   ६४५०

१२०० राजश्री राणोजी सिंदे भीलवाडी निमे
५२५० पवार उभयेता प्रा। खैराबाद बकानीपैकी निमे वाटणी

    ३६५२ यशवंतराव पवार
    १५९८ तुकोजी पवार
    ————
    ५२५०
————
१२,९००
————

बाकी यैवज प्रा। कोटे	७५,१०० रुपये
यासी वायणी पवार उभयेता दर सदे २३ प्रा।	१७,२१३ रुपये
	तपसील
यशवंतराव पवार दर सदे १६ प्रा।	तुकोजी पवार दर सदे रु।। ७प्रा।
रुपये १२,०१६	रुपये ५२५७
बाकी	५७८२७ रुपये तपसील
वाटणी निमे सिंदे रुपये २८,९१३	वाटणी निमे होलकर
	रुपये २८,९१३।।

❖

१७. शाहूची नानासाहेब पेशव्यावरील इतराजी

भट घराण्याच्या कर्तृत्त्वावर छ. शाहूचा विश्वास होता, पण तरुण नानासाहेब पेशव्यावर नाराज होऊन काही दिवस त्याला छत्रपतींनी घरी बसविले होते. पेशव्यांना निरंकूशसत्ता शाहू असेपर्यंत नव्हती हे स्पष्ट होते.

महाराज जावयाची आज्ञा देतील तेव्हाच पुण्यास जाऊ

भारत वर्ष, चैत्र . १८१९ अंक ६ वा, पृ. ६७-६८

श्री

आशीर्वाद उपरी. रात्री राजश्री स्वामीची गाठ पडली नाही म्हणून लिहिले. ऐशियास ईश्वरी इच्छेस तुमचा इलाज काय? याउपरी तरी खमखाय गाठ दुपारी घालून येणेप्रमाणे विनंती करणे

कलम -१ दोन्ही महालातील गुते फार करून दूर केले. रोज नवे निघतात त्यास मात्र आमचा इलाज नाही. सांप्रत महालातील गुता नाही. मोगम बोलले चालले असतील. वारू. महाराजकर्जाचे मजकुराचा गुता, तो महाराज सर्व विचार ध्यानात आणून आज्ञा करतील. त्याप्रमाणे वर्तणूक जेथे असू तेथे करू हुजूर असल्यास आज्ञा मान्य करू, बाहेर गेल्यास न करू हो सबन होणार नाही. परंतु निभावे ऐसो आज्ञा केली पाहिजे. साप्रत मनसबा होऊन खचित जाहला आहे. मनसब्याचा कळस रक्षण करावयाचे दिवस थोडे असतात. यास्तव दोही वाड्यात समजून सेवकास निरोप द्यावा. येका दो दिवसात हा अर्थ उत्तम असे महाराजानी कृपा करून करावे.

कलम २ - महाराजांचे कर्जाचा उरकावा तेव्हाच जावे, ऐसीच मर्जी असली तर पुण्यास न जाताच इकडून फिरून सेवेशी येऊ. सावकाशीने महाराज कृपा करून पुण्यास व वसईस जावयास आज्ञा देतील तेव्हा जाऊ. ह्या मनसब्याचा डौल पंधरा दिवसांअलीकडे, तेव्हा मालकास ऐसा गुता काढल्याने हा मनसबा नासतो. येसमयी महिना दोन महिने याचा विरोध द्यावा. फिरोन येऊन सावकाशी सुमुहूर्त महाराजांनी देणे तर द्यावा.

कलम ३ - नाईकाशी कजिया करावयासी जावा ऐसा जनवार्तेवरून संदेह मनात वाटला असला तर त्या विशी निशा करून द्यावी. जो तालुका नाइकास महाराजांनी करार केला त्यात जावे. कजिया करावा हे गोष्ट महाराजांचे हुकुमावाचून सहसा होणार नाही.

कलम ४ - चिरंजीव भाऊ तिकडे गेले आहेत. नबाबही तिकडे गेले म्हणजे गोव्याच्या शहास अंतर होऊन आणखी वगैरे किरकोळ गुते तसेच अडकून पडतील तेव्हा त्याचा लौकिक एकप्रकारे होऊन येईल. हा अर्थ महाराजांनी ध्यानात आणावा.

सरकारात भर करू द्यावा तो उगवला पाहिजे. सर्वाही गोष्टीत आम्हावर तोटा पडे असे करावे की काय? निदान येथून दोमजलीवर जाऊन राहण्यास आज्ञा करावी. सर्व फौज व पिलाजी जाधव यास चिरंजिवाकडे रवाना करितो. आणि सेवेशी फिरोन येतो.

कलम ५ - महाराज निरोप देतात हा लौकिक जनात जाहला. नबाबापावेतो बातमी जाईल. फिरोन दिल्हे हेही वर्तमान जाईल. तेव्हा सर्व प्रकारे आम्ही इतराजीत हा लैकिक जाहला आहे व बाकी राहिला आहे. हाही होईल.

इतके प्रकार निखालसतेने विनंती केली असता महाराज ध्यानात न आणीत तर ईश्वरेच या दौलतीवर इतराजी केली अशी जाणावी.मग बाहेरीलही इजतीचा दरकार सोडून बसू. सर्व मजकूर वरल्याप्रमाणे विनंती करून उत्तर घेऊन येणे.

❖

टीप - वरील पत्र नानासाहेब पेशवा (पहिला) याने गोविंदराव चिटणीस याला लिहिलेले आहे. काही कारणाने शाहू छत्रपतींची पेशव्यावर इतराजी झाली होती. ती दूर करण्याचा प्रस्तुत पत्रात नानासाहेबाने प्रयत्न केला आहे.

१८. होळकर व फडतरे यातील मानपानाचा वाद

चंद्रचूड - दफ्तर, कला १ ली, ले. ७, पृ. २०-२४

सु॥ समाना आर्बेन मया अलफ जिल्काद २ इ. १७४८ नोव्हेंबर १४

श्री

मा। अनाम देशमुख व देशपांडे ता। पाबल प्रांत जुनर यांसी बालाजी बाजीराव प्रधान सुहूर सन समान आर्बेन मया व अलफ मल्हारजी बिन खंडोजी पाटील होळकर मोकदम निमे मौज कोरेगांव ता। मजकूर याणी हुजूर येऊन विदित केले, की, मौजेमजकूरचे मोकदमी बदल पूर्वी श्रीमंत कैलासवासी राऊ यांचे कारकिर्दीस बावजी पाटील गव्हाणे व विठोजी पाटील गव्हाणे आपल्यामध्ये आपण कजिया करून हुजूर आहे श्रीमंतास वर्तमान निवेदन केले. त्याजवरून इनसाफ पंचाईतावर सोपिला, पंचाइत मते निर्वाह जाला जे, बावजी पाटील निमे मोकदमीचा खावंद व विठोनी पो। निमे मोकदमींचा खावंद व विठोजी पो निमे मोकदमींचा खावंद. याप्रमाणे इनसाफ मुले करार जाहला. ऐसीयास विठोजी पाटील दरोबस्त मोकदमी करीत असता त्याणे निमे मोकदमी म्हासाजी बिन बहिरजी फडतरे यास विकिली. त्यास बावजीने विठोजीसी भाडावयाचा मजकूर चितात आणिला. तेव्हा आपल्यापासी खर्चवेच करावयास नाही, खर्चवेच पडेल तो तुम्ही देणे; आपली मोकदमी साधेल त्यापैकी वडीलपण निमे मोकदमी तुम्हास देऊ, धाकुटपण निमे मोकदमी आपण करू, यैसी बोली जाहाली होती. त्यास इनसाफमुले बावजीचा मोकदमी निमे करार जाहाली. त्याणी निमेपैकी निमे मोकदमी, म्हणजे सारे गावची चौथी तक्षीम वडीलपण आपणास दिल्हे. चौथी तक्षीम बावजीकडे राहिली. त्यास विडोजी पा। गव्हाणा याणे अर्ज केला जे, आपली निमे मोकदमी करार जाली ते आपण आधीच म्हसाजी फडतरे यास देऊन चुकलो. याजउपरी आपल्यास कालीत व पांढरीत जागा नाही. तरी कृपाळू होऊन आपली स्थापना केली पाहिजे. त्याजवरून बावजीचे चौथी तक्षीमपैकी निमे तक्षीम विठोजीस, म्हणजे गावची आठवी तक्षीम दिल्ही. आठवी तक्षीम बावजीकडे राहिली. याप्रमाणे पेशवी निर्वाह होऊन कागदपत्र चौघासही करून दिल्हे. त्याप्रमाणे वरीस दोन वर्षे चालिले. आपल्या चितात आले जे, विठोजीची निमे मोकदमी फडतरे यास विठोजीने दिल्ही. त्याची स्थापना फडतरे याकडे असावी. बावजीक पो। निमेचा खावंद. त्याचे वडीलपण वतन आपल्याकडे सदरहूप्रमाणे लागले असता. विठोजीस बावजीच्या

राजा शाहू नरप
ति हर्षनिधान
बाळाजी बाजीराव
मुख्य प्रधान

वाट्यात सिरोद्यावे हे गोष्ट फटकाल आहे. यैसे चितात आणून परस्परे फडतरे याचा व आपला कलह लागला. या जमुले आजतागाईत दाहाबारा वर्षे मानपान काही चालला नाही. त्यास महीपतजी बिन हासाजी फडतरे व बावजी बिन सटवाजी पो। व विठोजी पो। गव्हाणे याणी कुलकर्णी व चौगला यास बराबर घेऊन आपल्याकडे मौजे वाफगाव ता। खेड येथे आले. आणि महिपतजी फडतरे म्हणो लागले जे, तुमचा आमचा कलह लागला, यात उत्तम नाही. पुढे लेकराचे लेकरी चालिले पाहिजे. वाजवी पाहाता निमे तक्षीममध्ये आपणव गव्हाणे असावे व निमेमध्ये तुम्ही व बावजी गव्हाणा याणे असावे. त्यास तुमचे निमेपैकी चौथी तक्षीम विठेजीस दिल्ही. ती आपल्याकडे ज्यास तशीम तुम्हाकडे दिल्ही. येकूण विठोजी व आपण निमे जाहालो, तुम्ही व बावजी निमे जाहलेस व बावजीस आठवी तक्षीम व विठोजी व आपण निमे जाहालो, तुम्ही व बावजी निमे जाहलेस व बावजीस आवी तक्षीम व विठोजीस आठवी तक्षीम येकूण सारे गावची चौथी तक्षीम उभयेताकडे करार आहे. बाकी तीन तक्षिमा राहिल्या. त्यात तुमची निमे व आपली निमे याप्रमाणे समजोन तुम्ही व आम्ही चालावे यात उत्तम आहे. यास आपण आपले रजवंदीने व पांढरीचे व भावाच्या गुजारतीने खावंद आहो. त्यास आपण त्याजसी बोलिलोजे, आम्हासी ज्याप्रमाणे बोलता त्याप्रो। गोत मेलऊन करारमदार जाहाला म्हणजे तुमचे आमचे चालिले जाईल. यैसे बोलिल्यावर मौजेमजकूरच्या पारी गोतजमा करून आपण व फडतरे व बावजी व विठोजी गव्हाणे यैसे गोतापासी जाऊन सदरहू वर्तमान सांगितले. तेही गोताच्या चितास आले की, हे गोष्ट उतम जाहाली. मिलाफ होता तो गेला. मग गोतानी आज्ञा केली जे, ज्याप्रमाणे समजलेस त्याप्रमाणे कागद करणे. त्यावरून महिपतजी बिन म्हसाजी पाटील फडतरे यानी आपल्यास पत्र दिल्हे आहे ते पाहून व रूबरूही त्यास व गव्हाणियास पुसून साहेबी सरकारचे पत्र भोगवटियास करून दिल्हे पाहिजे म्हणोन विदित केले व महिपतजी पाटील फडतरे यानी पत्र दिल्हे ते रुजू केले व महिपतजी पो। फडतरे व गव्हाणे आणून उभे केले. त्याजवरून पत्राचा व फडतरे व गऱ्हाणे याच्याबानीचा मजकूर मनास आणता मौजेमजकूरचे दरोबस्त पाटिलकीपैकी निमे पाटिलकी फडतरे व फडतरे याचे निमे तक्षिमेत चौथी तक्षीम विठोजी गव्हाणे, व निमे पाटीलकी वडीलप मल्हारजी बिन खंडोजी पा। होलकर याचे तक्षिमेत बावजी गव्हाणे, याप्रमाणे सम जोन तहनामा जाला. पहिले मानपान पान पेशजीचे निवाडपत्रात लिहिलेच आहेत. त्यापैकी हाली तिही मानाचा फेरफार जाहाला. वरकडमान पेशजीप्रो।च करार जाले. हे जाणून हे आज्ञापत्र तुम्हासव केले असे. तरी सदरहू प्रो। आपलाले विभागाचा उपभोग करून मानपान घेतील.

खावंद = मालक, मोतुदमी = पारिलकी, तक्षिम = वाटणी, पांढर = गाव वसाहत, रुबरु = समक्ष

बितपसील

मलहारजी बिन खंडोजी पा। होलकर

१ नाव आधी होलकर मागून फडतरे नांगर होलकरास पुसोन फडतरे यानी करावा.

१ सिरपाव होळकरानी व फडतरे यानी बरोबर घ्यावे.

१ टीला आधी होलकरास मागून फडतरे बाबजी बिन सटवाजी पो। गव्हाणा तक्षीम आठवी

१ गणेश दोघा गव्हाणियानी बराबर न्यावे

१ गवरी दोघा गव्हाणियाच्या बराबर न्याव्या.

१ तोरणे गेरू आवघ्याआधी बावजीकडे.

१ सिरालसेट फडतरे व बावजीकडे होता तो हली विठोजीकडे देऊन हरीजागर घेतला. सिरालसेट बावजीने व विठोजीने बराबर न्यावे.

महिपतजी बिन म्हसाजी पाटील फडतरे

१ नाव आधी होलकर मागून फडतरे नांगर दोघापासून करवावा यैसा करार होता. हाली नाव होलकराकडे आधी. नांगर होलकरास फडतरे यानी पुसोन आपले हाते करावा.

सिरपाव (पागोटे) होलकरानी व फडतरे यानी बराबर घ्यावे.

विठोजी बिन येसजी पो। गव्हाणे आठवी तक्षीम

१ गणेश दोघा गव्हाणियानी बराबर न्यावे

१ गवरी दोघा गव्हाणियानी बराबर न्याव्या

१ पोल्याचे बैल आधी होलकर मागे विठोजी गव्हाणे यानी आणावे

१ सिरालसेट बावजी गव्हाणे व फडतरे याकडे होता तो विठोजीस देऊन हरीजागर होलकर व फडतरे याजकडे करार केला. सिरालसेट दोघा गव्हाणियानी बराबर न्यावे.

१ संक्रांतीची सुघडे अवघ्या आधी विठोजी चव्हाण याजकडे द्यावी

५

याखेरीज हक उत्पन्न चौघानी आपलाले विभागाप्रो। घ्यावे

१ इनाम रूके ८६

१ मोकदमीचे थल असेल ते

१ सेव माल्याची

१ वाण्याचे दुकानास सुपारी येक

१ साल्या कोष्ट्याचे मागास आटफले येक

१ नदीचा उतार

१ मोकदमीचे वाडे

१ तेल्याचे घाण्यास तेल वजन ८८१ पाऊसेर 66 •।•

१ धनगराचे मागास चवाले येक

१ वराडाची खोबऱ्याची वाटी

१ वाण्याचा वोटल

१ राबता महार होलकर व फडतरे	१ रानातील पारध १ ताबोलियाचे दुकानास पाने १३ तेरा
७	७

सदरहूप्रमाणे मानपान चौघानी आपलाले घ्यावे. हक उत्पन्न लिहिले आहे हे व याखेरीज कदमी असतील ते व जदीद (नवे) होतील ते चौघानी तक्षीमप्रो। घेऊन तहनाम्याबमोजीब वतनाचा उपभोग कालीन व पाढरीचा करावा. याप्रो। मल्हारजी बिन खंडोजी पो। होलकर यास आज्ञापत्र सादर करून हे पत्र तुम्हास लिहिले असे. तरी तुम्ही सदरहू मोकदमीचे वतन होलकर व फडतरे व हरदु गव्हाणे यास विभाग प्रो। देखील मानपान यास व याचे पुत्रपौत्रादि वंशपरंपरेने चालवणे. या पत्राची प्रत लेहून घेऊन हे पत्र भोगवटियास होलकराजवल परतोन देणे जाणिजे छ. २१ जिलकाद आज्ञा प्रमाण यास लावावा.

१ विडा आधी फडतरे मागे होलकराना घ्यावा.

१ पोल्याचे बैल आधी होलकर त्यामोगे विठोजी गव्हाणे याणी आणावे.

१ दसरियाचे वाजविणे आधी फडतरे मागे होलकराचे

१ दिवालीचे बोवालणे आधी होलकर मागे फडतरे

१ होलीची पोली पेशजी होलकरानीव फडतरे यानी बराबर बांधाव्या यैसा करार होता. हाली होलीची पोली होळकराचे घरचे आधी वाजवीत कीटोबा मुज्याचे पाराजवळ आणावी. मागोन फडतरे याचे घरची पोली वाजवीत किटोबाचे पाराजवळ आणून दोन्ही पोल्याबरोबर नेऊन उभयेतानी लाऊन पूजन बराबर करावे.

१ दिवाणात भेट होलकरानी ठेवावी.

१ दसरियाचे दिवसी आबटियाचे पूजन होलकरानी करावे. कोल्यांनी पाणी आधी फडतरे याचे घरी घालावे. मग

१ टीला होलकरामागे फडतरे यास लावावा.

१ विडा आधी फडतरे मागे होलकरानी घ्यावा.

१ सिरालसेट फडतरे व बावजी गव्हो याणीबराबर न्यावा यैसा पेशजी करार होता. हाली सिरालसेट विठोजीस देऊन हरिजागर आधी होलकरानी पूजा करावी. मागे फडतरे यानी करावी.

१ दसरियाचे वाजवणे आधी फडतरे मागे होलकर.

१ दिवालीचे वोवालणे होळकरामागून फडतरे.

१ होलीची पोली पेशजी होलकरानीव फडतरे यानी बराबर नेऊन बांधाव्या यैसा करार होता. हाली होलीची पोली होलकराचे घरची आधी वाजवीत किटोबा मुंज्याचे पाराजवळ आणून दोन्ही पोळ्या वाजवीत नेऊन उभयेतानी नेऊन लाऊन पूजन बराबर करावे.

१ गुढ्यांचे पाडव्याचे दिवसी पातडे फडतरे याचे घरी वाचावे.

होलकराचे घरी घालावे.

१ हरीजागर पेशजी विठोजीकडे होता. त्यास सिरालसेट देऊन हरीजागर घेतला. हरीजागराची पूजा आधी होलकरांनी करावी. मागून फडतरे यांनी करावी.

१ चाम्हाराचे जोडे दोन येक होलकर व येक फडतरे

१ फाट्याची मोली आधी होलकर मागेक फडतरे

१ गावात थेर भोरीप होईल त्यास त्या फडतरे यानी आपले हाते टाकावा.

१ कोल्याचे पाणी आधी फडतरे त्या मागे होलकर.

१ चाम्हाराचे जोड दोन येक होलकर व येक फडतरे

१ फाट्यांची मोली लोहकरामागे फडते.

१९. उत्तरेहून दक्षिणेपावेतो सुवर्णनदी प्रवाह वाहवीला...

मराठी राज्य सदैव युद्ध सज्ज राहिल्याने नेहमीच आर्थिक टंचाईत असे. देशी संस्थाने लुटून त्यांच्या खजिन्याने मराठी तिजोरी भरावी अशी राजनीती आखण्यात आली.

राजवाडे खंड ६, ले. १६०

श्री

चिरंजीव राजश्री नाना यासी. प्रति बाळाजी बाजीराव प्रधान कृतानेक आशीर्वाद उपरी. येथील कुशल जाणून स्वकीय कुशल लिहीत जाणे विशेष. या प्रांती प्राचीन हिंदू राजे सर्व संस्कृतप्रवीण वेश्यामद्यादिकांचा अति अनादर साता पिढ्यांचे श्रीमंत, साता नृत्यगीतवाद्यव्युत्पत्तिप्रवीण, स्वजातीय अनेक स्त्रिया प्रवीण, त्यांसी रत; किंचित जितेंद्रियही आहे; नर्माची रीत; देवब्राह्मणाची विशेष मर्यादा व शोभा; जिचे अवलोकनमात्रे अधर्मिष्टास धर्मरती उत्पन्न होणार गाणार कंपम स्वर, वर्जावर्जादि शास्त्रप्रमाणरीतीने गाणार, वेदशास्त्र किंचित जाणतात, त्या जे मुख्य ते तो पाहिलेच नाहीत; जे मुख्य ते निरापेक्ष, सर्वधीसमृद्धि त्यांचे शिष्यवर्ग अनेक; प्रयत्ने आणून विद्यादृष्टीने पाहता अतिश्रेष्ठ स्वदेशज; स्थूल दृष्टीने पाहतामात्र अरमणीय; बाग फुले, सरोवरे, कमळे इत्यादी शोभा जे महाप्रयत्ने लहानशी करावं त्याची तो गणना नाही; ज्याचे तेज पाहताना असे वाटते की, यांची प्रार्थना करून स्वदेशास न्यावे, परंतु ते विदेशभूमि जाणून प्रार्थना केली असता न येत. इकडील नद्या अमृतोपम; बहुत जनास स्वजलप्रदाने समृद्धिवत करितात, व पांथांस आनंद व राज्यास द्रव्यवृद्धि करितात. ज्यांचे सहचारे वोढ्याची उपमाही आमच्या राक्षस स्वभाव नद्यांस न ये. उत्तर प्रांतातील सर्व मनुष्य शुभ्र. त्यात एक रामचंद्र व कृष्णजी शाम त्यांचे वर्णन करितात. देशी एक ईश्वर श्रमयुक्त जाले. इकडील सर्वही नीलांबुदसभ्रम, परंतु धर्मरूपेपाहता जे हंसोपम. सर्वही मर्यादशील. आयापेक्षा व्यय थोडा. अधर्मापेक्षा धर्म फार. शैव्यमध्वलिंगधर्ते सर्वही स्वमताभिमनित. शौर्यधर्माविषयी नायमाराव्यक्तिरिक्त सर्वही युक्तियोद्धे हे सर्व तुम्हासहवर्तमान पाहावे उचित असता, अनेक शोभा टाकून, एक स्वलग्न शोभा अंगीकारून गेला हे उत्तम न केले! पुढे तरी स्वकीयागमनेकरून या प्रांतांचे अवलोकण करणे उचित असे. तुम्हासह वर्तमान इकडे येणे झालिया उर्वरित शृंगारसाधने प्रयत्न पूर्वक पाहण्यात येईल. राजकार्यप्रसंग विचार करिता भगीरथसमान कैलासवासीयानी उत्तरेहून दक्षिणपावेतो सुवर्णनदीप्रवाह चोवीस वर्षे वाहविला. त्यांचे आशिर्वाद अलीकडेही निरंतर वर्धमान वाहात असता, देशाधिकारी व सेनामुख्य व अकृत्रिमास पूर्ण त्या नदीने संतुष्ट केले. एक तृष्णा मात्र त्या सुवर्णओघाने वर्धमान केली. दक्षण देशातून सुवर्णनदी मागे

रघोजी, फतेसिंगबावानी आणिली परंतु जागा जागा जिरली. मधे बहुत दिवस दक्षिण नदी न वाहिली. श्री इच्छेने यावर्षीही कालानरूप द्रव्य-नदी उत्तमच या सैन्यात आहे. परंतु पुण्याकडे जाता रुक्षदेश फार आहे. यामुळे सर्व जिरून जाईल. एकदा उत्तरेकडील सुवर्णनदी व दक्षिणेची नदी दोहींचा संगम सगरकूपसमान पुणे या स्थळी, मध्ये न जिरता पूरयुक्तयोग घडणे तेव्हा ऋणोद्धार श्रमसार्थक इहलोक परलोकी उत्तम होईल. भागीरथी सगरासाठी उत्पन्न परंतु विश्वात उद्धार करिते. तशी या काळी हे उत्तर दक्षिण नदी वाहते, बहुत जनास उपकार होते. सर्वही नद्या जलोघे समुद्रास जातात. एक कावेरी मात्र बहुत लोकांनी उपयोगास आणिली. तशी ही द्रव्यनदी मुख्य कार्य थोडे व गौणजनकार्य मात्र बहुत करिते. हा न्याय अन्याय, हा विचार साक्षी दृष्टिवंत असतील त्यानी विचारून, पुण्यातील रूक्षता दूर होय, व मध्ये कार्यकारण जिरे ऐसे करणे हे योग्य असे. रा। छ ९ जिल्काद बहुत काय लिहिणे हे आशीरवाद.

❖

२०. आम्ही शिवाजीमहाराजाचे शिष्य...

पेशवेकालाच्या प्रारंभीची काही वर्षे तरी शिवाजी महाराजांचाच आदर्श मानला जात होता हे या पत्रावरून दिसून येते.

राजवाडे खंड ६, पृ. ३५६ — सु॥ सल्लास खमसैन मया अलफ मोहरम
श. १६७४ कार्तिक व. १०
इ. १७५२ नोव्हेंबर ३०

श्री

राजश्री पिलाजी जाधवराव गोसावी यास अखंडितलक्ष्मी आलंकृत राजमान्य स्नो। बाळाजी बाजीराव प्रधान आशिर्वाद उपरी. येथील कुशल जाणून स्वकीय लिहिणे. विशेष. नबाबानी राजश्रीचे जावायाचे जागिरीचे मजकुरावरून वाईट मानून तुटता सालजाब तुम्हासी केला. वरकडाक नासरजंगाचे मर्जीप्रमाणे गरमा दाखवावी ऐसा विचार अवलंबिला. त्यास थोर आहेत. जे इच्छितील ते करतील! करोत. आम्हासी स्नेह चितापासून करावा, सर्व प्रकारे आम्हास निखालस करावे, यासाठी नबाबानी जानबास व खानास पाठविले. त्यापाशी किल्ल्यांचा मजकूर नबाबाचे मर्जीप्रमाणे आम्ही कबूल केला. वरकडही कित्येक अर्थ जे नबाबाचे उपयोगाचे तेच सांगून पाठविले. आमचा स्वार्थ त्यामध्ये काही नाही. असे असता सर्व एकीकडे ठेऊन गरमी दाखवू लागले तर आम्हास श्रीकृपेने काय चिंता आहे? किल्ल्याचा तर आम्हाकडून गरमनरम मध्यस्तांकरवी बोलावून इमान प्रमाण आम्हापासून घ्यावा व आमचे जाबसाल उडवून द्यावे असे करू पाहतात,तर ते कैसे आम्हास अनुकूल पडते? जे जे अर्ज आम्ही मध्यस्थाबरोबर सांगून पा। आहेत ते आयकून सर्व प्रकारे आपले नानकुरान करून देतील तेव्हा आम्हीही किल्याविसा इमान देणे ते देऊ. नाहीतर जे त्यास बरे दिसेल ते. ते करतील. आम्ही गनीम लोक शिवाजीमहाराजांचे शिष्य आहो! छ २३ मोहरम बृहस्पतवार संध्याकाळ (लेखनसीमा)

बाळाजी बाजीरावाचा
शिक्का

❖

वरकड = इतर

नानकुरान - भाकरीवर आणि कुराणावर हात ठेऊन शपथ घेणे

२१. महारास पाटीलकी वतन पुरातन हा दाखला

गुरव-पाटीलवतनी महजर आहे त्यात धारा दिव्याचा तपशील आहे. महाराने वचन देऊन किल्ला जिंकून दिला म्हणून त्याला पाटीलकी दिली आहे.

महाराष्ट्रेतिहासाची सा. — ९ डिसेंबर १७५३
विभाग ३ — २ सफर सलास खमसैन मया अलफ

वरील थोडा मजकूर गेला आहे.

गुरव पिलाजी गोले यांची साखा संख्या करून वतनासी भांडतो. तो खोटा, त्यास व वतनासी आर्थाआर्थी संबंध नाही, यावरून देशमुख व देशपांडे व समस्त गोत व समाकुल पांढर व भोवरगाव यांचे साक्षीनसी महजर करून दिल्हा बिता

महजरनामा व तेरीख ९ माहे जिल्हेज बि हुजूर हजर मज्यालसी गोत प्रांत वाई सरकार नबी शाहु दुर्ग ऊर्फ परनाला सुभे दारुलजफर विज्यापूर सु ११११ सन इसने

मया अलफ (१६ मे १७०२)

रा। दताजी केशव नाईक व सूर्याजी फिरंगी न।। पिसाल देशमुख पा। मजकूर १
गोपाल सेटिया मल्हारजी व चौधरी मोवनसेट पाटना कसबा वाई १
जमाल पाटील कसबा वाई करनूरकर १
सिवाजी राजपुरे, रेतोजी राजपुरे १

रा। गंगाजी शंकर व गिरमाजी झुंगो देशपांडे पा। मजकूर १
बावधनकर
तुळाजी पिसाळ का। मजकूर १
आपाजी पा। मजकूर १
बहिरोजी सेपटीया, सिवाजी चौगुला क।। मजकूर१
मौजे पसरणीकर मोकदम १

गोपाल कदम कसबे वाई १

महजूर सेटी बीन नाग नाक महार मौजे नागेवाडी सा। मुऱ्हे पा। मजकूर यासी लिहून दिल्हा महजर यैसाजे. तुवा हुजूर येन जाहीर केले की मौजे नागेवाडी येथील कदीम पटेलकी आपली मिरास आपले वडील वडील चालवीत आले देवाचे पुजेस गुरव धांडेघरकर येक व गौडालीकर येक यैसे दोघे गुरव गावात आणून ठेविले. त्यानी रहिवास होताच आपले वडिलांचे मारेचुरे करून मिरास घेतली. आपण महार दूर उभा राहून असे गुरव जवळ जडला. लाचलुचपती देऊन मिरासीस जडला. आपण कदीम बुनादी आहे. साहेबी आपणास हाती धरून पांढरीवर बसऊन आपले

महजरनामा - निवाड पत्र, कदीम - पुरातन, मज्यालस - न्यायसभा, मारेचुरे - दंगे

हाते पटेलकी घेतली पाहिजे म्हणऊन विनती केली. त्यावरून मनास आणिता गुरव एकदोन वेळा बोलाविले परंतु ते येऊन उभे राहिनात. अगर पदरही झाडिनात. तेव्हा दिसोन आले की गुरव गैर मिरासी सेटी मजकूराने गुरव माळूमाती जडला म्हणऊन सांगितले ते खरे व सिवझाडे मोकदम यांसीही विचारिले. की कदीम मिरास कोन्हाजी ते सत्य स्मरोन सांगणे त्यासि त्याणी सांगितले की मौजे मजकूरची पाटिलकी माहाराची मिरास यैस आम्हास दखल आहे. आमच्या वडील वडीली सांगत आले आहेत. यैसी साक्ष दिल्ही मग मौजे मजकूरची पाटीलकी खाऊन गावची लावणी संचणी करून पाटीलकींचा एक लाजिमा पटीपासोडी गाहूड मोट इनाम मान पान नेमणुका सुके असणे गुरवाने गावीचा देव श्री नागबड सिध पुजून असावे. पाटीलकीसी अर्था अर्थी संबंध नाही. महारानी पाटीलकी खाऊन असावे. येसी पेस्तर हिलाहरकत कशील ती गोताचा अन्याई दिवाणचा गुन्हेगार बमहजर सही येणेप्रमाणे महजर करून दिल्हा. त्या प्रा। आपण पाटीलकी आनभवीत असता मोरीनी गुरव याणी चिंतामणगुरवाची पाटी करून कैलासवासी माहाराज स्वामी संनिध उभा राहिला. माहाराज साहेबी पूर्वील हकिकत मनास आणून भगवत सामराज व गिरमाजी झुंगी देशपांडे पा। मजकूर यासी हुजूर आणून पुरसीस केली. त्यास त्यागी उत्तर केले की पाटीलकी मोकदमी कदीम वतन माहाराचे त्यासि मध्ये गुरवानी हुजूर फिर्याद केली होती. त्यास राजश्री परशरामपंत प्रतिनिधी याणी किले वैराटगड मोगलाकडे होता ते माहाराज धारादिव्य दिल्हे **त्यावरून माहाराने किला घेऊन साहेबीस दिल्हा तेव्हाही माहार खरा** जाला व गुरव खोटा जाला. त्यास देशमुख व देशपांडे याणी गोताचे साक्षीनसी महजर करून दिल्हा. त्या प्रो। माहार पाटीलकी आनभवीत आहे. गुरवास पाटीलकीच्या वतनास आर्थाआर्थी संमध नाही. त्यावरून मनास आणून मौजे मजकूरी पाटिलकी मोकदमी तुझे वतन पुरातन हा आपले वतन वंशपरंपरेने आनभवीणे म्हणऊन आज्ञा केली. त्याप्रमाणे आपण वतन आनभवीस आहे. त्यास महाराजसाहेबी कृपाळू होऊन भोगवटीयासी पत्रे करून देऊन वंशपरंपरेने सदरहू पतन चालविले पाहिजे म्हणऊन विदित केले. यावरून मनास आणून मौजे मजकूरची पाटिलकी मोकदमी वतन पूरातन याचे पूर्वी रांगणियाचे मुकाशी असता. याणि किले वैराटगडचे धारदिव्य याणे केले व चिरंजीव कैलासवासी याणीही जमीदारास पुरसीस करून पूरातन वतन याचे खरे केले. त्या प्रो।मौजे मजकूरची पाटीलकी मोकदमी वतन करार करून अजरामरात करून यासी वतनपत्र करून दिल्हे, तरी यासी व याचे पुत्रपौत्रादी वंशपरंपरेने वतन चालवून दंडक प्रो। वतनाची सेवा याचे हाते घेणे. गुरव पाहिले पासून खोटा होत आला आहे. त्यास मौजे मजकूरचे पाटिलको मोकदमीसी आर्थाअर्थी संमंध नाही

मारेचुरे - दग्याने मारे करून, मिरास - वतनी हक्क, हकलाजीमा - विशेष हक्क, पांढर - गावची वसाहत, बुनियादी - पायाभूत, पेस्तर - पुढे

प्रतिवर्षी नवीन पत्राचा आक्षेप न करणे. या पत्राची प्रती लेहून घेऊन हे पत्र भोगवाटी यासी याजवळ परतोन देणे. जाणिजे छ२ माहे सफर सु।। सलास खमसैन मया आलफ. (१७५५)

❖

पुरसीस - चौकशी

२२. हुंड्यांची आर्थिक व्यवहार पद्धती

चंद्रचूड - दफ्तर, कला १ ली सु।। आर्बा खमसैन मया अलफ साबान ७
ले. १२९, पृ. ११५ - १६ इ. १७५३ जून ९

श्रीमोरया

हिसेब यैवज हुंड्या सु।। आर्बा खमसेन मया व अलफ रवानगी छ ७ साबान मु।। इंदूर

७५००० जैनगरच्या हुंड्या नग २
रा। गणेश दीक्षित औरंगाबादेच्या साहुकारावर
२५००० परसराम किसनदास
याजवर देवीदास दुलीचंद
यानी केली
५०००० मुलुकचंद मोतीराग
याजवर बालकिसन
मोतीराम यानी केली

७५०००

मा। कनीराम नामजोगच्या
हरयेक यैवजी मजुरा द्यावे

७६००० गोविंद बलाल याजकडून हुंडी रा। गणेश दीक्षित खरे औरंगाबादेस विठल जोसी रघु नाथ जोसी याजवर

५०००० तालगाव यैवंजी
२६००० अंतरवेद यैवजी

७६०००

आवरंगषाही सुलाखी रोकड
५०००० लक्ष्मण दिगांबर याजकडील हुंड्या वजीराचे यैवजी अनमग्
बा। पड नग ८ हरबाजी महोदू नवले याजकडे औरगावी
जमा करविल्या

पैकी खरी हुंडिया जाली रु. ३२५००
हरबाजी ना। नवले
आवरंगाबाद बाकी नवले
आवरंगाबाद बाकी गैर
आदा १७५००

पैकी गैर आदा लक्षुमण दिगांबर बा। १७५०० की २०७५
७००० गु।। लक्ष्मण दिगांबर
हुंड्या

१५०००	परत हुंडी १७५०० पैकी
७०००	नव्या हुंड्या
२२०००	
८३५४१	गु।। लक्षण नारायेण विझे वरात किलेच्या खर्चाबा। श्री
२९१५४१	
	८४५९

❖

हुंडी - लेखी वचन (हल्लीचा चेक)

२३. सावकारी व्यवहार

चंद्रचूड दफ्तर, कला १ ली, ले. १८, पृ. ३३-३४

श. १६७५ वैशाख व. १
इ. १७५३ मे १८

सन ११६०

श्रीशंकर
तीन बंद

हिसेब यैवज रा। राजश्री तात्या

शा।। सके १६७२ प्रमोद नाम संवत्सरे ता। चैत्र वद्य १२ शके १६७५ श्रीमुख नाम संवत्सरे

स्त्रो

२००००	गु।। मुसुकचंद मोतीरामबदल	
	१०००० १००००	
५८९५		शके १६७३ यैवज हुंडी औरंगाबाद
	३०००	किता हुंडी रोकड
	२८९५	किता हुंडी अटीची रोकड वजा बटा रु।।
		३००० १०५
६९७५	हुंडी काळपीची शके १६ - (फा. आ.)	
	भाद्रपद सुध १२	
६७९०	हुंडी रतनजी सुंदरजीची रुपये	
	३००० ४०००	
	एकूण सात हजार वजा बटा सो। सो दर सदे	
	३ प्रमाणे सो २१०	
७२००		गु।। राजश्री बालाजी शामराज शके १६७२
		भाद्रपद शुद्ध ९
	१७००	किता
	५५००	किता
	७२००	
९९०१३।।.		ऐवज टोक रामपुराहून
	६०००	यैन मुदल
	२९०१३.।।।.	व्याज मुशारा वगैरे कसर
	८९०१३.।।।.	

५०००	किता कसर	
२०४	गु।। खंडोपंत आलिगावकर सके १६७५	
१४६०७७.।।।.		
	७२००	देणे वेदमूर्ति राजश्री गण (फा. आ. हे) दीक्षित खरे बा। बालाजी शामराज सके
	१६७२	भाद्रपद सुध ९
	१७००	किता
	५५००	किता
	७२००	
१३९।।.	हुडणावळबदल ऐवज कालपी रु. ६९७५ हुडी दर सके रु. २ प्रमाणे सके १६७२	
९४७५	देणे सके १६७२ गणेश दीक्षित खरे	
	२५००	किता
	६९७५	किता
	९४७५	
४०००	देणे रा। गोविंदराव सखाजी सके१६७३ देणे राजश्री बाजी यसवतबदल लग्न सके	
३५२७१	देणे विष्णु महादेव सके १६७४	
११०००	देणे राजश्री सकंभट वेशीकर हस्ते बालाजी शामराज सके १६७४	
१००००	देणे राजश्री गणे दीक्षित खरे सके १६७४ बा। देणे बुळे	
८००	देणे वेदमूर्ति रो। खडभट चितले	
२५००	हुंडी औरंगाबादेची त्र्यबक कोडदेव सके १६७३	
८२३८५।।.		
७११	राजश्री रामाजी यादव यानी हुंडी केली रुपये पंचेतालीसपैकी स्त्रो १५००० त्याज बाबत मा।रनिलेकडे यैवज जाजती पडला त्यास प्रा। टोक रामपुरा खुर्द यैवजी कसर कारकुनी पैकी घेतले.	
८३०९६.।।.		

बाकी वागाईत वैशाख, वदि २ गु।। नायेगाव

रुपये ६२९८१.।.

१५००	गु।। कृष्णाजी हरी केतकर मिती ज्येष्ट शुध १
१००००	गु।। बालाजी सामराज मारफात धोंडजी (ना।) गु।। सकंभट
०	
५१८।।।.	नावे गंगाधर यशवंत भरर्तामुळे
७५०००	

पाऊण लाख रुपये गंगाधर यशवंत याचे लेहणे रा। बाळाजी महादेव वोक याजकडे जाले, ते सदरहू पंचाहतर हजारबदल देणे, रा। मलारराव होलकरजीने रा। धोंडाजी नाईक नवाले यांचे येथे नासिकचे दुकानी बा। चिटी रा। मलारराव यांचे नावे मिनी वैशाख वद्य १ शके १६७५ श्रीमुख नाम संवत्सरे मु।। नायेभाव पत्र (फार)क झाले, असे कोण्ही कोण्हाकडे राहिले नाही. चिटी पत्र जाबसाल जे आसतील ते परस्परे रद असेत. चूकभूल निघेल ते द्यावी घ्यावी हे लिहिले. सही

सही ....

२४. महार मांग वाद

पेंढ्याची घागर कोणी न्यायची यावरून महार भोग यांच्यात तेरा
पेंढ्याची घागर आपण नेऊ मांगांचा दावा

भा. इ. सं. मं. त्रैमासिक	श. १६७६ भाद्र शु. १२
वर्ष ३०-३१, अंक ३-४ व १	इ. १७५४ ऑगस्ट २९
ले. ५३, पृ. ३८,	

श्री

राजश्री देशमुख व मोकदम व देशपाडिये को। सासवड साहेबाचे सेवेसी दा। बो। माहार का। मजकूर नावनिसी आसामी

रणपिसे माहार	चवरे माहार
२ धावनाक व उमनाक बिन केरनाक	१ साबनाक बिन जननाक
१ भिवनाक बिन सांवनाक	१ कासनाक बिन गोमनाक
१ पदनाक बिन गोदनाक	१ देवनाक बिन मालनाक
१ तुक बिन सटवनाक	१ निंबनाक बिन सटवनाक
१ होननाक बिन सुभावनाक	१ लालनाक बिन बाननाक
१ आमनाक बिन काननाक	१ संतनाक बिन टकनाक
७	७

यो। आसामी चवदा सु॥ खमस खमसैन मिया व अलफ कारणे साहेबांचे सेवेसी कागद लिहून दिल्हा यैसा जे का। मजकूरची गावची सात होणेयाज करता साहेबी आज्ञा केली की सात करणे त्यास आपण म्हणत होतो की सातेच्या पेढ्याची घागर आपण जालऊ व मांग का। मजकूर हे म्हणत की पेंढ्याची घागर आपण चालऊ यैस्यास आमचे हरदूजणाचे भाडणं होते त्यास साहेबी सातेचेनेट लाविले की याउपर सात (शांत) करावयास दिरंग लाविता येत नाही तरी तुम्हीच पेंढ्याची घागर चालवावी यैसी चौ कसब्याची गोवर गावची सड आणून देणे आणि घागर चालवणे म्हणून अज्ञा केली तेव्हा आम्ही समाकूल माहार लहान थोर येक जागा होऊन विचार केला की आपण पेंढ्याची घागर आपली म्हणतो हे भांडण बाथल आणि देशातही चाल की सातस मागाने घागर पेंठ्याची चालवावी यैसे आसोन आपण भाडतो हे देशाखेरीज भाडतो यैसा पुरता शोध केला तेव्हा आपण हे भांडण सोडून मांगाने घागर पेढ्याची चालवावी वरकडा सातेतील जी कलमे आहेत ती मागानी आपण जन सिरस्ताप्रो। वर्तावे यैसे रजावंद होऊन कागद दिल्हा आसे तर सदरहू लिहिल्याप्रमाणे वर्तणू (क) करूं यास नवदिगर करूं तरी दिवाणचे गुन्हेगार हा कागद लिहून दिल्हा सही छ १० जिलकाद.

❖

२५. पेशवेकालीन दागिने

मराठे काळात विशेषतः पेशवाईत कोणते कोणते दागदागिने वापरले जात होते त्यावर प्रकाश टाकणारे पत्र

वैद्य दप्तरातून निवडलेले कागद, खंड ५ — श. १६७६ चैत्र शु. १

पत्र क्र. १, पृ. २ (भावनाम संवत्सर शके १६७६) — इ. १७५४ मार्च २४

श्री

यादी वस्तभाव नि। राघोबा ना। करकरे चैत्र शु. १

सौ. उमाबाई किता दागिने मोत्येजडित व सोने वगैरे

४ मोहरा

६ पुतळी सफासी

२ बुगडी जोड

२० मणी लहान

३ मोत्ये नाखची

२ दाण्याची मोत्ये

  १ थोर

  १ लहान

  ―――

  २

१ साधे

३

―――

सरकार

३४३ पुतळी ताटे

८५ मोहरा

―――

४२८

४६

―――

४७४

२ मास बाळ्या जोड

१ घोस बाळ्या जोड

१ चिंचपेटी मोत्याची

१ गलसरी मोत्येजडित मणी

१ खुंटबाळ्या जोड

―――

४१

किता रुपे दागिने

२ जोडवी जोड २

२ विरोद्या जोड २

―――

४

१ चालीन रुपे

―――

५

―――

४६

भिऊबाई

२ मुदा

८ मोहरा

४ होन

१ बुगड्या जोड

सरस्वतीबाई

१ मूदा

१ आगठी गमनामाची

१ मणगटी जोड

१ विरोद्या जोड

१	खुंट बाळ्या जोड
१	कोथिंबीर बाळ्या
२	मोत्ये नाकची
१	विरोद्या जोड
२	जोडवी जोड
२२	

१	मोती नाखचे
१	कुटुक बा। भोकरे
१	बुगडी जोड
३	पवित्रे
१	जोडवी ४ पाईंची जोड
१	राखडी लाहान
३	जोडवी जोड
३	विरोद्या जोड
१	साखळी रुपे लाहान
१	जानवी मानेसरी
२१	

❖

२६. उत्तरेतील घडामोडीवर प्रकाश टाकणारे पत्र

आम्ही कान धरीली शेळी आहो.

राज. खं. ३ ले. १३७ २३ सप्टेंबर १७५५

श्री.

श्रीमत राजश्री पंतप्रधान स्वामीचे सेवेसी विनंती सेवक गोविंद बल्लाळ कृतानेक साष्टांग नमस्कार विज्ञापना ता। आश्विन वद्य ३० पावेतो स्वामीचे कृपे करून सेवकाचे वर्तमान यथास्थित असे विशेष.

इकडील वर्तमान एक दोन पत्री सेवेशी लिहिले आहे. त्याजपासून विदित जालेच असेल व चिरंजीव बाबूराव याणे विनती केलीच आहे. रा। गोपाळराव याजविसी आज्ञापत्र सादर जाले, त्यास राजश्री दादा स्वामीचे आज्ञापत्र आले. त्यास आम्हास श्रीमंत रा। दादासाहेब स्वामीनी आज्ञा केली ते प्रमाण गोपाळ राऊ याजला राजी करतो. मी ही येथील बंदोबस्त करून येतो. इकडील नवा मजकूर राजश्री सयाजी शिंदे यास मारवाडकरांनी दगा केला. हे वर्तमान जमिदारास कळताच मनमाने त्याप्रमाणे लबाडीस आले सकुराबाद, इटावे याजकड जामिदारांशी झुंज मातबर आम्हाशी जाले. पंधरा सोळा घोडी पडली. भले माणूस ठार जाले. स्वामीचे प्रतापे गवार मारून काहाडिले. परंतु हा मुलुख कोतांदेशी गवार आहे. सभोवती पठाण, जागा बिकट रयत म्हणावी तर रजपूत हे गत आहे. आमचे तैनातीस फौज रा. अंताजी माणकेश्वर याजकडील देविली त्यास त्याजला रा. दत्ताजी सिंदे याजकडे मारवाड प्रांती जाणे. तेथेही जरुर गेले पाहिजे, जाणून निरोप दिल्हा. श्रीमंत रा. दादा स्वामीनी रसदेचा अैवज चार लाख पासष्ट हजार त्याजला देविला त्याप्रमाणे निकडीने त्याजला जाणे, सबब सत्वर भरून दिल्हा. च्यार लाख पासष्ठ हजार याशिवाय नव्वद हजाराचीवरात फफुंद व इटावे, सकुराबाद ऐवजी तेही दिल्ही. सालभारची रसद सकुराबाद इटावे, फफुंद येथील रसद भरून दिल्ही. त्याची कबज सेवेसी पाठविली आहे. मी चाकर बारगीर स्वामीचा आहे.

जे मेहनत कुरा कडा येथे केली, जिवाकडे न पाहिले, आणि मोगलांशी झुंजलो, स्वामीचे प्रतापे बोलबाला जाला. सुभा मातबर होता त्यास जागा सुटली, स्वामीचे घरी आली. तर जागा गोपाळराव यास देणे, होती तर मजला बोलावून हुजूर नेऊन जे आज्ञा करणे ती करावी होती. मी हुकुमी स्वामीचा. आम्हास उजूर काय? परंतु कुरा कडेयात माझी प्रतिष्ठा, आबरु स्वामीनीच बसविली स्वामीचे जोराने वजीर रजवाडे याजला मी खातरेस आणित नाही. त्यास अबरुने जाल्यासव स्वामीचाच नक्ष

गवार - बंडखोर, कोतांदेशी - अदूर दृष्टि

रहातो. श्रीमंत राजश्री दादा स्वामीची आज्ञा ते आम्हास प्राणादाखल आहे. यांचे आज्ञेत उजूर करीत नाही. मी त्यांचे आज्ञेप्रमाणे वर्तणूक करून पुणे यास येऊन श्रीमत रा. दादा स्वामी जवळ विनंती करे ती करीन. आम्ही चाकर स्वामीचे कमाऊ आहे. स्वामीचे चार पैसे खराब करावयाचे नाही. गठडी एक जागा असती तर स्वामीस कळते की, चाकरी कलाणे याणे केली. आता स्वामीच आज्ञा शिरसा वंदून येथील बंदोबस्त करून सेवेशी येतो रुबरु येऊन बिनती करीन मजला मोठी उमेद आहे. स्वामीची चाकरी उमेदपणे करावी, आणीक जागा, मुलूख स्वामीचे घरी फार आणून घालावा हे आहे. त्यास माझी नालीस नाना प्रकारे स्वामीस लिहिणार लिहितात त्यास जर मी स्वामीची सेवा एकनिष्ठपणे करीत असले तर आमचे कल्याणच आहे. जर काही दगाबाजी करू तर ईश्वर आम्हास शिक्षा करील. आम्हास एक स्वामींची कृपा. हिमायत म्हणावी तर, वशिला पगा म्हणावा तर स्वामी खेरीज आमची गोष्ट बरी सांगे सारखा कोणी नाही. बकरूलाखान पातपाहीत नामीसरदार होता. **याजला परम संकटेपरम उपाये जिवाकडे न पाहाता बुडविला. त्यास मराठा सरदार हे कर्म करिता तर जमिनीवर न माता! आम्ही स्वामीचे ब्राह्मण, आमची शिफारस कोण करणार?** आज दोन लाख रुपयाचा तोफखाना स्वामीस मिळवून दिल्हा. कुरा व कडा अठरा परगणे, लहान थोर स्वामीचे घरी आले. पातशा कोठील? वजीर कोठील? जे जागा घेतली ते स्वामीनी कोणास दिली? हे चाकरी सेवकापासून झाली. काही नादानी आम्हापासून न जाली. येथून लिहिता विस्तर आहे. **आम्ही कान धरली शेळी आहो, हुकुमी आहो.** खावंदाची अहिर्निशी सेवा एकनिष्टपणे करावी हे जाणतो. नालीस आमची हजारो कोणी लिहू, करू. आम्ही त्रिशुद्ध एकनिष्टपणे वर्तणुक केलियास सेवेसी येतो. सेवेसी येऊन तपशीलवार वर्तमान विदित करीन, तेव्हा स्वामी ऐकोन संतोषी होतील, आमचे श्रमाचे सार्थक होईल. सविस्तर चिरंजिव बाबूराव याजला लिहिले आहे. ते विहित करतील राजश्री दत्ताजी शिंदे यांची मदत जरूर स्वामीनी करावी. राजे माधोसिंग याणी गोविंद तमाजी जिवे मारला आणि दहा हजार फौज सागरेकडे गेली म्हणून वर्तमान आहे. बिजेसिंग याचे साहित्य करावे म्हणून गेले आहेत. आहे वर्तमान ते लिहिले आहे वरचेवर लिहित जाऊन, आम्हास उजूर तिळमात्र नाही. जागा ते कितेक जीवसुद्धा हजर आहे.सेवेसी श्रुत होय हे विज्ञापना.

❖

हिमायत = आधार, पगा = अधार, उजूर = अडचण, नालीस = निंदा, रुबरु = समक्ष

२७. पानिपत लढाई पूर्व हालचालीचा तपशील

हिंमत अवसान कोणताही नाही खाशांची मात्र हिंमत आहे.

पानिपत ले. ३८ शके १६८२

श्री

पानीपताचे समई मोरोबादादानी बाबुराव यास लिहिले.

शेवेसी विज्ञापना येथील वर्तमान ता। ६० जमाक दिलाखर पावेतो मुकाम मौजे मादले पो। (म) कडाई सरकार हांडिया येथे वडिलांचे आसरिवादे करून यथास्थित असे विशेष. हिकडील वर्तमान तर श्रीमंत राजश्री भाऊसाहेब आजपावेतो ज्या ठिकाणी पाणिपतावर राहिले आहेत. तेथेच आहेत. आबादालीही आजपर्यंत त्याच ठिकाणी होता. प्रस्तुतकाले तेथून कूच करून आठ नऊ कोस दिलीकडे आला. श्रीमंतास व अबदलीस नवा दाहा कोसाची तफावत पडली. त्यामधे दोन प्रकार त्याणे योजिले आहेत. येक यास पाठीवर घ्यावे. तोफखाना सोडून आले म्हणजे बेजरब गला पडावे; आणि यास सफेजंगी करावी. दुसरे नच आले ती दिलीचे पारपत्य करावे. येणेकडून आपला मनसबा पोख्ता होऊन त्यास भारीपडेल राहिल तेही लगामी आपले लागतील हा मनसबा त्याणी येजिला आहे. जाटासही त्याणी लेहून पो। आहे. की, तमाम रजपूत राजवाडे आहेत. त्यास तुम्ही दिल भरवसा देऊन सामील करून घेणे सारे येकत्र होन जमा जाहलेस तरी उत्तम प्रकारे तुमचा बंदोबस्त होईल व गनीमाचे पारपत्य होईल.

पातशाई डोले व्यवस्थित होऊन येश हातास येईल. या विचारे ते आहेत व तमाम रांगडे रजवाडे यांची सूत्रे गुप्तरूपे त्याजकडे आहेतच. प्रगट दाखवीत नाहीत. आजपर्यंत उभेयपक्षी बरोबरीच आहे. थोडीसी आम्हाकडील सलाबत याजवर गोळी जाहली होती. परंतु पोटामुळे घोडे माणूस बहुत जरजर जाहाले आहे. हिंमत अवसान कोणासही नाही. खाशांची मात्र हिमत आहे. ते पराकाष्ठा होऊन गेली आहे. म्हणूनच ठासून राखिले. प्रस्तुत तोफखाना याचा आश्रय करून बच्याव करून बसले आहेत. पुढे मागे जाईन म्हटल्यास घोड्या माणसात त्राण राहिले नाही. अलिकडे अनुष्टान खाशांनी जाती निशी आरंभिले आहे. त्यामुळे अन्न टाकिले आहे दूध मात्र भक्षितात. केवल तपश्चर्याच आरभिंली आहे. आबदालीने त्यास सांगून पाठविले की तुम्ही तोफखाना सोडून बाहेर निघोन येणे. तुमची आमची येक सफाजंगी व्हावी. ईश्वर त्याने देईल त्याणे घ्यावे. याणे सांगून पाठविले. की आम्ही शहानशा नव्हे पातशाही दावा आम्ही सांगत नाही. चौथे देशमुखीचे मात्र खानदार आम्ही आहो तितका फैसला

सफेजंगी = लढाई, सलाबत = दहशत, बेजरब = बिनदिवकत

जाहला म्हणजे मग आमचा गुंता नाही. तेव्हा येविसीची फारच पायउतारा होऊन गोट सांगितली तेव्हा हा कचा विच्यार वडिलांच्या तर्कात न ये असा विचार काय आहे? पाहता अर्थी हेही गोष्ट खरीच आहे. गोविंद बलाल मारले गेले याजमुळे आंतर वेदींचा बंदोबस्त उठला. त्यांची ठाणी बसणार. रसद त्याजकडे येऊ लागली. याउपर त्याची फौज ताजी होईल आपले लस्करात दोन सेर धान्य तेही मिळत नाही. तृणाचे नावे शूण्यच आहे. जाल्या मुळसा कोठून खणून आणाव्य कुटून घोड्यास घाला. मनुष्य मात्रास तर येकादसी सिवरात्र असीच गाठ पडली आहे. ईश्वर लज्या रक्षील तरच. दुसरा उपाय नाही. या दिवसात कनिष्ठ पक्ष वीस हजार फौज व दाहा बारा लक्ष रूपये येऊन पोहचते. तरा फार काम होते. परंतु तो प्रकार अद्याप घडोन आला नाही. व पुढेही घडावयाचा रंग नाही. या गोष्टीचा विचार बंदोबस्त करण्याचे दिवस मागेच गेले. आता हजार मनसुबे केले तथाप फल नाही. प्रस्तुत कागदी पत्री मात्र हिंमत देऊन लिहितात की फौज लवकर येऊन पोहचेल. पैकाही पाठवितो. आम्हीही मागाहून येत आहो. म्हणून धातू पोषण पोकल लिहिणे. लिहितात. परंतु या जमान्यामध्ये हे गोट फार आहे. सलुखा करून निघावे या अन्वये येथून बहुत प्रकारे लिहिले जाते. तत्राप ते सलूख करून निघणार नाहीत. भाऊंचा कारभार अभिमानी हटी आहे. इर्षेस गुंतले आहेत. दोहीतून येक गोष्ट होईल तेव्ह निकाल पडेल. मल्हारबानी फार सांगितले की आपण गनीम हा लोक तथाप नामर्द जाहलो नाही. निघोन मालव्याकडे जाऊ महिना पंधरा दिवस सवगाई खाऊ लोक आबाद होतील. इतक्यात देशचे फौजेची गाठ पडेल जागाजागा पैका आटला आहे. तोही येऊन पोहचेल इतके जाहत्यावर येक वेल लढाईही मारु यात उत्तम आहे. परंतु ते गोष्ट मर्जीस न पडता. डोकी खुपसून बसलेच आहेत. असा प्रकार येऊन बनला आहे. उपचारिक लिहिणे तितके येथून लिहितात. खासा स्वारी समागमे फौज म्हणावी तर सेंडीदांडी सुद्धा आठ नऊ हजार आहे. शहाजी सुपेकर याजबरोबर दीड हजार पर्यंत फौज बऱ्हानपुरा अलीकडे आली ये दो रोजानी येतील. जानोजी निंबाळकर याचे चिरंजीव दाजीबा हजारबाराशानिशी शेवगावाकर आले आहेत. त्यांचेही अत्रच आहे. परंतु येथपर्यंत आले तेव्हा येतीलसे वाटते. जानोजी भोसलेही पाच हजार स्वारानिसी आले आहेत. याचा निकाल काढू आणावयास गोविंद सिवराम रवाना केले आहेत. दो चौ रोजी यास घेऊन येतील. असे करता वीस हजार फौज होईल. पैक्याची वोढ पडेल. हेराण देरोसान उमेद कोणामध्येही नाही. उगीच आवई मात्र जाईल की देशाहून फौज आली, इतकाच अर्थ. त्यांचे उपयोगास पडणे कठीणच आहे. श्रीमंत राजश्री दादासाहेब निजामअलीकडे शहास गुंतले. बहुता त्यांसी खीजवतील कलह वाढवितील. संधीस ते नवाच निजामअलीचा मनसबा काढून नाहक ईश्वरपरायणे पंधरावीस हजार फौज

रसद = मदत, गोविंद बलाल - बुंधेले, सवंगाई - स्वस्ताई

गोविली आहे. आता दादास या म्हणून पत्रे पाठविली आहेत. परंतु दादाचा कारभार ठाऊकच आहे. प्रथम चुकतात मग पश्चातापी पडतात. असा प्रकार जाहला आहे. खाशाचा प्रकार तर जे मनात आले ते केले पाहिजे कोणास पुसणे व सांगितल्यास आईकणे हे तो कळलेच आहे पाहता चहुकडे पसरल्यासारिखे जाहाले आहे. कोणेही मनसुब्यास पाया नाही. प्रारंभ येक मनसुब्याचा, त्याची समाप्ती भलतीकडे म्हटल्यास कसे होते? यास्तव या उपरी सारी इमारत देवात्र आहे. सिखानी लाहोर प्रांते मोठीसी गर्दी मांडली आहे. त्यांचा पथच भिन. नानकपंथी त्यास स्वतंत्रवादी आहेत. कोणासही मिलावयाचे नाहीत. सारांष आबदालीचा पेंच कोणे प्रकारचे उलगडे करार सर्वाही गोष्टी उत्तम नाही तर कलतच आहे. भाऊकर्डील हलाखीचा मजकूर मयाराम वकील याणी लिहिला. परंतु त्याणेही श्रीमंतास लिहिले आहे की स्वामी म्हणतील की भाऊची पत्रे हलाखीची येत नाहीत. मग काये चिंता आहे? तर ते कदाप जाहली हलाकी लिहिणार नाहीत. स्वामीनी पूर्ता विच्यार करून फौजेची रवानगी होय ते करावी. विना फौज आल्याखेरीज उत्तम परिणाम नाही. या प्रो साफ लिहिले आहे. येणे प्रो वर्तमान आहे. ईश्वरी सत्ता प्रमाण शेवेसी श्रुत होय हे विज्ञापना.

❖

२८. पानिपत पूर्व हकिकत

तो आम्ही येक होऊन तैमूरचे सलतनतेचा नाश करावा हे आम्हास योग्य नाही.

ऐ.टि.भा. २ ले ३३ १८ एप्रिल १७६०

श्री गजानन

"राजाश्रिया विराजित राजमान्य राजश्री गोपाळराव गणेश स्वामी गोसावी यांसी पोष्य सदाशिव चिमणाजी नमस्कार विनंती उपरी. येथील कुशल जाणून स्वकीय कुशल लिहित जाणे. विशेष तुम्ही छ. २९ रजबची पत्रे पाठविली ती छ. २७ साबानी पावली. आबद्यालीचे वर्तमान व सरदाराकडील व बंगाल्याकडील वगैरे किती एक लिहिले. ते कळले. ऐशास प्रस्तुत सरदार कोठे आहेत? आबदाली कोणे टिकाणी आहे? मनसबा काय करतात? हे सर्व बारीक मोठे शोध करून वरिचेवरी जलद जोडी बराबर लिहित जाणे. खांसा स्वारीही देशी मोगलांचे पारिपत्य येथास्थित करून, मजल दर मजल हिंदुस्थानात अबदालीच्या पारिपत्याकरिता येत आहे. हंडियाचे घाटे नर्मदा पार जाहली. मातबर फौज सुद्धा सुरोज खेचीच्या मार्गे दर कूच येत आहे. सरदरांच्या भेटी नंतर पोख्त मनसबा होईल. सर्व गोष्टी येथास्थित होऊन येतील तुम्ही चहूकडील वर्तमान यथातथ्य बारीक मोठे वरचेवरी लिहित जाणे. या गडबडीमुळे आम्ही राऊत, पादे, शिबंदी ठेऊन अंमलठाणी हा कालवरी रक्षिली, जरी शिबंदी नसती ठेविली, तऱ्ही अंमल उठला जाता. गडबड वारेतो शिबंदी दूर करिता येत नाही. म्हणून लिहिले, ते कळले ऐसेयास शिबंदी ठेऊन अमल राखिला, हे बरेच केले. अद्यापि बंदोबस्त, ठीक होय तो कार्यकारण शिबंदी राखून सावध राहाणे. सुज्यादौलाच्या मनात गडबड करावयाचे आहे. दबाबितात म्हणोन लिहिले, तऱ्ही त्याचेही परिपत्य लवकरच होऊन येईल. सुजातदौला याणी पहिल्यापासून स्नेहाचेच वर्तन राखिले. आता हे गोष्टी मनात न आणावी. तुम्ही मागे त्याचे विषयी फार बोलत होता. त्यास सांप्रत तैमूर याची पातशाही गारत आबदलीने केली, म्हणजे अमीर रजपूत आहे. याची पातशाहात घ्यावयाशी राहील की काय? जेथे लहानाचे थोर, दोन दोन पिढ्या तीन तीन पिढ्यांची पातशाही राखावयाशी आम्ही जुंजतो, भांडतो, हे जर या गोष्टीची फिकीर मनात न आणीत, तरी यामुळे आबदाली काय मनात आणील, इतबार कसा पडेल, हे कळतच आहे. अखेर आम्ही जबरदस्त, आमचा पेच त्यास आहे तो जर स्नेहाने वरीला तर त्याचा आमचा काय दावा आहे? **परंतु तो आम्ही एक होऊन, तैमूर याचे सलतनतेचा नाश करावा हे आम्हास योग्य नाही,** व हे सारे आमचे स्नेही यासहीत सर्वांचे सर्वाच वाईट. हिंदूधर्म व तैमूर याचे काहीच नाही असे होणे हे आमचे पाहिण्यात कसे येईल? व याणीही हीच गोष्ट

मनात धरावी. कमर बांधून आम्हास व सरदारास येऊन सामील व्हावे. घरचे पेच असतील ते त्याचे आमचे विचारे दूर होतील. परंतु हा शत्रू नाहीसा करावा हेच त्यास योग्य. या अन्वये त्याशी भाषण करणे. हे तुम्हास सवड नसली, काही अनुसंधान असले, तर ठीक करून, त्याणी बमय फौज यावे. दुसरा विचार न करावा. हेच करवणे. सुजात दौलाचे मार्फतीने नजीबखान राहिल्याने आलीगोहर यासी राजकारण काही लाविले आहे की काय किंवा नाही! आलीगोहर कोठे आहेत त्यांची फते कशी जाहली? पुढेकाय विचार करितात ते सर्व लिहिणे. तुम्ही तिकडील जे जमिनदार वगैरे असतील. ते सर्व आपले लगामी लावून, त्याजपासून **आबदालीचा अमल तिकडे होऊ न पावे ऐसे करणे.** आपला अमल ठासून राकिला उतम केले. पुढेही या प्रकारे करणे. जाणिजे छ. १ माहे रमजान सु। सितैनमया व अलफ (१७६०) नारो खंडेराव व पाचशे राऊत शहाजादी याजवळ तुमचा आहे त्यास उत्तम आहे. त्यास येथून आलिगोहरास लिहिले आहे. की, सारे अमीर व रजवाडे राजेयासी पत्रे, फौजसुद्धा आम्हास येऊन सामील व्हावे, ऐसे पाठवावया विषयी लिहिले आहे. तरी ही पत्रे तुम्ही लिहून सत्वर येत असे करणे. व परभारेहं असेच लिहिले आहे. शहाजादीयाने तिकडील बंदोबस्त करून सत्वर यावे. पातशहात दिल्लीस कायमकरून परकी शत्रू नाहीसा करावा. मग धरचा बदोबस्त सहजात होईल. तरी हाही मजकूर लिहिणे. डौल धरावा. वारंवार बातमी बारीक लिहित जाणे. जाणिजे छ. १ रमजान बहुत काय लिहिणे? विनंती.

❖

डौल = रोख, पौष्य = बालके, पोख्त = भारदस्त, बमय = सह

२९. प्रत्यक्ष पानिपतची लढाई

विश्वासराव यास गोली लागून देवाज्ञा जाला मग पल सुटला.

पानिपतचा रणसंग्राम ले. ९ पृ. २२

फाल्गुन, शु।। ६ शके १६८२ पौ। छ.रमजान

हस्ते धोडजी नाईक नवाले याचे कासदाबरोबर आले.

नाना फडणिसानी खास दस्तूर बाबूराव राम फडनीस यास लिहिले.

श्री

तीर्थरूप राजश्री ... बाबा वडिलाचे जेवेसी अपत्ये बालाचे सा।। नमस्कार विनंती येथील कुशल ताा छ ४ साबान पावेतो मुकाम नजिक ग्वालेरी येथो वडीलांचे आसीर्वादे करून असो विशेष. वडिलांनी पत्र पाठविले ते पावले. तेथे आज्ञा की तिकडील वर्तमान युद्धाचे काहीच तथ्य कळत नाही. व तुम्ही तेथे आहा तेव्हा निकडीच्या प्रसंगास तुमचे प्रसंगास तुमचे पत्र सविस्तर सर्वमानाने येईल. परंतु प्रस्तुत बहुत प्रकारची वार्ता येत्ये यास्तव. सविस्तर लिहिणे म्हणोन आज्ञा त्या श्रीमंतांची व अबदालीची लढाई पौष शु आष्टमीस (फाटला) प्रहरपर्यंत लढाई जाहाली. श्रीमंत विश्वासराव यास गोली लागून देव आज्ञा जाहाली मग पल सुटला. खासा भाऊ मात्र लडत हेते. पाऊणशे स्वार जवळ राहत तावत कालपावेतो मी जवल होतो मग गर्दीत चुकामुक जाहाली. तेव्हा कालपर्यंत ठिकाण नाही. श्रीमंतांचे जागी मोठी गर्दी जाहाली. कोणास कोणी पुसेतो वेल ईश्वर जाणे मातुश्रीचे ठिकाण कोठे लागत नाही. शोधा करता माणसे पाठविली आहेत. परंतु कोणी कोणी पाठीमागून येतात ते सांगतात की आपले खिजमतगाराकडून तोडून घेतले. परंतु खिजमतगार सापडेल तेव्हा काय ते कलेल. लस्करची माणसे मारवाड प्रांती जैनगरप्रांती जंबूकडे व भागीरथीपार जितकडे वाट फुटली तिकडे गेली. मोठा ईश्वरी क्षोभ जाहाला. असी सिकस्त श्रवणातही आली नाही तो प्रत्यक्ष अनुभाविली. सा-सातदा गिलच्याची माझी गाठ पडली. मला मारावेच परंतु आपले आसिरवादे करून आलो. स्त्रीचाही गलाटा होता. परंतु वीरसिंगराव बारावकर याणी सांभाळून आणिली. फार केली. पार्वतीबाईचाही बहुति गलाटा जाहाला होता. परंतु खिजमतगाराने आणिली. याप्रमाणे जाहाले आपापले मंडली पौ।.

आम्हा जवल आले	अद्यापि ठिकाण नाही.
१ पुराणिक	१ लक्ष्मण बलाल अणा.
१ गोविंदभट उपाध्ये	१ रामाजी अनंत दाभोळकर
१ आपाजीपंत गोंधळेकर	१ बापूजी बलाल फडके
१ गंगाधर बाबाजी	१ बाजी बलाल जोशी

१ धोंडोपत लेले	१ हरीपंत केलकर
१ रामचंद्रपंत नातू दिलीहून	१ रामाजीपंत आगाशे
१ खंडोपंत नवे उमेदवार	१ आठवले बालाजीपंत कारकून
१ पांडुरंगपंत बेडेकर	१ कासीपंत नवे उमेदवार
१ कृष्णभट टाकसेकर	१ नारोपंत दिवेकर
	१ श्रीधरपंत घाणेकर
९	१०

खेरीस ब्राह्मण व मराठी माणसे कोणी आली कोणी ठिकाणच नाही. सारे लस्करची माणसे चालीस हजार माणूस ठार मारले गेले. साठ हजार फौज पौ। सा हाजार घोडे निभावून आले बाकी गेली. हरी शिवराम नारायणराव बापूजी, बाजी हरी पिता पुत्र, अंताजी माणकेश्वर, भवानी शंकर शहानवाजखानी व जनकोजी सिंदे, व सोनजी भापकर व तुकोजी सिंदे, मानाजी पायगुडे व कृष्णाजी अनंताचे पुत्र, व यशवंतराव पवार, व गोविंदराव जाधव इतक्या असाम्यांचे ठिकाण नाही. तोफखाना, नगारे, निशाणे, दसर, कुल दौलत बुडाली. येक काडी निघली नाही. सारी फौज गारत जाली. हे वर्तमान पूर्व शेवेसी लिहून मुजरत अजुरदार जोडी पाठविली आहे. त्यावरून कलेल व ती पावेल. याजकरितो हली लिहिले आहे व स्वारीस इकडे आल्यापासून दर रवानगी कचे वर्तमान लिहित गेलो. परंतु पत्र न पावले म्हणून उत्तर न आले किंवा कसे असेल. चिरंजीव राजश्री दादानी श्रीमंतास लस्करातून दोन घोडी व वस्त्रे पाठविली ती पावली. अत:पर हाच हेत आहे की टोक्यास गंगातीरी बसावे आणि स्नानसंध्या करावी. दुसरे करणे नाही. परंतु ईश्वर करील ते खरे. आपला उपाय नाही.

थोरले श्रीमतांचे दर्शन जाहालियावर काय होते ते पाहू. निरोप मागून येईन. बहुत काय लिहिणे कृपा करावी ही विनंती. या खेरीज दिलीतील वर्तमान तर श्रीमंतांची सिकस्त जाहाली. हे वर्तमान नागे शंकर वगैरे फौज सात आठ हजार होतो. त्याणी ऐकूण घाबरे होऊन पळाले. पळते वेलेस शहरचे लुच्यानी मारामार केली. लुटूनही काही घेतले. खजिना सरकारचा पाच लाख रुपये होते व सिंद्यांचे व सावकारांचे मिळोन चार-पाच लाख होते. परंतु कोणाच्यानेही हिंमत धरून खजाना काहीच काढिला नाही. गिलच्याही पाठीस लागला नव्हता. चालीस कोस त्यांची फौज पाणिपतावर आणि ही अवस्था. दिलीच्या नित्याचा बंदोबस्ताही चांगला होता. फौजाही यथेष्ट व गला वगैरे सामान लढाईची दोन-तीन महिन्यांची बेगमी या प्रांते असोन असे जाहाले. तस्मात ईश्वरी क्षोभ. जर हे दिलीचे विलीयात राहाते सर त्यांच्यानेही लागवते

कुल = संपूर्ण, १. जासूद या अर्थी शब्द

ना व आपली फौज पळोन आलेली. हिचीही खराबी न होती. बरे असो हे पळाल्यानंतर सातवे दिवशी अबदाली किल्यात दाखल जाहाला. शहराचा बंदोबस्त केला. सुरजमलाचे व माधवसिंगाचे वगैरे वकील गेले मामलती होत आहेत. नजीबखान वगैरे रोहिल्यांचे मनात आहे की त्यास घेऊन अबदालीने यावे आणि आमचा अमल उठवावा. नर्मदेपावेतो शह बसवावा. मग त्याणे विलायतेस जावे. अबदालीचे मनात आहे की, मोठे यश मेलविले अत:पर देशासच जावे. परंतु आग्रऱ्यापावेतो त्याचे येणे होईल असे वाटते. तो आल्यानंतर आमच्या फौजा राहाणे कठीणच आहे. दुसरा प्रकार याचे मनात आहे की सला करावा. चमेली पावेतो हद ठरवावी. आणि जावे. तिसरा प्रकार शाहवलीखान वर्जार अबदालीचा यास आग्रया पावेतो पाठवून सला करावा. सुरजल माधोसिंग याजवर शह देऊन रुपये घ्यावे व नजिबखान सुपाजादौलाखान याणी करार केला होता की श्रीमंतांची फौज मोडावी दोन करोड रुपये द्यावे तेही रुपये घ्यावे. मग शहावलीखानाचे फौज सुधा विलायतेस यावे. आपण अगोधरच जावे. परंतु या गोष्टीस श्रीमंत राजश्री नानासाहेबांनी धीर धरला पाहिज. त्यांची पत्रे येतात की लेक मेला भाऊ नाहीसा जाहाला. तेव्हा मी बऱ्हाणपुरास पळोन जातो. माझे शरीर गेले. असे कितेक प्रकारचे गैर हिमती लिहिली येतात. त्यावरून ठीक दिसत नाही. असे केल्यास नर्मदेची *** होणे कठीण राजश्री बाबूजी नाईक व सदासीव रामचंद्र व त्रिबंकराव सिवदेव वगैरे तीना चार हजार फौजेनिसी येऊन मिलाले. यांचा प्रकार पाहिला तो तेही गैर हिंमत याप्रते येथील मार. सुरजमल नाट याणे *** फार केली. लुटली माणसे येत त्यास खर्चास देऊन पावती केली. व रो। मल्हारजी होळकर जिवंत आले. यासाठी ग्वालेरीस राहणे जाहाले. नाही तर नर्मदा पावेतो ठिकाण नवते. परंतु अत:पर बरा विच्यार दिसत नाही. श्रीमंत राजश्री भाऊंचे ठिकाण नाही सर्वांनी त्यांचे लस्करात मुरदा पाहिला. व अग्नी ही दिली, म्हणून तिकडील वकील कुमेरीस जाटाकडे आले त्यांनी मजजवळ सांगितले व खुणाही सांगितल्या व बापूजी महादेव वकील याजकडे धरले गेले. त्यांचेही पत्र त्यांचे बंधूस आले तेही पाहिले. त्यातही हाच मार काही होता. परंतु पार्वतीबाई येथे आहेत याजकरता पलाले बिकानेरास आहेत कोठे आहेत, कोठे आहेत. हे सांगतात. व थोरले श्रीमंतांचेही अवसान जाईल याजकरिता भाऊ आहेत हे आहे. ईश्वरे करावे यांस स्वस्ती क्षेम आणावे. परंतु ऐकिल वर्तमान लिहिले असे. ज्यांची आजपावेतो खबर लागली नाही तो मेलाच. जो जिवंत त्याची खबर लागतच गेली या प्रो। वर्तमान आहे. पत्राचे उत्तर पो। हे विज्ञापना. श्रीमंता भाऊंची खबर आताच आली की आला जाटाचे मुलकात आहेत. व येक खबर सरहदेकडे आहेत म्हणोन आली आहेत. ईश्वर करो याचे सहस्ताक्षर पत्र यावे. व कोणी बोलतात अबदालीने विश्वासराव यास तो अग्न दिल्ही व भाऊचे लटकेच कोणाचे प्रेत आणूनक अग्र दिल्ही. असेही बोलतात. परमेश्वर जाणे. हे विज्ञापना.

❖

३०. ...भाऊ वाचून दुनिया व्यर्थ

नानासाहेब आणि सदाशिवरावभाऊ यांच्यात किती प्रेम, जिव्हाळा होता हे स्पष्ट करणारे पत्र.

पुरंदरे दप्तर भा. १ ले ४००४१५ सन १७६१

चिरंजीव नाना यासी बाळाजी बाजीराव प्रधान आशीर्वाद. उपरी एकदा भाऊचे दर्शन घ्यावे हा हेतू आहे. भाऊसाहेब अजमेरीस दाखल होऊन त्याचे हातचे पत्र येई तो यत्न करावा. अजमेरीस जाऊन आलाजाट पावेतो शोध काढावा. मी बहुत माणसे आज पंधरा दिवस तिकडे रवाना करितो. अद्यापि पकी खबर येत नाही. माधवासिंगास आबदालीने लिहिले. करोड रुपये घेऊन हुजूर येणे. त्यावरून घाबरा होऊन दररोज आम्हास पत्र लिहितो, "आपण बुंदीस यावे, मी येतो सर्व रजपूत मेळऊन." आम्ही त्यास इतकेच लिहितो." आधी तुम्ही चिरंजीव भाऊची भेट आजमेरीस घेणे. तुम्ही हिंदू अखेर जाले तरी रजपूत हिंदू सावध व्हा.सारांश, चिरंजीव भाऊस ईश्वर आणील तेव्हा ईश्वर तुम्हाजवळून सर्व करवील. चिरंजीव भाऊ आलियावर मग माझी भेट योग्य. मी भेलसेयाहून पुढे भाऊ येईतो येत नाही. चिरंजीव आलियावर मग मनसबे करावे. **चिरंजीव भाऊ या लोकी नसल्यावर मजला लढणे नाही. थोडे फौजेने काम होत नाही. तपशील किमर्थं लिहिणे." एक भाऊ वाचून दुनिया दौलत व्यर्थ आहे. त्याचे हातचे पत्र पाहीन तेव्हा माझे बायकोस व मला जीव येईल. आता तो वेडेपणे आहा. लेक अल्पायुषी होता, सूर्यमंडळ भेदून गेला, ते दुःख परमार्थ शास्त्रपुराणे करून टाकिले. परंतु चिरंजीव भाऊ वाचून दुनिया व्यर्थ. मल्हारबा गप्पा मारतील त्या ऐकाव्या, परंतु भाऊ वाचून सकल व्यर्थ. नाना, भाऊ वाचून दौलत करणे नाही. सवघड जाली तर मग अवघड, म्हातारपणी अशक्ततेत कोठे होते. महिन्यात घोड्यावर अर्धकोश बसवत नाही.** हे माझी अवस्था अर्धाफाल्गुन पावेतो भाऊची वाट पाहाणे. पुढे ईश्वर बुद्धि देईल तैसे करणे. ग्वालेर किलियास गोहद फार बळकट आहे. तुमचा मुकाम समीप दबावास आहेच. आठ पंधरा दिवस मेहनत कोलिया गोहद येईसी असलिया घ्यावी. रिकामे का बसावे विठलपंतापासून मल्हारबास भर राग आणून तुम्ही समेट देऊन करणे. चिरंजीव भाऊ येईतो रिकामे बसावे, ते काही काम करावे. मल्हारबाबास भर देऊन खामखा गोहद घेवणे.

नाना फडणिसाची मातुश्री बहिणाबाईचा शोध नाही. बळवंतरायाच लेक आप्पा सुखरूप आहे. **माझे शरीर चिंता, शोक, औदासिन्य, तीन विषे बहुत विवेक केला तरी बाधतात. बायको अति उदास, रोड, मौनी होऊन गेली. ते**

पाहवत नाही. गोपाळरावयास सर्व ठाऊक आहे. यास्तव उज्जनीहून कूच करून ओंकारेश्वरास जातो. कर्जपटी विशी सर्वांशी रूक्ष बोललो. बाबूराव फडणीस व रामचंद्र बाबाचे रुपयाविशी चिरंजीव भाऊसी बोललो; एवढा मजकडे अविचारी यांचे दोष माझे मते नाही. परंतु माहादोबाचा सिष्य, त्यास वाईट साक्षरूक्ष बरेक गोष्टीसही बोलावे एवढा दोष. मी त्याचा लहानपणापासून सिष्य यामुळे सख्त त्याचे चतुर्गुणित मी बोललो. सर्वांनी क्षमा करावी. काही चिरंजीव सर्व प्रकारे गुणगरिष्ठ होत्या ते धैर्य धरून माझे सख्त बोलणे सोसीत आले. चिरंजीव दादाचे तोंडावर मी मारली, मिरजेवर ज्वरात स्नान करत यास्तव केवळ ईश्वरी सिधयोगी महावीर, मी नामर्द, व्यसनी पापी असता ऐस केले असता सोसिले. धन्य ते कृतायुग स्वभाव पुरुष सोवसिले. हे सर्व तुम्हास अवगत असता, आधी उगेच कुतर्क करावा हा भाऊचा जाती स्वभाव तोही आता माझे मते नाही. बळवंतराव कर्नाटकास आलिया पासून तुम्हास स्मरण माझे सख्त बोलण्याचे राहिले. देव जाणत असता हेच कलिकाल दोषसा वाटतो. उगेच फार लिहिले. वाईट मानू नको. हे आशिर्वाद.

❖

३१. पानिपत नंतरची मराठी राज्याची स्थिती

दादासाहब व आम्ही एक झालो : हीच गोष्ट एका करोडीची

ऐतिहासिक लेखसंग्रह, खंड १ सु॥ सलास सितैन मया अलफ साबान

ले. ९१ इ. १७६३ फेब्रुवारी १७

श्री

पुरवणी तीर्थरूप मातुश्री बाई वडिलांचे सेवेशी

विज्ञापना. कारभारी यांचे पेचांमुळे आमचे दौलतेच्या तणावा तुटत चालल्या. पहिल्यापासून राखिले असते तर सर्वही आपआपला कारभार करून लगामी राहते. ते न झाल्यामुळे सर्व मुलूख बुडाला. **पतपातेज (?) उडाली. लोक फितूर फार झाले. धन्याचे वजन राहिले नाही. शत्रु बलवत्तर झाले. तथापि पैसा असता तरी सर्वही गोष्टी इतकेही पेच संभाळून नीट होत्या. त्यास पैसा नाही. पैसा नाही तेव्हा फौज कशावर ठेवावी? फौज नाही दौलत कशी राहणार?** असे बारीक बारीक पाहता सारे अवघडच आहे. प्रस्तुत तीर्थरूप राजश्री दादासाहेब व आम्ही एक झालो हीच गोष्ट एका करोडीची जाहली. त्यांची आमची एकवाक्यता झाली. ममताही परस्परे पहिल्यापेक्षा अधिकोतर मिळाली. कारभारीही लगामी उतम प्रकारे लागले. आमची दौलत पूर्वीप्रमाणे करावी हेच मानस अंतर्यामापासून (त्यांचे) आहे. याउपर त्यांचा दुसरा संकल्प नाही. जे करणे ते आपले व आमचे विचारे करावे. दौलतीस ज्या गोष्टीने कल्याण तीच गोष्ट साऱ्यानी करावी. हीच बुद्धि आहे व प्रस्तुत याप्रमाणेच चालत आहे. आता गोष्टी जाहल्या आहेत. याच गोष्टी दृष्टीस असाव्या. येणेकडून पार लागेल तो लागेल! नासले त्यास दुसरे झाले तरी अगदीच नासेल. यास्तव झाले ते उतम आहे. एक विचार असाव तो आहेच. परिणाम लाविणार परमेश्वर समर्थ आहे व वडिलांचे पुण्य आहे. रवाना छ. ३ साबान बहुत काय लिहू हे विज्ञापना.

❖

पतपातेज - पत, प्रतिष्ठा

३२. चिरंजीव रायानी शर्थ केली.

राक्षसभुवनच्या लढाईत श्री. माधवाने जो पराक्रम केला त्याबद्दलचे पत्र

ऐतिहासिक लेखसंग्रह, खंड २ — श. १६८५ श्रावण शु. १३

ले. ३४७ — इ. १७६३ ऑगस्ट २१

श्रीशंकर

तीर्थरूपा मातुश्री बाई वडिलांचे सेवेशी

अपत्ये रघुनाथाचा साष्टांग नमस्कार विनंती. वडिली लिहिले की, यश ईश्वरे मोठे दिले असता वर्तमान (तुम्ही) लिहिले नाही; त्यास वर्तमान वडिलास न लिहावे तरी कोणास लिहावे? सविस्तर वर्तमान लिहून पत्र पाठविले आहे. पावले असेल. जासुदास पावावयास उशीर लागला असेल. सारांश, ईश्वरी दयेने व वडिलांचे आशीर्वादाने यवनाचे फौजेचे उत्तम पारिपत्य झाले. एकटा यवन थोडे फौजेनिशीपळोन शहरास गेला आहे. त्याचेही पारिपात्य होईल. इतके दिवस गंगा पूर चालली होता. सांप्रत उतार होत चालला. दोन तीन दिवसात उतार होईल. लष्कर उतरत आहे. गोपाळराव गोविंद लष्करात दाखल झाले. सर्वही सांप्रत आले आहेत. लवकरच (गंगा) उतरणार आहो. **चिरंजीव रायानी यंदा मेहनतीत व शिपायगिरीत कमी केली नाही. आम्हापेक्षा अधिक जाहले. इतके दिवस त्यानी लढाई देखिली नव्हती. पहिली लढाई पाहिली. त्यात सर्व प्रकारे तरतूद अधिक केली. यांचा पुढे कर्तेपणाचा भरवसा आम्हास आला.** सांप्रत कारभार चिरंजीवच करितात. आमचे मर्जीप्रमाणे वर्ततात. तिलमात्र वाकडे चालत नाहीत. आम्हीही यथाज्ञाने सुचते ते त्यास सांगतो. तेच कारभार करितात. माझे शरीर बहुत अशक्त झाले. मेहनतीस कामाचे नाही. निजामअलीचा मनसबा शेवटास गेलयावरी कोठे तीर्थी बसून काही ईश्वरभजन करावे इतकेच मानस आहे. परमेश्वर इच्छा पूर्ण करणार समर्थ आहे. **आता निजामजलीस मारणे सहज आहे, परंतु लोकांस ऐवज पावला नाही. त्यामुळे लोक मन घालीत नाहीत.** तथापि जोर करून ईश्वरस्मरण करून काम हरकसे शेवटास नेतच आहो. रा। श्रावण शुद्ध त्रयोदशी रविवार. बहुत काय लिहिणे हे विज्ञापना.

पौ। छ १६ सफर

❖

३३. थोरल्या माधवरावाचे रामशास्त्रीबद्दलचे मत

यासारखे ब्राह्मण थोर मागेही जाले नाहीत आताही होणार नाहीत.

रामशास्त्री : चरित्र आणि पत्रे,	श. १६८६ श्रावण व. १
पत्र क्र. १०, पृ. ३८	इ. १७६४ ऑगस्ट १२
पौ। छ. २१ सफर	
सन खमस सितैन	
श्रावण व. ९	

श्रीशंकर

वेदास्त्रसंपण महाराज या विराजित

    राजमान्य राजश्री शास्त्रीबाबा वडिलांचे सेवेसी सेवक यादो पांडुरंगाने मस्तक कर कबालयेग (?) जोडून सिरसा। ना। विनंती उपरी ना। श्रावण वदे प्रतिपदापावेतो स्वामीच्या आसीरवादेकरून मुकाम चावडस येथे सुखरूप आसो. कृपा करून आपल्याकडील वर्तमान आसीर्वाद पत्र पाठऊन सेवकाचा परामरास करीत असिले पाहिजे म्हणजे चित संतोस होवील. स्वामी तो करीतच आहेत. चिंता नाही. श्रीमतांनी आपल्यास पत्र पाठवावे म्हणोन **दोन तीन येक गोष्टी काहाडल्या की शास्त्रीबाबासारिखा ब्राह्मण थोर येथे मागेही जाले नाहीत आणि आताही होत नाही.** कितेयेक गोष्टी श्रीमंतानी आपल्या स्तुत केली ते पत्री लिहिता येत नाही. भेट होवील तो सुदिन आहे. बहुत काय लिहिणे. कृपालोभ करीत आहेत. याप्रा। मजवरी माया पातल करू नये. मी कुटुंबीचा आहे. वतनाचा बंदोबस्त करून देवणार स्वामी समर्थ आहे हे विनंती.

३४. राघोबाचा रामशास्त्रीवर दबावः

कुलकर्णीपणाच्या वादात कृष्णेत दिव्य...

रामशास्त्री : चरित्र आणि पत्रे, श. १६८६ भाद्रपद शु. १०
पत्र क्र. १२, पृ. ३९ इ. १७६४ सप्टेंबर ५
छ. ८ रौ।वल सु।। खमस सितैन मया व अलफ

श्री

वेदशास्त्रसंपन्न राजश्री रामशास्त्री स्वामींचे सेवेसी

विद्यार्थी रघुनाथ बाजीराव नमस्कार विनंती उपरी. येथील कुशल जाणून स्वकीय लिहित जावे विशेष. कृष्णाजी महादेव सेकदार कुलकर्णी मौजे कोल्हे व मौजे अबेडू बु।। वाडा वानरी मौजे नादलज मौजे किरडवे मौजे वाईंगणे माजरे चादिवणे येकूण सात गाव ता। संगमेश्वर याणी हुजूर विदीत केले की आपला व नारो रंगनाथ व सखो केशव टाकले लावगनकर याचा मौजे अबेडू बु।। येथील कुलकर्णाचा कजिया लागोन ते व आपण हुजूर आलो. सरकारातून राजश्री रामशास्त्री याजकडे इनसाफ करावयाची आज्ञा जाली. त्याणी तकरीरा राजीनामे घेतले. त्यावरून मौजेमजकूरचे खोती कुलकर्ण व मुलगावचा बाग या तीना कलमाचा इनसाफ तोडमोड करून हरदू वादी रजावंद होन ग्रामस्ताची साक्ष श्रीकृष्णेत घ्यावी ऐसे ठराऊन राजीनामा घेतला. त्याप्रमाणे सरकारची सनद व सडिया व हरदू वादी ऐस सुभा रवाना केले. सुभा गेल्यावर हरदूजणाजवळ तोंडीचे कलमाप्रमाणे सदरहू तीन कलमास वर्तणुकेस जामीन घेऊन ग्रामस्त व कारकून सुभाहून देऊन कराड क्षेत्रात रवाना केले. तेथे श्रीकृष्णेत हिंदु व मुसलमान मसिदीत बोलले. त्यापैकी टाकले याचे उपाध्ये ब्राह्मण व कुणबी बांधेकरी काही आसामी याची वादी याची साक्षी दिली व ग्रामस्त याणी आपली साक्ष दिली. टाकली लावगणकर याची साक्षी दिली. त्यापैकी साक्ष शंकरभट याणे दिली. त्याचे घरी भाऊ दुसरे दिवसी मृत्य पावला व रेडी वीटस व्याघ्राने मारिली. दुसरे साक्षक आपाभट यास ताप लागला येक कुणबियाचा खोंड वारला यैसे कितेक प्रकारे टाकले लावगनकर त्यांचे पक्षी हाणी जाली. क्रिया लागली ते सुभाहून कारकून जाऊन लेहून आणिली. ऐसे असता दोन वर्ष जली. परंतु मनसुबीचा निवाडा होऊन विलहेस लागत नाही. वतन लावगनकर याजकरिता मनसबी लौकर विल्हेस लावावयासी आज्ञा जाली पाहिजे म्हणून. त्याजवरून हे पत्र लिहिले असे. तरी क्रिया होऊन क्रियापरत्वे निवडले असेल त्याप्रमाणे कजियाचा फडचा करून टाकणे. या मनसबीस फार दिवस जाहले असते. अत:पर लांबणीवर न घालणे रा। छ. ८ रौवल यु।। खमस सितैन मया व अलफ बहुत काय लिहिणे.

❖

रजाबंदी = खुषी, राजीनामा = संमतीपत्र, सड्या = साक्षी

३५. मुरळीच्या लग्नाचा वाद

भा.इ.सं.मं. त्रैमासिक
वर्ष इ. ३०-३१, अंक ३-४ व १
ले. ५९, पृ. ४२

श. १६८८ पौष व १३
इ. १७६७ जाने. २८

श्री

अखंडित लक्ष्मी आलंकृत राजमान्य राजश्री नारो आपाजी गो। यांसी सेवक माधवराव बलाल प्रधान नमस्कार सु।।-सबा सितैन मया व अलफ येमुनी मुरली इणे हुजूर विदित केले की आपली बहीण मैनी मुरली इचे लग्न गंगी मुरलीच्या लेकासी लाविले होते त्यास तिजपासून काही अंतर पडले यास्तव तिचा दादला महीपा वाघा याणे तिची सोड केली त्याजवरून मौजे जेजुरी येथील गावकरी यावी मैनीचे आगावर वस्तभाव त्याणे घातली होती ते व आणखी च्यारसे रुपये लग्न करावयास आपल्यापासून महिपा वाघ्यास देवऊन त्याचा लढा तोडून टाकला आणि सरकारात वर्तमान विदित करून सरकारची पत्रे नेऊन मैनीच्या गला गाठ्या श्रीचा बांधिला आणि मुरली केली ऐसे असता महिपा वाघ्या याणे सुभा गैरवाका समजाऊन मैनीने जेजुरीस न राहावे ऐसे पत्र आणिले आहे तरी येविसीची ताकीद जाली पाहिजे म्हणून त्याजवरून हे पत्र तुम्हास सादर केले असे तरी मैनीने श्रीचा गाठ्या बाधिला असता महिपा वाघ्या इसी कजिया करीत असल्यास त्यास बरे वजेने तकीद करून कजिया करू न देणे इणे गाठ्याका बांधिला आहे ही वरकड मुरल्या प्रो। जेजुरीत देवाजवल राहील तिला सुखरूप राहू देणे येविसी सुभाचा कौल मैनी मुरलीस देणे फिरोन बोभाट येऊ न देणे महिपा वाघा याचा उपद्रव लागो न पावे ते करणे जाणिजे छ. २७ साबान बहुत काय लिहिणे (लेखन सीमा)

❖

कौल = अभय

३६. गुरव - माळी वतनवाद

भा.इ.सं.मं. त्रैमासिक, वर्ष ३०-३१, अंक ३-४ व १ ले. ६१, पृ. ४६

श. १६९१ कार्तिक व. ३ इ. १७६९ नोव्हे. १६

श्री

राजश्री जगजीवन माहाले हवालदार व कारकून किले वज्रगड गोसावी अखंडित लक्ष्मी आलंकृत राजमान्य श्रो। नारो अपाजी असीर्वाद व नमस्कार सु।। सबैन मया व अलफ गुरव किले मजकूर व किले पुरंधर व पेठ नारायेणपूर व मौजे पूर याणी विदित केले की आपण पुरातन वतनदार सदरहू ठिकाणी बेलपत्री फुले मुंढावल देखील आपण घालीत आलो. मालियाचे वतन येथे नाही असे असता आलीकडे गडचे दंग्यापासून खंडोजी बिन तुकोजी माली सासवडाहून येऊन पेठेत रा। रामभट पुरंदरे जोसी कुलकर्णी यांचे घर आहे. तेथे राहिला आणि फुले पत्रविशी आम्हासी कटकट करितो यास्तव पेशजी सरकारात येऊन सांगितले आणि ताकीदपत्र नेले परंतु लबाडी करिता राहीना यास्तव मागती आम्ही सरकारात फिरयाद केली त्यावरून त्याजला सरकारातून आणविला परंतु जाबसाल न करिता गेला आहे यास्तव ताकीद केली पाहिजे म्हणोन त्यास पूर्वीपासून तेथे वतनदार माली नाही गुरवच फूलपत्री घालितात असे असता गडचे दंग्यापासून मात्र खंडू माली पेठेत येऊन राहिला आहे आणि गुरवासी कजिया करितो फूलपत्रीविशी पेशजी ताकीद जाली असता लबाडी करितो ही गोष्ट कार्याची नाही याजेकरिता हे पत्र लिहिले आहे तरी पुरातन चालत आल्या प्रो। किले मजकुरी फूल पत्री बेल गुरवापासून घेवणे मुंढावली देखील गुरव घालितील उपरी माली यास कजिया करावयासा दरकार[1] नाही येविशी चांगली ताकीद करणे फूलपत्री घालू देणे जाणिजे छ १६ रजब बहुत काये लिहिणे हे आसीर्वाद

बार

❖

---

१. कारण

३७. थोरया माधवरावाचे परराज्यव्यवहार धोरण

पहिल्यापेक्षा अधिक करून दाखवतील हा फारफार भरवसा होता.

भा.इ.सं.मं. त्रैमासिक, सु।। इहिदे सबैन मया अलफ रमजान ३
वर्ष २७, अंक ३०४ (ऐ.सं.सा., खंड ७)
ले. ३६, पृ.४२

श्री.

पु।। राजश्री रामचंद्र गणेश व विसाजी कृष्ण स्वामी गोसावी यास. विनंती उपरी. तुम्हास हिंदुस्थानचा येखतियार दिल्हा. पंधरावीस हजार फौज हुजरातीची बरोबर व तोफखाना या निराळे कृष्णाजी पवार, जिवाजी पवार व राजश्री त्रिबंकराव शिवदेव व शिवाजी विठल राजश्री सखाराम भगवंत याचे पथक व धोंडो दत्तात्रय, याखेरीज किरकोळ पथके व तुमचे दोन्ही बाजू शिंदे होळकर म्हणता, कमेपश पनास हजार स्वारानिशी रा केले. का की, हिदुस्थानात तीर्थरूप राजश्री भाऊसाहेब गेले त्यागाईत सरकारची फौज केली नाही. तमाम अमीर राजेरजवाडे जाट यानी मुलूख आटोपून अति उनत जाले. त्यास शिक्षा करून पैका मातबर घ्यावा, सरकारचा मुलूख दाबिला असेल तो सोडऊन साबिक दस्तुर सरकारचा अमल करावा, नक्ष लोकोतर करावा व दक्षिणी कायेम सारगरम आहेत ऐशी आवाई अबदाली व शीख वगैरे मुफसदावर गालब करावी यास्तव तुम्हास रा। केले व तुमची उमेद नवी नवाजी केल्यास करून दाखवाल पैका मबलग मेळविण्यात येईल व मुलूख सोडवाल. **तैसेच शिंदे व होळकर कृतकर्मे पराक्रमी होते. जे कर्म धन्यानी करावे ते उभयतानी करावे. करीत आला. आपले स्वहित न पाहाता सरकार उपयोगी कर्मे बहुत केली तेव्हाच या दौलतीचे बाजू म्हणवून घेतले होते. ते तर आपले येकनिष्ठेत गेले. त्यामागे त्यांचे वंशज होळकर शिंदे आहेत, किंबहुना पहिल्यापेक्षाही अधिक करून दाखवितील हा फार फार भरंवसा होता. तुम्हास त्यास हिंदुस्थानास जाऊन वीस एकवीस महिने जाले. कीर्तीस्पद व धनी उपयोगी किती कर्मे संपादिलीत त्याचे मनन करावे.** शिंदे उदेपुरास गेले त्याचे मते आपणच कृतकार्य व्हावे, यश आपणाक संपादावे. होळकराचे मते शिंदे फजित पडावे. वरकडाचेही चिती खपीप व्हावे. या भावे मामलतीस गुडघे बसोन मामलत खराब. सरकारात रुपये दृष्टीस पडे. पनास लक्षाची मामलतीस सरकारात रुपये दृष्टीस न पडे. पनास लक्षाची मामलतक केल्याचा लौकिक. सरकारचे संस्थानी रुपाया नाही. पाच लक्षाचा हवाला. त्यात दीड लक्षाचे जवाहीर पाठविले ते झक मारीत पडले. काही शिंद्याही जवाहीर पाठविले. एवंच रुपयास जागा नाही. **होळकर कोट्यास गेले ते शिंद्यास असाह्य**

त्यात त्यांचे इंगित. येकूण परस्पर फूट. येकाचे केले येकास अहंकृतीमुळे न माने. तुम्ही उभयता मुखतार. ते परस्पर भांडता बदलौकिक जाटाचा प्रकार म्हटले तर जाट अति गर्विष्ट जमीदार होत्साता बहुत अमर्यादा केली. तद्योगे तो फजित पावला. दैवगतीने तुम्हा सर्वास यश. केवळ तरतूद व यैक्यतेने त्यास जरब दिल्ही म्हणावे तर ते गोष्ट न जाली. तुम्ही सारे येकदिल असते तर जाट जिवंत कसा जाता? समरू फिरंगी सभाळून कसा जाता? (जाटाची) मोडली फौज मराठ्याची मिठी लुटीची बैसिली असता ते कसे जाते? जाट भारी, आपल्यास मोडणार नाही, घरात दुही या भावे नजीबखानास होळकराचे विद्यमाने आणिले. नजीबखान येताच जाटास तुम्ही नतीजा दिल्हा तसेच तहरह खंडणी जबरदस्ती करिता तर जाली असती. रुपये येणे झाडा होणे तो आजपर्यंत जालाच असत. नजीबखाने आले त्याचे मते आपणा आल्यासारखे याचे काही तरी कार्य करून द्यावे याअर्थे त्यानी तुम्हास अंतरवेदीत उतरावयाची मसलत दिल्ही. शिंद्याचे मारफतीने मामलत न व्हावी या मते लांबणीवर पडले. शिंद्याचे मते हे काम आपले हाते न घेतले तेव्हा त्याचा काही गुडघा असेलच. जाटाची मामलत लांबणीवर पडली. नजीबखानाने जाटाचे मुलखाची जप्ती करविली. कितीक पैका तुम्ही जमा केल असाल तो तुम्ही लेहोन पाठवाल तेव्हा कळेल. अखेर नजीबखानानी जाटाची मामलत आपलेकडे नेली. तुम्ही होळकर नजीबखानाचे डेऱ्यास जान मामलत चुकविलीत. तुम्ही लढाई मारिली असता यश त्यास दिल्हे त्याणी केवढा लौकिक मेळविला बरे! खंडणी केली तो तरी झाडून तुमच्या पदरी पैका पडला असता तर ते तऱ्ही कार्य जाहाले म्हणावयास जागा होता. खंडणी पासष्ट लक्ष केली त्यात येता दहा तूर्त द्यावे, दहात सात आले त्यासही बटे तटे तीन. परभारे नजीब खानाने वोढिले. त्यास तुम्ही चौथाई द्यावयाची करार केली. त्याणी घेतलीच असेल सारांश, जाटाची मामलत दक्षिणेस न होई ते आपणा केली इतकेच यश त्याणी मेळविली... सुज्यांअतदौलाकडील राजकारण उमरावगीर गोसावी याचे विद्यमाने आले. त्याजशी तुम्ही बोलोन चालोन मतालिब लेहोन दिल्हे. त्यात काशी प्रयागचा मतलब लिहिला नाही. तीर्थरूप कैलासवासी नानासाहेबांताा काशी प्रयागचा त्याजशी बोलण्यात आहे. तीर्थस्वरूप राजश्री दादासाहेबानी लेहूनच दिल्हे आहे ते तुम्हास ठावके असोन विस्मृती खाले गेले ते लिहून द्यावे (व) करून घ्यावे. वरकड तुम्ही मुदे लिहिले ते बरेच आहेत. गाजुदीखान आले ते रोहिल्याचा मतलब बोलतात. यंदाचे साल वीस लक्ष रुपये घ्यावे. त्यात दहा तूर्त सध्या दहा मुदतीने घ्यावे. मुलूख दाबिला तो पेस्तर साली सोडून देतो म्हणोन लेहोन देतात व वजारत आपणास द्यावी, दहा लक्ष रुपये सध्या घ्यावे, पंधरा दिलीचा बंदोबस्त जाल्यावर घ्यावे म्हणून बोलतात. म्हणोन परस्परे कळले. **ऐशास नजीबखान मृत्यु पावला. मोठा हरामजादा. फंदीफितीने फसाद हरामखोर होता. लौकरच वारला. मोठी**

व्याधी गेली. राजकरणी होता. तो जिवंत असता तर तुमचे राजकारण सिधीस जाऊ देता हे होणेच नव्हते. प्रस्तुत त्याच्या घरात कलह लागला. मल्लखान, कल्लखान व सुलूतानखान वगैरे येक होऊन जागे मकाने फौज खजिना आटोपून बळावून राहिले आहेत. अनायसे केवढी गोष्ट जाहली आहे! शत्रूचा नि:पात व्हावा ऐसा समय प्राप्त जाहला आहे. या वेळेस जे जे राजकारण द्रव्य व मुलूख साधणेविशी केल्यास सर्वही घडावी असाच योग बनून आला आहे. करणारानी मात्र मोठा साठ करून करावे सर्व सिद्धीस जाईल. नजीबखानाच्या मरणामुळे दिल्लीचा बंदोबस्त तुटला असेल यास्तव तुम्ही रोहिल्याची मानलत पैक्यावर करावी. पेस्तर साली मुलूक सोपून देतो ऐसे लेहून घेऊन मामलत चुकवावी. दिलीचा बंदोबस्त जाबतेखानानी केला नाही तो तुम्ही दिलीस जावे. दिली हस्तगत करावी. आपला बंदोबस्त करावा. यंदाच रोहिल्यापासून मुलूख सोडवावयाची अड न धरावी. दिलीत काबिजात जाल्यास वजारतची आरजु सुज्याअतदौलास आहे व पातशहास तक्तावर बसावे हे जरूर तेव्हा ते तुमचे मुदे मान्य करतील. पैका देतील व मुलूख देतील. तुम्ही चार कलमे अधिक लेहून दिल्ही तरी करितील. वजारत देता सुज्याअतदौल्यास द्यावी. त्याचा सबळ पक्ष आहे. फौज जमेत राखतो. गाजुदीखान म्हणतात ते सिधीस जाणार नाहीसे वाटते. सारांश नजीबखानाचा पक्ष होळकरास या हिशेबे ते हिसके मारतील. होळकराचे कारभारी फितूर करतील. पाय मोडून गोष्टी सांगतील त्या तुम्ही सर्वथा ऐकू नयेत. **तुम्ही व शिंदे सर्व एक व्हावे म्हणजे होळकर तुम्हास सोडितात यैसे नाही.** रोहिले बंगसास आणून हे कार्य करावेच करावे, म्हणजे होळकरही न येऊन काय करितील? येतील. नजीबखान बोलत होता अन्याय जाला तो माफ करावा. यास पैका देतो व दाबला मुलूख सोडून देतो. दहा हजारानी चाकरी करीन ऐसे त्याचे बोलणे होते. ते तुम्ही करून घेऊन मग त्यास आणावे ते न केले. अनायासे नजीबखान मेला तुम्ही होळकरानी क्रिया शफता दिल्या तो मेला तेव्हा सर्व उगवले. जाबतेखानापासून नजर व सदरहू करून गेऊन बहुमान करावा तो न केला. जाबतेखान तुम्हाजवळ आहे त्यास दगा न करावा. त्यास नजीबगडास पाऊन द्यावा. आपले मुदे सर्व करून घ्यावे. सुरळीत रीतीने वर्तिले तर उत्तम न वर्तेल तर पारपत्य करावे व **मुख्य गोष्ट मनसुबियास तुम्ही फार फार चुकला. येथून कितेक शिक्षापण लेहून पाठविले असता त्याप्रोही तुम्हीन केलेत. धण्याची आज्ञा ईश्वरातुल्य मानून त्याप्रो करावे.** आज्ञेहीपेक्षा सेवक लोकांस धणी संतोषी विशेषात्कारेक होय ऐसे सुचेल ते करावे. अथवा न सुचे तर धण्याचे आज्ञे प्रो। तऱ्ही करावे, ते तुम्हीच न केले. प्रस्तुत दिलीचे कार्य निर्माण जाहले आहे. हे गोष्ट कधी घडावयाची नाही ते सधी हली आली. यासही विलंब लावाल तर परिछिन कार्याचे नव्हे. नजीबखान मरावा, दिली खाली पडावी. सरकारची पनास हजार फौज अंतरवेदीत असावी. हा योग कधी तरी

बनावयाचा आहे. तुम्ही उभयेतानी दीर्घ दृष्टीने विचार करावा. धण्याने इतके वाढविले असता व फौजेप्रमाणे मोठे कार्य करून त्याखाली चुकी जाल्या त्या बरबात करून घ्यावे असा समय प्राप्त आहे. तुम्ही करावे. येणेकरून सुज्याअतदौला व पातशाहा व रोहिले तुमची उपार्जना करतील. कराराप्रमाणे जाट पैका देईल. द्रव्यास व मुलुकास न्यून होणार नाही. तुम्हास सर्व खोलून लिहिले आहे. या उपरी न कराल तर ठीक नाही. **खुलासा सर्वानी एक एकाचे न्यून पाहून पाहून घाण केली तैसे न करणे. मातबर सरदारानी सरकारचे लक्ष सोडून धणियाचे कामाची पायमली केली. आपले वडिलाची रीत सोडून अमर्यादेस गोष्ट नेली यात कल्याण नाही. त्याही अशा गोष्टी सहसा नच कराव्या. धण्याचे लक्ष धण्याचे हित तेच त्यानी करावे करून दाखवावे** यात उत्तम नक्ष लौकिक होईल. धणी कृपाच करतील. असो. तुम्ही सर्व लिहिल्याअन्वये समजोन करणे. जाणिजे छ.३ रमजान बहुत काय लिहिणे हे विनंती.

गुडघा = पेंच, कमपेश = कमी-जास्त, साबक दस्तूर = रूढीप्रमाणे

३८. थोरल्या माधवरावाचे निधन

गजानन गजानन म्हणत योग्याप्रमाणे प्राण गेला.

ऐतिहासिक लेखसंग्रह   शं. १६९४ कार्तिक व १०
खंड ४, ले. १२२८   इ. १७७२ नोव्हेंबर २०

श्री

सेवेशी आपाजी त्रिंबक साष्टांग नमस्कार विज्ञापना. श्रीमंताची स्मृती आमरणांत होती. दोन घटकाने पुढे प्राण जाते समयी सर्व मंडळी व वैदिक मोठे मोठे ब्राह्मण बोलावून आणून नमस्कार केला. महायात्रेस आम्ही जातो, आमची स्वारीची तयारी करा, असे सांगोन 'गजानन' असे म्हणताच नेत्रद्वारे प्राण गेला. त्याचप्रमाणे श्रीमंत सौभाग्यवती मातुश्री बाईसाहेबांनी शर्त केली. जवाहीर जे होते ते आपले हाताने वाटून धर्मशिलेवर उभे राहून श्रीमंत दादासाहेबांस बोलावून आणून धाकटे श्रीमंतांस त्याच्या हाती दिले. सर्वांचे वडीलपणे यथास्थित चालवावे म्हणोन सांगोन (सती) गेली. (बाईसाहेबांनी) मोहरांच्या पिशव्या दोन जवळ ठेवून घेऊन जो नमस्कार करावयास आला त्यास कनिष्ठास देखील एक मोहोर दिली. श्रीमंतानी आपल्या खाशा गाई होत्या त्यास ते दिवशी आपले हात ब्राह्मणास दान दिल्या. धर्माविशी श्रीमंतानी काही मनाई केली नाही. मोक्षधेनूचा संकल्प आपण स्वमुखे करून दाने दिली. वैद्यास प्रार्थना अगोदरच असे की अतिसार मरणसमयी व्हावा हे उत्तम. कफ होऊ न द्यावा. नाहीतर स्मरण गजाननाचे व्हावयाचे नाही असे अगोदर दोनचार दिवस बोलत असत. प्राण जाऊ लागला ते समई अन्न घालू नका. दूध अथवा गंगोदक मिळोन घालणे अशी ताकीद. त्याचप्रमाणे ते पुण्यवंत म्हणून अतिसार झाला, कफ झाला नाही. स्मृतीत गजानन गजानन म्हणत मोठ्या योग्याप्रमाणे नेत्रद्वारे प्राण गेला! बाईनी समागमे यावे अशी पहिलीच आज्ञा. त्याप्रमाणे बाईनी शर्त केली. (नारायणरावसाहेब) हा विधी उरकल्यानंतर साताऱ्यास जाऊन अल्यानंतर पुढील कर्तव्य काय योजतात पहावे. श्रीमंत बाबास हिऱ्याची अंगठी आत गणपतीची मुहूर्त असलेली. (बाईसाहेबांनी) दिली. अंगठी चांगली दिली. भाऊस पाचेची दिली तीही चांगली आहे. वरकडास मोहरा दोन चार पाच अशा दिल्या. हे विज्ञापना.

❖

३९. वाघ गेला! कोल्ही मात्र राहिली !!

थो. माधवरावाच्या मृत्यूनंतर मागे सामान्य दर्जाची माणसेच राहीली आहेत.

ऐतिहासिक लेखनसंग्रह, खंड ४ था, ले. १२४३ — श. १६९४, पौष व ५, इ. १७७३ जानेवारी १३

(गंगाधर बापूजी फडणीस यांचे पुण्याहून केसोपंत व रामचंद्रपंत यास पत्रक)

"इकडील वर्तमान तर आम्ही हिशेब लिहून तयार केले आहेत परंतु पुसत कोणीच नाही! श्रीमंत सौभाग्यवती पार्वतीबाईचा विधी (व्हावयाचा त्याविषयी बोलणे) तिजपासून काहीच नाही! परंतु (श्रीमंतास) वस्त्रे झाली. साताऱ्यास त्या दिवसापासून मुख्य कारभारी व धणी जेष्ठ इतक्यांचे मनात होत जे, विधी उरकावा. परतु कनिष्ठ यांचे मनात नव्हते. त्याचे पर्याय बहुत आहेत. तेव्हा पुण्यात येऊन वचने काढून सिहस्थपावेतो राहविले. त्यास (पार्वतीबाईस) विचारून करावे असा मनसबा होता, परंतु ती म्हणणार जे "पर्वतवासी (तोतया) आणून फडशा करून टाकणे. मग विधी उरकून टाकावा." परंतु ते झालेच नाही. सकारनामकाचे मनात विधी उरकून मग ब्राह्मणास सांगावे असे आहे. कारभारी यांचे व फडणिसांचे विसाजी केशव लेले याजमुळे वाकडे आले आहे. परंतु केवळ कारभारी यांचे स्वाधीन नाही. आमचे येथील तर काहीच पुसूच नका! बारीकसारीक गोष्टीत सुद्धा कारभारी यास पुसावे लागते! असो. श्रीमंत रावसाहेब गेले याजमुळे सर्वच फसल्यासारखे झाले आहे. वाघ गेला! सारी कोल्ही राहिली आहेत! "ईश्वर सत्ता प्रमाण!"

❖

विधी उरकावा = सोवळे करणे, सकारनामक - बापूबोकील

४०. नारायणरावाचा खून

राज्य व किल्ले कोणाचे? वाटून कोण देणार?

ऐतिहासिक लेखसंग्रह, खंड ४ — इ. १७७३ सप्टेंबर २

ले. १२५७

श्री

सेवेशी साष्टांग नमस्कार विनंती. तागायत गुरुवार दोन प्रहर वर्तमान तर काल लेखकांच्या माणसाबरोबर त्वरेने येण्याविषयीचा प्रकार दर्शविला होता. ते समयीचा प्रकार तसाच होता, व लेखकांचे विचाराप्रमाणे पत्र पाठविले होते. अलीकडील अर्थ - गाडद्यांचे प्राबल्य बहुतच होते की, (आम्ही) राज्याचा खावंद मारिला. होता तो मारिला. **आता निमे राज्य वाटून देणे असे बहुतच पाय पसरून बोलत होते.** आत तमाम बंदोबस्त सुमेरसिंग व महमद इसफ व खरकसिंग चौकीदार यांचा. परवानगी रसानगी त्याची. मराठे माणूस आत अगदी नव्हते. शहर लुटितात अशी धास्त बसून कोणास कोणी न पुसे अशी अवस्था होती. गाडद्यास हा मनसबा सांगितला ते समयीचा करार किल्यांपैकी पुरंधर व नगर व साष्टी हे तीन किल्ले व पाच लाक रुपये रोख द्यावे. येणेप्रमाणे करार असता आडमुदे राज्याचे वगैरे गाडद्यानी मनस्वी घातले. नाही तरी त्यांची गत ती यांची। अलीबहादर राज्यास खावंद करू असे चितास येईल तसे बोलत. गावात जितका मुसलमान होता तितक्यानी बंदुका घेऊन वाड्यात जथ पाडिला. तोफखान्यातून धाकट्या तोफा आणून बुरजावर ठेवाव्या असा मनसबा विलक्षण करून बसले. तेव्हा भकारनामक (भगवानराव) प्रतिनिधी याणी सांगितले की, **राज्य अथवा किले कोणाचे? वाटून देणार कोण? राज्याचे चाकर आम्ही. जतन करावे (हे काम आमचे) द्यावयास अखत्यार आम्हावर नाही. चार रुपये अधिक आगळे मागितल्यास चिंता नाही. देऊ परंतु किले अथवा राज्य देणार आम्ही कोण?** तेव्हा रदबदली पडून पाच लक्ष रुपये द्यावेसा करार होता ते व किल्याचे तीन लक्ष, एकूण आठ लक्ष रुपये द्यावे येणेप्रमाणे ठराव होऊन दोनतीनशे गाडदी बाहेर निघोन दरवाजे गोकळे झाले. मराठे आणून आत दोनतीनशे हत्यारबंद जमा झाले. आता विचारे विचारे गाडदी बाहेर निघतील. परवानगी रसानगी दरवाजास गाडद्यांची नाही. आत लोक जाताना येतात असे झाल्यामुळे जरा स्वस्थ झाले आहे. कर्म झाल्यावर दुसरे दिवसशी मकार नामक (मोरोबा) लेखक यास बोलाऊन नेऊन (श्रीमंतानी) सांगितले की नकारनामकास (नाना) घेऊन येणे. तेव्हा ते येऊन त्यास आत घेऊन गेले. उभयतांस सांगितले की, तुम्ही फडणिसीचे कामकाज करीत जाणे. तेव्हा उत्तम म्हणून (त्यानी) बाजीपंत व परचुरे यांस सांगितले की, लिहिण्याचे

जाबसाल आज्ञा होईल त्याप्रमाणे करीत जाणे म्हणून सांगोन घरास आले. उभयंता नित्य जातात.(श्रीमंत) सांगतात त्याप्रमाणे कागदपत्र समाजा वितात. रोजमरा गाड्यांस वगैरे देवितात त्याप्रमाणे देतात. चिकारनामक[१] (चिंतो विठ्ठल) व भिडे उभयता कामकाजाच्या गडबडीत आहेत. भकारनामक प्रा। व सकारनामक[२] (बापू) मच्छहारी[३] (मांसाहारी) बकारनामक बरवे व सरकारनामक[४] (सखाराम हरि) परभू सारा दिवस (श्रीमंतां)जवळ असतात. चौघांपैकी थोरले दोघे या राजकारभारात पुर्ते होते असे म्हणतात. त्यासारखे दिसून आले. (श्रीमंताची) तमाम शागीर्द लहानमोठ्यास तमाम बोलावू पाठविले. चिरंजीव आणविले. तारामतीकर गृहस्थास तीनचार पत्रे गेली. ते येणार. काम कारभार त्यांच्या विचारे करावा असे मानस दिसते. मुख्य कारभारी समाधान नाही म्हणून या मंत्रापूर्वीच (कटा) चार दिवस दरबारास येतच नव्हते. हे झाले. गाड्यांची गोळागोळी होऊ लागली, तेव्हा कोतवाल चवडीजवळ बापूनी सारे मुत्सुदी जमा केले होते. राउतांचा जथ पाडिला तो आतून चिठी आली की, गुंता उरकला. आता बाहेर बसून खटपट काय निमित्य करिता? आत येणे. तेव्हा समारामबापू वाड्यात गेले व त्यांचे कानी लागून सांगितले की, गोष्ट फटकळ झाली. फडणीस लेखणीचे धणी आहेत. त्यास बलावून सांगावे. लिहिण्याचे कामकाज त्याणी केल्याखेरीज परिणाम नाही. आम्हास समाधान नाही. घरास जातो. म्हणून सांगून गेले. त्यापासून दरबारास येत नाहीत. चिकारनामक त्याजकडे जाऊन खलबत करून येत असतात. (सखारामबापू) काल दोन प्रहरी पळून गेले. पर्वतीजवळ माणसास आढळले. बायकामुळे घरातच आहेत. चार कोस गेला. मागती काय विचार केला न कळे, फिरोन रात्रौ घरास आला. कारभार करावा असे चिकारनामक नित्य त्यांसी बोलतात. त्रिकारनामकही[५] (त्रिंबकमामा पेठे) नित्य वाड्यात जात असतात. फडके याजवर फारच रोष याजकरिता त्या गडबडेत ते निघोन गेले. मोरेश्वरपावेतो गेलेले आढळले. घरी चौकी बसली आहे. त्या गडबडीत इच्छारामपंतास तीन जखमा लागल्या. दुसरे दिवशी मृत्यु पावला. नारायणजी नाईक सदरेस बसल्यावर मारून टाकिला. त्याप्रमाणेच फडके[६] (हरिपंत) यास करावे म्हणून बोलिले. आणखी ब्राह्मण चारपाच व चाफाजी खिजमतगार ठार झाला. त्या गडबडेत (धाकटे श्रीमंत) थोरल्यांजवळ जाऊन पोहचले होते. दादा साहेब, वाचवावे, किल्यावर घालावे, नाचण्याची भाकर द्यावी असे म्हणून गळा मिठी घातली तेव्हा (त्याणी) लोटून दिला. तुळाजी पवार भेदला होता. त्याणी पायास धरून ओढीला सुमेरसिंगाने वार टाकिला. पाचसहा वारानी पुरा झाला. तेथेच चाफाजी ठार झाला. असे होताच (दादासाहेब) सदरेस जाऊन बसले. तमाम चोपदारांस वगैरे यांस बोलवू पाठऊन बंदोबस्त करू लागले. सुतक नाही. नित्य नमस्कार सूर्यास घालितात. **वैरियाचे सुतक कशास? म्हणतात! गोवधदेखील वाड्यात झाला. दोघी कुणबिणी मेल्या. बालहत्या, ब्राह्मणहत्या,**

गोहत्या, स्त्रीहत्या सारेच झाले!! गंगाबाई आनंदीबाई कोंडोन खोलीत ठेविली. दहनास तिकडे गेल्यावर विधी उरकविला! (केशवपन) हे राजकारण फार दिवस घाटत होते त्यात मोठे मोठे होते असे आता उद्गार निघतात. ज्यानी राजकारणे केली होती त्यांचे मानस (पेशव्यांस) कैद करावे असे होते. परंतु करावयास गेले एक आणि झाले एक। ईश्वरांच्या चितास आले तसे झाले। आता कोणी नाहीसा झाला. आपण येसाजीबरोबर पत्रे पाठविली. ती पावली. मजकूर कळला. पंढरपुराकडे जावयाचा प्रकार लिहिला, त्यास इकडून पत्रे वरचेवर गेलीच आहेत. त्वरेने येण्याविशी (आपणास) पत्रे गेलो होतो, त्यास (आता) गाड्यांचा उलगडा होतच आहे. आता लेखकाचे व आमचे मते तूर्त न यावे. येणेप्रमाणे ठरोन त्यांचे पत्र व आमचे पत्र लिहिले आहे. थोडक्या फौजेनिशी येथे येणे हेही ठीक नाही. जेथे पत्र पावेल तेथे मुकाम करोन राहावे. फौज जमा करावी. कोसी अदकोसी कूच तासगावाकडे केल्यास चिंता नाही. मागे मात्र जाऊ नये. हे विज्ञापना

❖

भकारनाम - भगवंतराव, नकारनामक - नाना फडणीस, चिकारनामक - चिंतोपत, सकारनामक - सखाराम प्रभू, त्रिकारनामक - त्रिंबकराव पेठे

४१. थो. माधवरावाने राज्याची केलेली व्यवस्था

काशी प्रयाग दोन्ही स्थले सरकारात यावीत

पे. द. अप्र. सरदेसायी २३ यादी सु॥ सलास सबैन मया व अलफ (१७७३)
पु. ७ पत्र १३७७५-७६

१ दौलतीस कर्ज आले ते वारावयाचे त्यास गुरुजी जवळ ऐवज आहे तो घेऊन तूर्त निवल कर्ज असेल त्यास द्यावा. दुसरा ऐवज दौलत संबंधी मसलत न करता आधी कर्ज वाटावे. मग दौलतीसंबंधी जसे करणे तसे करावे. कोकणात देशात बेआजार झाल्यामुळे रयतेत सुख नाही त्यास बारकाईने मनास आणून वाजवीचे रितीने जलल जाहले असेल ते नीट करून प्रजा पालन करावे.

१ काशी प्रयाग ही दोन्ही स्थले सरकारात यावी असा तीर्थरूपाचा बेत होता. त्यास प्रस्तुत करावयाजोगे दिवस आहेत. दहावीस लक्षाची जहागिरी मुबदला पडाली तर देऊन दोन्ही स्थले हस्तगत करावी. प्रयत्न करावा.

१ तीर्थरुप मातृश्री बाईसाहेबांचा बेत काशीस जावयाचा आहे. त्यास सुख सापडत्यावर यात्रा घडवावी.

१ तीर्थरुप भाऊ साहेब यांची क्रिया माघमासी जरूर करावी. काकूबाई (सती) जाऊत अथवा राहूत उत्तम प्रकारे क्रिया करावी.

१ कासीचे ब्राह्मणास वर्षासने आहेत ती दिली करून देऊन वरशास पावती करीत जावी.

१ कासीस दोनलक्ष ब्राह्मणभोजन करावे दक्षणा दोन पैसे प्रमाणे द्यावी.

१ तीर्थरूप दादासाहेबास पाच लक्षांची जहागीरी निवळ करून द्यावी. याहून थोडे बहुत अधिक मागितल्यास त्यांचा संतोष राखून मर्जी प्रसन्न करावी.

१ श्रावण मासाचा धर्मदाय पूर्वीपासून चालत आला आहे. त्यास यावत दौलत पाच लक्षाची राहिल तावतकाल पर्यंत चालवावे. यास अनमान करू नये.

कर्ज वारण्यावीसी चितापासून जलदी करून वारु. कदाचित जरुरीची मसलत पडल्यास करावी लागेल. शपथपूर्वक लिहिण्यात प्रो। करू दौलत संबंधे ऐवजाचे कर्ज करेल. गुरुजी कडील ऐवजा माफक कर्ज राहिल. तेंव्हा औषध घेऊन वागावे. सरकारातून लिहिले ऐवज शफतपूर्वक करू.

श्री गणपतीची नऊ कलमे.

❖

४२. बारभाईची रचना

चार पिढ्या ज्यांचे उत्पन्न भक्षिले त्याचे सार्थक करावे.

डे. कॉलज रु. २७ फा १ पत्र २९५ ई. १७७४

नाना - बाबूराव आपटे मु।। पुरंदर... तुम्ही आमचे लढ्या शिवाये नाही ही पूर्ती निशा आहेच. श्रीमंत कैलासवासी याचा प्रकार कसकसा जाला तुम्ही अैकलेच आहे त्यास ते गोष्ट जाली।. त्यावरही श्रीमत मातुश्री गंगाबाई गरोदर त्यावर पूर्वी ज्याणी अकर्म केले त्यांच्या चौक्या महत संकट हे जाणून **च्यार पिढ्या यांचे अन्न भक्षण केले त्याचे सार्थक करावे असे चितात आणून** सखारामपंत आम्ही व चिरंजीव राजश्री मोरोबादादा लस्करातून आले त्यास अनुकूल करून सा त्रिंबकराव मामा साबाजी भोसले वामनराव वगैरे सरदार व हुजूरातची फौज सर्वांचे मानस येक होऊन याचे रक्षण करावे दौलतेचा बंदोबस्त करावा. तसे चितात आणून सखाराम पंत उभयता श्रीमंत मातुश्रीस घेऊन येऊन सातारीयासच येणार होतो. परंतु कितेक बंदोबस्त होणे, याकरता येथे घेलो. लौकरच सातारीयास घेऊन येऊ. **तुम्ही कदाचित बापूंचा संशय घ्याल, तर सर्वांनी आपले अभिमान सोडून निखालस खावंदांचे[१] वंशाचे[३] बरे व्हावे हीच इच्छा आहे.** संशय नाही. सिंदे होळकरही येणार तुम्हास राजश्री वरते. न्यावयाचे केलेस गोविंदभटास पाठवावे. अथवा. खास दस्तूर पत्र पाठवावे. आसी खूण होती. याउपर पकी बंदोबस्ताने राहावे. तुम्हास श्रीमंत कैलासवासी[४] याणी इतबारी म्हणून ठेविले. त्यांचे वंशाचे कल्याणाकरिता प्राणही गेले तरी सार्थक असा चिताचा निश्चय करून बंदोबस्तीने रहावे. कदाचित कोणी तिकडून[५] आला तरी भेटू नये हे विनंती.

❖

---

१ छत्रपती सातारकर, ३ सातारा किल्ल्यावर, ४ थो. माधवरावाने, ५ राघोबाकडून

४३. दादाचा बंदोबस्त

१० ऑक्टो. १७७४

आता परीक्षा पाहाण्याचे दिवस राहिले नाहीत....

राजश्री सखारामपंत बापू गोसावी यांस

सकल गणालंकरण अखंडित लक्ष्मी अलंकृत राजमान्य से॥ महादजी शिंदे दंडवत विनंती उपरी. येथील कुशल जाणोन स्वकीये कुशल लिहीत असिले पाहिजे. विशेष आपण छ २१ रजबचे पत्र पाठविले ते पावले. तेथे लिहिले की, श्रीमंताकडील मसलतीस दिवस फार लागले आपण आपले घरी गेले याकरिता मेहनत फार केली. परंतु स्वभावास उपाय काय? आपले प्रत्ययास आलेच आहे. येवीसी राजश्री गुरुजीस लिहिले आहे. त्याप्रमाणे चितात आणून करावे. आता परिक्षा पाहाण्याचे दिवस राहिले नाहीत. सर्वही आपणास अनभवास आले आहे. लौकर समारोप करावा काय ते कळवावे म्हणोन त्यास मसलत लांबवावयाची आम्हास हौस नाही अथवा इकडे घासदाणा अगर खंडण्या घ्याव्या च्यार दिवस पोट परभारे भरावे काही गुंता म्हणावा तरी काही. दिवस गत लागल्याने मनसब्याचे दिवस हेच आहेत ते निघून गेल्यावर केवढी नुकसानी होईल आणि पेंच पडतो हा ध्यानास न येसे नाही. परंतु कराव काय स्वभावास आपण पूर्ते माहितच आहा. येथपर्यंत घेऊन आलो पुढेही घेऊन यावे लवकर समारोप करावा याच उद्योगात. दुसरे काम ते कोणते असे असोन घोळ घालून दिवस लावण हे ठीक नाही. कोणता प्रकार ते लौकर समजावा म्हणोन लिहिले त्यास श्रीमंताचा सरळ प्रकार परंतु आम्हीच घोल घालून मसलत लांबवतो हेच समज असल्यास उत्तम आहे हे मसलत[१] लौकर समेटावी येवीसी रा. गुरुजीसी बोललो आहोत ते आपणास लिहितील. बहुत काय लिहीणे लोभ कीजे हे विनंती.

महा. शिंदे कागदपत्र ले. १०

❖

१ दादाचा पाठलाग

४४. दादास जाऊ द्यावे तर राज्यात खडूस राहावे

राघोबा दादाचा बंदोबस्त

६ मे १७७४

महादजी शिंदे कागदपत्र -
गो. स. सरदेसायी ले. ४

राजश्री सखाराम बापू गोसावी यांस

सकल गुणालंकरण अखंडीत लक्ष्मीअलंकृत राजमान्य स्नेहांकित महादजी शिंदे दंडवत विनती उपरी येथील कुशल जाणून स्वकीये कुशल लिहित असीले पाहिजे. विशेष. **श्रीमत राजश्री दादासाहेब लांब लांब मजलीने अकस्मात इंदूरास आले घरास आल्यानंतर भेटणे प्राप्तच जाहाले जाऊ द्यावेतरी राज्यात खडूस राहाते. जबरदस्ती करावी तरी नाश होतो.** समागमे सामान म्हणावे तरी तीन हजार फौज व दोन हजार गाड्यांची फौज चांगली निधड्याची राहिली. श्रीमंत शिबंदी त्यास न सोडी तेव्हा अंदेशा प्राप्त जाहला. दोन्ही प्रकार अयोग्य जाणून सामाचा प्रकार ठरवीला. तूर्त खर्चास थोडे बहुत दिल्हे. पुढे शिबंदी राहिली. ती वारावी येवीसी ऐवजाची त्वरा आपणांकडून व्हावी. म्हणजे मनसब्यास[१] लांबण लागत नाही. करार मदार ठरला. त्याची यादी अलाहीदा पाठविली आहे. व राजश्री महादाजीपंत गुरुजी व विष्णु महादेव यास सांगितले आहे. ते लिहितील त्यावरून कळेल. सारांश ऐवजाची जलदी करून ऐवज पाठवावा. खाना छ ४ रबिलावल बहुत काये लिहिणे लोभ कीजे हे विनंती.

अंदेशा - शंका, १ राघोबाची कैद

४५. बारभाई कारभार व्यवस्था

देवावे ... देणे? झाल्याखेरीज कारभार होऊ नये

ऐ. टि. भा. १ ले ४ ३१ डिसे. १७७७

यादी दौलतीचे बंदोबस्ताची कलमे. सन सबा सितैन मया व अलफ

१ दौलतेतील लहान मोठी कामे व देणीं घेणीं व खर्च, सरदाऱ्या, मामलती, कोट किल्ले वगैरेंच्या चालीची वहिवाट पूर्व संप्रदायानुरुप होत असावी, व पहिली कामें व काजें केली व उपयोगी पडलें, सबब जे ज्याकडे आहे त्याप्रमाणे चालावें. दौलतेतील जमा काय व खर्च किती याचे मनन होऊन, समजोन समय पाहून धारा चालवा. 'देवावे' 'द्यावे' 'देणे' झाल्या खेरीज कोणताही कारभार होऊ नये. त्याचे काम त्यांनी करावे. कैलासवासी नानासाहेब व रावसाहेब पण आंगी आणून, त्या दृष्टीनें दौलतेतील लहान मोठ्यांकडे पाहून त्याचे त्यावरी योग्यते-नुरुप लोभाने चालावे; येणे प्रमाणे करार.

२ सांप्रदायाशिवाय जास्त खर्च व खाजगत खर्च निराळा असे होऊ नये. अगर मर्जी असल्यास हल्लीच खाजगीचे सर्वांचा नेम करून सांगावा. वरकड दौलत प्रकर्णी पूर्व चालीप्रमाणे घडावे. मागील सावकारी कर्जे व लोकांची देणी, वगैरे सोयीने तोडी होत असाव्या खातात खर्चाची याद शिवाय करून बाकी लिहिल्याप्रमाणे करार

३ सरदार व शिलेदार व पागे वगैरे यास बोलावण्याची आज्ञा होत असावी. त्यांनी दरबारात यावे. बोलावण्याखेरीज जाजती हाजुमा[1] असे नसावे. दरबारचे वेळेस सर्वांनी दरबारचे वेळेस सर्वांनी यावे. इतर येणे ते बलावण्याशिवाय येऊ नये. आमचे विश्वासू चौकीस राहातील येणेप्रमाणे करार.

४ हल्ली कोणी कामकाजावर पडले असतील त्यास देणे व वाढवणे, याची याद हल्लीच समजोन द्यावी. हल्लीचे वहिवाटीची रक्कम उगवली. हल्ली कामकाजाचे उपयोगी पडले आहेत. त्यांचा उपयोग पाहून सर्फराज[2] केले जातील. येणेप्रमाणे करार.

५ कोणतेही गोष्टीचा संशय घेऊ नये, कोणी सांगितल्यास ऐकू नये. कदाचित मनास आल्यास वेगळे वाटते ते बोलून निराकरण होत असावे. घरातील गोष्ट बाहेर जाऊ नये. गेल्याने दौलतीचे कामात व दाबात कमी पडून उपहास होतो. खावदांचे दाबावर दौलतीचे काम करावे लागते. यास्तव कोणतेही कामास आतून पूस व गुढगा[3] नसावा. येणे कडून कारभारी यांचा दाब राहात नाही. सरकार

---

१ गर्दी, २ सन्मानीत, ३ धोका - पेंच

कामास उणे पडते. हरएक कामाची भवति न भवति माहितगारीसाठी करावी. परंतु शेवटी कारभारी समजोन विनंती करितील ती मान्य होत असावी. ओढ पडू नये व खास दस्तूर कोणास लिहू नये. हे रक्कम राखली असता मोठे कामावर समयास उपयोगी पडावयाची त्यास जपणे असावे. शिक्का मोर्तब कारभारी यास कळविल्या शिवाय होऊ नये. दौलतीची माहितगारी नाही समक्ष येऊन हरयेक कामाची माहितगारी होत असावी. येणे प्रमाणे करार.

६ हर कोणावर कारणानुरूप रोष व कृपा करणे त्याचा विचार आधी कारभारी यांशी होऊन ठरेल तसे होत असावे. राजकारण व कागदपत्र व निरोप कोणास परभारे जाऊ नये. लौकिकांत फूट दिसते. हलक्या माणसांचा सहवास नसावा. येणेकडून मनात विपर्यास येणार नाही. योग्यता पाहून ज्यांसी जितके काम तितकेच बोलावे. कोणतेही कामाची जलदी नसावी. समजोन उमजोन होत असावे. गैरवाका होऊ नये. येणे प्रमाणे करार कलमें सुमार साहा सदरहुप्रमाणे धन्यांनी व कारभारी यानं वैवाट करावी. येणे कडून दौलतीचा दाब व बंदोबस्त राहून काम चांगले चालेल. येणे प्रमाणे करार. छ १ रजब पौष मास सु॥ सबा सितैन (तारिख चूक सबैन हवे)

❖

४६. राघोबा इंग्रजास सामिल

इंग्रज फारच हावभरी जाहला आहे.

राज खं. १ ले १५७ | १४ मार्च १७७५

श्रीमत राजश्री पंतप्रधान स्वामीचे सेवेसी विनंति सेवक बाजी गंगाधर मु।। बेलापूर चरणावर मस्तक ठेऊन सा। नमस्कार विज्ञापना तागाइत छ १० माहे मोहरम पावेतो स्वामीचे कृपावलोकने करून सेवकाचे व तालुके मजकुराचे वर्तमान यथास्थित असे. विशेष काल रविवारी संध्याकाळी राजश्री रणछोड वकील सरकारचे मुंबईस होते ते येथे आले. कारण श्रीमंत दादा साहेबी सुरतेहून सनद मुंबईस पाठविली की, लक्षुमण गोपाळ यास वकिली सांगितली आहे. त्याजपासोन कामकाज घ्यावे. आणि रणछोड शेणवी यास सुरतेस रवाना करणे हे वर्तमान मशारनिल्हेचे इष्ट मेस्त्र मोस्टिन याणी सांगितलं, त्याजवरोन हे तेथून चंद्रगमनी होऊन होडीस पाच रु।। देऊ करोन आले. होडीवाले याणी साष्टीचे खाडीत अलिकडे मौजे वसी ता। मा।र याचे नस्तावर[1] चिखलात उतरोन होडी उतरोन गेली. तेथे चौकी सरकारची आहे. त्याणी बराबर सिपाई देऊन येथे रवाना केले. ते प्रहर रात्रीस आवशीचे पावले त्याणी तोंडी मजकूर सांगितला की, श्रीमत दादासाहेब सुरतेस आहेत. इंग्रजाने जागा राहावयास माहामुदी बागात दिल्हा आहे. श्रीपत अमृतरावजी बरोबर आहेत. नाटकशाळा आठजणी व पंचवीस च्याळीस पावेतो खिजमतगार वगैरे आहेत. इंग्रजाने आपले लोक जवळ ठेविले आहेत. सर्व साहित्य त्याजकडूनच होत आहे. मुंबईहून राजश्री सदाशिवपंत सौनी व नारोपंत गेले. ते श्रीमताजवळ आहेत. कारभार प्रस्तुत नारोपंत करतात. सुरतेस जप्तीस[2] सरकारचे राऊत हजार बाराशे होते. त्यास दादासाहेबी दोन वेळ सनदा सादर केले व निदानी सांगोन पाठविले की, उठोन जाणे नाही तर खासा स्वारी होईल!

त्याजवरून बंदीचे लोक पाच कोस माघारे सरले. इंग्रजांची उमेद तीन हजार गाडदी वगैरे लढाईचा सरंजाम घेऊन रा। गोविंदराव गायकवाड वी खंडेराव गो। याजकडोन पो। बडोदे आधी सर करोन, गोविदरायास द्यावे, नंतर अमदाबाद घ्यावी. भडोचेस गायकवाडाची तक्षीम निम्मे आहे. ती इंग्रजास बक्षीस द्यावी. आणि मोबदला गाईकवाडास बडोदे पो। ऐवज सरकार तर्फेचा द्यावा. राजश्री हरिपंत तात्याचे फौजेबरोबर लढाई घेऊन श्रीमतास देशी पुणे यास आणावे. इतके जालियावर इंग्रजास सुरतेची चौथाई बक्षीस द्यावी. सुरत अठाविशी, वसई, बेलापूर देखील द्यावे याजप्रो करार

---

१ भरतीचे पाणी पोच्याची उंच जागा

२ निदानी - निकराचे

मदार उभयपक्षी होऊन शिक्के देखील झाले. इंग्रजाने बंदर किनाऱ्याचे तालुकदारास व धुळपास दादासाहेबांच्या सनदा[१] आणावयाविशी मुजरत[२] फतेमारी गेली आहे. सनदा आल्या म्हणजे ज्याच्या नावच्या येतील तिकडे पाठवाव्या. कोण सनद मानितो, कोण मानीत नाही, हे पहावे. **प्रस्तुत दादासाहेब म्हणजे मोठा किमया इंग्रजाचे हाती सापडला आहे.** सुर्तेहून फतेमारी मुंबईस दोहो रोजा येत्ये. दादा साहेबाचे पत्र मुंबईस जनरलास[३] आले की पुणेकर सावकार मुछदी यांचा ऐवज मुंबईस आहे तो जप्त करणे, जाऊ न देणे. याप्रमाणे पत्र आले आहे.

इंग्रजास प्रस्तुत स्वर्ग ठेंगणा जाला आहे. वरकड मुंबईत आज पाचशे माणूस व साष्टी टापूत आठ नवशे, उरणास दीडशेपर्यंत आहे. आणि हिकडून कोणी त्याजवर जात नाही. याजमुळे फार टीका करितात. असा प्रसंग मुंबईस लोकांची भरती नाही, ऐसे घडले नाही. तिजोरी जामदारखान्यामध्ये आज पंचवीस हजार रु॥ पाहिजेत, तरी नाहीत. धुळपाचे आरमाराची मोठी सलाबत इंग्रजावर आहे. याजमुळे इंग्रज फारज हावभरित[४] जाला आहे. बंगाली व चिनाई व विलयती व बसराई मिळोन दाहा अकरा तरांडी तालचिरीस नागरवाडेयास आहेत. वर माल बहुत आहे. हलावे यासाठी खोटी आहे. मुंबईस गुराबा व रेवा दोन तरांडी मुंबईपैकी आहेत. परंतु याचा भरवसा धरीत नाही. धुळपाची सलाबत मोठी गालीब[५] आहे. तिसरे तरांडे विलायती येणार आहे. ते आले याजवर मग यावे, ऐसा करार जाला आहे. प्रस्तुत धुळप हिकडे नाही, त्या अन्वये तिकडेच त्या तरांडे याजवर सख्ती करून गळी पडला तर मोठे काम होईल. इंग्रजास तितकी दहशत आहे. याजकरितां सरकारातोन धुळपाकडे कोणी शाहाणा माणूस व पत्रे जावोन, त्यास बक्षिस देऊ करोन सुवर्णदुर्ग वगैरे तालुके याचे आरमार एकत्र करून, त्या तरांडे याजवर जावे अथवा मुंबईस यावे, लुट माफ करावी, शहर लुटोन जुन्ना करवावे. या प्रो। जालेयास इंग्रजाचा गर्व परिहार होईल. इंग्रेज म्हणतो की, सर्वांचा ऐवज मुंबईस आहे, यामुळे आम्हावर सकती कोणी करणार नाहीत. या प्राो बोलतात म्हणोन रणछोड दास शेणवी सांगतात. याजवरोन विनंति लि॥ आहे. मा॥निल्हेचे मानस स्वामीचे भेटीस यावयाचे बहुत आहे. आज्ञा होईल त्या प्राो वर्तणुक करितील कित्तेक मजकूर स्वमुखे विनंती करणार आहेत. सरकार उपयोगी आहेत. आज्ञेप्रमाणे वर्ततील

श्रीमंतास मुंबईस आणावे हे मानस इंग्रजाचे नाही. दुसरा मजकूर, सावकारी वर्तमान रा। गोविंदराव गो। व खंडेराव गो। दोन्ही राजश्री हरिपंत तात्यांकडे रुजू झाले. हे असल्यास इंग्रजाच्याने काही होत नाही. फजित पडतो. साष्टी तालुका घेतला.

---

१ सनदा - आज्ञापत्र, २ मुजरत - बातमी, ३ जनरलास, ४ हावभरीत - घाबरा, ५ गालीब - जबर, ६ महा॥रनिले - उपरोळत, मेस्त्र - मिस्टर, कोहालदार = कौन्सिलर, सलाबत = ताण

पुढेही मनसबा कित्येक करितो. हा विचार मेस्त्र मोस्टिन याचे व दुसरे दोन कोशलदार यांचे विचारास येत नाही, परंतु सरकारकाम आणि साष्टीचे यश आले, याजमुळे उपाय नाही, ऐसे म्हणतात. रणछोड शेणवी यास हुजूर आणावयाचे असल्यास, राजश्री विसाजी कृष्ण यांस आज्ञापत्र असावे म्हणजे घोडे व तट्टू देऊन खाना करितील सेवेसी श्रुत होय हे विज्ञापना

४७. प्रत्यूपकार स्मरणार नाना थोडे...

नानाफडणीसाच्या कामगिरीचे कौतुक आणि बापूना चिमटे या पत्रात आहेत.

पुस्तक खंड. ५९ पे. द. इ. स. १७७६

सरदेसाई नकला

बाळूराव नाना फडणीस

विज्ञापना, ऐक्याची तरतूद होळकराकडील व पटीची होत नाही. याजमुळे आपले कृत्य होत नाही. हे परम संकटाची गोष्ट चहूकडून सर्वच पेंच. बखेड्यास कारणे जाहाले. **मसलतेचे दौलतेचे बोझे आपणावर टाकोन हासे व्हावयाची प्रतिक्षा करणार करतात.** यास संकटी आपणास श्री गजानन व श्रीमंतांचे पुण्य परिणामी सक्रियेस अनुकूल होईलच परंतु लौकिकी गोष्ट विचित्र आहे. मनस्वी लोकांची भाषणे ऐकून चितास वाईट वाटते. प्रसंगच तसा जाला. **शब्द कोणास 'ठेवावा? प्रत्युपकार ममता स्मरणार तात्या थोडे.** बाजारी मनस्वी वर्तमाने लोक आणीतात बोलतात तेव्हा आवृत्ती चितास प्राप्त होते. आपले पत्र येते तेव्हा मात्र पके कळते. असो काहीच उपाये नाही. या गोष्टीस ईश्वर इच्छा खरी होईल ते पाहावे. **आपले श्रमास पार राहिला नाही.** मसलतीस दिवस फार राहिले नाहीत. हे राज्य क्षेम असावे अशी ईश्वर इच्छा आहे तर चिंता नाही. वरकड पाच रुपयाचे तजवजेत होऊन रवानगीची काळजी सर्वास असावी ती नाही. **त्यापक्षी श्रमाचा आणि संकोचाचा अंत जाहाला. त्यापक्षी आपण येकट्यानी श्रम तरी कोठवर सोसावे? निक्षूण विनंती करावीच म्हणोन मागेही विनंती करीत गेलो परंतु आपणास मर्याद सोडणे नाही. ही समज कोठे आहे? असो पराकाष्टा जाहाली.** अजूनीही उपेक्षाच करून लोकिक रक्षावा हे बरे. रवानगी जाहाल्यावर पुढील प्रसंग आपण सांभाळावा. असो साऱ्याच गोष्टी अंगा निराल्या टाकतात. त्यापक्षी आपण ही थोडके तसेच व्हावे. दौलतेत थोरपण सर्वास पाहिजे. श्रम कोणी करावे? अजून तरी समजावे. दुसरे काय लिहू? श्रम ऐकवत नाहीत म्हणोन लिहितो हे विज्ञापना.

❖

तात्या - हरिपंत फडके

४८. राघोबाच्या पाठलागात

(हरिपंताची आर्थिक चणचण
फौजेचे देण्याचा गवगवा विशेष)

पुणे अखबार, भाग १, हि. ११९१ मोहरम २३
अखबार क्र. २१, पृ. ४५ - ४७ इ. १७७७ मार्च ३
पौ। छ ९ सफर सन ११९१ हिजरी
रोज बुधवार च्यार घटका दिवस राहता पावले

श्रीशंकर

विनती विज्ञापना, येथील कुशल ता। छ २३ माहे मोहरम मु।। का। सासवड स्वामीचे कृपावलोकणे करून येथास्थित जाणौन स्वानद लेखन आज्ञा करीत असिले पा। विशेष. येथील वर्तमान छ २२ माहे मजकूर रोज सोमवारी विनंतीपत्र प्राय:काली छटू मिरधे याचे जोडीसमागमे रखाना केले ते पावोन सविस्तर वर्तमान अवगत होईल. तदनतर येथील वर्तमान राजश्री नाना फडनीस लग्न करून पुन्यास आले हे वर्तमान प्राय:काली विनंतीपत्र सेवेसी रवाना केले त्यात लेखन केले आहे त्याजवरून ध्यानास येईल. राजश्री हरीपंत वगैरेच वर्तमान त्यात सर्व लेखन केले आहे. हरीपंताचे फौजेचे देण्याचा गवगवा विशेष नाना आलियावर काही फौजेचे लोकाच देण्याचा फड (शा) करावा यसा (नि) श्चये हरीपंतानी केला आहे. प्रस्तुत नानाही आले. लोकाची काये समजुती करितात हे ध्यानास आणून मागाहून सविस्तर लेखन केले जाईल. विना लोकाची देण्याची समजुती जाल्यावाचून हरिपंताचे कूच होत नाही. नानाचे चितात आहे की पुण्याचे सावकारापासून दाहा पाच लक्ष रुपये कर्जाऊ घ्यावे अनिही महाल वगैरेचे यैवजी पाच च्यार लक्ष रुपये घेऊन थोडा बहुत हरीपंताचे फौजेचा गवगवा वारून हरीपंताचे कूच करवावे यैसे आहे. पुढे ये विशई काये निश्चये होऊन हरीपंताचे कूच होईल. ते लेखन केले जाईल. फौजेचे लोक सिलेदार व सरदार वगैरे म्हणतात की, मागील आमचे दो सालाचे फडचे करून द्यावे. पुढे रोजमुरे वगैरेची सोये करून द्यावी. तेव्हा आम्ही हरीपंता समागमे जाऊ यैसी भवति न भवति आहे. प्रसंग तो दिसतो की लोकाची देण्याघेण्याची समजुती करावयास व लोकाची समजुती पडावयास आठपंधरा दिवस पाहिजेत. तो परियेत काही हरीपंताचे कूच होता दिसत नाही. पुढे मुल(ख) गिरीचे दिवसही थोडकेच राहिले. याप्रमाणे येथे कितिक लहान थोर लोक म्हणतात. मग काये निश्चये होऊन कूच होईल ते लेखन केले जाईल. ममईकरही सिबदी वगैरे ठेवितो. राघोजी आगरे याचे तालुक्यात उपद्र (व) करणार असे वर्तमान आहे. दुसरे श्रीमंत दादासाहेबही तेथे आहेत. मर्मइकर सिबदी वगैरे

ठेवितो हाही अदेशा येथे यास जाला आहे. शृत होये. करनेल अपैन (आप्टेन) वकील अद्याप येथेच आहे. विना ममईहून वकील आल्यावाचून करनेलचे जाणे होत नाही. विदित होये. राजश्री रामचंद्र गनेश येसाजी सिदे याचे शहावर आहे. राजश्री परसरामपंत भाऊ गोपालराव याचे बंधु वगैरे फौजेसहित धारवाड प्राती आहे. हैदरची फौज बाकापुराजवळ आहे. तमाम करणाटक प्रांताचे सवस्तानिकापासून हैदर लोक खडन्या वगैरे घेतात. म्हणोन वर्तमान आहे. शृत होये. राजश्री माहादजी सिदे जाबगावास आहेत त्याचे दिवान बालाराव येथे आहेत उभयेता कारभारी बालाराव यासी पेशकसीचा जाबसाल करितात. बालाराव यानी सिद्यास लिहिले आहे. ये विशई काये जाबसाल होईल तो ध्यानास आलिया लेखन केले जाईल. शृत होये. होळकर फौजेसहित विठलवाडीवरच मुकाम करून आहेत. नाना समागमे येथे येणार. विदित होये. फारसी अखबार लिहिणारास समाधान नाही, म्हणोनि लिहिलया अखबारची फारसी करवून हजूरात व नवाब विकारू दौला बहादुर यास गुजरानावी. शृत होये. पुढे जे प्रसंगाचे वर्तमान ध्यानास येईल ते सेवेसी लेखन केले जाईल. बहुत काय लिहिणे कृपा लोभ कीजे हे विज्ञाप्ति.

❖

निधी - जासूद, अंदेशा - शंका

४९. बाईसाहेबाचे आज्ञेपेक्षा शास्त्राज्ञा प्रबलः

मालकाच्या इच्छेपेक्षा धर्म, रुढी, रितीरिवाज श्रेष्ठ-प्रबल तेच पाळावेत असे रामशात्री याचे पेशव्यास पत्र.

रामशास्त्री : चरित्र आणि पत्रे — श. १६९९ आषाढ व १
पत्र क्र. २०, पृ. ४५ — इ. १७७७ जुलै २१

श्री

प्रभुवर्य श्रीमंत राजश्री रावसाहेब यासी प्रति रामशास्त्री कृत्तानेक - विनंती येथील वर्तमान आषाढ व. १ पावेतो यथास्थित असे विशेष मातुश्री बाईसाहेबांची क्रिया पहिले दिवसापासून बाजीपंत परांजपे करीत आहेत याप्रो। दाहा दिवस चालवावी. पुढे तीन दिवस रामराव नारायण याणी करावी. त्यास मातुश्री बाईसाहेबांचा अंतकाल समई मन:पूर्वक बाजीपंतानीच क्रिया करावी असी आज्ञा आहे. शास्त्राची आज्ञा दहा दिवसानंतर गोत्रपुरुषानेच करावी. त्यापक्षी यांचा विचार काय तो लौकर लेहून पाठवावा म्हणून छ १६ जमादिलाखरचे पत्री आज्ञा. त्यावरून येविसीचा विचार शास्त्रमते पाहाता गोत्रपुरुष असता क्रिया त्याणेच करावी, बाजीपंतानी करावी असी आज्ञा जाली. त्याप्रो। दहा दिवस बाजीपंताचे हाती जालीच आहे. पुढे तीन दिवस रामराव नारायण करावी हे उत्तम, बाईसाहेबाचे आज्ञेपेक्षा शास्त्राज्ञा प्रबल पूर्वी भीष्मादिक शास्त्राची आज्ञाच मानीत आले. आसी भारती प्रसिद्ध आहे. वेदशास्त्रसंपन्न राजश्री पाटलाजी प्रभृति सिष्ठाचे विचारे शास्त्राचे आज्ञेप्रो। पुढे तीन दिवस क्रिया गोत्रपुरुषानेच करावी आसे आहे. श्रुत होय हे विनंति

❖

५०. यवनभ्रष्टाची शुद्धि

...श्री क्षेत्रास जाऊन शुद्ध व्हावे

भा. इ. सं. मं. त्रैमासिक — श. १६९९ श्रावण शु. २
वर्ष ३०-३१, अंक ३-४ व १ — इ. १७७७ ऑगस्ट ५
ले. १८०, पृ. १३१

॥ श्रीविठ्ठलो जयति ॥

श्री मत्सकलामरनिकर शिरोरत्न रंजितांघ्रियुगल श्रीपंढरीशपत्तनस्थाखिल-धर्माधिकारिप्रमुखैः सारावडग्रामस्थ प्रभुवर्यान्प्रति तथा देशमुख देशलेखकान्तथा पणस्थान्सकल दैवकंदबकान्नामवंशिनः कृताशित्रः समुक्लरांतु॥ विशेषस्तु स्वस्ती श्रीम न्रृपशालिवाहन शके १६९९ हेमलंबिनाम संवत्सरे श्रावण शुक्ले द्वितीया भौमवासरे श्रीमत्सकलसुरासुर निकर संघर्षितोत्तुंग महाद्वारे भगवद्ग्रामस्थ तुकोजी खोलोप नामक आगत्य स्वीयाचरितं निवेदितवान्सर्वेषां स्पष्टात्रबोधार्थं भाषया लिखितं॥ स्वामि मि श्रीमत्सदाशिवराव पेशवे याच्या सैन्यात होतो तो तेथे गर्दि जालि त्या गर्दित मजला यवनाने धरून नेऊन यवनाचार प्रवर्तक केलें मग तेथून आपल्या गावाज आलो तो माझा नातीनें पंक्तिबहिष्कृत केलें तेव्हा मजला पश्चाताप जाला कि श्रीक्षेत्रास जाऊन शुद्ध होऊन यावे यावरून स्वामीचे चरणापासि आलो कृपाळु होऊन मन पतिवास पावन कीजे इत्यादि इत्यादि सर्वमाकर्ण्य विद्वत्सभासदस्थै धर्माचार्येनिर्बंधोक्त प्रायश्चित्त प्रत्याम्नाय द्वारा श्रीचंद्रभागा स्नान श्रीक्षेत्र प्रदक्षणा श्रीदर्शनादिकैरतुकोजी खोलोपनामकः पुनीतकृतस्तज्जातीय नामदासादिकैः पंक्तिपावनः कृतः भवद्धिर + श्रीक्षेत्र पत्राज्ञया व्यवहार्य इत्यलं पल्लविते (न)

❖

५१. इंग्रजांची मतलबी राजकारणे

आमच्या राज्याचा आसरा पूर्ता केला.

ऐ. ति. भा. १ ले. ३९ ५ नोव्हे. १७७७

बंदर बंबई पूर्वी कोठी लहान होती. आणि तमाम या प्रांतात वलंदेज (डच) व परतकेज (पोर्तुगीज) यांचा उदीम फार होता. तेव्हा बंबईकर गवरनर यांनी आम्हाशी पैगाम लावून तीर्थरूप बाजीराव यांचे कारकीर्दीस कौल घेऊन, एखलखाचे करार करून, नेकराह चाल दाखवून आमच्या राज्याचा आसरा पुरता केला. त्यावरून आम्ही वलंदेजांचा उदीम या प्रांतात फार होता, तो बंद करून इंग्रजांचा उदीम जारी केला व परतकेज याजला तंबी पोहचावून सरकारच्या मुलकास लगती बंदरे सरकारात घेतली. याजवरी जे गवरनर व कौसल बंबईस येत गेले ते आम्हासी रुजू राहून स्नेहच राखीत गेले. तीन कार कीर्दीचे तीन दफे एखलासाचे करारनामे तरफेन लिहून दिधले. मध्ये मध्ये कितेक लोकांसी व इंग्रजासी बिघाड येऊन बंदरावरी लढाया जाल्या. त्यांनी आम्हास कुमक मागितली. परंतु इंग्रजांचे दुशमन जाणून कुमक न दिल्ही नफे होते ते कबूल न केले. ऐसा एखलास फार दिवस चालला. अलिकडे चार साले जाली, किबलेगाह रघुनाथराव यांनी आमचे पदर किबलेगार नारायणराव यांसी दगा केला. याजमुळे घरात फितूर पडला. आमच्या फौजा काही हिंदुस्थानात काही कर्नाटक प्रांती, काही रघुनाथराव यांच्या ताकुबावरी वजीर अमीरसुद्धा गेल्या. ते समयी काबू पाहून, गवरनर मुंबई यांनी सरंजाम जमा करून, बवजूद टॉमस मोष्टीन याचा वकील पुण्यास असता एकाएकी जाऊन, गवरनर मजकूर यानी आमचा आब व आनश पाहून, वतनाची जागा साबीस मोर्चे लाविले. वीस पंचवीस दिवस किल्लेवाल्यांनी मकान राखिले. इंग्रजांचा कौल करार दुरुस्त याखातर साष्टीस कुमक न पोहोचली. याजमुळे साष्टी व तीन जंजिरे धाकडे यशवंतगड वगैरे घेतले. या उपरी रघुनाथराव यांनी गवरनर कौसल बंबई यासी साख्त करून त्यास आपल्या मकानास बोलावून त्यांची कुमक करून आमचे फौजेशी दोन वर्षे लढाई सुरू केली. एक दोन लढाया लहानशा जाल्या. त्या तुम्ही ऐकल्याच असतील. त्यानंतर गवरनर कौसल कलकत्ते यांसी दूर आंदेशीवरी नजर ठेवून आम्हाकडे सलाहाची पत्रे पाठवून, मागून कर्नल जॉन इपटेन यासी मुखत्यारनामा देऊन आम्हाकडे पाठविले. आम्ही पुरातन स्नेह जाणून स्नेहाचे जाबसाल केले की, तुम्ही साष्टी वगैरे जंजिरे सोडून देणे; रघुनाथराव यांची कुमक न करणे; सबब रघुनाथराव यांची कुमक करून पन्नास हजार फौजेचा

दफे - वेळा, किबलेगाह - वंदनीय, पदर - फादर, ताकूब - पाठलाग, आनश - संधी साधून, एखाणा - विश्वासू, साख्त - सक्ती

खर्च तीन करोड रुपये आम्हावरी पाहिला तो देणे व गुजरात मुलूख तमाम इंग्रेजांनी लुटून मुबलक पैका घेतला तो व साष्टीत मालमालित, गल्ला, तोफा, दारुगोळा, सरकारचा व रयतेचा मालमालियत, गल्ला वगैरे देणे म्हणजे तुमचा आमचा आमचा सलाह होईल. त्यास कर्नल इपटेन यांनी सांष्टी वगैरे जांजिरे याचा जाबसाल कौसल कलकते यांजवरी ठेविला. आम्ही ते जागा सल्ल्याच्या हालत एकाक दग्याने घेतले जंजिरे देवितील, म्हणून त्याजवरीच मुनसफी ठेविली. त्यास त्यांनी बंबईवाले याची पास करून साष्टी वगैरे जंजिरे तसेच ठेविले. उफराटे तीन लक्ष रुपयांचा मुलूख व बारा लक्ष रुपये खर्च, रघुनाथराव यांची कुमक करून इंग्रेज जुंजले. याजबद्दल आम्हासच मागू लागले.

आम्ही इंग्रजांचा स्नेह बहुत दिवसांचा व आमची स्थळे आम्हास देवितीलच व कलकत्तेकर यांनी मातबर माणूस पाठविला याजवर नजर देऊन, करोडोंचे खर्च व खराबी मुलकाची व साष्टी वगैरे जंजिरे यांची ठाणी व तेथील मालियत एकीकडे ठेऊन, जे कौंसल कलकत्ते यांनी व कर्नेल इपटेन यांनी सांगितले. याजवरून एकसालावर नजर देऊन कौंसल कमन कलकत्ते यांचे मारफतीने जामियेकौम इंग्रज व पादशाहा, कंपनी इंग्रेज यांसी सलाह करून, परस्परे करारनामे ठरले. करारनाम्याचे तारिखेपासून तीन महिने वीस रोज इंग्रेज रघुनाथराव याजबरोबर होते. त्यांनी करार नाम्यात फिलफौर रघुनाथराव याजपासून करून घ्यावे. एसे असता फिरोन चार महिने फौजेचा खर्च आम्हावरी पाडिला. सुरतेत रघुनाथराव यांच्या फौजेस आसरा दिल्हा. अखेर आमची फौज भारी होती, रघुनाथराव यांची फौज नाईलाज होऊन कौल घेऊन निघाली. रघुनाथराव यास सुरतेजवळ ठेविले. दोस्ती जाली, म्हणून सरकारच्या फौजा हुजूर आल्या. त्या नंतर रघुनाथराव याही बाहेर दोन महिने काढिले फिरोन जाहज पाठवून नेऊन त्यास बंबईत आसरा दिला. दुसरे एक फिसादी[२] कोकण मुलकांत पैदा होऊन, काही लोक जमा करून तमाम मुलूक कोकणात नाराज करून सरकारचे कितेक किल्ले त्याने घेतले. तेव्हा सरकारची फौज त्याजवर रवाना केली. त्यांनी फिसादी यांसी शिकस्त दिली. त्याची जमियत तमाम गारत केली. फिसादी सहा हजार लोकानिशी पळोन गेला. त्यामागे सरकारची फौज लागली असता. खुद्द पिसादी यासं सरकारचे सरदार राघोजी आंगरे यांनी धरुन हुजूर पाठविले. हजार लोक त्याचे सरकारची मालियत हत्तीघोडे घेऊन साष्टीपासी गेले. त्यास साष्टीवाले यांनी आसरा दिल्हा.

आम्ही गव्हरनर बंबई यांसी खते लिहून पाठविली की, हल्ली करार नामा जाला, त्यास तुम्ही रघुनाथराव यांसी किस्त्या पाठवून बंबईस घेऊन जाऊन आसरा

जमियेकौम - हिंदुस्थानातील, एखलास - विश्वास, फ्लिफोर - ताबडतोप, फिसादी - बंडखोर- (तोतया)

दिला; व फिसादीच्या लोकानी सरकारच्या लोकांचा खिसारा केला असता व सरकारची मालियत त्याजजवळ असता तुम्ही आसरा दिल्हा; यात रास्तकौली इंग्रजांची कोठून राहिली? त्याचा दरजबाब गव्हरनर मजकूर यांनी आम्हास साफच लिहून पाठविला, त्याची नक्कल पाठविली असे. अजोन रघुनाथराव व फिसादीचे लोक बंबईत आहेत. याजवरून आमचे मातबर सरदार इंग्रजांच्या सल्ल्यास राखून ठेवितात.

दुनियेत रास्तगोई परमेश्वराने किमिया दिली आहे. **जो वचनास अंतर करितो, त्यास यालोकी परलोकी जागा नाही. ईश्वर कृपेने या राज्याची दुश्मनी दर्यावश परतकोज (पोर्तुगीज) वगैरे यांनी केली. ते खराबच जाले. खुशकीतील बादशाहा अवरंगजेब आलमगीर वगैरेनीही दुशमनी केली. त्याची सजा पावले.** अखेर कितेक मतलब कबुल करून सल्ला केली. आम्हासी जो साहेब मुलूक असेल तो दुशमनी करू शकत नाही. कारण की, आमच्या फौजेपुढे त्यांच्याने मुलूक रक्षण होणे नाही. गव्हनर कौसल कलकत्ते यानी आम्हास लिहिले की इंग्रेज कोणाचा मुलूक मागत नाहीत. अखेर नव लक्षाचा मुलूक चार जंजिरे साष्टी वगैरे बंबईवाले यांच्या हाताखाली ठेविलेच आहेत व सरकारचे बागी यासी आमचे हाती द्यावे, कोणीही सबबे कुमक न करावी, म्हणून पेशजी करारनामे व हालचे (त्याची नक्कल पाठविली असे) असता, गनिमास आसरा देऊन, फितूर आमच्या मुलकात व सरदारांसी करीतच आहेत. **कौसल कलकत्ते कर यांनी त्यास आसरा न द्यावा म्हणून वरचेवरी लिहीत असता व कर्नल इपटेन हुजूर हाजीर असता. दुशमनास आसरा देऊन फितूर करीतच आहेत. या गोष्टी उमदे सरदारापासून दूर असेत.** आम्ही या गोष्टीचा बदला करावा, तरी बहुता दिवसाचा इंग्रेजाचा दोस्तीचा सिलसिला आणि यांचे करार व लिहिली प्रमाण, तमाम अलमात जाहीर होती. म्हणून आपल्याकडून तफावत येऊ दिल्ही नाही. आपण तमाम इंग्रजांचे खावंद त्यास ताकीद असावी की ऐसी बदफैली न करीत. तुमचा मुलूक जवल नाही की, हे हकीकत पै दर पै तुम्हास पोहचवावी.

इंग्रज लोकांनी या प्रांतात काही बाकी ठेविली नाही. आपण दूरदेश उमदे आणि पुरातन आमचे स्नेही जाणून, इसिल्ला केली असे की, गवरनर कौंसल बबई यासी ऐसी ताकीदमय सजावल पाठवावी जे घेतला. मुलूक व सांष्टी वगैरे आमचे आम्हास देत, आमची मालियत साष्टी वगैरेची नेली ते व गुजराथचा पैसा वसुल घेतात व मुलूक पायमाल केला तो ऐवज, व त्याजमुळे आम्हास शिबंदीचा खिसारा

किस्त्या - नौका, खिसारा - खराबी, रास्तकौली - प्रामाणीकपणा, मालियन - प्रदेश, रास्तगोई - सत्यवचन, बागी - बंडखोर, अलमात - जगात (प्रदेश), इतला - सल्ला, पै - दर, पै = क्षणाक्षणा, सजावल = शिक्षा

जाला तो भरून देत ऐसे केले पाहिजे. एक मातबर माणूस हुजूरचा पाठवून सदर्हू लिहिल्याप्रमाणे आमलात आणावी ते करावे. दुतर्फे एखालास चालत असता व आम्हाकडून काही करारास कुसूर नसता ऐसी खराबी केली. सबब आम्ही तुम्हासी मुलकाची व जंजिरे याची व पैक्याची दरखास्त करितो की, इग्रेज बादशाहाचे येथे इनसाफ आहे व करारात तफावत कधी होत नाही. जरी हे गोष्ट खरी आहे तरी मुंबईकरास सजा पोहचावून सदरी लिहिल्या प्रमाणे अमलात आणवावे, आमचे गनीम आमचे सपूर्द करवावे. पुढे आमच्या दुशमनास जागा न द्यावी. त्याची कुमक कोणीही तऱ्हेने न करावी. जरी तुम्ही हे गोष्टी चष्मपोशी[२] करून दर गुजर[३] कराल, तरी **जिकडे वाजवी तिकडे परमेश्वर आहे. आम्ही तो दिलीजाननिसी[४] दोस्ती व एखलासी चाहतो. इंग्रेज आम्ही एक असलिया. इंग्रजांचा उदीम व सरकारचा बंदोबस्त राहील हिंदुस्थान दक्षण कर्नाटक प्रांतात कोणाची ताकद नाही. की, बदनजर दोहीकडे करील.**

❖

२ डोळे झांकू

३ चालढकल

४ दील व जान, अतं:करण व जीव यासह

५२. जेजुरीस दारूभट्टी

भा. इ. सं. मं. त्रैमासिक,
के वर्ष ३०-३१ अंक ३-४ व १
ले. ११, पृ. ६

श. १६९९ माघ शु. १०
इ. १७७८ जाने ६

श्री राजश्री बापूजी महादेव का। मौजे
जेजूरी गोसावी

द अखंडित लक्ष्मी आलंकृत राजमान्य-स्नो। तुकोजी होलकर दंडवत सु॥ समान सबैन मया व आलफ मौजे मजकुरी सरकारी कारखाने चालतात त्या कारखानीयाचे कामाकरिता राजश्री शामजी नारायेण कारखानदार सटवा खाटकाकडून आठवे रोजी दारूच्या फुलाची भटी लाऊन फूल कारखानियाचे कामास नेतील त्यास तुम्ही मुजाहीम न होता आठवे रोजी मात्र दारूची भटी चालू देणे दिकत न करणे जाणिजे छ ७ मोहरम बहुत काय लिहिणे मोर्तब

सुद

श्री
ह्माळसाका
तचरणी तप्त
र मल्हरजिसु (आकार कोयरीचा)
त तुकोजी हो
ळ कर

५३. मराठा हेराचे बातमीपत्र

...राघोबास घेऊन पुण्यास जातो.

ऐतिहासिक पत्रव्यवहार,
ले. १५७, पृ. १२७ इ. १७७८ ऑक्टो (?)

१ अंद्रास दिवान चेनापट्टणचा याणे वलीयम हौरनबी जनरल मुंबईचा यास लिहिले की, पाच सहा दिवस झाले, तुम्हास पत्र आज्यांगाचे वाटेने पाठविले आहे. व हे पत्र चेनापट्टणाहून मच्छली बंदरास आले. ते पुण्याचे मार्गे पाठविले आहे. खबर आली की, पातशहाचे जहाज कावेत्री (त्रिंकोबार) येथे जाणार होते. सर एदवर्द बर्नन आणावयास गेले होते. ते जहाज निगापट्टणास गेले. का म्हणाल तरी वारा फार लागला. त्याणे तोफा व डोलकाठी समुद्रात टाकिली. जहाजात पाणी सा हात झाले तेव्हा बचाव केला. जहाज सामान उतरले तेव्हा जगले. वलंदाजयाचे बंदर त्रिंकमले येथे नेले, आणि नीट करावयासी सिहर्ष जहाज कावेत्री जहाज मोडले त्याचे मोबदला नेले होते. कप्तान हीकस एक जहाजाचा सरदार तो बातमीस गेला होता, तो फिरोन बातमी घेऊन आला. यास दर्यात जहाज फरानसीसाचे नजरेस पडले नाही. आणीक दोन दिवशी मलाकाकडे बातमीस जाणार आहेत. एक सावकारी जहाज फरानसीसाचे त्रिंकमलेजवळ आहे. माही फरानसीयाचे ठाणे घ्यावयाचा डौल दिसत नाही. परंतु सामान तयार करून ठेविले. मेस्तर रंबलद तंजोरीचे राजास भेटावयास जाणार. मुले माणसांसुद्धा जाणार आहेत. मेजर मक्लीन तजोर येथील किल्लेदार चेनापट्टणाहून तंजोरास जाणार आहे. बंगाल्याहून पत्र आले की, एक जहाज बलंदेन याचे व इंग्रजाचे एक व डिंगमार याचे एक एकूण तीन जहाजे विलायतेस जाणार आहेत, व एक जहाज लाखोटे घेऊन विलायतेस जात आहे. विलायतेहून मच्छली बंदरास लाखोटे आला होते ते कलकत्यास पोहोचले. आपले नबाबाचे लाखोटे अजून पावले नाहीत. वाटेजवळ आहेत. इकडे सबर आली की राघोबा पुण्यास पोहोचले आहेत.

१ अंद्रास दिवाण याणे मुंबईस वलीयम हौरबबी यास लखोट्यावरी लिहिले. चार दिवस झाले. कावेत्री जहाज तवाईखालो आले. याचा मजकूर तुम्हास लिहून पाठविला. जनरल कोटस मुलेमाणसांसुधा विलायतेहून येथे पोहोचले. ष्टाफर्द जहाजात बसोन आले. पातशाही जहाज यावर लढाईचा *** त्यास सावकारी जहाजे पाच केप येथे भेटली. एकूण सहा जहाजे पैकी दोन जहाजे मुंबईस आली व एक चेनापट्टनास आले व दोन बंगाल्यास गेली. एक जहाज आले नाही. केपेथे जनरल कोटस याणे ऐकिले की, इंग्रजाने चंद्रनगरचा किल्ला घेतला. याजकरिता जनरल कोटस मुंबईस जाणार होता तो मुंबईस जाणे सोडून चेनापट्टणास आला. केपस येथे दोन जहाजे

फरानसीसाची पाहिली ती दोन जहाजे गल्ला घ्यावयाकरिता मोरस येथे आली. आम्हास खुशाली की राघोबास मुंबईहून घेऊन पुण्यास जातां म्हणोन ऐकिले त्यास जनरल कोटस यास खबर पोहोचविती. तेही खुशाल होतील. जनरल कोटस याणे केपेस ऐकिले की, मोरेस सामान सरंजाम तयार होत आहे. फुलचरीचे कुमकेकरिता मोरेस नऊ जहाजे फरानसीसाची लढाईची तयार आहेत.

१ अंद्रास दिवाण चेनापट्टण याने जनरल मुंबईचा वतीयम हौरनबी यास तिसरे पत्र लिहिले, त्याचा मजकूर. तुमचे पत्र आज मोठे सकाळ आम्हास पावले. मेस्तर चारलेस याचे पत्रही पावले. तुम्ही लिहिले की, हा कागद मेस्तर चारलेस यांचे पत्राबरोबरच कागद आहेत म्हणोन लिहिले ते पावले नाही. मेस्तर रंबल याजवळ कागदाची नकल आहे त्यावरून त्याचा मजकूर आम्हास समजला. एक पातीमाराचे (फतेमार) गलबत आता तयार होत आहे. त्रिंकमलेस खबर पाठवावयाकरिता दोन जहाजे सावकारी बंगाल्यास नावयासी विलायतेहून आली. त्यानी खबर पाठविली की, आम्ही दोन जहाजे फरानसीसाची लढाईची वाटेने पाहिली. तुम्ही लिहून पाठविले की **मुंबईहून राघोबास घेऊन पुण्यास जातो. यावरून खुशाल झालो. आम्हीही वाट पाहतो की, तुम्ही राघोबास पुणेयास तक्ती बसवावे.** जनरल कोटस याच चार पाच रोज बरे वाटत नव्हते. तो हल्ली बरा झाला.

१ अंद्रास दिवाण चेनापट्टण याने जनरल मुंबईचे वलीयम हौरनबी यास चौथा लाखोटा लिहिले, त्याचा मजकूर. जासुदाबरोबर पत्रे दोन पाठविली. आणिकही दोन जहाजावरी पाठविली त्याच मजकुराची आहेत. मेस्तर चारलेस याचकडील कागद आम्हाकडे पाठविलेते पावले. तोफखाना दर्याचे वाटेने बमय सामानसुधा देखील गोलंदाज आंज्यागेस चेनापटणाहून रवाना केला. आंज्यागाहून माहीस जाणार आहे. बाकी सरंजाम सुलासे **** जहाज याजवरी पाठवून देतो. माहीस मोर्चे लावावयाचा सुमार दिसत आहेत. मेस्तर रंबल तंजोर येथे जाणार होता तो राहिला. त्याचे मोबदला जनराल मनरो यास रवाना केला. तंजोर किला पाहावयास जातात व आणखीही किले दक्षणेकडे कर्नाटक प्रांती आहेत तेही पाहावयास जातात. फुलचरी घेतली.

तेव्हा किल्यातील मोशे बेलकोम याने करार केला की आम्हास चेनापटणास नेऊ नये. आम्ही ऐकिले की, मोशे बेलकोम व मुशे के व मुशे शेरोई चेनापटणास आपणास भेटावयास येतील. मग फुलचरीस जातील. तेथे बंगाल्याहून जहाज आले म्हणजे जहाजात बसोन जातील. तीन जहाजे तिकडून येतील. जहाजे जलदीने येणार

डौल - ईरादा, तबाईखाली - नुकसानीत, चंद्रनगर - पौंडचेरी, गल्ला - धान्य, मेस्तर - मिस्टर, चेनापटण - मद्रास

आहेत त्यांची वाट पाहतो; आणि तीन जहाजे बंगाल्याहून विलायतेस गेली. जनरल कोटस येथे महिना सवा महिना राहणार आहेत. कुटस जनरल फुलचरी पाहावयास जाणार आहे. याजकरिता आमचे चितात येते की, फुलचरी मोडावयाचा मनसबा दिसतो. केरो येथील लाखोटा येणार होता तो आम्हाकडे आला नाही. आम्हाजवळ येता तरी लाखोट्यातील मजकूर काय होता तो समजता. 'मारनिंग स्तार' जहाज याजवरी लाखोटे विलायतेस पाठविले. 'आसिये' जहाज विलायतेहून येणार आहे ते अद्याप आले नाही. दोन कंपनी एकूण दोनशे माणसे गोलंदाज याची रवानगी चेनापटणाहून आंज्यागास जहाजावरी केली. आणीक तिसरी कंपनी शंभर माणसांची तंजोर येथून कूच करून जाणार.

❖

५४. नाना-बापू दीलजमाई कलमबंदी

जमेची कलमे उभयतानी मन घालून उलगडीत जावी.

ले. टि. भाग १ ले २९ इ. स. १७७८

यादी श्रीमत राजश्री माधवराव नारायण पंतप्रधान यांचे दौलती विषयी राजश्री बापू व नाना यांनी सरळ चालून अकृत्रीमपणे दौलतीचा बंदोबस्त करावा, ह्याविषयीची कलमे, सु।। तिसा सबैन मया व कलफ.

१ **श्रीमत रावसाहेब यांच्या पायाशी उभयतानी, एकनिष्ठपणे असोन, अकृत्रीमपणे सरळ रीतीने दौलतीचा बंदोबस्त करावा.** श्रीमत दादासाहेब यांचे बरेवाईटाचे लक्ष उभयतांचे सारखे असावे व आतबाहेर असू नये.

१ नानांनी दौलतीस बापूंचे वडीलपण सर्व प्रकारे रक्षावे. **बापूंनी नानांवर दौलतीचा भार ठेवावा. उभयतांनी सरळ चालून अकृत्रीमपणे असावे. आपपर किमपि लेखू नये. बरे वाईटास उभयतांनी परस्परे अनुकूल असावे.** सारांश, उभयतांनी काडीचा संशय न धरिता, एकदिलपणे वर्तणूक करावी. दिक्कत वाढली संशय आला, तरी **समक्ष बोलून संशय निवृत्ती होत जावी. किंतु वाढू देऊ नये. आत बाहर नसावे. द्वैत्तार्थ तिळमात्र नसावा.**

१ दौलतसंमधे कारभाराचे यादीवर बापूंनी 'देवावे' करावे. नानानी 'येणे प्रमाणे' करावे. या प्रो। उभयतांनी चिन्हे करीत जावी.

१ बापूस पुत्र होईल अथवा दत्तक घेतील, त्यास नानानी शहाणे करावे. स्वरूपास आणावे. बापूंप्रमाणे स्वरुप पाहून त्याचे हातून 'देवावे' करवीत जावे. त्यास वडील सर्वप्रकारे नाना.

१ दौलतीत पैक्याची वोढ, याज करिता जमेची कामे येतील ती उभयतानी मन घालून उलगडीत जावी; अथवा हरएक तरतूद करणे ती **उभयतांनी अंतःकरणपूर्वक परस्परे अनुकूल राहून करावी. दिक्कत नसावी कसर करू नये. आत बाहेर असू नये.**

१ बापूंच्या व नानांच्या जातीस परस्परे आच लावू नये. बापूंनी नानास पैक्याचा उपद्रव देऊ नये.

१ **मागील गुणदोष उभयतानी मनात तिळमात्र वाईट आणू नये व करण्यात वाईट आणू नये.**

द्वैतार्थ = मतभेद, दिक्कर = अडथळा, दरज = फट, भेद, जातीस = नेमून दिलेला सरंजाम

१ किल्लेकोटांचा बंदोबस्त पूर्ववतप्रमाणे उभयतांचे विचारे आहे तसा असावा. यात वाकडे असल्यास बापूंचे कानावर घालून बंदोबस्त करीत जावा.

१ उभयतांचे मनात वर करण्यात दौलत संबंधी वगैरे दरज नसावी.

१ साताऱ्याचे खालील कारभारास कारकून पुरंदरे यांचा असावा. त्यांनी उभयतांनी सरळ असावे. फडणीशीस कारकून नानांकडील असावा.

१ सचिव पंतांवर उभयतांची ममता असावी.

१ रा.मोरोबादादा व बज्याबा यासी बरेवाईट बोलणे व करणे उभयतांनी एक लक्ष धरून करून, आत बाहेर असू नये.

१ दौलतीत वाकडे फंद फितूर करतील त्यांचा बंदोबस्त. आपपर न पाहाता, उभयतांचे विचारे करीत जावा. आतून बाहेरून करू नये.

१ बापूंच्या मनात कोणास देणे असले तरी नानास स्पष्ट सांगत जावे. नानांनी मान्य करीत जावे. नानांच्या मनात असल्यास नानांनी स्पष्ट सांगत जावे. बापूंनी मान्य करीत जावे.

१ दौलतीत न समजून वाकडे झाले असेल ते योग्य अयोग्य असेल ते उभयतांनी विचार करून नीट करावे.

१ **दौलतीचे कल्याण तीच नीत बापूंनी नानास सांगीत जावी. त्याजप्रमाणे नानांनी लक्ष रक्षीत जावे. उभयतांनी परस्परे ध्यान धरून उत्तम ते करीत जावे.**

१ दौलतीत कामे काजे व खर्चवेच करणे तो परस्परे परस्परास बोलून करीत जावा त्यात कुन्हा ठेऊ नये आत एक बाहेर एक नसावे.

१ बाहेर राजकारणे करणे व पाहाणे ही उभयतांची अंत:करणपूर्वक एक असावी. परस्परे कळवीत जावी. आतून एक बाहेरून एक नसावे.

❖

दरज - फट / भेद, कुन्हा - आडपडदा

५५. बारभाई कारभारासंबंधी आनंदीबाईचे सखाराम बापूस पत्र

....तुम्ही कालचक्रासही फिरवाल

ऐ. टि. भा. १ ले १० २ सप्टेंबर १७७८

राजश्रीया विराजित राजमान्य राजश्री सखाराम भगवंत यांसी

प्रति सौ. आनंदीबाई नमस्कार विनंती उपरी येथील कुशल जाणोन स्वकीय लिहिणे. बुंदेलखंडात इंग्रेज दोन कंपू आले आहेत. हुजूरची पत्रे इंग्रजास जाऊन इंग्रज आले. **जबरदस्त आहेत. दौलत आपणास घेऊन देतो. आम्हास कोठीस (वखारीस) आपल्याजवळ जागा द्यावा व आमची फौज नेहमी दहा हजारपर्यंत ठेवीत जावी.** ही गोष्ट हुजूर कठीण असे समजले. **परंतु ज्या पक्षी रानोमाळ हिंडावे. त्यापेक्षा कबूल करावे हे समजोन श्रमे करून कबूल केले. हल्ली इंग्रेज घरात येऊ पाहतात. तमाम अमल उठवून आपले अमल बसवितात. आमचे निमित्य करून सर्व दौलतेस गिराईक होतील** सुजाद्दौल व महमद अल्ली यांच्या घरातून प्रथम चाकरीस येतो म्हणून नम्रतेने पायख करून घेतली आणि आता **उभयतास पोटापुर्ते देऊन सर्व दौलतीचे धनी जाले आहेत.** या सर्व गोष्टी तुम्हास ठाऊक आहेत. **तसेच आमच्या घरात होईल.** ते जातीने खबरदार व मनुष्ये जवळ चांगली, असे असोन उभयतांच्या गती त्या प्रमाणे जाल्या आमचे येथे तो कारभारी मातबीर जवळ कोण आहे व पायरव कोणाची आहे व मर्जीही कोणत्या तऱ्हेची आहे, ह्या सर्व गोष्टी तुम्हास ठाऊक असोन. **तुम्ही तिही पिढ्यांचे कारभारी ही ब्राह्मणी दौलत बुडाया जोगी करिता. हे तुम्हास करणे ठीक दिसत नाही.** तुम्हास हुजुरची मर्जी कोण्या तऱ्हेने समजाविल्याने नीट राहाते हे सर्व कोण्या तऱ्हेने विनंती केल्यास बिघडते यास तुम्ही माहीत आहा पहिल्यापासून आम्हाकडील दिमतीचे तुम्हीची कारभारी. **मर्जीराखून सर्व गोष्टी करीत गेला आणि हल्ली या तऱ्हा दिसतात. हे कालचक्र विपरीत आले. परंतु आम्हास हाच भरवसा आहे की तुम्ही कालचक्रासही फिरवाल हे जाणूस तुम्हास पत्र लिहिले आहे. तरी ब्राह्मणी दौलत नीट राहून, हुजूरचाही संतोष राहून सर्व गोष्टी बऱ्या होतील त्या कराव्या व केल्यास जन्मभर चांगले केले आणि शेवटी म्हातारपणी इंग्रेजांच्या घरात ब्राह्मणी दौलत घातली. हे अपयश येई, तो अर्थ न करावा.** हुजूर ऐकत नाही असे म्हणाल, तर ज्या पक्षी तुम्ही प्राण घेता किंवा पेचात आणिता, त्यापक्षी काय होईल ते हो, परंतु तुमचे हाती नच लागावे हा निश्चय आहे, तो वाजवी आहे. कोणाचाही पेच कोणासही सोसत नाही. ही गोष्ट सत्यमिथ्या तुम्हीच विचार करून आपल्या चितात समजणे. सारांश हा की, इंग्रजाचे हाती ब्राह्मण न चालता, दौलतीचा बंदोबस्त होऊन यावा

विशेष लिहावे तरी तुमचे दशांशी आम्हास समजत नाही. परंतु यश अपयश याचे धनी तुम्ही. ही गोष्ट लहान माधवराव पाळण्यात आहेत त्यासही समजते. मग दहा वर्षावरचे मनुष्य असेल त्यास न समजे असा असा पर्यायनाही. **आम्ही लिहून विशेष तो नाही तुम्ही मोजीतही नाही.** परंतु आकार दिसत चालला यास्तव सूचना लिहिली आहे. ती जे कर्तव्य असेल ते विचारे करावे पूर्वी तुम्हासव दोन पत्रे पाठविली होती. व नवी भावजय लाडकी केली तिचे नाव काय ठेविले, व दुसरी करावयाची कधी, हा मजकूर विशेष लिहिला होता त्याचे उत्तर काहीच आले नाही. पत्र पोहोचली की नाही हे न कळे. तर उत्तर पाठविणे रवाना चंद्र १० माहे साबान बहुत काय लिहिणे हे विनंती.

---

१ बापूंनी उतारवयास लग्न केले म्हणून हा टोमणा.
या संपूर्ण पत्रात बापूची स्तुती आणि नानावर खुबीने आगपाखड करून राघोबाची भूमिका मांडली आहे.

५६. कसो भिकाजी दाताराच्या खानदेशातील हालचाली.

रानात आम्हास कर्जवाम कोण देतो.

ऐतिहासिक पत्रव्यवहार, पत्र. १६९, पृ. १४२

सु॥ समानीन मया अलफ रमजान १८
इ. १७७९ सप्टेंबर २९

श्री

सेवेसी केसो भिकाजी दातार कृतानेक साष्टांग नमस्कार विज्ञापना तागाईत छ. १८ रमजान बुधवार मुक्काम तोनदे परगणे चोपड येथे श्रीकृपेंकरून कपितानेसुधा मंडळी सुखरूप असो विशेष छ ८ रमजानीचे लढाईचे व छ १० रमजानचे वर्तमान पेशजी छ १२ रमजानचे पत्री लिहिले आहे त्यावरून कळले असेल आलीकडील वर्तमान नगरदेवल्याहून तोफा २ बहुत श्रमेकरून आणविल्या. त्यापैकी एक तोफ चार शेरी गोळ्याची मोठी, परंतु तिजला कोटी त्यामुळे तिचा गोळा लागू न होय. दुसरी लमछड, तिचा कान वाकडा ऐकूण दोन्ही तोफा उपयोगी पडल्या नाहीत. बहुत दिवस मातीत पडल्या होत्या त्यामुळे लागू न झाल्या. आम्हाकडील गोलंदाज आणावयास गेला होता, त्याणे लांब चांगल्या जाणून आणल्या. कानाचा व कोचा शोध त्याचे दृष्टीस आले नाही. तत्रापि छ १७ रमजानीस मागील सहा घटका रात्रीस फौजसुद्धा व तोफा ४ कंपनीत वगैरे यास घेऊन राजश्री विसाजीपंत बापू लासुरास गेले. लागभाग पाहाता तळ्याकडून मार गावात चांगला पडतो ऐसे जाणोन फौज घेऊन तळ्याकडे गेले. तेथे चार तोफा लावून गोळे चालते केले. परंतु नगरदेवळ्याच्या तोफा लागू न होयेत. गोळे अलीकडेच पडत. आमचे तोफांचे गोळे मात्र गावात जात व बुरजावरील तोफांवर मार धरली. चाळीस पन्नास गोळे डागले. ऐसे करिता दीड पावणेदोन प्रहरापर्यंत मारगिरी जाहली. त्याजकडील एक तोफ बुरजावरील अर्धकोस माऱ्याची होती, तिने इकडील चारपाच घोडी व दोन तीन माणसे जाया केली. गोळे तो उदंडच आले. परंतु कोणास लागले नाहीत. आमचे तोफा व लोक त्याजकडील माराचे पोटात आले म्हणोन कोणास लागले नाही. याप्रमाणे होऊन पाणी नाही सबब मोर्चे न ठेविता बापू फौजसुद्धा माघारे आले. बापूजीची तरदूद व मेहनत फार चांगली दारूगोळ्याचे वगैरे सामान काहीच नव्हते, तितके या प्राती त्वरेने करविले. केसो कृष्ण गढीत आहे. जगन्नाथ नारायण पूर्वी श्रीमंत दादासाहेबाकडून जप्ती घेऊन आला होता, तो पळून गेला म्हणोन वर्तमान आहे. खानाने दाजी बाळकृष्ण याजला उलटे टांकून लाकडाची मेख गाडीत मारली. जिवे मारिले. त्याचा भाऊ नारोपंत यांस यास कैद करून ठेविला आहे. गावात महागाई. पीठ दहाशेर व दाळ आठ शेर याप्रमाणे आहे. रयतलोक झाडून गावातून काढून दिल्ही. शिबंदीचे माणस आहे. पिंपळनेरच्या

तोफा २ चांगल्या सरंजामासुधा सरकारच्याच आहेत. त्या धुळ्यास जासूद सोडून आला होता, त्या उद्या परवां इतक्यात तेथे पोहचतील. आल्यावर त्या तोफानी शत्रूचे पारिपत्य यथास्थित घडेल. बाहेरील आमचे सामान वगैरे बंद जाहले. गावातील साहित्य कोठवर पुरेल? आम्हासमागमे दारू व गोळ्यांचा व गोळे तोफांचे यांचा सरंजाम दिल्हा होता, तो आठवे रमजानीचे लढाईत फडशा जाहला. त्यापैकी दारू काही राहिली होती ते छ १० व छ १७ रमजानीचे लढाईत खर्च जाहली. इकडील दारू बापूनी खंड्या दोन-तीनपर्यंत आणविली, तेच हल्ली खर्चास आहे. गोळेही लहान मोठे करविलेच आहेत. मुरार-जाधव याजकडील परगणे अमळनेर येथील मोकाचे ऐवजी पाऱ्होळेकरांकडे वरात वीस हजार रुपयांची आहे. पैकी परभोर वराता झाल्या दहा हजाराच्या. बाकी दहा हजार राहिले होते ते हली सक्तीने वसूल करून निशा बापूकडे करविली. त्यापैकी त्या आम्हास दोन हजार रुपये खर्चास दिल्हे पुढे आम्हास खर्चाविषयी परवानगी बापूसच लिहावी; तेथे रानात आम्हास कर्जवाम कोण देतो? यावर जैसी आज्ञा तैसी वर्तणूक करून छ २६ साबानचे आज्ञापत्र आले ते पाहून परम संतोष जाहूला, कंपितानाचे नावचेही पत्र पावले. ते सरकारचाकरीस फार सावध, मेहनतीस आळस करीत नाहीत. त्यांचे पत्र त्यास वाचून दाखविले. तेही बहुत संतुष्ट जाहले. वरकड वर्तमान विस्तारे राजश्री बापूनी सेवेसी लिहिले असेल. इकडील गुंता लौकर उरकून चरण दृष्टीस पडावे हा निजध्यास रात्रंदिवस लगला आहे. बहुत काय लिहिणे? लोभ असावा हे विज्ञापना.

❖

५७. नागपूरकर भोसल्याच्या बंगालवरील स्वारीचा प्रारंभ

....घाटावर फौजेचा गाहा होईल आणि नागपूराचे पूर्वेस होणार नाही ऐसे नाही.

नागपूर अफेअर्स, खंड १ सु।। समानीन मया अलफ जिल्हेज
पत्र क्र. २०१,पृ. २१९ इ. १७७९ डिसेंबर २२

श्री

साहेबाचे सेवेसी आज्ञाधारक मलहारजी वोरपे व दताजी कुसाजी कृतानेकताने सिरसाष्टांग दंडवत विज्ञापना येथील क्षेम ता। १३ जिलेजपावेतो मुकाम नागपूर साहेबीच कृपावलोकने आज्ञाधारकाचे वर्तमान येथास्थित असे. यानंतर साहेबी कृपा करून छ. ७ जिलकादचे आज्ञापत्र सादर केलेते २५जिलकादी पावली. तेथे आज्ञा की, तलेगावचा मजकूर राजश्री दिवाकरपंत याणी आगोधर लेहून करावयाचे होते ते न केले. याउपरी दुसरा कारकून लौकरच रवाना होईल म्हणोन मशारनिलेस सांगणे. त्यावरून आज्ञेप्रमाणे वर्तमान सांगितले आणि आज्ञापत्रही दाखविले. त्याचे उतर जाहाले की, अगोधर श्रीमंतास लेहून करावे हा अर्थ करा. परंतु येविसीचा मजकूर राजश्री तात्या यास पुण्याचे मुकामी बोलण्यात आलाच होता. त्यावरून त्याणी श्रीमंतास विनंती करणे ते केलीच असेल. कारकुनाचा मजकूर तरी श्रीमंतानीकारकून तलेगावास पाठऊ नये जो यैवज देणे तो तेथून हुंडी करून पाठविण्यात येईल. कारकून येऊ नये याजर्थी राजश्री तानको कृष्णयास पत्रे गेली आहेत. त्याप्रमाणे कारकुनाविसी श्रीमंतास विनंती करतील. यासमाणे उत्तर जाहाले छ १९ जिलकादचे आज्ञापत्र सादर केले ते छ १ जिल्होजी पावले सिरी वंदून बहुत संतोषाने पावलो. तेथे आज्ञा की, राजश्री दिवाकरपंतदादा याचे स्त्रीस समाधान वाटत नाही. त्यास सांप्रत शरीरप्रकृतीसी आहे? आरोग्य जालेच असेल. वरचेवर वर्तमान लिहीत जाणे म्हणोन आज्ञा. यास दादाचे स्त्रीस कार्तिक व ३ स देवआज्ञा जाहाली हे वर्तमान पेशजी विनंती पत्री लिहिलेच आहे त्यावरून सेवेसी श्रुत जाहालेच असेल. श्रीमंत राजश्री चिमणाबापू लिहिलेच आहे. त्याजवरून सेवेसी श्रुत जाहालेच असेल. श्रीमंत राजश्री चिमणाबापू याचा मुकाम वराड प्रांती का। पिजर येथे आहे. सातआठ हजार फौज जमली आहे तूर्त त्याच प्रांती राहावे. येथून साहेबासपत्रे गेली आहेत. त्याची उत्तरे जैसी येतील त्यासारखे करावे. याप्रमाणे श्रीमंत राजश्री सेनाधुरंधर व राजश्री दिवाकरपंतदादा याणी निश्चये केला आहे. अलीकडे साहेबाची पत्रे यास आली. त्यात मजकूर घाट चढू नये, नागपुराहून पूर्वेस मुकाम करवावा. मोहीम मातबर, महिना पंधरा दिवस अधिकोतर लागले तरी पेच नाही. टावर फौजेचा गाहा होईल, आणि नागपुराचे पूर्वेस गाहा होणार नाही, यैसे नाही. भोसले याचे पत्र लोकास गेल्यास जेथे म्हटले तेथे

फौजेचा गाहा होईल, लोक आगेमागे येतील चिंता नाही. परंतु पूर्वेसच जावयाचे करावे यैसे बहुत विस्तारपूर्वक लिहिले. त्याजवरून राजश्री दादा याशी बहुत प्रस्तावा केला. म्हणत होते की, हे मसूलत श्रीमंताणी आम्हास सांगवी आणि आम्ही कबूल करावी यैसे काहीच नवते. परंतु राजश्री पाटीलबाब जांबगावीहूनक आले. तदोतर श्रीमंत राजश्रीनाना व राजश्री तात्या व राजश्री कृष्णरावजी व राजश्री पाटीलबाबा याणी भिडेस गोविले आणि म्हणो लागले की नवाबानी लिहिले त्याप्रमाणे सर्वानीकरावे. सर्वास करणे उचित आहे. तुम्ही बंगाल्याची मोहीम करावी यात उपयोग फार आहे, यैसा मुदा लोभाचे व ममतेचे पोटी घातला. तेव्हा कबूल करणे प्राप्त जाहाले. ते समयी आमचे बोलणे की, आमचे दौलतीत पैक्याची वोढ फार, आणि मोहीम तो कजाखीची इतके मात्र अवघड आहे.त्यास गंगधडी प्रांती नवाबाकडून दोन तीन लाखपावेतो राजश्री अपाजी गोपाल घेतात त्याखेरीज ज्याजती देवावे म्हणजे फौज उंदरीचे घाटावर जमा होऊन मंथणी कालेस्वराचे आसपासून आज्ञेप्रमाणेजाईल, यैसे बोलिलो. ते समईश्रीमंत राजश्री नाना व राजश्री तात्या व राजश्री कृष्णरावजी याणी कबूल केले की, घाटमाथा फौजेचा आला घालावा. नवाबासही लिहून साला बादखेरीज काही यैवज देवऱ्यात येईल, आणि राजश्री पाटीलबाबा याणी कबूल केले की, जेथे ऊण पडले तेथे आम्ही आपले तर्फेन पूर्णत करू. यैसा निश्चये करून श्रीमंताचा निरोप घेऊन नागपुरास आलो. आज्ञेप्रमाणे श्रीमंत राजश्री चिमागाबापूसाहेब यास दसरियाचे मुहूर्ते डेरेदाखल करविले. आणि श्रीनंतास व नवाबास व राजश्री जिवाजीपंत व राजश्री बगाजी रघुनाथ यास पत्रे लिहिले. त्यास सर्वाचे पत्राची उत्तरे आली की, घाट चढावयाचे करू नये. त्याजवरून आपूर्व वाटले. लिहिल्या प्रमाणे घाटाखाली फौजेचा मुकाम करविला आणि श्रीमंतास पत्र लिहिली की, आज्ञेप्रमाणे बेत धरला असता नवाबाचे मर्जीस येत नाही. त्यास जो बेत धरला आहे त्याप्रमाणे फौजेचा गाहा होऊन मंथणी कालेस्वरचे आसपासून जाणे होये यैसे घडावे. गंगधडीस नवाबाचे मर्जीने लाख पनास हजार ज्याजती देविल्ह्यास घेण्यात येतील जर करिता यातही नवाबाची मर्जी दिक होत असली तरी अपाजी गोपाल घेतात, त्यापेक्षा वीस पंचवीस हाजार रुपये कमी घेण्यात येतील नवाबाचे प्रांताची खराबी फौज जाण्यामुळे होईल, तरी श्रीमंताणी आपला जिमा करावा, परंतु सहश्र प्रकारे मंथणी कालेस्वराचे आसपासून जाणे घडे पैसे करावे. याप्रमाणे लिहिले. त्याचे उतर कैसी येतील ती पाहावी. आमचे पत्र पोहोचल्याचे पूर्वी अलीकडे त्याणी लिहिते की, नागपुराचे पूर्वेस मुकाम करवावा. भोसले याचे पत्र लेकास गेलियास जेथे पाहिजे तेथे लोक येतील,चिंता नाही, यैसे लिहिते. त्यास पैक्या सिवाये फौजेचा गाहा होणे कलतच आहे. येविसीचा अनुभव राजश्री तात्या याचे आंगी सर्व वेधना असून यैसे लिहिले यास काये म्हणावे? बर असो. आम्ही पत्रे लिहिली त्याची उत्तरे कैसी येतात ती पाहावे यैसे वारंवार बोलत

असतात. राजश्री भवानी कालो याची पत्रे लस्करातून पिजरीचे मुकामच आली. त्याणी लिहिले की, आलजपुरीहून बहिरामजंगाकडून राजश्री माधवराव कोरडे नामे ग्रहस्त श्रीमंत राजश्री चिमणाबापूसाहेब याचे भेटीस आले. त्यास विचारिले की, वराडप्रांती साहेबजादेयांची स्वारी आली, त्यास तुम्हाकडून काही नजर मेजवानी व्हावी. त्यास त्याणी उतर केले की, नवाबाचे तहाप्रमाणे वाजबी यैवज आपला घ्यावा. सिवायेतह नजर मेजवानी वगैरे घेऊ म्हणाल तरी नवाबाचे तहात आतर होईल यैसे सांगितले, म्हणोन राजश्री भवानी काळो याणी लिहिले. त्याचे उतर येथून गेले की, ज्यापक्ष गंगथडीचा प्रकार थैसा, त्यापक्षी बहिरामजंगास काये म्हणावे? असो तहाखेरीज कोणतेही न करावे. सर्व नजर श्रीमंत माहाराज राजश्री रावसाहेब याचे दौलतीवर द्यावी लागती यैसे दादा याणी लिहिले आहे. राजश्री बेणीराम सिवभद्र याची पत्रे कलकत्याहून येथे आली, त्यात लिहिले की, करनल हिस्टीनसाहेब याणी दाहा वीस लाख रुपये खजिना जाहाजात भरून सुरतेस पाठविला होता. त्यास जलमार्गे जाहाज पाण्यात बुडाले. यैवज मानसे सर्व बुडाले. जाहाजाचा सरदार मात्र वाचला, म्हणोन लिहिले आहे. त्यास राजश्री दादा म्हणत होते की, सालगुदस्ता प्रथम इंग्रज कलकत्याहून आले त्यास करनेल लसलीन सरदार मेला व अलिहाट येथे बोलावयास येत होता, तोही वारला. मुंबईवाले बोरघाटावर श्रीमंतास घेऊन आले तेही सीकस्त होऊन श्रीमंतास हाती देऊन फजियेत होऊन गेले. तैसेच हेही दिसते. श्रीमंत माहाराज राजश्री रावसाहेब याचे दैव विचित्र आहे. त्याचे पुण्यप्रतापे करून सर्व गोस्टी नीटच घडतील आणि शत्रू लयासच जातील यैसे बोलिले. निर्मलेहून जाब्बीतजंगाकडून राजश्री गोपीनाथ पुरुषोतम जेथे आले होते, हे वर्तमान पेशजी विनंतीपत्रे लिहिलेच होते. त्यासवकील मशारनिलेची रवानगी याणी मागती निर्मलेस केली. वकील जाऊन दोन तीन दिवस जाहाले. राजश्री दादा याणी निर्मलेस जावे यैसी साहेबाची आज्ञा व येथील निश्र्चये होता. त्यात तूर्त फौजेचे जाणे घाटावर महकूब जाहाले. तेव्हा निर्मलेस जाणे महकूब अर्थातच जाहाले. साहेबाची पत्रे आली यावर काये होणे ते होईल. तोपावेतो कोणतेही होत नाही. साहेबांनी सीवणी हुसगाबादेविसी भुपालवाले यास पत्रेक पाठविली, ती यास पावली. त्याजवरून लाला जाधवराव याची रवानगी होणार. लौकर जातील. सेनाधुरंधर याचे व सर्वाचे मानस कीं, दादानी लग्न करावे. त्यास दादाचे मानस परिछीन लग्न न करावे. जाबीतजंग याणीही लिहिले की, निर्मल प्रांती मुली साहा वोर्शापावेतो दोन तीन आहेत. खामखा लग्न करावे

गाट्टा = जमाव
साहेबजादा = बादशाहा / नवाब यांचा पूत्र, शिकस्त = पराभव

म्हणौन लिहिले. त्यास दादाचे मानस की, परिछीन लग्न करू नये. म्हणत होते की आम्हास तरी लग्न करणे नाही आणि श्रीमंत राजश्रीनाना व राजश्री तात्या याचीही पत्रे येतील की लग्न करावेच करावे. यैसे शपतपूर्वक पत्राची लगर लागेल, काये करावे यैसे बोलिले. त्यास येविसी येग दोन रवानगी लग्न करावे म्हणौन दादास यावीच यावी. येविसी साहेबी पत्राची रवानगी तरी केलीच असेल. परंतु येथील बोलण्याचा स्थाईभाव ध्यानास यावा, यार्थी धटाई करून विनंती लिहिली असे. श्रुत व्हावे हे विज्ञाप्ती.

❖

५८. मोरोबाची बारभाई विरुद्ध कारस्थाने

बापूनी तरी कपटभाव ठेवण्याचे कारण काय

डे.कॉ.रु.८७ का १ पत्र ३०४ — पौ। ६५ मोहरम, खमस
इ. १७७५ (अंदाजे)

श्री

सेवेसी बाबूराव कृष्ण करद्वय जोडून साष्टांग नमस्कार विज्ञापना राजश्रीमोरोबा दादाकडून काल येथे येक ग्रहस्थ बोलण्याकरिता आला होता. आपले सर्व लक्ष श्रीमंत रावसाहेब व श्रीमंत नाना यांच्यात बऱ्या अर्थी आहे. परंतु नाना उमजत नाही. मुख्य मसलती होतात त्यात आपली साधने लाऊन बापू करितात. मीही त्यास म्हटले की, प्रस्तुत काली नावाबाचा उपकार आपल्यावर जाहाला आहे. त्याचे उत्तराई होणे कठीण मग त्याचे डौलास आले तर कठीण काय? मग त्याणी उत्तर केले की **नवाबाचे लक्ष फारकरून बापू आहे. नानाकडे नाही. मी त्याजवळ म्हटले की, बापू नाना कुडी मात्र दोन हा भाव जाहाला म्हणूनच राज्य राहिले. अशा समयी बापुंनी ती कपटभावा करावयाचे कारण काय?** तेव्हा त्याचे उत्तर तो ग्रहस्थ बोलला. जे, बापू आपला पक्ष बलावीतात. यास्तव तुम्ही आपले ममतेत असावे. उत्तर साफच केले. परंतु त्याच्या बोलण्यात सरकार हीतच असे भासविले. त्यात दोन अर्थ दिसोन आले. **आपले बापूंचे विरुद्ध वाढोन मनसबा नासावा ही एक अर्थ** यात आपण सर्वज्ञ आहेत वृत्त कळवावे म्हणोन ला।। आहे. सेयेसी श्रुत होय हे विज्ञापना.

❖

डौल = दिशा

५९. सखाराम बापू बोकीलाची बारभाईविरुद्ध कारस्थाने

बापूंचे फितूरीचे दस्ताऐवज शिंद्याचे हाती...

डे.कॉ.रु. ७२ का ३१ पत्र ७   १७८०

श्री

श्रीमंत राश्री नाना स्वामीचे सेवेसी पोष्य माधवराव नारायण सा। नमस्कार विनंती येथील कुशल छ २० सफर पावेतो वर्तमान यथास्थित असे. यानंतर आपण पत्र पाठविले ते पावले तुम्ही लग्नाकरिता टोक्याला गेला होतात ते नगरास कधी आलात? हे लिहून पाठवावे, इकडील वर्तमान तर श्रीमत रा। दादा साहेबाबरोबर फौज देऊन झालीस रवानगी तळेगावीचे मुकामीहून करूना उभयतासुधा आम्ही पुरंदरास आलो. सरदारास निरोपही दिल्हा होता. **सखारामपंत याचा दस्तऐवज फितुरावीशी शिंद्याचे हातास आले. मागेही फितूर करून राज्य खराबीत आणीले कितेकांचे नाश केले असे जाणोन छ ९ मजकुरी बापूस कैद करून किले सिंहगडावर ठेवले.** श्रीमंताचे दैव थोर आहे म्हणून ली॥ होते. सविस्तर कलले त्यास श्रीमंतांचा प्रताप थोर आहेच त्यात आपली कारस्थानी अधिक आहे. टोक्याहून लग्न करून नगरास आल्यावर आपणाकडे पत्र लिहून पाठविले आहे. बहुत काय लिहिणे? लोभ असो दीजे हे विनंती.

६०. सखारामबापूंची अखेरची कैद

आजारपण दो-चोहो रोजी ज्वर येत असतो.

डे.कॉ.रु. ७२ फा ४७ पत्र २१ इ. १७८०

श्री

पौ। छ ८ साबात इसने समानीन श्रावण मास शेवेसी सदाशिव रघुनाथ कृतानेक साष्टांग नमस्कार विज्ञापना ता। छ ४ साबान पर्यंत वर्तमान यथास्थित असे. विशेष राजश्री सखारामपंत यांचे शरीरी प्रस्तुत समाधान नाही. दो चोहो दिवसा आड थोडा थोडा ज्वर येत असतो. व वायूच्या उपद्रवाने हातापायास कला बहुत लागल्या आहेत. उष्ण तेले व काढे मारनिलेस वरचेवर देववीतो हातपाय वायूने दुखतात. येणे करून बहुत हैराण आहेत. प्रकृत दिवसेदिवस क्षणि आहे. नारायण तेल वगैरे उष्ण तेले पाठवावयासी आज्ञा जाली पाहिजे येथील हवा बहुत सर्द त्यास प्रकृततही बहुत जपून नीट राखीत नाहीत. त्यामुळे प्रकृतीस चलबिचल होऊन मध्ये मधे बिघडते. आम्ही. औषध उपचार करीतच आहो सेवेसी श्रृत होय हे विज्ञापना

❖

६१. ऐतिहासिक सांकेतिक पत्र

....पुरुषाने मर्कटास द्यावे आणि प्रकृत आपले जमेस करावी.

महादजी शिंदे कागदपत्रे २६ फेब्रुवारी १७८०

ले. ८१

श्री

सेवेसी विज्ञापना ऐसीजे उभयतांचे वैमनस्य येऊन स्तलांतर केले होते. मागी रहस्य होऊ पूर्वस्थानी संन्निध वासास पुरुष (फत्तेसिंग) आला उभयता प्रकृति (अहमदाबादे) वरच आहेत. समाधान होण्याचे कारण हे ऐकितो की प्रकृत (अहमदाबाद) पुरुबाचे स्वाधीन करावी चारल्स रुपये पेशजीचे तीन शिवाय पुरुषाने मर्कटास द्यावे आणि प्रकृत आपले जमेस करून घ्यावी. असा स्नेह ठरला. पुढे येथून चेर (शेर) होऊनमाघारे, गेल्या मार्गे आपल्या दर्शनास यावे असे मान्स मर्कटाचे, पुरुषाचे विचारे हे ठीक नाही. गेल्या मर्तो येऊ नये. आपली प्रजा श्रमी होते. याजकरिता मही दक्षिण तीरी न येता, उत्तर तीराचे मार्गे अमोद देहजबारी यावरुन खंबायतोजवळ अथवा अलीकडे रेवा उनरोन, स्वामींचे दर्शनघ्यावे. असा परस्परे विचार होत आहे. पागड, चंपनेर याजकडे जाण्याचा प्रकार आपल्या व मागील सावकार (पाटील बाबा) माल (फौज) घेऊन येण्याचा विचार आहे असे समजलियावर तूर्त राहिला. प्रकृतीहून निघोन माघारे रेवा दक्षिण तीरी सर्वत्रांची दर्शने घ्यावी असा निधाय होत आहे. मग पाहावे चंपानेरकडे गेलियास आपण सर्वत्र रेवा उत्तरतील आपली प्रजा पीडा पावल्यास आपला सर्व प्रकारे नाश असे पुरुषाचे विचारे, आणि दुसरा प्रकार अमोद देहाजबारी ही दोन बंदरे भडोचच्या उत्तरेस आहेत.

मर्कटास समजाविला आहे की चांपानेर पायागडा कडे गेलियास सिंधूचा सान्निध वास सुटोन जलरहित देशात जाणे घडते. काल देश पाहातो दुर्घट विचार पडणार. असे रीतीची मसलत सांगोन माघारे आगमन मर्कटाचे करून, स्वामीची त्याची समक्षता दक्षिण तीरी रेवाच्या करावी, म्हणजे आपण आजपावेतो केल्या कर्माचे सार्थक मूळची प्रजा राहिली. नवीन संपादिली तिचा उपभोग होऊन, तूर्तचे काली जो लाभ जाहाला तो जाला. पुढे प्रसंगानुसार घडेल प्रकार तसा पाहातच आहो. असा मनसबा पुरुषाचा आहे. व चितात आणून माघारे आवाहन मर्कटाचे करावयाचे करीत आहेत मग पाहावे. याप्रमाणे छ. २० सफर मंदवार दोन प्रहरचे समजले वर्तमान सेवेसी श्रुत असे. पुढे समजेल तसे स्वेसी विज्ञापना करीन. सेवेसी श्रुत होय हे विज्ञापना.

❖

रेवा = नर्मदा

६२. पानपतात हरवलेल्याची ओळख व साखरवाटणी

पांढरीत साखर वाटली कोणी घेतली कोणी न घेतली.

भा.इ.सं. मंडळ त्रैमासिक
वर्ष ३०-३१,अंक ३ - ४ व १ श. १७०१ फाल्गुन व.२
ले. १८२, पृ. १३२-३३ इ.१७८० मार्च २२

श्री

दा। बो। मोकदम समस्त दाहीजण मौजे न्हावी ता। सांडस प्रा। पुणे सु।। समानीन मया व अलफ सन ११८९ कारणे साहेबाचे सेवेसी कतबा लेहून दिल्हा यैसाजे गोविंदराव सितोले पानपताकडे गेले होते त्याचे ठिकाण मानभावामध्ये लागले त्याजवरून त्याची बायको व पुत्र त्याजकडे जाऊन त्यास बोलविले आणि पांढरीत साखर वाटली घेतली कोणी न घेतली त्याजवरून परस्परे कलह होऊन आपल्या भाऊपणियात पेच पडों लागला त्यावरून गोतानी सर्व सितोले यासी सांगितले की औघे भाऊ एकत्र होऊन विचार करणे गोविंदरायामुळे तुमच्या भाऊपणियात पेच पडावा हे उत्तम नाही गोविदरायाचे बायकोने व पुत्राने त्यास वोलखून साखर वाटली कोणी घेतली कोणी न घेतली येविसी भांडणे वाढऊन रिकामा भाऊपण्यात कलह वाढवावा हे ठीक नाही म्हणौन त्यावरून आपण समस्त भावानी गोतांच्या सांगितल्या प्रो। मान्य करून हा कतबा लेहून दिल्हा असे तरी याउपरी येविसीचा परस्परे कलह कटकट करून लबाडी करू तरी गोताचे अन्याई दिवाणाचे गुन्हेगार हा कतबा लेहून दिल्हा सही तेरीख छ १५ रावल

बि।। भास्कर बाबुराव ठोबरे कुलकर्णी मौजे उंडवडी ता। करेपठार वगैरे गाव

❖

निशाण नांगर
(नांगराचे चित्र)

१- महानुभावपंथाच्या मठात
मोकदम - पाटील, कतबा - कबुली जबाब, गोतसभा - ज्ञातीसभा

६३. अशौचा (सूतक)बद्दल बहिष्कृती

उपाध्ये याणी धटाईने आशौच धरीले नाही.

वैशाख शुद्ध व शके १७०२ तारीख ५ मे १७८०

कोकणच्या इतिहासाची साधने खंड १

श्री.

तालीक

अखंडित लक्ष्मी आलंकृत राजमान्य राजश्री गंगाधर गोविंद गोसावी यांसी

सेवक माधवराव नारायण प्रधान नमस्कार सुहूर सन समानिन मया व अलफ कृष्णाजी दादाजी जांभेकर माहाजन मौजे पौभुर्ले ता। खारेपाटण याणी हुजूर विदित केले की मौजे मार येथील माहाजन किंवा उपाध्यपण येकून दोनी वतने आम्हा जांभेकरांची. त्याची वाटणी पूर्वी होऊन माहाजनकी आम्हाकडे व उपाध्यपण जगजीवनभट यांचे वडिलांकडे या प्रो। चालत असता आमचे आजे केसो नारायण माहाजन परागंदा जाले. मागे उपाध्ये आमचे माहाजनकीचे वतन चालऊ लागले. काही दिवशी केसो नारायण गावी वतनावर आले. तेव्हा जगजीवनभट व कमलनयनभट उपाध्ये कर्जाचे निमित्य करून कलहास प्रवर्तले. त्यासमई कैलासवासी मोरेश्वरराव रामचंद्र अमात्य याणी सज तिसा अशरीन मया व अलफचे साली (१७२९) रत्नागिरीचे मुलामी मनसुबी केली. उपाध्ये खोटे जाले. आम्हास निवाडपत्रे करून दिली. पुरातन प्रो। कुणबाबेसुद्धा माहाजनकी आमची आम्ही हा कालपर्यंत आनभवीत आहो. आलीकडे सात आठ वर्षे जगजीवनभट याचे पुत्र दिवाकरभट व कमलनयनभट यांचे पुत्र बाबुभट उपाध्ये आमचे वतनासी कजिया करू लागले. तिगस्ता आमची भावजई निवर्तली. तिचे अशौच सर्व दायाद याणी धरिले आणि दिवाकर भट व बाबुभट उपाध्ये याणी धटाईने अशौच धरिले नाही. यास्तव ब्राह्मण व श्री शंकराच्यार्थ स्वामी संस्थान करवीर व राजश्री पंत अमात्य व राजश्री गंगाधर गोविंद सुभेदार ता। विजयदुर्ग याणी बहिस्कार पत्रे पाठवून अपाक्त केले असता त्यांचे घरी चार पाच ब्राह्मणानी भोजने केली, त्यांची घरे अपाक्त जाली. त्यातून वरकडाही सरकारची पत्रे आणून प्रायश्चिते घेतली. बाकी आपा जोसी व सिवराभट देवभक्त हे प्रायश्चित व घेत याकरिता तेही अपाक्त आहेत. त्यास त्यांचे आप्त पंक्तीस घेऊन बखेडा करितात. त्रैविसीचे वृत गावचे वतनदार व आम्हा उभयताचे दामाद विभागी येथे पुण्यात आहेत त्यास पुसोन ताकीद जाली पाहिजे. म्हणोन त्यावरून मौजे मजकूरचे मिरासी व कुलकर्णी त्र्यंबकराव यशवंत व उभयता जांभेकरांचे दायाद माहाजनांचे विभागी

तालीक = नक्कल, सिगसा = तीन वर्षापूर्वी, दायात - स्वगोत्री, अपाक्त - भोजन पंक्तीस बंदी

आबाजी विठ्ठल उपाध्यांचे पुतणे मुकुंदभट व निमेचे विभागी गोपालभट याचे पुत्र बाबूभट उपाध्ये व ठिकाणदार बाजीभट माजनी यासी आणून समक्ष पुरसीस करिता सर्व जांभेकरांचा मूल पुरुष येक, त्यास पुत्र दोन जेष्ठ पुत्राने माहाजनकी घेतली त्याच्या वंशातील कृष्णाजी दादाजी वगैरे माहाजन कनिष्ट पुत्राने उपाध्यपण घेतले. त्याचे वंशातील दिवाकरभट व बाबुभट वगैरे उपाध्ये हे परस्परे वृद्धीक्षय दशरात्र धरीत होते. आलीकडे दाद नाईक महाजन मृत्यू पावले, तेव्हा सिवरामभट जांभेकर उपाध्ये याही चहू घरची वृथ्थे दशरात्र ठेवून वरकड तीरात्र केले. त्या प्रो। धरीत आले. दुर्मुख संवत्सरी गोपाल दादाजी महाजन यांचे स्त्रीचे अशौच उपाध्याचे पुतण्यासुधा सर्व जांभेकरांनी धरिले. दिवाकरभट व बाळूभट उपाध्ये याणी धरिले नाही. यामुळे अपात्क आहेत. म्हणौन जबान्या लेहून दिल्या. त्यावरून मनास आणितो उपाध्ये व माहाजन मार दायाद वृद्धी क्षय परस्परे धरितात. गोपाळ दादाजीमहाजन यांचे स्त्रीचे अशौच सर्व दायाद याणी धरिले. दिवाकरभट व बाबुभट उपाध्ये परंपरा धरीत आले असता धरिले नाही. हे अशास्त्र याकरिता बहिष्कृत जाले. त्यास प्रायच्चित न होता अन्न व्यवहार नसावा. आप्तत्वामुळे काहीजण पंक्तीस घेऊन बखेडा करितात. सा हे पत्र सादर केले आहे तरी दिवाकरभट व बाबू जांभेकर उपाध्ये आग्रहे करून प्रायश्चित न घेता राहिले आहेत. त्यास प्रायच्चित झाल्याशिवाय त्यांचे पंक्तीस कोण्ही अन्न व्यवहार करू नये. बहिष्कृतांच्या पंक्तीसाठी भोजन केले असेल, त्याची चौकशी करून त्याजपासोन जीवन मवाक गुन्हेगारी घेऊन तो मारचे सरकार हिसोबी जमा करणे आणि त्यास प्रायच्चित देवणे. येविसी धटाई करील त्याजबरोबर माणसे देऊन हुजुर पाठवणे. जाणिजे छ २९ रीबलाखर आज्ञा प्रमाण

❖

त्रिरात्र = तीना रात्रीचे दिव्य, जीवन मवाफीन = आवश्यक

दशरात्र = दहा रात्रीचे दिव्य

६४. नाना-महादजी संघर्ष

.... तो डाव चुकला पण चितातील दंश कसा जातो.

२० एप्रिल १७८०

विज्ञापन ऐसीजे-आमची विकृति कारभारी नाना यास फार आली. म्हणून जांबगावीच आमचे पारपत्य करित होते. तो डाव चुकला. दंश चितातील कसा जातो इकडे आमचे पारिपत्याचे योग घडले पाहिजेत म्हणून आम्हास ईर्षा देव देऊ लिहितात की जिमा मसलतीचा कबूल केला असता आता कुमक का मागतात. लिहावयाचे कारण जे **ईर्षा येऊन झुंजात झगडतील आतून गायकवाडाशी संदर्भ आहेत. इंग्रज त्यांनी मेळवून घेतलेच आहेत. एक होऊन तोफखान्याने इंग्रज सडकील फौजेने गायकवाड दमवतील येणेकडून याचे पारपत्य होईल हा मनसबा कारभारी याणी आरंभिला.** परंतु ज्याचे निष्ठेत भंग नाही तो कधीच अपयश पावणार नाही. सोबती (होळकर) अस्तनीत. अंगसूत्रे अनुसंधाने सोबत्यांनी होळकर खेळविली. चिंतो विठल, सदाशिवरामचंद्र यानीही कोण्हे विषयी कसूर केला नाही. **बातम्या मनस्वी पाठवून छापे आणिले दगे केले. आम्हाकडे दर झुंजास घोडे, माणूस आमचेच मरत गेले इतर कुणाचे माणूस, घोडे मेले नाही आम्ही तो भ्याडच झूंजाचे समयी हीवताप येत असतो.** अशा आम्ही इंग्रजावर चालून काय जावे. **आम्हाकडील तलवार वा गोळी चालवावयास शक्ती नाही.** श्रीमंताचे कृपेकरून इंग्रजाचे खास फौजेचे सरदारच मरत गेले. **गायकवाड झूंजास पुढे येते तर त्यांचेही मरते.** आम्ही तळ सोडून निघालो. काही रसद मिळेना. दोन शेर धारण जाली. झाडपाला घोड्या उंटास घालीता पण तोही मिळेना. घोडी उपाशी मरू लागली. निदान त्यांच्याच लिदा फोडून जाळील्या ऐशी दशा जाहाली ते दिवशी इंग्रजाचे अनकूल कालाने आम्हास चकवून फेर पाडून सारा दिवस रात्र पाण्याचा तोटा पडला. सतत दहा प्रहर घोड्याची मजल करून मध्यरात्री मुकामास आलो. असो. **धनीपणा कारभाऱ्याकडे आहे आमचे पारपत्य त्यांचे मनोमानसी आहे म्हणूनच अशी कारस्थाने चालली आहेत. आम्ही चाकरी धन्याची जाणतो त्यासी बैमानी करणे नाही धनी थोर जाल्यावर बोलावतील तेव्हा जाऊ. तवपावेतो रेवा उतरणे नाही. दुरुन चाकरी करू अगदीच आम्ही नसावे असे मानस असल्यास उत्तम आणीके छायेस पोट भरू. परंतु या उपर रेवापार होणे नाही. ही मसलत (राज्य) कारभारी बूडवीतात. श्रीमंतांचे हीत करतात सुखे करोत हे विज्ञापना.** ❖

मसलतीचा जिमा = मोहिमेची जबाबदारी, संदर्भ = मैत्री, रसद = मदत, अंगसूत्रे - कारस्थानी, रवा - नर्मदा नदी

६५. इंग्रजांचे छावणीतून आलेले मराठी बातमीपत्र

बाजारात जात नाही तळ्यास पाणी जिते आहे.

ऐ. टि. भा. ३. ले. ३८ १५ मार्च १७८१

जबानी जान डबीस मेयर गोलंदाज समवेल क्लार्क इंग्रज दि।। कपितान मिकलाऊत हा तोफांचे आवाज करावयाचा सरदार. इंग्रजाचे लष्करची बातमी घाटावर तळ्यानजीक गाडर आहे. बराबर पलटणे तीन आहेत. असामी तीन हजारपर्यंत आहेत. पैकी गोरे सरदार सर्व व आजारी व चांगले मिळोन नऊशे आहेत. एकवीस बंगाली व मदराज (स) व मुंबईचे मिळोन आहेत. तोफा आठ, पैकी थोर सहा शेरी दोन, तीन शेरी रेजगण मारावयाच्या जवळ पल्याच्या दोन शेरी लहान, एकूण आठ आहेत. पुढे अघाडीस मोरचा आहे, तेथे नऊशे असामी नेहमी रहात्ये. व दोन तोफा तीन शेरी व थोर येक त्याचे बाजूस आहे ती सुटत नाही. दोन लढाईच्यावेळी सुटत असतात. दक्षिणेकडील पहाऱ्यापासून उत्तरेकडे तळ्यापर्यंत जवळ जवळ रहात आहेत. तोफा तैशाच आहेत पाच हजार पर्यत जमेत मुंबई व बेलापूर व पनवेल. व कल्याण येथे रसद व दारुगोळा वगैरे जिन्नस आणावयास गेले आहेत. ते आल्यानंतर कूच मुक्कामाचे काय होईल ते न कळे.

परंतु काही काही लोक छावणीचा मजकूर बोलतात जिन्नसाचा पाड ठाऊक नाही. सरकारचा शेर खातो. बाजारात जात नाही. तळ्यास पाणी जिते आहे. बेगमीचे आहे. मोरचास पाणी नाही. त्यास पुढे सिलात डहुरे खणले आहेत. ते काही नेतात, व तळ्याचे सकेकरी आणितात. सरकारचे गोळे जातात, त्यास पेशजी गरनाळेचा गाळा मोडला, व दोन गोलंदाज यांचे पाय कतरोन गेले व एक तुरुकस्वार याचा घोडा पडला. घाटावर आल्यापासून कालपर्यंत गोलंदाज वगैरे शिपाई पन्नास पर्यंत गोळ्याने व बाणाने व गोळीने ठार जाले. शिवाय जखमी शंभरपर्यंत जाहले. ते काही वसईस पाठविले. काही खोपवलीस आहेत. दररोज लढाईच्या दिवशी दहा पाच असामी जखमी व काही ठार होतात. गोळे टप्पे खाऊन जातात, ते बातेरीच्या मागे गोटात पडतात व उकाल जातात. ते तळ्यानजीक गोटात पडतात. त्याणे वाणी बाजारचे काही जाया जाले. दारुगोळा तूर्त बेगमीचा आहे. जिन्नसाचा तूर्त तोटा आहे. त्यास वरचेवरी काही येतो.

गाडर लढाईच्या समयी येतो. मोरचे फिरोन जातो. कारणेल गाडर याचा मुतालीक, याचा घोडा गोळ्याने ठार जाला तो वाचला. हिरव्या पालखीत बसोन

दी।। दिमत = सेवेत, सबका = पखाल = पंखालवाले., झील = नदी, पेशजी = पूर्वी, मुतालीक = दुय्यम

गाडर येतो. एकाद दिवस हत्तीवर बसोन येतो.चार हत्ती आहेत. पैकी घाटावर एक दोन आहेत. दोन घाटाखाली आहेत. लोकास रोजमरा महिन्या महिन्या द्यावा, त्यापैकी एक महिना ठेवून बाकीचे वरचेवर देतात. घाटाखाली सहा हजार पावेतो जमात, पैकी तीन पलटणे व तीन हजार स्वार. काही लोक दादासाहेब याजकडील मिलोन आहेत. तोफा चार थोर व गरनाळा चार आहेत. ही बातमी मागील. आम्ही घाट चढल्यावर किती काय आहेत हे ठाऊक नाही.

❖

६६. चौकडीच्या राजकारणात निजाम व भोसले यांनी केलेला पेशव्यांचा विश्वासघात

इंग्रजांचे चहुकडून चवघानी पारपत्य करावे.

महादजी शिंदे ह्यांची कागदपत्रे, सु॥ इसन्ने समानीन, शवाल

पत्र क्र. १७३, इ. १७८१ सप्टेंबर २१

पौ॥ छ. १८ सवाल इसन्ने समानीन ह॥ डाक

राजश्री बाळाजीपंत नाना गोसावी यांस दंडवत विनंती उपरी आपण पत्र पाठविले ते पावले. प्रस्तुत हैदरखानाचा ताण व जरब इंग्रजांवर भारी आहे. याकरिता कोणेही प्रकारे श्रीमंतांशी व हैदरखानाशी परस्परे संदेह पडून फाट पडावा, या युक्तीत व प्रेत्नात इंग्रज फार लागले आहेत. गाडराने येथे राजकारणे लावून पाहिली; परंतु येथून उत्तरे साफच केली की जे होणे ते हैदरखान व सरकार मिळून होईल. तेव्हा इकडील बोलणे सोडून हैदरखानाशी कर्नेल कुटाने बोलणे लाविले व पत्रही त्यास स्नेहाविषयी पाठविले. **त्याचे उत्तर हैदरखानानी कर्नेल कुटास लिहून पाठविले की श्रीमंत आम्ही एक. तुम्हाशी सलूक करणे नाही.** आम्हाकडे इंग्रजांचे राजकारण लागले होते. तो इतक्का आम्ही हैदरखान यास केला होता. त्याकडे राजकारण लागले त्याचा मजकूर त्याणीही आम्हास लिहिला. इंग्रजांचे मसलतीविषयी हैदरखानच उपयोगी पडले व पडतील. **वरकडानी करार केले होते त्याचा विचार समजलाच आहे. आतून इंग्रजाशी स्नेहही केले.** असो. चिंता नाही. प्रस्तुत आपलेकडे इंग्रजांचे बोलणे काही लागले आहे म्हणोन वर्तमान कळले. त्यास, ज्यात दौलतेस उपयोगी व हैदरखानास संशय न पडे तेच आपण करतील. सर्व दूरंदेशीचे अर्थ आपले ध्यानात आहेत तेथे विस्तारे काय ल्याहावे? म्हणोन लिहिले ते व कितेक राजश्री नारो शिवदेव यांचे पत्री लिहिले त्याजवरून सविस्तर कळले. **ऐसियास इंग्रजांचे चहूकडून चवघानी पारपत्य करावे. या मसलतीचे बाजीकर नवाब व भोसले होऊन देवाजीपंत पुण्यात आले.** आपला त्याचा विचार होऊन मग आम्हास बोलाविला. भोसले आम्हास सचंतर मसलत सांगा म्हणतात. त्यास बंगाल्याची मसलत भोसल्याकडे सांगावी हे आपले व सर्वांचे विचारास आले. त्या वेळेसच आम्ही आपणाशी बोललो, भोसले यांच्यानी **बंगाल्याची मसलत होणार नाही. बंगाल्याकडे आपला एक सरदार पाठवावा म्हणजे बंगाल्याचे इंग्रजांस ताण बसून सरकार उपयोगी मनसुबा होईल. नवाब व भोसले व सरकार मिळून देशाच्या इंग्रजाचे पारपत्य करावे.** परंतु ही सल्ला विचारास न आली. देवाजीपतानी बंगाल्याकडील मसलतीचा जिमा आपला करून घेतला. त्यावरून भोसले परकी

सरदार होत्साता बंगाल्याची मसलत कबूल केली. ते करतील हे खातरजमा आपली होऊन देवाजीपंतांनी गढेमंडल वगैरे मुद्दे घातले ते करून दिल्हे. नवाबानी राजबंदर शिकाकोलाकडील मसलतीचा जिमा केला. त्यावरून आदवानी वगैरे जागा नवाबाची इंग्रजांनी घेतली असता इंग्रजापासून हैदरखानाने घेऊन दाबली होती. ती नवाबाकडे सोडून देविली. **करारप्रमाणे आपलाले मसलतीवर जाऊन इंग्रजांचे पारपत्य करावे हे न होता नवाब आपले घरी स्वस्थ इंग्रजापासोन रूपये घेऊन माघारे आले.** त्यामुळे कलकत्याहून पलटणे, चिनापट्टणाकडे हैदरखानांनी जनराल कूट याजवर जरब बसविली, याकरिता त्याचे कुमकेस पाठविली, व या इंग्रजांचे कुमकेस पलटणे कलकत्याहून आली. **यामुळे हैदरखानाकडे व इकडे मसलत भारी पडली. नवाब, भोसले आपलाले मसलतीवर कायम असले तरी दोहीकडेही मसलती भारी न पडत्या.** परकी सरदार बोलतात त्याप्रमाणे करतील हा मोठा भरवसा आपणास होता. परंतु प्रथम आम्ही सांगितले होते ते आता आपले प्रत्ययास आले. असो. चिंता नाही. हैदरखान परकी असता इंग्रजाचे मसलतीचे उपयोगी पडले. **इंग्रजांनी त्यास लोभही दाखविला, परंतु करारावर कायम राहून इंग्रजांस ताण बसविला.** ऐसे असोन, आपण आम्हास पेशजी लिहिले होते की, इंग्रजांकडील सळुकाचा पैगाम आला आहे, सरकारात वोढ मोठी, पैक्यास ठिकाण नाही. पुढे मसलत येऊन पडल्यास फौजेची तरतूद कैसी होती? हैदरखानास सल्ला पुसावी तर घरचा खजाना फार आपला मुलूक व पैका मिळाला. परभारे मसलतीचा खर्च वारितो या मसलतीमुळे त्यास किफायत जाहली व होत आहे. मसलत लांबल्यास त्यास पेच बसावयाचा नाही. इंग्रजांकडील सलुकाचा पैगाम आला तर त्यास इतल्ला दिल्हाखेरीज करू नये. ऐसे बोलण्यात आहे. याचा विचार कसा? म्हणोन आपली पत्रे आली. त्यांचे उत्तर आपणास पेशजी आम्ही लिहिलेच आहे जे, हैदरखान कराराप्रमाणे कायम राहून इंग्रजावर जरब बसविली, त्याजकरिता इंग्रज आपल्याशी सलुकाचे बोलतात. त्यास हैदरखानाचे इतल्याखेरीज करणे ठीक नाही. इंग्रज....इकडे सलुकाचे बोलणे लाविले म्हणजे हैदरखानाचे चितात संशय येऊन यांचे तुटेल, तेव्हा हैदरखान याशी स्नेह करून इकडे पेच पाडावा हे त्यांची तऱ्हा आहे. हैदरखानाचे चितात संशय आल्यावर इंग्रज आपण एक होतील, तेव्हा दौलतीस मोठा पेच पडेल. मग सांभाळणार नाही. याप्रमाणे आम्हीच आपणास लिहिले असता, आम्ही इकडे इंग्रजांशी सलूक करून तोफा घेऊन माघारे येऊ हे गोष्ट आम्हाकडून घडेल न घडेल हा विचार आपले चितात न येता जे सला आम्ही आपणास लिहिली होती तीच आपण आम्हास लिहितात. अपूर्व आहे! गुजराथीचे मसलतीमुळे खर्चाचे पेचात येऊन वोढग्रस्त प्रकार जाला. दुसरे देशी, जाणे म्हणोन फौजेचीही तरदूत नव्हती. तशात इंग्रज शिरोजेपावेतो आले. तेव्हा जो सरजाम होता. तितकियानसी येऊन गाठ घातली. इंग्रजास गोहदकर

जाट व नरवरकर राजा मिळाले. याकरिता मसलत लांबली. आसरा धरून बसले. तत्रापि पर्जन्य कालात सडे फौजेनशीच इंग्रजांचे नजीक चौ कोसावरी राहिलो. दो बाजूने फौजा व तोंडावरी आम्ही आहो. गोहदकर व नरवरचे राजाचा मुलूक त्यास पाठीमागे. तिकडूनही रस्त येती ते जाट व नरवरकर पोहचावितात. याकरिता जाटाचे मुलकात फौजा पाठवून हंगामा केला तेव्हा जाटाने पैगाम लाविला की, इंग्रजांस यमुनापार जाऊ द्यावे, म्हणजे आम्ही त्याचे काबूतून सुटून आपणास येऊन सामील होऊ. आपला मुलूक मागे टाकून त्यांचे मुलकात जाऊन लढाई पाडावी म्हणोन. त्यावरून इंग्रज कोणेही प्रकारे आसरा सोडून मैदानात निघावे, मग जाऊन गाठ घालून पारपत्य करावे, या अर्थे बोलणे जाटाकडील आले. त्याचा नाद मात्र आहे. येविशी पेशजी आपणास सविस्तर लिहिलेच आहे. सलूक करून तोफा घ्याव्या आणि माघारे यावे हे गोष्ट कसी घडेल? तोफा काही इंग्रजांनी लढाईतून जबरदस्तीने नेल्या असा अर्थ नाही. बुणग्यातून रात्री दगा करून नेल्या. त्यास इंग्रजांचे पारपत्य करणे तेव्हा तोफा जातात कोठे? ही पलटणे येथे आटकली यांची कुमक करावी या अर्थे कलकत्याहून जरनेल इष्टिन काशीस आला. तेथील राजास रुपये व किल्ले मागू लागला. त्यावरून काशीकर राजे यांची त्यांची लढाई होऊन इंग्रजांची शिकस्त जाहली. इष्टिन जखमी होऊन पळोन चिनाडगडास गेला होता तो काशीकर राजाने जाऊन चिनाडगड घेऊन इष्टिनास धरून आणिले. येविशी पेशजी आपणास लिहिले आहे. इकडील इंग्रजांचे पारपत्य थोडक्या दिवसात होऊन येईल. चिंता नाही. सुरतेस गाडर आला. पलटणे पावागडाकडून माळव्यातून यांचे कुमकेस येणार असे वर्तमान ऐकिले. त्यास, होळकर व सरकारच्या फौजा पाठवून, इंग्रजांस सुरतेनजीक ताण बसवावा म्हणजे माळव्यात येऊ पावणार नाहीत. माळव्यात आले तर मागील पायबंदामुळे हा शह सोडून तिकडे जावे लागेल. याकरिता तिकडे फौज पाठवावयाचा विचार जलदीने जाहला पाहिजे. काशीकडील वर्तमान पहिले लिहिलेच आहे. कासीदजोड्या काशीस गेल्या आहेत. वर्तमान आल्यावरी लिहिले जाईल. सुरतेकडील बंदोबस्त आधी करावा. रा। छ २ शवाल. बहुत काय लिहिणे लोभ कीजे हे विनंती.

❖

इतला = सल्ला, दूरंदेशी = दूरदृष्टीचे, बाजीकर = खेळाडू, संचतर मोहिम = स्वतंत्र मोहिम, जिमा = जबाबदारी, दाबली = बळकावी, पैगाम = संदेश, बुणगे = लष्करातील न लढणारे लोक, काशीद = जासूद, काबू = ताब्यातून, शिकस्त = पराभव, शह = ताण, पेच

६७. बाजारात कुळकर्ण्याचे हक्क

...तर पान सुपारी मागून घ्यावी...

भा.इ.सं.मं. त्रैमासिक
वर्ष ३०-३१, अक ३-४ व १
ले. १०८, पृ. ७९-८०

श. १७०३ भाद्र. व.१२
इ १७८१ सप्टें. १४

श्री

नकल

याविराजित राजमान्ये राजेश्री मोरापंत व महिपतराव व गुन्हारपंत व मैरालपंत कुलकर्णी मौजे बहुल गोसावी यासी

जाणो मुदगल कुलकर्णी का। तुलापूर सा। नमस्कार विनंती उपरी येथील कुशल जानऊन तुम्ही आपले स्वकुशल लिहित जाणे या नंतर पत्र पाठविले ते पोहोचले वर्तमान विदित जाले. पेठंत कुलकर्णी याचा हक काये आहे तो लेहून पाठवणे म्हणोन लि।। त्यास येथील हाकाचा वर्तमान जर बैल ढोर विकले तर चिठी ल्याहावी चिठीस पैसा टके व गोनी दाल तादूल मीठ दाल बाहेर भरून गेली तर ठोलीच्या (१) कवंड्या (१) दर गोनीस... गावात आली तर पानसुपारी दाखल देखील कयास करावा चारा वगैरे बैलाचा तांडापेठत आला तर पानसुपारी मागून घ्यावयी मग तो काही साली कोष्टी धनगर तेली तांबोली याजवर काही हाक नाही येथील हा विचार आहे विदित व्हावे बहुत काय लिहिणे हे विनंती पौ। सन ११९१ शके १७०३ प्लवनाम सवछरे भादवा वा। १५ रोज शुक्रवार छ. २५ माहे रमजान

❖

तांबोळी = वीड्याच्या पानाचे व्यापारी, क।। - कसबे, स।। - साष्टांग, ली।। - लिहील, गोनी - पोते

६८. उत्तरेतील हवामान-लष्करी हालचाल

हिंदुस्थानी माणूस लबाडही फार असतो.

ले. २१८ शिंदे कागद पत्र
१४-१२-१७८२

सेवेसी विनंती सेवक सदाशिव दिनकर सा।

नमस्कार सिश्री कोलारस इंग्रजांनी लुटून पुस्त केला. **लोकास अन्न इकडील माणसास मिळत नाही. वस्त्र तर राहिलेच नाही. अशी दशा या प्रांताची जाली.** सिपरी येथे मुकाम करून राहिलो. **येथील हवा निपट , वाकारी. आधी सीत या प्रांतातच भारी येथे दगड चुन्याची घरे. यामुळे सीताचा उपद्रव अतिशयच. पाणी ही दूष्टच आहे. हवा मानवत नाही.** पाणी जाचते जांबगावी मुतखड्याची व्यथा निर्माण झाली. घरी गेल्यावर श्री देवाचे अंगाऱ्याने खडा बंद जाहाला होता तो येथे सिपरीत पडो लागला. **या हवेचा व पाण्याचा ऋणानुबंध किती दिवस असेल तो श्री जाणे.** जाटावर सिबंदी चढली. बाबास येऊन भेटला. त्यांनी गोहदेतील सिबंदी फोडली. लोक उठउठून जातात. बाबा गोहदेस मोर्चे लावणार. अशा इकडील लोकांच्या गप्पा ऐकीला खरे खोटे श्री जाणे. **हिंदुस्थानी माणूस लबाडही फार असते.** आमदानीने मथुरा लुटली ऐकतो. सत्यामिथ्या श्री जाणे. सेवेसी श्रृत होणे हे विज्ञापना.

❖

सीत = थंड हवा, बाबा = महादजी
निपट = नाकारी = रोगट

६९. मठाधिपतीच्या हक्काचे भांडण

मठ साऱ्यांनी दिल्हा असता मागण्याचे कारण काय?

भा.इ.स.मं. त्रैमासिक, | श. १७०५ ज्येष्ठ व ११
वर्ष ३०-३१, अंक ३-४ व १ | इ.१७८३ जून २५
ले. १५, पृ. ८-९

श्री

दस्तक बो। गंगागीर गोसावी कोतवाल दसनामी कदबा लिहून दिल्हे यैस जे लालपुरी गोसावी मठ सुकलोनी. तो मयेत जाला सबब गिरीपुरी गोसावी यानी मजला मठ आधीपती केले त्यावरून आपन तेथे नव वरसे होतो मठ बाधला वगैरे खरचवेच नाव समधे केला यैस आसता पुरी गोसावी म्हनता (त) की त्या मठास दुसरा गोसावी पाठवितो तुम्ही तेथून निघने यैशास मजला तेथेल मठ सारे गोसावी मिलून दिल्हा आसता फिरून मागावयास कारण काये याजकरिता साहेबी सारे गोसावी यास तागीद करून माझा मठ मजकडे आहे त्याजप्रमान आसावा म्हणोन साहेबापासी विनंती केली त्यावरून पुरीनामी गोसावी यास बोलाऊन आणले आणि तुम्हास मठ दिल्हा हे कशावरून म्हणता हे लिहून देन व साधन दाखवन म्हणोन पुरसीस केली त्यावरून मजपासी खरचावेंचाचे व गोसावी यानी कागद लिहून दिल्ही आहेत ते साहेबास दाखविले त्याची चवकसी साहेबी केली त्यात मजला मठ दिल्हा यैसे नाही आपन साहेबापासी मजला मठ निहेमी दिल्हा म्हणोन म्हनत होतो ते बातल न (व) वरसे मी तेथे होत त्याजमुले लालपुरीचा यैवज वसूल केला त्याचा खरच जाला याखेरीज माझे पदरचा खरच जाला तो चवकसी करून साऱ्या गोसावी यानी मिळून माझा मजला देवा (वा) आनी लालपुरीचा मठ घ्यावा माझा वारासा नाही. हा कदबा लिहून दिला.

सही सके १७०५ सोभकृत नाम सवछरे जेस्ट वा। ११

बो। दारकूजी जैन गांडापूरकर | बि। त्रिसोल
हली वस्ती का। पुणे

कदबा - कतबा - कबुली जबाव, दस्तक - परवाना, बे।। - बेईस्म = च्या नावे
पुरसीस - चौकशी, साधन - पुरावा, क।। - कसबे

७०. नाना फडणीसावरील जीव घेणे प्रसंग

अवघे मातबर त्यात मिळाले मी एकटा

ऐ.टि.भाग १ ले ३७ इ.स. १७८३

श्री हरिहरात्मक ब्रह्म उभयता देव मजवर कृपा करतात, ती वर्णविता बुद्धि चालत नाही. दान, तप, योग, परोपकार, पूजा, ध्यान, सेवा काही एक घडले नाही. व शास्त्रविषय धर्मशास्त्र आदिकरून काही नसता कृपासमुद्र, दीनदयाळ, भक्तानुकंपी ह्या नामाचे सार्थक, माझे ठाई केले.

१ नावेत वाहात होतो, तेथे उदकापासून नाव बुडत असता व नावधारी याणी आपला उपाय नाही. पुढे जवळ खडकावर फुटणार तो नाव काढून वाचविले. त्रिव्रत करणाराचे तीन प्रकार लिहिले. **या वितरिक्त पाणिपतावर बारा तेरादां शत्रूशी गाठ पडली. जवळील मनुष्ये मारली, मला वांचविले.**

१ नारायणरावाचे वेळेस गाडद्यांकडून वाचविले.

१ दादासाहेबांस बुद्धि चांगली देऊन रक्षिले

१ पुरंदरचे समयी २ नारायणरावास मारल्यावर ३ रावसाहेबांचा मोड होऊन पेचांत आल्यावर

१ ज्योतिषशास्त्रास एकीकडे ठेऊन रक्षिले

१ तळेगावावर मसलत निघतांच दिवा गेला. २ करंडा हरवला. ३ पक्षी डेऱ्यावर बसला. तीन अपशकुन मातबर झाले. असता शत्रू पराभव करून यश दिल्हे.

१ पुरंधरास गेलियावर, 'द्वादशाष्टम जन्मस्थनिरंगारको गुरुः' असे अनुक्रमे जाले असता, त्याचे वाईट फळ होऊ न देता चांगले दिल्हे.

१ मंत्रशास्त्र्यांकडून शत्रूनी बहुत अनुष्टाने करविली व स्वता केली. परंतु माझे वाईट होऊ न देता, उफराटीं शत्रूचींच वाईटे होऊन नाश जाहाले.

१ एके मांत्रिकास सप्तशृंगची देवी तेथेच दृष्टांत दाखविला की मोरोबाचे अनुष्टाने फल होणार नाही, करू नको. नानाकडून केले असता फल होऊन तुझे कार्य होईल. त्याप्रमाणेच जाहाले.

१ एका मांत्रिकास आमचे वाईटाविसी मंत्रदेवताच स्मरेनासे जाले.

१ घोड्यावरून पडलो तेव्हो दोन दिवस भान नाही. हे पृथ्वीपासून वाचविले.

१ दिवाणखाऱ्यात रुजाड्यावर दिव्याचा कोळी आवशीचे प्रहर रात्रीस पडला. बाहेरून कवाडे लावून कुलूप घातले. आत रुजामा पेटला व रुदार पडदा पेटला. त्याणे रुदार लाकडी खांब थोडासा जवळ होता. दुसरे दिवशी प्रहर दिवसास झाडावयास

नावधारी - नावाडी, रुवास - कापसास, मोरोबा - नानाचा चुलब बंधू

म्हणोन कवाड उघडले. पाहातात तो रुजामा चार हात व पडदा दोन हात जळाला. हळूहळू जळतो. अग्नि बारीक म्हणावा तर रुवास जाळण्याचा दृष्टांत देतात व लाकडाचा खांब दोन बोटे जळाला. या प्रमाणे अग्नि असता रुजाम्यावर हळू चालतो. सा घटकात अगदी दिवाणखाना पेटल्यावर बाहेर कळावे. असे प्रकारचे असता चार प्रहर चार हात रुजामा जळतो. माणसास बुद्ध कवाड उघडावयाची देऊन विझवून टाकविले.

१ गंगाबाई गरोदर असतां बुद्ध त्यांस काढून न्यावयाची देऊन कीर्ति करून दाखविली. दादा साहेबांजवळ पन्नास हजार फौज असता अशी बुद्धि दिली. पुढे पुत्र की कन्या याचा निश्चय नाही. मारलेच जावे. परंतु कृपा करून रावसाहेबांचा (स. मा.चा) जन्म होऊन सर्वांनी गतकर्य कर्म केले. असे म्हणविले.

१ मोरोबा, होळकर यास सखारामपंतांनी एक करून अवघे मातबर त्यात मिळाले. मी एकटा परंतु सर्वांची पारपत्ये यथायोग्य करवून माझे थोरपण वाढविले. राज्यातील शाहाणे एकीकडे त्यांपुढे मी एकट्याने काय करणे परंतु ईश्वराने केले.

१ दगे करणाराने केले

१) बळवंतराव पटवर्धन वगैरे मंडळी मिळवून, १) बाळाराम दाणी ब‍ऱ्हाणपूरावर, १) बाबूजी नाईक याणी तोतयाचे समयी १) पुरंधर प्रकरण १) खंडेराव निंबाजी वगैरे, १) आनंदीबाई ह्याच्यापासून रक्षण करून तितकयांची पारपत्ये ईश्वराने केली.

७१. नानांचा चित्रे जमविण्याचा छंद

...चांगले कसबी कारागिर उठोण गेले बहुत मृत्यू पावले

ऐ. टि. भा. १ ले. ११ २२ फेब्रु. १७८३

श्री

श्रीमंत राजश्री नाना स्वामींचे सेवेंसी,

विनंती सेवक शंकराजी सखदेव कृतानेक साष्टांग नमस्कार विज्ञापना. येथील कुशल ता. छ. १८ माहे सफर मुकाम दिल्ली स्वामींचे कृपावलोकनें करून येथास्थित असे विशेष. कृपा करून छ. १० सवालचे पत्र पाठविले, ते छ. १९ जिल्हेजला पाऊन शिरसा वंदून सनाथ झालो. पत्री आज्ञा की, आम्हांस श्रींच्या चित्रांचे मुरक्क्याची[१] गरज आहे. याकरता दिल्लीत निधामल वगैरे जुने कारीगरांच्या हातच्या तसबिरा श्रीकृष्णाच्या बहुत चांगल्या मेळवून, विकत घेऊन, त्यास सोनेरी हासिया[२] करून, त्याची वही बांधवून बहुत माबजातीने[३] पाठवावे. पैका पडेल तो पाठवून देऊ. परंतु तारीफ लायक चित्रे मेळवून पाठवावी म्हणोन पत्री आज्ञा. त्यास निधामल म्हणून मुसवर[४] हिंदू अहमदशहा पातशहाचे अमलात येथे होता. त्याची निष्ठा ईश्वरचरणी बहुत होती. म्हणून श्रीकृष्णाची वगैरे देवांच्या तसबिरी हमेशा करीत होता. व त्यासमयी काईत[५] क्षत्री, मुत्सद्दी, खालसेवाले वगैरे वकील लोक मातबर होते, तेही श्रीच्या तसबिरा करवीत होते. त्या अलिकडे अबदालीची गर्दी झाली. त्यामुळे निधामल दिल्लीहून उठोन लखनऊस गेला. तेथे मृत्यू पावला. त्याचे पुत्र लखनऊस दोघे आहेत. त्यापैकी एक तो केवळ नाकारच चाहे. एक कांहीसी मुस्वरी करितो. परंतु त्याप्रमाणे नाही. म्हणून श्रवणात आले आहे. त्यास येथे सेवकाने तलाश केला. परंतु आपलेपाशी राजश्री देवराव तात्यांनी श्रीकृष्णाची तसबीर दिधली आहे. त्याप्रमाणे आता तशा तसबिरा मिळत नाहीत व कोणी हिंदू कारगिराही नाही. मुसलमान कारीगर आहेत. ते या काळाप्रमाणे तसबिरा करितात. श्रीकृष्णाच्या ध्यानाची तसबीर आपल्या पसंती योग्य करिता येत नाही. ऐसे कारीगर आहेत. याहीवरून आज्ञेप्रमाणे आजपावेतो तलाश केला. ऐसी जुनी तसबीर हाती लागली नाही. पुढेही तलाशात आहे. श्रीकृष्णाच्या तसबिरा हाती लागल्यास सेवेसी आज्ञेप्रमाणे तयारी करून पाठवीन. या दिवसात येथे कोणी जुने लोक हिंदू मातबर राहिले नाहीत. कुल उपासामुळे व बेरोजगारीमुळे लखनऊकडे चांगला कारगिर वगैरे कसबी लोक उठोन गेले. बहुत मृत्यू पावले. काही त्यांचे वंशी आहेत ते नाकारे!

मुरक्का - पुस्तक, आलमब, हासिया - किनार, मावजातीने - काळजीने, मुसवर - चित्रकार, काईत - कायस्थ, नाकार - नाकर्ता, मुस्वरी - चित्रकारी, तलाश - शोध

यात्रमाणे दिल्लीची अवस्था जाली आहे. पहिली दिल्ली लोकांनी पाहिली होती, ते आता राहिली नाही. नाव मात्र राहिले आहे. रविसंक्रमणाचे तील शर्करायुक्त पाठविले आहेत. ते स्विकारून उत्तरी लोभ करावा. बहुत काय लिहिणे. कृपा केली पाहिजे. हे विज्ञाप्ति

श्री

२५ मे १७८६

सेवेसी कुसाजी गोविंद साठे सा। नमस्कार विज्ञापना ता। वैशाख व।। गुरुवार पावेतो स्वामींचे कृपे करून वर्तमान उत्तम असे. विशेष स्वामीचे पत्र आले. तेथे आज्ञा की, बज्याबा पुरंधरे याचे घरी पूर्वी नानांपासून चित्रांचा संग्रह आहे. आम्हासं ठाऊक आहे. त्याचा शोध त्यांजकडील कारभारी बोलावून, आमचे अंग न समजता, जीं चित्रें असतील ती झाडून घेऊन, लिहून पाठविणे म्हणोन आज्ञापत्र आले. त्या वेळेस सासवडी कारकुनापासून तो कारभारी यांचे घरी लग्ने ते झाडून तासगावास गेले आहेत. दुसरा माहितगार कारकून सध्या त्या मुलाजवळ नाही. त्याजवरून मुजरद पत्र लेहून, दोन गडी कारभारी यास आणावयास पाठविले आहेत. आले म्हणजे शोध करून जी (चित्रे) असतील ती झाडून घेऊन, सेवेसी लेहून पाठवीन नानांचे वेळेचा खिजमतगार जुना, नेहमी बजाबाची कन्या आंबीकरांचे घरी दिल्ही आहे, तिजबरोबर असतो. बहुता दिवसांचा आहे. त्यास मी फसले. त्याणी सांगितले की, नाना होते तोपर्यंत त्यास हौस येविसी फार होती. संग्रह होते. अलिकडे बज्याबापासून काही (चित्रे) लोकांनी नेली काही आहेत. ऐसे त्याणें सांगितले. असल्यास, गुंता तिळप्राय न पडता, त्यांचे घरची मातुश्री उमाबाई - आबाची स्त्री यांजकडे स्वामीचे अंग न दिसता, असतील ती जमा करून सेवेसी लिहून पाठवितो. सेवेसी श्रुत होय. हे विज्ञापना

श्री

श्रीमंत राजश्री नाना स्वामींचे सेवेसी विनंति सेवक परशराम दादाजी सा नमस्कार विज्ञापना, येथील कुशल छ. २५ रबिलाखर यथास्थित असे विशेष आपण कृपा पत्र पाठविले. राजश्री आनंदराव गंधाधर यास उत्तम तसबिरा पाठविण्याबद्दल तुम्हास सुचना करण्याकरिता लिहिले हाते. त्यांनी तुम्हास सांगितले. तुम्ही दिलीस तसबिरा आणावया करिता पाठविले. त्यास तेथे खाजगी कोणाचे घरी असल्यात तर माहितगारीने हस्तगत जाल्या तर होतील जयपूरकराचे घरी तसबिरा फार चांगल्या (आहेत) ही पक्की बातमी बहुत दिवस आहे. येविसीचे सविस्तर आनंदराव यांसी लिहिले आहे. त्या अन्वये युक्तीने केल्यास येतील. म्हणोन आज्ञा, त्यास आनंदराव

मुजरद - जासूद, खिजमतगार - हुजऱ्या

यांनी आपले आज्ञेप्रमाणे सांगितले. याजवरून जयपुरीही कारभारी यांसी लेहून कारकून पाठविले आहेत. राजाचे भेटीचेही बोलणे आहे. त्या संधीत शोध करू. दिलीस शोधा करिता मुजरद परीक्षक पाठविले आहेत. यत्नांस आळस होणार नाही. दिल्लीस हुंडीही रवाना केली आहे. आनंदराव सविस्तर लिहितील. सेवेसी श्रुत होय हे विज्ञापना.

❖

७२. स. मा. पेशवे यास गोपिकाबाईचा उपदेश

संध्या थोडकी पण न बोलता करावी

काव्येतिहास पत्रे यादी व लेख ३९३ (५९) ८ जाने १७८३

श्रियासह चिरंजीव राजश्री माधवराव प्रधान यांसि प्रति गोपिकाबाई मुक्काम नाशिक आशीर्वाद उपरी येथील कुल तागायत छ. ४ माहे सफर जाणून सकीय कुशल वर्तमान यथास्थित असे विशेष तुम्ही नत्र पाठविले ते पावले.

"मी लहान, वडिली (आजीने) सर्व त्याग करून श्रीक्षेत्री वास केला आहे. त्यास सर्व माहीत वडिलांस, यास्तव कोणे रीतीने चालावे हे सर्व ल्याहावयास आज्ञा व्हावी." म्हणोन लिहिले त्यास सूर्यग्रहण संधि अन्वये कृष्णपक्ष होऊन लोप जाहला होता (सर्वातोपरि वाईट दिवस होते.) तो हल्ली पुण्योदये करून दुष्टांचा संहार व सुष्टांचे पालग्रहणार्थ तुम्ही (स. मा.) या कुळात जन्म घेऊन पुरंदर येथे उदयास आला. त्यापक्षी इकडून लिहावयाचे कारण दिसत नाही. परंतु मानवी देह आणि तुम्ही लिहिले, त्यापेक्षा तूर्त चालावयाचे जे सुचले ते लिहिले आहे.

१ प्रात:कालचे घटका रात्रौ उठोन दिशेस जाऊन पादप्रक्षालन मुखप्रक्षालन करून दिवाणखान्यातील श्रीमृत्तिका गणपतीचे दर्शन घेऊन प्रात: स्मरणाचे श्लोक म्हणावे. नंतर सूर्योदयाबरोबर वैद्यांनी येऊन हात पाहावा.
प्रकृति अन्वयें औषध घ्यावें. नंतर लिहावयास बसावे. कित्यात हात फिरवून मग ज्या कागदावर निशाणे[२] व्हावयाची असतील ते लिखितान्वयेंच वाचावे. ते समयीं जवळ गुरुजी[३] व आणखी एक दोघे संभावित योग्य असतील ते असावे. जास्त असो नये. येणेप्रमाणे घटिका तीन येकूण घटिका .....कलम १

१ तालीमखान्यात जाऊन दंड काढावे. दिवसेंदिवस शक्ति अन्वयें चढते दंड असावे; बरोबर समवयी मुलें पांच चार संभावितांचों असावी; व जेठी (मल्ल) येक दोघे व नेहमी विश्वासु ग्रहस्थ बरोबर असावयाचे ते असावे. खिजमतगार कार्यकारण असावे. जेठी यांनी कुस्तीचे डाव शिकवावे. नंतर समवयी मुलांसुद्धा प्रकृतीस जो खुराख मानेल तो नेमें- करून घेत जावा. येणेप्रमाणे घटिका दीड. येकूण घटि साडेचार... कलम २

१ स्नान करावयाचे समयीं पंचांग जोशी वाचून संकल्प सांगावा. नंतर गंगाष्टक म्हणावें; संध्या थोंडकी परंतु न बोलतां करावी, तर्पण करावें. उपाध्ये यांणीं पूजा करावी. ते समयी पुराण देवघरात व बाहेर गायन होत असावे. आपण तुळशी

---

१ मृतिका गणपती - मातीचा गणपती

२ निशाणे - शेवटील अक्षरे

फुलें माळा वहावीं. नंतर नित्य दाने देऊन क्षणभर बसावें. ते समयी शास्त्री व वैदिक महान शिष्ट आल्यास नमस्कार करून योग्यतेनुरुप उत्थापन देऊन काही भाषण करावें. नंतर उपहार करावयास जावें. येणेप्रमाणे घटी साडेतीन. येकूण घटी आठ.... कलम ३

१ कचेरी यावे ते समयीं सर्वाक्ष देऊन योग्यतेनुरुप नेत्रलाभ व भाषण होत असावें. कचेरीत लघु शब्द बोलूं नये व गैर नि ही (!) बोलू नये. मनुष्य परीक्षा असावी. गैर वाका एखाद्याने समजाविलेस पक्केपणी विचार परून अपराध ठरल्यास दुसऱ्याकडून त्यास निषिद्ध करवावें. आपण नेत्रकटाक्ष करून पाहावें. अपराधानुरुप पारपत्य करावें, परंतु संभावित गृहस्थ बहुत दिवस पदरीचा प्रामाणिक. अशाने रद बदली केली असतां क्षमा करावी. दुसऱ्याचे क्षूद्र कांढू नये. येणे करून त्यांचा अपमान होतो, आणि तो त्याचे मनात दंश राहतो, साधल्यानुरुप नाश करील. आणि आपल्यास लघुपणा येईल. संन्निधानीं लोभात लघु मनुष्य राखल्यास जें केलें त्यास ते रुकार होतात, परंतु जन लोक वाईट म्हणतात, थोरपणास हानि होती. येणेप्रमाणे घटी तीत. येकूण घटी अकरा. कलम...४

१ भोजनाचे पूर्वी सोंवळें जाहले नंतर थोरल्या देवघरात जाऊन फुले घालून, नमस्कार करून. ब्राह्मणास उदके सोडून भोजनास बसावें. ते समयीं भाषण करावें तें राजसूय यज्ञांतील ब्राह्मणभोजन प्रकरणी वगैरे योग्य सर्वांस दिसेल ते बोलावें. पाक करणार व शिष्टमंडळी सुशिक्षित विश्वासुक असतील ते बाळगावे. घटी २ येणे प्रमाणें घटी १३ ....कलम ५

१ भोजनोत्तर आचमन करून शतपदी करून तांबूल घ्यावा. नंतर दोन घटिका राजविलास खेळ खेळावे. एखादे दिवशी निद्रा आल्यास घटी अर्ध घटिका निजावे. येणे प्रमाणें घटी २ येकूण घटी पंधरा ...कलम ६

१ शास्त्री यांजवळ विराटपर्वापासून भारतातील चिंतंनिका करीत असावी; व वृद्ध मनुष्यें पदरची बहुत दिवशीं व अन्य शहाणे असतील त्यांशी दिल्ली प्रकरणी गोष्टी कशा जाहल्या त्या ऐकण्यात असाव्या. आपले वडिलांच्या गोष्टी कारभारी यांसी एकांत स्थळी विचारीत असावे; व तसबिरा व नकाशे अनेक पहात असावे. ते समयीं शाहाणे बुद्धिमान असतील ते जवळ असावे. येणेप्रमाणेंका घटिका चार एकूण घटिका. १९ ....कलम ७

१ खर्डे लिहावयास बसलें, तें समयीं एक दोन मुलें संभावित गृहस्थीची बुद्धिमान पहावयासी असावी. करदन बस्तन, गुणाकार भागाकार करावयाचा सराव बहुत असावा. गुरुजी यांनी विद्याभ्यासाकरिता बोलणे प्राप्त आहे. परंतु लिहावयाचे जागीच बोलणे तेथे विशेष कोणी असोनये. घरी चार येऊन घटिका तेवीस... कलम ८

जेठी - मल्ल, लघुशब्द - आपशब्द, खर्डे - कित्ता (अंकलिपी)

१ लिहिणे जाहले नंतर काही उपहार थोडास मर्जी असल्यास मुला समवेत घेऊन करावा. नंतर तांबूल घ्यावा. घटी एक एकूण घटिका चोवीस... करम ९

१ घोडी फेरावयास चार रोजांनी जात जावे. ते समयी बरोबर पटवर्धन मंडळी व अन्यत्र सरदार असावे. **त्यांशी भाषण करणे ते संतोषवृत्तीने करावे. परंतु अत्यंत लोभही नसावा व विरुद्ध ही न दाखवावे. काही जाहल्यास क्षमा होणार नाही. असे भय असावे योग्यता बघून त्यांची भाषण संतोषे करून करावे** आणि दिवशी बाग पहावयास गेल्यास जिन्नस तेथे फुले व फले जी आणून पुढे ठेवतील ती यथायोग्य बघून त्यास देववावी व आपण द्यावयाची असतील त्यास आपण देऊन मग यावे. ज्या दिवशी स्वारी जावयाची नाही, त्या दिवशी कागदपत्र दवलत प्रकरणी असतील ते कारभारी याणी समजावीत असावे ते समयी कोणी असो नये व **गंगाभागीरथी ताईसाठी** यांची भेट चार रोजी एक वेळ घेत असावी. त्यासच वाड्यात यावयाचा बेत व्हावा. नंतर **त्यास बहुत संतोषेकरून बोलावे व मूल पणाने बोलण्याचा डौल दाखवावा. वाड्यातच आज रहावे. असा आग्रह करून ठेऊन घेत जावी.** दिवाण यांणी राजकारणाचे वर्तमान व पुढील योजना करावयाचा विचार करून विनंती करीत असावी. त्या समयी अन्यत्र कोणी असो नये व त्यातील अभिप्राय दुसऱ्यांपाशी निघो नये. म्हणजे मसलती असाध्य होत नाहीत. बातमी हरतऱ्हेची राखावी, म्हणजे मसलतीस बल बहुत आहे. एकूण घटिका अठ्ठावीस कलम १०

१ तिरंदाजी करावयास जावे. तेथे बरोबर सरदार व पागे व मानकरी बरोबर असल्यास **तीर कोण कसे मारता हे ध्यानात असावे.** व हरएक खेळ पहावयाचे ते सर्वत्र समवेत पहावे. येणेप्रमाणे घटिका दोन एकूण घटिका इ. कलम ११

१ दीप दर्शन जाहल्यानंतर संध्येस वस्त्रांतर करून बसावे. संध्या जाहलेनंतर स्तोत्रपाठ म्हणावा. नंतर पुरुष सुक्त अथवा पवमानातील अध्याय म्हणावे ते समयी अधिज्ञांनी जवळ असावे. नंतर भोजनास जावे. भोजन होऊन उठेपर्यंत घटी चार कलम १२

१ भोजनोत्तर तांबूल खावयास दिवाणखान्यात क्षणभर बसून तांबूल घ्यावे. नंतर कार्याकारण मंडळी जवळ असावी. ते समयी बातमीदार यांणी वर्तमान गुप्त सांगत असावे; व हरयेक बातमीची पत्रे विश्वासु मनुष्य कोण असेल त्याजकडे काम योजावे, त्याणी सांगावे व **त्यावर ही बातमी प्रमाण अथवा सप्रमाण सांगतात याची चौकशी कसावी.** नंतर निद्रेस जावे. येणे प्रमाणे घटी तीन एकूण घटिका सात.

एकूण कलमे तेरा लिहिली आहेत, ती ध्यांनी आणोन चालल्यास उपयोगी पडतील. बहुत काय लिहिणे हे आशीर्वाद

डौल = रोख

७३. मुधोजी भोसल्याचा मनमानी कारभार

लक्षावधीपती होते त्यास आता भक्षावयास अन्न नाही.

नागपूर अफेअर्स, खंड १ इ. १७८४ एप्रिल
पत्र क्र. १८९, पृ. २०१

श्री

सेवेसी विज्ञापना. राजश्री सेनाधुरंधर गुदस्ता दुखण्यापासून सुटले त्यापासून निशंक जाहाले आहेत. रतीमात्र भय मानीत नाहीत. आपल्या कारभारियाजवळ मनस्वी भाषणे करतात जे नवाबाचा तर स्नेह संपादिलाच आहे. मुनसीनी जिमा करून घेतला त्याप्रो। प्रत्ययास आणून दिले आहे. व्यंकोजी भोसले यांच्या नावे तीन हजारी मनसब करून आणिली. जागीर नवाब देणार आहेत ती देतील. आल्यातच जमा आहे. इंग्रजाचा तर भाईपणा आहे. तिकडील वसवास बालगावा लागत नाही. मोठी गोष्ट वसवासाची श्रीमंताकडील, तर कागदीपत्री स्नेह राखिला म्हणजे जाहाले. **आम्ही त्यांचे चाकर नाही. जे त्यांचे चाकर असतील त्याणी त्यांचे भय मानावे. आम्हास गरज नाही. त्याणी स्नेह राखिला तर आम्ही स्नेह राखीतच आहो. त्याणी स्नेह न राखिला तर आम्ही गरज ठेवीत नाही. आमचे काय करणार आहे? आम्हास दौलत शाहू महाराजानी दिल्ही ती आम्ही करतो. महाराजानी त्यास दिल्ही ते करितात. आम्ही त्यांची मागत नाही. आपली देत नाही. आमची ते मागू लागतील तर आम्ही उतर चांगले करून दाखऊ याप्रो।** वलगना कारभारी याजवल करितात व घरात बायकामुले याजवल करितात. गरजमतलबी मोठे आहेत. ईश्वरसतेकरून याजवर दाब **ज्या दिवशी नानासाहेबासारिखा किंवा माधवरावसाहेबासारिखा बसेल त्या वेलेस याच्या डोल्याचा धूर निघेल.** उपरांत मार्गावर येथील. मधी सुरलीतपणा जानोजीबावाप्रमाणे धरितील असे दिसत नाही. जव्हाहीर जितके अले तितके घेतात. हती चांगला आला तर घेतात. घोडे चांगले आल्यास घेतात. पनास लक्षाचे वा जवाहीर संग्रही आहे. कापड वीस लक्षपर्यंत आहे. नगदी पनास साठपर्यंत आहे. जवाहीर व कापड नागपुरातच आहे. नगदी गोवलीवर आहे. हत्ती दीडशे आहेत. त्यात चालीस पनास चांगले नामी आहेत. घोडे तीन हजार पागेचे आहेत. इमारतीचे कारखाने फार आहेत. हवेली राहावयाची व पागा व बागातील बंगले व तली व किल्याचे काम यैसे कारखाने नित्य चालले आहेत. **दुसरीयाचे घर बुडवावे हीच बुधी रात्र-दिवस आहे. प्रजेस किमपि सुख नाही.** जानोजी भोसले याच्या कारकीर्दीपेक्षा दिढी पैकी रयतेपासून घेतात. शहरात मातबर सावकार पहिले होते त्याचा पैका साबाजी भोसले याजकडे गुंतला होता. साबाजी

भोसले याचा काल जाहाल्यावर त्या सावकारापासून याणी पैका घेऊन त्यास पेचात आणिले. त्याजमुले दिवाली निघाली. कोणी राहिले नाहीत. **लक्षाधिपति होते त्यास आता भक्षावयास अन्न नाही.** असी त्याची गती जाहली आहे. त्यांचे कर्ज वाजबी यांजकडे असून देत नाहीत. येक माधोजी नाईक काले आहेत. त्याजवर याचा इलाज चालत नाही. त्यास हरयेक पेचात घालावयास पाहाताच. परंतु ते यांचा कारभार येत नाहीत. ते उदासीनतेने आहेत. येथऊन निघून अन्य स्थली जावे ही त्याची योजना या वर्णात आहेसी दिसते. यंदाच्या श्रावणामासापासून रघोजी भोसले व जानोजी भोसले याणी व आपण जातीने **धर्मादाय गाव व वर्शासन करून दिल्ही होती ती झाडून बंद करून ठेविली. कोणास काही पैसा देत नाहीत. ब्राह्मण उगेच आहेत. कोणी यजमानासी बोलू पावत नाहीत.** आपल्यासारखा शाहाणा व कर्ता व संपतीवान कोणी नाही असी अहंता यास मोठी जाहाली आहे. **या गर्वाचा परिहार ज्या दिवसी होईल तो होऊ. सध्या सर्व प्रकारे आपल्यासारिखा कोणी दुसरा नाही हेच मानितात.** त्याप्रो। यांचे चालत आहे. राजपत्री गाव व जगनाथ देव व गुणाकर पंडीत व दिवाकर दीक्षित याचे चालत आले असता देत नाहीत. वो। राजश्री यज्ञेश्वर दीक्षित घनवीथ पैठण कर सिंदखेडी राहातात त्यास शाहू माहाराजानी उमरावतीची सरदेशमुखी इनाम करून त्यांचे तीर्थरूप गंगाधर दीक्षित जटावीथ यास दिल्ही. ती गुदस्तापर्यंत अविछिन चालली. ती गुदस्तापासून याणी जप्त केली आहे. राजपत्री इनामास याणी जप्ती करावी धर्मादायास, असी याची योग्यता नाही. परंतु निर्भय जाहाले म्हणून राज्याच्या धर्मादायाची जप्ती केली आहे. प्रस्तुत पुण्यास येत नाहीत, कन्येच्या लग्नाचा समारंभ करीत आहेत. मंडपाचा स्तंभ मुहूर्ते करून उभा केला. वैशाख मासी लग्न करून ज्येष्ठ मासी पुण्यास जाऊ असे म्हणत आहेत. घडले ते खरे. शेवेसी श्रुत होय हे विज्ञापना

❖

गुदस्त - गतवर्षी, वसवास - काळजी, गरजमतलबी - स्वार्थी, डोळ्याचा धूर निघेल - गर्विष्ठपणा कमी होईल.

७४. राजापूर प्रांताची महसुल व्यवस्था

खर्डे याचा थांग लागत नाही.

पेशवा दप्तर रुमाल नं. ११ पुडके ६ पत्र ५८२७ १७८४-८५

राजश्रीया विराजित राजमान्य राजश्री भीमाजी पंत स्वामीचे सेवेसी पो। बालाजी जनार्दन सा। नमस्कार विनती उपरी येथील कुशल जाणोन स्वकीये लिहीत जावे. विशेष प्रांत राजापुरी येथील दुतर्फा पाहाणी साल मारी करावयाची त्यात रुजू गुदस्त लावावया करिता पेशवी त्रिंबक विनायक याजकडे मामलत होती. तेव्हा सन अर्बा खमसेनात (१७५४) **दुतर्फा पाहाणी जाहाली आहे. त्याचे पाहाणी खर्डे सरकारचे गेले यास्तव जंजिरेकरा जवळ खर्डे आहते त्याजवळून आणवावे.** म्हणोन तुम्हास सांगितले त्याजवरून जंजिरेकराकडील कारकूनास तुम्ही सांगितले त्यात खर्डे आणले आहते. असे तुम्हाजवळ बोलत गेले असे असता पाहाणी समयी खर्डे आम्हाजवळ नाही असल्यास काढावे नाहीतर नविनच पहाणी करून लागवड असेल ती दुतर्फा सापडेल तोच आकार असे म्हणोन खर्डे याचा थांग लागत नाही. **मागील आश्रये असल्याखेरीज कूल जमिन कसी समजेल?** म्हणोन राजश्री महादजीपंत काळे याचे पत्र आले. ऐशास पाहाणी खर्डे आणले आहेत देतो म्हणोन तुम्हाजवळ बोलत असता समई नाही म्हणतात याचा अर्थ काय? हालीचे पाहाणीत रुजू गुदस्त लागले प्रो। मागील दाखल जरूर असला प्रो। याजकरीता जेजिरेकरास सांगोन अर्बा खमसैनचे जमिनीचा सखल आहे तो पाहिल्याने दुतर्फही लागले आहे सा. छ. १९ रजब.

❖

गुदस्त - गतवर्षे, पेशजी - पूर्वी, खर्डे - टिपण

७५. पुणेकर सासवडकर शिंपी यांचा वाद

तुम्ही गोतगंगा आहात त्यास पावन करा.

भा. इ. सं. मं. त्रैमासिक — श. १७०७

वर्ष ३०-३१, अंक ३-४ व १ — इ. १७८५ पूर्वी

ले. १८५, पृ. १३७

श्री

नकल

सेवेसी सखो माहादेव कृतानेक सा। नमस्कार विज्ञापना महिपती खोल्या याजबरोबरी पत्र पाठविले तेथे आज्ञा की महिपतीने आपले वर्तमान सविस्तर विस्तर विदित केले याणे तेथे लेहून दिले की सासवडी सखो माहादेव याणी आधी चौकसी आपले भावाची केली मग श्रीक्षेत्रास गेलो या प्रो। लेहून दिल्हे त्यावरी त्याणो लेहून दिल्हे की ही साक्ष खरी उतरली तरी आपण खोटे त्यावरून महीपती तुम्हाकडे आला याप्रो पत्र द्यावे तुम्ही दिकत केली तूर्त आम्ही कोणास का म्हणून पत्र द्यावे यैसीयासी उभयेता सरकारात भाडत आसता साक्ष जबानीची केली असता तुम्हास लेहून द्यावयांसी काये चिता आता लाबणीवरी टाकिले पुडें सरकारातून बोलाऊ आले क्रियाच करा म्हटले तरी कसे करार तेव्हा सासवडकर सिंपी काय कामास येतील हे समजावे आजी जसे ते समई जाहाले आसेल ते लेहून द्यावे आपल्याकडे लडा राहात नाही उगेच भिडेस पडो न पडोन च्यार दिवस लाबणीवरी घालावे हे ठीक नाही सासवडकर सिंपी लबाड आज आथवा पुढे कालेकडून हेच होईल तुम्ही लेहून न द्या तरी येथून पांडुरंगपंताचे कारकुनाकडून लेहून देऊ मग आगतीच बुडतील यैसी समजोन लेहून देणे सर्व बुडाले तरी कबूल वाजवीस गुता नाही. येसे विस्तारे आज्ञापत्र लि।। ऐसीयांसी कसेहि आसो येक सत्य हेच खरे भीड पडोन दुसरीयाचा नाश करणे आ सत्ये चालणे तरी से दोनशे वर्ष आणसी वैवाट करावयाची ज्यास भरोसा आसेल त्याणे आसत्ये वर्तणूक करावी आपण कितेक प्रकारे लि।। त्यास यासी आम्हास प्रयोजन काय जबानीची साक्ष तरी आम्ही सरकारची पत्रे आणिली सर्व सिंपी गोत जमा केले पत्र वाचून दाखविले महिपतीचा भाऊ **तुक्या हिदुस्थानातून आला बहुत दिवस तिकडे राहिला पतीत आहे तुमचे गोताची खेटरे घेऊन उभा आहे त्यासी तुम्ही गोतगंगा आहा पावन करा** यैसे सरकारची घेऊन जावी तेथे सर्व गोत जमा होते तेथे पावन जाल्यावरी गुता उरकला आशाढीस गाट न पडे तरी कीर्तिकीपर्यंत क्षेत्री राहावे यैसे आम्ही बोलिलो आणि क्षेत्रास पा।तेथून आल्यानंतरी येथील जातीस पंगतीस जेवावयाचा आसरा पुसिला ते समई सिप्याने सांगितले पुणेकरानी सखद्याच्या

कज्यात बायको टाकली ती आणिली पुणेकर खोल्याचे गोताईत जेवले नाहीत खोत्यास नाना प्रकारचे दोषे आहेत याचा करिणा लेहून घ्यावा मग करिणा लेहू घेतला याप्रमाणे आमचे साक्षीचे वर्तमान आहे ते सेवेसी लेहून पा। आहे सेवेसी श्रुत होय हे विज्ञापना

७६. वकील मुतलकीसंबंधीचा वाद

यात स्वामी सेवकपणाची मर्यादा कसी राहाते

महादजी शिंदे ह्यांची कागदपत्रे, सु॥ खमस समानीन रबिला
पत्र क्र. ३७७, पृ. ५२७-३० इ. १७८५ फेब्रुवारी २२

छ विज्ञापना ऐसी जे छ १२ रबिलाखर मुकाम डीग येथून तीन-चार रवानग्यात विनंतीपत्रे सेवेसी रवाना केली ती पाऊन येथील दिनचर्या आदिकरून वर्तमाने विदित जाली असतील. त्याची उत्तरे सादर जाली नाहीत तर सादर जाली पाहिजेत. बादशाही खिलत, वस्त्रे, जवाहीर, हत्ती, घोडे नालकी पालखी, माहीमरातब यांची रवानगी पुण्यास करावी, हे राजश्री पाटीलबावांचे मनात आहे. मजला घेऊन जा म्हणत होते. मी सरकारी जाबसाल दरम्यान घातले यामुळे माझे जाणे राहिले आणि यांस तर उत्कंठा प्रथम नायबमुनायब व वकीलमुतलकी बक्षीगिरी ही पदे पाटीलबावा यानी बादशाहापासोन संपादून घेऊन, पत्रे श्रीमंताचे व स्वामीचे सेवेसी वर्तमान कळावे व खिलत रवाना केला याविसी रवाना केली होती त्यांची उत्तरे छ १२ रबिलावलची सादर जाली. बावांस पत्रे फख्त जाब मानसन्मानार्थी लेख, वरकड हवाला सेवकाच्या पत्रावर होता, ती पत्रे येथे पावली त्या काळी पत्रे बावांची पावती करण्यात सोय दिसली नाही. कारण की, सेवकाचे पत्री आज्ञा होती जे, **वरिष्ठ पद वकीलमुतलकीचे बावानी घेतले. उणे पद बक्षीगिरीचे श्रीमंतास नेमून त्याचा शिरपाव (पगडी) बादशाही रवाना करणार करतील तो येथे आल्यावर श्रीमंतानी घ्यावा की काय? यात स्वामि सेवकपणाची मर्यादा कसी राहते? चौघा दौलतवतांत कसे दिसेल? लोक काय म्हणतील?** याची सलाह घराऊ रीतीने बावांसच विचारणे. ते सांगतील त्या रीतीने कारावयास येईल. हा मजकूर ऐकून निक्षेप मानितील तूर्त शिरपावाचीही रवानगी होत नाही. मजला बजिली होती. मध्ये असा उहू राजश्री माधवराव गंगाधर याजवळ बावानी केला की, वर्षप्रतिपदेस खिलताची रवानगी सदाशिव दिनकर याजबरोबर करावी लागते. तयारी करणे त्यानी माझे वर्तमान सांगितले की, सरकारचे पत्राची उतरे जात नाहीत. जाबसाल सरकारचे उरकत नाहीत; दिनचर्येचे वर्तमान कळत नाही; म्हणून पत्रे जात नाहीत. म्हणून श्रीमंतांची इतराजी दरपत्री होते. ते मी किती दिवस सहन करावी? आज पावेतो दम धरून काही लिहिले नाही; उत्तरे प्राप्त होत नाहीत; दिनचर्याही कळत नाही; सरकारी जबाबसालही होत नाहीत, असे लिहिणे मजला प्राप्त आले. असे सदा शिवपंत म्हणतो. असे वर्तमान सांगताच मजला चोपदार बोलाऊ पाठऊन बोलाऊन नेले गेले. पुसो लागले, जाब कधीपासोन बंद आहेत? मी हवाला चिटणिसाचा दिला जे, आपली व माझी पत्रे याजवळ आहेत ती आणवावी. त्यावरच कळेल. ती पत्रे चिटणिसानी आणिली.

रमजान महिन्यापासोन निघाली. तेव्हा म्हणाले, सारे पत्रांची उतरे देतो, सरकारकामाचे जबासालही करितो, दिनचर्याही कच्ची सांगतो. ते दिवशी जाब लिहिण्याविसी चिटणीसास सांगितले जे, जाब लिहिणे नंतर दोन तीन वेळ गेलो. होय होयच जाली. आग्रयाहून कूच करून मथुरेस आले. वर्षप्रतिपदाही जाली. उतरे आली नाहीत. तगादा निरोपानिरोपी व समक्ष होताच. एके दिवशी वर्तमान कळले जे, नालकीपालखी आदिकरून खिलती जिनसांची तयारी होत आहे. चैत्र शु. ५ चे दिवशी आनंदराव नरसी बादशाहाजवळ वकिलीस आहेत, त्यांचा पुत्र बादशाहाचे तर्फेने नेमून त्याजबरोबर खिलताची खानगी करणार त्यानी नामगावास जावे. तेथून राजश्री बाळाजी जनार्दन यानी समागमे जाऊन, खिलत स्वामीजवळ पावता करावा असे ऐकिले. तेव्हा अंदेशा प्राप्त जाला की, खिलत घ्यावा न घ्यावा. असे अनमानाची आज्ञापत्रे आली, ती बावास न कळता खिलत रवाना होतो. दरबारी पावल्यास घेण्याविसी अनमान जाल्यास तेही वाईट यास्तव वर्तमान (पाटील) बावास श्रुत करून सलाह पुसावी. रागे भरून रवाना करतील तर सुस्वरूप करोत. मजकडील दोष दोही स्थळाचा उडाला. असे चितात आणून राणे खानभाईकडे गेलो. त्यास प्रश्न केला की, श्रीमंतांची पत्रे सलाह पुसणे म्हणून या प्रकारची आली, ती आजपावेतो या अन्वयाकरिता मी ठेऊन घेतली. बावांची पत्रेही दिली नाही. जाण्याकरिता मजला बजिदी कराल तेव्हा बावाजी पत्रे द्यावी व श्रीमंताचे आज्ञेप्रमाणे सलाहही पुसावी असे होते. त्यास मी सरकारी जाबसाल घातले, ते तुम्हास करणेच नाहीत. म्हणून माझे जाणे महकूफ करून दुसऱ्याबरोबर खिलताची रवानगी करिता, म्हणोन ऐकतो. उत्तम आहे. मजलाही जाण्याचे अगत्य नाही. सुखरूप कोणाची रवानगी करावी. परंतु हा खिलत तेथे श्रीमतानी घ्यावा होविसी बावाची सलाह पाहिजे. कसी म्हणाल तर वकीलमुतलकी उच्च पद बावानी घेतले. नीच पद बक्षीगिरी श्रीमंतास नेमून याचा खिलत पाठविता तो श्रीमतानी घ्यावा ही सलाह बावा देतात की, ही गोष्ट चौघां दौलतवतात डौलत चांगली दिसेल पुढे दाबाने कामे चालतील असे पूर्ते मनात येत असल्यास सांगावे. लेहून द्यावे. मीही विनंतिपत्री लिहून पाठवीत. शिरपावाचीच रवानगी अगोदर करिता. तेथे जाऊन पोचला आणि तेथे बावांचे सलाह पत्राची प्रतीक्षा राहिली, तर तिकडून श्रीमंत शब्द लावितील की, अगोदर सदाशिवपतास लेहून पाठविले असता, याचा विचार न करिता एकाएकी खिलतच पाठऊन दिला! असा अनमान तेथे जाला तर तुम्हीही म्हणाल की अगोदर आम्हास कसे सांगितले नाही? सांगतात तर खिलत रवाना का करितो? असे म्हणू लागाल, याजकरिता सूचना केली आहे. याचे उतर बावानी माजसी करावे. पकी सलाह, देशवर्तमानकाल, चितात, लौकिकात, चौघा दौलतवतात. चांगले दिसून दाबाखाली कामे सरळ चालत असी सांगावी. ती मी लेहून पाठवीन. बावानी त्याअन्वये पत्र लेहून द्यावे. त्याची रवानगी पुढे करून मग

खिलताची खाजगी करणे तर करावी. पुढे मागे अंदेशा आहेत. मी सांगून उत्तीर्ण जालो. आता निमित्त मजकडे दोहीकडील नाही. ही गोष्ट भाईचे विचारास आली. त्यानी व माधवराव गंगाधर यानी बावांस श्रुत केले. बावानी मजला बोलाऊन नेऊन वर्तमान विचारले. पत्रे मागितली. तेव्हा त्याची पत्रे दोन्ही दिली ती त्यानी वाचून पाहिली. त्यात सेवकाचे पत्रावर हवाला दिला होता. माझे पत्र मागू लागले. मी जबानी वर्तमान सांगितले. त्यास विश्वास येईना पत्र दाखवा तरीच खरे, म्हणू लागले. मग पत्र दाखविले. ते वाचून पाहिल्यावर खरे वाटले. इतका प्रसंग एक दिवस जाला. त्यानंतर खिलताची रवानगी करितात न करितात, कळेल ते विनती करीन बावाचे म्हणणे आहे जे, वकील मुतलकीचा सवाल आम्ही श्रीमंताचेच नावे लेहून दिला होता. बादशाहानी दसखत केले की, आम्ही आपले तर्फेने वकील मुतलकी तुम्हास सांगितली व श्रीमंताचे तर्फेनेही आम्हीच तुम्हास सांगितली, असे दसखत केले. याचे कारण, पहिले सहा वर्षांचे स्वारीत बक्षीगिरी श्रीमंत कैलासवासी नारायणराव साहेबाचे नावे दिली असता, राजश्री विसाजीपंत व होळकर आम्हासी झुंजून जबरदस्तीने बक्षीगिरी जानेतखानास देऊन आमची बदनसी केली. आताही तसेच ज्या पदाचा करार तुमचे मार्फत जाला त्या कामावर श्रीमंतानी आपणास पाठविले तर जाबेतखानाचीच गति! इतका अंदेशा आहे. याजकरिता असे दसखत केले. तुम्ही सख्य राहिले त्या इतबारावर पदे आम्ही दिली. व शर्त की, तुम्हीच येथे येऊन कारभार करावा. तवपावेतो आमची पदे, दुसरा आल्यास आम्हास कोणाचा इतबार नाही. असे म्हणून बादशाहानी दसखत केले. श्रीमंताकडूनही तुम्हाकडे सांगितली असे वकीलमुतलकीचे फर्दावर दसखत केले. तेव्हा पद श्रीमंताकडे, गुनास्तगिरी आम्हाकडे असा अर्थ उघड असता, आम्हास वकीलमुलकीचा अधिकार लावतात हे काय? पद वकीलमुलकीचे श्रीमंताकडे व गुमास्तगिरी आम्हाकडे असेच आहे. असे बावाचे म्हणणे आहे. याउपर काय बोलण्यात येईल ती विनंती करीन. चैत्र शु ४ चे दिवस पत्रे दाखवीला रात्रौ ते समयी भानगड बोलण्याची फार जाली. तपसील फारच आहे. त्या बोलण्यात नालकी पालखी वगैरे रवाना करावाच असा शब्द निघाला नाही. सरकारचे जाबसाल उलगडायाचे ते उलगडून देतो, पत्रांची उत्तरेही देतो. दिनचर्येचे वर्तमान बादशाही कारभाराचे सांगतो, म्हणोन बोलते. दरबार बरखास्त करून देवदर्शनास गेले. नंतर दोनतीन रोज जाले, गाठही पडली नाही खिलताचे खासगीची चर्चा ऐकिली नाही. याउपर होईल ते विनती करीन. चौ रोजानंतर खिलताचे रवानगीविसो बावानी उपक्रम केला तो मजकूर निराळा विनविला आहे. त्यावरून विदित होईल. सेवेसी श्रुत होय हे विज्ञापना.

❖

इतराजी = नाराजी, खिलत = सन्मान, फर्द = कागद, दसखत = सही शिका, नालकी = उघडी पालखी

७७. ब्राह्मणांच्या संघटनेचा अयशस्वी प्रयत्न

कोणी एक ब्राह्मणावर संकट पडलेस सर्वांनी परिमार्जन करावे

हिंगणे दफ्तर, खंड ३ रा — श. १७११ श्रावण शु. १
ले. १५६, पृ. २७६-७७ — इ. १७८९ जुलै २३

श्री

नकल

समस्त भिक्षुक व ग्रहस्थ मौजे चांदोरी पो। नासिक सरकार संगमनेर शके १७११ सौम्य नाम संवत्सर श्रावण शु।। १ ते दिवसी लिहून दिल्हे ऐसी जे सरकारातून रामभट मैत्राणी मृत्य पावला याचे पोटी संतान नाही. त्याचा बैलत मालाचा लांझ्या ज्याकडे त्यास पुरसीस होऊ लागली. म्हणून समस्तानी कोणी येक ब्राह्मणावर संकट पडल्यास सर्वांनी परिमार्जन करावे ऐसे समतपत्र करून हा विचार आशुद्ध आम्हापासून घडला. बैतलमाल सरकारात घ्यावा हा सिरस्ता प्राचीन आहे. ऐसे असोन आक्षेप केल्याचा अपराध जाला उपरी हरयेक सरकारचा लांझ्या ज्याकडे लागेल त्याचा निर्वाह करील. त्याजला सामील कोण्ही होऊन बखेडा केला तरी सरकारचा गुन्हेगार आत:पर कोणी कोणाचे घरी जाऊन मसलत करणार नाही. केल्यास ब्राह्मणाचे खोटे हस्ताक्षर दादा भगवंत लिहिले. सही

१ पत्र प्रो। सही नारोबा गोसावी
१ पत्रप्रो। सही वामनभट देवस्थळे
१ पत्रप्रो। सही नथंभट स्मार्थ
१ पत्रप्रो। सही यज्ञेश्वर ठोसर
१ भवानी शंकर मोढे लि। सही
१ पत्राप्रो। सही वासुदेवभट कोंढे
१ पत्राप्रो। सही जगनाथ भट कोराने
१ पत्राप्रो। सही बालभट ठोसर
१ पत्राप्रो। सही आनंता उपाध्धे
१ पत्राप्रो। सही लक्ष्मुमणभट मोढे
१ पत्राप्रो। सही आपाभट गोढे
१ पत्राप्रो। सही गोविंदभट राखे
१ पत्राप्रो। महादेवभट ठोसर
१ पत्राप्रो। सही केशवराव अग्निहोत्री नगरकर
१ पत्राप्रो। सही खंडोबा मल्हार मटकरी
१ पत्राप्रो। जयेराम गंगाधर मटकरी
१ पत्राप्रो। सही गोविदराव दादाजी आते
१ पत्राप्रो। सही धोडो शामराज मजमदार
१ पत्राप्रो। सही जानराव मैराल व रामचंद्र मैराल
१ पत्राप्रो। सही बालाजी मलार हस्ताक्षर भिकाजी गंगाधर बावले
१ पत्राप्रो। सही खंडो नरहरी हस्त आक्षर बालाजी खडेराव
१ पत्राप्रो। सही येशवंतराव नगरकर
१ पत्राप्रो। सही भिकंभट नाना जोसी
१ पत्राप्रो। सही चिमणभट हातवलबे
१ पत्राप्रो। सहीबापूभट हातवलने
१ या पत्राप्रो। सही मल्हार गोसावी आपाजी महीपत टाकलकर

१ पत्राप्रो। सही बापूभट पानवलकर
१ पत्राप्रो। सही दादो हरी खेडकद
१ पत्राप्रो। सही दादो हरी खेडकद
१ पत्राप्रो। सही गेणेशभट मोढे
१ पत्राप्रो। सही आबा जोसी संगमेश्वरकर
हस्ताक्षर सिवरामभट मुले धर्माधिकारी
१ पत्राप्रो। बापूभट जपे लिहिल्याप्रो। सही
नायगावकर
१ पत्राप्रो। साक्ष नारो जिवाजी वणकर
१ पत्राप्रो। सही राजेश्वरभट नामजोसी
हस्त आक्षर विश्वनाथभट नामजोसी
१ पत्राप्रो। सही रामचंद्रभट जोगळेकर
१ पत्राप्रो। सही मल्हार धुमाजी खोत
१ पत्राप्रो। सही गोविंदराव कावले
१ पत्राप्रो। रामराव सदासिव
१ पत्राप्रो। सही लक्ष्मण महादेव हस्तक्षर
आनाजी महीपत टाकलकर
१ नत्राप्रो। सही पुरुषोतम नागनाथ चावारेकर
१ पत्राप्रो। सही सदासी हरी खोत
१ पत्राप्रो। सही केशवराव त्रिंबक मटकरी
हस्त आक्षर विश्वासराव मटकरी
१ पत्राप्रो। सही पांडुरंग आबजी सुभेदार
१ पत्राप्रो। सही रामराव तुकदेव कावले
१ पत्राप्रो। जगनाथ यादव कावले हस्त
आक्षर नानाजी जगन्नाथ
१ पत्राप्रो। सही रामजी नाईक भाडेकरी
हस्त आक्षर शिवरामभट मुले
१ पत्राप्रो। सही खंडोपंत राणे
१ पत्राप्रो। सही रघुनाथ बाबुराव कोटकरी

(नि. ज.) आसल दादो भगवंत मजमदार

❖

बैतलमाल = निवारस संपत्ती

७८. हिंमतबहादरा गोसाव्या संबंधीचा वाद

....गोसावी यास आमचे हवाली करा म्हणतात.

होळकरशाहीच्या इतिहासाची साधने पूर्वार्ध, खंड १ ला, पत्र क्र. ३७, पृ. ५८-५९

सु।। तिसैन मया व अलफ मोहरम २९
इ. १७८९ ऑक्टोबर १९

श्री

राजश्री तुकोजी होलकर सुभेदार गोसावी यांसी सकलगुणालंकरण अखंडिवलक्ष्मी आलंकृत राजमान्य स्नो। बाळाजी जनार्दन आसीर्वाद विनंती उपरी येथील कुशल जाणून स्वकीये कुशल लिहीत जावे विशेष. हिंमतबहाद्दर गोसावी याचा मजकूर पहिल्यापासून जाला तो राजश्री अलीबहाद्दर याणी आपणास सांगितलाच असेल. गोसावी यास अलीबहादरांना बलाऊन आणिला नाही तो होऊन आला. तत्रापि दोन वेळा तीन वेळा राजश्री पाटीलबाबाकडे पाठविले की, गोसावी यास घेऊन जावे. परंतु नेला नाही. तुम्हाजवळच बंदोबस्ताने असो द्यावा म्हणून सांगितले त्याप्रमाणे अलीबहादराने दिल्हे. पाटीलबाबाकडील राजश्री रायाजी पाटील व कृष्णाबा याचे रूबरू वचन द्यावे, ती **गोष्ट न केली, हे ठीक न केले. परंतु वचन देऊन गुंतले.** आता पाटीलबाबा गोसावी यास **आमचे हवाली करा म्हणतात, तेव्हा वचन कोठे राहिले?** वास्तव अलीबहादर याणी बहुत उदास होऊन लिहिले आहे व पाटीलबाबानीही, जर **गोसावी हवाली करीत नाही तर आम्ही देशी जाऊ अशी बोलणी** घातली आहेत. व याप्रमाणे पत्रेही येथे च्यार पाच आली त्याची उत्तरे अलीबहादराचे वचन पार पाडावे म्हणून लिहिली आहेत. परंतु अद्याप जाबसाल उलगडत नाही. प्रस्तुत राजश्री शिवाजी विठ्ठल मध्यस्थ बोलत आहेत. त्यास आपणही पाटीलबाबास सांगून तोड पाडावी म्हणजे अलीबहादराचा संतोष राहतो. वास्तव लिहिल्या अन्वये घडावे. **तूर्त गोसावी यास झाशीस कैदेत ठेवावा. त्याजकडील लवाजिमा आहे तसा असावा.** महाल ठाणी याच्या सोडचिठ्या द्याव्या यात सर्व गोष्टी घडतात. याप्रो। घडावे. राजे हिंदुपत बुंदेले याचे घरात बखेडा जाला आहे. तेथील बंदोबस्तास अलीबहादराची रवानगी करावी म्हणून पाटीलबाबास लिहिले होते. त्याचे उतर सरदार जाऊन आजपर्यंत बंदोबस्त जाला नाही. जे होणे ते उभयता सरदारास लिहून होत गेले असे आले. त्यास पूर्वी श्रीमंत कैलासवासी बाजीरावसाहेब यासी व राजे हिंदुपत बुंदेले यासी पगडीबदल भाईपण जाला ते समई मुलकाच्या वाटण्या जाल्या. त्यात दोघा पुत्रास दोन वाटण्या, व सरकारची येक याप्रो। जाले. त्यात दुसरे कोणास हिस्सा दिला नाही. याची माहीतगारी आपणास आहेच. अलीबहादर तिकडे गेले असता उभयताकडून

हिंदुस्तानचा बंदोबस्त जातो असे नाही. त्यापक्षी अलीबहादर तिकडे गेले असता बाध काय? उभयता आपण सरकारचे थोर सरदार दौलतीत जी कामे पडत गेली ती आपणास लिहिण्यात आली. येक हिंदुस्तानचाच जाबसाल कशास पाहिजे? आपण थोरलेच कामावर आहेत. त्याची व बुंदेलखंडासी बराबरी कसी होईल हे आपणच पहावे. दुसरे गोसाव्याचे खटल्यावरून अलीबहादराचे ठाई पाटीलबाबाची मर्जी नीट नाही, यास्तव बुंदेलखंडात गेले म्हणजे सर्व गोष्टी येथास्तीत घडतील. आपण पाटीलबाबासी बोलून लिहिल्या अन्वये करावे. रा। छ २९ मोहरम बहुत काय लिहिणे लोभ असो दीजे हे विनंती.

लवाजिमा - सरंजाम

७९. वली अहदसंबंधीचा वाद

...जो बापाचे महत्त्व ठेवीत नाही तो आमचे लक्षात कसा चालेल

होळकरशाहीच्या इतिहासाची साधने, सु॥ तिस्सैन मया व अलफ रबिलावल २०
पूर्वार्ध, खंड १ ला, पत्र क्र. ४१, इ. १७८९ नोव्हेंबर १९
पृ. ६६-६८

श्री

राजश्री अलीबहादर गोसावी यासी आसीर्वाद विनंती उपरी. शाहजाद्यांविसी आपले पत्र आले होते ते राजश्री पाटीलबाबांस दिल्हे; व आम्हास लिहिले होते त्या अन्वये त्यांसी बोललो. त्याणी उतर केले की, **आम्ही वलीअहद दुसरा बसविलाच नाही.** त्यावरून आम्ही सांगितले की, **अकबरशहास वलीअहद केले हे कसे?** याचे बोलले की **खोटी खबर आहे.** व पुण्यास शाहाजादे गेले आहेत त्यांस जागीर द्यावी तरी वरकड शाहाजाद्यास याप्रो। दिल्ही पाहिजे. व सरकार सांगू लागल्यास आम्ही त्यास बसऊं. परंतु फंदफितूर होऊ लागतील. तेव्हा आम्ही पुसले की, आम्ही याचे उतर काय ल्याहावे? तेव्हा बोलले की, राजश्री सुभेदारांस हे पत्र दाखऊन उतर सांगतो. याप्रो। जाले म्हणून लि॥ ते सर्व कळले. त्यास अकबरशाहास वली अहद केले ही खबर खोटी आहे म्हणोन बोलले. ऐसीयास पूर्वी तुम्ही येविसीचा मजकूर पाटीलबावासी बोलविला, तेव्हा पाटीलबाबा बोलले की, **जो बापाचे महत्व ठेवीत नाही तो आमचे लक्षात कसा चालेल? फंद उभा राहील. याजकरिता त्यास वलीअहदची खिलत दिल्ही.** आणि हली असे बोलले. तेव्हा खरे कोणते? म्हणावे? असो पूर्वी येथे शाहाजादे आले आहेत त्यास वलीअहद करावे येविसी पाटीलबावांस लि॥ होते त्याचे उतर आले की, **वलीअहद केले असता राजकारणास जागा होते.** यास यास **वलीअहद केले म्हणजे फंद होतात. अकबरशाहास बसविला असता फंद होणार नाहीत असे यात निघते.** परंतु जो बापाचे ऐकत नाही असा आहे तो आमचे लक्षी कसा चालेल! असे पाटीलबावाचे म्हणणे. त्यास वलिअहद केले तरी ज्याचे मनात खोटाई तो पाटीलबावाचे तरी लक्षात कसा राहील हे त्यांचे ध्यानात यावयाजोगे आहे; असे असोन त्यासच वलिअहद केले कसे? येथे आले आहेत हे कंचनीचे किंवा कसे, याचे तपसीलवार पूर्वी पाटीलबावांस लि॥ आहेस, त्यावरून हे कसे ते समजलेच असेल! व पाटीलाबावाची बोलणेही त्याप्रो। जालेच असेल उतर काय जाले ते लिहिले नाही तरी लिहून पाठवावे. पुण्यास शाहाजादे गेले आहेत त्यास जागीर द्यावी, तेव्हा वरकड शाहाजादे यास त्याप्रो। दिल्ही पाहिजे म्हणोन बोलले, त्यास येथे आले हे व तेथे आहेत ते बराबर मोजल्यास लिहिले हे

ठीक आहे. वरकडापैकी कोणी आजतागाईत येथे सरकारात आला नाही. हे आले व याचे तीर्थरूपास श्रीमंत कैलासवासी भाऊसाहेबानी वलीअहद केले होते. हाही सिलसिला यांचा आहे. तेव्हा यासी व वरकडांसी बराबरी कसी होईल जागिरीचे जाले असता, हे कबूल करतील असे वाटत नाही. त्याचे म्हणणे की **आम्ही इतके दूर सातशे कोस आलो ते जागिरीसाठी आलो नाही. आपले तीर्थरूपास श्रीमंत कैलासवासी याणी वलिअहद केले होते.** प्रस्तुत पातशाहा नेत्रहीन जाले आहेत. त्यास आपण वलिअहद करावे. जागीर आपण लाऊन देविल्यास त्याचा बंदोबस्त आम्ही करणार नाही. आपणच करावा. आम्हास खर्चास मात्र द्यावे. **विना आमचे मनोदयानरूप जाल्यासिवाय आम्ही तिकडे जात नाही येथेच राहू** असे बोलणे आहे हे पूर्वीच लि॥ आहे. सरकार सांगू लागल्यास, आम्ही त्यास वलीअहद करू. परंतु फंदफितूर होऊ लागतील. म्हणोन बोलले त्यास सरकारात आले व येथून लिहिल्यावरून पाटीलबावानी बसविले असता याजपासून वाकडे होणार नाही. सरकार लक्षाप्रो। चालतील असे वाटते व पाटीलबावांचा बंदोबस्त आहे त्या अर्थी फदफितूर काय होणार? व्हावयाचा नाही. इतके लांब श्रीमंताकडे आले आणि काही न जाले तर येक प्रकार दिसतो. यास्तव यांस वलिअहद करावे यात मोठाच लौकिक आहे. तुम्ही लिहिल्या अन्वये पाटीलबावासी बोलून उतर होईल ते लिहून पाठवावे. सुभेदारांस पत्र दाखवून उत्तर सांगतो असे बोलले आहेत. त्यास सुभेदारांसी बोलणे जालेच असेल. तुम्ही पाटीलबावास पुसोन सांगतील ते लिहून पाा व सुभेदारांसीही लिहिल्याअन्वये बोलून ठेवावे म्हणजे उपयोगी पडेल. सारांश येथे शाहाजादे आले आहेत त्यास वलीअहद करावे हे सर्वोपरी चांगले आहे. तुम्हो बोलून होईल ते लि॥ पो॥. रा। छ १ सवाल बहुत काय लिहिणे. लोभ असो दीजे हे विनंती तुम्ही शाहजाद्याचे वंशाचे पूर्वी तुम्हास लिहिले तो मजकूर होळकरासही सांगावा हे विनंती. पो। छ २० सावल सन तिसैन, मार्गश्वर मु॥ मथुरा

❖

वलिअहमद - शाहाजाद्याचा मान, लक्षात - नियंत्रणात, कंचनी - रक्षा - दासी, खिलत - मानाचा पोषाक, सिलसिला - हकिकत

८०. बादशाहाचे गोहत्या प्रतिबंधक फर्मान

विशेषत: गाय बैल हे अगणित लाभ देणारे आहेत.

मु. दि. भा. २. पृ. ४३२ ४ सप्टे. १७८९

समस्त राज्य प्रबंधक खिलाफतचे कार्यकर्ते तसेच बादशहांच्या कृपेस पात्र असे अमीर व परगणा निहायचे शासक व प्रांतो प्रांतीचे कारभारी व जबाबदार अधिकारी या सर्वास कळविल्यास येते की,

बादशहाच्या कारभारात व मालिकगिरीत स्वामीची आज्ञा म्हणून या मुबारिक फर्मानाचे पालन अवश्य करण्यात यावे आणि सर्वांनी स्पष्ट ध्यानात बाळगावे की, **पशुसुद्धा विधात्याच्या सृष्टीतील जीव आसून ते निरुपयोगी होत असे; समजू नये. यातही विशेषत: बैल व गाय हे प्राणी अगणित लाभ देणारे आहेत.** कारण मनुष्य पशू या दोघांचेही जीवन यांच्या पैदासीवर आवलंबून असून, **गाय व बैल यांच्या शिवाय शेतीचे काम बिलकूल साध्य होणार नाही. मेहनती शिवाय खेती नाही,** आणि **मेहनतीस तर बैलाचे साह्य आवश्य पाहिजे.** यास्तव जनतेचा संसार व निर्वाह चालण्यास गाईची अवश्य जरूर आहे. आणि **गाईवरच मनुष्यांचे व पशुचे जीवन अवलंबून आहे.**

यास्तव आमचे प्रिय पुत्र महाराजाधिराज माधवराव सिंधिया (महादजी शिंदे) बहादूर यांनी आमचेकडे विनंती केली. त्यावरून आम्ही आपल्या उदार अंत:करणाने व हर्षपूर्ण दृष्टीने आमच्या समस्त राज्या भूमीमध्ये **गोकुशाचा म्हणजे गो-हत्तेचा परिपाठ सर्वथैव मना करीत आहो.** या आमच्या फर्मानाचा अंमल इतउत्तर राज्यातील समस्त अधिकाऱ्यांनी सावधगिरीने प्रयत्नपूर्वक करून ही आज्ञा पाळीत जावी की, जेणे करून कोणते नगर, कसबा, गाव यात गोहतेचे नावसुद्धा दिसू नये इतक्या उपर जर कोणी इसम या आज्ञेच्या विरुद्ध वागून गोवधाच्या पापात लिप्त होईल तर तो बादशाहाच्या कोपास पात्र होऊन दंड पावेल. छ १२ जिल्हेज

❖

खिलापत - ईश्वरी राज्य, मलिकगिरीत - राज्यात, मुबारीक - विजयी

८१. पेशवाईत प्रभूवरील निर्बंध

आपला धर्म सोडून मनस्वी वर्तणुक करितात...

१० मार्च १७९० २३जमादिलाखर, तिसैन मया अलफ

वेदशास्त्र संपन्न राजश्री समस्त ब्राह्मण ब्रह्मबंद धर्माधिकारी व उपाध्ये जोतिषी प्रांत वाई स्वामी गोसावी यांसि सेवक माधवराव नारायण प्रधान नमस्कार सु।। तिसैनमया व अलफै (१७९०) कसबे पेडणे परगणे सालसी समस्त ब्राह्मण याणी हुजूर निवेदन केले की श्रीमंत कैलासवासी नारायणरावसाहेब यांचे कारकीर्दीस प्रभूचे आचरणाविषई सरकारातून ठराव करून दिले त्याप्रमाणे त्याणे वर्तावे. ते न करिता आपला धर्म सोडून मनस्वी वर्तणुक करितात येविसी त्यांस ताकीद होऊन बंदोबस्त जाहाला पाहिजे म्हणून त्याजवरोन मनास आणितो पेशवी ती।। कैलासवासी रावसाहेब (थो. माधवराव) यांचे वेळेस चौकसी होऊन प्रभूंचे वर्तणुकेविसी कलमाचा ठराव जाहाला. त्याप्रमाणे त्यांनी सरकारात कतबा लिहून दिला. त्यातील कलमबंदी तपसील.

१ वेदमंत्रेकरून काहींच करणार नाही. हे सत्य कलम

१ वेदमंत्र येत असतील त्याचा उच्चार एकंदर करणार नाही. कलम

१ श्राद्धपक्षास अन्नाचे पिंड करणार नाही. कलम

१ देवीपूजा विहितकर्मे पुराणोक्तच मंत्रे करूनच करू. ब्राह्मणभोजन आपले घरी करविणार नाही. कलम.

१ श्री शालिग्राम पूजा करणार नाही. कलम.

१ ज्या देवास शूद्रादिक जातात त्या देवास आम्ही जाऊ. कलम

१ ब्राह्मणास दंडवत असे मोठ्याने म्हणत जाऊ. कलम.

१ वैदिक ब्राह्मण व ब्राह्मणाच्या बायका वेव्हार पाणके शागीर्द ठेवणार नाही. व घरीही ठेवणार नाही. कलम

१ आमचे जातीमध्यें कोणी आपले संतोषाने पाटाच्या स्त्रीया करून घेतील त्यास अडथळा करणार नाही. कलम

९

येणे प्रमाणे णऊ कलमे लिहून दिली असता प्रभू आपले घरी चोरून ब्रह्मकर्म करितील तर त्यामुळे वेणकर ब्राह्मणाचा व त्यांचा कजिया पडून प्रभूच्या घरी कर्म बंद जाहाले. यिसी येविसीचा हाली विचार करताना प्रभूंच्या कर्मास आचरणाविसी चौकसी होऊन कलमें ठराऊन दिली आहेत. ती योग्य असें सिष्टसंमत ठरऊन पुण्यात प्रभूंची

पेराजी - पूर्वी, कतबा - कबुली जबाब, सालसी = साष्टी

घरें आहेत त्यांसी हुजूरुन ताकीद करून हे पत्र तुम्हास सादर केले असे. तरी प्रांत मजकुरी प्रभूंची घरें असतील त्यास निक्षूण ताकीदकरून सदरहू कलमाप्रमाणें वर्तवीत जाणें. जाणिजे. छ २३ माहे जा।खर. आज्ञा प्रमाण.

(शिक्का मोर्तब सूद)

८२. सातारकर छत्रपतींची आर्थिक स्थिती

आम्हीच पैका खातो हा भास जाला असेल...

पे.द.सरदेसाई कृत २३-१२-१७९०
नकला पुस्तक ७ पृ. १०५

श्री

पौ। ६०२२ रखर शिंदे

बाबूराव आपटे - नाना फडणीस

स्वामीस एक दोन वेळा अैवजावीसी विनंती लिहिली व कारकूनही सेवेसी विनंती करावयास पाठविला. परंतु स्वामींचे मर्जीस आले नाही. शेवकाचा अव्हेर केला. त्यावरून चिंता प्रविष्ट जाहली दहा हजार रुपये मुलकामध्ये बाकी राहिली व हाली सालचे दोन रोजमुरे ऐकून **दाहा हजार रुपये लोकांचे चढले गवगवा फार पडला आहे.** स्वामींची आज्ञा की हुजूर येणे म्हणजे आज्ञा करणे ती करू येथे तो लोकांचा गवगवा या प्रकारचा त्यात स्वामीनी कृपाळू होऊन दहा हजार रुपे देवावे म्हणजे लोकोंचा गवगवा थोडा बहुत वारून शेवेसी येतो. शेवकाचे विनंतीविशी स्वामींनी मर्जी कठिण व करावी. किल्याची नेमणूक सातशे माणूस आहे. त्यात आवल सालपासोन पैसा न पोहोचला. पुढेही यैवज यावयास विजयादशमी सहजच येईल. पाहाता अर्थ **किल्याचा कारभार लोकास बाजारासिवाये दुसरा अर्थ नाही.** त्यास गाडदी बर्कदवाज लोक येवीसी सेवकाने येक दोन वेळ विनंती लिहिली. त्यावरून अैवजाची आज्ञाही झाली. परंतु फिरोन काय संदेह होऊन मना जाहला. त्या केवळ गैरवाजवी शेवक लिहिणार नाही. **चार महिने जाहले असता पाच हजार न ये तेव्हा पैका आम्ही खातो हा भास जाहला असेल सेवक तो एका पैशापासोन सरकारकामात लढा बालगत नाही.** सरकारकामास अैवज स्वाम न पाठवत तेव्हा जीव देऊन चाकरी करून दाखविली हे आपणांस रुजू होत नाही. ऐसे दिसते. अैवज येई ते आज्ञा जाहली पाहिजे. शेवकापासून वावगा खर्च होणार नाही. सेवेसी श्रुत होय हे विज्ञापना.

❖

गवगवा = ओरड, बर्कंदाज = बंदुकधारी

८३. पेठ वसाहती संबंधीची कौलबंदी

५ साबान, तिसैन मया व अलफ — १७९० ऑक्टोबर १२

श्री

पेठेसंमंधी

पेठेत वाणी उदमी वगैरे घरे व दुकाने बांधोन राहतील. त्यास दुकानदारास राहतील. त्यास दुकानदारास सातसाला माफीचा कौल द्यावयाची आज्ञा.

वाणी उदमी सावकार याणी कोणे गोष्टीची अंदेशा व धरिता पेठेची वसाहत करावी. येविसी सात साला कौल दिला असे. कौल पुरवल्यावर शहराची आणखी पेठा आहेत. त्याजपासून महसूल घ्यावयाचा सिरस्ता आहे. त्याप्रो पेठ मजकूरचा घेतला जाईल. म्हणोन कौल देवावा देणे.

कोतवालीकडील व बट छपाईचा उपद्रव लागू नये

कोतवालीकडील बट छपाईचा उपद्रव सात साला लागणार नाही. कौल भरल्यावर शिरस्ते प्रो। बटछपाई द्यावी. येणे प्रते करार करावे करार.

कौल भरे पर्यंत सरकार खरेदीचा उपसर्ग लागो नये.

पेठ मजकुरी आमदानी होईल त्यास सरकार खो।कौल भरे तो पर्यंत घेऊ नये. पुढे सिरस्ते प्रो। करावे करार.

कलमे

पेठ मजकुरी सिबंदी प्यादे व कारकून ठेविला पाहिजे. व चावढी बांधिली पाहिजे. जो खर्च लागेल तो पेठेचे महसुला पौ। देवावा.

कारकून व प्यादे यांचा खर्च व चावढी बांधणे यास चौकसीने होऊन सरकारात समजवावा. कौल भरल्यावर पेठेचे महसुलाचे ऐवजी मजुरा पडेल. कौल भरल्यावर पेठेचे महसुलाचे ऐवजी मजुरा पडेल. कौलापूर्वी काही कमावीस जाली तर सरकारात द्यावी. या प्रो। करार करावे. करार पेठेचे सेटेपण फीर्गोजी खाडे याजकडे करार करोन दिल्ही पाहिजे.

पेठेची वसाहत करणे फुले ही गोष्ट फिरगोजी खाडे यास सांगितलेली असे. व पेठ मजकूरचे सेटेपण करार करून दिल्हे असे. कौल भरल्यावर सेटपणाचा हाफ करार करून दिल्हा जाईल. त्याज प्रो घेत जाऊन तू व तुझे पुत्रपौत्रादी वंशपरेपरेने सेटेपणाचे वतन आन भरूत सरकार चाकरी करोन सुखरूप राहणे.

म्हणोन रघोजीचे नावे पत्र देवावे. देणे

छ. ५ साबान सन तीसैन मया व अलफ वैशाखमास (२० एप्रिल १७९०)

कौल = अभय, अंदेशा = शंका, शिरस्त्रा = रुढी, अमदनी = मिळकत

सनद व कौल लिहिणे.

सररहू प्रो. पेठेचे वसाहतीस जमीन देविली असे. तर तुम्ही आपले हवाली करोन घेऊन वसाहत करणे. या प्रो। व वरकड पेठेसंमंधी कलमे लिहून बालाजी जनार्दन याचे नावे सनद देवावी. देणे.

छ. ३ सफर इहिदे तीसैन सनद (१२ आक्टोबर १७९०) लिहिणे.

८४. नवीन पेठेची वसाहत

५ साबान, तिसैन मया अलफ, वैशाख. २० एप्रिल १७९०

श्री

यादी बाळाजी जनार्दन फडणीस सु॥ तिसैन मया व अलफ. शहर पुणे येथे नवी पेठ वसवावया करिता कौल देऊन गणेश पेठेचे पूर्वेस नागझरीचे पलीकडे भवानी पेठेचे उत्तरेस रास्ते यांचे पेठेचे दक्षणेस वोढा आहे. तेथपर्यंत दक्षण उत्तर रुंदी गज ४५० साडे च्यारसे व लांबी पूर्व पश्चम नागझरीपासून गज ६०० साहासे याजप्रो जागा पेठेचे वसाहतीस दिल्हे पाहिजे. साडे च्यारसे गज रुंदी व साहासे गज लांबी या प्रो नवी पेठ वसवावयास जमीन नेमून दिल्ही असे. या प्रो बाळाजी जनार्दन फडणीस याचे हवाली जमीन करणे. तेथे वसाहत करतील. म्हणोन बापूजी आनंदराव कमावीसदार कसबे पुणे यास सनद देववावी देणे.

छ ५ साबान तिसैन मया व अलफ, वैशाख मास.

❖

कौल = अभय

८५. पेशव्यांची टिपूवरील मोहीम

खर्चापासून जी विपत्य होते ती पत्री काय लिहू

डेक्कन कॉलेज रुमाल ४२ : ८ : १६ १८-८-१७९१

बाबू मेहेंदळे नाना मु। सिकारपूर

राजश्री तात्या व भाऊ व इंग्रज यांचे लस्करात माहागाई बहुत जाली आहे ती लिहिता पुरवत नाही. ऐखादे माणूस हरतऱ्हेने येतात त्यांचे सांगणे पडते. तूर्त या प्रांती अधिक उणा जाबसाल भाऊसही लिहिणे कठीण **खर्चापासून विपत्य होते ती पत्री काय लिहावी सविस्तर धानास यावे म्हणून ली।। आहे. कहीस जाणे तर फौजेची तयारी करून तोफा न्याव्या लढाई करावी तेव्हा कही करावी** या प्रो। इकडील रीत आहे. सावनूर वगैरे माहाल अमल बसले आहे. त्याजवर साल भारी पौ। रसदेचे अैवजी वराता केल्या आहेत **काही मिळाल्यास खर्च भागेल नाही पेक्षा कठीण पडेल** आजतागाईत चालस गेले परंतु छावणीचे दिवस पैक्यावाचून निभावणी कसी होईल छावणीचे दिवसात चार रोजमरे द्यावे नालबंदी पौ। काही द्यावे पालपडतालास हवे ही चाल सरकारची आहे. ते असो तूर्त **दरमाह येक रोजमरा पोटास तो पाहिजे. त्यास ठिकाण नाही.** गाडद पायचे माणूस तोफा यास दरमाहाचे दरमाहा रोजमरे पाहिजेत असा मजकूर आहे. येथील विचार भाऊस लिहावा परंतु ते दूर त्यात पत्रही पावत नाही. आणि **तेथेही फार हेराणगत खर्चाची माहागाई वैरण नाही असे आहे.** त्यापेक्षा भाऊ काय करतात. सविस्तर मजकूर आहे तो ली।। आहे. कळावे सेवेसी श्रुत होय हे विज्ञापना

❖

विपत्य = अडचक्षण, वरान्त = हुंडी, नालबंदी = मोहिमेपूर्वी सैनिकास मिळणारा वेतन, रोजमरे = वेतन, कही - गवत

८६. पेशव्यांची टिपू मोहिम

रु. डे. कॉ. ५४:१:३५ १७९१

हरिपंत - नाना

पुरवणी - ही असी घोड्यांची गत जाली आहे सिलेदारांचा प्रकार तर सरकारातून पावल्या खेरीज परिणाम नाही. स्वामीचे उत्तर येई तो कसे दिवस निभतील हे कळत नाही. **लोकांची लबाडी नाही परंतु पोटासाठी उठोन जातील. कोणात त्राण राहिले नाही.** खर्चाविसी लिहीत गेलो. परंतु पैकाच नाही. स्वामी कोठून पाठवितील? प्रस्तुत हा प्रसंग आहे. **फौजेने चार वर्षे खिसारा सोसून स्वामी सेवा केली आहे.** याची उस्तवारी जाल्यास विरोन उपयोगी पडतील परंतु समाचार घेतला पाहिजे मजला आज्ञा जाली म्हणजे लेकास निरोप देऊन स्वामीचे दर्शनासा येईन. ही गोष्ट न केली चालढकलीवर घातले तर मजला पुढे घालून घेऊन येतील असे जाल्याने सरकारचा आब जातो फौजेचा आब राहात नाही. फिरोन काम याच लोकांसी, याजकरत कोणती तजवीज करणे ती करून आधी धारवाड कोपळा कडील बदोबस्त करावा. ही स्थले गेली तर फिरोन यवयास संकट अलिकडील बंकापूर त्याजकडे प्राण किती व्याप केला आहे. कोपल धारवाड गेले तर कृष्णातीर व्यर्थ माणूस फटकू देणार नाहीत याचा विचार लौकर करावा मजला येण्यावीसी आज्ञा लौकर यावी नाही तर लोकांचा पैका चढवावा. सरकारकाम काही नाही असे तरी का करावे! लोकांचे मनोधारणास खुशामतीत अंतर करीत नाही **परंतु शुष्क गोष्टीने काय होते.** लोकासी (मी) फार लबाड पडलो कोणेवीसी पत राहिली नाही. तेव्हा लोक ऐकतात काये? मी सांगतो काय? सरकारचे कारखाने एखादे जागा ठेऊन दाणा वैरणीचा परामर्ष केला तर उपयोगी पडतील. **नाहीतर कारखाने बूडाले असे समजावे. लोकास पोटास नाही. यामुळे मर्यादा राहिली नाही.** मर्यादा नाही तेव्हा काम होणे कळतच आहे. सारे पदार्थ उलगडून लिहिले आहेत याची आज्ञा लवकर यावी उत्तराची मार्ग प्रतिक्षा करीत असो. लोकात काही बाकी राहिली नाही. सेवेसे श्रुत होय हे विज्ञापना.

❖

८७. नाना - छत्रपती संबंध

आम्ही तो मुलुख किल्ले मागत नाही.

डे.कॉ.रु. २७ का ५ पत्र ७६ १०-१०-१७९१

पौ। छ १२ सफर इसने तीसा

सेवेसी बाबूराव कृष्ण (आपटे) करद्वय जोडून साष्टांग नमस्कार विज्ञापना. ता। छ १२ सफर पर्यंत क्षेम असे. श्रीमंतांची स्वारी सातारीयास येत नाही हे माहराजास व मातुश्री आईसाहेब यास समजले. मग मला बोलावून होऊन उभयताही येकांती बैसोन सांगितले की, **पेशवे इतके जवळ आले असता या स्थलास येत नाहीत हे फारच विचित्र दिसते. त्यात हालीचे राजेपण हे केवळ नानाचे कृत्य, आम्ही नानांचे मात्र ते नानाबरोबर असोन येथे येण्याचा योग न घडला.** तर आमचा दैवयोग. परंतु असे असो नये. **कदाचित येथील रडी करता भीत असतील त्यास आम्ही तरी काय म्हणतो?** दो ती राज्यातील मनुष्ये आहेत ती रद्द जाहाली. हालली अन्नवस्त्राकरिता मरतात. त्यांचा आशिर्वाद तुम्ही घ्यावा. सवालाखपर्यंत सारा खर्च असोन प्रामाणिकपणे खर्च केला तर पुरोन उरेल पाहुणलाख पर्यंत तुम्ही देतच आहा आणखी पन्नास हजाराचे कार्य हे सवालास तुम्ही येक वरीस या जागा खर्चून पाहा तुमचा नफा सदाशिवराव किती करतो हे पाहा. **आम्ही मुलक किले मागत नाही.** हल्लीच्या येण्यात काहीच अडचण आम्हाकडून नाहीच. परंतु भेटोन जावे हे प्रांत परम श्रेयस्कर आहे. माझेही मते हे योग साधावयास बहुत पाहात होते. परंतु त्यास पुण्यसंग्रह कैसा! मी इथे असता अडचण कैची वेळेवर मुकाम उटावा माहाराज खाली उतरोन राहातील भेट होईल किल्यावर न राहावे. म्हणजे इंग्रजाचा पेच नाही. हे योग वारंवार घडवावयाचे नाहीत माहाराजही संतोषी होतील. आपणास यश हे माझे सेवकाचे मानस. सेवेसी श्रुत होय हे विज्ञापना

❖

रडी = आर्थिक ओढीची तक्रार

८८. तोतयाच्या बंडात सामिल झालेल्यास दया बुद्धीने वागवणे-

ब्राह्मण महाअपराधी असले तरी ईश्वरी त्याचा अभिमान आहे.

डे.कॉ.रु. ८७ फा ५ पत्र ४० १७९१

श्री

सेवेसी बाबूराव कृष्ण (आपटे) साष्टांग नमस्कार विज्ञापना पारमार्थ बुद्धिचा अर्थ सेवकास सुचला तो लिहिला आहे. श्रीमंतांचे ब्राह्मणीराज्य त्यात परम नीतीमान स्वामीची बुद्धिनीती विषयी फारच प्रवर्तक आहे आणि **स्वामींच्या राज्यात अपराध तर ब्राह्मणानीच फार केले. शासन तो पाहिजेत परंतू अती तीव्र नसावे.** हाली बंदीत बहुत आहेत. एकदा बंदीस राहिल्याने त्याची स्त्री सहकुटुंब अहर्णीश आभेश करित्ये **ब्राह्मण महा अपराधी असले तरी ईश्वरी अभिमान त्यांचा आहे.** माझे मते सर्व बंदिवानांची याद कि त्यांची आणून अपराधीयांची निवड करून **जे मोठे तीन च्यार आहेत यांचा अर्थच बोलावयाचा नाही.** परंतु वाचीक मानसिक सांसर्गिक आहेत यांचे पके जामिन घेऊन ब्राह्मण मुक्त करावे. **त्यांचा शाप पाषाणासही फोडील** विद्यमानी जलषोशक पर्ज्यन्य नाही. नाना प्रकारची विघ्ने उठतात. ते महाअपराधी परंतु श्रीमंत महाराज सहनशील प्रभुत्यपक्ष स्वामी सर्वज्ञ आहेत. सेवकाचे मते **आधी ब्राह्मण शब्द म्हणजे गरीब त्यात मानसादिक अल्प अपराधी सापडले त्यास श्रृंखलायुक्त पर्वतारुढ केल्याने अती व्यथा होते.** असे नसावे. पामराचे भय बालगावे तर नारायणराव साहेबाचा घात करून मागे निवैध राज्य करू असे ज्यांनी योजिले त्याची फले दिसतच आहेत. जो यथार्थ बुद्धि चालेल. त्याचा नाश सर्वथैव होणार नाही. श्रीमत माहाराज छत्रपती स्वामी यांचे सर्व राज्य श्रीमंत खातात आणि त्यास अन्न वस्त्रास नाही मग ती कसी कल्याण चिंततील? हे समजत आहे तसेच ब्राह्मणांचे बंदीचे त्यात प्रस्तुत काली छत्रपती आणि बाईसाहेब यांचा रोष जाऊन अहर्णिशी स्वामींचे कल्याण इच्छितात याचा अर्थ आपले प्रतापे शेवकाकडून घडला त्यांचे बंदोबस्ताचा अर्थ नविन काही जाला नाही. असत्ये परमार्थी परम आनंदास आहेत. क्षोभाची जात राहिली नाही. अलिकडील हरामखोरांचा बंदोबस्त जाहला आहे परंतु पर्वतारुढ आहेत. त्यांचा विचार व्हावा. सेवेसी श्रृत होय हे विज्ञापना.

❖

श्रृंखलायुक्त पर्वतारुढ = बेड्या घालू डोंगरी किल्यावर

८९. टिपूवरील मोहिमेत मराठी लष्कराची आर्थिक स्थिती

आठ दिवसचंदी नाही. खाशा मुदबकास अडचण

डे.कॉ.रु. ४२ : ८ : १७ २७ जिल्हेज

२२-८-१७९१

गणपत आनंदराव नाना

मु।। सिकारपूर

वीस हजार रुपये जयरामपंताकडून चांदजी पाटील यास तेव्हा दिले त्यासिवाये इकडे तिकडे करून चालवीत होतो. परंतु गाडद वगैरे जमाव भारी हल्कांडा कोठून द्यावे. **साहा महीने आठवडा रोजमरा फौजेस नाही.** गाडद्यास खंडा पौ। वगैरे येत गेले ते देत गेलो फौजेस पैका कसा उरतो. **कही कबाडती तीन महिने बंद तेव्हा घर पागा सुधा आठ आठ दिवस चंदी नाही. खासे मुदबकास सामानाची अडचण पडो लागली.** चार रुपे बाजारात पाठवून सिधा आणवून आम्ही भक्षावा दागिने वगैरे दोन हजार पावेतो होते ते बाजारात ठेऊन हजार पाचशे रुपे आणवून गाडद सिदी वगैरे निकडास **रिसालदार यांची अब्रू घेऊ लागले तेव्हा** असेही केले परंतु परीणाम लागेना. आपणास लिहावेसे तर हजार माणूस येऊ लागल्यास वाट चालेना कर्ज कोण देतो येक दुकान समागमे त्यांचे घरी होते ते घरी जातीने जाऊन आणिले आठ दिवस गुजरले पुढे प्रथमच दिवस त्यास काय करावे नाईलाज तेव्हा सावनूर प्रांती वराता केल्या अैवज आलीयावर देऊ घेऊ याजवर पंधरा दिवस ढकलून नेले. तथापि माणसास पोटास तो पा। त्याहीमध्ये कोणी कबूल केले न केले तो आपले पत्र आले की सावनूर तालुका सरकारचा त्यास वसता करावयास युक्त नाही. यैशास पैका मिळणार नाही. कलागत होईल म्हणोन साफ पत्री जाणवीले. त्यास पैका कोण देतो कालगत करावयास सामर्थ्य असते तर आपले समागमे येणे कसे घडते कलागतीस फार भीऊनच आहे. पोटासाठी सर्वाचे केले होते. गाडदी तोफा सरकारच्या त्यास काही घेऊन द्यावे. फौजेस्तव वराता केल्या असे नाही. असो हरकसा बोभाट आपणपावेतो आला परंतु मनाई पत्र लिहिले **पुढील विचार पोटाचा काहीच सुचविले नाही. शत्रू जवळ फौजेत पोटाची रड. त्यात पायचे माणसास तो शेर पीठ पा। लढाई करावी स्वारीस जावे तर घरोघर देणे आणि प्रांत नष्ठ उरला आहे.** तो त्यास आम्हास सारखाच आहे. सविस्तर मजकूर लिहिला आहे. जाणून बदोबस्त करावा. आम्ही नवे सरदार डोळे झाक करून चालवावे तर युक्त सुचत नाही. पद्री विशेष

कही कबाड = गुरांना वैरण, मुदबक = स्वयंपा, चंदी = घोड्यांचा खुराक, रिसालदार = घोडेस्वार, कलागत = भांडण, वरात = हुंडी

नवते परंतु लाख रुपये बिदनूरचे मसलतीस येथे खासगत कर्ज काढून लावीले आहेत. हिसेबी येतील सारांष सोय खर्चाची करावी निदान गाडदी तोफा मावले कामाठी यास तो ऐवज पा। फौजेस मर्जी नसल्यास काहीच देऊ नये. देणार आपण आम्हास उतर यावे टाचक पेच आल्यास **शत्रूचा व पोटाचा दोन पेच सोसवणार नाहीत.** उपोषित स्वस्थ जागा पाहून राहू विशेष काय लिहावे आपणा जाण आहा बरचेवर पत्रे यावी. पुढील मनसबा लिहावा. लोभ करावा. हे विनंती मामास वगैरे सर्वास पत्रे यावी आम्हास संभाळून घेत जावे वेळेस आहे नाही. श्रृत होय हे विनंती.

❖

पा। = पाठवावा, कामाठी - मजूर

१०. घाशीराम कोतवालाचे पारिपत्य

त्यांची पारपत्ये शिरच्छेदाची करावी असा मानस...

ऐ.टि. मा. १ ले. ४० २ नोव्हेंबर १७९१

वडिलांचे सेवेसी सा। नमस्कार

विज्ञापना ऐसीजे. पुण्याहून पस्तीस असामी तैलांग ब्राह्मण आपले देशास जाण्याकरिता निघोन घासीराम कोतवाल याचे तळ्यावर गेले आणि सायंकाळचे चार घटका दिवसास स्वयंपाक करावयात लागून अस्तमान दोन घटका रात्रीस भोजन केले. नंतर चार घटका आटपाआटप करावयास लागली तो इतक्यात कोतवालाचे प्यादे त्यांचे पेठेतून पाचसात प्यादे जाऊन तितक्या ब्राह्मणास भवानी पेठेतील चावडीस आणून एका खणाचे भुयार आहे त्यात पस्तीस आसामी कोंडिल्या त्यात वारा जावयास जागा नाही. सबब, ब्राह्मण अात कोंडमारा होऊन एकवीस आसामी मृत्यू पावले. घातल्या पासोन तिसरे रोजी रा. मानाजी फाकडे चावडीजवळ राहातात. त्यास त्या भुयारात गलबा होऊ लागला हा कशाचा म्हणोन, आपणा खुद त्या भुयाराजवळ जाऊन कुलूप तोडवून पाहिले, आणि श्रीमंतास ब्राह्मण मेल्याचे वर्तमान सांगून पाठविले. नंतर श्रीमंतांनी चार प्यादे व एक कारकून चौकसीस पाठविला. तो इतक्यात घासीराम याणे वाड्यात येऊन विनंती केली जे कोमटी पंचवीत तीस आसामी माझे तळ्यावर येवून राहात आणि शहरात चोऱ्या करीत होते. त्यास धरून आणून ठेविले.

त्यांणी अफू खाल्ली तेणें करून मृत्यू पावले आज्ञा जाहल्यास मूठमाती देतो. उत्तर जाहले जे चौकशीस कारकून गेला आहे. तो आल्यानंतर सांगे ते सांगू. असे बोलून चिंचवडचे देवास पुलापलीकडे सामोरे गेले. तेथून स्वारी फिरोन बेलबागेत आल्यावर घासीरामाने गाठ घालून गैरवाका समजावून मूठमातींची परवानगी घेतली. आणि आपले घरास गेला. इतक्यात श्रीमंत राजश्री रावसाहेब (स.मा.पेशवे) यांनी श्रीमंतास (नाना फडणीस) बोलावू पाठविले वाड्यात गेले तेव्हा रावसाहेब यांणी विचारले जे घासीरामाने ब्राह्मण मारिले, त्यास त्याची चौकी होऊन घासीरामाचे पारपत्याचे काय ठरविले? उपरात आज्ञा होईल तसे करू म्हणोन बोलून घासीरामास बोलावू पाठविले. तो आला तो श्रीमतही सरकार वाड्यातून आपले घरास आले, आणि वे।। भटजीतात्यास चौकशी सांगितली त्यांणी कोतवाल मजकूर यास ब्राह्मण कशाकरिता कोंडिले व मरावयाचे कारण काय? जे खरे असेल ते सांग, असा प्रश्न केला. तेव्हा त्याणे उत्तर केले, **जे चोर म्हणोन कोंडिले. ते अफू खाऊन मेले.** यात

गलबा = गडबड, मूठमाती =पुरणे, गाठणे, गैरवाका = रुढी वेगळी

माझे काही कृत्रिम नाही. असे म्हणत आहे तो रावसाहेबांचा निरोप आला जे त्याचे पारपत्य चांगले करावयाचे. याचे म्हणणे तो या प्रकारचे व श्रीमत राजश्री नानांचे वाड्यापासी हजार पंधरासे ब्राह्मण मिळोन नाना प्रकारच्या वाल्गना करू लागले.

तेव्हा सर्वमजकूर भटजींनी श्रीमंताचे कानावर घालून कोतवालांच्या मुसक्या बांधून गाड्यांचे पहाऱ्यात ठेविला. तरी तेलंगी ब्राह्मण आततताईपणास न चुकत हत्तीचे पायास बांधल्याशिवाय आम्हास आपले बिराडी जावयाचे नाही. नंतर वे।। राजश्री अयाशास्त्री यांस ब्राह्मणाचे मध्यस्तीस घातले जे उदईक तुमचे म्हटल्याप्रमाणे याचे पारपत्य करतो. तरी ब्राह्मण न ऐकत शास्त्री यांचे आंगावरील वस्त्रे, धोतर नेसावयाचे सुद्धा झोंबून फाडिले, व श्रीमतांचाही निग्रह पाहून, प्रथम प्रहर रात्रीस हत्ती आणवून वर्ता त्यास घालून बांधिला आणि सर्व शहर फिरवून पर्वतीजवळील रमण्यात नेऊन पायात बेडी घालून ठेविला. शहरातून फिरते वेळेस ब्राह्मणांनी कोतवलास पाच सात दगड मारिले. तेणेकरून काही डोकी फुटली होती व शंभर गाडदी चौकीस होते. नंतर दुसरे रोजी, भाद्रपद शुद्ध द्वितीया बुधवार प्रातः काली, ब्राह्मण मागती दोन हजार पावेतो आजमासे जमा होऊन, श्रीमंतांचे वाड्यापुढे बहुतच गरगशा करू लागले. आणि बरोलत जे **त्यास जिवे मारल्या शिवाय आम्ही ऐकत नाही.** व श्रीमंतांचे ही म्हणणे त्यास जिवें मारावयाचा त्याजवरून राजश्री बाळाजीपंत केळकर नि।। राघोपंत गोडबोले यांस रमण्यात पाठवून, त्याची बेडी तोडवून, उंटावर उंटाचे शेपटीकडे तोंड करून बांधून, कोतवाल चावडीस आणिला आणि पाचपाट काढून, शेंदूर डोकीत घालून पुन्हा उंटावर पुर्ववतप्रमाणे घालून आठी पेठा फिरविला, आणि गारपिरावर नेऊन सोडिला. आणि ब्राह्मणास सांगितले जे, तुम्हास पाहिजे तर सोडा किंवा मारा असे सांगून हवाली केला. त्याजवर दोन घटका दिवसात सायंकाळच्या राहता. ब्राह्मणांनी धोंडे घालून मारिला. त्यास दहन करावयाची देखील परवानगी नाही, व कोतवाल मजकूर याचा दिवाण बापूजीपंत व गोपाळपंत व केसोपत भावे यांचे घरी चौकया बसवून बेड्या घालून ठेविले आहेत. त्यांचेही पारपत्य यथास्थित चांगले करणार, व त्या देव माणसे ब्राह्मणास धरून आणावयास व कोंडून ठेवावयास जे होते त्यांची पारपत्ये शिरच्छेदाची करावी, असा श्रीमंतांचा मनोदय आहे. पुढे काय घडेल ते पाहावे, व कोतवाल मजकूर याचे घरची जप्ती मुलांमाणसांसुद्धा करून चौक्या बसविल्या आहेत. व दोघांलोकांस वेड्या घातल्या. याप्रमाणे येथे जाहले ते स्वामींस कळावया करिता लिहिले आहे. सेवेसी श्रुत होय. हे विज्ञापना

❖

कृत्रीम = बनावट, वेत = वेदमूर्ति, गरगशा = गोंधळ, वर्ता = वरती, नि।। निसबत = च्या अधिकारात, पाच पाट काढणे = डोईचे केस पाच ठीकाणी कापणे, मजकूर = उपरोक्त

९१. नाना-महादजी संघर्ष मिटल्याचा काळ्याचा आनंद

तिळा एवढी चांगली गोष्ट जाल्यास गगना एवढी सांगावी ही यावनी रित

ऐ.टि. या. १ ले. १३ १ जुलै १७९२

गोविंदराव काळ्यांचे नानास पत्र

विनंती ऐसीजें राजश्री पाटीलबाबा जामगावास आलियावर तुकोजी शिंदे यांचे नातू दौलतराव शिंदे वय बारा वर्षांचे त्याचे लग्नाचा निश्चय करून, श्रीमंतास व मंडळीस आक्षत द्यावयाकरिता फडणीसास पाठविले. त्यांनी श्रीमंतासव सर्व मंडळीस अक्षत दिली. सरकारातून राजश्री गोविंदराव बाजीबरोबर आहेर पाठविला आम्ही आपला आहेर वेदमूर्ति राजश्री गोविंदभट याजबरोबर पाठविला. त्यांसी व पाटीलबाबासी निखालसतेची बोलणे जाले. त्यात निखलसता बहुत पाहिली. नंतर मागाहून राजश्री आबा चिटणीस पुढे आले त्यासी बोलणे होन परस्परे निखालसतेचा विध राजश्री हरिपंत तात्या सुद्धाजाला. नंतर भेटीचा समारंभ जाला. कोणे गोष्टीचा संशय राहिला नाही. तुम्हास कळावया करिता लिहिले आहे. म्हणोन आज्ञा

ऐसियास पत्र पाहाताच रोमांच उभे राहून अतिसंतोष जाला. याचा विस्तार पत्री किती लिहू सीमा असे यावरून ग्रंथाचे ग्रंथ मनात आले. ते लिहिल्याने लहुचकपणा दिसतो दिसतो. दिसो, परंतु जे मनात आले त्यातून किंचित अमर्यादा करून लिहितो. एक एक रक्कम मनात आणून दीर्घ दृष्टीने तोलून पाहिल्यास खरे आहे असेच निघेल. ते काय? तपशील अटक नदीचे अलीकडे दक्षिण समुद्र पावेतो हिंदूंचे स्थान तुरकस्थान नव्हे हे आपली हद्द पांडवापासोन विक्रमजित पावेतो त्यांनी राखून उपभोग केला. त्यामागे राज्यकर्ते नादान निघाले. यवनांचे प्राबल्य जाले. **चकत्यांनी हस्तीनापूरचे पद घेतले. शेवटी अलमगीराचे कारकीर्दीत यज्ञोपवितास साडेतीन रुपये जेजया बसून ओले अन्न विकावे, सर्वांनी घ्यावे, हे नौबत गुजरली. त्या दिवसांत कैलासवासी शिवाजी महाराज शककर्ते व धर्म राखते निघाले. त्यांनी किंचित कोन्यांत धर्मरक्षण केले.** पुढे कैलासवासी नानासाहेब, भाऊसाहेब प्रचंड प्रताप सूर्य असे जाले की, असे कधी जाले नाही. **अमुक ब्राह्मणांनी राज्य केले. असे शास्त्री पुराणी वर्णन नाही परशुराम अवतारी काय असेल ते असो.** त्या गोष्टी यांस **शिंदे होळकर दोन बाजू होऊन प्राप्त झाल्या.** हल्ली श्रीमंतांचे पुण्य

निखालसता = विश्वासूपणा, रक्कम = गोष्ठ, काफरशाई = हिंदूचे राज्य, चकते = झगताई खानाच्या नावावरून मोगली वंशास चकते असे आडनाव आहे. त्यांच्यापादशाहीस चकत्यांची पादशाही असे म्हणतात., नौबतगुंजणे = द्वाही किरली, दंके वाजले, नवारिखनामे = बरवरी इतिहास, दोन बाजूने = दोन हात, जेजया = हिंदूवरील कर, बाजू = हात

प्रतापेकडून व राजश्री **पाटीलबाबांचे बुद्धी व तरवारीच्या पराक्रमेंकडून सर्व घरास आले.** परंतु जाले कसे? प्राप्त जाले तेणे कडून सुलभता वाटली. **अगर मुसलमान कोणी असते, तरी मोठेमोठे तवारीखनामे जाले असते. यवनांच्या जातीत. तिळाइतकी चांगली गोष्ट जाल्यास गगना बराबर करून शोभवावी. आमचे हिंदूत गगना इतिकी जाली असता उच्चार न करावा, हे चाल आहे.** असो. अलभ्य गोष्टी घडल्या. उग्याच दौलंती पुसत घरास आल्या. याचे संरक्षण करणे परम कठीण दोस्त दुश्मन फार, यवनाचे मनात की काफरशाई जाली हे बोलतात. लेकिन ज्यांनी ज्यांनी हिंदुस्थानात उठविली त्यांची शिरे पाटीलबाबांनी फोडिली. कोणाच्याही मनात हे वाहडले, ते शेवटास जाऊ नये, यास्तव नाना स्वरुपे व युक्तीकडून नाश करावे ऐसे आहेत. न लाभाच्या त्या गोष्टी लाभल्या. त्यांचा बदोबस्त शककर्त्याप्रमाणे होऊन उपभोग घ्यावे हे पुढेच आहे. **कोठे पुण्याइत उणे पडेल आणि काय दृष्ट लागेल न कळे जात्या गोष्टी यात केवळ मुलूख, राज्यप्राप्ता इतकेच नाही तर वेदशास्त्र रक्षण, धर्मसंस्थापन. गोब्राह्मण प्रतिपालन सार्वभौमत्व हाती लगणे, कीर्ति, यश याचे नगारे वाजणे इतक्या गोष्टी आहेत.** हे किमया सांभाळणे व पाटीलबाबांचा यात वेत्यास पडला की दोस्त दुश्मन मवजूद, संशय दूर जाले, हे अति चांगले. अति चांगले **याउपरी हे जमाव व या फौजा लाहोरच्या मैदानात असाव्या. यांचे मनसबे दौडावे सिद्ध व त्यास पडावे, तमाशे पाहावे,** असे जनजे आहेत ते उशा पायथ्यास लागून आहेत. चैन नव्हते. आता आपण लिहिण्यावरून स्वस्थ जाले. जितके लिहिले तितक्यांचे उठोन मनन व्हावे. खरे की लटके हे समजावे. रवाना छ ११ जिलकाद हे विनंती.

❖

वेत्यास = विरुद्धता अंतर, मवजूद = भांडण्यास तयार, तवारिखनामा = इतिहास ग्रंथ

९२. नाना-महादजी संघर्ष मिटला म्हणून काळ्यांना आनंद

या पुण्यास जोडा नाही.

इ.स. ऐ. टि. मा. १ ले. ९ २ जुलै १७९२

विनंती ऐसीजे

राजश्री पाटील बावा जांबगांवीहून निघोन जेष्ठ वा. अष्टमीस पुण्यानजीक खडकीच्य पुलावार येऊन मुक्काम केला. नवमी सह दशमी सांयकाळचे पाच घटका दिवस राहता श्रीमंतांचे दर्शन घ्यावयाचा मूहूर्त निश्चयात आला. इकडून श्रीमत गणेशखिंडी पावेतो सामोरे गेले तिकडून पाटील बावा आपले बराबरील सरदार घेऊन आले. इकडील मुत्सद्दीं मंहळी व सरदार मंडळीच्या व यांच्या भेटी झाल्या. नंतर पाटीलबावा येऊन श्रीमंतांचे पायावर डोई ठेऊन भेटले. श्रीमंतांनी आपले गळ्यातील मोत्यांची माळ पाटीलबाबांचे गळ्यात घातली. येणे प्रमाणे समारंभाने भेट बहुत चांगली झाली. या पूर्वी भेट झाल्याचे सरासरी लिहिले, तपशील समजावा सबब लिहिले असे म्हणोन आज्ञा.

त्यास श्रीमंतांचे ताले विचित्र की असे बराबरीचे सरदार दिग्विजयी होऊन येऊन पायावर डोई ठेवून भेटतात. यांच्या आखबारा रुमशामपावेतो मिरवतात. या पुण्याईस जोडा नाही. वर्णन करावे! याचा संतोष मोठा झाला. येथील मंडळीत आम्हास सांगावयास आर्त तेज बंदेगान अल्ली व मध्यस्थास सांगितले. त्यासही खुषी झाली. जसे व्हावे तसे झाले. उचित ते घडले. आम्ही येथे पूसावयाचे स्थळ म्हणोन उमदे लहान थोर वर्तमान पुसतात सांगितले पाहिजे. यास्तव पुढे होईल त्याची वरचेवर लिहिण्यास आज्ञा होत जावी. रवाना चंद्र ११ जिल्काद हे विनंती.

....श्री मुबारक करो याहून पदव्या अधिक प्राप्त होतील.

श्री

विनंती ऐसीजे बादशाहाकडून वकील मुतलकी व अमीर उल उमराव म्हणजे मीरबक्षीगिरी यांचा बहुमान आणिला आहे तो घेण्याविषयी राजश्री पाटील बाबांनी विनंती केली. त्यावरून घ्यावयाचा निश्चय झाला. डेरा देऊन फर्मानवाडी वरून, आषाढ शुद्ध तृतीया शुक्रवारी तिसरे प्रहरीं श्रीमंतांची स्वारी डेरादाखल झाली. प्रथम पातशाही फर्मान मस्तकी वंदून मुनशीजवळ दिला.त्यांनी भर दरबारात वाचला.

ताले - ग्रह, रुमशाम - पूर्व रोमन बादशाही (इस्तबूल व प. आशिया), फर्मानबाडी - दरबार डेरा वस्त्रे स्विकारताना भरवलेला तंबूतील दरबार, पुस्तदरपुस्त - वंश परंपरा, वाढी दर पीठी, खिलत - मानाचा पोशाक, चाकुबा - बीन भायांचे लांब जाकीट, जिगा - एक दागिना

सर्वांनी श्रवण केला. यात गुलाम कादर याने बेअदबी केली. त्याचे पारिपत्य बादशाही नोकर बहुत होते. परंतु कोणी केले नाही. श्रीमंतांचे सरदार महादजीराव शिंदे यांनी करून बंदोबस्त केला. याजकरिता हे पद पुस्त दर पुस्त दिले असे ये विषयी फार विस्तारे लिहिले. ते सर्वांनी ऐकिल्यावर वकीलमुतलकी व अमीर उल उमराची खिलत चारकुबा व जिगा शिरपेंच व परिंदा कलगीमय लटकन व माळा मरवारींद व कलमदान ढालतरवार व मोरचेल, नालखी, पालखी झालदार, शिक्के करार, व माही मरातब, तमनतोग हत्ती, घोडा समेत, बहुत आदरे करून घेतली. श्रीमंतांनी एकशे एक मोहोर पादशाहास नजर ठेविली. पाटीलबावांनी श्रीमंतांस एक्कावन्न मोहरा नजर डेऱ्यातच केली. तोफा व गाडद्याच्या सिलका (सलाग्या) झाल्या त्याजवर सरकार वाड्यात घेऊन सर्वांनी नजरा केल्या. राजश्री कल्याणराव कवडे व बाबाराव व कृष्णाजी देवाजी व आनंदराव रघोत्तमराव याजकडील यांनी नजरा केल्या व सर्वांनी आदाब बजाविली. समारंभ चांगला झाला. तुम्हास कळावयाकरिता लिहिले म्हणोन आज्ञा. ऐशिवाय पत्रे पाहून अति संतोष झाला आनंद कोठे माईना. पत्री विस्तारक किती ल्याहावा? **श्रीमंत वैभव झाली विचित्र पुण्याई कधी झाल्या नाहीत त्या रकमा चालून आल्या. श्री मुबारक करो व याहून पदव्या अधिक प्राप्त होतील,** फर्माना येतील. गुलाम कायदाचे पारपत्य कोणाच्याने जाले काही, ते राजश्री माधवराव शिंदे यांनी केले. हे रक्कम आम्ही येथे बोलण्यात आणिली नाही. वाईट वाटावयाची कारणे पाटीलबाबांनी एक्कावन्न मोहरा नजर करून आदाब बजाविली येणेकरून येकनिष्ठपणाचे त्यांचे महात्म्य दिगंतरास गेले. खानदानास उचित ते त्यांनी केले. आपण व पाटीलबाबांनी आदाब बजाविली, मग राजश्री कल्याणराव व बाबाराव व कृष्णाजी देवाजी यांचा गुंता काय? मार्ग पदाच्या स्वरुपाप्रमाणे घातला इतके न होते तर तितकेच उणे दिसते. पृथ्वीपति व इतर यवन व मराठे राजे यास आदाब कराव्या. त्यापरीस हे ब्राह्मण प्रभु सहस्त्र वाटे प्रशस्त पदास अदाब बजवावी लागती ठीक झाले. हाच मार्ग शेवटपर्यंत चालावा. **आपले व पाटीलबाबांचे कारकीर्दीत ह्या गोष्टी भारी झाल्या. कीर्तीचे ध्वज झाले. हे आपल्यास व पाटील बांवास मुबारक असो.** रवाना चंद्र २२ जिलकाद हे विनंती.

❖

माही मरतबा - मत्स्य सोन्याचे दोन गोल मिळून होणारे, आदाब - नमस्कार, सिलका - बंदुकीचे बार, नजर - मोहरा समोर ठेवणे, मुबारक - विजयी

१३. मराठे सरदारांचा ज्योतिषावरील विश्वास

जे करशील ते साध्य आहे...

करवीर रियासतीची कागदपत्रे, इ. १७९२-७३
खंड १, ले. ४२, पृ. ६४

शेवेशी आर्जी गोविंद दासो ठाणे आळते कृतानेक शेवेसी विज्ञापना ता २९ माहे शाबानपावेतो स्वामीचे कृपावलोकने करून सेवकांचे व ठाणेमजकूरचे वर्तमान येथास्थीत आसे, विज्ञप्ती ऐसो जे. बातमीचे चिंतामणराव फौजेसुधा उदईक रविवारी सात घटिका दिवस आलेनंतर कूच करून दुदगाव येथे मु॥ करणार बह्यात्कारे बोलले. पण आळतेवर स्वारीची तयारी आहे. रामचंद्र परशराम व दाजी परशराम हे हरीपुरीचे आहेत. उदईक कूच जाहले नंतर रामचंद्र परशराम मिरजेस जाणार. फतेसिंग माने याची मु॥ पालीवर आहे. त्यासी मिळून येलीकडे उतरावयाचा बेत. चिंतामणरावदाजी परशराम हे ऐलीकडे उतरणार. आणासाहेब काही ऐलीकडे यावयाचे नाही. होळकराकडून दाहा लक्ष रुपयेची वरात कुरुंदवाड, मिरज, तासगाव या तिघाजणावर आहे. पंचवीस राऊत व दोघे कारकून आले आहेत फतेसिंग माने यासी कर्नाटकाचा सुभा सांगितला आहे. त्यास फौज्रेचे खर्चास सदरहू ऐवज देविला आहे. मानेमजकूर यानी मिरज तालुकेची खेली, आंधेली, बालवडीपर्यंत रोखलेले आहेत. होळकराकडे बोलणीस आपाजी नाईक सहस्त्रबुधे म्हणून मिरजेत आहेत. ते वकिलास फा॥ आहेत. माझेकडेही कारकून लवकर फौजसुद्धा यावयाचे करावे, म्हणून बोलावणे पटवर्धन मंडळीकडून गेले आहे. चिंतामणराव यासी कोण एक जंगम जाणता तेरदाळाकडून किंवा हुबळीकडून आणिला आहे. त्याने सांगितले आहे की **या पंधरा दिवसात जे करशील ते साध्य आहे,** असे चिंतामणराव यासी सांगितले आहे. दुसरा जाणता सांगलीकर नेमप्पा जईन याने भविष्य सांगितले आहे. **मिरजकरासी पैलीकडे उतरून गेले असता एकजण राजमंडळकरास हस्तगत होईल. मिरजेचे किलेवरून तोफा एक वेळ मारगिरी होईल आशी काही घडेल,** याप्रकारे त्यांचे सांगणेचे भविष्य आहे.

❖

उदईक - उद्या, एलिकडे - अलिकडे

१४. शिंदे - होळकरातील कुरबूर

आम्ही घरि बसून सरंजाम खाल्ला असे नाही.

हिंगणे दफ्तर, खंड २ रा   सु॥. ११९३ जमादिलाखर १०
ले. ९३, पृ. ८१-८४   इ. १७९३ जानेवारी २३

श्री

राजश्री येशवंतराव गंगाधरक गोसावी यांसी

दडवत. विनंती उपरी. सिंदे याचे बोलणे सरकारात पडले आहे की, होलकर बराबरीचे सरदार. आम्ही श्रमसाहास करून मुळूक सोडविला त्यापौ। वाटणी देऊन ज्याजती त्याचे समजोतीकरिता पाच लक्षाची जागा दिल्ही. यैसे असोन खावंद त्याची चाकरी मनास आणीत नाहीत हे काय! सरंजामाप्रमाणे फौजदेखील बाळगीत नाहीत. दरोबस्त सरंजामा पौ। (पैकी) दाहा लक्ष रूपये सिलकेस मागे पाडितात येविषयी त्यासी बोळून त्याजला पटाल्याची आथवा काठेवाड कच्छभूजची मोहीम सागावी. हे त्याच्याने न होये तर देसी बोलावून घ्यावे, आणि त्यानी आमचे मसलतीत. जागजागा हिसके फितूर फादडे केले आहेत ते त्याच्या अंगी लाऊन देतो. खावंदानी मनास आणून दोश त्याजकडे किंवा आम्हाकडे हे ध्यानास आणावे म्हणौन त्यावरून श्रीमंताचे समक्ष उभयेता कारभारी यानी आम्हास बोलाऊन नेऊन सदरहू प्रो। आज्ञा केली. त्याची उतरे प्रसंगास उचीत आणि सुचली ती केली. बोलण्याचे भाव बहुत रीतीचे पडले आहेत. यातील स्वच्छतेचा व सरळतेचा भाव सिंदे याजकडील द्रिष्टोतपतीत आलियावर मग त्यांचा विचार व्हावा. ती गोस्ट दिसण्यात येत नाही. **येखादे कोडे घाळून थकवावे यैसे करू लागल्यास मान्यता कसी होईल?** प्रस्तुत वाटावाट चालली आहे. मागाहून बोलणी होतील तसे लिहिण्यात येईल म्हणौन उत्तरे प्रत्योत्तरे जाली याचा मजकूर तपसिले लि॥ लिहीला तो सर्व समजल्यात आला. यैसियास तुम्ही माहीतगारीने उतरे केली ती समर्पकच केली. खावंद खावदपणियाने मनास आणू लागलिया **फख्त सिंदे यानीच सरकारचाकरी केली आणि आम्ही घरी बसून चाकरी न करिता सरंजाम खाला ही गोष्ट घडली असि नाही.** बारा वर्ष हुजूर राहून सांगितली ती चाकरी केली हे ध्यानात ठेऊन सिंदे कोडे घालून थकवावयास पाहातात. ते रुचीस न पडता कजिया तुटून मार्गाने सर्व गोष्टी घडल्यात येतील. खावंदानी वाजबी ध्यानास न आणिता **जसे सिंदे सागतील. तैसेच यैकून बोलण्यात आणिल्यास खावंदगिरीपुढे उपाये नाही.** वरकडा विचार पाहाता सिदे यानीं हिंदुस्थानात चाकरी न करिता संरजाम खाला ही गोस्ट घडली आसे नाही. वरकड विचार पाहाता **सिदे यानी हिंदुस्थानात चाकरी केली तसी आम्ही देसी राहून, गाडर खासा**

चाळून आला ते समई लढाई मारली. खावंदाचे प्रतापे फते होऊन गाडराने समुद्रकिनारा पाहिला. मदी कर्नाटकाची मोहीम जाली तेथेही खावदाचे वर्चस्वच राहिले. आलीकडे हिदुस्थानात आलियांवर इस्मालने गाची व मेडत्याची लढाई पडली ते समई कामकाज कोणाचे जाले हे गोष्ट सर्वत्र प्रसिधांत आहे. केवल सिंदेयांनीच चाकरी केली आणि आम्ही न केली आसा आर्थ नाही. आम्ही देसा बारा वर्षे सरकार आज्ञेने राहिलो म्हणौन सिंदे हिदुस्थानाचे वारसदार होऊन बोलणी बोलतात त्यापक्षी सरकारातूनच येविषईचा विचार होन त्यासी उत्तरे व्हावी. **आम्हास देसी राहाविले नसते तर सिंदे वारसदार कशाने होते? आणि लढाही कशास पडला?** देसी राहाविले म्हणौन इतका प्रकार घडला. येविशोचा विचार उभयता कारभारियानी करावा **आम्ही त्यांचे वचनांवर राहिलो व वचनांवर इकडे आलो, त्याचे फल हेच की काये?** सिंदे वरंजामापौ। दाहा लक्ष रुपये सिलकेस मागे पाडितात यैसे म्हणतात. येविसोचाही मजकूर उभयेतास लोपला नाही. इसने समानीनचे साली तीर्थरूप मातुश्री (मो.जा.) बाईसाहेबासी कारणेकडून वाकडेपणाची चाल पडली. त्या प्रसंगेकरून संरजामाचा आपव्यये आणि सिलिक राहाती किंवा कर्ज होते हे सर्व कागदीपत्री उभयेतास समजाविल्यावरून त्याचेही ध्यानात आहे. येविशी पाऱ्हेरा देणेच न लगे. तत्रापि सिंदे याचे मनात त्यांचा सरंजाम थोडका आणि इकडील सरंजाम फार जमेचा आसे आहे त्याअर्थी त्यानी आपला सरंजाम देऊन हा घ्यावा. यासही नाही म्हणावयाचे नाही. सिंदे याचे मते कोडेंका घाळून थकवावे. याज करिता कोठवाड कछभूज आथवा पटाला दोहीतून येक मसलत सरकरातून सागावी यैसे म्हणताता. याचे निराकर्ण दरबारातूनच व्हावे ती गोष्ट न होता त्याचे बोलण्याआन्वये सरकारातूनही बोलणे पडले. त्यास कोठेवाड, कछभूज, हा मुळूक या जिल्ह्यातील नाही. त्यापक्षी तिकडे जाण्याचे कारण नाही. पटश या जिल्ह्यातील, आणि हिंदुस्थान आमची हाडवाई. त्यापक्षी येद्यापि पटाले प्रांत जोरतलब सिख वगैरे यांचा तेथे पोट. याजमुळे सिंदे याजपासी फौजेचा भरणा पुष्कळ व दरोबस्त हिंदुस्थानची तहसील त्याजखाली. आसे - आसोन आजपावेतो त्याचा रीघ त्या प्रांतात आला नाही व होत नाही आसे आहे. तथापि खावंदाची आज्ञा, व आम्हास हिदुस्थानात विभाग रीतीप्रमाणे घेणे त्याअर्थी कबूल होईल. परंतु मोहिमीची रीत, ज्या मुलकात मोहिमीस जावे त्या मुलकाअलिकडे जितका मुळूक असेल तितका सोडऊन आपला दखल करून रस्त व पैका यावयास जागा करून मग पुढे जावे. म्हणजे रसदेची पुरवणी होन व पैका मिळून खावंदाचे प्रतापे मोहीम सर होणे ती होती, याप्रमाणे रीत आहे. दरम्यान दुसऱ्याचा आमल आणि आपल्यास प्रतिकूल यैसे असता तो मुळूक पाठीसी घेऊन मोहीम करा म्हटल्यास कसे घडेल? याजकरिता हिंदुस्थानची वाटणी पातशाही खालसासुधा दरोबस्त मुलकाची तारंतार द्यावी. पातशाहाकडील खर्च लागतो तो निमे

वाटणीप्रो। आम्हाकडून देवावा; निमे सिंदे यानी द्यावा. श्रीमंताचे मर्जी दरोबस्त सुटलेला मुळूक सरकारात ठेवावा आसालिया तेही मान्ये आहे. त्यास व आम्हास न देता सरकारातून बंदोबस्त करवा. याउपरी मुळूक सुटेल तोच यथाविभागे घेऊ हेही न घडे आणि सिंदे कर्जवाम (भाग) वित्तात त्याऐवजी त्याची फेड होये तो पावतो मुलकाचा यैवज सिंदे यानी घ्यावा आसी मर्जी आसली तर सिंदे यानी दिलीपो। व आफरासियान व गुलाम कादर याची मालियेत कोट्यावधीची व इस्मालबेग व पाटण गेडते येथील लूट मनस्वी घेऊन याखेरीज किरकोल खडदड व मुलकाचे तहसिलीचा यैवज मुबलक घेतला याचा विचार सरकारातून मनास आणिल्यास कर्ज भा (भाग) वितात तोही आर्थ कसा आहे. तो ध्यानास भरले इतके असोन काहीच मनास आणू नये त्याचे कर्जाचा फेड होये तोपावे तो मुलकाचे तहसिलेचा यैवज त्याजकडेच द्यावा मानस आसलिया दरोबस्त मुलकाची वाटणी करून आमचे हिशाचा मुळूक आम्हाकडे द्यावा. सरकारातून ठरावात येईल. तेथपावेतो आमचे हिशाचे मुलकाचे उपेद्र येईल ते सिंदे याजकडे सरकार आज्ञेने देऊ. परंतु मुलकात आमल आमचा असावा. येणे प्रो। आगोधर करण्यात येऊन मग उभयेतानी भाऊपणियाचे रीतीने आमचे घरचा बंदोबस्त करून देऊन सरकारची पथके सिंदे याजसमागमे होती तसी नेमून द्यावी, म्हणजे पटाल्याची मोहीम कबूल होईल. सदरहू प्रो। न होता सिंदे याचे म्हटल्यावर मोहीम करावी आसे म्हणू लागल्यास मान्यता कसी घडेल? विचाराचे मार्गाने कोणतेही सागितल्यास औघडा पडावयाचे नाही. खावंदाचे प्रतापे सरकार चाकरीस कमी न होता घडत गेली. पुढेही आंतर पडेल अैसे नाही. मोहीम न होये तर देसी बोलाऊन घ्यावे. **आमचे कामात फितूर फांदडे केलेत ते आंगी लाऊन देतो. खावंदानी मनास आणून दोश कोणाकडे हे समजून घ्यावे** आसे सिंदे म्हणतात. त्यास मोहिमीचा अर्थ मिळून कोडे घालावे इतकाच दिसून आला. वरकड फितूर फादडे केले न केले याचा शोध श्रीमंतास नसेल यैसे नाही. त्याजकडून जैपूर प्रांतात **त्याचा दाखला नसोन फौज पाठऊन सर्वोपरी बिघाड केला असता आमचे आंगी लाऊन देऊ म्हणतात आणि श्रीमंत व कारभारी यैकता हेच आश्चिर्ये.** आस्तु. आम्हास हिंदुस्थानाचा वारसा यावतजीव सोडावयाचा नाही हा कृतनिश्चय गोस्टीस सरकारातून मनन करून ज्यांचे त्यापरी सांगून वर्तनाने याप्रो। घडावे ते न घडता प्रस्तुत सिंदे याची भीड आथवा दबाव काये आसेल तो आसो. याजमुळे सरकारची बोलणी सिंदे याचे बोलण्याआन्वये पडतात पडोत. आम्ही आजपावेतो सरकार आज्ञा उलघन केली नाही. त्याजकडून दगा जाला आसता, उतावली करू नये, आसी पत्रे येत गेली. त्यावरून तीन मास येथेच दम खाऊन चिरंजीव बापूसही इकडे बोलावून घेतले. आसे असता आद्याप तेथे जाबसाल येकरुखीच होतात. फार चांगले आहे. सरकारा आज्ञा उलंघन न व्हावी, आपसात कळहबा न लाबता तुटावा या अर्थी

आजपावेतो दम धरला. परंतु तिकडे प्रथम दिवस आहे. तेव्हा आथ:पर घडेल ते केले पाहिजे. यास्तव तुम्ही येवेशीचे आर्थ उभयेतास दरशऊन प्रसंगास उचित दिसल्यास हेच पत्र दाखवणे आणि ते उतर करतील ते लेहून पावणे. पटाल्याचे मोहिमीस पिछाडी निर्वेध आसला पाहिजे. याजकरिता दरोबस्त आत रवेद आमचे स्वाध्धीन करावी, म्हणजे पटाल्याची मोहीम आटोपून लाहोरपरियेत जाण्यास येईल. रा। छ १० जाखर बहुत काये लि। (नि.) हे विनती. (नि.) मोर्तब सू

❖

मसलत - मोहिमे, खावंदपणाने - मालकीपणाने, पाऱ्हेरा - पुरावा, दिरोबसाक - संपूर्ण, दिली पा। - दिली पाहिजे, मलिपत - मिळकत, तहसील - महसूल, नि = निशाणी - खूण

९५. इंग्रजी पलटणीचा तैनात खर्च (१७९३)

भा.इ.सं.मं. त्रैमासिक, वर्ष ६५
अंक १-४ ,
जुलै १९८६ - एप्रिल १९८७

सु।। सलास तिसैन मया व अलफ
श. ज्येष्ठ १७१४ - वैशाख १७१५
इ. मे - जून १७९२ -

यादी पलटण नि।। पाईटसाहेब इंग्रज सु।। सलास तिसैन मया व अलफ येका पलटणाचा आकार रु।।ये १०५११ पलटणाकडील आकार लोकांचा

	आ।	दर आसामीस तैनात	यकूण दरमाहा रु।।ये
ईंग्रेज			
खासा सरदार	१	२०००	२०००
कपतान	१	३००	३००
लिफटण	५	१५०	७५०
सर्ज्यान मेजर	१	६५	६५
सर्ज्यन	९	६५	५८५
	१७		३७००
काले			
कमोदन	१	६०	६०
सुभेदार	१०	४०	४००
जमातदार	१०	२०	२००
हवालदार	४०	१२	४८०
नाईक	४०	८	३२०
तंबुरची	१०	८	८०
बासरीवाले	१०	८	८०
सिपाई	८४१	६	५०४६
कारकून	२	३०	६०
जासूद हलकारे	५	५	२५
मशालची	५	४	२०
भिस्ती	१०	४	४०
	९८४		६८११
तेरीज	१७		३७००
	१००१		१०५११

२१०० तोफखान्या (फा.आ.)

१ बंदुका इकडे ममईस खरेदीकेल्यास दरबारा रुपये प्रो। मिळतील. तिकडे माहाग पडून दुपट रु।। लागतील. याजकरिता इकडेच सोईवार पडेल.

१ खासा सरदार पलटणाचा त्यास रु।।ये २००० तैनात लिहिली आहे. परंतु येकाच पलटणास सरदार इतका भारी लागतनाही. कंपू अथवा जितकी पलटणे ठेवाल तितक्यास सरदार येकच दर पलटणास वेगला लागत नाही. सध्या लोक पाईट साहेबाजवळ आहेत

१ खासा सरदार
१ कपतान
५ लेफटण
१ सरजन मेजर
९ सरजन
१ कमोदन
१० सुभेदार
१० जमातदार
१८ हवालदार
४० नाईक
१० तंबुरची
१० बासरीवाले
२ कारकून
५०० सिपाई
५ हलकारे
५ मशालची
१० (भिस्ती)

❖

निसबत - नियंत्रणाखाली, सु।। सुहूर सन

१६. करवीरकर छत्रपती आणि पोर्तुगीज

त्यांना ते मन:पूर्वक मदत करतात.

पुणे दि. ५ जानेवारी १७९४

नक्कल.

राज्य सचीव सेबास्तियांव झुजे

फरैर बाररोकु यास

काल महादजी शिंदे यांनी रामजीपाटील याच्या मार्फत मला आपल्या छावणीत बोलवून घेतले. ते मला म्हणाले की, "पुणे दरबार आणि गोव्याचे वैभवशाली राज्य यांच्यामध्ये मैत्रीचे संबंध आहेत. साहजिकच आपले आणि गोव्याचे संबंध मैत्रीचे असणे "वाडीचे भोसले हे गोवा राज्याचे शेजारी असून आपले नातेवाईक आहेत."

युरोपियन लोकांचा मोठेपणा हा की, ज्यांच्या मदतीला ते जातात त्यांना ते मन:पूर्वक मदत करतात. मराठ्यांचा स्वभाव देखील असाच आहे. भोसले हे गोवा राज्याचे शेजारी असल्याने **त्यांना त्यांच्या शत्रूविरुद्ध मदत करणे हे गोवा राज्याचे कर्तव्य आहे** भोसले यांनीही शेजारधर्म आठवून गोवा राज्याला संकटकाळी मदत केली पाहिजे. **संकटकाली परस्परांनी संधिसाधूपणा करून स्वत:चा फायदा करून घेऊ नये.** गोवा राज्याने भोसल्याची जी ठाणी आणि प्रदेश घेतला तो त्यांना परत केला नाही. त्यामुळे गोवा राज्याने भोसले यांना कोल्हापूरच्या राजाविरुद्ध जी मदत केली तिचा उपयोग झाला नाही.

महादजी शिंदे याना मी प्रत्युत्तर दिले की भोसले यांनी गोवा राज्याशी तह केल्यावर त्यांना ह्या राज्याने जर कोल्हापूरच्या राज्याविरुद्ध मदत केली नसती, तर वाडी संस्थान शिल्लक उरले नसते. भोसले यांना मदत करण्यासाठी गोवा राज्याला जी मोहीम करावी लागली त्यासाठी त्याला चार लक्ष रुपये खर्च करावे लागले. गोवा राज्याने केलेली मदत फुकट गेली, असे सांगण्यास भोसले यांचे काहीच जात नाही. त्यावर महादजी शिंदे म्हणाले की, "झाले गेले गंगेला मिळाले." भोसले आमचे नातेवाईक आहेत. म्हणून गोवा राज्याने भोसले यांचा फायदा करणे अगत्याचे आहे. त्याने भोसले यांचा जो प्रदेश घेतला आहे तो त्याने त्यांना परत केला पाहिजे. तुमच्या व्हिसेरेईनी आणि राज्य सचिवाना लिहा की, भोसले प्रकरणी मला आस्था असून भोसले यांचा प्रदेश त्यांनी परत केला. तर मला आनंद वाटेल."

याचवेळी जिवबादादा केरकर यांचा मुलगा नारायणराव याने महादजी शिंदे यांना अर्ज केला की, भोसले यानी चारशे माणसे पाठवून त्याचा चुलता आणि त्यांच्या कुटुंबातील माणसे यांना पकडून नेले आहे. त्यामुळे त्यांच्या शेतीवाडीची

विसेरेनी - व्हॉईसराय

रखवाली करण्यास मागे कुणी नाही. श्री राव यानी अर्जात म्हटले आहे की, त्यांच्या मालमतेची व्यवस्था पाहाण्यासाठी काही ब्राह्मणांना तिकडे पाठविण्याची आवश्यकता असून गोवा राज्याकडे जामीन म्हणून राहाण्याची आपली इच्छा आहे.

उपरिनिर्दिष्ट अर्जाचा विचार करून हा महादजी शिंदे यांनी मला सांगितले की, जिवबादादा बक्षी याच्या मालमत्तेची व्यवस्था बघण्यासाठी गोव्यात काही ब्राह्मण पाठविण्याबाबत नारायणराव यानी जी विनती केली आहे, तत्संबंधी तुम्ही गोवा राज्याच्या सचिवाना पत्र पाठवून, तिकडे ब्राह्मणांना पाठविण्याकरिता त्यांची परवानगी मिळवा. श्री. शिंदे यांनी मला आग्रहाने सांगितले की, भोसल्यासंबंधीचा गोव्याच्या व्हिसेरेईचा निर्णय आपणास ताबडतोब कळविण्याचा प्रयत्न मी करावा.

सहा दिवसामागे इकडे बातमी आली की, परशरामभाऊ यांचा मुलगा जो कोल्हापूरकरांच्या सैन्यावर चालून गेला होता, तो कोल्हापूरच्या राजाच्या हातास लागला असून त्याला तलवारीच्या दोन जखमा झाल्या आहेत. त्याच्याबरोबर त्याचा एक फडणीस, पागे नावाचा एक सरदार आणि त्याचे चार ब्राह्मण सैनिक कैद झाले आहेत. शिवाय चार मराठे सरदार, जरीपटका, एक तोफ, एक हत्ती आणि काही घोडे कोल्हापूरच्या सैन्याने नेले, परशरामभाऊनी हा वृत्तांत पुणे दरबारला कळविला असून कुमकेची मागणी केली आहे. ते स्वतः कोल्हापूरच्या राजाच्या पारिपत्यास निघाले आहेत.

मी बाहिरोपंत यांना विचारले की, कोल्हापूरचे राजे आणि परशरामभाऊ यांचे कसे होणार? त्यावर त्यांनी उत्तर दिले की काही होणार नाही. परशरामभाऊ आणि कोल्हापूरचे राजे यांचा तह होईल. युद्ध नुकसान भरपाई म्हणून कोल्हापूरच्या राजाकडून परशरामभाऊंना काही रक्कम मिळेल.

वाडीच्या सावंताचे वकील कृष्णाजीपंत हे तासगावला गेले होते. ते तिकडून वाडीला परतल्याची बातमी आहे.

देवजी मुकुंद यांना महादजी शिंदे यांनी आपल्या छावणीत माघारा बोलविले आहे. लक्ष्मण अनंत यांनी महादजी शिंदे यांना अर्ज केला आहे की, आपल्या कुटुंबातील मंडळीस हिंदुस्थानात पाठविण्याची परवानगी द्यावी त्यांची बहीण आणि मेहुणी पेडणे येथे आहे. त्यांना आणण्यासाठी महादजी शिंदे यांनी चार उंट, दहा घोडे आणि बारा गारदी तिकडे रवाना केले आहेत. ते चांदगेरी येथे थांबणार असून उपर्युक्त मंडळीला पेडणेहुन तिकडे बोलवून घेणार आहेत.

ईश्वर आपणास पुष्कळ आयुष्य देवो

पुणे दि. ५ जानेवारी १७९४ आपला नम्र आणि आज्ञाधारक सेवक

विठलराव गोर्की

❖

विसेरेनी - व्हॉईसराय

१७. पत्रपाठवणीचा दर

भा.इ.सं.मं.त्रैमासिक, वर्ष ३०-३१, अंक ३-४ व १, ले १९, पृ. १३

श. १७१६
इ. १७९४

श्री

शेवेसी कोडो मल्हार कृतानेक सा। नमस्कार विज्ञापना ता। छ. २९ मोहरमपर्यंत यथास्थित असे विशेष हैदराबादेहून डाकेबराबर रामलाल चुनीलाल याचे दुकानी लाखोटा आला दुकानदारानी आपले गुमास्ताबरोबर आपले वाड्यात पाठविला लाखोट्यावर आठ आणे लिहिले त्याप्रो त्यास द्यावे तर दुकानदाराचे म्ह(ण)णे दुकानचे च्यार आणे यो।। बारा आणे द्याल तर लाखोटा देऊ तेव्हा पारसी हारफ लाखोट्यावर लिहिले आहे तो राजश्री गोविदराव तात्या याजकून वाचविले त्यातील मायना या पत्राचे उत्तर पुढे पत्रे पाठवाल ती युक्तीने बेमालूम पाठवावी म्हणून त्यावरून बारा आणे देऊन लाखोटा घेऊन पाठविला आहे राजश्री दौलतराव सिंदे याचे लस्करातून लाखोटा आला तोही पाठविला आहे हैदराबादचे उतर लाखोटा करून आठ आणे इनाम लेहून पाठऊन द्यावा याप्रो। दुकानदारानी सागितले त्यास पारसी हर्फीचा मजकूर व त्याचे लिहिण्यात काय हे ध्यानात आणोन उतर येईलच शेवेसी श्रुत होय लोभाची वृधी असावी हे विज्ञापना

❖

गुमास्ता - दलाल (नोकर), ये।। - येकूण, हारफ - अक्षरे

१८. नाना-रावबाजीकरार

महाडास (कारस्थानात) सोबत केली त्याचे उर्जीत करावे

प.द.नाना खाजगी रु. २६ इ. स १८९६

पु. ७ पत्र ३४३६७

नकलेची नकल

सेवेसी बालाजी जनार्दन फडणीस विज्ञापना ऐसीजे स्वामीची कृपा मजवर माझे लक्ष स्वामीपासी हे कितेकास असाह्य होऊन राज्या बखेडा करून आचरू नये ती कर्म स्वामीसी अमर्थादेचा आचरलीकी महाडास राहून राजकारणे वगैरे प्रेत्न रा. दौलतराव सिंदे व सेवकाने करावयाचे ते करून स्वामीचे पुण्य महत होऊन सर्व गोष्टी मनोदयानुरुप घडल्या. येणेकडून शेवकास कृतकृतता जाली. पुढे शेवा करावी. ऐशी शरीरात ताकद व शक्त राहिली नाही. यास्तव मागणे हेच की कृपा करून स्वस्थ स्नान संध्या करून स्वामीस अभिष्ट चिंतून राहाण्यावीसी आज्ञा व येवीसी करार करून देण्याची कलमे.

दत्तकपुत्र घेण्याची आज्ञा आहे त्याप्रमाणे घेण्यास येईल त्याचे त्यातून पूर्ववत प्रो फडणीसीचे दरकाचे काम वगैरे घेऊ लोभाने **सरंजाम वगैरे चालत आल्या प्रमाणे चालवावा.**

किले लोहगड सरकारहून किले केलंजा पंत सचीवाकडून आहे त्याप्रमाणे असावे **माझेवीसी चितात संशय नसावा कोणी घालू लागल्यास येऊ नये येणे** प्रमाणे करार

पहिला सरंजाम स्वारांचा आहे हाली हजार गाडदी याचा जास्त देऊन जेथे राहणे होईल तेथे त्यांची चौकी पाहारेयाची असावी. याची परवानगी देणेप्रमाणे करार.

परभारे गाव जहागीर मिळवीली त्या पैसे सरकारात घेऊन सरकारातून पंचवीस हजाराचे गाव सोईचे इनाम करून द्यावे. कैलासवासी रावसाहेब कैलासवासी महाराज सोबत दिली ते समयी हाल वचने दिल्ही आहेत.

१ आबाजी कृष्ण शेलूरकर

१ दादा गद्रे

१ बालापा सिखलकर

धोंडोपत निगोजकर

४ सदरहु वगैरेस

मिळून दोन हजार स्वारांचा सरंजाम सरकारातून देऊन शेवा द्यावी करार

.

दादा गद्रे व आबा शेळूरकर याजकडे वसई सरसुभा व पागा सरकारातून आहे त्याशी कृपा करून चालविणे तेही येकनिष्ठपणे सेवा करतील येणेप्रमाणे करार

धोंडोपंत नित्सुरे याणी सेवा चांगली केली. यास्तव किले विजापूरचे काम त्यास द्यावे येणे प्रमाणे करार

राजे विश्वनाथ गोडबोले याजकडे

रावसाहेब याणी कृपा करून सर्व राज्य केले तसे चालावे येणे प्रो करार

श्रीकासीस जाण्याचा बेत आहे यास्तव इंग्रजास सरकारची व दौलतराव सिंदे यांची पडे द्यावी की संतोषाने तेथे राहातील तवर हर येकावीसी साहित्य करीत असावे राजकारण संबंध शिंदे व नबाब व भोसले व पनालेकर वगैरे जागा करार व वचने गुंतली त्याचा तोड व्हावा. राजकारणात त्याचा जसा उपयोग पडला असेल त्या प्रो करार

सरकारचे कामास म्हणत व राजकारण संबंध खर्च जाला तो सरकारातून उगवेल असे व्हावे येणे प्रमाणे करार

हरिपंत फडके याणी राज्यात सेवा चांगली केली त्याचे पूत्राचे चालवावे. चालवले जाईल येणेप्रमाणे करार

येणेप्रमाणे बारा कलमे करार

सरकारातून तोफखाना व चार हजार गाड्याचा रिसाला सांगून बदोबस्त करून देण्याची आज्ञा व्हावी देणे प्रमाणे करार.

स्वराज्य परराज्य यासी करार व तहनामे आहेत त्याप्रमाणे चालू असावी.

मोठी मसलत पडेल त्यास बरबरीचे सरदार सिदे होळकर वगैरे यांच्या साह्याने चांगले ते होत असावी. येणे प्रमाणे करार

नारोपंत चक्रदेव व गोविंदराव पिंगळे याणी **श्रम साहस करून शेवा केली त्यास सर्फराज करून** पुढे बंदोबस्त स्वराज्य वाढवून व्हावा. श्रमानुकभव स्वरूप होईल येणे प्रमाणे करार.

❖

सफराज - सन्मानीत

९९. शपथपूर्वक निर्मलपणे चालावे

डे. कॉलेज रु. ५१ फा. ११ पत्र १ १७९७

नाना-दौलतराव शिंदे करार

दहा लक्ष रुपयाचा मुलूखसरकारातून सिद्यास द्यावा

कैलासवासी महादजी सिंदेयांचे कारकिर्दीस हिंदुस्थानचे कारभाराची वहीवाट जसी चालत आली त्या प्रो। चालावी. सरकारातून दुसरा अर्थ दाखवू नये. आलाहिदा यादी प्रो। परस्परे कलमे ऊगवली म्हणजे हिंदुसस्थानात जावयासी निरोप द्यावा. हीकडील बंदोबस्तास सरकारची आज्ञा होईल तो राहून पुढे जावे

किला येक सरकारातून सिंद्यास द्यावा. मागे आजपर्यंत परस्परे वाकडपणाच्या गोष्टी जाहल्या असतील त्या चितात न आणीता शपतपूर्वक निर्मलपणे चालावे येणेप्रमाणे करार करावे.

ऐवजाची याद अलाहिदा ठरविली आहे त्यास लिहिल्याप्रमाणे बहशर्त काम जाहल्यावर भरणा पुरवून द्यावा.

यादी राजश्री बाजीरावसाहेब यांचे बरे व्हावय करिता सु।। सबा तीसैन मया अलफे

कलमे ५

येणेप्रमाणे पाच कलमे अलाहिदा यादी प्रत अमलात आल्यावर करावी येणे प्रते करार करावे

वि।। सभाजी पाटील.

❖

१००. नाना दौलतराव शिंदे करारनामा

डे कॉ. स. ५१ फा. ११ प. ३

बाजीराव साहेब यांची स्थापना करू उभयतांनी येकत्र असावे. नवाब निजाम अलिखान याजला कूल खंडणीची वगैरेची बोलणी सरकारातून व्हावी. त्याजकडून ऐवज आपण देवीतील त्याप्रमाणे घेऊ बाकी ऐवज सरकारचा येणे त्यावीसी उपराला करून द्यावा येवीसी.

सरकारातून आज्ञा होईल त्याप्रमाणे होवू त्याचा दिवाण येथे आहे त्यास सरकारचे आज्ञेखेरीज परभारे जावू देत नाही व वरात सरकारातून घेतली आहे ती माघारी देऊ.

सरकारचे माहाल व आपणा कडील महाल व गाव व जमिनी वगैरे जप्त केले आहेत ते सोडू व तेथील वसुल वगैरे घेतला असेल तो बेरजेत मजुरा देऊ.

सेणवी कारभारी मंडली कैद करू त्यांचे हातून कारभार घेणार नाही. त्यास अटकेत ठेवू. ह्या खेरीज चितास येईल त्यांचे हातून कारभार घेऊ.

परशरामभाऊ वगैरेचा बंदोबस्त सरकार आज्ञेप्रमाणे करून आपले हवाले करू

बाजीराव साहेब याज पासून कारभारी याणी अडवून याद पेशजी घेतली ती माघारी देऊ.

सरकार डौलाकडील हिदुस्थानचा फडणीशीचा दरक कराराप्रमाणे चालवू

❖

आलाहीदा - स्वतंत्र, कलमे उगवणे - कलमे मान्य करणे

१०१. बलुत्याची वाटणी

भा. इ. स. मं. त्रैमासिक
वर्ष ३०-३१, अंक इ-४ व १
ले. ७५, पृ. ५५

श. १७२१
इ १७९९

श्री

यो बलुते याजवर बयेदामुळे येक साला सुा मयातैन व अलफ रु॥

४० कास थोरली

१० सुतार
१० चांभार
१० मांग
१० महार
―――
४०

२० कास मधील

५ कुंभार
५ न्हावी
५ परीट
५ लोहार
―――
२०

१० धाकटी कास

२॥ जोसी
२॥ गुरव
२॥ सोनार
२॥ मुलाणा
―――
१०

―――
७०
―――

पौ वजा माहार वतनावर चाकरीस नाहीत सबब रुौ १० बाकी रु॥ ६०

❖

१०२. सांकेतिक लिपीतील एक पत्र

'पराग' मासिक फेब्रु. १९४८, पृ. १७-१८ इ. १७९९ डिसे. ७

पीपान त्वलंम्मं

पीफषत षाडेप्षी दातूलावेद हजिसांटे येहेयी कातपशे मामाने ह धिओदामे टषगहांष नल्पअ छेकूम यीष लांच्राख मनलआष हिदमातमा. पाखाकीप नाखषयीषर युभ १३ प्षशोबयी ताहेपो नुआन लैबमखप ओछजा मडीअ हेप्षहपी पीष शेफे सय अषांषांप लजे लवषीप लनत्प बजक्षी लुगषुत कलो. हियेर किअजीस हप्षनाम पषी आसी डषाल कासशाहष न्वापाषीयी ह शहनामायीं हाअजे शेकूम खमील शहनामामी ऐब एसे पशाडहषूम दवुपट गषादी डावासी. खोलाहीवी दबसूम डाकूम चोतीहासा काजूम सझाकीयी त्वलंख ङापसा. प्षाडहष्म सझाकी बोम पीम वोकूम कान्वी आझपे ङेकूम कातसे ल्हषाडश चाऊम ढांयीहासशाटशा षाडशाप कासो कावो. दुञखे नावाषाडांलुभां ढांयील खेसी कावेप न्वापषीयी ह शायी निसाथ वोप मावी. खमील ऐब एसा वोपा पो वअ डाबासा. तुझे शायी ह न्यापाषीयी निक्षप मावी. शेडनामाल दातू खोपे शामीहेने अषूम न्वापषीयी ह शेडनामायी हाअजे ताजसे तुझे वळअेल दषे कावे तुझे कीय्हषलपा त्षानात्र असाहे दवूप आश सिविजे, शोध कालो वीडे वे हिद्‌मातमा.

टिषंडीह षाडेप्षी ञ्षुरथषाह दाहा शांयी कामेअ कायीषहाब कुतषी लबैह तत्ष ताछहीप डाहें तत्षापीस कंम्हश हाटूम बागहाहा वे कायीषहाब.

प्षानंप नापोप्षी दाकीलावेद आछे कावेप? षाशखजाल कावेप हेहा तुञ्शाल कावेप वे सिवूम ताछहाहे

सांकेतिक पत्राचे सरळ रुपांतर

श्रीराम प्रसन्न

तीर्थरूप राजेश्री बापूसाहेब वडिलांचे शेवेशी आपत्यें नानाचे व भिकोवाचे चरणावर मस्तक ठेऊन शिरसाष्टांग नमस्कार विज्ञापना. तागाईत मार्गशीर्ष शुध १३ त्रयोदशी पावेतो मुकाम सैदनगर कोठडानजीक वेत्रवती तीर येथे लशकरात सडे सदरीत समस्त मंडळी सुखरुप असो. विशेष, इकडील वर्तमान तरी काली घरास आल्यावर म्हातारीशी व यजमानाशी वाकडे येऊन गनीस यजमानानी कैद केले. त्याजवरून बहुतच खराबी जाहाली. गोसावीही बदलून जाऊन टोपीवाला आणून लढाईशी प्रसंग घातला. त्याजवरून लढाई दोनतीन होऊन आम्ही काढते घेऊन आपले स्वराज्य टाकून झांशीवाल्याच्या राज्यात आलों आहों. बुणगे माहाराजासुधा झांशीस गेली आहेत. म्हातारीशी व यांशी मिलाफ होत नाही गनीसा कैद केला होता

तो हक जाहाला. पुढे म्हातारीसी व यासी मिळत नाही. येजमानास बापू गोरे यानी वेडे करून म्हातारीशी व येजमानाशी वाकडे पाडले. पुढे दक्षणेस बरे आहे तर येथे बरे. नाहीतर येथे ठीक नाही. म्हातारीने सर्व सोडून बसली. पुढे ईश्वरसत्ता प्रमाण! कळावे बहुत काय लिहिणे. लोभ आसो दीजे विज्ञापना.

चिरंजीव राजेश्री कृष्णरावबाबा यासी आनेक आशीर्वाद उपरी, सदैव पत्र पाठवीत जावे. पत्रातील अन्वय वाचून दाखवावा हे आशिर्वाद.

श्रीमत मातोश्री बाईसाहेब कोठे आहेत? रायगडास आहेत किंवा पुण्यास आहेत ते लिहून पाठवावे.

❖

टीप - प्रस्तुतचे सांकेतिक पत्र **मिताक्षरा लिपीतील** असून महत्त्वाचे आहे. आपल्या पत्रातील मजकूर, ज्याला पत्र लिहिलेले आहे त्याच्याशिवाय दुसऱ्या कोणालाही, किंवा शत्रूला कळू नये, अशी एखाद्या पत्रलेखकाची इच्छा असे त्या वेळी तो सांकेतिक लिपीचा उपयोग करी. वरील पत्रात ज्या सांकेतिक अक्षरांत चूक आढळली ती अक्षरे अधोरेखित केलेली आहेत. मराठी दफ्तर रुमाल ३ मधील ले. २१३ तील मजकुरावरून (विशेषत कलम ३ व ७) या पत्राचा उलगडा होतो. सदरहू पत्र लेखकांनी ७ डिसेंबर १७९९ या दिवशी लिहिले. मात्र ते दोघे कोणाचे कोण हे कळत नाही. मिताक्षरी लिपीची माहिती लेखकां प्रमाणेच पुण्यास कृष्णारावास होती. दोघेही लेखक त्यावेळी अलिबहाद्दराच्या सैन्याबरोबर होते हे मात्र निश्चित! अलिबहाद्दरांचा दिवाण किंवा कारकून बापू गोरे याने अलिबहाद्दर व त्याची म्हातारी आई यांच्यात वैमनस्य उत्पन्न केले. त्यात अलिबहाद्दराने आपला मावसभाऊ गनीबेग यास कैदेत टाकले. तो कैदेतच मरण पावला त्यामुळे म्हातारी व अलिबहाद्दल यांच्यातील वितुष्ट वाढले. त्यांची समजूत पडणे त्यामुळे अवघड झाले बापू गोरे हा गोपिकाबाईचा कारकूर रामचंद्रपत गोरे याचा पुतण्या वगैरे कोणीतरी जवळचाच नातेवाईक असावा (रुमाल ३, ले. ७०) याच वेळी अलिबहाद्दराने हाताशी धरलेला हिंमतबहाद्दर त्याच्यावर उलटून इंग्रजांस मिळाला. त्याने इंग्रजी सैन्याच्या मदतीने अलिबहाद्दराशी दोनतीन लढाया दिल्या. एकाकी अलिबहाद्दराचा निभाव न लागल्याने त्याला झाशीच्या रघुनाथ हरी नेवाळकराचा आश्रय घ्यावा लागला.

१०३. दुसऱ्या बाजीचा मनमाना कारभार

....श्रीमत आले असता भेटले कां नाहीत.

पुरंदरे दप्तर, भाग २ रा, ले. २४०, पृ. १७९-८०

श. १७२५ ज्येष्ठ शु. १५ इ. १८०३ जून ५

सेवेसी माहादजी माणकेस्वर चेरणावर मस्तर ठेऊन सिरसाष्टांग नमस्कार, विज्ञापना, ताा छ १४ सफरापावेतो स्वामीचे कृपेकरून येथास्तीत असे. विशेष. आबाजी त्रिंबक हे विठोजी नाा याच्या कैदेत पायात बेडी घालून होते, ते हाली रो खंडेराव रास्ते याणी सरकारात रदबदली करूय बेडी तोडून हज्यामत करून पनास पाऊणसे रुपयाचे शेला पागोटे दिल्हे. हा आच्यार रास्ते याचे घरी जाला. जामीन रो कुशाबा मोकासी सासवडकर जालो. सारौश, माारनिले मोकले जाले. कामकाजात पडणार. त्याचे निसबतीचा विष्णुपत आपणापासी आहे त्याजलाही सोडतीलसे वाटते. त्याने जप्तीबद्दल मौजे कामथडी व आंबोडी व पोखर वगैरे गावापासी तीनच्यारसे रो घेतले. तो ऐवज माारनिलेपासी तगादा करून आम्ही घेतला व कोठीचा व बागाचा तसनास केला त्याजबदल दोन खंड्या कैली जिनस व गूळ दाहा वीस ढेपा घेतला. विष्णुपंत पुण्यास आणला असता या जिनसाचा काही हितीहास पडल की काये हे पाहावे. तेथे सरजामाच्या जप्त्या होतात. याजकरिता भाऊ सरजामी याजला जाऊन पुसले की, सरजाम जफ्त कोणाकोणाचे होतात? त्यांनी उतर केले की, जितके बडवाले याजला मिळाले व श्रीमंत पुणे मुकामी आले आण भेटीस आले नाहीत याचे झाडून जप्ती करून, जे बडाच्या तोडावर जातात त्याजला फौजेच्या खर्चास लाऊन द्यावा, याप्राा ठरले आहे. जानराव निबालकर फलटणकर व जोत्याची जाधव याचा सरजाम बाबाजी पाटणकर याजला देतात. सरलस्करचा लीपणकरास देतात. मुख तिकड आहेत त्याची जफ्ती करून फौजच्या खर्चास चापकराकडे लाऊन देणारा याप्राा तडका काम चालीस लागले आहे. भाऊ सरजामी याजला घरास जावयासीदेखील निरोप नाही. वाड्यात जाऊन रात्रीनदिवस जप्तीच्या सनदा लिहितात. भाऊस मी म्हटले की जानराव निंबालकर चाकरीवर असता त्याची जप्त करावयाचे कारण काये? त्यानी उतर केले की, त्यानी दीड महिना श्रीमंत आले असता येऊन का भेटले नाहीत, आथवा ठोक रात्र सडे येऊन भेटून जावयाचे होते ते काहीच केले नाही. सारौश, याप्राा जप्तीचा वेव्हार चालला आहे व बंडावर जाण्याविशाई पाचा रावताचा सरजामी यास देखील पत्रे सरकारची गेली. समजला माार सेवेसी लिहिला आहे. पत्राचे उतर द्यावयासी आज्ञा करावी. सेवेसी श्रुत होय हे विज्ञापना.

❖

मशारनीले - उपरोक्त, ना। - नाईक, रो - राजश्री, तसनस - नासाडी

१०४. सतीची पद्धती विरुद्धची सभा

.....बाहेर पडली तर प्रायश्चित देऊन ज्ञातीत घ्यावी

ऐ. हि. भा. २ ले. २२ सप्टेबर १८१९

श्री

वेदशास्त्रसंपन्न समस्त शास्त्री यांचे मसलसीत कयॉपटन हेनरी डंडास राबर्टसन साहेब बहादूर म्याजिस्ट्रेट सुभा पुणे यांचे बोलणे की :

जी सती भाद्रपद ॥. ८ शनिवारी गेली, त्या सतीचे हाल झाले ते हाल ह्या मजलसीत तितके आहेत त्यांनी पाहिले असते तरी त्यांचे मनांत येते की, असे पुन्हा कोणासही होऊ नये. येविषयी ते आम्हास मदत करते. त्यास हल्ली आमचे दिलात येतें कीं, सती जावयाचा दस्तूर फार खराब; आणि तुमचे शास्त्रात असें लिहिलें नाहीं. कीं, सती मुकर जावी, असेही नाहीं. गेल्यास काही चिंता नाही. इतकेच मात्र आहे. ऐसियास ही गोष्ट पुन्हा होऊ नये. यास्तव शास्त्रात जी रीत लिहिली आहे, त्या रीतीने जावें.

हल्लीं शास्त्राची उलट रीत करून जातात. त्यास आम्ही गैर रीतीने जाऊ देणार नाही. याजकरिता येविशी आम्ही सरकारात लिहून बंदोबस्त करू. यात तुम्हांस वाईट लागू नये. तुमचे मनात येईल की, सरकार मना करू लागल्यास निरुपाया. त्यास येविशी सरकार बंदोबस्त करू लागल्यास त्यास का अवघड नाही? परंतु सरकार असे मनात आणतें कीं ज्या जातीचा जो धर्म आहे; तो मना करण्याचे कारण नाही. परंतु सती जाते, तिचे असे हाल होतात हे काहीं चांगलें नाही. हल्ली या मजलसीत वृद्ध आहेत, त्यांच्याही दिलात आले असेल की, ऐसा अलौकिक होतो, त्यापेक्षा बंद जाहल्यास बहुत चांगले, ऐसें आलें असेल. ऐसीयास या गोष्टीचा बंदोबस्त सरकारातून जाहल्यास आम्हांस काही वाईट लागणार नाहीं, ऐसी सल्ला तुम्ही सगळ्यांनी दिल्यास **तुमची अब्रू सारें हिदुस्थानांत बहुत होईल, आणि ब्राह्मण धर्म वरकड सारें गोष्टीत दया धर्म आहे, आणि सती जाण्याविषयीच मात्र बहुत सक्ति आहे, ऐसें ईतर जातीचे लोक यांचे दिलात** येते; आणि तुमचे शास्त्रात असे लिहिलें नाहीं कीं **सती गेली नाही तरी तिची बेअब्रू आहे. व बेदस्तूर होतो असेंही नाही; व हल्ली लोकांतही सती गेली नाही तरी तिची अब्रू गेली असे कोणी बोलत नाही.**

असें असतां हल्लीं बायका सती जातें याची सबब तीन प्रकारची आहे एक, त्या **बायकोचा भ्रतार मृत्यू पावतो,** त्यावेळेस त्या स्त्रीस अत्यंत दु:ख होऊन तिचा दिल बहुत कठिण होऊन जाते. व दुसरी सबब कीं, **घरामध्यें तिचा भ्रतार नित्य म्हणत**

बेदस्तूर - रुढी वेगळे, मजालस - सभा, मुकरर - निश्चित

असतो की, **माझी मातुश्री सती गेली, तिची बहुत अब्रु आणि लौकिक फार चांगला जाला,** असे. म्हणत असतो. तेणे करून त्या स्त्रीच्या मनात येते की कदाचित मी अशीच गेले, तरी माझाही आसाच लौकिक व अब्रु फार होईल. असे चितांत येऊन ती सती जाते. तिसरी सबब की, **आपला पति मृत्यु पावला, आता आपणास काही आधार नाही, सती जावे तरी धैर्य नाही. परंतु चिंता नाही. मांडव अथवा खोप करून वरती लाकडे बहुत घालतात तो मांडव तोडल्यानंतर जीव काही रहावयाचा नाही, व कदाचित मन फिरल्यास बाहेर निघू सकत नाही.** मग काही तरी होवो. ऐशा तीन सबबेने बायका आपला दिल सक्त करून जातात.

ऐसीयास सती जाते वेळेस. तिजला मांडव करून त्याजवर फार लांकडे मोठी मोठी घालून, तो मांडव तिच्या अंगावर एकदा तोडून पाडावा, असे तुमचे कोणतेही शास्त्रात निघणार नाही. शास्त्रात इतकेच की, तृणांची पर्णकुटिका करून त्यात प्रवेश करावा. असे असेल आणि कदाचित त्यातून बाहेर निघाली असता, त्यास **थोडे प्रायश्चित देऊन पुन्हा शुद्ध करून जातीत घ्यावी असेही शास्त्रात आहे.** हल्ली राधाबाई सती गेली. तिने आपले पतीचे लोभाने त्याजबरोबर सती जावे म्हणून निश्चयेकरून सती गेली. ते वेळेस आपल्या हाताने आत जाऊन अग्नि लावून घेतला. तेव्हा अग्निज्वाळा अंगास लागू लागल्या. ती आच सोसवेना, सबब बाहेर निघाली. ते वेळेस तिने पुन्हा हिंमत बांधून पुन्हा त्या अग्निजवळ आली. परंतु आत जाण्याची हिंमत जाहली नाही. असे समजून त्या बाईचे दीर जवळ होते, त्यांनी तिला जबरदस्तीने पुन्हा आत टाकली. त्यास **तुमचे शास्त्रात असे काही लिहिले नाही. की, सती बाहेर निघाली तरी पुन्हा जबरदस्तीने टाकावी असे नसता ते केले हे शास्त्राच्या उलटे होते.**

याजकरिता आमच्या दिलात असे मुकरर येते की, हा दस्तूर बहुत खराब आहे. तेव्हा अशी गोष्ट पुन्हा होऊ नये. व आम्हास मंजूर आहे की, **अशी खराब चाल पुन्हा होऊ देऊ नये. यास्तव पुन्हा आम्ही असे होऊ देणार नाही.** राधाबाईस तिचे दिराने अग्नित लोटल्यावर पुन्हाही निघाली. ते वेळेस तिचे (हाल) असे झाले की, तिचे अंगाची कातडी जळून मांसाचे गोळे बाहेर निघून, पायांतूनही रक्त चालले, हे तुमचे पाहिल्यात आले असते, तरी तुमचे ही दिलात येते की, ब्राह्मणाचा दयाधर्म आहे, त्याचा हा फार उलटा प्रकार होतो. असे समजून तेच वेळेस तुम्ही सर्वत्रांनी म्हटले असते की हे झाले असे कदापि होऊ नये. आता हल्ली जे मजलसीत बसले आहेत. त्यांनी तिचे हाल पाहून व ऐकून दिलात आणीत असतील की जर करिता आपली बायको तिची माया आपल्यावर जरी बहुत आहे, तत्राप मुलां-लेकरांची आई

मुकरर - निश्चित, दस्तूर - रुढी / चाल

ती, असे हाल करून घेऊन सती जावयाची हिंमत तिला होईल असे क्षणभर देखील कोणाचे दिलात येणार नाही. राधाबाईस जळते वेळेस तिजला हिंमत जाली. तशी हिंमत या पाठीमागे कोणासही जाहली नसेल. व पुढेही कोणास होणार नाही. कारण की, अर्धी जळाली असता पुन्हां अग्नी जवळ कापत कापत आली. यास हल्ली या मजलसींत कोण शक्य आहे की इतकी हिंमत करू शकेल!

सारांश हाच की, शास्त्रामध्ये सती मुकरार जावी. असे निघणार नाही व **सती जाऊन माघारी पुन्हा निघाली असता, तिजला जबरदस्तीने आत टाकून द्यावी. अगर तोडून टाकावी असे नाही.** तुम्ही म्हणाल की शास्त्र नाही परंतु आचार बहुता दिवसी आहे, की पुन्हा माघारी निघू देऊ नये. **त्यास हा आचार बहुत खराब आहे. कारण की तुमचे शास्त्रात दुसरे आचार किती सांगितले आहेत? ते आचार हल्ली सोडून देऊन मनस्वी अनाचार करितात, त्यास कोणी पाहात नाही;** व त्याचा बंदोबस्त करावा या विषयी फिकीर कोणीही करीत नाही. सती विषयी शास्त्रार्थ असता त्याप्रमाणे वहिवाट करीत नाही. दुसरे **सती गेल्याने स्वर्ग प्राप्ती आहे,** असे शास्त्रात लिहिले आहे, असे तुम्ही म्हणाल तरी निश्चये करून जी जाते आणि इमान शाबूत राखते ती स्वर्गात जाते. परंतु अशी कोणी नाही की, अग्नीचा स्पर्श अंगास जाहलियावर तेच इमान शाबूत राहावे असे नाही. **तेव्हा अग्निस्पर्शसमयी बुद्धीस भंग होऊन अंतर इहलोकही नाही व परलोकही नाही.** असे होते. ऐशीयास कोणतेही माणसाचे दिलात नाही की, **आपले खुशीने अग्नीत ठरवून जळून घ्यावे असे कदापि कोणतेही काळी घडणार** नाही कोणतेही दयावंत माणसास जळण्याचे दुःख खुद्दास अनुभव आल्याशिवाय विचार करू शकत नाही. ऐशीयास तुमचे दिलात या गोष्टीचा विचार काय आला असेल?

आम्हांवर मेहरबानी करून, तुम्ही सर्वांनी मिळून असा बंदोबस्त करावा की अशी गोष्ट पुन्हा आमचे दृष्टीस पडू नये त्या बायकोस पुन्हा ज्याने टाकिली, त्यास दया आहे असे कोणी बोलणार नाही व शास्त्रांत ही टाकावी असे नाही. त्यास ज्या शकसाने हे काम केले. त्यास मुकरर सजा व्हावी व आम्हास मंजूर आहे की त्यास सजा द्यावी. शास्त्रकर्ते मोठे मोठे होऊन गेले, त्यात बहुत दया होती. त्यांनी सर्व गोष्टींचा विचार करून त्यात असा बंदोबस्त केला असेल की **सतीच्या मनात बाहेर निघावयाचे जाहल्यास तिला बाहेर निघण्याविषयी पुरसत असावी** कारण की, जिचे इमान शाबूत राहत नाही. तिने बाहेर निघावे हे चांगले, असे जाणून तृणाच्या पर्णकुटिकेचा कायदा त्यांनी केला. परंतु तुम्हो आता शास्त्राची आज्ञा उलट करून, आपले मगरूरीने दया सोडून देऊन त्या सतीस मारता त्यास तुमचे शास्त्रांत असेही आहे की, **सती एकवेळ बाहेर निघाली असता, तिला जो वाचवील त्यास बहुत पुण्य आहे. हा शास्त्रार्थ तुम्हास माहीत आहे काय?** आम्हास ठाऊक नाही व

आम्हास मंजूर नाही की, आम्ही तुम्हास समजावे. परंतु आम्हास मुनासब आहे की, हा खराब दस्तूर मना केल्याने तुमचे शास्त्राचे उलट होत नाही. तेव्हा आम्ही ही गोष्ट होऊ देणार नाही. पण तुम्ही क्षमावंत आहा, आणि **साऱ्यांचे दिलातही आहे की, दस्तुर बहुत खराब आहे, हा मोडावा. परंतु तुम्हास या गोष्टीची शरम आहे याज करिता तुम्ही आमची अर्जी ऐकून घेऊन हा दस्तुर खराब आहे, हा मोडल्यास आम्हास वाईट लागणार नाही.** अशी खातरी करावी. म्हणजे येविषयीचे बंदोबस्तविषयी सरकारात लिहून पाठवू अशी खातरी तुम्ही केली यास तुमची अब्रू, दया व धर्माविषयी फार होईल परंतु सती कोणतेही तऱ्हेने न जावी या विषयीची फार होईल परंतु सती कोणतेही तऱ्हेने न जावी. या विषयींची खातरी करणेही तुमचे मर्जीची गोष्ट आहे. आता इतके तुम्ही समजावे की, आजपासून ती सती जाणार, तिने शास्त्राचा जो कायदा तृणाची पर्णकुटिका करून जावे असे आहे, त्याप्रमाणे जावे ते न होता शास्त्राच्या उलट होऊ लागल्यास आम्ही होऊ देणार नाही. कदाचित शास्त्र मार्गाप्रमाणे एखादी सती गेली आणि पुन्हा अग्नीतून बाहेर निघाली, तर तिला जो कोणी जबरदस्ती करून आत टाकील किंवा तोडून टाकील त्या शास्त्रास आम्ही सुशी असा जाणून त्याचे पारिपत्य मुनासब आहे त्याप्रमाणे केले जाईल.

❖

मुनासिब = योग्य, दस्तूर - रित, रुढी

परिशिष्ट १
मराठ्यांच्या इतिहासाची सामग्री

इंग्रज शोधकांनी काय केले आहे?

मराठ्यांच्या इतिहासाची योग्यता केवढी आहे व त्याची साधने एकत्र करण्याची आवश्यकता किती आहे ह्याबद्दल बरीच चर्चा झाली आहे; तेव्हा त्याबद्दल पुनर्विवेचन न करिता ती साधने कोणत्या रीतीने उपलब्ध करिता येतील व त्यांचा मराठ्यांचा इतिहास लिहिण्याचे कामी कसा उपयोग करून घेता येईल एवढ्या पुरताच विचार करणे प्रस्तुतसमयी इष्ट आहे. हा विचार करावयाचा म्हणजे (१) महाजिज्ञासु व इतिहाससंशोधक अशा पाश्चिमात्य लोकांनी मराठ्यांच्या इतिहासाची सामग्री जमविण्याकरिता आजपर्यंत काय काय प्रयत्न केले व त्या सामग्रीची त्यांनी कशी कशी व्यवस्था केली; (२) सांप्रत आपणास कोणकोणते मराठी कागदपत्र मिळण्यासारखे आहेत व ते मिळविण्यासाठी आपण कोणत्या उपायांचे अवलंबन केले पाहिजे; (३) मराठी कागदपत्रांखेरीज मुसलमानी ग्रंथातून आपणास उपयुक्त अशी किती माहिती मिळण्याचा संभव आहे; आणि (४) युरोपियन प्रवाशांनी लिहिलेली प्रवासवृत्ते, इतिहास प्रसिद्ध स्थलांची वर्णने, इंग्रज अधिकाऱ्यांचे पत्रव्यवहार, राजकीय कागदपत्र, तह, करारनामे वगैरे, आणि अनेक इंग्रजी ग्रंथांतरी मिळणारी माहिती इत्यादिकांचे मराठ्यांच्या इतिहासास किती साहाय्य होईल; ह्या मुख्य चार गोष्टींचे विवेचन केले पाहिजे. कारण, तसे केल्यावाचून आम्हास आमचा खरा व संपूर्ण इतिहास लिहिता यावयाचा नाही. उत्तम चितारी असला तरी अनेक तऱ्हेचे रंग, उत्तम भूमिका आणि सुंदर कलमे ही असल्यावाचून त्याच्या हातून नेत्राल्हादक चित्र निघावयाचे नाही, किंवा उत्तम सुवर्णकार असला तरी बावनकशी सोने व मूल्यवान रत्ने ही असल्यावाचून सुंदर अलंकार तयार होणार नाही, त्याप्रमाणेच भरपूर सामग्री असल्यावाचून उत्तम इतिहासही तयार व्हावयाचा नाही. तात्पर्य, प्रथम साधनांचे आनुकूल्य हे प्रत्येक गोष्टीत आवश्यक आहे, त्याप्रमाणे इतिहासरचनेच्या कामीही तेच प्रधान होय. आणखी, मराठ्यांच्या इतिहासासंबंधाने पाहूं गेले तर त्याची उणीव जितकी आहे तितकी इतर देशांतील इतिहासासंबंधाने नाही. आमच्या इकडे निरनिराळ्या राजांचे इतिहास किंवा प्रसिद्ध पुरुषांची चरित्रे लिहून ठेवण्याची चाल विशेष प्रचलित नसल्यामुळे इतर राष्ट्रांप्रमाणे आमचा इतिहास उपलब्ध नाही. मुसलमान बादशाहांच्या कारकीर्दीचे इतिहास मुसलमान ग्रंथकारांनी अलंकारिक भाषेत लिहिलेले आहेत; रजपूत राजांचे इतिहास 'रायसे' किंवा 'तवारिखा' ह्यांच्या रूपाने बरेच अस्तित्वात आहेत; परंतु मराठ्यांच्या इतिहासाची तशी स्थिती नाही. मराठी भाषेत 'संतलीलामृत' किंवा 'भक्तिविजय' ह्यांसारखे चरित्रवर्णनपर

पद्यात्मक ग्रंथ लिहिण्याचा काहीसा प्रयत्न झाला होता; परंतु गद्यात्मक इतिहास लिहिण्याचा प्रघात बखरीपासूनच सुरू झाला. शिवाजी महाराजांस राज्याभिषेक झाल्यानंतर गागाभटांनी शिवछत्रपतीचे एक संस्कृत चरित्र लिहिले होते असे समजते. परंतु त्याचा अद्यापि शोध लागत नाही! असो. तेव्हा ग्रीक व रोमन राष्ट्रांतील प्लूटार्क, कार्नेलियन, नीपॉससारखे चरित्रकार जरी आमच्या मराठी भाषेत निपजले नाहीत तरी बखरींच्या रूपाने मिळणारी प्रसिद्ध पुरुषांची चरित्रे, छत्रपति व पेशवे यांच्या कारकीर्दीची वर्णने, मोठमोठ्या लढायांचे वृतांत, रणशूर सरदारांच्या पराक्रमांची व चतुर मुत्सद्यांच्या राजकारस्थानांची माहिती आणि इतर राजकीय कागदपत्र, सनदा, करारनामे वगैरेच्या रूपाने मिळणारी किरकोळ माहिती जी उपलब्ध होईल तोच आमच्या इतिहासाचा मुख्य आधार होय. ह्या वरच आमच्या देशाच्या इतिहासाची प्रचंड इमारत उभारली जाणार. ह्याकरिता प्रथम ह्या सामग्रीची सिद्धता झाली पाहिजे. म्हणजे व्हॉल्टेर सारखे महापंडित अवतीर्ण होऊन इतिहासाच्या व्याप्तीचे यथार्थ निरूपण करोत, अथवा गिबनसारखे इतिहासकार गूढतत्त्वे शोधून काढोत, अथवा **मेकालेसारखे सरस्वतीचे कंठमणि 'इतिहास म्हणजे कवित्व आणि तत्त्वज्ञान ह्यांचे मिश्रण'** ह्या प्रमेयाचे सत्यत्व सिद्ध करून आपल्या चटकदार भाषेने लोकांची मने आकर्षून घेवोत! प्रथम आपण आपल्या इतिहाससामग्रीचा शोध करून तिच्याबद्दल युरोपियन लोकांनी काय काय प्रयत्न केले व कोणकोणत्या प्रकारचे कागद मिळविले त्याचे निरीक्षण केले पाहिजे. म्हणजे अवशिष्ट राहिलेल्या सामग्रीची दिशा समजण्यास बरेच सुलभ जाईल.

मराठ्यांचा इतिहास लिहिण्याकरता जुन्या बखरी व इतर ऐतिहासिक लेख मिळविण्याची ज्या इंग्रज इतिहासकारांनी विशेष खटपट केली त्यात स्कॉट वेरिंग हे पहिले होत. ह्यांनी आपला **'मराठ्यांचा इतिहास'** सन १८१० साली छापून प्रसिद्ध केला. ह्या वेळी मराठी राज्याचा पूर्ण ऱ्हास झाला नसून रावबाजीची स्वारी पेशवाईच्या गादीचा उपभोग घेत होती. त्यामुळे ह्या इतिहासकारास मराठी कागदपत्रांचे साहाय्य मिळण्याचा संभव त्या वेळी विशेष नव्हता. म्हणून त्यांनी जुन्या इंग्रज प्रवाशांच्या व इतर ग्रंथकारांच्या साहाय्याने आणि थोड्याबहुत मराठी कागदपत्रांच्या आधाराने आपला इतिहास तयार करून तो आपल्या देशबांधवांस सादर केला. त्यास जे मराठी कागदपत्र मिळाले होते ते येणेप्रमाणे- १) शिवाजीच्या व संभाजीच्या चरित्राच्या चार बखरी (ह्यापैकी एक शिवाजीची राजधानी जी रायरी ऊर्फ रायगड येथे ठेवली असून ती सर्वात अधिक विश्वसनीय आहे असे वेरिंग ह्यांचे मत आहे.) २) शाहूच्या दोन बखरी (ह्यात पहिल्या तीन पेशव्यांची हकीकत आलेली आहे.) ३) हिंदुस्थानच्या प्रसिद्ध दुर्दैवी मोहिमेच्या म्हणजे पानिपतच्या दोन बखरी (ह्यांपैकी एक थोरले मल्हारराव होळकर ह्यांनी पेशव्यांस लढाईचे वृत्त निवेदन करण्याकरिता लिहिलेली आहे[+]) ४) माधवरावांच्या दोन बखरी व नारायणरावांच्या दोन बखरी; आणि भोसले, गायकवाड,

शिंदे आणि होळकर यांच्या घराण्यांच्या कैफियती.* ह्याशिवाय 'व्रतराज' आणि 'राजकोश' हे दोन संस्कृत ग्रंथ खुद्द पेशव्यांच्या पुस्तकसंग्रहांतून मिळाले होते असाही त्यांनी उल्लेख केला आहे. हा इतिहास नारायणराव पेशव्यांच्या वधापर्यंत म्हणजे सन १७७३ पर्यंत असल्यांमुळे पुढील घडामोडीचा त्यात समावेश झालेला नाही. हा मराठ्यांचा अगदी पहिला इतिहास आसून तो बहुतकरून वर निर्दिष्ट केलेल्या मराठी बखरीच्या आधारानेच लिहिला गेला आहे असे; मानण्यास हरकत नाही.

स्कॉट वेरिंग ह्यांचा फेरिस्ता खेरीज करून इतर मुसलमान इतिहासकारांच्या विषयी चागंला ग्रह नसून त्यांनी सत्यापलाप केला आहे असे त्यांचे मत आहे. परंतु मराठी **बखरी लिहिणारांविषयी त्यांचा तसा समज नसून उलट त्या फार सरळ मनाने व शुद्ध भावाने लिहिलेल्या आहेत असे त्यांनी म्हटले आहे.***

फक्त मल्हारराव होळकरांनी पेशव्यास पाठविलेल्या पानिपतच्या थैलीविषयी त्यांचे प्रतिकूल मत असून त्यात स्वतःची बाजू जास्त सजवून लिहिली आहे असा

+ ही "मल्हारराव होळकरांची थैली" म्हणून जी मराठी भाषेत प्रसिद्ध आहे. तीच असावी असे वाटते.

* Scot Waring's History of the Marthas Appendix. PP 195.

* मुसलमान इतिहासकारांविषयी व मराठी बखरी लिहिणाराविषयी त्यांनी आपले मत प्रदर्शित केले आहे ते वाचकांच्या माहितीकरिता येथे देतो-

"However much I may regret the scantiness of my materials, and the pancity of striking events, I must still congratnlate myself that my inquiries have not often led me to consult Persian authorities, who so far as I can Judge, can be more fallacious, or can less requite the diligence of patient investigation. Ferista, who composed a gener history of India, as well as a partieular history of the Deccan is almost the only historian who merits the praise of impartiality and accuracy. He died before the era of Mahratta independence, and his mantle has no fallen upon any of his brethren. The Moslims, of couse, view with animosity and anguish, the progress the Mahrattas Lave made in conquest of their fairest provinces, and which of late years must have been aggravated by the bondage of their King, the unfortunate representative of the house of Timoor. From such persons little that was favourable to the Mahratta character could be expected. The facts they give are garbled and perverted, while the slightest cireumstance aganist them is seized upon, and extended to an jmmeasurable length. Their style is also a subject of just reprehension. Their forced and unnatural images, their swelling cadences, and modulated phraseology, are as disgusting to a discriminating taste, as they must be inimical to historical truth. For in a history composed in verse, something will be sacrificed to measure, and much to rhyme. Although the Persian histories be not written in verse yet they partake of all its faults. They abound in quaint similies and forced antithesis, while the redundancy of their epithets distract and bewilder attention. If this judgment to the Persian scholar seem harsh, I refer him to the History of the late Nizam of the Deccan,

त्यांचा आक्षेप आहे.

स्कॉट वेरिंग ह्यांनी ज्या बखरी मिळविल्या होत्या त्यांचे पुढे काय झाले; त्या विलायतेस गेल्या किंवा पुणे येथील रेसिडेंटाकडे परत आल्या, हे काहीच समजत नाही.

स्कॉट वेरिंग ह्यांचा इतिहास प्रसिद्ध झाल्यानंतर पुढे सुमारे सतरा वर्षांनी ग्रांट डफ साहेबांचा सर्वतोमुखी गाजलेला **'मराठ्यांचा इतिहास'** प्रकाशित झाला. शेदोनशे वर्षेपर्यंत सर्व भरतखंडामध्ये महाराष्ट्रीयांनी स्वराज्यसत्ता गाजवून स्वातंत्र्याचा उपभोग घेतला, आणि आपल्या अंगच्या शौर्यपराक्रमादि कित्येक उत्तम गुणांचा परिमल सर्व जगास विश्रुत केला, त्यांच्याविषयी अत्यंत परिश्रम घेऊन शोधपूर्वक लिहिलेला असा हा एवढाच इतिहास होय. हा इतिहास पेशवाईच्या अखेरीस पुण्याचे रेसिडेंट मौंट स्टुअर्ट एलफिन्स्टन ह्यांच्या हाताखाली दुय्यम रेसिडेंटाचे काम केलेले व सन १८१८ मध्ये पेशवाईचा अस्त झाल्यानंतर सातारा येथील श्रीमंत छत्रपति प्रतापसिंह महाराजांजवळ काही दिवस प्रमुखत्वेकरून राज्यकारभार चालविलेले रेडिडेंट क्याप्टन जेम्स ग्रांट डफ ह्यांनी लिहिला आहे. इंग्रजी राज्यसत्तेची हिंदुस्थानांत संस्थापना झाल्यानंतर प्रारंभी जे थोर मनाचे युरोपियन लोक भारतवर्षीय प्रजेस आपल्या नूतन राज्यरीतीचे सुखकर स्वरूप दाखवून तिला मानवेल तशी पथ्यकर आणि सौम्य राज्यव्यवस्था करण्याकरिता झटत होते, त्यामध्ये **एल्फिन्स्टन, मालकम्, मन्रो** ह्या तिघांची नावे फार प्रसिद्ध आहेत. त्यांच्या खालोखाल साताराचे रेसिडेंट **ग्रांट डफ, जनरल ब्रिग्ज** आणि पुण्याचे कलेक्टर **रॉबर्टसन** ह्यांची नावे लोकांच्या तोंडून ऐकू येतात. हे सर्व महाराष्ट्रांतील प्रमुख अधिकारी व त्यांचेच समकालीन इतर प्रांतांतील म्हणजे राजपुताना, मध्यहिंदुस्थान, बुंदेलखंड, म्हैसूर, नागपूर वगैरे ठिकाणचे अनुक्रमे जनरल **टॉड,** कर्नल **स्लीमन,** क्याप्टन **पाग्सन,** कर्नल **विल्क्स,** क्याप्टन **जेक्रिन्स** इत्यादि पोलिटिकल रेसिडेंट हे पुरे राजकारस्थानी असून तलवारबहाद्दर होते व त्याप्रमाणेच कलमबहाद्दरही होते. त्यांनी जिंकलेल्या किंवा आपल्या राजसत्तेखाली आलेल्या लोकांशी गोडीगुलाबीने वागून व त्यांचा परिचय करून घेऊन, त्यांची

---

or if he object, to the undisputed master of this prurient slyle, the celebrated Abul Fazil.

Not so the Mahratta histories, Their historians (some will deny them the pame) write in plain, simple and unaffected style, content to relate passing events in apposite terms, without seeking turgid imagery or inflated phraseology. Exceptng in the letter addressed to the Peshva by the great Malhar Rao Holkar, no attempt is made to make the worse appear the better reason. Victory and defeat are briefly related; if they pass over the latter too hastily, they do not dwell upon the former with unnecessary minuteness. They do not endeavour to bias or mislead the judgment, but are certainly greatly deficient in chronology and in historical reflections. -- Preface IX, X.

मूळची राज्यपद्धति, त्यांच्या चालीरीती, धर्म, समाजव्यवस्था, कायदेकानू, इत्यादि गोष्टींची व त्यांच्या पूर्वइतिहाची जिज्ञासापूर्वक माहिती मिळविण्याचा प्रयत्न केला. तो किती सफल झाला आहे व त्याचा मराठ्यांच्या इतिहासास किती उपयोग होण्यासारखा आहे, हा विचार स्वतंत्र आहे, तथापि त्यासंबंधाने प्रस्तुत प्रसंगी एवढे म्हणणे रास्त आहे की, त्यामुळे आमच्या इतिहासाचे बरेच पुनरुज्जीवन झाले असून आम्हांस आमचे स्मरण राहण्यास साधन झाले ह्यात शंका नाही.

क्याप्टन ग्रांट डफ ह्यांनी वर सांगितलेला स्तुत्य उद्देश मनात आणून मुंबईचे गव्हरनर **मौंट स्टुअर्ट एल्फिन्स्टन** व जनरल सर **टॉमस मनरो** ह्यांच्या प्रोत्साहनाने, नुकतेच स्वातंत्र्यास व स्वराज्यास मुकलेल्या मराठ्यांच्या अद्भुत शक्तिमान् राष्ट्राचा इतिहास लिहिण्याचे मनावर घेतले व तत्प्रीत्यर्थ उपलब्ध होणारी सर्व सामग्री मिळविण्याचा यत्न चालविला. स्कॉट वेरिंग व ऑर्म ह्यांना जे साहित्य मिळाले नाही ते ग्रांट डफ ह्यांना मिळण्याचा चांगला योग जुळून आला. साताऱ्यासारखी मराठी साम्राज्याची मुख्य राजधानी की जेथे ऐतिहासिक माहितीचे पूर्ण भांडार भरलेले होते, तेथे पोलिटिकल रेसिडेंट ह्या नात्याने ग्रांट डफ ह्यांचा वास झाल्यामुळे तेथील छत्रपतीची, त्यांच्या अष्टप्रधानांची व राजदरबारी वागलेल्या इतर लोकांची सर्व दप्तरे त्यांस सुलभ व्हावीत ह्यांत विशेष नवल नाही. सातारचे महाराज प्रतापसिंह ह्यांचा व ग्रांट डफ साहेबांचा विशेष स्नेह असल्यामुळे त्यांनी मराठ्यांच्या इतिहास रचनेच्या कामी विशेष अभिमान बाळगून, पेशव्यांना देखील कधी माहीत न झालेले असे आपल्याजवळचे मौल्यवान अस्सल कागदपत्र त्यांच्या स्वाधीन केले. शिवाजी महाराजांपासून सर्व राज्यांतील कागदपत्रांचे आगर जे चिटणिसांचे घराणे त्यातील पुरुषांनी छत्रपतींच्या कारकीर्दीचे लिहिलेले इतिहास व आपल्या संग्रही ठेवलेले महत्त्वाचे अनेक कागद ग्रांट डफ साहेबांत दिले. सर्वोत्तम बाबूराव पंत अमात्य ह्यांनी आपली दप्तरे त्यांच्या हवाली केली. येणेप्रमाणे सातारा येथील इतिहासभांडार त्यास सुगम झाले होते. ह्याशिवाय एल्फिन्स्टन साहेबांनी दक्षिणप्रांताचे कमिशन असताना पेशव्यांचे सर्व राजकीय लेख (State Papers) व इतर सार्वजनिक महत्त्वाचे व गुप्त पत्र व्यवहार त्यांच्या स्वाधीन केले होते. पुण्याचे कलेक्टर क्याप्टन रॉबर्टसन ह्यांनी एल्फिन्स्टन साहेबांच्या परवानगीने पेशव्यांच्या राजवाड्यामध्ये जे दप्तर भरले होते. त्यातील ऐतिहासिक महत्त्वाचे कागद निवडून काढण्याकरिता विश्वासू माणसे नेमून सर्व राजकारणाची अस्सल पत्रे शोधून काढिली होती. एल्फिन्स्टन साहेबांच्या मागून दक्षिणचे कमिशनर झालेले चाप्लिन साहेब ह्यांनी व त्यांचे असिस्टंट जॉन म्याक्लॉईड ह्यांनी पेशव्यांच्या राज्यातील वसुलाचे हिशेब तपासून त्यांचे उतारे ग्रांट डफ साहेबांस काढून दिले होते. मुंबई सरकारचे राजकीय व गुप्त दप्तर सन १७९५ सालापर्यंत ग्रांट डफ ह्यांनी स्वत: पाहिले होते व त्यातील उपयुक्त भागाचे टिपण चीफ सेक्रेटरी

वार्डन ह्यांनी परिश्रमपूर्वक तयार करून ते त्यांना स्वाधीन केले होते. सुरत येथील पोलिटिकल एजंट रोमन ह्यांनी सुरतेस मूळ वखार घातल्यापासूनचे पूर्वीचे सर्व कागद व फारशी इतिहास मिळवून त्यांच्याकडे पाठविले होते. गोव्याच्या गव्हरनरांनी पोर्तुगीज लोकांच्या संबंधाची माहिती त्यांस पाठविली होती, आणि खुद्द कोर्ट ऑफ डायरेक्टर्स ह्यांनी लंडन येथील ईस्ट इंडिया हौसमधील बंगाल सरकारच्या पत्रव्यवहारातील व मराठ्यांच्या अस्सल कागद पत्रातील कित्येक मुद्द्यांच्या गोष्टी पाहण्याची परवानगी ग्रांट डफ ह्यांस दिली होती. येणेप्रमाणे सर्व ठिकाणाचे सरकारी कागदपत्रांचे साहाय्य त्यास उत्तम मिळाले होते. एल्फिन्स्टन साहेबांचे प्रायव्हेट सेक्रेटरी व सातारच्या महाराजांचे रेव्हिन्यु सर्वेअर **क्याप्टन अडाम्स** व सातारचे असिस्टंट **रेसिडेंट विल्यम् मॉरिस** ह्यांनी सर्व कागदांची भाषांतरे करण्याचे कामी आणि फारशी भाषेचे पंडित **मि. अस्कीन,** इतिहाससंशोधक आंग्लगृहस्थ **शल्डाम,** व्हान्स **केनेडी,** सर जेम्स **म्याकिंटाश, मिल, जेन्किन्स, ब्रिग्ज,** व **म्याक्लाईड** इत्यादिकांनी वेळोवेळी लागेल ती माहिती पुरविण्याचे कामी त्यास अत्युत्कृष्ट साहाय्य केले होते. अर्थात् इतक्या मंडळींच्या संयुक्त प्रयत्नाने जे कार्य झाले ते प्रशंसनीय व्हावे ह्यात विशेष आश्चर्य नाही. ह्या इतिहासाकरिता एतद्देशीय लोकांकडून जी माहिती मिळाली ती विशेष महत्त्वाची होती एवढेच नव्हे, पण तीत आमच्या प्रचंड राष्ट्राचा सर्व इतिहास, आमच्या लोकांची कर्तबगारी, त्यांचे शौर्य, त्याचं राजकारणे, त्याचं स्वामीभक्ति, त्यांचे बुद्धिवैभव, त्याचं स्वधर्मनिष्ठा, त्यांची तेजस्विता, इत्यादी सर्व उत्तम गुणांचा समुच्चय अंतर्भूत झाला होता. देवस्थानांच्या कथा, मराठ्यांच्या कुलोत्पत्ति, नृपतींच्या सनदा, मुत्सद्यांच्या व सरदारांच्या हकीकती, राज्याच्या वसुलाचे नियम, प्रजेचे कायदेकानू, न्यायाशास्त्र्यांचे व पंचायतीचे निवाडे वगैरे सर्व प्रकारची माहिती ग्रांट डफ साहेबांस मिळाली होती. त्यामुळे आमच्या राष्ट्राचे गतकालचे स्वरूप हुबेहुब वठविण्याचे काम त्यांच्या हाती गेले होते असे म्हटले तरी चालेल. ह्या इतिहास साहित्यामध्ये खुद्द ग्रांट डफ साहेबांच्या इतिहासाएवढे मोठमोठे प्रचंड हस्तलिखित ग्रंथ किंवा बखरी सुमारे शंभर होते असे त्यानीच म्हटले आहे. ह्यावरून आमच्या महाराष्ट्राचा इतिहास फार प्रचंड असला पाहिजे हे उघड आहे. पाश्चिमात्य राष्ट्रातील चायाम, वालपोल, पिट, पील, किंवा वेलिंग्टन, नेपोलियन, क्लाईव्ह, नेपियर इत्यादी मुत्सद्यांची व योद्ध्यांची चरित्रे ग्रांट डफ साहबेंच्या इतिहासापेक्षा कित्येकपटीने मोठी झाली आहे, तर त्यांची बरोबरी करणारे जे नरवीर महाराष्ट्रांत अवतीर्ण झाले त्यांची चरित्रे त्यांच्या निम्याने तरी व्हावीत हे साहजिक आहे. प्रत्येक नररत्नाच्या चरित्र्याचा जर एवढा विस्तार, तर **कार्लाइल** नामक ग्रंथकाराने म्हटल्याप्रमाणे **'अशा प्रसिद्ध पुरुषांच्या चरित्रांचा संग्रह तोच राष्ट्राचा इतिहास होय,'** ह्याप्रमाणे पाहू गेले तर सर्व हिंदुस्थान आक्रमून टाकिलेल्या बहुविध नररत्नांच्या चरित्रांनी परिपूर्ण

भरलेला इतिहास अत्यंत प्रचंड होईल ह्यात शंका नाही. परंतु आमच्या ज्ञानाच्या अभावामुळे इतिहासग्रंथांचे काम परकीयांस आपल्या हाती घ्यावे लागले, त्यामुळे तो इतिहास संकोचित व्हावा; त्यात सर्व वीर श्रेष्ठांची चरित्रे साद्यंत गोविली जाऊ नयेत; किंवा लेखकांचे देशभिन्नत्व व आचारभिन्नत्वे इत्यादि कारणामुळे त्यात अनेक दोष राहावेत हे साहजिक आहे. सांप्रत ज्ञानप्रसाराच्या योगाने आह्मास गाढ निद्रेतून थोडीशी जागृतावस्था प्राप्त झाली आहे. तेव्हा आम्हीच स्वदेशाच्या इतिहासाचे महत्त्व लक्षात बाळगून त्याची सामग्री जमविण्याचा व नंतर तिच्यावर भव्य इतिहासप्रासाद तयार करण्याचा प्रयत्न करावा हा सर्वोत्कृष्ट मार्ग होय.

हा प्रयत्न करावयाचा म्हणजे प्रथम ग्रांट डफ साहेबांनी व इतर परदेशीयांनी जी सामग्री मिळविली, ती त्यांनी किती उपयोगांस आणली, सांप्रत तिचा किती भाग अवशिष्ट राहिला आहे, याचे प्रथम लक्ष्यपूर्वक निरीक्षण केले पाहिजे. ग्रांट डफ साहेबांनी कोणाकोणाच्या साहाय्याने मराठ्यांच्या इतिहासाची सामग्री मिळविण्याचे काम उत्तम प्रकारे शेवटास नेले ते वर सांगितलेच आहे. आता त्यांनी महाराष्ट्रांतील कोणकोणते कागद मिळविले त्याचा थोडासा विचार करू.

ग्रांट डफ साहेबांनी, ऐतिहासिक माहितीचा केवळ सागर अशी जी सातारा येथील छत्रपतींची व पुणे येथील पेशव्यांची दप्तरे त्यातून महत्त्वाचे अस्सल कागद घेतले असे वर दर्शविले आहे परंतु हे कागद कोणते हे निश्चयाने ठरविता येत नाही. तथापि छत्रपतीच्या दप्तरातून, दिल्लीच्या मोगलबादशाहांकडून शिवाजीच्या वेळेपासून आलेली राजकीय पत्रे, विजापूर, गोवळकोंडे इत्यादी ठिकाणच्या बादशाहाकडून आलेली पत्रे, मराठ्यांच्या राजकारणांचे पत्रव्यवहार, वगैरे कागद मुख्यत्वे करून जी पत्रे आली त्यांच्या अस्सल प्रती सातारच्या राजाच्या ताब्यामध्ये आहेत व त्यांच्या नकला मुंबई येथील लिटररी सोसायटीमध्ये ठेवल्या आहेत.[+] असे ग्रांट डफ ह्यांनी स्पष्ट म्हटलेच आहे. **सातारच्या महाराजांकडून जे कागद मिळाले त्याशिवाय आणखी महत्त्वाचे कागद चिटणिसांकडून मिळाले.** चिटणीसांचे घराणे शिवाजी महाराजांच्या कारकिर्दीपासून छत्रपतींचे पिढीजाद नोकर असून त्याचा सातारच्या महराजांशी अति निकट संबंध असल्यामुळे सर्व कागदपत्र त्यांच्या ताब्यात असत व परंपरागत आलेली आतील बारीकसारीक गोष्टींची माहितीही या घराण्यातील पुरूषांना पूर्ण असे. गद्यरचनेच्या कामी तर त्यांचा हातखंडा असे.* **बाळाजी आवजी चिटणीस** हे थोरल्या शिवाजी महाराजांच्या प्रीतीतले स्वामिनिष्ठ सेवक असून ते **"बुद्धिमंत, सकललेखकावतंस, निकटवति, द्वितीय चित्रगुप्त, मनोवांच्छित लेखनविषयी परम चतुर, कलीत अमरगृहीचे विद्याविशारद, श्री शारदेचे अभिमुख**[+]" असे होते. ह्यांनीच शिवाजी महाराजांच्या आज्ञेने सर्व पत्रव्यवहाराचे काम केले होते. त्यांनी

* Grant Duff's History of the Mahrattas (Bombay Edition) Page 65.

शिवाजीच्या कारकीर्दीची स्वतंत्र बखर वगैरे लिहिलेली उपलब्ध नाही. तथापि "त्यांच्या हस्तलिखित कागदांचा पुष्कळ संग्रह असून त्याचा फार उपयोग झाला" असे ग्रांट डफ साहेबांनी स्वत; म्हटलेच आहे. ह्यांच्या वंशजांपैकी खंडो बल्लाळ, गोविंद खंडेराव, जिवाजी खंडेराव, लक्ष्मणराव जिवाजी वगैरे पुरुषांनी सातारच्या छत्रपतीच्या पदरी अनेक राजकारणाची कामे केली व त्यांचे इतिहासही लिहिले आहेत परंतु त्यांची विशेष माहिती मिळत नही व ग्रांट डफ ह्यांनीही त्याबद्दल कोठे उल्लेख केलेला दिसत नाही. चिटणिसांच्या बखरी म्हणून ज्या प्रसिद्ध आहेत व ज्यांच्यावर ग्रांट डफ साहेबांनी आपल्या इतिहासाची टोलेजंग इमारत उभारली त्या बखरी, छत्रपति प्रतापसिंह महाराज ह्यांचे वडील **धाकटे शाहू महाराज ऊर्फ आबासाहेब ह्यांच्या आज्ञेवरून त्याचे चिटणीस मल्हार रामराव** यांणी सन १८१०।११ मध्ये लिहिल्या. ह्या बखरीसंबंधाने ग्रांट डफ साहेबांनी असे म्हटले आहे की, "सातारच्या छत्रपतीची चरित्रे व मराठी साम्राज्याचा इतिहास प्रारंभापासून अखेरपर्यंत मल्हार रामराव चिटणीस ह्यांनी आपल्या पूर्वजांच्या अस्सल कागदपत्रांवरून अथवा त्यांनी अस्सलबरहुकूम लिहून ठेवलेल्या बारनिशीवरून तयार केला आहे. ह्यांचे सर्व पूर्वज रायगड, जिंजी व सातारा ह्या सर्व ठिकाणाच्या दरबारात अतिशय प्रसिद्धीस असलेले होते. मल्हार रामराव ह्यांनी लिहिलेले शिवाजीचे चरित्र फार विस्तृत आहे. परंतु त्यानं आपल्या जवळच्या मूल्यवान पत्रांचा व इतर माहितीचा जसा करावा तसा चांगला उपयोग केला असे मला वाटत नाही. शिवाजीने आपल्या पदरच्या कामदारांस व सर्व कारखान्यांवरील लोकास जे हुकूम लिहिलेले आहते ते फार समाधानकारक आणि परिपूर्ण असे आहेत. ह्यापैकी काहीच्या अस्सल प्रती बाळाजी आवजीच्या हातच्या आहेत. त्या मी दुसऱ्या कागदांशी पडताळून पाहिल्या आहेत. **मल्हार रामराव ह्यांच्या बखरीची प्रत मुंबई येथील लिटररी सोसायटीमध्ये ठेविली आहे.** * ह्याप्रमाणे चिटणिसांच्या बखरी ग्रांट डफ ह्यांस मिळून त्यांचाच त्यांनी विशेष उपयोग केला आहे. ह्याखेरीज त्यांनी **कोल्हापूरच्या महाराजांकडून कृष्णाजी अनंत सभासद** विरचित **'शिवछत्रपतीची बखर'** मिळविली होती. तिच्या अनेक प्रती असून एक

---

* बाळाजी आवजी संबंधाने ग्रांट डफने "Ballajee Aujee Chitnees, a man of the Purbhoo caste, who had stood high in Siwajee's favour and had been employed by Sumbhajee himself in a confidential mission to Bombay." असे उद्गार काढून (पृष्ठ १३७) त्याखाली पुढील टीप दिली आहे.

"By an original sunud it appears that Sivajee had offered to make him one of the Prudhans, which he declined accepting. The reader will recognise in Balajee the person in whose handwriting many of those papers are presserved to which thishistory is much indebted." PP. 137.

\+ चित्रगुप्त विरचित शिवाजी महाराजांची बखर. पान ५०

दक्षिण **कोकणचे जज्ज मि. हेल ह्यांच्याजवळ होती** तिचा त्यांनी उपयोग केला. कोल्हापूरची अस्सल प्रत त्यांनी तेथील महाराजांकडे परत पाठविली. ह्याशिवाय जावळीचे राजे चंद्रराव मोरे यांच्या वंशजांकडून, पुण्याचे आक्झिलियरी कोर्सचे डॉक्टर टॉमस कोटस् ह्यांच्याकडून, ऑनरेबल मौन्ट स्टुअर्ट एल्फिन्स्टन ह्यांच्याकडून व विजापूर जवळच्या कोल्हारच्या कुळकर्ण्याकडून, अशा शिवछत्रपतीच्या चरित्राच्या चार प्रती त्यांनी मिळविल्या होत्या. खटावच्या देशपांड्यांनी विजापूरच्या बादशाही हकीकतीसह लिहिलेला मराठ्यांचा इतिहास त्यांनी मिळविला होता. खेरीज, खटावच्या देशमुखांनी सन १६८८ साली औरंगजेब बादशहास लिहिलेली पत्रे, म्हसवडच्या मान्यांचे पूर्वज मानाजी माने व वाईचे देशमुख ह्यांस औरंगजेबाकडून व विजापूरच्या बादशाहाकडून मिळालेल्या सनदा, मलवडीकर झुंजारराव घाडगे यांची बखर, निंबाळकर व डफळे यांच्या हकीकती, घोरपडे यांच्या घराण्याचा इतिहास (ह्याची एक प्रत पेशवाई बुडण्याचे वेळी इंग्रजास मिळालेले यशवंतराव घोरपडे अमीर-उल-उमराव ह्यांनी पुण्याचे रेसिडेंट सर **ब्यारी क्लोज** ह्यांच्या माहितीकरिता तयार केली होती व दुसरी **मि. थॅकरे** ह्यांनी मिळविली होती.) श्रीमंत थोरले बाजीराव साहेब पेशवे यांचे गुरू व धावडशीचे सुप्रसिद्ध राजकारस्थानी महापुरुष ब्रह्मेंद्रस्वामी ह्यांच्याशी झालेला पेशव्यांचा अस्सल पत्रव्यवहार, निजामाशी झालेले तह, चौथाई सरदेशमुखीचे ठराव, सोनाखासखेल गायकवाड ह्यांच्या इतिहासाच्या तीन प्रती, दौलतराव शिंद्याचे रेसिडेंट मेजर रॉबर्ट क्लोज ह्यानं पाठविलेला शिंद्यांच्या घराण्याचा इतिहास, रघुनाथ यादवकृत पानिपतची बखर, मल्हारराव होळकरांची थैली, शिंद्याचे दिवाण रामाजी अनंत दाभोळकर ह्यांनी शिंद्याच्या लष्करातून पेशव्यांस लिहिलेली पत्रे, नागपुराहून जेन्किन्स साहेबांनी पाठविलेली तेथील भोसल्यांची बखर, इत्यादी अनेक कागद ग्रांट डफ साहेबांस मिळाले होते. नाना फडनवीस, हरिपंत फडके वगैरे सरदारांची व खुद्द पेशव्यांची अस्सल पत्रे* व पेशव्यांच्या दप्तरातील राजव्यवस्थेची व राज्याच्या जमाखर्चाची माहिती त्यांना एल्फिन्स्टन साहेबांच्या परवानगीनेच मिळाली होती. ह्याशिवाय पेशवाई अमदानी पाहिलेल्या गृहस्थाकडूनही माहिती मिळविण्याचा त्यांनी प्रयत्न केला होता. भाऊसाहेबांचे लष्कर उत्तरहिंदुस्थानच्या मोहिमीकरिता निघाले त्या वेळी संगमनेरच्या सुभेदारीवर कोणी आबाजी गोणदेव म्हणून सुभेदार होते. त्यांना भाऊसाहेबांच्या फौजेची चांगली माहिती होती. हे इसम फार वयोवृद्ध व प्रतिष्ठित

---

* Grant Duff's History, Page 54 मल्हार रामराव ह्यांनी आपल्या जवळच्या कागदांचा चांगलासा उपयोग केला नाही असा साहेबबहादुरांनी शेरा दिला आहे, परंतु त्या काळी इतिहास लिहिण्याची कला विशेष प्रचलित नव्हती. ह्या गोष्टीकडेही लक्ष्य पुरविले पाहिजे. इंग्रज गृहस्थाच्या दृष्टीने ते म्हणणे सक्तिचे असेल परंतु त्या वेळच्या विद्याप्रसाराच्या मानाने ते लागू पडणार नाही.

असून सातारच्या राजाच्या पदरी अदालतीमध्ये होते. ह्यांच्याकडून ग्रांड डफ साहेबांनी पुष्कळ माहिती घेतली होती. **नारो भगवंत कुळकरणी अरळेकर** नामक एक गृहस्थ भाऊसाहेबांच्या लढाईत हजर होते. त्यास सुमारे दोन वर्षे निरनिराळ्या प्रसंगांची माहिती विचारून साहेब बहादुरांनी आपली हकीकत लिहिली आहे. सुप्रसिद्ध **बाळाजीपंत नातू,** सातारच्या फडणिसांचे पूर्वज **बापू कान्हो,** परशुराम भाऊ पटवर्धनांचे खाजगी कारभारी **दाजीबा लिमये** ह्यांच्याकडून ग्रांट डफ साहेबांनी स्वतंत्र बखरी लिहून घेतल्या होत्या. ग्रांट डफ साहेबांस पेशव्यांच्या घराण्यांच्या एकंदर वीस बखरी मिळाल्या होत्या. त्यांपैकी नातूंच्या दोन व माधवराव रास्ते व माधवराव पटवर्धन मिरजकर ह्यांनी पाठविलेल्या दोन, अशा चार फारच उपयुक्त होत्या. येणेंप्रमाणे मुख्यत्वेकरून ग्रांट डफ साहेबांनी मराठी कागदपत्रांचे साहित्य जमविले होते. ह्याचा त्यांनी कसा काय उपयोग केला हे सर्व लोकांस प्रमाणभूत होऊन बसलेल्या त्यांच्या इतिहासावरून आपोआप व्यक्त होणार आहे. स्वदेशाच्या इतिहासाविषयी पूर्ण अभिमान बाळगणारे मार्मिक टीकाकार **कै. विष्णुशास्त्री चिपळूणकर** ह्यांनी ह्या इतिहासासंबंधाने जे उद्‌गार काढिले आहेत ते वाचले म्हणजे ह्या ग्रंथाच्या वास्तविक योग्यतेविषयी कोणासच शंका रहाणार नाही. ते म्हणतात :- "हा एकंदरीत पहाता अत्यंत प्रशंसनीय होय. जो जो मजकूर इतिहासकर्त्यास खरा वाटला तो तो त्याने दाखल करून **इंग्लिशांविषयी पक्षपात किंवा मराठ्यांविषयी द्वेषभाव किंवा मत्सर अशा वृत्ति कोठेही प्रगट केल्या नाहीत.** त्याप्रमाणेच पुष्कळ इंग्रजी ग्रंथकारांस एतद्देशीय लोकांच्यासंबंधाने लिहितांना पोकळ पांडित्य करण्याची जी हौस असते, आणि ज्ञान व नीति यात आपल्या राष्ट्राचे वर्चस्व वरचेवर दाखविल्याखेरीज कधी चैन पडत नसते, तोही प्रकार यात नाही. सारांश, **प्रस्तुत इतिहास आमच्या लोकांससुद्धा निःपक्षपातपणे लिहिलेला असा वाटण्यासारखा आहे;** व धर्म, नीति वगैरेच्यासंबंधानेही एतद्देशीयांस राग येण्यासारखा यात बिलकूल मजकूर नसल्यामुळे तो त्यास सर्वथा प्रिय व्हावा असा आहे."* शास्त्रीबोवांप्रमाणेच माजी काव्येतिहाससंग्रहकारांनी ह्या ग्रंथाविषयी "आज हिंदुस्थानाचे जे इंग्रजी इतिहास आहेत त्यातील उत्तमांत हा मोडतो, किंबहुना हाच त्या सर्वांत उत्तम ठरतो." असे अभिनंदनपर मत देऊन वाचकांस अशी शिफारस केली आहे की, "प्रत्येक 'महाराष्ट्रीय जन' म्हणविणाराने

---

* ह्या संबंधाने ग्रांट साहेबांनी पुढील उल्लेख केला आहे

The letters which I shall from this time have occasion to refer to, both from Nana Furna wees and Hurry Punt Phurkay, are all translated from originals in their own handweriting. They were found amongst the recoids in the Peishwa's Palace, recovered by Captain Henry Robertson Collector of Poona, and the late Lieutenant John Mo'Leod, resident at Bushire, when assistant to Mr. Chaplin Commissioner; and by those gentlemen they were made over to me by special authority from the Hon'ble M, Elphinstone." - Page 444.

किंबहुना प्रत्येक 'हिंदु' म्हणविणारानेही ह्या इतिहासाची प्रत संग्रही ठेवावी. निदान एकवार ती मिळवून वाचण्याची तरी तसदी घ्यावी. असे केल्याने आमचे लोक म्हणजे गचाळ, वेडे, पौरुषहीन, अकल्पक असे जे आम्हापैकी पुष्कळजणांचे झाले आहेत, ते जाऊन आपल्या लोकांच्या पराक्रमाविषयी बुद्धीविषयी चातुर्याविषयी वगैरे तथ्य कळून योग्य अभिमान जागृत होईल.''+ ह्यापेक्षा ह्या इतिहासाची थोरवी निराळ्या शब्दांनी वर्णन करण्याचे प्रयोजन मुळीच राहिले नाही.

असो, वर सांगितलेल्या हकीकतीवरून ग्रांट डफ साहेबांनी परिश्रमपूर्वक विपुल माहिती मिळवून मराठ्यांच्या इतिहास प्रसिद्ध केला हे त्यांचे महाराष्ट्रीयांवर फार उपकार आहेत ह्यात शंका नाही. आता त्यांनी जे हे प्रशंसनीय कार्य केले त्यासंबंधाने जे **लोकांचे आक्षेप आहेत तत्संबंधी दोन शब्द लिहिणे अवश्य आहे.** कै. रा. ब. **नीलकंठ जनार्दन कीर्तने ह्यांनी** सन १८६७-८७ साली डेक्कन कॉलेजात असताना **ग्रांट डफच्या बखरीवर टीका** म्हणून एक खरमरीत लेख प्रसिद्ध केला. तो **ह्या सर्व आक्षेपांचे मूळ बीज होय.** ह्या लेखामध्ये टीकाकारांनी, युरोपियन लोकांनी मराठी भाषेचा कितीही व्यासंग केला तरी त्यांच्या परकीयत्वामुळे एतद्देशीय लोकांची खरी माहिती, त्यांचे हृग्दत विचार, त्यांच्या समाजातील सूक्ष्म गोष्टी, ह्यांचे पूर्ण ज्ञान त्यास होणार नाही; त्यामुळे त्यांनी रचलेल्या एतद्देशीय लोकांविषयीच्या इतिहासात गौणत्व असणे साहजिक आहे, अशा दृष्टीने ग्रांट डफ साहेबांच्या ग्रंथास बरीच दूषणे दिली आहेत व ती सर्वांशी चुकीची आहेत असे कोणीही समंजस मनुष्य म्हणणार नाही. परंतु ह्या लेखामध्ये त्यांनी ग्रांट डफ साहेबांवर, गैरसमजाने म्हणा किंवा विशेष शोध केला नसल्यामुळे म्हणा, एक भयंकर आरोप लादला आहे. त्यामुळे मात्र मराठ्यांचा इतिहास लिहिणाऱ्या ह्या आंग्ल गृहस्थाविषयी **पुष्कळ लोकांचा विनाकारण दूषित ग्रह झाला आहे. हा आरोप असा आहे की, 'ग्रांट डफ साहेबांनी मराठ्यांच्या इतिहासाचे सर्व कागदपत्र मुद्दाम जाळून टाकले.'** ह्या संबंधाने लिहिताना रा. ब. कीर्तने यांनी स्पष्टपणे असे म्हटले आहे की, ''ग्रांट साहेबांनी इतके श्रम करून जे लेख मिळविले... ते चोरीस गेले, किंवा 'न्यूटन' च्या कित्येक कागदाप्रमाणे कुत्र्याने जाळले, किंवा जाणूनबुजून, आलक्झांड्रिया येथील पुस्तकांची 'खऱ्या धार्मिक' लोकांनी जी दशा केली असे मानिले आहे तशी काही दशा झाली, याचे अनुमान होत नाही. कित्येक वृद्ध, दप्तरांतील वाकबगार कारकुनांचे असे म्हणणे आहे की, या कागदांची जाणूनबुजून होळी केली. या म्हणण्यास दस्तऐवजी काही कोणापाशी लेख नाही. परंतु आमचे एक हुशार मित्र असे म्हणतात की, या संबंधी ग्रांट साहेबांचे व 'दक्षिणचे कमिशनर' साहेबांचे काही लेख त्यांनी

* निबंधमाला भाग २ रा. पृष्ठ ३७०.

\+ ग्रांट डफकृत मराठ्यांच्या बखरीवरील टीका. पृ. ११ आवृत्ति दुसरी

पाहिले आहेत. त्यावरून या कागदांचा जाणूनबुजून नाश केला असे मानण्यास हरकत नाही.''* **हा चमत्कारिक आरोप प्रसिद्ध झाल्यामुळे** ग्रांट डफ साहेबांविषयी व त्यांच्या इतिहासाविषयी सर्व लोकांमध्ये बराच गैरसमज उत्पन्न होऊन त्यांनी आमच्या देशाचा इतिहास नष्ट करण्याकरिता ऐतिहासिक कागदपत्र जाळून टाकले व **मराठ्यांच्या इतिहासाचे गौरवशून्यबुद्धीने अपूर्ण व असत्य चित्र रेखिले असे मत झाले आहे.** परंतु ह्या आरोपामध्ये **सत्यांश बिलकूल नाही. अशी खुद्द आरोप प्रस्थापित करणाराची पुढे खात्री झाली,** एवढेच नव्हे पण ह्या इतिहासाचे **सूक्ष्मदृष्टीने अवलोकन करणाराचीही तेव्हाच होईल.** तथापि एकदा जी **दंतकथा प्रचलित झाली आहे** ती अद्यपि समूळ नष्ट होत नाही, म्हणून तिच्या सत्यासत्यासंबंधाने थोडासा विचार करणे आवश्यक आहे.

ग्रांट डफ साहेबांनी मराठ्यांचा इतिहास रचण्याचे काम आपल्या शिरावर घेतले. त्यात **त्यांचा हेतू काय होता** हे प्रथम पाहिले म्हणजे पुढील आरोपाच्या यर्थार्थत्वाविषयी बरीच अटकळ करता येईल. मराठ्यांचे राष्ट्र काबीज केले असल्यामुळे त्यांचा इतिहास अवगत असणे अत्यंत जरूर आहे अशा हेतूने व केवळ **ज्ञानाभिलाषबुद्धीने हा इतिहास ग्रांट डफ साहेबांनी तयार केला आहे.** युरोपियन लोकांमध्ये विद्यासंस्कारामुळे उत्पन्न झालेले **बुद्धिप्रागल्भ्य संशोधकत्व व जिज्ञासा** हे स्वाभाविक गुण दृष्टीस पडतात **तेच ह्या इतिहासाचे आदिकारण होत.** जिंकलेल्या लोकांचा इतिहास लिहावयाचा तो सत्यापलाप करून लिहावा व **आपल्या बाहुबलाची प्रौढी दाखवावी असा ह्या ग्रंथरचनेचा मूळ हेतू दिसत नाही.**

सरकारी अधिकाराच्या नात्याने कुटिल राजनीतीचे चित्र भपकेदार रंगात जेव्हा खुलवावयाचे असते, किंवा द्रव्यप्राप्तीच्या आशेस्तव किंवा स्वदेशबांधवांच्या गुणस्तवनाप्रीत्यर्थ उद्दिष्ट मार्गाने स्वत:ची लेखणी चालवावयाची असते, तेव्हा खरा इतिहास गुप्त ठेवण्याचा प्रसंग येतो; परंतु तसा प्रसंग प्रस्तुत इतिहासकारांवर मुळीच आला नव्हता; उलट त्यास सरकारचे सहाय्य मुळीच न मिळाल्यामुळे हा इतिहास छापण्याचा खटाटोप करून सतरा हजार रुपयांचा भुर्दंड सोसावा लागला. बरे, स्वदेशबांधवांच्या पराक्रमाचे पोवाडे गाऊन ब्रिटिश राज्यसत्तेच्या अभ्युदयाचेच वर्णन करावयाचे असा त्यांचा उद्देश होता असे म्हणावे, तर तसेही काही दिसत नाही. स्वाभिमान किंवा स्वदेशाभिमान मनुष्यमात्रास असलाच पाहिजे, त्यातून स्वातंत्र्यप्रिय युरोपियन लोकांच्या ठिकाणी तो विशेष जागृत असून त्या वेळी एक प्रचंड राष्ट्र जिंकून घेतल्यामुळे त्यात विजयानंदाची आणखी भर पडली होती, तरी त्याचा विशेष परिणाम ह्या इतिहासकारांवर झाला होता असे मानता येत नाही. इंग्रजाविषयी लिहिण्याचा प्रसंग जेथे आला तेथे त्यांनी प्रांजलपणे असे म्हटले आहे की, ''हिंदुस्थानातील ब्रिटिशसत्तेच्या अभ्युदयाचे वर्णन करण्याचा माझा विचार नाही. परंतु पुष्कळ महत्त्वाच्या

गोष्टी - की ज्यांच्या योगाने महाराष्ट्रात आमचे स्वामित्त्व स्थापन झाले त्या ''मराठ्यांच्या इतिहासात संयुक्त झाल्या आहेत. म्हणून **स्वतःच्या राष्ट्रविषयीं पक्षपात न दाखवितां** किंवा पक्षपात न व्हावा म्हणून विशेष काळजी घेतल्यामुळे सहज उत्पन्न होणारा व्यर्थ दूषित ग्रह न बाळगता, त्या गोष्टीचे वर्णन मी करणार आहे.''* ह्यावरून ग्रांट डफ साहेबांचा मराठ्यांचा इतिहास लिहिण्याचा काही दुष्ट हेतु नसून केवळ तो त्यांनी जिज्ञासाबुद्धीने लिहिला आहे असेच मानणे योग्य दिसते.

ग्रांट डफ साहेबांनी मराठ्यांचा इतिहास केवळ आवडीने व निरपेक्ष बुद्धीने लिहिला आहे त्याची साक्ष देण्यास आमच्याजवळ अवांतर पुरावेही पुष्कळ आहेत. सातारचे श्रीमंत छत्रपति प्रतापसिंह महाराज ह्यांचा व ग्रांट डफ साहेबांचा अत्यंत स्नेहसंबंध असून त्यांचा जो पत्रव्यवहार चालत होता तो पाहिला तर महाराष्ट्रीयांविषयी त्यांचे मन किती शुद्ध होते हे चांगले दिसून येते. डोळ्यात तेल घालून संस्थानिकांचे उणे पहाणाऱ्या व संधी सांपडताच त्यांची उचलबांगडी करणाऱ्या सध्यांच्या कित्येक रेसिडेंटांप्रमाणे हे पूर्वीचे रेसिडेंट नसून, संस्थानिकांविषयी आदरभाव, त्यांच्या कल्याणाविषयी दक्षता व त्यांच्या उत्तम गुणांविषयी अभिनंदनबुद्धि ते बाळगीत असत. ग्रांट डफ जनरल ब्रिग्ज, रॉबर्टसन, लॉड्विक वगैरे सातारचे सर्व रेसिडेंट प्रतापसिंह महाराजांशी फार स्नेहभावाने वागत असत. ग्रांट डफ साहेब सन १८२३ साली विलायतेस गेले व त्यांच्या मागून जनरल ब्रिग्ज हे आले. हे उभयतां परस्पर मित्र होते. ग्रांट डफ विलायतेस गेल्यानंतर तेथे त्यांनी आपल्या इतिहासाचे तिन्ही भाग समाप्त केले. त्यांची महाराजांस आलेली अनेक स्नेहभावाची पत्रे अद्यापि साताऱ्यास आहेत. त्यात ह्या इतिहाससंबंधाचे एखादे पत्र असण्याचा संभव आहे, परंतु कागदपत्रांच्या अव्यवस्थित स्थितीमुळे हे आम्हास अद्यापि उपलब्ध झाले नाही. तथापि सन १८२७ मध्ये जनरल ब्रिग्ज विलायतेस गेल्यानंतर (ह्याच सुमारास ग्रांट डफसाहेबांचा मराठ्यांचा इतिहास प्रसिद्ध झाला) त्यांनी प्रतापसिंह महाराजांस ता. २० ऑगस्ट रोजी जे एक पत्र लिहिले आहे त्यात ह्या इतिहासाबद्दल उल्लेख केला आहे. तो येणेप्रमाणे

"I have not seen Captain Grant Saheb Bahadur but have received two or three letters from him. He is in affliction for the death of the little daughter. I trust your Highness has received his history of the Mahratta

---

* "It is not my provine to trace the rise of the British power in India, but many of the principal events which led to our ascendancy in theat quarter are blended with the Maratha History; and these, as hitherto, I shall endeavour to describe without favour; and these, as hitherto, I shall endeavour to desoribe without favour to my own nation, and without the equally unjust bias which is apt to arise to guard against so natural a partiality." Ibid P. 333.

Empire, which your Highness should procure to be translated by degrees into the Maratha language, after which it might be struck off on Lithography (Chapp*) at Bombay, which would obtain as great a name for your Highness in the East, as your firend Captain Grant Duff has established for himself in Europe by compiling his excellent history."

ह्या पत्रावरून ग्रांट डफ साहेबांनी लिहिलेल्या मराठ्यांच्या इतिहासाबद्दल युरोपमध्ये त्यांचा केवढा लौकिक झाला हे चांगले सिद्ध होते. ह्या ग्रंथाध्ये मराठ्यांचा सर्व इतिहास आला आहे म्हणून त्याची मराठी भाषेंत प्रतिकृति उतरण्याचा प्रतापसिंह महाराजांचा फार हेतु होता व तत्प्रीत्यर्थ त्यांनी दाजीबा जोशी सरसुभेदार यांची व इतर इंग्रजी जाणणारे गृहस्थांची त्या कामावर योजना केली होती. परंतु तो हेतु सिद्धीस गेला नाही!

वरील हकीकतीवरून एवढे दिसून की, ग्रांट डफ साहेबांनी मराठ्यांचा इतिहास केवळ जिज्ञासाबुद्धीने व कीर्तीच्या आशोने लिहिलेला आहे. अर्थात् एवढी गोष्ट मान्य केली म्हणजे असा विद्याव्यासंगी व इतिहासप्रिय मनुशष्य मूल्यवान् कागदांची होळी करील हे मुळीच संभवत नाही. उलट आम्हास जी माहिती मिळाली आहे तिच्यावरून असे दिसून येते की, ग्रांट डफ साहेबांनी कोणतेही मूल्यवान् कागद न जाळता त्यांच्या नकला व भाषांतरे घेऊन ते ज्याचे त्यास परत दिले. शिवाजी महाराजांस दिल्लीच्या बादशाहांकडून आलेल्या असल पत्रांचे ग्रांट डफ साहेबांनी जागोजाग आधार दाखविले आहेत ती सर्व अस्सल पत्रे आम्हासं मिळाली आहेत व त्यापैकी कित्येकांवर ग्रांट डफ साहेबांच्या सही आद्याक्षरे आहेत. धावडशीचया स्वामीस थोरले बाजीराव व चिमाजी अप्पा यांनी जी पत्रे पाठविली होती व ज्यांचा ग्रांट डफ साहेबांनी उपयोग केला होता ती सर्व उपलब्ध झाली आहेत. शाहू महाराजांची कित्येक पत्रे व जंजिऱ्याच्या शिद्दीची पत्रे आम्हास मिळाली आहेत. शिवाजी महाराजांनी आपले सापत्न बंधू तेजावरचे व्यंकोजी राजे ह्यांना जी पत्रे पाठविली होती ती खुद्द बाळाजी आवजी चिटणीस ह्यांच्या हातची असून ती रामराव जिवाजी चिटणीस ह्यांनी तंजावराहून रघुनाथ नारायण हणमंते ह्यांच्या वंशजाकडून आणली होती. ती ग्रांट डफ साहेबांस पाहण्यास मिळाली असून त्यांचा त्यांनी आपल्या इतिहासांत उपयोग केला आहे. ह्या संबंधाने त्यांनी असा उल्लेख केला आहे कीः-

"The original letters by sivajee to venkojee are in possession of the hereditory Chitnees, or secretary of his Highness the Raja of Satara. They were recovered by the grandfather of the present chitnees, from a

* ह्या वेळीं (सन १८२७) टाईपांचा प्रेस मुंबईस मुळीच नसून फक्त शिळा प्रेत असावा असे दिसतो. लिथोग्राफीची कल्पना इकडील लोकांस मसल्यामुळे साहेबांनी कंसामध्ये मुद्दाम 'छाप' ही अक्षरे घातली आहेत.

descendent of Ragonath Narain Humantay. I have had them examined and I have compared them with handwriting of Balajee Aujee - Sivajee's Chituees, and have every reason to believe tem anthentic." (Page 127)

ह्या पत्रांसंबंधाने गेल्या मे महिन्यात आमचे मित्र, रा. रा. मल्हार खंडेराव चिटणीस बी. ए. एल्. एल्. बी. ह्यांनी आपल्या जुन्या दप्तरात शोध केला तो ती अस्सलपत्रे सुवर्णांकित कागदावर लिहिलेली जशींच्या तशीच सापडली, त्यामुळे ग्रांट डफ ह्यांनी ही पत्रे परत दिली होती हे अक्षरश: सिद्ध झाले. ह्याखेरीज चिटणीसांच्या सर्व बखरी सातारच्या महाराजांजवळ अद्यापि आहेत. त्यावरून त्या ग्रांट डफ साहेबांनी नेल्या नाहीत हे उघड आहे. ह्या वरील गोष्टींच्या पुराव्याखेरीज आणखी दाभोळकरांचा एक पुरावा आहे. रामाजी अनंत दाभोळकर हे महादजी शिंद्यांचे दिवाण हो. ह्यांच्या वंशजांनी शिंद्यांच्या लष्करांतून आलेली अनेक महत्त्वाची पत्रे व इतर कागद ग्रांट डफ साहेबास दिल्याबद्दल त्यांनी उल्लेख केला आहे.++ ही अस्सल पत्रे रामाजी अनंताचे वंशज व अकोळनेरचे जाहागिरदार श्रीमंत आबासाहेब ह्यांनी 'कव्येतहाससंग्रहात' प्रसिद्ध केली आहेत.* अर्थात् ग्रांट डफकडून ही पत्रे परत आली नसती तर ती आज्ञमत्तीस 'काव्येतिहाससंग्रहामध्ये' प्रकाशित झाली असती काय? ह्या सर्व गोष्टींवरून असे सिद्ध होते की, ग्रांट डफ साहेबांनी अस्सल कागदपत्रांचा व बखरींचा योग्य उपयोग करून घेऊन ते मालकास परत दिले असले पाहिजेत. ही गोष्ट सन १८२३ सालची असल्यामुळे त्यानंतर त्या कागदांची अनेक स्थित्यंतरे झाली असतील अथवा ते कसरीच्य भक्ष्यस्थानी पडून किंवा इतर अनेक कारणांनी त्यांचा नाश झाला असेल, त्याचा दोष अर्थात् ग्रांट डफ साहेबांवर लादणे कधीही न्याय्य होणार नाही.

आता ग्रांट डफ ह्यांनी जे कागदपत्र व बखरी मुंबई येथील लिटररी सोसायटीमध्ये ठेविल्या असे जागोजाग आपल्या पुस्तकाच्या टिपांमध्ये लिहिलि आहे त्यांची काय वाट झाली हा प्रश्न राहिला. मुंबई येथे लिटररी सोसायटी म्हणून जी संस्था नामांकित पाश्चात्य विद्वानांनी स्थापना केली होती ती पुढे रॉयल एशियाटिक सोसायटी मुंबई शाखाइज (Bombay Branch of the Royal Asiatic Society) मध्ये सलग्न झाली. मराठी कागदपत्रांच्या व बखरींच्या नकला ज्या ग्रांट डफ साहेबांनी आपल्या इतिहासाकरिता जमविल्या होत्या त्या, सन १८२३ मध्ये विलायतेस जातांना त्यांनी ह्या लिटररी सोसायटीमध्ये संग्रहित करून ठेवण्यासाठी दिल्या. त्या, लिटररी सोसायटीचे रुपांतर

++ "Original Ma' ratt letters from sindhia's camp; written by Ramajee Anant, the peishwa's Dewan with Mahadjee sindhia. His letters and papers were brought to me by his great grandson, who now resides at poona, conjoined with other materials. These letters throw condsiderable light on the Mahratta views and transactions of the period." - Page 454

झाल्यामुळे रॉयल एशियाटिक सोसायटीकडे आल्या असाव्या अशी कल्पना आहे. पाश्चिमात्य विद्वानांच्या पद्धतीप्रमाणे ह्या उपयुक्त कागदांच्या नकला **ग्रांट डफ साहेबांनी लिटररी सोसायटीमध्ये ठेविल्या ह्यावरूनच इकडील भावी विद्वानांस व इतिहाससंशोधकांस त्यांचा उपयोग व्हावा ही त्यांची इच्छा होती असे उघड दिसून येते** व त्यावरूनच **त्यांच्यावरील शुष्क आरोपाचे आपोआप निरसन होते.** लिटररी सोसायटीमध्ये ठेवलेल्या ह्या कागदपत्रांसंबंधाने मागे मराठी भाषेवर व मराठ्यांच्या इतिहासावर प्रेम करणारे विद्वान गृहस्थ नामदार **जस्टिस न्यूटन** - मुंबईच्या हायकोर्टाचे जज्ज, **डाक्टर विल्सन, रेव्हरंड टेलर,** सर **वार्टल फ्रियर** प्रभृति मंडळीने पुष्कळ शोध केला परंतु त्या कागदांचा तपास लागला नाही! नामदार जस्टिस तेलंग ह्यांनीही मराठ्यांचा इतिहास लिहिण्याच्या उद्देशाने ह्या कागदांचा शोध लावण्याबद्दल पुष्कळ प्रयत्न केला परंतु तो सिद्धीस गेला नाही.* ह्यासंबंधाने स्वत:च्या मनाची खात्री करून घेण्याकरिता आम्हीही रॉयल एशियाटिक सोसायटींमध्ये बरेच दिवस घालवून सर्व कागदपत्र पाहिले व बरीच चौकशी केली, **परंतु ग्रांट डफ साहेबांच्या ऐतिहासिक बखरींचा किंवा कागदपत्रांचा मुळीच पत्ता लागला नाही!!** ह्या सर्व शोधांवरून आमचा असा समज झाला आहे की, ग्रांट डफ साहेबांच्या ह्या

---

* नामदार जस्टिस तेलग ह्यांनी ह्याबद्दल एके ठिकाणी पुढील उल्लेख केला आहे:-

"It is well - known, that the standard history of the Marathas by Captain James Grant Duff is based, to a consiberable extent, on Mahratha Bakhars or chronicles and other original papers and documents, to which the auther had access. Of several of these, Grant Duff had capies made, which, he tells us in his history, were deposited by him with the literary society of Bombay. This was certainly the most appropriate thing to do at that time, so as to provide facilitis for students of Maratha history to examine for themselves the original materials which Grant Duff had worked up into his book. Unfortunately, however, the **Literary Society** has long ceased to exist. And Grant Duff's Manuscripts cannot now be traced any where. I have had inquiries and search made in the library of the Bombay Branch of the Royal Asiatic society, Which is the successor of the **Literary Society :** But the Manuscripts are not in the library, and nothing in the records of either society now availble affords any clue to their present whereabouts, An impression has existed for several years past in some quarters, that Manuscripts in questinon were burnt, with the knowledge, if not under the orders, of Grant Duff himself. I have never, however, been able to ascertain the basis the basis on which this impression is founded, And the story itself is so improbabable, and so much like the stories about the burning of papers and documents by the Inam Commission that it does not deserve any further consideration. It must have originally arisen probably when it was ascertained, that the Manuscripts were not on the shelves of the **Library of the Bombay Branch of the Royal Asiatic society,**

- Gleanings from Maratha Chornicles

ऐतिहासिक बखरींचा, लिटररी सोसायटीच्या स्थित्यंतराचे वेळी निरूपयोगी कागद समजून काही तरी निकाल लागला असावा; किंवा पुढे मागे **हे जुने कागद कसरींच्या भक्ष्यस्थानी पडल्यामुळे नष्ट झाले असावेत.** ह्यापेक्षा दुसरा तर्क करवत नाही!! परंतु रॉयल एशियाटिक सोसायटीसारखी विद्वज्जनांची संस्था जी इतिहाससंशोधनाचे कामी अत्यंत परिश्रम करीत आहे, व जुने शिलालेख, ताम्रपट वगैरे समजूनही इकडील प्राचीन इतिहास शोधून काढीत आहे, तिच्या हातून असा **महत्त्वाच्या कागदपत्रांचा दुरुपयोग होईल हे मुळीच संभवनीय दिसत नाही.**

मराठ्यांच्या इतिहासाचे कागद जमविण्याचा ग्रांट डफ साहेबांनी काय प्रयत्न केला व त्याचें पुढे काय झाले हे संक्षेपेकरून आतापर्यंत सांगितले. आता ग्रांट डफ साहेबांच्या मागून मराठी इतिहासाची माहिती जमविण्याचा कोणी कोणी प्रयत्न केला व त्याच्या योगाने किती कागद उपलब्ध झाले व त्यांची पुढे काय अवस्था झाली ह्या संबंधाने थोडेसे विवरण करणे अवश्य आहे.

ग्रांट डफ साहेबांच्या तोडीचे मराठ्यांच्या इतिहासाविषयी विशेष कळकळ बाळगणारे गृहस्थ **जनरल जॉन ब्रिग्ज** हे होत. हे ग्रांट डफ साहेबांचे प्रिय मित्र असून ते त्यांच्या मागे सन १८२३ पासून १८२७ पर्यंत सातारचे रेसिडेंट होते. ह्यांना एतद्देशीय लोकांची माहिती मिळविण्याचा विशेष नाद असून तत्प्रीत्यर्थ त्यांनी पुष्कळ मेहेनत घेतली होती. साताऱ्याखेरीज हैद्राबाद, नागपूर, म्हैसूर वगैरे ठिकाणी रेसिंडेंटाची कामे केल्यामुळे त्यांचे एतद्दीय लोकांशी चांगले संघष्टन झाले होते व त्यांच्याविषयी त्यांच्या मनात फार सन्मानबुद्धि वागत असे. त्यांना आपले सरकारी काम आटोपून इतर वेळ विद्याव्यासंगामध्ये घालण्याची फार आवड असे. त्यांनी महाराष्ट्रामध्ये असताना तेथील लोकांची जुनी माहिती, त्यांच्या कुळकथा, त्यांची ज्ञातिव्यवस्था, त्यांचे धर्मपंथ, वगैरे अनेक प्रकारची माहिती जमवून मुंबईसरकारास कळविली होती. त्याचप्रमाणे सातारच्या भोसल्यांचा पूर्वीचा इतिहास व सर्व सरदार, मानकरी, मुत्सद्दी

* मेजर इव्हान्स बेल ह्यांनी ब्रिग्ज संबंधाने पुढील लेख लिहिला आहे:-

"Briggs had, beyond the necessary sphere of his official duties, written many papers on social, ethnological and economic subjects, which were chiefly communicated to the Government of Bombay, and in some cases printed. He had a natural facility in the acquirement of languages and was fond of associationg with well - informed natives. Thus we obtained rare opportunities of gaining an insight into manners, habits, and institutions, religious and civil. Before leaving satara he had supplied the Bombay Government with a very usefull account of the peculiar laws and customs of the Hindoos of the Deccan - that part relating to the Mahrattas being the most complete - with regard to the surnames of families; propinquity of relationship and line of descent as affecting marriage and adoption and the property and family postion of widows. He has also compiled a sort of Mahratha Peerage in which the origin and pedigree of the principal chieftains were traced, and a description given of their political claims, and the actual condition and tenure of their estates."

इत्यादिकांच्या घराण्यांची माहिती त्यांनी तयार केली होती.* फेरिस्ताच्या प्रसिद्ध फारशी इतिहासाचे व **'सियारयुलमुताखरीन'** नामक फारशी ग्रंथाचे भाषांतर, **'हिंदुस्थानची व इंग्लंडची तुलना,' 'निजामाचा इतिहास'** वगैरे ग्रंथ ह्याच शोधक गृहस्थांनी लिहिले आहेत. सातार्‍यास आल्यानंतर त्यांचे सर्व लक्ष महाराष्ट्रातील प्रख्यात राजकार्यधुरंधर नाना फडनवीस ह्यांची व त्यांचे यजमान श्रीमंत पेशवे ह्यांची माहिती मिळविण्याकडे लागले. त्यांनी सातार्‍यास असताना तेथील जुन्या लोकांकडून व खुद्द नाना फडनविसाच्या बायकोकडून सुमारे ९००० अस्सल कागदपत्र जमविले. शिवाय खानदेशांतील दोन माहीतगार पंडितांकडून (?) नानांच्या चरित्राची पुष्कळ माहिती मिळविली. ह्या संबंधाचा उल्लेख पुढे लिहिल्याप्रमाणे त्यांनी आपल्या लेखात केला आहे.

"Accidentally placed in communication with many of his contemporaries and interested in obtaining every information regarding this celebrated personage, I procured several narratives of the events which occurred under the eyes of some of my native friends to be written for me by them; and in the course of my inquiries, I was enabled to gain access to his private papers, to the number of nine thousand. Among these were several hundred written in Nana's own hand, which cannot easily by mistaken. After many of copious selections of the most interesting, I translated many of these documents, and brought them with me to this country."

हे सर्व कागदपत्र जनरल ब्रिग्ज ह्यांनी विलायतेस नेले. त्या वेळी इंग्लंडास जाण्यास सहा महिने लागत असत. त्या मुदतीत जहाजात असताना त्यांनी ह्या पत्रांची भाषांतरे केली. व तिकडील लोकांस महाराष्ट्रीयांचा चित्तवेधक इतिहास श्रृत करण्याच्या उद्देशाने त्यांनी प्रथम ता० १९ एप्रिल सन १८२८ मध्ये **'नाना फडनविसांचे आत्मवृत्त'** हा त्यांचा स्वदस्तुरचा लेख भाषांतररुपाने **लंडन येथील रॉयल एशियाटिक सोसायटी पुढे वाचून दाखविला. 'काव्येतिहाससंग्रह'** मासिक पुस्तक सुरु झाल्यानंतर - म्हणजे सन १८७८ सालानंतर - नानांचा जो लेख महाराष्ट्रीयांस उपलब्ध झाला तो सन १८२८ सालीच जनरल ब्रिग्ज ह्यांनी **"one of the most remarkable productions of oriental literature"** म्हणून आपल्या देशबांधवांस सादर केला होता. हे ऐकून कोणास परमावधीचे आश्चर्य वाटणार नाही? ह्या लेखाची तिकडे फार वाहवा झाली व नाना फडनविसाविषयी तिकडील पुष्कळ लोकांस चांगली ओळख झाली. नंतर जनरल ब्रिग्ज ह्यांनी ता० ३ मे १८२८ रोजी, सन १७६१ पासून १७७२ पर्यंतची थोरले माधवराव पेशव्यांची राजकारणाची वेंचक पत्रे भाषांतर रुपाने, **''पेशव्यांच्या दरबारचा गुप्त पत्रव्यवहार''** (Secret correspondence of the Court of the Peshwa) असा शिरोलेख देऊन वाचून दाखविली. ही पत्रे अतिशय महत्त्वाची असून त्यांत निजाम, हैदर वगैरेशी झालेल्या मोहिमांची हकीकत, पेशव्यांच्या दरबारच्या मसलती, व थोरले माधवराव साहेबांचे थेऊर मुक्कामी झालेले मृत्युपत्र आलेले आहे. ह्या पत्राचे लक्षपूर्वक मनन करून जनरल ब्रिग्ज ह्यांनी आपल्या देशबांधवांस एतद्देशीय लोकांविषयी आपले जे मत दिले आहे. ते इतके उत्तम आहे की, त्याचे अध्ययन प्रत्येक आँग्लो इंडियन गृहस्थाने अहिर्निशी करावे. एतद्देशीय लोकांच्या अंगी राज्यकारभार चालविण्याचे चातुर्य, प्रामाणिकपणा, वगैरे गुण किती असतात ते जनरल ब्रिग्ज ह्यांनी फार चांगल्या रीतीने सांगितले आहेत. ते वाचले म्हणजे त्यांनी आमचा खरा इतिहास पाहून आमच्याविषयी अगदी खरे व सरळ मत दिले आहे. असे म्हणणे भाग पडते. महाराष्ट्राच्या इतिहासावलोकनाचा पाश्चिमात्य लोकांच्या मनावर इतका परिणाम झाला तर त्यापेक्षा अधिक फल ते काय पाहिजे!

जनरल ब्रिग्ज ह्यांच्या मनांतून नाना फडनविसांचे स्वतंत्र चरित्र छापून प्रसिद्ध करावे असा फार हेतु होता. त्यांनी ज्या वेळी नानांचे आत्मवृत्त व पेशव्यांची पत्रे भाषांतर रूपाने रायल एशियाटिक सोसायटीस सादर केली त्याच वेळी असे बोलून दाखविले की, ''नाना फडणविसांच्या बुद्धीचा मासला ह्या लहानशा आत्मवृत्तावरून जो व्यक्त झाला आहे. त्याच्यायोगाने इकडील लोकांस तत्संबंधाची माहिती करून

---

* नानाचे आत्मवृत्त वाचून दाखविले त्यावेळी ब्रिग्ज साहेबांनी हे उद्गार काढले होते. त्याचप्रमाणे त्यांनी 'पेशव्यांचा गुप्त पत्रव्यवहार' वाचून दाखविला त्या वेळीही अशाच प्रकारचे उद्गार काढले ते येणेप्रमाणे -

"I stated that a vast number of the private and confidential papers of that extraordinary personage had fallen into my hands previously to my quitting India; and that a small but interesting portion of them, had been translated by me and brought to this country. These translations have been submitted to two or three or the most distinguished members of our society, and they have been pleased to express a wish that some of them might be brought to the notice of the society, and explained by a narration of the circumstances that led to this being written, The letters commence with the public life of Nana Furnavees in 1761 and end with the fall of his power as a minister to the Peishwas in 1796. They form valuable materials to elucidate his conduct during his long and arduons official career; but they are the more remarkable for the insight they afford us into the secret springs which seem to have regulated the behaviour of his illustrions master and sovereign Madhao Rao the Great, Who as I have before mentioned, ascended the throne in his sixteenth, and died in his twenty-eighth year. The period of his reign was that which formed the character of Nana Farnavees, and the intercourse of these young persons is developed in a very interesting manner in the letter alluded to. The correspondence belongs so much to the biography of Nana as to that of Madhao Rao; and I have in my contemplation at some future period, if my time permits to write the life of Nana...."

घेण्याची विशेष उत्सुकता वाटू लागेल. व नानांचे स्वतंत्र चरित्र लिहिण्याचा मी विचार केला आहे ते प्रसिद्ध झाले तर ते विशेष मनोरंजक व महत्त्वाचे होईल ह्यांत शंका नाही.''* ह्या त्यांच्या उद्देशाप्रमाणे नाना फडनविसांचे चरित्र लिहिण्याचा त्यांनी प्रयत्न चालविला होता. एवढेच नव्हे पण हिंदुस्थानाविषयी व विशेषेकरून महाराष्ट्रीयांविषयी अपरिचित, गैरमाहीत असलेल्या पाश्चात्य लोकांस ते कोणत्या प्रकाराने मनोरंजक व सुबोध होईल, त्याची रचनाशैली त्यांस कशी चित्ताकर्षक वाटेल आणि त्यांतील नि:पक्षपातपणाने लिहिलेला मजकूर वाचून व नानांशी गौरकायांनी केलेली अनेक कृष्ण कारस्थाने पाहून पाश्चात्य जनांच्या मनावर कोणत्या प्रकारचा संस्कार घडेल ह्याबद्दल त्यांनी हिंदुस्थानाविषयी माहितगार असलेल्या आपल्या मित्रमंडळीशी बरीच वाटाघाट केली होती व वेळोवेळी त्यांची संमती घेतली होती असे दिसून येते. ह्यासंबंधाने **सर जॉन सलिव्हान** ह्यांनी ब्राइटन येथून ता. २२ नोव्हेंबर सन १८५० रोजी **ब्रिग्ज साहेबांस** जे पत्र पाठविले आहे. ते फार वाचनीय आहे. त्यावरून थोर व **उदार मनाच्या युरोपियन लोकांचे मराठ्यांविषयी व त्यांच्या राज्याविषयी किती चांगले विचार असत इतकेच नव्हे तर ते त्यांच्या नीतिचातुर्याविषयी किती अभिमान बाळगीत असत आणि त्यांच्याविषयी प्रतिकूल टीका करणारास केवळ शत्रुवत् मानीत असत हे चांगले दिसून येते.** ह्या पत्रांतील पुढील उतारा मासल्याकरिता आम्ही येथे देतो.

"Pray don't give the enemy an advantage by speaking in unqualified terms of the bad Government of our predecessors. Considering the incessant wars and revolutions in which they had been engaged for a full century after the Mogul Empire broke up, it is quite a wonder that there was any Government at all. Yet in the midst of incessant fighting, the civil institutions were undisturbed and almost every where the country was flourishing. Since our last good piece of work, When we put down the Pindarry ravages in 1818, we have held India with such an iron grasp that hardly a shot has been fired in our territory, but what have we made of this quiet interval? The Government is more in debt, and I doubt if the people are so rich. Pray draw largely on your biographical stores as you go on. Give us Nana Furnavees and such like. What poor pigmies we are, as Indian administrators, when compared with natives of that stamp?"

जनरल ब्रिग्ज ह्यांनी मराठ्यांच्या इतिहासाविषयी पूर्ण माहितगार असे जे ग्रांट डफ ह्यांनाही नानांच्या चरित्रांतील कित्येक मुद्यांविषयी वारंवार माहिती विचारली होती. सवाई माधवराव ह्यांच्या जन्माविषयी व त्यांच्या औरसपणाविषयी जी शंका होती तिचेही स्पष्टीकरण त्यांनी ग्रांट डफ ह्यांस विचारले होते. त्याचप्रमाणे नाना

फडनविसांच्या बायकोविषयीही त्यांनी काही माहिती विचारली होती. आणि हे चरित्र कसे लोकप्रिय होईल वगैरेबद्दल त्यांचे मत विचारले होते. ह्याचे उत्तर ग्रांट डफ ह्यांनी ईडन (ब्यांफशायर) येथून ता. २८ फेब्रुवारी सन १८५४ रोजी पाठविले आहे. ते अनेक कारणांनी मनोरंजक व महत्त्वाचे असल्यामुळे आम्ही येथे सादर करतो.

Eden by Banff. Feb. 28th, 1854.

My dear Briggs,

It gives me pleasure to see the handwriting of an old friend, especially whan I see it, like yours, strong and vigorous and your letter is none the less welcome because it is full of a subject pertaining to my younger days, in which I seldom see any one who takes the slightest interest.

I could not now lay my hand on the notes of evidence as to the matter, you mention; nor do I know where I may have deposited them, but I perfectly recollect the universal opinion of the well informed about Poona and Satara courts, and that no doubt was entertained among as to the Iegitimacy of Madhoo Rao Narrian. That the Ministers had several Pregenent women carried up, to make sure of a successor some how, was also generally believed, and that Nana Furnavees was afterwords much too intimate with Narrian Rao's widow but nevertheless no one of any consequence expressed any suspicion as to the legitimacy of the child born at Poorundhar. Ballajee Punt Nathoo, Abba Joshee (Bajt Rao's Private secretary), Abbajee Gondeo, all of whom you knew, had no doubt about it and I also recollect asking Madhoo Rao Rastia if he had ever heard it doubted, and his reply was a decided negative.

I also rather think Raghonath Rao himself believed in the legitimacy of the child, and would have been quite content to have been recognised as Regent. So general was the belief, that however influential Raghoba may have been, and numerous as may have been the adherents of his cause, the English could never have done more than place him temporarily in the regency.

Mr. Mostyn's evidence at that time was not so good as yours or mine in the impartial period of our inquiries. I knew the widow of Nana, and remember being surprised at her very youthful appearance the first time I had the pleasure of being introduced to her-I think by Ballajee. Punt but my impressions do not lead me to recollect har as particularly intelligent. The most lady- like Brahmin ladies I ever had occasion to converse with, were the wives of the last Peishwa and of the Priteeneedhee. The celebrated Waranassee Bye I was obliged to send from Waee, and she behaved so well when I told her how disagreeable it was for me to be obliged to tell her that the Sirkar required that she should proceed to join Shreemunt, But so long as one is not obliged to depart from the terms of personal respect it is surprising how the better classes in India manifest a refinement and polish only known among Europeans of the highest rank, and in an advanced state of culture.

Pray, how do you mean to publish and how do you mean to make your book go down with the public? The only advice I can offer must be in the style of that given me by the late John Murray. When I called upon him about my History of the Mahrathas... "Can't you put something of the present days into it?' Try to connect the life of Nana Furnawees with Golden Horn as Sophia and the Sultan, mix up the Peishwa's Durbar with a particular account of the receptions of Messrs. Pease and Sturge by the Emperor of All the Russias. As an amusement to yourself, and a pleasure to these old friends who care about the most uninteresting history in the world, it is all very weell, but I would not venture on publishing unless some book-sellers would take the whole risk. If you will allow it to be published by subscriptions. I should be very happy to put down my name for six copies; and if I could clear up any points that may appear muddy, I would do my utmost to assist, but you would be astonished, though not more than I am myself at the total forgetfulness, which comes over me about India, until some person or incident recalls the subject, when it returns very vividly. Ten years ago, on one occasion in London I was pleased to find how well Hindustani came back to me; but when I last saw you, or about that time, I was obliged to try again, and found myself positively stuck. It is thirty-one years since the days of my pilgrimage in the East ceased. In London one has every now and then opportunities and interests that revive many things that are lost in such obscurity as mine has been. When are you likely to be in town? About the end of May? I should not have been here this winter but for circumstances I could not foresee, or get over but by sending fast and watching events. I don't think I shall get away before the end of May. Where are you then likely to be? Do you know anything of Mr. Elphinstone? I trust he is well; happy he always is, as such a mind must be' I reverence Mr. Elphinstone as the most perfect of philosophers.

Whatever some of us confident in his great powers might have wished to see him undertake in public affairs, I think he was profoundly wise in never coming into an arena where arts must be practised so foreign to his nature and his habits that he must have died from sheer vexation and disgust and would probably never have been known as we knew him."

Yours & c.

J. C. Grant Duff.

असो, इतका प्रयत्न केल्याप्रमाणे जनरल ब्रिग्ज साहेबांनी लिहिलेले नानांचे चरित्र अतिशय वाचनीय व मनोरम वठले असेल व ते वाचण्याविषयी कोणासही उत्सुकता उत्पन्न होईल, परंतु दुःखाची गोष्ट ही की, जनरल ब्रिग्ज ह्यांचे नानांचे चरित्र आजपर्यंत कोठेच प्रसिद्ध झाल्याचे दिसत नाही! ह्याबद्दल विलायतेस आम्ही पुष्कळ चौकशी केली परंतु ते प्रसिद्ध झालेच नाही असे समजते. **क्याप्टन म्याकडोनाल्ड ह्यांनी नानांचे चरित्र लिहिले आहे, तेच फक्त इंग्रजी भाषेमध्ये प्रसिद्ध आहे!**

वर जी इतकी पाल्हाळाने माहिती सांगितली तिचा उद्देश इतकाच की, मागे युरोपियन लोकांनी आमच्या इकडील कागदपत्र गोळा करून आमच्या प्रसिद्ध पुरुषांची चरित्रे लिहिण्याबद्दल कसकसे प्रयत्न चालविले होते, त्याची कल्पना आमच्या मनावर प्रतिबिंबित व्हावी, आणि त्यांच्या सतत प्रयत्नांचे अनुकरण करण्याची आम्हांस प्रेरणा व्हवी. ब्रिग्ज साहेबांनी आमच्या महाराष्ट्राच्या इतिहासांतील **नाना फडनवीस व थोरले माधवराव ह्या दोन अग्रेसर पुरुषांची जी नऊ हजार अस्सल पत्रे विलायतेस नेली होती. ती लंडन येथील रॉयल एशियाटिक सोसायटीमध्ये असण्याचा फार संभव आहे.** ती मिळविण्याचा आमचा यत्न चालू आहे. तो यशस्वी झाला तर आमच्या इतिहासाचा एक भाग चांगल्या प्रकरे उपलब्ध झाल्यासारखे होईल.

ब्रिग्ज साहेबानंतर मराठ्यांच्या इतिहासाचे कागदपत्र मिळविण्याचा प्रयत्न **सर बार्टल फ्रियर** ह्यांनी केला होता. हे सातारचे राज्य खालसा झाले त्यावेळी साताऱ्यास रेसिडेंट होते व पुढे बरेच दिवस कमिशनर होते. साताऱ्यास असताना त्यांनी छत्रपतीच्या दप्तरांतून व रेसिडेन्सी दप्तरांतून बरीच माहिती मिळवून **सातारकर भोसल्याचा एक लहानसा इतिहास लिहिला.** पुढे ते सिंध प्रांतांत कमिशनर होऊन नंतर मुंबईचे गव्हरनर झाले. तथापि मराठ्यांच्या इतिहासाची माहिती संग्रहित करण्याचा त्यांचा नाद सुटला नाही. त्यांनी दक्षिणेतील प्रतिनिधी, पंत सचिव, निंबाळकर, डफळे वगैरे संस्थानिकांकडून त्यांच्या घराण्यांचे इतिहास लिहून घेतले होते. त्याचप्रमाणे ऐतिहासिक माहितीबद्दल पेशव्यांच्या दप्तरांतही शोध केला होता. पंत सचिवांनी रा. विष्णु गोपाळ भिडे यांच्याकडून **'सातारचे छत्रपती व त्यांचे अष्टप्रधान यांचा इतिहास'** म्हणून मागे जे पुस्तक प्रसिद्ध केले होते ते सर बार्टल फ्रियर ह्यांच्याच

सूचनेवरून तयार केले होते. तात्पर्य, मराठ्यांच्या इतिहासाविषयी सर बार्टल ह्यांनी पुष्कळ माहिती जमविली होती. परंतु ती प्रसिद्ध होण्याचा योग आला नाही. आमच्या दुर्दैवाने **त्यांचे हे सर्व कागद कलकत्त्याहून मुंबईस येत असता समुद्रात बुडाले व त्याबरोबर आमच्या महाराष्ट्राच्या इतिहासाचा बराच नाश झाला!**

सर बार्टल फ्रियर हे सन १८६७ साली विलायतेस गेले. त्यावेळी त्यांनी **मुंबई येथील रॉयल एशियाटिक सोसायटीस सालीना ४००० रुपयांची वार्षिक नेमणूक करून दिली.** तेव्हा त्यांच्या ह्या उदार देणगीबद्दल रॉयल एशियाटिक सोसायटीने आभार मानून त्यांचे फार अभिनंदन केले व त्यांचे स्मारक करण्याचा बेत केला. त्यावेळी पुन: मराठ्यांच्या इतिहासाचे कागद जमविण्याचा प्रयत्न झाला. त्याची थोडीशी माहिती येथे सांगितली पाहिजे.

सन १८६७ साली रायल एशियाटिक सोसायटीचे अध्यक्ष ऑनरेबल **जस्टिस न्यूटन** हे होते व उपाध्यक्ष **डॉ. विल्सन** हे असून सोसायटीचे सेक्रेटरी **रेव्हरंट टेलर** नामक एक युरोपियन गृहस्थ होते. ह्या तिघांसही मराठ्यांच्या इतिहासाची व त्यांच्या प्राचीन लेखांची विशेष अभिरुचि होती. त्यामुळे ज्यावेळी (ता. १४ फेब्रुवारी सन १८६७ रोजी) सर बार्टल फ्रियर ह्यांच्या उदार देणगीबद्दल त्यांचे आभार मानून त्यांचे स्मारक करण्याचा ठराव सभेपुढे आला त्यावेळी डॉ. विल्सन ह्यांनी अशी सूचना केली की, ''सर जान मालकम साहेबांच्या पाठीमागे एवढी उदार देणगी सर बार्टल फ्रियर ह्यांनी दिली आहे, तिचा उपयोग मुंबई इलाख्याशी संबंध असलेल्या इतिहासाचे प्रकाशन करण्यासारख्या काही विशेष गोष्टींकडे करावा. उदाहरणार्थ, मराठ्यांचा इतिहास. ह्यावर ग्रांट डफ साहेबांनी सुंदर ग्रंथ लिहिला आहे तरी त्याचे विशेष स्पष्टीकरण करण्याकरिता व त्यांनी सांगितलेल्या गोष्टींची खात्री पटविण्याकरिता मराठ्यांच्या इतिहासांतील नामांकित पुरुषांची चरित्रे व त्यांच्या घराण्यांचे वृत्तांत प्रसिद्ध केले पाहिजेत व तशाच नमुन्याचे इतर कागदपत्रही प्रसिद्ध झाले पाहिजेत. अशा प्रकारचा यत्न करण्यासाठी सर बार्टल फ्रियर ह्यांनी सर्व मराठे संस्थानिकांस व जहागिरदारांस आपापल्या घराण्यांतील ऐतिहासिक सामग्री प्रसिद्ध करण्याविषयी प्रोत्साहनपूर्वक सूचना केली आहे. अशा प्रकारचा प्रयत्न केला तर अनेक मूल्यवान् कागद प्रसिद्ध होऊन भावी इतिहासलेखकांस योग्य दिशा समजेल व त्यांची जिज्ञासा तृप्त होईल.''*

ह्या सूचनेचा विचार करण्याकरिता ता. १४ मार्च सन १८६७ रोजी पुन: दुसरी सभा भरविण्यांत आली. त्यावेळी जस्टिस न्यूटन ह्यांनी मोठ्या कळकळीने असे बोलून दाखविले की, ''मराठ्यांच्या इतिहासाची माहिती ज्यांच्यावरून व्यक्त होईल असे सर्व जुने व अस्सल कागदपत्र जमा करून ते प्रकाशित करणे फार

---

* Abstract of the Society's Proceedings IV

अवश्य आहे. व त्या कामी सोसायटीने पूर्ण लक्ष्य पुरविले पाहिजे. हे कार्य सिद्धीस गेले तर सरकाराकडून जी उदार देणगी मिळाली आहे. तिचे विशेष चीज होईल व सोसायटीच्या सभासदांवरही फार उपकार होतील. ग्रांट डफ साहेबांच्या ग्रंथामध्ये मराठ्यांचा सर्व महत्त्वाचा इतिहास आला आहे. व त्यामुळे नवीन प्रसिद्ध करण्यासारखे विशेष महत्त्वाचे काही राहिले नाही. तथापि जरी आपणांस ग्रांट डफ यांच्या इतिहासांत विशेष भर घालिता आली नाही व इतक्या दिवसांच्या अनुभवाने त्या माहितीच्या सत्यासत्याबद्दल पूर्ण खात्री होऊन तो महाराष्ट्राचा कायमचा इतिहास ठरला गेला आहे. तरी त्यांनी जी साधने जमविली व ज्यांवरून आपला इतिहास लिहिला त्यांचा संग्रह करणे अत्यंत महत्त्वाचे काम आहे. इतर सर्व विषयांवर अनेक ग्रंथ आहेत परंतु मराठ्यांच्या इतिहासावर फक्त एवढाच ग्रंथ असल्यामुळे त्यावर आपणास सर्वस्वी अवलंबून रहावे लागते. तेव्हा त्याची मूळ साधने जमा करणे फार अगत्याचे आहे. कारण दिवसेंदिवस ती साधने प्राप्त करून घेणे विशेष दुर्घट होत चालले आहे.'' इतके सांगून जस्टिस न्यूटन ह्यांनी ''स्वत: महाराष्ट्रातील मुख्यमुख्य स्थली प्रवास करून व जुन्या इतिहास प्रसिद्ध घराण्यातील लोकांच्या व सरदारांच्या भेटी घेऊन पुष्कळ यत्न केला परंतु त्याचा म्हणण्यासारखा समाधानकारक उपयोग झाला नाही. तथापि आणखी प्रयत्न चालविणे इष्ट आहे; व त्याकामी रावसाहेब विश्वनाथ नारायण मंडलिक ह्यांच्यासारख्या संशोधक पुरुषांनी विशेष लक्ष्य घालून जुन्या लोकांची खाजगी दप्तरे तपासावीत व मेणवलीस असलेले नाना फडनविसांचे दप्तर अवश्य पहावे.'' अशी विनंती केली. ह्यासमयी रावसाहेब मंडलिक सभेमध्ये हजर होते. त्यांनीही जस्टिस न्यूटन ह्यांच्या भाषणास आपली संमति देऊन मराठी इतिहासाचे कागद कोठे कोठे मिळतील त्याची माहिती सांगितली. त्यावेळी त्यांनी सातारच्या राणीसाहेबांच्या दप्तरात (ह्या वेळी साताऱ्यास महाराणी सगुणाबाई ऊर्फ आईसाहेब ह्या होत्या.) जुन्या बखरी व इतर कागदपत्र आहेत ते मिळविण्याची खटपट केली तर बराच उपयोग होईल असे सांगितले. मेणवली येथील नाना फडनविसांच्या दप्तरासंबंधाने त्यांनी असे सांगितले की, ''सर बार्टल फ्रियर साहेबांच्या सूचनेवरून नानांचे स्वतंत्र चरित्र लिहिण्याकरिता मेणवलीच्या दप्तरांतील कागदपत्रांबद्दल मी, नानांचे चिरंजीव रावसाहेब फडणीस ह्यांच्याजवळ गोष्ट काढली होती, परंतु त्यांनी असे सांगितले की, 'क्याप्टन म्याकडोनाल्ड ह्यांनी नानांचे चरित्र ज्या वेळी लिहिले त्या वेळी दप्तरांतील बहुतेक कागद त्यांना देण्यात आले!' तेव्हा आता त्यात विशेष कागद असण्याचा संभव नाही.'' तथापि रा. मंडलिक ह्यांनी, ऐतिहासिक माहिती मिळण्याचे मुख्य ठिकाण जे पेशव्यांचे दप्तर त्यातील कागदपत्र व सरदारांच्या रोजनिशा पाहण्याबद्दल खटपट केली तरच काही उपयोग होईल अशी महत्त्वाची सूचना केली. ती अध्यक्षास व सभेस पसंत पडून त्याप्रमाणे एक सब-कमिटी नेमण्यात आली व पेशव्यांच्या

दप्तराबद्दल व इतर संस्थानिकांकडील ऐतिहासिक कागदांबद्दल प्रयत्न करावा असे ठरले.*

जस्टिस न्यूटन हे दृढनिश्चयी व हाती घेतलेल्या गोष्टीचा पुरा पिच्छा पुरविणारे असे असल्यामुळे त्यांनी ऐतिहासिक कागद मिळविण्याबद्दल पुणे येथील पेशव्यांच्या दप्तरावरील अधिकारी एय्‌रिज साहेब ह्यांच्याशी पत्रव्यवहार चालू केला व महाराष्ट्रातील सर्व संस्थानिकांस विनंतिपत्रे पाठवून त्यांच्याकडून त्यांच्या घराण्याचे इतिहास मिळविण्याची खटपट केली. संस्थानिकांपैकी जतचे डफळे, फलटणचे निंबाळकर आणि सातारचे पंतप्रतिनिधि ह्या त्रिवर्गांकडून आपापल्या घराण्याच्या कैफियती आल्या. बाकी कोणाकडून काहीच माहिती मिळाली नाही! ह्या कैफियतीमध्ये वंशावळीपेक्षा विशेष महत्त्वाची अशी काहीच माहिती नव्हती, तथापि ते कागद त्यांनी सोसायटीस सादर केले. **पुणे दप्तरचे अधिकारी एय्‌रिज साहेब ह्यांनीही** - दप्तरातील माहिती संबंधाने निरूत्साहकारकच उत्तर पाठविले+, व जस्टिस न्यूटन साहेबांच्या समाधानाकरिता

---

* अध्यक्षांनी ह्या सूचनेबद्दल जे मत प्रदर्शित केले त्याचा आशय सोसायटीच्या रिपोर्टमध्ये पुढे लिहिल्याप्रमाणे दिला आहे :-

"..... With respect to the suggestion that the Poona Duftur should be resorted to, he thought that a good deal of difficulty would be encountered in any endeavour which the society might make to turn its contents to account. The value of the archives there preserved (in connection probably with history) was unquestionable but he feared that they would be found to exist rather in a form to yield return to patient and judicious collection and compilation, than in such a state as would admit of the immediate publication of any isolated portions. This, however, might be further inquired into and even if the President's impressions were correct, we might still hope that, as literary tastes and critical judgement are being formed among Native Scholars in the immediate vicinity of the Poona Duftur, some one from among their number may at no distant day lay the society and the Indian students generally under large obligations by undertaking to examine and to utilise those records in the only spirit in which such a task could be hopefully entered on from personal interest in the subject,and with the special qualifications for carrying the inquiry to a successful issue, Abstract of the Society's Proceedings X.

हें पत्र आम्हांस रायल एशियाटिक सोसायटीमध्ये मिळाले व ह्याबरोबर पाठविलेली बखरही आम्हांस मिळाली आहे. ती लवकरच प्रसिद्ध करण्यात येईल. हे पत्र येथे देतो :

Poona 5th February 1896.

\+ "My dear Sir,

It is the old question as to whether Poona Dafter does or does not contain materials for making an anthentic history of former times. Sir Bartle Frere was at one time hot upon this, but after much correspondence and the report of a committee which was assembled for the purpose, he let the matter rest satisfied that nothing but useless expense would follow from the attempt an point of materials do not exist. The fact of the grant of an state or Jahagir or other tenure to A and the resumption of it from B his grandson, all

पुणे दप्तरातील शिवापूरच्या देशपांड्यांची एक बखर पाठविली.

ह्यानंतर जस्टिस न्यूटन हे लवकरच विलायतेस गेले व पुढे हे काम तसेच राहिले. त्यामुळे रॉयल एशियाटिक सोसायटीच्या हातून मराठ्यांच्या इतिहासाचे पुनरुज्जीवन होण्याची जी आशा होती ती सिद्धिस गेली नाही!

मराठ्यांच्या इतिहासाचे कागदपत्र मिळविण्याविषयी इकडे जसे प्रयत्न झाले त्याप्रमाणे इतर प्रांतांमध्ये जेथे जेथे मराठ्यांची राजसत्ता होती तेथे तेथे- ही बरेच प्रयत्न झाले आहेत. मध्य हिंदुस्थानांतील ग्वाल्हेर, इंदूर, धार, देवास वगैरे संस्थानांचे इतिहास लिहिण्याबद्दल **सर जॉन मालकम** ह्यांनी बरेच कागदपत्र जमविले होते. त्याशिवाय अनेक पोलिटिकल एजंटांनी व इतर इतिहास जिज्ञासु युरोपियन लोकांनी वेळोवेळी पुष्कळ माहिती मिळविली आहे. शिंदे सरकारचे माजी सिव्हिल **सर्जन डॉ० होप** ह्यांनी त्यांच्या घराण्याचा लहानसा इतिहास लिहिला आहे. इंदूरच्या राजकुमार कॉलेजचे प्रिन्सिपाल **ॲबरिग म्याके** यांनीही तशाच प्रकारचा प्रयत्न केला होता. नागपूर संस्थानाचा इतिहास **क्यापटन जेन्किन्स** ह्यांनी सरकारच्या माहितीकरितां लिहिला त्या वेळी त्यांनी **भोसल्याची बखर मुद्दाम** तयार करविली होती. **कर्नल स्लीमन** ह्यांनी बुंदेलखंडांतील सागर, जालवण वगैरे ठिकाणच्या मराठे संस्थानिकांकडून पुष्कळ माहिती घेतली होती. मेजर ग्राहाम ह्यांनी कोल्हापूर संस्थानचे कागदपत्र

---

that would appear on record regarding that family. In reality there were no old families in the sense, in which we regard pedigree. All were the creations of either the Mahomedan Empire or the Peshwas, and from the very poorest of the people often. The founder of the Patwardhans, for instance, was a common mendicant. The first Peshwa a simple carkoon so on &c. Estates were granted and resumed at the caprice of the person in power. There was no branch of the state machinary which purported to keep a record of the families, and transfers were so sudden and frequent, ever to leave a hope that anything could be traced from the history of the estate itself, or of the history of the last family which held it.

At all events if it is considered desirable to take the matter in hand, it will be necessary to hurry on the work irrespective of this Department, Our reduced establishment is over-worked already and all that we should be able to do would be to give every possible assistance (and very material it would be) to those placed in charge of the enquiry. It is quite out of the question that this establishment fully occupied at it is, with the work of decision, both in respect to land and cash claims, and the political holdings every where, could do more than to superintend at the most.

There is a family bukkar by Janoba Deshpande of Sewapore in the Dafter, which I will send you to examine if you like; but I fancy nothing of any importance not in Grant Duff will be found in it as it was upon such bukkars and family papers that Grant Duff built his history. Such documents will, of course, confirm statements in histories because they are the basis of such works.

Truly yours
(Sd) ETHERIDGE

मिळवून तेथील इतिहास तयार केला आहे. सावंतवाडीचे पोलिटिकल एजंट कोर्टने व क्याप्टन **हचिन्सन** ह्यांनी त्या संस्थानची माहिती मिळवून सरकाराकडे पाठविली होती. क्याप्टन **वेस्ट** ह्यांनी दक्षिणमहाराष्ट्रांतल्या पटर्वधन जहागिरीची व मुधोळ, रामदुर्ग, वगैरे संस्थानचा इतिहास तयार केला त्या वेळी त्यांची बरीच माहिती जमविली होती. **कर्नल वालेस** व मि० **इलिएट** ह्यांनी **बडोदे संस्थानचा इतिहास प्रसिद्ध केला आहे. वार्डन साहेब** दक्षिणचे कमिशनर असतांना त्यांनी सन १८३२ साली व **ब्रौन साहेब** ह्यांनी सन १८५१ साली महाराष्ट्रांतील सर्व जहागिरदार, सरदार, सरंजामदार इत्यादिकांच्या घराण्याच्या कैफियती लिहून घेतल्या होत्या. दक्षिण हिंदुस्तानामध्ये अशाच प्रकारचा प्रयत्न झाला होता. सोंडूर येथील **घोरपड्यांचा इतिहास म्याकर्टने**-राजाचे एजंट-ह्यांनी लिहिला होता. तंजावरच्या इतिहासाबद्दल **फुलर्टन, हिके, म्याक्मिलन** इत्यादिकांनी प्रयत्न केले होते. ह्याशिवाय सर्व जिल्ह्यांची 'ग्याझेटियर्स' सरकारानी तयार केली त्या वेळी जेथे जेथे ऐतिहासिक माहिती मिळण्याचा संभव होता तेथून तेथून ती गोळा करण्याचा प्रयत्न प्रत्येक प्रांताचे अधिकारी कलेक्टर किंवा डेप्युटी कलेक्टर ह्यांनी केला होता. ह्या सर्व प्रयत्नाचा लोकांस पुष्कळ उपयोग झाला आहे ह्यांत शंका नाही. परंतु ह्या कामी मराठ्यांचे अस्सल कागद जे उपयोगांत आले ते उपलब्ध होण्याचा योग येईल तर त्याचा विशेष फायदा होईल. हे कागद मिळण्याचा मार्ग आता बराच दुष्कर झाला आहे, तथापि प्रयत्न केला असता ह्या सर्व ठिकाणी मूळ कागद अस्सलरूपाने व किंवा नकलांच्या रूपाने मिळणे केवळ अशक्य आहे असे वाटत नाही.

मराठ्यांच्या इतिहासासंबंधाचे कागदपत्र मिळविण्यासंबंधाने युरोपियन लोकांनी वर सांगितलेले जे अनेक प्रयत्न केले आहेत त्यापेक्षा सर्वांत मोठा प्रयत्न दक्षिण हिंदुस्थानामध्ये **कर्नल म्याकंझी** ह्यांनी केला आहे. कर्नल म्याकंझी हे लष्करी खात्यांत एक लहानशी नोकरी पतकरून गेल्या शतकाच्या शेवटी हिंदुस्थानांत आले होते. सन १७९२ साली टिपूशी युद्ध होऊन इंग्रजाकडे जो प्रांत आला त्यांच्या बंदोबस्ताचे काम काही दिवस त्यांच्याकडे होते. पुढे सन १७९६ पासून १८०६ पर्यंत दक्षिण प्रांताची पहाणी करण्याच्या कामावर त्यांची योजना झाली व नंतर त्यास मद्रासचे "सर्व्हेअर जनरल" नेमण्यांत आले. पुढे सन १८१८ साली त्यास सर्व हिंदुस्थानचे सर्व्हेअर जनरलचे काम मिळाले. त्यांनी आपले काम करीत असतांना सर्व कर्नाटक प्रांतात, म्हैसूर संस्थानांत व मद्रास इलाख्यांत हिंडून संस्कृत, मराठी, कानडी, तेलगू, तामील, मल्ल्याळ वगैरे सर्व भाषेतील हस्तलिखित ग्रंथांचा शोध केला व त्यांच्या अस्सल प्रती मिळविल्या. त्या कामी त्यांनी सुमारे १५००० पौन्ड खर्च केले असावेत असा अदमास आहे. इतका खर्च व परिश्रम करून त्यांनी जे ग्रंथ मिळविले ते हिंदुस्थानासंबंधी सर्व विषयांवर असून फार मूल्यवान् आहेत. हे ग्रंथसंग्रहाचे

काम करीत असतां कर्नल म्याकंझी हे सन १८२१ साली मृत्यु पावले. तेव्हा त्यांचा हा सर्व प्रचंड ग्रंथसंग्रह हिंदुस्थानचे गव्हरनर **जनरल मार्किस ऑफ हेस्तिंग्ज** ह्यांनी १०००० पौन्ड किंमतीला विकत घेतला. नंतर त्याच्या वर **प्रोफेसर विल्सन** नामक सुप्रसिद्ध पौर्वात्य विद्वानांची योजना करून त्या ग्रंथसमुच्चयाची विषयवार व भाषावर निवड करविली. पुढे **मद्रास लिटररी सोसायटी** व **लंडन रॉयल एशियाटिक सोसायटी** ह्या दोन विद्वज्जनसंस्थानी त्याचा उपयोग करण्याची परवागनी घेतली व त्यांतील काही प्राक्कालीन् ग्रंथाचे व ताम्रपत्रांचे भाषांतर केले. **कर्नल विल्क्स** ह्यांनी आपला **''म्हैसूरचा इतिहास''** लिहितांना त्याचा पुष्कळ उपयोग केला. पुढे त्यांतील बरेच कागद- पत्र ईस्ट-इंडिया हौसमध्ये पाठविण्यांत आले. तरी हे ग्रंथभांडार फार प्रचंड असल्यामुळे त्याची योग्यता मुळीच कमी झाली नाही. पुढे सन १८३७ साली **रेव्हरंड विल्यम टेलर** ह्यांनी ह्या ग्रंथसंग्रहावर योजना होऊन त्याची पुन:तपासणी करण्यांत आली. रे० टेलर ह्यांनी आपले काम आस्थापूर्वक करून तत्संबंधी विषयवर्णनात्मक व स्वरूपवर्णनात्मक असे विस्तृत लेख मद्रास येथील ''जर्नल ऑफ लिटरेचर आणि सायेन्स'' ह्या मासिक पुस्तकांत छापून प्रसिद्ध केले. त्यामुळे प्राक्कालीन इतिहाससंशोधक आंग्लपंडितांस ह्या ग्रंथभांडारांत यथेच्छ विहार करून आर्य विद्वानांच्या बुद्धिवैभवाचा व अपार ज्ञानाचा उपभोग घेण्यास फार सुलभ मार्ग झाला. त्यांनी ह्या ग्रंथाच्या साहाय्याने इंग्रजी भाषेत इकडील इतिहासाची व इतर शास्त्रीय विषयांची पुष्कळ माहिती प्रसिद्ध केली आहे. प्रस्तृत हा ग्रंथरत्नाकर मद्रास सरकारच्या ताब्यांत असून त्यांत आमच्या मराठ्यांच्या इतिहासास उपयुक्त होणाऱ्या अनेक मराठी बखरी, पत्रे यादी, वगैरे मूल्यवान् व दुर्मिळ कागद आहेत. ते मिळविण्याबद्दल आम्ही तिकडे प्रयत्न केला असून त्यांत आम्हांस चांगले यश आले आहे हे सानंदचित्ताने येथे कळविल्यावाचून आमच्याने राहवत नाही.

कर्नल म्याकंझी ह्यांनी ऐतिहासिक कागदपत्र व इतर उपयुक्त माहिती जमविण्याबद्दल जसा भगीरथ प्रयत्न केला तितक्या प्रमाणाने जरी नाही तरी साधारणपणे त्यांच्या खालोखाल असा ऐतिहासिक कागदपत्र जमविण्याचा प्रयत्न पुण्याचे पहिले रेसिडेंट सर चार्लस म्यालेट ह्यांनी केला होता. सन १७८६ च्या सुमारास इंग्रजाचा वकील पेशव्यांच्या दरबारी ठेवावा अशी जेव्हा नाना फडणविसांकडून संमति मिळाली त्या वेळी सर चार्लस म्यालेट ह्यांचीच त्या जागेवर योजना झाली. ह्या गृहस्थानी पुण्याच्या दरबारात राहून व तेथील सर्व रागरंग पाहून तेथे ब्रिटिश सत्तेचा पगडा बसविण्यास पुष्कळ मदत केली. ह्यांनी १७८५ / ८६ साली मुंबईहून कलकत्यास प्रवास केला त्या वेळी मराठ्यांच्या राज्यसत्तेचे निरीक्षण करण्याच्या उद्देशाने लिहिलेली अनेक पत्रे ''म्या-लेट्स डायरी'' ह्या नावांने प्रसिद्ध आहेत. शिवाय, ह्यांनी गणपतिमहालांतील पेशव्यांचा दरबार, व नाना फडनवीस, महादजी शिंदे वगैरे प्रमुख मराठे सरदार

इत्यादिकांची काढलेली सुंदर चित्रे लंडन येथील पदार्थसंग्रहालयामध्ये अद्यापि पहावयास मिळतात. ह्यांनी मराठ्यांच्या इतिहासाचे अनेक कागदपत्र जमवून विलायतेस नेले होते. त्यामध्ये फारशी इतिहास पुष्कळ असून मराठी बखरीही बऱ्याच होत्या. सदाशिव चिमणाजीची उत्तर हिंदुस्थानांतील स्वारी, माधवराव पेशव्यांचा वृत्तांत, सातारच्या राजांचा इतिहास, रोहिल्यांचा इतिहास, गुजराथचा इतिहास, मराठी साम्राज्याचा अभ्युदय, भोसल्यांची हकीकत, कोल्हापूरच्या राजांचा इतिहास वगैरे कागदपत्र बरेच महत्वाचे होते- ते सर्व, सर चार्लस म्यालेट ह्यांचे चिरंजीव सर अलेक्झांडर म्यालेट ह्यांनी, सन १८२८ साली **''ओरिएंटल ट्रान्सलेशन कमिटी *''** म्हणून इंग्लंमध्ये हिंदुस्थानांतील व इतर पौर्वात्य देशांतील ग्रंथाची भाषांतरे करण्यासाठी जी संस्था निर्माण झाली होती तिच्या स्वाधीन केले होते असे समजते. त्यांचा शोध लागून ते हस्तगत झाल्यास मराठ्यांच्या इतिहासास त्यांचा बराच उपयोग होईल.

येणेप्रमाणे महासंशोधक व जिज्ञासु अशा युरोपिन लोकांनी आमच्या देशाच्या इतिहासाची साधने मिळविण्याचा प्रयत्न केला व आपल्या आकलन शक्तीप्रमाणे त्यांचा उपयोग करून आपल्या देशबांधवांस त्याची माहिती सादर केली. इंग्रजी अंमल झाल्यानंतर आंग्लभाषेचा प्रसार होण्यास इकडे बरीच वर्षे लागल्यामुळे, पाश्चिमात्य विद्वानांनी आमच्या इतिहासाच्या प्रकाशनार्थ वर सांगितलेले जे अनेक दीर्घोद्योग केले त्यांची माहिती महाराष्ट्रीयांस बराच काळपर्यंत झाली नाही. पुढे इंग्रजी विद्येचा इकडील विद्वानांस जसजसा लाभ होत गेला तसतसे तिच्यांतील अमूल्य भांडार त्यांस व्यक्त होऊ लागले, आणि त्यांच्या मनावर पाश्चिमात्य विद्येचा चांगला प्रकाश पडू लागून त्यांना इतिहासाची महती कळूं लागली व तिकडे त्यांचे लक्ष्य थोडे थोडे वेधू लागले. कै० **बाळशास्त्री जांभेकर,** रा० ब० **गोपाळराव हरी देशमुख, यशवंतराव उदास** वगैरे मंडळी मराठ्यांच्या इतिहासाविषयी विशेष आस्था बाळगू लागली. मुंबई येथे **'विविधज्ञानविस्तार'** ह्या मासिक पुस्तकाचा उदय होऊन त्यांत ऐतिहासिक बखरी व पोवाडे प्रसिद्ध होऊ लागले. आणि त्या योगाने लोकांस स्वदेशीच्या इतिहासाची नवीन गोडी उत्पन्न होऊ लागली. त्या सुमारास पुणे येथील

---

* ''ओरिएंटल ट्रान्सलेशन कमिटी'' ही संस्था लंडन येथील रॉयल एशियाटिक सोसायटीनेच काढिली होती. व तिच्याकरिता ''ओरिएंजल ट्रान्सलेशन फंड'' म्हणून एक फंड काढिला होता. ह्या संस्थेचे पुरस्कर्तृत्व नेक नामदार **सर जॉर्ज औसले** ह्यांच्याकडे असून, हिंदुस्थानातून महत्वाची कामे करून परत गेलेले अनेक युरोपियन लोक तिचे सभासद होते. शिवाय इंग्लंडच्या चवथ्या जॉर्ज राजापासून तो तहत ड्यूक ऑफ वेलिंग्टन, सर जॉन मॉलकम, लॉर्ड बेंटिकसारख्या मंडळीपर्यंत मोठेमोठे लोक त्या कमिटीच्या फंडाचे चालक होते. ह्या कमिटीने अनेक फारशी ग्रंथांची भाषांतरे केली आहेत. युरोपियन लोकांची ही शोधकबुद्धि व खटपट शिकण्यासारखी आहे ह्यांत शंका नाही.

'निबंधमाला' मासिक पुस्तकामध्ये इतिहासाचे महत्व दर्शविणारे व त्याची अभिरूचि वाढविणारे चटकदार निबंध प्रसिद्ध झाले. त्यामुले महाराष्ट्रीयांस इतिहासाविषयीची जिज्ञासा द्विगुणित होऊन कित्येक विद्वानांस मराठ्यांच्या जुन्या बखरी, जुने कागदपत्र व जुनी माहिती स्वतंत्र रीतीने छापून प्रसिद्ध करण्याची प्रेरणा झाली. त्याचे सर्वप्रिय उत्तम फल **'काव्येतिहाससंग्रह'** हे होय. ह्या मासिक पुस्तकाने सुमारे दहा-बारा वर्षेपर्यंत उत्तम कामगिरी बजावून सातारकर छत्रपति आणि पेशवे, सेनापति दाभाडे, आणि गायकवाड, नागपूरकर भोसले आणि इंदूरचे होळकर, सरदार विंचूरकर, इत्यादिकांच्या बखरी व अनेक ऐतिहासिक पत्रे यादी छापून प्रसिद्ध केल्या. त्यामुळे मराठ्यांच्या इतिहासाचा पुष्कळ भाग कसरीच्य भक्ष्यस्थानांतून व वाण्यांच्या रद्दीतून सुटून महाराष्ट्रीयांस उपलब्ध झाला व त्याच्या आधाराने त्यांस आपल्या पराक्रमी पूर्वजांची चरित्रे लिहिण्यास उत्तम साह्य झाले शंका नाही. ह्याबद्दल प्रत्येक स्वदेशाभिमानी महाराष्ट्रीयाने 'काव्येतिहाससंग्रह' कारांचे उपकार मानावेत तितके थोडेच आहेत. काव्येतिहाससंग्रहाने इतिहासप्रसिद्ध शूर पुरूषांची प्रथम बरीच ओळख करून दिल्यामुळे विंचूरकर, पटवर्धन, महादजी शिंदे, मल्हारराव होळकर, नाना फडनवीस इत्यादी प्रख्यात पुरूषांची चरित्रे महाराष्ट्रभाषेत निर्माण झाली व तोच उपक्रम सध्या चालू आहे. परंतु आमच्या औदासीन्यामुळे संग्रहास निजधामास गमन करण्याचा मध्यंतरी प्रसंग आला त्यायोगाने प्रचंड महासागरांत अवगाहन करून दहापांच रत्ने काढल्यासारखे होऊन पुष्कळ काम तसेच शिल्लक राहिले आहे. ते सिद्धीस जाण्याकरिता काव्येतिहाससंग्रहासारख्या मासिक पुस्तकाचे पुनरूज्जीवन व्हावे व महाराष्ट्राच्या इतिहासरत्नोदधीतील सर्व रत्नांचे दिव्य तेज प्रकाशमान व्हावे असे प्रत्येक देशहितेच्छु मनुष्यास सांप्रत वाटू लागले आहे ही आनंदाची गोष्ट होय. ह्या कामी आता व्यवस्थित रीतीने प्रयत्न व्हावा व त्यास इतिहासाची जिज्ञासा बाळगणाऱ्या सर्व महाराष्ट्रभाषाभिज्ञ देशबांधवांनी मन:पूर्वक साहाय्य करावे अशी आमची विनंती आहे. इतिहासोपयोगी माहिती जमविण्यास सुलभ पडावे ह्या उद्देशाने पूर्वी झालेल्या प्रयत्नांचा अल्पसा वृत्तांत ह्या लेखांत दिला आहे. आता आपणास स्वतंत्र माहिती कोणती मिळविता येईल व फारशी व इंग्रजी ग्रंथाचा कितपत उपयोग होईल ह्याचा विचार क्रमश: पुढे करू.

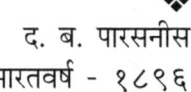

❖

द. ब. पारसनीस

भारतवर्ष - १८९६

परिशिष्ट २

मराठ्यांच्या इतिहासाची सामग्री

मागील लेखात युरोपियन लोकांनी मराठ्यांच्या इतिहासासंबंधाचे कोणकोणते कागद मिळविले व त्यांची त्यांनी कशी कशी व्यवस्था केली हे संक्षेपेकरून सांगितले. आता मराठ्यांच्या इतिहासास उपयुक्त असे काही कागदपत्र इतिहासप्रसिद्ध लोकांच्या जुन्या दप्तरांतून मिळण्याचा संभव आहे किंवा नाही आणि असल्यास ते मिळविण्याबद्दल आपण काय काय तजविजी केल्या पाहिजेत, ह्याचा आजच्या लेखामध्ये आपण थोडासा विचार करू.

ग्रांट डफ प्रभृति इंग्रज इतिहासकारांनी मराठ्यांच्या इतिहासासंबंधाने जी सामग्री गोळा केली आहे तिचा त्यांनी फक्त राजकीय गोष्टींचा इतिहास लिहिण्याचे कामी उपयोग केला असे म्हणण्यास हरकत नाही. त्यामुळे सामाजिक, व्यावहारिक अथवा धार्मिक दृष्ट्या मराठ्यांच्या इतिहासाचा भाग अगदी अपूर्ण किंबहुना अनुपलब्धच राहिला आहे असे म्हटले तरी चालेल. ग्रांट डफ साहेबांनी मराठ्यांच्या राजकीय घडामोडींचा जो इतिहास लिहिला आहे तोही विशेषेकरून मूळ कागदांची इंग्रजी भाषांतरे करून व त्यांतील सारांश घेऊन लिहिला असल्यामुळे, तो जितका चित्ताल्हादक व माहितीने परिप्लुत असावयास पाहिजे तितका झाला नाही हे उघड आहे. मराठी अस्सल कागदपत्रांमध्ये किंवा बखरींमध्ये जो गर्भितार्थ असतो किंवा ज्या खुब्या असतात त्या भाषांतरांत कधीहि उतरत नाहीत. ह्याकरिता ती मूळ पत्रे वाचून विवक्षित प्रसंगाची जी माहिती होईल किंवा विवक्षित राजकारणाचा जसा खुलासा होईल तसा त्यांच्या भाषांतराने कधीही होणार नाही. मग त्या भाषांतराचाही सारांश घेऊन जी हकीकत परदेशीय ग्रंथकाराने लिहिली असेल, तिने मनाचे समाधान कितपत होईल ही शंकाच आहे. ग्रांट डफ साहेबांच्या इतिहासाचा प्रकार पुष्कळ अंशी असाच झाला आहे. त्याबद्दल इतिहासलेखकास दोष देण्याचा आमचा मुळीच हेतु नाही. त्या इतिहासात नमूद केलेल्या राजकीय गोष्टींची, पराक्रमी वीरांची, चतुर मुत्सद्यांची आणि इतर अनेक विषयांची माहिती विस्तृत रीतीने प्रसिद्ध झाली तरच मराठ्यांच्या इतिहासाचे खरे स्वरूप व्यक्त झाले असे म्हणता येईल. 'काव्येतिहास' मासिक पुस्तक सुरू होऊन त्यात सातारच्या छत्रपतींची चरित्रे, पेशव्यांच्या बखरी आणि पानिपत, साष्टी, खर्डे इत्यादि ठिकाणच्या मोहिमींची वर्णने जेव्हा सविस्तर प्रसिद्ध झाली तेव्हा ती वाचून लोकांच्या मनावर जो परिणाम झाला तो नुसत्या ग्रांट डफच्या किंवा स्कॉट वेरिंगच्या इतिहासाने कधी तरी झाला असता काय? सांगावयाचे तात्पर्य इतकेच की, इतिहासाच्या योगाने स्वदेशाविषयी व स्वपूर्वजांविषयी अभिमान उत्पन्न होणे, त्यांच्या उत्तम गुणांचे अनुकरण करण्याची प्रेरणा होणे, त्यांच्या चरित्र

कथा वाचून उत्तम बोध मिळणे, त्यापासून मनाची जिज्ञासा वाढत जाऊन आनंद होणे आणि शेवटी आत्मोन्नतीविषयी अथवा देशोन्नतीविषयी उत्साहपूर्वक यत्न करण्याची इच्छा वाटू लागणे वगैरे जी कार्ये अवश्य झाली पाहिजेत, ती घडून येण्यास स्वदेशाचा खरा, साधार आणि विस्तृत इतिहास डोळ्यापुढे नेहमी चमकत असला पाहिजे.

आमच्या खऱ्या इतिहासाची साधने म्हणजे मराठी कागद पत्र. ते सध्या बहुतेक नष्ट झाले आहेत असे म्हटले तरी चालेल. अगोदर आमच्यामध्ये इतिहास लिहून ठेवण्याची चाल सुधारलेल्या राष्ट्रांच्या मानाने फारच कमी. त्यातून महाभारत रामायणासारखे जे इतिहास ग्रंथ निर्माण झाले ते पद्यात्मक; ते लिहिणारांचे बुद्धिवैभव अपार; गोवर्धनाचार्यासारख्यांनी

श्रीरामायणभारतबृहत्कथानां कवीन् नमस्कर्मः
त्रिस्त्रोता इव सरसा सरस्वति स्फुरति यैर्भिन्ना।

अशी रीतीने श्री रामायण, महाभारत, बृहत्कथा लिहिणारांची स्तुति केलेली; तेव्हा कोणास एखाद्या प्रसिद्ध नृपरत्नाचे गुण वर्णन करण्याची इच्छा झाली तर महाकवींच्या कृतीस अनुसरून पद्य लिहिण्याकडे त्यांचा कल सहज वळावयाचा अशी पूर्वापार परंपरा चालत आलेली. कल्हण कवीने काश्मीर देशाचा इतिहास 'राजतरंगिणी' नावाने पद्यात्मकच लिहिला आहे व तोच कित्ता बहुतेक संस्कृत कवींनी गिरविला आहे. प्राकृत भाषेचा उदय १२ व्या शतकाच्या सुमारास झाला. तिचे आद्यभक्त मुकुंदराज, ज्ञानदेव, एकनाथ हेही पद्यग्रंथलेखकच झाले. त्यांची प्रवृति विशेषकरून अध्यात्मविषयाकडे असल्यामुळे ऐहिक गोष्टींची वर्णने त्यांच्या वाणीतून उतरली नाहीत. बहुतेक सर्व मराठी ग्रंथकारांनी संस्कृत ग्रंथांची भाषांतरे व परमेशाच्या स्तवनार्थ भक्तिरसाने ओथंबलेले असे ग्रंथ लिहिले. ईश्वराच्या गुणांवाचून अन्य कोणाचे वर्णन करणे त्यांना तुच्छ वाटत असे. वामन पंडितांनी एके ठिकाणी स्पष्ट म्हटले आहे-

श्लोक

ये ज्यात ना हरिकथा आणि तत्प्रियांची।
धिग् वैखरी जरि सरस्वति आत्मयाची।।
चातुर्य व्यर्थ, कविता जनभाळणा हो।
शोभेल किंशुकफली सुरभाळणा हो।।१।।

अशा प्रकारे आमच्या महाराष्ट्र कवींचा मुख्यत: अध्यात्म व ईश्वरगुणानुवादनपर पद्यात्मक विषय लिहिण्याकडे विशेष भर असल्यामुळे त्यांच्या हातून ऐतिहासिक ग्रंथांची निष्पत्ति मुळीच झाली नाही ह्यात काही नवल नाही. श्रीशिवाजी महाराज अवतीर्ण झाल्यानंतर पुढे बखरी वगैरे लिहिण्याचा प्रघात सुरू झाला व विशेषेकरून

तो चिटणिसांनीच अंमलात आणिला. या कारणामुळे आमच्या राष्ट्राचे आयते तयार केलेले असे इतिहास मिळवयाचे नाहीत; तर फक्त जुने कागदपत्र मात्र मिळण्याचा संभव आहे.

या कागदपत्रांवर आजपर्यंत अनेक प्रकारची संकटे आल्यामुळे त्यातील बहुतेक भाग नष्ट झाला आहे असे म्हटले तरी चालेल. जुने कागदपत्र म्हणजे आज्ञापत्रे, सनदा, न्यायनिवाडे, मोहिमांच्या व लढायांच्या हकीकती, राजकारणाच्या मसलती, शिबंदीच्या यादी, तहनामे, सुभेदाराकडील पत्रे, बेहडेपत्रे, सरंजामपत्रे, वगैरे, ही बहुतेक आजपर्यंत काळाच्या तडाक्यात नष्ट झाली आहेत. अनेक युद्धे व राज्यक्रांत्या झाल्यामुळे जुनी दप्तरे कित्येक वेळा लुटली गेली, काही अग्निनारायणाच्या भक्ष्यस्थानी पडली, त्यातून काही शिल्लक राहिली ती भाऊबंदांच्या तंट्यांत नाहीशी झाली; पुष्कळ कागद कसरीच्या मुखामध्ये पडले; आणि त्यातूनही जे शिल्लक राहिले ते वाण्याच्या दुकानात गेले; ही साधारणत: बहुतेक ठिकाणच्या कागदांची स्थिती झालेली आहे. आता ज्यांचा संबंध इनामाशी होता असे पुष्कळ कागद इनामकमिटीकडे कौपरसाहेबांच्या वेळी गेले पण ते बहुतेक नोंदवून परत करण्यात आले. ह्याच समयी असंख्य कागद जळाले व पुष्कळांची अफरातफर झाली असा कित्येकांचा आक्षेप आहे. परंतु त्यात विशेष तथ्य नसून त्यांचा काथ्याकूट करण्यात आता अर्थही नाही! ह्याखेरीज एल्फिन्स्टन, ग्रांट डफ, ब्रिग्ज वगैरेंनी इतिहास लिहिण्याच्या उद्देशाने बरेच कागद नेले (केवळ नेले असेच म्हणता येणार नाही!), त्यांची माहिती गेल्या अंकामध्ये दिली आहे. इतक्या स्थित्यंतरांतून जे कागद वाचले ते आता सर्व देशभर जेथे जेथे सापडतील तेथे तेथे शोध करून मिळविले पाहिजेत. हेच आपले पहिले कर्तव्य आहे. ते सर्वांच्या सहायाने सिद्धीस गेले तर आपल्या राष्ट्राचा खरा इतिहास उपलब्ध होईल. ह्या कामी प्रयत्न करावयाचा म्हणजे प्रथमत: आपल्या देशाच्या इतिहासाचे नियमित काल ठरवून त्या त्या कालातील माहिती कोठे कोठे मिळण्याचा संभव आहे ते शोधून काढिले पाहिजे.

आमच्या मते मराठ्यांच्या इतिहासाचे आपल्या सोयीकरीता एकंदर पाच काल ठरविता येतील. पहिला काल :- बाराव्या शतकापासून म्हणजे देवगिरीच्या रामदेवराय राजापासून तो १७ व्या शतकाच्या प्रारंभापर्यंत म्हणजे शिवाजी महाराज अवतीर्ण होईपर्यंत. दुसरा काल :- शिवाजीच्या कारकीर्दीपासून शाहूच्या मृत्यूपर्यंत. तिसरा काल :- बाळाजी बाजीराव पेशव्यापासून तो पेशवाईचा निकाल होईपर्यंत. चवथा काल :- इंग्रजी राज्य सुरू झाल्यापासून तो १८५७ सालचे बंड होई तोपर्यंत, आणि पाचवा काल :- १८५८ च्या बंडाच्या परिसमाप्तीपासून आज मितीपर्यंत, ह्यांपैकी पेशवाई अस्तास जाई पर्यंतचे तीन काल मुख्य इतिहासास आवश्यक असे आहेत. शेवटचे दोन आम्ही काही कारणांकरिता मुद्दाम घेतले आहेत. या कालानुरोधाने

मराठी भाषेतील ऐतिहासिक कागदपत्रांचा शोध लाविला पाहिजे.

पहिला काल म्हणजे प्राकृत भाषेचा उदय झाल्यापासूनचा. प्राकृत भाषेतील आद्य ग्रंथ ज्ञानेश्वरी हा होय. हा ज्ञानेश्वराने सन १२९४ मध्ये समाप्त केला. त्या वेळी यादव कुलातला महापराक्रमी वैभवसंपन्न राजा रामदेवराव (ह्यास रामचंद्रही म्हणत असत) हा देवगिरीच्या गादीवर अधिष्ठित होता. ज्ञानेश्वराने आपल्या ग्रंथाच्या शेवटी ह्या राजाचा उल्लेख केला आहे-

ओंव्या

ऐसे युगी परि कळी, आणि महाराष्ट्र मंडळी।
श्री गोदावरीच्या कुळी, दक्षिणली।।१।।
त्रिभुवनैव पवित्र, अनादि पंचक्रोश क्षेत्र।
जेथ जगाचे जीवनसूत्र श्री महालया असे।।२।।
तेथ यदुवंशविलास, जो सकळकळा निवास।
न्यायाते पोषी क्षितीश, श्री रामचंद्र।।३।।

या यदुवंशीय राजापासून शिवाजीच्या जन्मापर्यंत ज्या घडामोडी झाल्या, त्यासंबंधाने काही मराठी कागदपत्र सापडल्यास ते अवश्य पहिजे आहेत. कारण मराठ्यांचा इतिहास लिहिण्यास पूर्वीची लोकस्थिति कशी होती, मुसलमानांचे प्राबल्य होण्यास काय कारणे झाली, त्याचे हिंदुधर्मावर काय परिणाम झाले, व पुढे तेच यवनांच्या अपकर्षास कसे कारणीभूत झाले हे सांगणे इष्ट आहे. किंबहुना मराठ्यांच्या इतिहासाचा हा उपोद्घातच होय असे म्हटले तरी चालेल. अल्लाउद्दीन खिलजीने सन १२९४ मध्ये देवगिरीच्या रामदेवराव यादवावर स्वारी केली तेव्हापासून हिंदूंची सत्ता लयास जाऊन यवनसत्तेस प्रारंभ झाला. ही यवनसत्ता तीन चार शतकांमध्ये प्रबल होऊन सर्व हिंदुस्थान आक्रमून राहिली, तिच्या त्रासाने जर्जर होऊन गेल्यामुळे हिंदुलोकांनी स्वतंत्र होण्याकरिता जे अनेक प्रयत्न केले त्यातील शेवटचा व यशस्वी असा प्रयत्न शिवाजीने केला. या प्रयत्नास एकदोन शतकांपूर्वी अवतीर्ण झालेल्या संतमंडळीच्या धार्मिक सुधारणेचे आणि ऐक्य वृद्धीचे चांगले साहाय्य झाले. नंतर मग महाराष्ट्र राज्य, महाराष्ट्र धर्म, महाराष्ट्र भाषा ही संस्थापित झाली. अर्थात देवगिरीच्या रामचंद्र यादवापासून मराठ्यांच्या पूर्व इतिहासाची मूळपीठिका धरिली पाहिजे. पूर्वीच्या चालुक्य, शिलाहार, परमार, यादव, कदंब वगैरे सर्व क्षत्रिय कुलांच्या इतिहासाचे संशोधन केले पाहिजे. ह्या सर्व हिंदुधर्मीय क्षत्रिय कुलांचा एकजीव होऊन पुढे महाराष्ट्रमंडळ निर्माण झाले. सांप्रत महाराष्ट्रमंडळामध्ये चालुक्याचे 'साळुंखे', शिलाहाराचे 'शेलार', परमारांचे 'पवार', यादवाचे 'जाधव', 'कळंबा'चे 'कदम' झालेले दृष्टीस पडतात. त्यांची पूर्वपीठिका शोधिली म्हणजे महाराष्ट्रराज्य वृक्षाची जमीन प्रथम कशी तयार झाली हे समजून येईल. हा पूर्वीचा इतिहास ताम्रपट

व शिलालेख यांवाचून सिद्ध करिता येणार नाही. हे काम 'इंडियन अँटिक्वरी' नामक मासिक - पुस्तकाच्या द्वारे अनेक विद्वानांनी पूर्वीच उत्तम प्रकारे केले आहे. त्याच्याच आधाराने प्राक्कालीन इतिहास संशोधक विद्वन्मणि **डॉ. भांडारकर** यांनी **'दख्खनचा प्राचीन इतिहास'** तयार केला आहे. ताम्रपट व शिलालेख ह्यांशिवाय पूर्वीच्या राजांचे पद्यात्मक चरित्रलेख असण्याचा संभव आहे. कारण ही पद्यात्मक ग्रंथ रचना तयार करण्याचा प्रघात **महिपतीच्या भक्तिविजयापर्यंत** तसाच चालू होता. गद्यप्रबंध लिहिण्याचा परिपाठ अगदी अलीकडचा आहे. कर्नाटक भाषेमध्ये ह्या पूर्वीच्या हिंदू राजांचे - म्हणजे विजयनगर, देवगिरी वगैरे ठिकाणच्या भूपतींचे - चरित्र वर्णनात्मक ग्रंथ प्रथम तयार झाले, व त्यावरून पुढे ते प्राकृत भाषेत बखरींच्या रूपाने अस्तित्वात आले असे मानण्यास हरकत नाही. **देवगिरीच्या रामदेव राजाची बखर मद्रास येथील सरकारी ग्रंथसंग्रहालयामध्ये** आहे असा शोध लागतो. शहाजी राजाच्या वेळी कर्नाटकामध्ये मराठी भाषेचा उदय चांगलाच झाला होता. विजापूर, गोवळकोंडे, भागानगर वगैरे ठिकाणच्या दरबारांमध्ये मुरार जगदेव, अकण्णा, मादण्णा, साबाजी अनंत ह्यांच्यासारखे हिंदु ब्राह्मण मुत्सद्दी राज्यकारभार चालवीत असल्यामुळे तेथे मराठी भाषेस जास्त आश्रय मिळण्याचा संभव होता. ह्या थोर मुत्सद्यांचे शहाजीस व शिवाजीस प्रत्यक्ष व अप्रत्यक्ष रीतीने किती साहाय्य झालेले आहे हे इतिहास वाचकांस ज्ञात आहेच. या समयाचे मराठी लेख मिळविणे विशेष अगत्याचे आहे. ह्या वेळी फारशी व मराठी भाषेमध्ये पत्रव्यवहार करण्याची पद्धति चालू होती. मुरारपंताची शहाजीस आलेली पत्रे फारशी भाषेमध्ये आहेत. शहाजीचे विजापूर दरबारी चांगले वर्चस्व झाल्यानंतर त्यास बंगलोर, उसकोटा, कोलार, शेरा, बाळापूर हे प्रांत जहागीर मिळाले होते. त्या प्रांताची व्यवस्था शहाजी स्वतः पहात असे. त्याने आपल्या जहागिरीमध्ये वसुलाची नवीन पद्धति सुरु केली होती, ती इतकी चांगली होती की, विजापूर दरबारासही ती पसंत पडून त्यांनी तिचे अनुकरण केले. ह्यासंबंधाची माहिती विजापूर येथील बादशहांच्या फारशी 'तवारिखां'मध्ये सापडण्याचा संभव आहे. तथापि हा सर्व इतिहास मद्रास, तंजावर वगैरे ठिकाणीच उपलब्ध झाला तर होईल. शहाजीच्या कर्तबगारीने तंजावर प्रांतामध्ये मराठ्यांचा प्रवेश झाला व पुढे कित्येक वर्षेपर्यंत त्याचा धाकटा पुत्र व्यंकोजी व त्याचे वंशज राज्य करीत होते. त्यामुळे तिकडे मराठ्यांची वसाहत वाढत चालली. शहाजीचे स्वामिनिष्ठ सेवक रघुनाथपंत हणमंते ह्यांनी व्यंकोजीस राज्यकारभार चालविण्याचे कामी अप्रतिम साहाय्य केले, किंबहुना त्यांच्याच जिवावर तिकडील पुंडपाळेगारांच्या तडाक्यातून मराठी राज्यसत्तचे संरक्षण झाले. तंजावर येथे महाराष्ट्रातील प्रसिद्ध घराण्यांच्या शाखा बऱ्याच गेल्या आहेत. साताऱ्यास पंडितराव राजोपाध्याय हे अष्टप्राधानांपैकी एक होते. त्यांचेच भाऊबंद 'अर्वीकर' या नावाने तंजावरास आहेत. त्यांच्या जवळ जुने कागद असल्याचे

समजते. तात्पर्य, तंजावरचा समग्र इतिहास प्रसिद्ध झाला म्हणजे मराठी राज्याची प्रारंभी रचना कशी झाली, पुढे त्याची जोमदार शाखा कशी बळावत गेली व पुढे तिचा प्रचंड वृक्ष बनून तो हिमालय पर्वताच्या शिखरांपर्यंत कसा जाऊन पोहोचला, आणि अखेर दक्षिणेतील मूळाची काय स्थिती झाली, हे चांगले व्यक्त होईल. ह्या इतिहासाची सामग्री केवळ मराठी भाषेमध्ये मिळणार नाही, परंतु तामिल भाषेमध्ये व फारशीमध्ये ती बरीच उपलब्ध होईल. तंजावराकडे **'नरपतिविजय'** वगैरे नावाचे तद्देशीय भाषेत ग्रंथ आहेत त्यांत हा पूर्वीचा साद्यंत इतिहास आला आहे.

शिवाजी राजापासून महाराष्ट्राच्या इतिहासाचा दुसरा काळ सुरु झाला. कारण तोच महाराष्ट्राच्या खऱ्या इतिहासाचा प्रारंभ होय. शिवाजीच्या वेळी बखरी किंवा इतिहास लिहिण्याची पद्धति जारीने अमलात आलेली नव्हती, त्यामुळे तत्कालीन इतिहास उपलब्ध होण्याची फारशी आशा नाही. तथापि त्या वेळच्या कागदपत्रांवरून ह्या इतिहासाची रचना केली पाहिजे. हे काम **कृष्णाची अनंत सभासद, मल्हार रामराव चिटणीस** वगैरे लेखकांनी केले आहे. चिटणिसांच्या बखरी तर अस्सल कागदपत्रांच्या आधाराने लिहिल्या गेल्या आहेत, हे ग्रांट डफ साहेबांनीही मान्य केले आहे. परंतु त्या वेळच्या इतिहासलेखनाच्या पद्धतींमध्ये व सध्याच्या इतिहासाभिरूचीमध्ये महदंतर पडल्यामुळे ह्या बखरी सांप्रत अपूर्ण भासत आहेत. त्यातून अलीकडे कित्येक महत्त्वाच्या गोष्टींबद्दल संशय व वाद उत्पन्न झाल्यामुळे त्यांचे बखरींच्या योगाने मनाचे चांगलेसे समाधान होत नाही. ह्याकरिता ज्या पत्रांच्या आधाराने ह्या बखरी लिहिल्या गेल्या त्यांचे प्रकाशन होणे विशेष आवश्यक झाले आहे. त्यातून आंग्लविद्येच्या प्रसारामुळे पाश्चात्य राष्ट्रांच्या इतिहासाची चांगली ओळख होऊन वाशिंग्टन, नेपोलियन, इत्यादि परकीय राष्ट्रांमध्ये अवतीर्ण झालेल्या महापराक्रमी व स्वदेश भक्त नरवीरांची सुंदर चरित्रे वाचण्यात येऊ लागली. त्यामुळे त्यांची बरोबरी करणाऱ्या आपल्या महाराष्ट्रराज्यसंस्थापक शिवछत्रपतींचे चरित्र विस्तीर्ण असावे अशी उत्कंठा वाटू लागणे अगदी साहजिक आहे. अलीकडे शिवछत्रपतीच्या स्मारकाची चळवळ सुरु झाल्यामुळे ही उत्कंठा द्विगुणित वाढली आहे. ती पूर्ण करण्याकरिता कोणकोणत्या साधनांचे साहाय्य घेतले पाहिजे याबद्दल मागे बरीच वाटाघाट झाली आहे. **'केसरी' वर्तमानपत्रामध्ये ''छत्रपती शिवाजी महाराजांच्या चरित्राची साधने''** म्हणून एक-दोन लेख गेल्या मार्च महिन्यामध्ये प्रसिद्ध झाले आहेत. तेव्हा त्यासंबंधाने विशेष विचार करण्याची आवश्यकता राहिली नाही. तथापि ती साधने जितकी गोळा होतील तितके उत्तम आहे. शिवाजीच्या बखरींमध्ये चिटणीस व सभासद यांनी जी माहिती दिली आहे. तिच्याखेरीज अन्य माहिती पुष्कळच असली पाहिजे. शिवाजीने ज्या आपल्या संवगड्यांच्या जिवावर विजापूर बादशाहीतील अनेक गड काबीज केले. त्या तानाजी, बाजी, येसाजीचे वृत्तांत अद्यापि चांगलेसे माहीत झाले नाहीत. शिवाजीच्या

राज्य व्यवस्थेचा व सेना व्यवस्थेचा इतिहास ग्रांट डफ साहेबांनी जो काही दिला आहे, तो अगदी संक्षिप्त आहे. प्रोफेसर ओवेन ह्यांनी इतिहासशास्त्राच्या दृष्टीने त्यांतील तत्त्वे घेऊन आंग्लदेशातील विश्वविद्यालयामध्ये त्याची चांगली परिस्फुटता केली आहे. व शिवाजीच्या राज्य पद्धतीचे चांगले अभिनंदन केले आहे; तरी त्यासंबंधाचे सर्व अस्सल कागदपत्र पाहून मनाचे जे समाधान होईल ते अन्य कशानेही होणार नाही. शिवाजीने विजापूर व दिल्ली येथील दरबारांमध्ये जी अनेक राजकारणे केली त्यांचा वृत्तांत बखरींत फार अल्प आहे. ह्या राजकारणांची **अनेक अस्सल पत्रे सातारच्या महाराजांजवळ आहेत. ह्या पत्रांमध्ये शिवाजीचा मोठा गौरव करून त्यास जी सन्मानवाचक विशेषणे दिली आहेत. ती नुसती वाचली तरी मनास अतिशय संतोष झाल्यावाचून राहत नाही.** दिल्लीच्या बादशाहाकडून शिवाजीस पहिले पत्र छ. १० रबिलावल सन १०५९ हिजरीमध्ये आले. त्या पत्रामध्ये **'मवारीद अवातीफ नुमायान'** म्हणजे नाना प्रकारचे स्नेहास व कृपेस योग्य, **'कयकुल इनायत वल यहसान'** म्हणजे उपकारास व कृपेस पात्र, **'उमदे तुल इमसाल'** म्हणजे उत्तम उपमेयोग्य इत्यादी विशेषणे दिली आहेत. पुढे शिवाजीचा पराक्रम जसजसा वाढत गेला, तसतशी ह्या बहुमान सूचक पदव्यांचीही योग्यता वाढत चालली. मिर्झा राजे जयसिंग यांनी, शिवाजीचा दिल्लीपतीचे भेटीस जाण्याचा बेत कायम केला. हे वृत्त दिल्ली दरबारी कळविले, तेव्हा औरंगजेबास परमावधीचा आनंद होऊन त्याने शिवाजीस छ. १० जुलीस मुताबील सन १०७८ हिजरी रोजी एक अभिनंदन पत्र लिहिले व पोषाख नजर पाठविला. ह्या पत्रामध्ये जे बहुमान दिले आहेत. ते विशेष लक्षात ठेवण्यासारखे आहेत. **'जुबतुल अमसाल वल अकरान'** म्हणजे आपले बरोबरीचे राज्यांत श्रेष्ठ, **'उमदतुल अषवाह वल आयान'** म्हणजे सर्व उमरावांत थोर, **'काबील, उल मरहत वल यहसान'** म्हणजे महत्कृपेस पात्र, **'मुतीयुल इसलाम'** म्हणजे मुसलमानी धर्मरक्षक, अशा तऱ्हेची विशेषणे त्यात दिलेली आहेत. औरंगजेबासारख्या महत्त्वाकांक्षी बादशाहाकडून अशा तऱ्हेचे सन्मान मिळाले, ह्यावरूनच शिवाजीच्या अंगच्या अलौकिक गुणांची योग्यता सिद्ध होते. तात्पर्य, अशा प्रकारचे कागदपत्र सर्व प्रसिद्ध झाल्यावाचून ह्या राजकारणांचा इतिहास नीट समजणार नाही. ही बादशाही राजकारणांची गोष्ट झाली. त्याप्रमाणेच रामदास स्वामींच्या राजकारणांचा वृत्तांत महत्त्वाचा आहे. महाराष्ट्रामध्ये ह्यावेळी **रामदास स्वामी, जयराम स्वामी, रंगनाथ स्वामी, आनंद मूर्ति प्रभृति जे साधुपंचक** होते. त्यांनी शिवाजीस किती साहाय्य केले, तो इतिहास अत्यंत मनोरंजक आहे. मराठ्यांचा भाग्योदय, उत्कर्ष, अपकर्ष झाला तरी त्यांच्या सैन्याच्या अग्रभागी सर्वसंग परित्याग केलेल्या वैराग्यशाली **स्वामींचा 'भगवा झेंडा'** अखेर पर्यंत फडकत होता; पण त्याचा इतिहास कोणास ठाऊक नाही! शिवाजीस रामदास स्वामींनीराजनीतिपर व

धर्मपर जे अनेक उपदेश केले. व नाना प्रकारची बोधपर पत्रे पाठविली त्यांचा आजपर्यंत कोणी शोध केला नाही! स्वामींच्या मुखातून निघालेल्या.

कष्टेवीण फळ नाही। कष्टाविण राज्य नाही।।
केल्याविण होत नाही। साध्य जनी।।१।।

ह्या अमृततुल्य **उक्तीचा गर्भितार्थ ग्रांट डफ साहेबांसारख्या परकीय गृहस्थास कधी तरी पूर्ण कळेल काय?** रामदास स्वामींच्या ह्या शब्दांवर मराठी राज्याची भव्य इमारत उभारली गेली, व खुद्द शिवाजीने ही गोष्ट मान्य केली आहे. **बडोद्यासारख्या ठिकाणी दीनबंधु पंथाचा** बराच प्रादुर्भाव झाला असून तेथे **रामदास स्वामी होते की नव्हते अशा शंका निघू लागल्या आहेत.** ह्याचे कारण तरी ह्या **सर्व इतिहासाचा अभाव हेच होय. रामदास स्वामींच्या गादीचे वंशज चाफळचे स्वामी ह्यांच्याजवळ शिवाजीने रामदासास दिलेली सनद आहे.** ती पाहिली म्हणजे ह्या शंकेचे निवारण होईल. **त्यात सर्व राज्य स्वामींच्या कृपाप्रसादाने व आशीर्वादप्रतापाने प्राप्त झाले असे म्हटले आहे.** ह्या सर्व सनदा व इतर कागदपत्र चाफळकर स्वामीजवळ आहेत, त्यांची प्रसिद्धी झाली पाहिजे. रामदास स्वामींचे पट्टशिष्य **कल्याण गोसावी ह्यांचा मठ मोगलाईत डोमगावी** आहे. तेथे शिवाजीची पत्रे व इतर जुने कागद बरेच असल्याचे समजते. तिकडे यत्न करणे आवश्यक आहे. रामदासस्वामींनी समाधी घेतल्यानंतर त्यांच्या मठाची सर्व व्यवस्था **दिवाकर गोसावी करीत** होते. **त्यांचे वंशज सातारा जिल्ह्यात अद्यापि आहेत. त्यांच्याजवळ काही कागद असण्याचा संभव आहे.** रामदास स्वामींचे समकालीन **जयरामस्वामी,** ह्यांचे **वडगाव व निगडी येथील मठ आहेत.** व त्यांच्या देवस्थानाकडे उत्पन्ने चालू आहेत. **तेथील कागद पत्र उपलब्ध झाले तर फार चांगले होईल.** शिवाजीस मराठी राज्य संस्थापित करण्याचे कामी ज्या परभु लोकांचे फार साहाय्य झाले त्यांचा इतिहास चांगलासा उपलब्ध नाही. **''कायस्थ प्रभूंच्या इतिहासाची साधने''** म्हणून मागे एक पुस्तक प्रसिद्ध झाले आहे. त्यात चिटणीसादिकरून कित्येक घराण्यांचा इतिहास दिला आहे. सांप्रत ह्या ज्ञातीतील काही मंडळी बडोदे, येथे ह्या दिशेने चांगला प्रयत्न करीत आहेत. त्यांनी **'प्रभुरत्न माळा'** म्हणून एक पुस्तक नुकतेच प्रसिद्ध केले आहे. त्यात 'ब्राह्मण' व 'परभु' असा थोडासा भेद बाळगून **आपल्या शूर पूर्वजांच्या कीर्तीची मर्यादा संकोचित करण्याचा त्यांनी प्रयत्न केला आहे.** तो मात्र आम्हांस पसंत नाही! **सर्व महाराष्ट्रास जी नररत्ने वंदनीय वाटत आहेत. त्यांचे स्वज्ञाति पुरतेच गौरव का करावे?** असो, ह्या मंडळीच्या प्रयत्नाने जुनी माहिती चांगली प्रसिद्ध होत आहे ही मात्र आनंदाची गोष्ट आहे. शिवाजीच्या वेळच्या जुन्या घराण्यांजवळील कागदपत्र प्रसिद्ध झाले म्हणजे त्या वेळचा बराच इतिहास ज्ञात होईल यात शंका नाही. शिवाजीच्या वेळच्या अष्टप्रधानांपैकी पिंगळे, सचिव, सुमंत, अमात्य, मंत्री,

पंडितराव वगैरे घराणी अद्यापि अस्तित्वात आहेत. त्यांच्याकडे काही तरी जुने कागद मिळाल्यावाचून राहणार नाहीत.

शिवाजीच्या कारकीर्दीनंतर विशेष महत्त्वाच्या कारकीर्दी म्हटल्या तर राजाराम व शाहू ह्यांच्या होत. राजारामाच्या वेळी मुसलमानांनी सर्व मराठी राज्य बुडविण्याचा कासा दीर्घ प्रयत्न केला. पण त्यावेळच्या महास्वामिभक्त व देशभक्त मराठे वीरांनी त्यांस दाद न देता मोठ्या शर्थीने आपली सत्ता कशी कायम राखिली, तो वृत्तांत फार महत्त्वाचा आहे. किंबहुना मराठ्यांच्या सर्व इतिहासात त्यासारखा वीर्योत्साहजनक दुसरा भागच नाही. असे म्हटले तरी चालेल. ह्या समयी देशस्थिती कशी झाली होती. ह्याचे हुबेहूब चित्र त्या वेळच्या कागदपत्रांचा अभ्यास केल्यावाचून व्यक्त होणार नाही. राजारामाच्या कारकिर्दीतील राजकारणांमध्ये प्रमुखत्वे करून अग्रेसर असलेले **खंडो बल्लाळ चिटणीस, धनाजी जाधव, संताजी घोरपडे, रामचंद्र पंत अमात्य** वगैरे सरदारांचे वंशज अद्यापि कायम आहेत. त्यांच्याकडे यत्न केला असता काही तरी कागद मिळतील. ह्या प्रसंगाचे कागद किती महत्त्वाचे आहेत हे दाखविण्याकरिता आम्ही त्यावेळचे एक पत्र येथे मासल्याकरिता सादर करितो. हे पत्र राजारामाने राजशक १६ (म्हणजे इ. स. १६९०) मध्ये बाजी सर्जाराव जेधे देशमुख यांस लिहिले आहे. ते येणेप्रमाणे.

''स्वस्तिश्री राज्याभिषेक शके १६ प्रमोद नाम संवत्सरे चैत्र बहुल अष्टमी मंदवासरे राजमान्य राजश्री **बाजी सर्जाराव जेधे देशमुख** यांस राजआज्ञा अभय दिल्हे ऐसी जे, राजश्री रतनोजी शिंदे व शंकराजी ढोगे याजबरोबरी किती एक एक निष्टपणाच्या गोष्टी सांगोन पाठविल्या. सांगितल्याप्रमाणे विदित झाल्या असल्यास **हे महाराष्ट्र राज्य आहे. तुम्ही लोक या राज्याची पोटती दुम धरितां तरी ते प्रांती तितकी राजकारणे आहेत.** चालणा करून आपण जमाव करून सावधपणे राहोन स्वामीकार्य दृष्टीस पडेल ते मनास आणून हस्तगत करून ठेवणे. हुजूर लिहून पाठविणे. तेणेप्रमाणे हुजरून विल्हे केली जाईल. या प्रांतीचे वर्तमान तरी राजश्री छत्रपती स्वामी स्वारी करून कर्नाटक प्रांती गेले. यावर तिकडे जमाव लष्कर चाळीस हजार, हशम एक लाख पंचवीस हजार जमाव जाहला आहे. पुढेही आणखी जमाव होतच आहे. ते प्रांतीचे कुलपुंड पाळेगार तमाम येऊन भेटले आहेती. जमेती पोख्त झाली आहे. तूर्त पुढे राजश्री केसो त्रिमल या प्रांती रवाना केले आहेती. त्यांबरोबर संगीन स्वार पंधरा हजार व हशम पंचवीस हजार देऊन रवाना केले आहेती. हे साखळ प्रांती तुंगभद्रेच्या तीरास आले आहेती. खजिनाही एक लाख बाजू बराबर आहे. त्यास आणावयास राजश्री धनाजी जाधव व राजश्री संताजी घोरपडे सेनापंच पाठविले आहे-ती. तेही आठ पंधरा दिवशी येतील. ते आलियावर तो जमाव (व) हुजूरचा जमाव असे करून त्याप्रमाणे स्वारी होईल. तरी हे पत्र तुम्हास सादर केले

असे. तेणेप्रमाणे जमावानिशी सावध असणे. त्याप्रमाणे आलियावर तुमचीही सरंजामी येथे राम रतनोजी शिंदे (व) शंकराजी ढोगे यांही रदबदली केल्याप्रमाणे चालवू.

बितपशील

तैनाती सालीना होन	गाव
५०० खासा	४ इसाफती
५०० मजाजी जेधे	२ वेतनात गाव
१०००	६

सदर्हूप्रमाणे हजार होन तैनाती गाव व इसाफती व मोकासे मिळून सहा गाव कार्यभाग जालिया देऊ. तरी तुम्ही आपली खातरनिशा राखोन **स्वामीच्या पायाशी एकनिष्ठता धरोन, स्वामीकार्य साध्य होय ते गोष्ट करणे. गनीमाची बिसाद काय आहे?** गनीमसा तुम्ही लौकिक केला आहे. **या राज्याची पोटती दूम धरिता तेव्हा औरंगजेबाची हिसाब धरीत नाही.** ऐसे बरे समजून लिहिल्याप्रमाणे वर्तणूक करणे. औरंगजेबाने (जे) महाराष्ट्र लोक आहेती त्यांस मुसलमान करावे असे केले आहे. त्यापैकी मुसलमान केले मा **नेताजी व साबाजी घाटगे व जानोजी व कित्येक ब्राह्मणही या प्रांतीचे बाटविले.** पुढे मतलब केला आहे. तिकडून तमाम मराठे लोक होते ते आपल्या जमावानिशी आम्हांकडे येताती. हक्की राजश्री हणमंतराव निंबाळकर व सटवाजी निंबाळकर व बाजे व सरदार आले आहेत. पुढेही कित्येक येताती. असे गनिमाचे लष्कर आपले हुजूर जमाव होत आहे. ईश्वर करितो तरी फत्तेच आहे. लिहिल्याप्रमाणे हिंमत धरणे. जाणिजे छ. २० जाखर सुमा तिसैन आलफ. आज्ञा प्रमाण (मोर्तब चौकोनी आत अक्षरे 'मर्यादेयं विराजते')

या पत्रावरून महाराष्ट्रीयांच्या अंगी त्या वेळी **केवढा स्वाभिमान होता, किती उमेद होती, आणि स्वत्वरक्षणाची किती चाड होती हे चांगले व्यक्त होते.** ह्या प्रसंगाचे कागदपत्र विशेष करून **सातारा, तंजावर, जिंजी** येथेच मिळण्याचा संभव आहे. वर दिलेले पत्र खंडो बल्लाळ चिटणीस यांच्या हातचे आहे. त्यांच्याच वंशजाजवळ असे कागद बरेच सापडतील. चिटणीसांचा **'कुळकट'** म्हणजे घराण्यांचा वृत्तांत **बडोद्यास आहे** तो स्वतंत्र रीतीने प्रसिद्ध झाला पाहिजे. त्यात ह्या प्रसंगाची माहिती चांगली मिळेल असे वाटते.

राजारामाच्या कारकीर्दीनंतर ताराबाईचे व शाहूचे युद्ध होऊन हिंदुपदपादशाहीच्या तक्ताचे आधिपत्य शाहूस मिळाले. तदनंतर कोकणस्थ ब्राह्मणांचा देशामध्ये उदय होऊन त्यांचा राजदरबारी प्रवेश झाला. श्रीवर्धनचा कुळकर्णी बाळाजी विश्वनाथ भट हा मोठा पराक्रमी निपजून पेशवे पदावर चढला. त्याने दिल्लीवर स्वारी करून चौथ सरदेशमुखीच्या सनदा शाहूस आणून दिल्या. त्याचे उभय चिरंजीव त्यासारखेच महाशूर, कर्तृत्ववान निपजून त्यांनी सर्व हिंदुस्थानात मराठ्यांची सत्ता संस्थापित

करण्याचा प्रयत्न केला. थोरले बाजीरावाच्या अखेरपर्यंत शाहूचे वजन चांगले होते व त्याचा पेशव्यावर दराराही तसाच होता. पुढे तो दरारा कमी झाला व बहुतेक सत्ता बाळाजी बाजीरावाच्या हाती गेली. तथापि सरासरीने शाहूच्या मृत्यूपर्यंत (सन १७४९) साताराच्या गादीचे महात्म्य कायम होते असे म्हटले तरी चालेल. तेव्हा ह्या काळापर्यंतची सातारची दप्तरे विशेष महत्त्वाची असली पाहिजेत व त्यांचाच ऐतिहासिक माहिती शोधण्याचे कामी विशेष उपयोग करून घेतला पाहिजे. शाहूच्या कारकीर्दीनंतर पेशवे स्वतंत्र झाले व सातारचे राजे नुसते नावाचे धनी बनले. तेव्हा पुढील राजकारणाचे विशेष महत्त्वाचे पत्रव्यवहार साताऱ्यास असण्याचा संभव नाही. परंतु सन १७४९ च्या पूर्वीचे सर्व कागद साताऱ्यास असून कारणपरत्वे पेशव्यासही ते साताऱ्याहून मागवावे लागत असत. सातारचे सर्व कागद चिटणिसांच्या ताब्यात असून त्यांची हरप्रसंगी पेशव्यासही विनवणी करावी लागत असे. दिल्लीच्या बादशाहाच्या अस्सल सनदा वगैरे कित्येक मूल्यवान कागद अखेरपर्यंत पेशव्यास माहीत देखील नव्हते असे ग्रांट डफ साहेबांनीही कबूल केले आहे. राजकारणाचे वेळी पेशव्यांस साताऱ्याहून मागील महत्त्वाचे कागद शोधून न्यावे लागत असत. ह्याची आम्हास बरीच उदाहरणे दाखविता येतील. सन १७८०-८१ साली पेशव्यांचा व निजामाचा चौथ सरदेशमुखी संबंधाने काही वाद उत्पन्न झाला. पेशवे पूर्वीपासूनचा आपला हक्क सांगू लागले; परंतु पूर्वीचे तहाचे कागद दाखविल्यावाचून निजाम ती गोष्ट कबूल करीना. तेव्हा सवाई माधवराव व नाना फडनवीस त्यांनी सातारच्या महाराजांचे चिटणीस रामराव जिवाजी यांस जुने कागदपत्र पाठविण्याबद्दल विनंतीपत्रे लिहून साताऱ्यास सांडणीस्वार रवाना केले. नंतर तेथून अस्सल कागदपत्र रवाना झाल्यानंतर निजामाचा तह मान्य झाला. श्रीमंताचे या वेळी जे पत्र आले होते ते येणेप्रमाणे :-

''राजश्रियाविराजित राजमान्य राजश्री रामराव गोसावी यांसी :-

स्नेहांकित माधवराव नारायण प्रधान आशीर्वाद उपरी येथील कुशल जाणून स्वकीय कुशल लिहीत जाणे विशेष, सरकारात नवाब निजाम अल्लोखान बहादूर यांजकडील तहाचा जाबसाल होत आहे; याजकरिता श्रीमंत कैलासवासी शाहू महाराज यांचे कारकीर्दीत नवाब निजामनमुलुख यांसी तह झाला तेव्हा चौथाई सरदेशमुखीसंबंधे भागानगर वगैरे सुभे येथील तहाचे कागदपत्र करार जाहले असतील त्यांचा शोध **तुम्ही आपले दप्तरी करून हिंदवी, फारशी, कागदपत्र, यासंबंधी जे असतील ते पाठवून देणे.** नाणिजे छ २४ शाबान सुमा इसन्ने सामानीन मया व अलफ, बहुत काय लिहिणे हे आशीर्वाद.''

याप्रमाणेच नाना फडनविसांचेही पत्र आहे. तात्पर्य, **शाहूच्या पूर्वीचे बहुतेक कागद साताऱ्यास चिटणिसांच्या ताब्यामध्ये होते. ह्यात शंका नाही.** तेव्हा पूर्वीच्या कागदांबद्दल प्रयत्न करणे तो साताऱ्यासच केला पाहिजे. **आता सातारा येथील**

कागदांची बरीच स्थित्यंतरे झाली आहेत. ग्रांट डफ साहेबांनी आपला इतिहास लिहिला त्या वेळी प्रतापसिंह महाराजापासून पुष्कळ कागद घेतले होते, परंतु ते त्यांनी परत केले आहेत असे मागे सांगितलेच आहे. त्यानंतर जनरल ब्रिग्ज ह्यांनी काही कागद नेले. पुढे सातारचे राज्य सन १८४८ त खालसा झाले त्या वेळी येथील सर्व दप्तरे रेसिडेन्सीमध्ये नेली व तीच पुढे पुण्यास नेली. त्यानंतर सन १८५२ साली इनाम कमिशनने सातारच्या आईसाहेबांजवळील असलेले खाजगी रुमाल बरेच नेले. पुढे त्यातूनही जे शिल्लक राहिले ते सन १८७४ साली आईसाहेब महाराज मृत्यु पावल्या नंतर, इंग्रज सरकारने राजवाडे जप्त केले त्या वेळच्या धांदलीमध्ये अस्ताव्यस्त पडले. नंतर त्यावर अनेक संकटे ओढवली, तितक्यांच्या सपाट्यातून जे काही शिल्लक राहिले आहेत **ते सांप्रत श्रीमंत आबासाहेब महाराज यांच्या ताब्यात आहेत व त्यांच्या परवानगीने त्यातील ऐतिहासिक भागाचे संशोधन होईल अशी पूर्ण आशा आहे.**

शाहूच्या पूर्वीचे महत्त्वाचे कागद सातारच्या महाराजांजवळ सापडण्याचा जसा संभव आहे, त्याप्रमाणे **सातारा जिल्ह्यातील अनेक जुन्या घराण्यांमध्येही सापडण्याचा संभव आहे,** तिकडेही यत्न केला पाहिजे. मळवडीचे **घाडगे,** म्हसवडचे **माने,** फलटणचे **निंबाळकर,** वाळव्याचे **थोरात,** तारळ्याचे **महाडीक,** पाडळीचे **फाळके,** त्याचप्रमाणे **मोहिते, शिर्के, मुतालीक** वगैरे जुनी घराणी सातारा जिल्ह्यात पुष्कळ आहेत व **त्यांच्याजवळ अगदीच कागदपत्र सापडणार नाहीत असे वाटत नाही.**

सातारा हे जसे मराठ्यांच्या इतिहासाचे मुख्य आगर त्याप्रमाणे **कोल्हापूर** हेही आहे. येथे **ताराबाई** व **जिजाबाई या दोन राजकारणी स्त्रियांच्या कारकीर्दीतले पुष्कळ कागद असले पाहिजेत.** निजाम, हैदर, टिपू वगैरेंनी कोल्हापूरास भेदमंत्र सुरु केला होता. **पेशव्यांचा पत्रव्यवहारही तेथे बराच असला पाहिजे.** बाळाजी बाजीरावाच्या कारकीर्दीत कोल्हापूरच्या छत्रपतीस हिंदुपदपादशाहीच्या गादीवर संस्थापित करण्याचाही प्रयत्न झाला होता. कोल्हापूरच्या सांप्रतच्या सुशिक्षित व राज्यव्यवहारदक्ष श्रीमंत छत्रपति महाराज साहेबांनी ही गोष्ट मनावर घेतल्यास त्यांचे महाराष्ट्रावर अगणित उपकार होतील. कोल्हापूराप्रमाणे कोल्हापूर प्रांतातील **विशाळगड, बावडा, इचलकरंजी, कागल, तोरगल, कापशी** वगैरे लहान लहान जहागिरीमध्येही **जुनी दप्तरे बरीच** असण्याचा संभव आहे. तिकडेही प्रयत्न होणे इष्ट आहे. असो. येथवर इतिहासाच्या दुसऱ्या काळाची माहिती कोठे मिळेल हे संक्षेपेकरून सागितले. आता तिसऱ्या काळाकडे वळू.

इतिहासाचा तिसरा काळ म्हणजे शाहूच्या मरणापासून तो पेशवाई बुडेपर्यंत. हा काल इतिहासाचा मध्य होय. **ह्याच काळामध्ये पेशव्यांची व त्यांच्या सरदारांची सत्ता विशेष उदय पावली व नष्ट झाली.** तिचा मुख्य इतिहास पेशव्यांच्या दप्तरामध्ये

असण्याचा फार संभव आहे. परंतु पेशव्यांच्या दप्तराचाच एकंदर इतिहास पाहिला तर या गोष्टीसंबंधाने विशेष आशा बाळगता येईल असे वाटत नाही. पुण्यास **पेशव्यांच्या कारकीर्दीमध्येच ह्या दप्तरावर अनेक संकटे येऊन त्यातील पुष्कळ कागद नष्ट झाले असावेत.** सन १७६२ मध्ये म्हणजे पानिपतच्या लढाईनंतर ज्या वेळी पुण्यावर तलवार धरून, **मोगल चढाई करून आला** त्यावेळी पुण्याचे दप्तराचा बराच नाश झाला, ह्या वेळी पेशव्यांची बायकामाणसे व राजकीय **कागदपत्र सिंहगड किल्ल्यावर पाठवून दिले होते, परंतु जानोजी भोसल्यांच्या बापू करांडे नामक सरदाराने तेथील वाड्यास आग लावून त्याचा विध्वंस केला.** ह्यापुढे थोरले माधवराव साहेबांनी दप्तराची चांगली व्यवस्था केली व नाना फडणवीसाच्या कारकीर्दीत तर तिचा कळस झाला. परंतु पुढे **बाजीरावाच्या कारकीर्दीत तिचा समूळ नाश झाला. त्रिंबकजी डेंगळे वगैरेनी दप्तराची फार अव्यवस्था केली. त्याच संधीत पेशव्यांच्या वाड्यास एकदोन वेळा आग लागून अग्निनारायणानेही त्याचा बराच स्वाहा केला.** पुढे पेशवाईची समाप्ति झाली व **सर्व दप्तर इंग्रजांच्या ताब्यात आले.** त्यावेळी **एल्फिन्स्टन साहेबांनी** अव्यवस्थित कागदांचा शोध लावून **सर्व दप्तर नानांच्या वाड्यात आणिले.** पुढे त्यातील कागदांची **रॉबर्टसन, म्याकलाईड** वगैरेनी निवड केली. ह्या कामी त्यांनी **बाळाजीपंत नातू, ढमढेरे** वगैरे मंडळीचे सहाय्य घेतले होते. पुढे **इनामकमिटीची स्थापना झाली** व **गोल्डस्मिथ** साहेबांची ह्या कामावर योजना झाली. ह्यांच्या कारकीर्दीत **रावजी पेंडसे** व **बाबा पेंडसे** असे दोन माहीतगार गृहस्थ दप्तरामध्ये होते **त्यांनी दप्तराची व्यवस्था केली.** त्या व्यवस्थेमध्ये लोकांच्या इनाम हक्काच्या व इतर वसूलासंबंधी कागदांची नीट जुळणी झाली, पण निव्वळ इतिहासोपयोगी कागदांची काय व्यवस्था झाली ते समजणे कठीण आहे! सन १८५२ मध्ये **कौपर साहेब** या दप्तराचे अधिकारी होते. त्यांच्या कारकीर्दीमध्ये सर्व **महाराष्ट्रातील जुने कागद इनामकमिटीने जप्त करून आणिले होते, त्यावेळी अठरा कारखान्यांचे किरकोळ कागद जाळले असे** म्हणतात! पुढे **ह्या दप्तराच्या खात्यास एलिएनेशन सेटलमेंट ऑफिस** असे नाव मिळून ते सन १८७८ पर्यंत स्वतंत्र रीतीने चालत होते. **सांप्रत हे दप्तर मध्यभाग कमिशनर साहेबांच्या ताब्यामध्ये आहे.** ह्यामध्ये पेशव्यांच्या **रोजकीर्दी** व **'चिटणिशी'** पत्रे म्हणून काही रूमाल आहेत, त्यांत काही इतिहासोपयोगी माहिती मिळण्याचा संभव आहे. आजपर्यंत हे कागदपत्र पाहण्याची कोणास परवानगी मिळाली नव्हती, परंतु दैववशात **मुंबई सरकाराने पुणे येथील डेक्कन व्हर्न्याक्युलर ट्रान्स्लेशन सोसायटीच्या काही सभासदांस ती परवानगी दिली आहे** ही अत्यंत संतोषाची गोष्ट आहे. त्याप्रमाणे सध्या ते काम सुरू आहे. त्याचा बराच उपयोग होईल अशी आशा आहे.

पेशव्यांचे दप्तरातील इतिहासोपयोगी कागदपत्र प्रसिद्ध झाल्याने मराठ्यांच्या

इतिहासाचे खरे स्वरूप जसे व्यक्त होईल त्या प्रमाणे किंबहुना त्यापेक्षाही अधिक मानाने पेशव्यांच्या अमदानीमध्ये प्रसिद्धीस आलेल्या सरदारांचे इतिहास व त्यांच्या घराण्यातील कागदपत्र प्रसिद्ध झाल्याने ते होणार आहे. आजपर्यंत ह्या बहुविध सरदारांची माहिती मुळीच प्रसिद्ध झाली नाही असे म्हटले तरी चालेल. ज्यांनी मराठी साम्राज्याच्या अभ्युदयार्थ अनेक पराक्रम गाजविले, अनेक प्रांत काबीज केले, स्वामीकार्याप्रीत्यर्थ आपल्या प्राणांच्या आहुती दिल्या त्यांचा इतिहास किंवा चरित्र रूपाने जगास ओळख असू नये, ह्यापेक्षा दु:खाची गोष्ट दुसरी कोणतीच नाही. **अशा पुरुषांचे अनेक वंशज अद्यापि हयात आहेत व आपल्या पूर्वजांच्या कर्तबगारीने मिळालेल्या जहागिरींचा व उत्पन्नांचा ते उपभोगही घेत आहेत. पण त्यांस ह्या महत्त्वाच्या कर्तव्याची स्मृति होत नाही, हे आमच्या देशाचे दुर्दैव होय.** ''**काव्येतिहाससंग्रहासारखे** पूर्वजांच्या कृतींचे प्रकाशन करण्यास योग्य साधन मिळाले असता त्याचा उपयोग दोन किंवा तीन सरदारांखेरीज कोणीच केला नाही! असो, आता तरी अशा मंडळींने मनावर घ्यावे व आपल्याजवळील जुन्या कागदपत्रांची प्रसिद्धी करून आपल्या कीर्तिशाली पूर्वजांच्या इतिहासाचा उद्धार करावा एवढी विनंती आहे.

सध्या ज्या ज्या संस्थानिक, जहागिरदार व सरदार वगैरे मंडळीकडून मराठ्यांच्या इतिहासास अत्यंत उपयुक्त असे कागदपत्र मिळण्याचा संभव आहे त्यांची माहिती आम्ही थोडक्यात देतो.

श्रीमंत महाराज गायकवाड सरकार **बडोदे,** श्रीमंत अळिजा बहादर शिंदे सरकार, **ग्वाल्हेर,** श्रीमंत महाराज होळकर सरकार **इंदूर** ह्या तीन संस्थानिकांनी **आपापल्या संस्थानची दप्तरे शोधवून ऐतिहासिक माहिती प्रसिद्ध करण्याचा प्रयत्न केल्यास मराठ्यांच्या इतिहासास त्यांची फार मदत होईल.** व मराठी वाचकांवर त्यांचे अत्यंत उपकार होतील. गायकवाड, शिंदे व होळकर ह्यांचे दप्तरात फार महत्त्वाचे कागद असण्याचा संभव आहे. कदाचित् अलीकडचे कागद प्रसिद्ध करता येणार नाहीत. परंतु पूर्वीचे पेशव्यांच्या कारकीर्दीतले पत्रव्यवहार प्रसिद्ध करण्यास काही हरकत दिसत नाही. त्यांच्या कानी आमची विनंती जाईल तो सुदिन होय. वरील तीन संस्थानिकांप्रमाणे धार, **देवास येथील पवार** व **नागपूरचे भोसले** ह्यांचे कागदही प्रसिद्ध झाले पाहिजेत. पुढील घराण्यातील ऐतिहासिक कागदांचा शोध केला पाहिजे.

कुलाब्याचे आंग्रे - ह्या घराण्यातील दप्तरे संस्थान खालसा झाल्यामुळे सरकाराने जप्त केली आहेत असे समजते; तथापि तेथील सांप्रतच्या वंशजाजवळ काही खाजगी कागद किंवा घराण्याच्या कैफियती मिळतील.

प्रतिनिधि - ह्यांची दप्तरे दुसऱ्या बाजीरावाच्या कारकीर्दीमध्ये 'प्रतिनिधींचे

बंड' झाले होते त्या वेळी नाश पावली व बापू गोखल्यांनी जप्त करून नेली; तथापि काही जुनी पत्रे मिळल्याचा संभव आहे.

दाभाडे - तळेगाव ह्यांची एक कैफियत **'काव्येतिहाससंग्रहा'** मध्ये प्रसिद्ध झाली आहे व एक लहानसा इतिहासही प्रसिद्ध झाला आहे. परंतु आणखी जुने कागद मिळाल्यास यत्न केला पाहिजे. सांप्रतचे दाभाडे सरदार श्रीमंत खंडेराव आबासाहेब हे ह्या कामी लक्ष पुरवतील अशी आशा आहे.

पुरंदरे - श्रीमंत नानासाहेब पुरंदरे ह्यांनी काही पत्रे **'काव्येतिहाससंग्रहा'**मध्ये प्रसिद्ध केली आहेत; तथापि सासवड येथील त्यांच्या जुन्या दप्तरात पुष्कळ ऐतिहासिक कागदपत्र मिळण्याचा संभव आहे. ह्या करिता श्रीमंत नानासाहेब ह्यांनीही सर्व दप्तरे तपासण्याची मेहेरबानी करावी.

फडनवीस - मेणवली येथील बरेच कागद आजपर्यंत नाहीसे झाले, तथापि तेथे अद्यापि काही कागद असल्याने समजते.

विंचूरकर - ह्यांच्या घराण्याचा लहानसा इतिहास प्रसिद्ध झाला आहे व विठ्ठल शिवदेव यांचे लहानसे चरित्रही **'काव्येतिहाससंग्रहा'त** छापले आहे. तथापि ह्या घराण्यात आणखी कागद सापडतील.

मालेगावचे राजेबहाद्दर - नारो शंकर राजेबहाद्दर या प्रसिद्ध सरदाराचे नाव मात्र प्रसिद्ध आहे, पण त्याचे **चरित्र अद्यापि प्रसिद्ध झाले नाही.** मालेगावचे सांप्रतचे राजेबहाद्दर श्रीमंत गोपाळराव शिवदेव ह्यांनी ह्या कामी साहाय्य केल्यास फार उपकार होतील.

पंतसचिव - ह्यांच्या दप्तरात शिवाजीच्या वेळचे काही कागद असण्याचा संभव आहे. शिवाजीच्या वेळेपासून महाराष्ट्रात चांगल्या स्थितीत असलेले एवढेच घराणे आहे. पंतसाहेबांनी ह्या कामी लक्ष पुरवावे अशी विनंती आहे.

पटवर्धन - दक्षिण महाराष्ट्रामध्ये सांगली, मिरज, जमखंडी, कुरुंदवाड येथील पटवर्धनांच्या शाखा अद्यापि या पराक्रमी घराण्याची उत्तम साक्ष देत आहेत. ह्या सर्व शाखांचे अधिपति चांगले प्रबुद्ध व स्वकर्तव्यदक्ष आहेत. श्रीमंत बापूसाहेब कुरुंद वाडकरांनी **'स्ववंशवर्णन'**प्रेमाने गाईले आहे. वीरमणी **परशुरामभाऊ ह्यांचे चरित्र** प्रसिद्ध झाले आहे, तथापि पटवर्धनांच्या दप्तरात आणखी पुष्कळ कागद असले पहिजेत, **'चिंतामणराव पटवर्धनांचा वाका'** फार प्रसिद्ध आहे. **मिरजमळा दप्तरमध्ये ऐतिहासिक कागद पुष्कळच आहेत.** मिरज येथील इतिहासतज्ज्ञ विद्वान् गृहस्थ रा. रा. **वासुदेवशास्त्री** खरे ह्यांनी या कामी बहुत परिश्रम करून ते दप्तर तपासण्याचे स्तुत्य काम केले आहे. त्यांच्या श्रमाचा फार उपयोग होईल यात शंका नाही. तथापि ह्या कामी सर्व पटवर्धन जहागीरदारांनी साहाय्य केले पाहिजे.

रास्ते - ह्या घराण्यातील पुरूषांनी कर्नाटकामध्ये फार पराक्रम केले आहेत.

ह्या घराण्याचा इतिहास मुळीच उपलब्ध नाही. श्रीमंत आनंदराव बाळासाहेब ह्यासंबंधाने शोध करतील अशी आशा आहे.

नातू - बाळाजीपंत नातू हे पेशवाई अखेरचे पूर्ण माहीतगार असून ग्रांट डफ साहेबांच्या इतिहासास त्यांनी फार साहाय्य केले होते. त्यांच्याजवळील जुने कागदपत्र त्यांच्या वंशजाकडे असण्याचा संभव आहे. ते अवश्य प्रसिद्ध झाले पाहिजेत.

वरील घराण्यांखेरीज **बिनीवाले, फडके, मेहेंदळे, खाजगीवाले, पानसे, माणकेश्वर, पेठे, मुजुमदार, पारसनीस** इत्यादि पुण्यास अनेक सरदार आहेत. त्यानीही इकडे लक्ष पुरविण्याची कृपा केली पाहिजे.

पुण्याखेरीज इतर ठिकाणी इतिहासप्रसिद्ध घराण्यांची माहिती मिळण्याचा पुष्कळ संभव आहे. **बारामतीचे काळे व जोशी** ह्यांच्या वंशजांकडे काही कागद मिळतील. **गोविंदराव काळे निजामाकडे वकील होते.** त्या वेळचे सांकेतिक आकड्यांचे त्यांचे पत्रव्यवहार बारामतीस आहेत असे म्हणतात. **धोंड येथील एका कुळकर्ण्याजवळ पानिपतच्या लढाईसंबंधाच्या काही बखरी आहेत.** त्यांचा बराच उपयोग होईल. राहुरी तालुक्यात **कान्हूरकर ह्यांच्याजवळ पेशव्यांचे काही कागद आहेत. चासचे चासकर जोशी** पेशव्यांचे आप्त; त्यांजजवळही बरेच कागद सापडतील. याशिवाय कायगाव टोक्याचे दीक्षित, चांदोरीचे हिंगणे, अकोळनेरचे दाभोळकर, कोपरेळचे कदमबांडे, मुधोळचे घोरपडे, रामदुर्गचे भावे इत्यादि अनेक मंडळीकडे जुने कागद मिळतील.

महाराष्ट्राशिवाय अन्य ठिकाणी जेथे जेथे मराठ्यांची घराणी आहेत तेथे शोध झाला पाहिजे. **नागपूरच्या भोसल्याचे दिवाण दिवाकर पुरुषोत्तम चोरघडे** ह्यांची माहिती प्रसिद्ध झाली नाही. तसेच **त्यांचे पुण्याचे वकील व्यंकटराव काशी** हे मोठे मुत्सद्दी होते; त्यांच्याही माहितीचा शोध केला पाहिजे. रघोजी भोसल्याचे कंठमणी **भास्करराम** यांच्याकडे बक्षीगिरी होती. **बंगाल्यामध्ये ह्याच पराक्रमी पुरुषाने मराठ्यांची सत्ता स्थापन केली.** सर्व गोंडवण, वगैरे काबीज करून वीरभुवन येथे ४० हजार फौजेनिशी छावणी देऊन **ओरिसा कटकपर्यंत अंमल ह्यानेच बसविला होता.** ह्याचा अलवर्दीखानाने कपटाने वध केला. परंतु मुधोजी भोसल्याने मुकसुदाबादेस जाऊन बंगाला सर करून **आपल्या पराक्रमी सरदाराच्या 'मुंडकटाई'बद्दल १४ लक्ष रूपयांचा वसूल घेतला.** अशा दिव्य रत्नांची महाराष्ट्रीयांस ओळख नसावी काय? मराठ्यांच्या इतिहासामध्ये अशी आणखी किती तरी रत्ने इतिहासाच्या अभावामुळे अदृश्य राहिली आहेत! **विसाजी कृष्ण बिनीवाले** ह्यांनी उत्तर हिंदुस्थानात अनेक विजय संपादन करून दिल्ली सर केली, **पानिपतच्या अपजयाबद्दल शुक्रताल व फत्तेगड येथील लढायांमध्ये रोहिल्यांचा पूर्ण सूड घेतला,** दिल्लीपतीस फिरंगी, रोहिले आणि इंग्रज इतक्यांच्या राजकारस्थानांतून वश करून घेऊन पेशव्यांच्या

परवानगीने सिंहासनारूढ केले आणि महाराष्ट्रीयांच्या शुद्ध कीर्तीस जो कलंक लागला होता तो पूर्णपणे नाहीसा केला. परंतु त्या विक्रमशाली पुरुषाची कोणासही ओळख नाही! थोरले माधवरावसाहेब पेशवे **ह्यांनी त्यांवर सुवर्णपुष्पांची वृष्टि करावी अशी इच्छा दर्शविली होती!** पण आम्हास ती काय होय! ह्यांच्याच तोडीचे दुसरे सरदार **रामचंद्र गणेश कानडे, अंताजी माणकेश्वर, गणेशपंत बेहेरे, त्रिंबकराव मामा, कृष्णराव बळवंत** ह्यांची नाममात्र ओळख **ग्रांट डफ साहेबांनी** करून दिली आहे, पण त्यांची चरित्रे उपलब्ध नाहीत! **होळकरांचे दिवाण गंगाधर यशवंत चंद्रचूड ऊर्फ गंगोबा तात्या** ह्यांनी रोहिलखंड पादांक्रांत केले होते त्याची पराक्रमकथा अगदी अविश्रुतच आहे! **कर्नाटकातले प्रसिद्ध सरदार बाजीराव गोविंद बर्वे** ह्यांनी **हैदरास व टिपूस 'दे माय धरणी ठाय' करून सोडले होते.** त्यांचे नुसते नाव तरी महाराष्ट्रीयांस परिचित असेल किंवा नसेल ह्याची शंकाच आहे! **रामशास्त्री प्रभुणे** ह्यांची पेशव्यांचे चतुर न्यायाधीश म्हणून फार कीर्ति आहे पण त्यांचे आख्यायिकेपेक्षा अधिक विश्वसनीय चरित्र उपलब्ध नाही! तात्पर्य, हिंदुस्थानातील प्रत्येक भागात बुद्धिवैभव आणि शौर्यपराक्रम गाजविलेले अनेक पुरुष होऊन गेले; पण इतिहासाच्या अभावामुळे ते नामशून्य झाले आहेत! त्यांच्या माहितीचा शोध लाविला पाहिजे.

मोगलाईमध्ये विठ्ठल सुंदराची ख्याति आहे. राक्षसभुवनाच्या लढाईत हा महत्त्वाकांक्षी पुरुष पतन पावला. त्याचे वंशज अद्यापि हैदराबादेस आहेत. त्याचप्रमाणे **रावरंभाचे घराणे** तिकडे आहे. त्यांचे कागद पाहिले पाहिजेत. **नळदुर्ग** तालुक्यातील जहागीरदार व **निलेगाव येथील देशमुख** नरसिंह तानाजी खर्ड्याच्या लढाईत मृत्यु पावले. त्यांचे पुत्र **तानाजी नरसिंह यांनी लिहिलेली खर्ड्याच्या लढाईची हकीकत फार महत्त्वाची आहे.** मोगालाईत मराठ्यांचा इतिहास पुष्कळच मिळेल म्हणून आमच्या एका मित्राने आम्हास सांगितले आहे व 'केसरी' पत्रामध्येही ह्याच आशयाचे एक पत्र प्रसिद्ध झाले आहे.

मोगलाईखेरीज **गुत्तीकर घोरपडे, सोंडूरचे घोरपडे, अर्णीचे जहागिरदार** ह्यांच्याकडे कर्नाटकसंबंधी बरेच कागद मिळतील.

उत्तर हिंदुस्थानात तर बुंदेलखंडात सर्वस्वी मराठ्यांची सत्ता होती. **झाशी, सागर, जाळवण** ही मराठ्यांची संस्थाने. तिकडेही प्रयत्न केला पाहिजे.

येणेप्रमाणे प्रयत्न केला तर मराठ्यांच्या इतिहासाची पुष्कळ सामग्री मिळेल ह्यात शंका नाही. वरील सामग्रीने इतिहासाच्या तिसऱ्या काळाची माहिती उत्तम प्रकारे सिद्ध होईल व त्यावरून मराठ्यांच्या राजकीय, सामाजिक व धार्मिक वगैरे सर्व प्रकारचा इतिहास लिहिण्यास सुलभ पडेल.

पेशवाई बुडाल्यापासून १८५७ च्या बंडापर्यंत ऐतिहासिक माहितीचा चवथा काळ व तेथपासून आजमितीपर्यंतचा पाचवा काळ कल्पिला आहे. ह्यापैकी चवथ्या

काळाचा इतिहास पुष्कळ महत्त्वाचा आहे. ह्यात **सातारचे प्रतापसिंह महाराज,** त्यांचे विलायतीतील एजंट **रंगो बापूजी,** ब्रह्मावर्ती हरि हरि करीत बसलेले **बाजीराव पेशवे,** त्यांचे दत्तकपुत्र **नानासाहेब, रावसाहेब, शिद्यांची बायजाबाई, झाशीची शौर्यशालिनी राणी लक्ष्मीबाई, नरगुंदचे बाबासाहेब** वगैरे अनेक महाराष्ट्रीयांचा समावेश होणार असून त्यांची ऐतिहासिक माहिती अनेक प्रकारे वाचनीय व विचारार्ह होणार आहे. पाचव्या काळासंबंधाने आज विशेष लिहिण्याचे प्रयोजन नाही. ह्या संबंधाने पुढे एखादे वेळी विचार करू.

❖

परिशिष्ट ३

मराठ्यांच्या इतिहासास उपयुक्त दप्तरखाने (भाग १)

(फारसी, दख्खिनी हिंदी व इंग्रजी साधने)

- वि. गो. खोबरेकर

मराठ्यांचा इतिहास देवगिरीच्या यादवांपासून सुरू होतो. हे मराठ्यांचे राज्य मुसलमानांनी इ. स. १३१३ त खालसा करून तिथे मुसलमानी अंमल सुरू झाला. इ. स. १३४७ त बहामनी राज्याची स्थापना झाली. ह्या बहामनी राज्यात व नंतरच्या बहामनीच्या शाखांत मराठे सरदार वावरू लागले. त्यात जाधव, कदमबांडे, घोरपडे, थोरात भोसले ह्या घराण्यातील पुरुष आपल्या पराक्रमाने चमकले. ह्यापैकी भोसले घराण्यातील शहाजी राजे यांचे पुत्र शिवाजी राजे यांनी स्वराज्य स्थापना केली. पेशवे काळात मराठी सत्ता संबंध हिंदुस्थानभर पसरली. ह्या मराठी सत्तेचा अस्त इ. स. १८१८ त झाला.

देवगिरीच्या यादवांचा इतिहास सांगणारी दप्तरे उपलब्ध नाहीत. देवगिरीचा सांस्कृतिक इतिहास **यादव कालीन महाराष्ट्र या नावाने डेक्कन कॉलेजचे प्रा. कै. डॉ. पानसे** यांनी लिहिला, तसेच म. म. डॉ. मिराशी यांचे विद्यार्थी **डॉ. प्रो. पी. वर्मा** यांनी **'यादवांचा इतिहास'** इंग्रजीत लिहिला आहे. **प्रा. रीती** (Ritty) यांनी **'सेहुनाझ ऑफ देवगिरी'** हा ग्रंथ लिहून त्यात भर घातली आहे.

देवगिरीच्या अस्तापासून शिवकालापर्यंतचा महाराष्ट्राचा कालखंड हा मराठ्यांच्या सांस्कृतिक इतिहासाचा खंड होय. ह्या कालखंडात मुसलमानी सत्ता, वऱ्हाड, अहमदनगर, विजापूर, बेदर, गोवलकोंडा येथे नांदत होती. ही सर्व राज्ये इ. स. १६८६ पर्यंत मोगल बादशहाने बुडविली. ह्या पाच शाह्यांच्या काळातील महाराष्ट्राचा सर्वांगीण इतिहास ऐतिहासिक दप्तरांच्या सहाय्याने लिहिला गेला आहे.

ह्या मुसलमान राज्यकर्त्यांच्याजवळ इतिहासकार किंवा कवी असत. त्यांनी फारसी भाषेत तत्कालीन माहिती लिहून ठेविली आहे. मोगल बादशहांनी ज्या आपल्या तवारीखा वा नामे लिहून ठेविले आहेत. त्यावरून तत्कालीन घटनांची माहिती मिळते. **जहागिरनामा,** शहाजहानचा **बादशहानामा,** औरंगजेबकालीन लेखक **भिमसेन बऱ्हाणपुरी, ह्याने लिहिलेला 'दिलकुशा'** नावाचा फार्सी ग्रंथ, **बसातीन उस सलातीन** म्हणजे विजापूरच्या आदिलशहाचा इतिहास ह्या उल्लेखनीय अव्वल साधनांचा समावेश ऐतिहासिक दप्तरात होतो. त्यांचा अभ्यास करून कोल्हापूरचे मोडक, बेंद्रे, पगडी, डॉ. जोशी यांनी आपले इतिहास ग्रंथ सजविले आहेत. हे ग्रंथ दक्षिणेतील मुसलमानी अंमलाची सर्वांगीण माहिती देतात.

मुसलमानी अंमलाखालील महाराष्ट्र व मध्ययुगीन दख्खन याचे सम्यक दर्शन **सय्यद अली** या इतिहासकाराने **'बुरहाने मासीर'** ह्या आपल्या फारशी ग्रंथात केलेले आहे. हा ग्रंथ त्याने इ. स. १६०३ मध्ये लिहून पुरा केला. बुरहाने मासीर या ग्रंथाचे प्रकाशन हैद्राबाद येथे १९३७ साली झाले. या ग्रंथाच्या मूळ **फारसी ग्रंथाचे इंग्रजीत** भाषांतर **लेफ्टनंट कर्नल सर व्रलस्ले हेम** याने करून ते **धी इंडियन ॲन्टीक्वेरी** या संशोधन पत्रिकेत इ. स. १९२० ते १९२३ पर्यंत क्रमशः प्रसिद्ध केले व लगेच इ. स. १९२३ साली ते स्वतंत्र ग्रंथ रुपाने प्रसिद्ध झाले या ग्रंथाची बहापनी राज्याचा इतिहास असलेली प्रकरणे **मेजर जे एस्. कींग** यांनी इंग्रजीत भाषांतर करून ती पुस्तकरुपाने सन १९०० साली स्वतंत्र ग्रंथरुपाने प्रसिद्ध केली. ले. क. **सर थाम्स वृलस्ले** हेग यांचा दख्खनच्या मध्ययुगीन इतिहासाचा अभ्यास गाढा होता. हे त्यांनी संपादन केलेल्या **'धी केंब्रिज हिस्टरी ऑफ इंडिया भा. ३'** व स्वतंत्रपणे लिहिलेल्या **'हिस्टॉरिकल लॅन्डमार्कस् ऑफ द डेक्कन'** या ग्रंथावरून दृगोच्चर होते.

दुसरा फारसी इतिहासकार **फेरिश्ता** ह्याने आपला इतिहास ग्रंथ विजापूर येथे लिहिला. फेरिश्ताने इ. स. १५७० ते १६१२ या काळात स्वतः पाहिलेले प्रसंग वर्णिलेले आहेत फेरिश्त्याचा इतिहास हा शिवकाल पूर्व महाराष्ट्राच्या इतिहासाचे एक उत्तम साधन ग्रंथ आहे. फेरिश्ताचा विशेष अभ्यास खानदेश जिल्ह्याचे कलेक्टर **कॅप्टन जॉन ब्रिग्ज** (१८२० ते १८२७) याने केला व चार भागात या पुस्तकाचे इंग्रजीत भाषांतर केले. हा **'हिस्टरी ऑफ द डेक्कन बाय ब्रिग्ज'** म्हणून प्रसिद्ध आहे. ब्रिग्जने हा इतिहास १८२९ मध्ये भाषांतरीत केला. त्या अगोदर इ. स. १७९४ त **जोनाथन स्कॉटा** ह्याने ह्या ग्रंथाचे भाषांतर केले.

महाराष्ट्राच्या मध्ययुगीन इतिहासाची साधन ग्रंथ प्रायः फारसी भाषेत आहे. त्यांचे मराठीत संक्षिप्त अनुवाद भारत इतिहास संशोधन मंडळाचे हल्लीचे कार्याध्याक्ष **प्रा. ग. ह. खरे** यांनी करून ते मंडळातर्फे प्रसिद्ध करून फार महान कामगिरी केली आहे. झहूर बिन झहूरिचा **मुहम्मन नामा,** सय्यद मुरुल्लाची **तारीख-इ अली अलिनामा, तारख इ-हत कुर्सी, बसाती नुसल्लातीन, फुतूहती आदिलशाही** इतक्या आदिलशाही तवारिखांचा मजकूर प्रा. खरे यांनी **शिवचरित्रवृत्त संग्रहाच्या, भाग ३ मध्ये** १६२४ पर्यंतचा भाग अनुवादीत केला आहे.

शिवाय महमद नामा, तबकत-इ अकबरनामा, बसतीन-उस सलातीन, तझकिरा उल-मुजुक, तरीक-इ कुतुबशाही, पातशाहनामा, आलमगीर नामा, नुकसा-इ दिलकशा आदि फारसी हस्तलिखितेही महाराष्ट्राच्या मध्ययुगीन इतिहासाची साधने होत. ह्यांचा अभ्यास सर जदुनाथ सरकार यांनी करून काहीची इंग्रजीत भाषांतरे केली आहेत. मध्ययुगीन इतिहासाचे संशोधक प्रा. ग. ह. यांनी मध्ययुगीन इतिहासाची साधने,

ऐतिहासिक फारसी साहित्य, खंड १ ह्या भारत इतिहास संशोधन मंडळाच्या प्रकाशनांत प्रसिद्ध केलेली आहेत. महमदनामा ह्या फारसी ग्रंथांचे इंग्रजी संक्षिप्त भाषांतर **प्रा. भगवान दयाल शर्मा** यांनी केलेले आहे. वर उल्लेखिल्यापैकी काही तवारिखांची संक्षिप्त भाषांतरे **इलियट अ‍ॅन्ड डाउसन** यांनी लिहिलेल्या **'हिस्टरी ऑफ हिंदोस्तान'** ह्या ग्रंथाच्या सहाव्या व सातव्या भागात दिलेली आहेत. **तारिखे दिलकशा** ह्या ग्रंथाच्या अर्ध्या भागाचे इंग्रजी भाषांतर सर **जदुनाथ सरकार** यांनी केले. राहिलेल्या अर्ध्या भागाचे **श्री. वि. गो. खोबरेकर** यांनी करवून घेऊन हे दोन्ही भाग टीपांसह इंग्रजीत **सर जदुनाथ सरकार बर्थ सेंटेनरी कॉमॉमोरेशन व्हॉल्यूम** म्हणून महाराष्ट्र शासनातर्फे १९७२ मध्ये प्रसिद्ध केलेले आहेत. ह्याचे मराठीत भाषांतर **मोगल व मराठे** या शीर्षकाखाली **सेतु माधवराव पगडी** यांचे आहे. महाराष्ट्राचा मुसलमानी कारकीर्दीचा इतिहास **कै. बाळाजी प्रभाकर मोडक** यांनी फेरिश्ता व बसातीन उस सलातीन ह्यांचे सारांश रूप अनुवाद देऊन प्रकाशित केला. महाराष्ट्राच्या मुसलमानकालीन इतिहासाचे संशोधन दख्खिनी हिंदीतील इतिहास साधने प्रसिद्ध करून **श्री. देवीसिंग चौहान** यांनी केले. दख्खिनी हिंदी ही मराठी, बगाली, व्रज, राजस्थानी भाषेसारखी आजही बोलीभाषा म्हणून दिल्ली, मीरत या प्रदेशात नादंत आहे. महाराष्ट्रात तिचा फैलाव बहामनी सत्ता दृढमूल झाल्यावर झाला. या भाषेची लिपी पारसी असून निजामी राज्यात या भाषेला राजाश्रय मिळाला. श्री देवीसिंहजी चौहान यांनी दख्खिनी हिंदीतील इतिहास साधनांचा परामर्ष विस्तृतपणे घेऊन ती शिवकालीन इतिहासाची साधने म्हणून प्रसिद्ध केली.

मुल्लानुस्रती हा दख्खिनी हिंदीतील महाकवी विजापूरच्या आदिलशहाच्या दरबारी होता. हा कवींद्र परमानंदांचा समकालीन. **नुस्रती कवीने अलीनामा**[1] **व तारीखे इस्कंदरी**[2] अशी दोन खंडकाव्ये लिहिली. त्या **दोन्हीचे संपादन देवसिंहजींनी** सटीप केलेले आहे. नुस्रती हा शिवाजी महाराजांचे समकालीन जे विजापूरचे सुलतान अली आदिलशहा व शिकंदरशहा यांचे पदरी होता. साहजीकच छत्रपतींच्या जीवनातील हर्शामर्ष आणि पराक्रमाची दंदुभी नुस्रतीच्या कानी जाणे अपरिहार्य होते. त्या सर्वाचे प्रतिबिंब नुस्रतीच्या काव्यात पडलेले आढळते.

दख्खिनी हिंदीतील मुल्ला नुस्रतीच्या समकालीन दुसरा **कवी हाशमी** नुस्रतीची हत्त्या स. १६७४ मध्ये झाली. हाशमी त्यापुढे आणखी तेवीस वर्षे जगला. त्याचा मृत्यु इ. स. १६९७ साली झाला. हाशमी हा गझलांचा बादशाहा 'हाशमीकृत

---

१ नुस्रतीकृत अलीनामा (हिंदी), संपा. श्री. देवीसिंह चौहान

२ तारिखे इस्कंदरी (हिंदी), संपा. देवीसिंह चौहान
पुणे, शके १८९०; संपा, श्री. देवीसिंह चौहान
ऑक्टोबर-डिसेंबर १९८३

राजकीय उल्लेख' या लेखात या बादशहाच्या राजकीय गझला देवीसिंहजीनी दिल्या आहे. गवासीकृत राजकीय उल्लेखही देवीसिंहजी देतात. देवीसिंहजींनी नुस्रती व गवासीनतरचा **कवी बहरी** याच्या काव्याचा परामर्ष घेतलेला आढळतो. हा कवी सूफी पंथीय. याने भक्तिमार्गावरील **'मनलगन'** नावाचे काव्य केले. हे काव्य एकंदर ९०९ श्लोकांचे असून हे भक्तिरसपूर्ण आहे अशी ग्वाही स्वत: कवीच देत आहे. स्वत: मुसलमान असून आपल्या काव्यात तो रामसीतेच्या स्नेहप्रेमाची कहाणी गात आहे. त्याची काव्यसंपदा व काव्याचा खजिन भागानगरच्या मार्गावर लुटला गेला हे तो आपल्या काव्यात सांगतो. आणि अशाच प्रकारच्या काव्याची लूट महानुभाव पंथी **म्हाइंभटकृत लीळाचरित्राची झाली,** असा दृष्टांत देवीसिंहजी देतात. कवी नुस्रतीचा समकालीन फार्सी ग्रंथकार **नुरुल्ला** त्याची ग्रंथसंपदा अव्वल दर्जाची. त्याची माहिती देवीसिंहानी देऊन त्याचा अर्थही मराठीत सांगितला आहे.

मुसलमान संशोधक व अभ्यासूंनी **'शिकारनामा'** या ग्रंथात संत ज्ञानेश्वरांच्या नावावर रुढ असलेल्या कूटांचा उपयोग केलेला आढळतो. सर्व जुन्या नव्या सूफी भक्तांची काव्ये अभ्यासून त्यात सूफी मार्गाच्या सदस्यांची उकल, गुरू शिष्यांचे संवाद, ढोंगी गुरूची निंदा, ईश्वर प्राप्तीच्या मार्गात सद्‌गुरूची अत्यंत आवश्यकता, सूफी मार्गातील ठरलेल्या पद्धतीने ज्ञान, इर्फान व ग्यान याचे वर्णन 'शिकारनामा' हा ग्रंथ देतो. देवीसिहजीनी सूफी ग्रंथ आणि भक्तिमार्ग यातील साम्य दाखविले आहे. दक्षिणेतील बहुधा सर्व सूफी साधूंना मुस्लिम राजसत्तेचा आश्रय किमान तीन चारशे वर्षे मिळत राहिला होता, हे सिद्ध होते. ऐतिहासिक साधनग्रंथात उल्लेख करता येतील असे **इब्राहिमकृत 'नवरस'** व **'इब्राहीमनामा'** हे तत्कालीन ग्रंथ. ह्या संयुक्त ग्रंथांचा अभ्यास हिंदी भाषेत करून सध्याच्या शिवाजी विद्यापीठाच्या माजी कुलसचिव **डॉ. उषाताई इथापे** यांनी पुणे विद्यापीठातून १९६० साली डॉक्टरेट पदवी मिळविली. हा त्यांचा ग्रंथ हस्तलिखित स्वरूपात आहे. वर निर्देशिलेल्या दोन्ही ग्रंथांची हस्तलिखिते **हैद्राबाद** व **प्रिन्स ऑफ वेल्स म्युझियममध्ये** आहेत.[१] **जंगे आलिम अलीखान** व **निजामुल्मुल्क** (इ. स. १७२४) हे एक काव्य, **अजराबे-सुर्हितानी** व **हिंदी शाहनामा** ही दख्खिनी हिंदीतील दुसरी दोन काव्ये देवीसिहजींच्या मते राजकीय इतिहास देतात. इतिहास संशोधक **श्री. वा. सी. बेंद्रे** यांचा **गोवळकोंड्याची कुतूबशाही** हा संशोधनात्मक ग्रंथ भारत इतिहास संशोधक मंडळाने प्रसिद्ध केला आहे. **'हिस्टरी ऑफ विजापूर'** लेखक डॉ. डी. सी. वर्मा व **'दि किंगडम ऑफ अहमदनगर'** लेखक डॉ. राधेश्याम हे दोन्ही ग्रंथ दक्षिणेतील मध्ययुगीन इतिहासाचे संशोधनात निश्चित भर घालतात. डॉ. भगवत दयाल वर्मा यांचा इंग्रजीत लिहिलेला

१. दख्खिनी हिंदीतील इतिहास साधने इतिहास संशोधन मंडळ ग्रंथमाला क्र. ९ (निबंध संग्रह), पृ. ६६-८३

डॉक्टरेट प्रबंध **'मुस्लिम एपिग्राफी इन साऊथ वेस्टर्न इंडिया'** मुंबई विद्यापीठ, स. १९६६ (अप्रकाशित) हा ग्रंथ उल्लेखनीय आहे. मध्ययुगीन महाराष्ट्राच्या इतिहासाचे इंग्रज इतिहासकार ग्रीबल (ग्रीबल जे. डी. बी.), हेग (हेग टी. डब्ल्यू.), जेरवीस (जेरवीस टी. बी.), मोरलॅन्ड (मोरलॅन्ड) इत्यादींनी फारसी, डच, नोर्तुगीज, फ्रेंच आदी भाषांतील साधने आलोडून आपली पुस्तके इंग्रजीत लिहिली. ती आजही सरस व प्रमाणभूत मानली जातात. इंग्रजी व पोर्तुगीज साधनांचा पुरेपुर उपयोग करून **डॅनवर्स** (डॅनवर्स एफ. सी.) यांनी हिंदुस्थानातील पोर्तुगीजांचा इतिहास लिहिला. श्री. **वा. सी. बेंद्रे** यांनी पोर्तुगीजांच्या महाराष्ट्रातील हालचाली हा ग्रंथ प्रसिद्ध केला.

प्रवास वर्णने

भारताच्या तसेच महाराष्ट्राच्या मध्ययुगीन इतिहासात तत्कालीन प्रवास वर्णनेही बहुमोल इतिहासाची साधने होत. इ. स. च्या तेराव्या शतकापासून ते सतराव्या शतकाच्या अखेरपर्यंत भारतात पाश्चात्य देशातून या ना त्या कारणास्तव प्रवासी सारखे येत होते. त्यांच्या प्रवासवर्णनांची संख्या तीनशेच्या वर भरेल. त्यातील बारबोसा, थॉमस बेस्ट, फ्रेअर, लिन्शकोर्टन, ऑव्हिंग्टन, मनुची, नॉरिस, फायर ओडोरिक, मॉर्को पोलो, डेलॉन, बर्निअर, बेल रिचर्ड, कॅम्पबेल, जॉन आदींची प्रवासवर्णने **डॉ. पु. म. जोशी** यांनी अभ्यासून प्रवाशांच्या दृष्टीकोनातून मध्ययुगीन राजकीय व सामाजिक परिस्थितीविषयीची माहिती दिलेली आहे. सोळाव्या शतकात मराठी समाजाची जडण घडण व मराठी अस्मितेची वाढ कशी झाली हे **'श्री एकनाथ वाङ्मय आणि कार्य'** ह्या प्रा. **न. र. फाटक** यांच्या ग्रंथावरून समजते. याचा उहापोह **'महाराष्ट्र महोदयाचा पूर्वरंग'** या ग्रंथात श्री. **गद्रे** यांनी फार समर्पक रीतीने केलेला आढळतो. मध्ययुगीन इतिहासाचे विद्वान संशोधक **प्रा. शेरवानी** यांनी महमद गवान यांचे चरित्र इंग्रजीत लिहिले आहे. डॉ. पु. म. जोशी हे प्राध्यापक शेरवानी यांचे इतिहास संशोधन क्षेत्रातील सहकारी हल्लीच या दोघा विद्वानांनी **'मध्ययुगीन दख्खनचा इतिहास'** हा ग्रंथ दोन भागात प्रसिद्ध केला. दुसऱ्या भागात महाराष्ट्रातील सांस्कृतिक समाजस्थितीचे वर्णन आले आहे.

मराठ्यांच्या इतिहासातील घटनांची त्रोटक माहिती मनुचीसारखे प्रवासी व ऑर्मसारखे इतिहासकार देतात. सप्रेगेल ह्या जर्मन इतिहासकाराने इ. स. १७८२ त मराठ्यांचा इतिहास लिहिला. मात्रा **स्कॉटवेरिंग** ह्या इंग्रज इतिहासकाराने इंग्रज प्रवाशांच्या आणि इतर ग्रंथकारांच्या सहाय्याने व थोड्याबहुत मराठी व इंग्रजी कागदपत्रांच्या आधाराने आपला **'मराठ्यांचा इतिहास'** हा ग्रंथ इ. स. १८१० साली छापून प्रसिद्ध केला. हा इतिहास नारायणराव पेशव्यांच्या वधापर्यंत म्हणजे इ. स. १७७३ पर्यंत असल्यामुळे पुढील घडामोडींचा त्यात समावेश झालेला नाही.

मराठ्यांचे इंग्रजांशी १८१८ मध्ये शेवटचे युद्ध होऊन महाराष्ट्रावर इंग्रजी

सत्ता प्रस्थापित झाली. **ग्रँट डफ** नावाचा इंग्रज मुत्सद्दी सातारचे प्रतापसिंह राजे यांजकडे पोलिटिकल एजंट म्हणून नेमला गेला. त्यास त्यावेळचे इंग्रज मुत्सद्दी माऊंट स्टुअर्ट एलफिन्स्टन, सर टॉमस मन्रो ह्यांनी मराठ्यांचा इतिहास लिहिण्यास प्रोत्साहन दिले. प्रतापसिंह महाराज व ग्रँट डफ यांचा स्नेह जमलाच होता महाराजांनी ग्रँटला आपल्या ताब्यांतील सर्व मौल्यवान कागदपत्रे दाखविली शिवाय शिवाजी महाराजांपासून चिटणीस घराण्याकडे जी टिपणी, बखरी, वंशावळी, तहनामे, करार, पत्रव्यवहार व इतर महत्त्वाची कागदपत्रे होती ती सर्व सातारच्या चिटणीसांनी ग्रँट डफच्या स्वाधीन केली. पुण्याच्या पेशवे दप्तरांतून राजकारणाची अस्सल पत्रे शोधून काढली. अशा रीतीने इतिहासास लागणारी साधने सामुग्री गोळा केल्यावर ग्रँट डफसाहेबांनी मराठ्यांचा इतिहास लिहिण्याची कामगिरी हाती घेतली ती पुरी करून सन १८२६ मध्ये ग्रँट डफने **'मराठ्यांचा इतिहास'** दोन खंडात प्रसिद्ध केला. पंत प्रतिनिधी आदि जहागिर दारांनी आपल्या दप्तरांतील कागदही ग्रँट डफला दाखविले. त्यामुळे ग्रँट डफसाहेबांनी आपल्या ग्रंथाची दुसरी आवृत्ती १८३६ मध्ये केली.

ह्या इतिहासावर रा. ब. **निळकंठ जनार्दन कीर्तने** यांनी इ. स. १८६७-६८ साली खरमरीत टीका केली व त्यातील बरीच वैगुण्ये दाखवून दिली. यानंतर **एलफिन्स्टन** व **मालकम्** या इंग्रजांनी लिहिलेल्या इतिहास पुस्तकाचे भाषांतर **मंडलीक व व्ही. जे. कीर्तने यांनी केले. लोकहितवादी** गोपाळ हरी देशमुख (१८२३-१८९२) यांनी भाषांतरात काही भर घालून गुजरात, सौराष्ट्र, राजस्थान, लंका यांचेवर इतिहास पुस्तके इ. स. १८८० नंतर लिहिली. त्याच सुमारास आपल्या निबंध मालेतून **विष्णूशास्त्री चिपळूणकर** यानी इतिहास विषयक लेख लिहिले. त्याचा सूर लोकहितवादींनी मराठ्यांविषयी तुच्छतापूर्वक केलेल्या विधानाविरुद्ध होता. ह्या लिखाणामुळे त्यावेळच्या लोकमानसांत मराठ्यांच्या इतिहासाच्या अभ्यासाविषयी जागृती निर्माण झाली. त्यावेळेपासून इतिहासाची साधने जमा करण्याचे काम सुरू झाले. **रा. ब. काशिनाथ नारायण साने** (१८५१-१९२७), **वासुदेव शास्त्री खरे** (१८५८-१९२४), **विश्वनाथ काशीनाथ राजवाडे** (१८६४-१९२६) **रियासतकार गो. स. सरदेसाई** (१८६५-१९५९), **रा. ब. द. ब. पारसनीस** (१८७०-१९२६) आदि संशोधकानी ऐतिहासिक बखरी, कागदपत्रे जमविणे, त्यांचे संपादन करणे, त्यावर आपले संपादकीय लिहिणे व त्या आधारे मराठ्यांचा इतिहास लिहिणे ही काम केली.

इ. स. १८६७ मध्ये मुंबईस **'विविधज्ञान विस्तार'** मासिक सुरू झाले. त्यातून मल्हारराव चिटणीसकृत, अमात्यांची राजनीति इत्यादि साधने प्रसिद्ध झाली. काव्येतिहास संग्रहातून का. ना. साने यांनी बखरी आणि ५०१ कागदपत्रे छापून काढली. चित्रशाळा प्रेसने ह्या बखरींच्या तारखा निश्चित करून त्या १९३० मध्ये

छापिल्या. काव्येतिहाससंग्रह १८९० मध्ये बंद पडले. त्यानंतर राजवाडे, पारसनीस व खरे ऐतिहासिक कागदपत्रे शोधून काढून ती प्रसिद्ध करण्याच्या उद्योगास लागले. त्यासाठी पारनीसांनी इ. स. १९०० मध्ये 'भारतवर्ष' मासिक सुरू केले ते दोन वर्ष चालून बंद पडले. इ. स. १९०७ मध्ये त्यांनी **'इतिहास संग्रह'** नावाचे दुसरे मासिक सुरू केले. त्यातून, त्यांनी ऐतिहासिक पुरुषांची चरित्र, सनदापत्रे, यादी, ऐतिहासिक गोष्टी, आरमार, बुंदेलखंड, तंजावरचा इतिहास आदि प्रकरणे छापून काढली. पारसनीसांचा हा सगळा व्याप शास्त्रशुद्ध इतिहास पद्धती लक्षात न घेता चाललेला होता. जुलै १९१६ मध्ये हे मासिक बंद पडले. अशा प्रकारे डॉ. हेरवाडकराचे मते इ. स. १८७६ पासून ते आजतागायत ७० ऐतिहासिक बखरी आणि ५० दुसऱ्या बखरी छापून इतिहासाभ्यासूकरिता उपलब्ध करण्यात आल्या आहेत. ग्रँट डफपासून जदुनाथ सरकारपर्यंत सर्व इतिहासकारांनी ह्या बखरींना नावे ठेविली आहेत. पण आपले इतिहास सजविण्यासाठी ह्या बखरीचा पुरेपुर उपयोग केलेला आढळतो.

मुसलमान संशोधक व अभ्यासकांनी शिकारनामा या ग्रंथात संत ज्ञानेश्वरांच्या नावावर रुढ असलेल्या कुटाचा उपयोग केलेला आढळतो. सर्व जुने नवे सुफी संवाद, ढोंगी गुरुची निंदा ईश्वर प्राप्तीच्या मार्गात सद्‌गुरूची उकल, गुरुशिष्याचे अत्यंत आवश्यक सूफी मार्गातील ठेवलेल्या पद्धतीने ज्ञान, इर्फान वाग्यान त्याच वर्णन शिकारनामा देतो. दक्षिणेतील बहुधा सर्वच सूफी साधूंना मुस्लीम राजसत्तेचा आश्रय किमान तीन साडेतीनशे वर्ष मिळत राहिलेला होता. व समकालीन हिंदू संत जनमानसावर विराजमान झालेले होते हा फरक सूफी पंथ व भक्तीमार्ग यांचा तौलनिक अभ्यास करताना लक्षात ठेवण्यास हवा.

सतराव्या शतकात मराठी सत्ता स्थापन झाली त्या अगोदर डच, पोर्तुगिज, फ्रेंच व इंग्रज या पाश्चात्यांनी आपल्या कंपन्या स्थापून हिंदुस्थानातील पश्चिम किनाऱ्यावर अरबीसमुद्रातून व्यापार करण्यास सुरूवात केली. तसेच सोळाव्या व सतराव्या शतकात युरोपियन प्रवासी हिंदुस्थानात आले. त्यांनी आपली प्रवास वर्णने लिहिली. त्या प्रवास वर्णनातून त्या काळातील आर्थिक, सामाजिक व क्वचीत राजकीय परिस्थितीची माहिती मिळते.

मराठ्यांच्या उदयापासून अस्तापर्यंतच्या इतिहासाची साधने मुंबई रेकॉर्ड ऑफिस, पुणे, कोल्हापूर, बडोदे, ग्वाल्हेर, भोपाळ, दिल्ही, नागपूर, गोवा, बिकानेर येथील दप्तरखान्यांत राखून ठेविली आहेत. मुंबई येथील सेक्रेटरीएट रेकॉर्ड ऑफिसमध्ये असलेला हा इंग्रजी साधनाचा हस्तलिखित संग्रह मराठ्यांच्या इतिहासास बहुमोल उपयुक्त आहे.

इंग्रज सतराव्या शतकात व्यापाराकरिता आले. त्यांचा संबंध मोगल बादशहाशी

आला. व्यापाराकरिता सवलती मिळविणे हा त्याचा मुख्य उद्देश प्रथम त्यांचे ठाणे सुरतेस होते. मंगळूर व दाभोळ येथे शाखा होत्या. तदनंतर त्यांनी मद्रास येथे वखार घातली. स. १६२८ नंतर त्यांचा कोकणपट्टीत थोडासा शिरकाव झाला. स. १६५४ पर्यंत ते दाभोळ व राजापूर येथे राहू लागले. यानंतर त्यांचा संबंध विजापूर गोवळकोंडा येथील सुलतानाशी जडला. काही वेळ मौल्यवान नजराणे देऊन तर काही वेळ लष्करी शिस्तीचे सैन्य व तोफखाना यांची लालूच दाखवून ते स्थानिक सत्ताधाऱ्यांकडून निरनिराळ्या सवलती मिळवू लागले. याच सवलतीचा फायदा घेऊन राजापूर, कोल्हापूर, हुबळी, अथणी, रायबाग, कारवार वगैरे ठिकाणी त्यांनी वखारी उघडल्या. पुढे बऱ्हाणपूर धरणगाव चोपडा येथे मुक्काम ठोकला. या सर्व ठिकाणाहून ते एकमेकास व विशेष कंपनी कौन्सिलच्या अध्याक्षांस पत्रे पाठवीत त्यात ते स्थानिक माहिती लिहीत. परंतु ती बरीचशी ऐकीच असे. स. १६६१ मध्ये त्यांनी मुंबईस स्वतंत्र कचेरी स्थापिली. म्हणून महाराष्ट्र व कर्नाटक यातील राजेरजवाड्यांशी त्यांचे संबंध येऊ लागले. हळूहळू स्थानिक राजकारणाशी संबंध जोडू लागले. ते हेराकरवी 'बंडखोर' शिवाजीची हकीगत मिळवून अहवाल सुरतेस पाठवू लागले. त्याच्या अगदी बारीक सारीक बातम्या आणण्यासाठी पगारी हेर ठेवू लागले. मुंबईप्रमाणे कारवार येथील इंग्रज वखारवाल्यानी बातमी आणण्याचे काम चालविले. मिळविलेली सर्व हकीगत सुरतेला ठराविक वेळी ते पाठवित, राज्याभिषेकाच्या वेळेपासून शिवाजीला ते 'राजे' म्हणू लागले. त्याच्या कारभाराची अगदी इत्थंभूत हकीगत मिळवू लागले. ते शिवाजी 'राजे' यांशी बोलणं करीत.

उत्तरकाळातील पत्रव्यवहारात स. १६६१ च्या पूर्वीसारखी इंग्रजांची तटस्थपणाची वृत्ती दिसून येत नाही. पुढील साधनात हिंदुस्थानातील व इतर भागातील परिस्थितीचे अहवाल सापडतात. तह, करार, विचार विनिमय, मराठ्यांशी वाटाघाटी, रघुनाथरावांशी बोलणी, गुजरातेत पाया पसरण्याकरिता गुर्जराधिपति गायकवाडांना मदत, शिंद्यांशी लगट, सुरतेच्या नाबाबाशी लगट, हिंदुस्थानातील इतर राजेरजवाड्यांना मुंबईकडून पलटणांची रवानगी, कर्नाटकात धुमाकुळ, अधिकाधिक मुलूख पदरात पाडून घेण्याची कोशीस वगैरे संबंधीची माहिती येते. मुंबई, बंगाल व मद्रास अशा तीन प्रेसिडेन्सी स्थापिल्यावर ईस्ट इंडिया कंपनीने बाकीचा मुलूख गिळंकृत करण्याकरीता कसूर प्रयत्न चालविले. मिशनऱ्यांना सवलती देऊन अप्रत्यक्षपणे ख्रिस्ती धर्माच्या वृद्धीस हातभार लाविला. व्यापारी नोकरांना मॅजिस्ट्रेटचे अधिकार देऊन त्यांनी जिंकलेल्या मुलखातील राज्य व्यवस्थित चालवण्याचे ठराव केले. पुण्यात वकिलात उघडली. त्या वकिलातीत वारंवार पाठविलेले सूचनावजा हुकूम, वरिष्ठ डायरेक्टरांशी त्यासंबंधीचा पत्रव्यवहार, पद्धतीशीररित्या पेशवाई गिळंकृत करण्यासंबंधीचा पत्रव्यवहार, तत्पूर्वी समुद्रसत्ता मिळविण्यासाठी पेशव्यांच्या मदतीने आंग्र्यांशी दिलेली लढत, स. १८१८

पर्यंत समुद्र किनाऱ्यावरील सत्ताधीश, कोल्हापूरकर, सावंतवाडीकर, आंग्रे यांच्याशी केलेले तह व किनाऱ्यावर मिळविलेला संपूर्ण ताबा, असा विविध पत्रव्यवहार या इंग्रजी दप्तरात आहे.

प्रत्येक वखारीत बारनिशी व रोजनिशी असे. त्यातील रोजची माहिती फार महत्त्वाची आहे. बारनिशीत फारसी, मराठी व इंग्रजी वगैरे पत्राचे उल्लेख एकत्र आहेत. पत्रव्यवहाराचा सारांश एकत्र मिळतो अशा रोजनिशा व बारनिशा असून स्थानिक माहिती देणारे बरेच लेख त्यात मिळतात. तहनामे व याद्या ह्यांचा भरणा यात सापडतो. सतराव्या शतकात इंग्रज, डच व पोर्तुगिज यांचे वाकडे आल्यामुळे इंग्रजांना एतद्देशीय राजेरजवाड्यांची व लोकांची मदत घ्यावी लागते. त्यामुळे त्यांचे हिंदी सत्ताधाऱ्यांशी तहनामे, करार वगैरे होत. त्यांचे तर्जुमे या संभारात सापडतात. मासिक व वार्षिक खर्चाचे आढावे, आपल्या हद्दीतले जाहीरनामे या सर्वांची नोंद इंग्रजलोक पद्धतशीरपणे ठेवीत. त्यामुळे प्रत्येक वखारीच्या कार्यवाहक बैठकीचे ठराव व चर्चा, प्रवासवृत्ते व दिनवृत्ते तत्काली नोंदलेली मिळतात.

ह्या इंग्रजी साधनसंग्रहातील बराच भाग अप्रकाशित आहे. काही प्रकाशित झाला आहे. राजसत्ता पत्करण्यापूर्वीची तयारी म्हणून या काळातील त्यांच्या हालचाली महत्त्वाच्या आहेत. इंग्रजी अप्रकाशित साधनसंग्रह निरनिराळ्या ठिकाणी आहे. त्यात खाजगी पत्रव्यवहार नसून तो कंपनी कारभाराचा आहे. म्हणून हा इंग्रजी संग्रह अधिक महत्त्वाचा, इतिहासोपयोगी समजतात.

मुंबई सेक्रेटरीएट रेकॉर्डस्‌मधील साधनसंग्रहांतील बराच भाग अप्रकाशित आहे. मराठ्यांचे राज्य इंग्रजानी जिंकून घेतल्यावर इंग्रजी वहिवाट सुरू झाली. १९ व्या शतकाच्या दुसऱ्या अर्धशतकात मुंबई सरकारने ह्या साधनसंग्रहातून इतिहासोपयोगी कागद निवडून त्याचे वेचे प्रसिद्ध करण्यास सुरुवात केली. त्या वेच्यांचे नाव दिले. **'सिलेक्शन फ्रॉम द रेकॉर्डस्‌ ऑफ गव्हर्नमेंट' ऑफ बॉम्बे** ह्या सीरीजमधील बहुतेक वेचे हे शासनाच्या उपयोगाकरिता प्रसिद्ध केले. त्यापैकी सावंतवाडी, सातारा, जंजिरा, कोल्हापूर व दक्षिणी संस्थाने अशा प्रसिद्ध बखरी (Memoirs) मराठ्यांच्या इतिहासास उपयुक्त अहेत. इतिहासोपयोगी ऐतिहासिक साधने प्रसिद्ध करण्याची कामगिरी प्रथमतः त्या रेकॉर्डस्‌चे राजदप्तरदार **डब्ल्यू. एच. फॉरेस्ट** यांनी इ. स. १८८४ ते १८८८ या काळात केली. ह्या इंग्रज विद्वानाने सिलेक्शन्स फ्रॉम दि लेटर्स, डिस्पॅचेस्‌ अँड अदर स्टेट पेपर्स प्रिझर्व्हड इन दि बॉम्बे सेक्रेटरीएट अशी सिरीज सुरू करून त्यात (१) मराठा (२) होम (३) व ट्रॅव्हल्स अँड जर्नलस असे तीन प्रकारचे वेचे इ. स. १८८५ ते १९०५ ह्या कालखंडात प्रसिद्ध केले.

मराठ्यांच्या इतिहासाचा शिवकालापासून ते अस्तापर्यंतचा मागोवा घेण्यासाठी डॉ. फॉरेस्टने मराठा सिरीज सुरू केली. इंग्रज नावीक सत्ताधीश होते. त्यांनी

समुद्रसत्ता आंग्र्यांकडून घेतली. इंग्रज-आंग्रे यांच्या समुद्रावरील युद्धासंबंधीचे कागद मराठा सिरीजमध्ये प्रसिद्ध केले. तसेच श्री. बी. के. श्रीवास्तव या अभ्यासूने **''आंग्रेज् ऑफ कोलाबा इन् ब्रिटीश रेकॉर्डस्''** (इ. स. १७१८ ते १८८४) नावाचे प्रकाशन पुण्याहून इ. स. १९५३ मध्ये प्रकाशित केले.

मराठ्यांचा पानिपत येथे पराभव झाल्यामुळे ती सत्ता तेवढ्या वेळापुरती कमकुवत झाली. त्याचा फायदा इंग्रजांनी इ. स. १७६१ ते १७७२ ह्या कालखंडात घेतला; आणि बंगाल, कर्नाटक, मद्रास येथे आपले पाय पसरले. मुंबई जवळील मराठ्यांच्या ताब्यातील साष्टी बेट व आणखी काही किरकोळ जागा मराठ्यांशी वाटाघाटी करून मिळविण्याची खटपट इंग्रजांनी केली. त्यासाठी त्यांनी मॉस्टीन नावाच्या आपल्या वकीलास पुण्यास एप्रिल १७७२ मध्ये पाठविले. मॉस्टीनने थोरल्या माधवरावांशी मैत्री संपादून मोठ्या हुशारीने आपला उद्योग कसा केला हे त्याने लिहिलेल्या डायरीवरून समजते.[१]

सिक्रेट ॲण्ड पोलिटिकल डायरीज् (इ. स. १७५५-१८२०) नावाचे पुठ्ठा बांधणीचे ४०० खंड मुंबई दप्तरखान्यात आहेत. त्याचा कॅटलॉग **श्री. दिघे** यांनी तयार केल्यावर शासनाने तो प्रसिद्ध केला आहे. ह्यातील पत्रव्यवहार इंग्रज-मराठे संबंध सुरुवातीस कसे होते, इंग्रजांनी मराठ्यांच्या मुलखात पाय कसे पसरले आणि शेवटी मराठी राज्य गिळंकृत कसे केले या संबंधीचा इतिहास सांगतो. इंग्रज-मराठे संबंध सांगणाऱ्या ह्या अत्यंत महत्त्वाच्या साधनसंभाराचा उपयोग अभ्यास अनेक संशोधक करत असतात. ह्यापैकी **डॉ. एस्. पी. वर्मा**[२] व **एस्. एन्. सेन**[३] ह्या दोन विद्वानांनी ह्यावर आधारीत आपले ग्रंथ प्रसिद्ध केले आहेत.

पेशव्यांशी मैत्रीचे संबंध राखत असताना इंग्रजांनी गुजराथेत गायकवाडांशी संधान बांधले. तसेच कुलाबकर आंग्रे व सावंतवाडीकर, कोल्हापूरकर आदि मराठे सत्ताधीशांशी हर्षामर्षाचे उद्योग आरंभिले. गायकवाडांशी मैत्री करून गुजरात-काठेवाड आणि कच्छ या प्रांतांवर त्यांनी ताबा मिळवला. ह्या संबंधीची हकीकत त्या कामगिरीवर नेमणूक केलेले **मेजर वॉकर** आणि तत्कालीन इतर इंग्रज अधिकारी ह्यांनी त्या प्रांतातून मुंबई सरकारला पाठविलेले अहवाल, पत्रे व मुंबई सरकारने त्यावर विचारविनिमय करून डायरेक्टरांकडे पाठवलेले आपले रिपोर्ट यात मिळते. मराठ्यांसंबंधी मुंबई

---

१. जे. एच्. गेन्से व डी. आर. बानाजी :- धी थर्ड इंग्लीश एम्बसी टू पूना कम्पाइझींग मॉस्टीन्स डायरी, सप्टे. १७७२ - फेब्रु. १७७४ ॲन्ड मॉस्टीन्स् लेअर्स - फेब्रुवारी - नोव्हें. १७७४; मुंबई १९३४.

२. ए स्टडी इन् मराठा डिप्लोमसी :- ॲंग्लो मराठा रिलेशन्स १७७२-१७८३. आग्रा १.

३. जे. एच्. गेन्से व डी. आर्. बानाजी, धी गायकवाडस् ऑफ बरोडा-इंग्लीश डॉक्युमेन्टस खंड १ ते १०, मुंबई १९३६-१९४९.

कौन्सिलने कंपनीच्या इंग्लंडमधील डायरेक्टरांना केलेले रिपोर्ट मराठे-इंग्रज संबंधीची भरपूर माहिती देतात.

ह्यांतील गायकवाड-इंग्रज संबंधासंबंधीचे इ. स. १७६८ ते १८१८ पर्यंतचे कागदपत्र **गेन्से व बानाजी** ह्या विद्वान जोडीने दहा खंडात संपादन करून ते मुंबई सरकारकडून प्रसिद्ध करविले.

पुण्याच्या पेशवेदप्तरामध्ये रेसिडेन्सी रेकॉर्डस नावाचा इंग्रजी साधनांचा विभाग आहे. या विभागातील कागदपत्रे १७८५ पासून सुरू होतात. पेशवे दप्तरातील राजकीय कागदपत्रे मराठीत १७८४ पर्यंत उपलब्ध आहेत. तदनंतर महादजी शिंदे यांच्या छावणीत इंग्रज वकील राहू लागला. व पुणे दरबाराला आणि ग. ज. ला महादजी शिंदे यांच्या छावणीतून लिहू लागला. ह्या पत्र व्यवहारास राजकीय स्वरूप प्राप्त झाले. अशा रितीने १८१८ पर्यंतचा पुणे रेसिडेन्सीचा इंग्रजीतील पत्रव्यवहार रियासतकार सरदेसायी व सर जदुनाथ सरकार यांनी संपादन करून त्यांचे १४ खंड प्रसिद्ध केले. त्यांची माहिती खालील प्रमाणे.

खंड १	- पुणे रेसीडेन्सी कॉरस्पॉन्डस (इंग्लिश रेकॉर्डस ऑन मराठा हिस्टरी) महादजी शिंदे व उत्तरेतील राजकारणे १७८५ - ९४
खंड २	- पुणे अफेअर्स (पुण्यातील राजकारणे) मॅलेट एम्बसी, १७८६-१७९७
खंड ३	- टिपू सुलतानाबरोबर दोस्तांची लढाई (अलाईज वॉर वूइथ टिपू सुलतान) १७९०-९३
खंड ४	- मराठे निजाम संबंध १७९२-९५
खंड ५	- नागपूर अफेअर्स - १७८९-१८२०
खंड ६	- पुणे अफेअर्स (पामर्स एम्बसी) १७९७-१८०१
खंड ७	- पुणे अफेअर्स (क्लोज एम्बसी) १८०१-१८१०
खंड ८	- दौलतराव शिंदे व उत्तरेतील राजकारणे इ. स. १७९४-९९
खंड ९	- दौलतराव शिंदे व उत्तरेतील राजकारणे इ. सा. १८००-१८०३
खंड १०	- वसईचा तह व दक्षिणेतील युद्ध १८०२-१८०४
खंड ११	- दौलतराव शिंदे व उत्तरेतील राजकारणे इ. स. १८०४-१८०९
खंड १२	- पुण्यातील राजकारणे (एलफिन्स्टन एम्बसी) इ. स. १८११ ते १८१५
खंड १३	- पुण्यातील राजकारणे (इ. स. १८१६-१८१८)
खंड १४	- शिद्यांची राजकारणे - इ. स. १८१०-१८१८
जादा व्हॉल्यूम	- १ मॅलेटच्या लेटर बुकमधील उतारे इ. स. १७८०-८४
जादा व्हॉल्यूम	- २ न्यूज लेटर्स फ्रॉम मुघल कोर्ट इ. स. १७५१-५२

जादा व्हॉल्यूम - ३ पर्शियन रेकॉर्डस ऑफ मराठा हिस्टरी दिल्लीची राजकारणे (पुणे पारसनीस कलेक्शन)

जादा व्हॉल्यूम - ४ शिंदीया रिजंट ऑफ दिल्ली

रेसिडेन्सी रेकॉर्डसच्या ह्या विभागाशिवाय डेक्कन कमिशनर्स फाईल्स म्हणून पेशवे दप्तरात इंग्रजी कागदपत्रांचा दुसरा विभाग आहे. ह्या दोन्ही इंग्रजी विभागातील कागदपत्रांचा अभ्यास चालू ठेऊन **डॉ. चोकसी** यांनी खालील वेंचे संपादून प्रसिद्ध केले.

१) ए इकॉनॉमिक हिस्टरी ऑफ द बॉम्बे; डेक्कन अॅण्ड कर्नाटक (१८१८-१८३८); (२) पिरियड ऑफ ट्रान्झिशन १८१८-१८२६; (३) दि आफटर मॅथ १८१८-१८२६; (४) दि लास्ट फेज (१८१५-१८१८)

ह्या ग्रंथातील कागदपत्रे दुसऱ्या बाजीरावाचा ब्रिटिश सत्तेशी शेवटचा लढा झाला त्या बद्दलची हकिकत देतात. (५) धी मालवण रेसिडेन्सी (१८१२-१८१९) मालवण बंदर कोल्हापूरकरांपासून इंग्रजांनी १८१२ मध्ये घेतल्यानंतर तेथे आपला रेसिडेन्ट नेमला. रेसिडेंटने त्या विभागात राहून त्या विभागातील जमीनीची पिकांची, लोकांच्या चालिरितींचीं व अज्ञानाची पाहाणी केली. सावंतवाडीकर राणी दुर्गाबाई हिच्याविरुद्ध कुभांड रचून तिला इंग्रजांची तैनाती फौज स्विकारावयास भाग पाडले. व संस्थानास मांडलिक कसे बनविले ही हकीकत यातील कागदपत्रे देतात. पेशवेकालात व सत्तांतरानंतर महाराष्ट्र व कर्नाटक प्रांतातील आर्थिक जीवन पद्धती सांगणारे कागदपत्रांचे वेंचे पुढील प्रमाणे-

(१) रत्नागिरी कलेक्टोरेट (१८१८-१८२९)

(२) दी इकॉनॉमिक लाईफ इन बॉम्बे डेक्कन (१८१८-१८३९)

(३) दी इकॉनॉमिक लाईफ इन बॉम्बे कोकण (१८१८-१८३९)

(४) दी इकॉनॉमिक लाईफ इन बॉम्बे कर्नाटक (१८१८-१८२९)

(५) दी इकॉनॉमिक लाईफ इन बॉम्बे गुजरात (१८००-१८३९)

(६) अर्ली ब्रिटिश अॅडमिनीस्ट्रेशन (१८१८-१८२६)

याच पेशवे दप्तरात "सातारा रेसिडेन्सी रेकॉर्डस" म्हणून आणखी एक इंग्रजी विभाग आहे. त्यातील काही कागद व लंडन येथील एलफिन्स्टन पेपर्स ह्या इंडिया ऑफिस रेकॉर्डस अॅण्ड लायब्ररीतील काही कागदपत्रे निवडून **डॉ. चोकसी** यांनी

(७) राजा प्रतापसिंह ऑफ सातारा व

(८) राजा शाहाजी ऑफ सातारा असे दोन वेंचे प्रसिद्ध केले.

भूतपूर्व मध्यप्रदेशच्या मध्यवर्ती सचिवालयात इंग्रजी कागदपत्रे राखून ठेवण्यात आली आहेत. त्यामध्ये नागपूरकर भोसल्यांचे ब्रिटिश इंडिया कंपनीशी असलेले

संबंध यावर प्रकाश टाकणारे कागदपत्र आहेत. मध्यप्रदेश शासनाच्या अखत्यारात ही कागदपत्रे असून ते रेसिडेन्सी व सेक्रेटरीएट रेकॉर्डस, विभागीय व जिल्हा कार्यालयातील रेकॉर्डस आणि जुने तद्देशीय रेकॉर्डस याप्रमाणे त्याची वर्गवारी करण्यात आली आहे. यावर आधारीत जेन्कीन्स रिपोर्टस ऑफ नागपूर हे पुस्तक आहे.

जुने रेसिडेन्सी रेकॉर्डसचे कागदपत्र सन १७९२ ते १८५४ या कालातील आहेत. तथापी त्यात नोव्हेंबर १८०१ ते जुलै १८०३ या कालावधीतील कागदपत्रांचा मात्र समावेश नाही. या सर्व कागदपत्रांची अत्यंत काळजीपूर्वक सूची करण्यात आली असून ती तीन खंडात छापली आहे. याचा उपयोग ह्या दप्तरातील कागदपत्र तपासण्यासाठी संशोधकांना होतो. तथापी हे सूची खंड बाहेर विकले जात नाहीत. ही सूची कालानुक्रमे केली असून अर्थपूर्ण आहे. हे रेकॉर्डस अतीशय महत्त्वाचे आहेत. ब्रिटिश ईस्ट इंडिया कंपनी व दुसरे रघोजी भोसले यांच्यातील संघर्षा संबंधीचे हे कागदपत्र असून इतिहासाच्या दृष्टीने फार महत्त्वाचे आहेत. सन १८५४ मध्ये कंपनी सरकारने नागपूरराज्य खालसा केले. तिथपर्यंतचे कागदपत्र यात अभ्यासावयास मिळतात. ब्रिटिश राजवटीच्या प्रारंभीच्या कालात लोकांचे सामाजिक, आर्थिक, राजकीय व शेती विषयक जीवन कसे होते. यावर हे कागदपत्र प्रकाश टाकतात. जिल्हा दर्शनिका जेव्हा तयार केल्या गेल्या त्यावेळी ही कागदपत्रे अभ्यासली गेली नसावीत. हे जिल्हा व विभागीय रेकॉर्ड तत्कालीन सामाजिक जीवन कसे होते याविषयी फारच महत्त्वपूर्ण माहिती देतात.

चौथ्या प्रकारचे कागदपत्र हे सन १८१९ ते १८८५ या कालातील असून ते भोसल्यांच्या खाजगी इस्टेटीबद्दल माहिती देतात. सुमारे ४४२ फाईलीत हा पत्रसंभार राखून ठेवण्यात आलेला आहे. स्थानिक इतिहासाच्या दृष्टिने अभ्यासकास हे कागदपत्र फारच उपयुक्त आहेत. याची सूची अकारविल्हे व कालानुक्रमे प्रसिद्ध झाली आहे. विदर्भाचा इतिहास लिहिताना लोकांची सामाजिक व आर्थिक स्थिती काय होती हे अभ्यासकांना फारच उपयुक्त आहेत.

सुटे कागदपत्रही यात असून ते आठ रुमालातून बांधून ठेवण्यात आले आहेत. दुसऱ्या प्रकारच्या कागदपत्रांच्या प्रकारात नागपूर रेसिडेन्सी व सेक्रेटरीएट रेकॉर्डस कागदपत्र येतात. या कागदपत्रात महसुलासंबंधी संमिश्र असे कागदपत्र असून सन १८२१ ते १८७४ पर्यंतच्या कालखंडातील हे कागदपत्र आहेत. हे सर्व अभिलेख इंग्रजीत असून एकर विल्नेन प्रसिद्ध केले आहेत. ओल्ड रेसिडेन्सी रेकॉर्डस प्रमाणेच याची कालानुक्रमे सूची करण्यात आली आहे. तथापी ही सूची विक्रीसाठी नाही. अभ्यासकांचे या कागदपत्रांकडे जावे तितके लक्ष अद्यापही गेलेले दिसत नाही. या कागदपत्रांमधून विषयवारीने कागदपत्र निवडून ती प्रसिद्ध केल्यास संशोधकांना ती फारच उपयुक्त ठरणारी आहेत.

जिल्हा दप्तर हा तिसरा प्रकार. यामध्ये इ. स. १८७४ पूर्वीचे कागदपत्र असून ते फाईल्स बांधीव खंडात ठेवण्यात आले आहेत. याचीही सूची प्रसिद्ध झाली असून ती कालानुक्रमे आहेत. या कागदपत्रांमध्ये राजकीय, सामाजिक आणि कृषी विषयक माहिती भरपूर आहे. ठग आणि अप्पासाहेब भोसले यांच्या संबंधीचे कागद असून ते सर्व टंकलिखीत करून ठेवण्यात आले आहेत. विदर्भात ब्रिटिश राजवटीच्या प्रारंभकाळी ब्रिटिशराज्य उखडून टाकण्यासाठी जे उठाव झाले त्या संबंधीची माहिती ही कागदपत्र देतात. **डॉ. एच. एन. सिन्हा** यांनी ही कागदपत्रे अभ्यासून **सिलेक्शन फ्रॉम नागपूर रेसिडेन्सी रेकॉर्डस खंड १ ते ४** प्रसिद्ध केले आहेत. तसेच या कागदपत्रांवरून **''भोसले ऑफ नागपूर लास्ट फेज''** (१८१८-१८५४) हा ग्रंथ आर. एम. सिन्हा यांनी प्रसिद्ध केला आहे.

याच काळात महाराष्ट्रात सामाजिक व राजकीय प्रश्नांसंबधी जे विचार प्रवाह सुरू झाले त्यांचे प्रतिबिंब गुन्हा कागदपत्रात दिसते. लोकहितवादी, गोपाळ कृष्ण गोखले यांनी मुख्यत: ब्राह्मणांना, आपली शैक्षणिक, समाजिक धार्मिक औद्यागिक सुधारणा करून घेऊन कनिष्ठ वर्गाशी बंधूभावाने वागावे. असा उपदेश केला आहे. म. फुले यांनी स्त्रिया व कनिष्ठवर्ग यांच्या शिक्षणासाठी समतेच्या व समानतेच्या हक्कांची, समाजक्रांतीची तुतारी फुंकली. **न्या. रानडे** व **लो. टिळक** यांनी राजकारणाला क्रांतीचे अधिष्ठान दिले. त्यांनी देशाभिमानाच्या चळवळीला स्वदेशाचा पाया घालून अधिक सक्रीय केले. **म. फुले** यांनी सामाजिक एकता प्रस्थापित करण्याकरता बालविवाह, जररविवाह या दुष्ट रुढीविरुद्ध बंड पुकारले. मुलींना शिक्षण दिले जातीभेद निर्मूलनाची चळवळ हाती घेतली. कनिष्ट वर्गाच्या उन्नतीसाठी ते झटले. त्यांचे समाज सेवेचे व्रत विदर्भात **गुरुवर्य किसन फामुजी बनसोडे** यांनी काना कोपऱ्यात पसरवीले. हा सारा इतिहास जुन्य कागदपत्रांवरून कळतो.

स्वातंत्र्य संग्रामाचा इतिहास गांधीयुगाची गाथा ही या जतन करून ठेवलेल्या जुन्या कागदपत्रातील माहिती एकत्रीत करून लिहिली जात आहे. त्यांचे अनेक खंड प्रसिद्ध होत आहेत. सन १९१५ मध्ये म. गांधी आफ्रिकेतून भारतात आले. तीथपासून गांधीयुगास सुरूवात झाली. स्वातंत्र्यासाठी स्वदेशाची चळवळ, सत्याग्रह, संप, पिकेटिंग, नि:शस्त्र लढे हे म. गांधीच्या मार्गदर्शनाने देशभर होऊ लागले. या टिळक-गांधी युगात देशाच्या राजकारणात भाग घेऊन विदर्भ - वऱ्हाड येथे ज्यांनी सत्याग्रह, राजकीय चळवळ केली त्यात विद्वत् रत्न डॉ. भाऊजी दावरी, बॅ. दादासाहेब खापर्डे, डॉ. हेडगेवार, नरकेसरी अभ्यंकर, वीर वामनराव जोशी, किसन फागुजी बनसोडे, डॉ. खरे, श्रीपाद कृष्ण कोल्हटकर आदी नामवंताचा अंर्तभाव होतो. या देशभक्तांनी गांधीजींच्या चळवळी (सत्याग्रह) विदर्भात घडवून आणल्या. त्यांचे आदेश विदर्भाच्या काना-कोपऱ्यात पोहोचवीले. १९४२ च्या ''छोडो हिंदुस्थान''

ह्या लढ्यात गावागावातून लोक ब्रिटिश सरकार विरुद्ध लढले. या स्वातंत्र्य संग्रामात कित्येकांनी आव्हान पूर्वक छातीवर पोलिसांच्या लाठ्या खाल्या. गोळ्या झेलल्या. कितेक फाशी गेले. कित्येक स्वातंत्र्यवीर अन्नपाण्यावीना दरेकपारीतून भूमिगत राहून स्वातंत्र्यलढा लढले. आपल्या आरमारी सैनिकांनी प्रस्थापीत शासना विरुद्ध बंड करून स्वातंत्र्य लढ्यास साथ दिली. नेताजी सुभाषचंद्र बोस यांनी हिंदी स्वातंत्र्यासाठी लढणाऱ्या सशस्त्र सैनिकांचे नेतृत्त्व स्विकारले. या सर्वांच्या प्रयत्नाने आपणास स्वातंत्र्य मिळाले. तो स्वातंत्र्याचा इतिहास जतन करून ठेवलेल्या हजारो कागद पत्रातून पुढे चित्रीत करून ठेवला जात आहे. भावी पिढ्यांना या पासून स्फूर्ती मिळावी म्हणून हा इतिहास सांगणारी ही जुनी कागदपत्रे हा आपला स्फूर्तीदायक वारसा जतन करून ठेवणे आपले कर्तव्य आहे. ह्या वरून आपणास विदर्भाच्या स्वातंत्र्य लढ्याचा इतिहास लिहिता येईल.

मराठी व पोर्तुगिज साधने (भाग २)

पुण्यातील पेशवे दप्तर ज्यास सध्या **पुणे पुरालेखागर** ह्या नवीन नावाने संबोधतात हे पेशवे व मराठे यांच्या कारकिर्दीतील राज्य कारभाराच्या कागदपत्रांनी भरलेले आहे. त्यात सुमारे ३९ हजार दप्तरे असून त्या दप्तरातील कागदांची संख्या चार कोटी भरावी असा तज्ञांचा अंदाज आहे. कारण प्रत्येक दप्तरात सरासरी एक हजार कागद कमी अधिक प्रमाणात असतात. दप्तरात शाहू पेशवे राजकिर्द, प्रांत अजमा, चिटणीशी जमाव, घडणी, इनाम कमिशन, डेक्कन कमिशन फाईल्स आदि मुख्य प्रकारची दप्तरे आहेत.

पेशवे दप्तरासंबंधी माहिती **मॅकलोडच्या इ. स. १८१९ च्या रिपोर्टवरून मिळते.** आजचे पेशवे दप्तराचे स्वरूप त्यातील कागदपत्रांवरून दिसून येते. पेशवे दप्तर हे पूर्वी नाना फडणीसांच्या बुधवार पेठेतील वाड्यात होते. हे दप्तर ब्रिटिशांनी ताब्यात घेतले. त्यावेळी त्यात पुढील प्रकारचे कागद होते. १) घडणी, २) पेशवे राजकीर्द, ३) जाबसाली, ४) प्रांत आजमास, ५) चिटणीसी, ६) पागा ७) पथके-जमाव दप्तराची भर मागाहून पडली. तसेच आणखीही बारीक-बारीक प्रकारचे कागद आढळतात.

मराठी सत्तेच्या राज्य कारभाराची, हर्षामर्षाची इत्यंभूत माहिती सांगणाऱ्या ह्या दप्तरात इ. स. १७३७-३८ एकूण अधिकारी व कारकून मिळून एकंदर ३६ माणसे काम करीत होती. त्यांच्या वेतनावर रु. १८,५०५ वार्षिक खर्च होत असे. मुख्य चिटणीस व मुख्य पोतनीस यांस प्रत्येकी सालीना रु. २,५००/- व रु. २,२७५/- अशा नेमणुका होत्या. राज्याच्या विस्ताराबरोबरच दप्तराचा विस्तार झाला. इ.स.

१७४२-४३ मध्ये या दप्तरात ३८ माणसे होती. इ. स. १७४७-४८ या सालात दप्तरात एकूण अधिकारी व कारकून मिळून ४२ इसम काम करीत होते. त्यांचे एकूण वेतन-पोतनीसांचे नेमणूक रु. ३,३५०/- व पारसनीसांची रु. १०२०/- होते. दप्तराचे आठ विभाग केलेले होते.

१) बेरजी, २) स्वारी लष्करी, ३) चालते दप्तर, ४) पोतनीस, ५) कारखाने, ६) वाकोनीस, ७) पारसनीस, ८) फरासखाना.

माधवराव पेशव्यांच्या काळापासून दप्तराचे सहा विभाग करण्यात येऊन त्यात काम करणाऱ्या माणसांची नोंद अशी. १) चालते दप्तर - ८८ असामी, २) एक बेरजी - १०६, ३) पोतनीसी, ४) वाकोनीस - ३, ५) फरासखाना - ७, ६) मुजूमदार - ४

त्यापैकी एक बेरजी व चालते दप्तर हे वरील दप्तरांतील मोठे विभाग होत. एक बेरीज हे पुण्यास स्थायिक असणारे असे दप्तर होते व चालते दप्तर हे हुजुरांबरोबर फिरणारे दप्तर होते.

ह्या दप्तराचे एकूण भाग कोणते याची माहिती वर आली आहे. आता त्यापैकी मुख्य भागात कोणत्या विषयाचे कागदपत्र आहेत. हे पाहावयाचे आहे.

जमाव दप्तर :

पेशवे कालीन व सामाजिक व आर्थिक जीवनाचा इतिहास लिहिण्यात पेशवे दप्तरातील 'जमाव' विभागातील कागद साह्यभूत होतात. जमाव दप्तरात सुमारे दोन लक्ष तरी कागद असावेत. ब्रिटिश सरकारने इनाम कमिशन बसविल्यावर गाव अधिकारी व महाल जमेदार तसेच वतनदार यांना ताकीद देऊन त्यांचे जवळील कागदपत्र कमिशनला सादर करण्यास सांगितले. त्याचा योग्य तो परिणाम होऊन हजारो दप्तरे इनाम कमिशनकडे तपासण्यासाठी आली. ती इनाम कमिशनने तपासून त्यांची प्रतवार, तर्फवार व मौजे प्रत लावावी.

या कागदपत्रात पेशवेकालीन खेड्यातील हर प्रकारचे जुने प्रवासमार्ग घाटमाथा, किल्ले, कबरी, देवळे यांना लावून दिलेली उत्पन्ने, मुलकी वसूलीची पद्धत, जुने कर तसेच पूर्वीचे कागदारांची कामे वगैरेबद्दल बारीकसारीक माहिती मिळते. यात एकंदर आठ हजार रुमाल आहेत. त्यात गावच्या उत्पन्नाच्या व खर्चांच्या बाबी, जमीन मोजण्याचे प्रकार यांची माहिती मिळते. यातील हिशोबी कागदावरून झाडा, धूळझाडा, कुळारग, हिशेब घडणी अशा प्रकारचे कागद आढळतात.

जमीन झाड्यात जमिनीचे प्रकार, यांची मोजणी व आकारणी दिलेली आढळते. धुळझाडा कागदात जमिनदारांची नावे आढळतात. त्या जमिनदारांची मोजणी व दर्जा कागदात दिलेला असतो. हे कागद प्रांत हिंदुस्थान व प्रांत कर्नाटक या व्यतिरिक्त इतर

सर्व प्रांतांत आढळतात.

यात शेतकरी व इतरांची यादी व प्रत्येकाचा खाते उतारा देणारे कुळरग नावाचे कागद आहेत. तसेच हिशोब झडती कागदात विविध प्रकारच्या जमेच्या बाबी व हिशेब पूर्ण केलेल्या व तेवढ्या कालावधीतील जमा झालेल्या व येणे राहिलेल्या रकमा यांचा तपशील मिळतो.

जमाव दप्तरातच **अजमासाचे** कागद तालुक्याचे, परगण्याचे तसेच प्रांताचे गाववार कागद दिसतात. या कागदावरून आय स्वरूप उत्पन्नाच्या व खर्चाच्या बाबी दिसून येतात.

पेशवे दप्तरात **घडणी** प्रकार आहे. त्यात एकंदर रुमाल ८०६ आहेत. या घडणी दप्तरात पेशवे काळातील उत्पन्नाच्या व खर्चाच्या अनेक बाबींची माहिती सापडते. उत्पन्नाच्या बाबतीत मुलखातील जमा, खंडणी कित्ता ऐवजी, कोतवाली उत्पन्न, जप्ती उत्पन्न कमावीस, घासदाणाबाबत पट्टी, मदत पट्टी यांचा समावेश होतो. खर्चाच्या बाबीचे स्पष्टीकरण या घडणी रुमालाच्या कागदावरून मिळते. रद्द कर्ज, हुजरात खर्च, महाल मजकूर, किल्ले, जहाज, मक्ते कर्ज या सर्व बाबींवरील खर्च या दप्तरातील कागदात आढळतो.

घडणी दप्तरातील प्रांत अजमास उत्तर कोंकण या दप्तरात कोकणातील जकाती अंमलाचा हिशेब सापडतो. जकाती सबंधीची मनोरंजक व उपयुक्त अशी माहिती मिळते.

कोकणातील कल्याण, भिवंडी प्रांताच्या जकात वसुलीची यंत्रणा या कागद पत्रावरून अभ्यासल्यास पेशवेकालीन इतर प्रांताच्या जकात वसुलीची व यंत्रणेची कल्पना येते. तसेच जकात वसूल हा आतापर्यंत उपेक्षित विषय राहिलेला आहे. कोणी संशोधकाने त्याचा अभ्यास करण्याचे मनात घेतल्यास त्यास ही माहिती मार्गदर्शक ठरावी.

कोकणातील प्रांत कल्याण भिवंडी येथील जकात वसूल :

शिवकालातील व पेशवाईत बऱ्याच लांबवर डोंगर जंगलातून जाणारे मार्ग होते. ते रहदारीचे मार्ग दुरुस्त राखून वाहतुक करणारांची सुरक्षितता सांभाळून त्याचपासून त्याच कामाकरता वसूल केला जाई त्यास जकात वसूल म्हणत. पेशवाईत घाटामधील जकाती हा स्वतंत्र महाल असून रहदारीस अभय मिळण्याकरिता पथके असत, यासंबंधीची माहिती **शं. ना. जोशी** यांनी प्रसिद्ध केलेल्या ऐतिहासिक संकीर्ण साहित्य खंड ९ **'मराठी राजवटीतील काही घाट मार्ग, चौक्या व संकीर्ण.'** या ग्रंथात दिलेली आढळते. प्रांत कल्याण भिवंडीच्या जकातीचे मक्ते १७६०-६१ पासून दर पाच वर्षानी दिलेले आढळतात. असे मक्त्याचे कागद इ.

स. १८२० पर्यंतचे तपशीलवार सापडतात. प्रांत कल्याण भिवंडीच्या इ. स. १७०३ मधील जकाती अंमलासंबंधी माहिती ऐतिहासिक संकीर्ण साहित्य खंड ४ मधील ले. १५ मध्ये मिळते. नागोजी गोविंद सभासद याजकडे या वर्षीच्या कल्याण भिवंडी जकात वहिवाट होती. त्यास मीठबंदर पेणपासून वाणी आमदारपत्ती करतील. त्यांना वाटेत उपसर्ग पोचू नये म्हणून लष्कराचे सरदारास पत्रे देऊन खबरदारी घेण्यास सांगितले होते. तसेच जकातीचे पथकीयास गावात जागा देऊन जकात सुरळीत चालतील असे सांगितले आहे.

प्रांत कल्याण भिवंडी येथील जकात वसुलीचा मक्ता बाळाजी कृष्ण कमाविसदार यास इ. स. १७६०-६१ त दिला होता. त्याच्या हिशेबाची नक्कल फेरिस्त २४ द. न. १३७९ मध्ये आहे. तीवरून जकाती वसूल व खर्च याबद्दलची माहिती मिळते. प्रांत कल्याण भिवंडी या प्रांतातील एकूण जकात वसुलीची ठिकाणे ६३ होती.

वरील ६३ ठिकाणच्या जकातीचा मक्ता इजाऱ्याने दिलेला आढळतो. त्यात बंदर पेण, पनवेल, कल्याण, चोत्रे (चावडी) शहागज, कारघाट सावा, घाट कोलबा, तलघाट या सर्वांचा आकार आठमाही व पाणसरा असा हिशेबात दाखविलेला आहे. त्यात **कमाविसदार** वार्षिक नेमणूक २००० रुपये. त्यात पालख्या दोन व अब्दागिऱ्या आठ याच खर्चात त्यास दिलेल्या आढळतात. **मुजूमदार** दीनानाथ अनंत यास वार्षिक नेमणूक १२५ रुपये, लक्ष्मण बाबाजी **फडणीस** यासही जकात इजारा इ. स. १७८० त इंग्रजांनी कल्याण घेतल्यावर बंद पडला.

घडणी खतावण्या : घडणी दप्तरातील कागद पहिल्या प्रतीचे आहेत. घडणी दप्तरात खालील विषयावरील खतावण्या आढळतात.

१) देवस्था, २) बदल मुशाहिरा व आश्रित, ३) जप्ती केली व मोकळीक केली, ४) वर्षासन, ५) कमाविस व कर्ज चौथाई, ६) खेरीज मुशाहिरा, ७) सरकारी वतने, ८) परदरबार, ९) संस्थान व महालवारी, १०) नेमणूक अजमास, ११) प्रकारणवार सरंजाम, १२) सिलेदार, १३) खाजगी व अंतस्त, १४) जहाजात, १५) बाकीजाबते.

घडणी दप्तर मुख्य व त्यातील पोटभाग खतावण्या. या खतावण्यावरून खालील बाबींची माहिती मिळते.

१) जडाव दागिने, २) जवाहीर, ३) किंमतवान कापड, ४) ऐन जिनस, ५) नाणे, ६) प्राणी, जनावरे, गुरे, ७) माणसे, ८) जहाजे, ९) हत्यारे, १०) पावलोक, ११) बाजे लोक, १२) जिलबेचे लोक.

इंग्रजी अंमलात एकोणिसाव्या शतकाच्या अखेरीस रा. ब. वाड यांनी पेशवे दप्तरातील कागदपत्रांचा अभ्यास करून प्रसिद्ध करण्याकरिता ३० खंड तयार केले. त्यापैकी खालील १५ खंडास प्रसिद्धी लाभली.

खंड १ - शाहू छत्रपतीची रोजनिशी.

खंड २, ३ - पेशवा बाळाजी बाजीराव, सन १९०६.

खंड ४, ६, ८ - सवाई माधवराव पेशवे, सन १९०८, १९०९, १९०१.

खंड ५ - दुसरा बाजीराव पेशवा, सन १९०८.

खंड ७, ९ - माधवराव पेशवा, सन १९११.

खंड १० - कैफियती, यादी वगैरे सन १९०४.

खंड ११ - सनदा व पत्रे, सन १९१३.

खंड १२ - तह व करारनामे, सन १९१४.

खंड १३ - निवाडा व पत्रे, सन १९०९.

खंड १४ - सनदपत्रातील माहिती, सन १९४७.

खंड १५ - फौज सरंजामासंबंधी, सन १९१७.

त्यात मराठ्यांचे नौदल, सेनादल त्यांच्या हालचाली, मराठ्यांची शासन पद्धती, दिवाणे कामे, जमीन महसूल, चोरीस शिक्षा व गांजलेल्यांस अभय, दुष्काळापासून संरक्षण, राज्याच्या उत्पन्नाचे अनेकविध मार्ग, जकात पद्धती वगैरे संबंधीची माहिती अभ्यासावयास मिळते.

पेशवे दप्तरातील कागदपत्रांचा अभ्यास करण्याचे काम **रा. ब. सरदेसाई** यांनी इ. स. १९३१ मध्ये आपल्या चार साहाय्यका समवेत हाती घेतले. ते चार वर्ष चालले. या मुदतीत या अभ्यासकांनी बहुतेक दप्तर अभ्यासून त्यातून राजकीय व क्वचित सामाजिक माहिती सांगणारे कागद निवडून काढले व ते मुंबई सरकारने ४५ भागांत **'पेशवे दप्तरातील निवडलेली कागदपत्रे'** या शिर्षकाखाली प्रसिद्ध केले. या भागातील प्रत्येक कागदपत्राच्या शेवटी दिलेल्या इंग्रजी सारांशाचा उपयोग मराठी माणसे आपले ग्रंथ सजविण्याकडे आजही करीत आहेत. यामध्ये पेशवे यांच्या अखेरीपर्यंत आपला राज्यविस्तार पश्चिम किनाऱ्यावर उत्तरेत व दक्षिणेत माधवराव पेशवे यांच्या अखेरीपर्यंत कसकसा केला. हे अभ्यासावयास मिळते.

पेशवे दप्तरातील कागदपत्रातून संशोधकास आपल्या विषयासंबंधीचे कागदपत्र निवडण्यास सुलभ व्हावे म्हणून महाराष्ट्र शासनाने त्या कागदपत्रातील आशयाच्या वर्णनात्मक सूची तयार करण्याची योजना कार्यान्वित केली. पेशवे दप्तरातील **'शाहू दप्तर'**, **'चिटणीसी'**, **'संशोधनासाठी निवडलेले कागद'** अशा तीन विभागातील सुमारे दोन लाख कागदपत्रांची वर्णनात्मक सूची खंड प्रसिद्ध झाले आहेत.

मराठ्यांच्या राजकीय इतिहासाची मोडी साधने पेशवे दप्तरात इ. स. १७८२ पर्यंत आढळतात. ती सर्व एकत्र करून रा. ब. सरदेसाई ह्यांनी **पेशवे दप्तरातून निवडलेले कागदपत्र** ह्या शिर्षकाखाली २५ खंड प्रसिद्ध केले. ह्यानंतर मराठ्यांच्या इतिहासाची साधने पेशवे दप्तरातील **'रेसिडेन्सि कॉरस्पॉन्डन्स'** हा विभाग पुरवितो.

इ. स. १७८२ त सालबाईचा तह होऊन इंग्रज-मराठे युद्ध संपले आणि इंग्रज-पेशवे याजमधील तंटे महादजी शिंद्याच्या मध्यस्थीने सोडविण्याचे ठरले. त्यावेळेपासून इंग्रज वकील ॲन्डरसन महादजी शिंदे यांच्या छावणीत राहू लागला व पुण्याच्या कारभाराविषयी बातमीपत्रे ग. ज. ला पाठवू लागला. ह्यावेळेपासून रेसिडेन्टनी केलेला पत्रव्यवहार इंग्रजीत असून तो व्यवस्थित आहे. त्या विभागातील कागदपत्र सर **यदुनाथ सरकार** व **रा. ब. सरदेसाई** ह्यांनी संपादून ती १४ भागात प्रसिद्ध केली. १७८२ ते १८१८ पर्यंतचा मराठेशाहीचा साद्यंत इतिहास ह्या पत्रव्यवहाराच्या आधारे सांगता येतो.

इ. स. १९५३-५४ मध्ये मुंबई सरकारने फारसी कागदपत्रांच्या इंग्रजी भाषांतराचे दोन खंड प्रसिद्ध केले. हा फारसी पत्रव्यवहार पुण्याचे पारसनीसांकडे होता. तो मुंबई सरकारने विकत घेतल्यावर त्यांचे इंग्रजी भाषांतर सर जदुनाथ सरकार यांनी केले.

ऐतिहासिक घराण्यांच्या वंशावळी :

रियासतकार सरदेसाई यांनी संपादून मुंबई शासनाने प्रसिद्ध केल्या. अशा प्रकारच्या वंशावळी इनाम कमिशन चौकशीच्या वेळी वतनदारांनी शासनाकडे दिलेल्या कागदपत्रात भरपूर आहे. इनाम कमिशन इंग्रज सरकारने इ. स. १८४४ त बसवून सर्व वतनदारांस आपले कागदपत्र आणण्यास फर्माविले एकूण ४४ हजार वतनदारांच्या वतनाची चौकशी केली आणि त्यापैकी ४ हजार वतनदारांना जीवदान दिले. बाकीच्यांची वतने काढून घेतली. वतनदारांनी आपले कागद परत नेले नाहीत. अशा सर्व कागदांचा एक विभाग 'जमाव दप्तर' नावाने पेशवे दप्तरात आहे. या विभागातील कागद पत्रात शिवकालीन कागद सुद्धा सापडतात. पेशवे दप्तरातील गुजराती कागद गुजरातेतील मराठी राजवटीचा इतिहास सांगण्यास उपयुक्त आहेत. ह्या दप्तरात हिंदी कागदपत्रही आहेत. ह्या हिंदी कागदांचा एक भाग 'पेशवे दप्तरातील हिंदी कागदपत्रे' ह्या शिर्षकाखाली पुराभिलेख विभागाने इ. स. १९७८ मध्ये प्रसिद्ध केला. ह्यात प्रसिद्ध झालेली हिंदी पत्रे मराठ्यांची उत्तर व मध्य हिंदुस्थानात महसूल पद्धती कशी होती हे सांगतात.

पेशवे दप्तरातील राजकीय बाबीसंबंधीच्या कागदांशिवाय मराठी राज्याचा आर्थिक व्यवहार, उद्योगधंदे, व्यापार व सामाजिक स्थिती यासंबंधीचे खालील वेचे निघणे शक्य आहे. पेशवेकालीन शेती, व्यवसाय व उद्योगधंदे, व्यापार, कर, ग्रंमजाती जहाज बांधणी, परदेश व्यापार वहातूक-रस्ते व दळणवळण, जकात, टांकसाळ, नाणी, हुंडी, जमाबंदी, बाजारभाव, अफू, दारु व मीठ यावरील जकात समाजजीवन, हुंडी पद्धती, हलकारा पद्धत, पाटबंधारे दुष्कळ, जिल्हा व तालुका

वतनदार, महाराष्ट्रातील किल्ले इत्यादी विविध विषयावर कागदपत्रांचा भरपूर संभार आहे.

इ. स. १८२० मध्ये इंग्रजी अंमल सुरू झाला. इंग्रजांनी आपण एतद्देशीय राजेराजवाड्यांस जिंकून घेतले. त्यांची महसूल व्यवस्था, राज्यपद्धती, न्याय पद्धती कशी होती. यांची माहिती मिळवून ती इंग्लंडमध्ये पाठविली. ही माहिती इंडिया हाऊसने १८२३ मध्ये तीन जाड पुठ्ठ्याचे व्हॉल्युममध्ये प्रसिद्ध केली. ही माहिती फार महत्त्वाची असून अभ्यसनीय आहे. देशाचा कारभार इंग्रजांनी चालविण्यास सुरुवात केल्यानंतर त्यांना ज्या अनंत अडचणींना तोंड द्यावे लागले, त्या अडचणींवर त्यांनी कशी मात केली. हे इ. स १८२० ते १८५० पर्यंतचे पोलीटिकल सर्विसचे मुंबई दप्तरखान्यातील कागदपत्र अभ्यासल्यास दिसते. राज्यात रामोशी, भिल्ल यांचे उठाव झाले. त्यांचा बीमोड त्यांजवर सैन्य पाठवून केला. पण त्याजबरोबर त्यांच्या संबंधीची माहितीही मिळविली. ती अभ्यासार्ह आहे. याच काळात दुष्काळ पडले. लोकांची अन्नदशा झाली. जमीनदारांनी रयतेची पिळवणूक केली. युरोपिअन धर्मवेडे राजसत्तेच्या साहाय्याने ख्रिश्चन धर्माचा प्रसार करू लागले. त्यांचा प्रतिकार त्यावेळीच्या समाजधुरीणांनी कसा केला जे **जी. डी. व्हॉल्यूम** सांगतात.

याच दप्तरातील **डेक्कन कमिशनर्स फाईल्स** म्हणून जो एक विभाग आहे. त्यातील कागदपत्रात मराठेकालीन उपेक्षित समाजाच्या चालीरीती संबंधीची साद्यंत हकीकत मिळते. उपेक्षित समाजाचे भटके लोक तमासगीर, डोंबारी, कोल्हाटी, जनावरांचे खेळ घेणारे मुख्य फिरस्ते म्हणजे नंदीवाले, सदोदी, दरवेशी, माकडवाले व गारुडी हे गावकऱ्यांचे मनोरंजन करीत होते. त्यांचे गट तयार झाले आणि त्या लोकांच्या परंपरा चालविणाऱ्या जातीही तयार झाल्या. ह्या जातीतील लोकांना भटक्या जमातीतील लोक असेही म्हणतात. त्या त्या उपेक्षित समाजाची जडण-घडण कशी झाली. त्या लोकांचे समाज नियम काय होते. त्यांच्या लग्नाच्या चालीरीती, आपआपसातील तंटेबखेडे कसे सोडवित; औरसपुत्राचे हक्क, दत्तकपुत्राचे हक्क काय होते. बायकोने सिंदळकी केली किंवा तिला दुसऱ्यापासून मूल झाले, पुरुषाने रखेली ठेवली आणि यापासून संतती निर्माण झाली आणि यावरून बखेडे निर्माण झाले तर ते कसे तोडले जात या संबंधीची मनोरंजक माहिती इंग्रज अधिकाऱ्यांनी मिळविली. ती आजही मराठ्यांचा सामाजिक इतिहास लिहिण्यास उपयुक्त आहे.

ऐतिहासिक दृष्ट्या **कोल्हापूरचा दप्तरखाना** हा महाराष्ट्रातील सर्वात जुना व अव्वल दर्जाचा दप्तरखाना आहे. असे म्हणण्यास हरकत नाही. कारण शिवछत्रपतीचे दप्तर संभाजी महाराजांच्या वधानंतर राजाराम महाराजांच्या ताब्यात आले. राजाराम महाराजांनी पन्ह्याळ्याहून जिंजीकडे जाताना हे सर्व कागदपत्र पन्हाळा येथे ठेवले असावेत.

शाहू महाराजांनी सातारा राजधानी केल्यावर पन्हाळा येथे ताराबाई साहेबांनी नवीन गादी सुरू केली. त्यांचेही कागदपत्र पूर्वीच्या दप्तरखान्यात असायला हवेत. पण असे सांगतात. की महत्त्वाचा दप्तरखाना दोनदा आगीच्या भक्ष्यस्थानी पडला. त्यामध्ये महत्त्वाचे कागद जळून नाश झाले असावेत. सन १८१६ मध्ये ही दप्तरखाना जळल्याचा उल्लेख आहे.

ह्या दप्तरखान्यातील पुष्कळशा जुन्या कागदपत्रांचा नाश होण्यास दुसरेही कारण झाले. दुसऱ्या महायुद्धाच्या काळात कोल्हापूर येथील इंग्रज कारभाऱ्याने कागदांचा लगदा बनविण्यासाठी गाडे भरभरून कागदपत्र नेऊन दिले. त्यात ऐतिहासिक कागद नेले नाहीत असे म्हणता येणार नाही. ह्या रेकॉर्ड ऑफिसमध्ये तुरळक जुने ऐतिहासिक कागद सापडतात. म्हणून ह्या दप्तरखान्यात जुने ऐतिहासिक कागदपत्र भरपूर होते असे दिसते.

संस्थान कारकिर्दीत ऐतिहासिक कागदपत्रांना, **'राजकीय किंवा दफाता कागदपत्र'** असे म्हणत असत आणि हा सर्व पत्रसंभार संस्थानच्या मुख्य इमारतीत कारभाऱ्याच्या (हुजूर ऑफीस) अधिपत्त्याखाली होता. हे रेकॉर्ड नव्या राजवाड्याच्या आवारात एका स्वतंत्र इमारतीत ठेवले होते. इ. स. १९४७ डिसेंबरमध्ये ह्याचा ताबा संचालक, रेकॉर्ड आणि आर्क्यालॉजी कोल्हापूर ह्या ऑफिसरच्या ताब्यात आला.

संस्थान विलीन झाल्यावर (दि. १ मार्च १९४९) कोल्हापूर येथील सध्याचे ऐतिहासिक कागदपत्र संचालक, पुराभिलेख विभाग यांच्या ताब्यात आले. जमीन महसूल खाते, न्याय खाते आदि शासकीय खात्यांचा कागदसंभार त्या त्या खात्याकडे सोपविला आणि ऐतिहासिक जुने कागदपत्र फक्त सध्याच्या रेकॉर्ड ऑफीसमध्ये ठेविले आहेत. त्याचबरोबर विलीन झालेली संस्थाने व जहागिरी ह्यांचेही कागदपत्र या ठिकाणी आहेत.

कोल्हापूर दप्तरखान्यातील 'निवडी दप्तर' विभागात जे २५,००० मोडी कागद आहेत. १९७१ त्यांची वर्णनात्मक सूची प्रसिद्ध झाली. त्यानंतर त्याच दप्तरखान्यातील **'पारसनीसी'** व **'चिटणीसी'** दप्तरांची सूचीही पुराभिलेख विभागाने प्रसिद्ध केली.

कोल्हापूर रेकॉर्ड ऑफिसमधील ऐतिहासिक कागदपत्रांचा सर्वप्रथम उपयोग बाळाजी प्रभाकर मोडक यांनी केला. आणि त्यातील कागदपत्रांवर आधारित **''कोल्हापूर व कर्नाटक प्रांतातील राज्ये व संस्थाने यांचा इतिहास''** पूर्वार्ध भाग १ व २, उत्तरार्ध भाग १ व २ प्रसिद्ध केले. हल्लीच **श्री. मा. वि. गुजर** यांनी **''कोल्हापूर छत्रपती घराण्याच्या इतिहासाची साधने.''** या नावाने ८ खंड प्रसिद्ध केले आहेत. याच दप्तरखान्यातील कागदपत्रे अभ्यासून **डॉ. अप्पासाहेब पवार** व माजी कुलगुरु शिवाजी विद्यापीठ यांनी **'ताराबाईकालीन कागदपत्रे'** खंड १ व २ छापून प्रसिद्ध केले.

कोल्हापूर दप्तरखान्यातील कोकणविषयक कागदपत्रे पुराभिलेख विभागाने **'कोकणच्या इतिहासाची साधने'** भाग १ (संपा : वि. गो. खोबरेकर व शिंदे) म्हणून प्रसिद्ध केली. तसेच या दप्तरातून स. मा. गर्गे यांनी **करवीर रियासतीची कागदपत्रे,** खंड १ ते ३ (४) करवीर सरदाराच्या कैफियती व (५) कापशीकर सेनापती घोरपडे घराण्याची कागदपत्रे प्रसिद्ध केली.

मराठेकालीन विदर्भाच्या इतिहासास उपयोगी दप्तरे -

अलिकडील काही वर्षात इतिहासकारांचे लक्ष भारताच्या विविध प्रादेशिक इतिहासाचा अभ्यास आणि त्याचे विवेचन करण्याकडे वळले आहे. भारताचा इतिहास लिहिण्याकरिता प्रादेशिक इतिहास हा अतिशय पूरक ठरतो. भारताच्या विविध विभागाचा प्रादेशिक इतिहास लिहिले जाणे ही निकड आहे.

सध्याच्या विदर्भात महाराष्ट्राचे जे आठ जिल्हे मोडतात त्यांचा समावेश भारताच्या प्राचीन इतिहासात ते महत्त्वाची संस्थाने म्हणून होता. या विभागाचा राजकीय, सामाजिक व आर्थिक विषयाचा इतिहास लिहिणे आवश्यक आहे. भारतातील इतिहासकारांचे लक्ष आतापर्यंत या विभागाचे अशा प्रकारचे इतिहास लिहिले जावेत. याकडे अद्याप गेलेले नाही, भाषेची अडचण हेही एक त्याचे कारण कदाचित असू शकेल.

१३ व्या शतकात मुसलमानांचा विदर्भात प्रवेश होण्यापूर्वी या प्रांतावर यादवांचे राज्य होते. यादवांचा ऱ्हास झाल्यावर देवगडचे गोंड राजे नागपूरचे अधिपती बनले. विदर्भाचा काही भाग तेव्हा बहिमनी साम्राज्याच्या ताब्यात होता. या बहामनी राजांनी फारसी भाषा ही राज्यकारभाराची भाषा म्हणून रूढ केली. वऱ्हाड प्रांतातील सिंदखेड येथील शूर घराण्यांपैकी जाधव हे बहामनी सुलतानाच्या पदरी होते. त्यांच्याप्रमाणेच आडगावचे देशपांडे व उदाजीराव देशमुख ही मराठी घराणी बहामनीच्या पदरी होती.

सिंदखेड येथील सुप्रसिद्ध जाधव घराण्याकडील काही अत्यंत महत्त्वाचे अस्सल कागदपत्र **शारदाश्रमचे श्री. बी. डी. महाजन** यांनी मिळविले. इ. स. १९५० मध्ये भरलेल्या भारतीय इतिहास परिषदेत एक शोधनिबंध त्यांनी सादर केला. तो प्रोसिडिंग्जमध्ये प्रसिद्ध झालेला आहे. ह्या कागदपत्रावर सहा शिक्के असून बादशाही किताबी मोहरा आहेत. दिल्लीच्या शहेनशहाची बिरूदावली दिली असून इतर शिक्के हे अन्य अधिकाऱ्यांचे आहेत. सर्वच्या सर्व बारा शिक्के हे फारसी लिपीत लिहिलेले आहेत. वऱ्हाड विभागातील एलिचपूर येथील नबाब, देशमुख, देशपांडे व इतर दुय्यम अधिकारी यांच्याकडील ऐतिहासिक दृष्ट्या महत्त्वाचे कागदपत्र हे पारसीमध्ये असल्याचे प्रामुख्याने आढळते, यापैकी काही कागदपत्रे यवतमाळ येथील शारदाश्रम या संस्थेच्या ताब्यात आहेत. या संस्थेकडील ऐतिहासिक कागदपत्रांचा संग्रह मोठा आहे. ही सर्व कागदपत्रे प्रसिद्ध

करावयाची असे ठरविल्यास त्यांचा १,००० पृष्ठांच्याही वर आकडा जाईल. दिल्लीचा मोगल बादशहा व निजाम यांच्यामध्ये साखरखेडा येथे झालेल्या लढाईपासून म्हणजे सन १६६१ ते १७२४ पर्यंत सिंदखेडचे जाधवराव दिल्लीच्या बादशहाचे मनसबदार आणि सरदार म्हणून होते.

या संस्थेकडील सर्व कागदपत्रे व विदर्भातील पूर्वीच्या नबाब घराण्याकडील तसेच इतिहास प्रसिद्ध सर्व घराण्याकडील फारसी कागदपत्र प्रसिद्ध केल्यास विदर्भ विभागाच्या मध्ययुगीन इतिहासावर नवीन प्रकाश टाकता येईल.

यवतमाळ येतील शारदाश्रम या संस्थेत जतन करून ठेवलेल्या कागदपत्रांच्या अभ्यासावरून विदर्भ विभागातील औरंगजेबाच्या कारकीर्दीत कोणती महसूल पद्धती प्रचारात होती त्याबद्दल माहिती मिळते. बहामनीच्या काळात विदर्भातील महसूल पद्धत कोणत्या प्रकारची होती. यावर यवतमाळ येथील डॉ. य. खु. देशपांडे यांनी हे कागदपत्र अभ्यासून या महसूल पद्धतीचे चित्र सन १९०६ च्या विदर्भ संशोधन मंडळाच्या वार्षिकात पृ. ९०-९४ वर कागदपत्र प्रसिद्ध करून उभे केले आहे.

नागपूरकर भोसले हे प्रबळ झाले आणि त्यांनी विदर्भ प्रांतातील मोगलांची व गोंड राजाची सत्ता स्वबळावर बळकावली. मुधोजी, त्याचा भाऊ रघोजी भोसले हे शहाजी राजांचे समकालीन आणि शूर लढवय्ये म्हणून प्रसिद्धीस पावले होते. मुधोजी भोसल्यांचा मुलगा परसोजी भोसले याने छत्रपती राजाराम महाराजांस बहुमोल साहाय्य केले होते. त्यांची ही सेवा पाहून राजाराम महाराजांनी परसोजी भोसलेस जरीपटका व सेनासाहेब हा किताब दिला. तसेच गोंडवन, देवगड, चांदा आणि वऱ्हाड येथून परसोजी भोसले खंडणी वसूल करीत असे. तो सर्व प्रदेश राजाराम महाराजांनी सन १६९९ मध्ये त्याला दिला. त्यानंतर पहिल्या रघूजी भोसलेने गोंड राजास आपला मांडलिक बनविले आणि वऱ्हाड प्रांत काबीज केला. सन १८१८ च्या अखेरपर्यंत विदर्भावर नागपूरकर भोसल्यांचा अंमल होता. रियासतकार सरदेसाई यांनी पेशवे दप्तराच्या २० व्या खंडात प्रसिद्ध केलेल्या कागदपत्रात नागपूरकर भोसल्यांनी मराठ्यांच्या इतिहासात कोणती कामगिरी बजावली याचे वर्णन केले आहे. सन १७१५ ते १७५२ या कालावधीतील हे कागद आहेत. **रा. ब. का. ना. साने., रा. ब. पारसनीस** इतिहासाचार्य **वि. का. राजवाडे** यांनी काव्येतिहास संग्रह, भारतवर्ष, इतिहाससंग्रह आणि मराठ्यांच्या इतिहासाची साधने खंड २० यामध्ये नागपूरकर भोसल्यासंबंधीची विपुल माहिती प्रसिद्ध केली आहे. परंतु एखाद्याही प्रसंगाची सुसंगत व अखंड अशी माहिती मिळत नाही. डेक्कन कॉलेज ऑफ पोस्ट ग्रॅज्युएट रिसर्च इन्स्टिट्युट, पुणे ह्या संस्थेने **'नागपूर अफेअर्स'** चे दोन भाग प्रसिद्ध केले. त्यात सन १७७४ ते १७९९ पर्यंतची नागपूरच्या संपूर्ण इतिहासाची माहिती मिळते. मुंबईच्या पुराभिलेख विभागात मेणवली येथून नाना फडणीसांचा कागदपत्रांचा

संग्रह (२४३ रुमाल) जतन करून ठेवला आहे. त्यामध्ये नागपूरकर भोसले व भोसल्यांचा राज्यकारभार यासंबंधी काही अधिक माहिती मिळू शकेल.

मराठ्यांच्या इतिहासाचा अभ्यासक म्हणून नागपूरकर भोसल्यांचे पेशव्यांशी असलेले संबंध, १७६१ ते १८०५ या काळात पेशव्यांशी त्यांनी केलेल्या लढाया इत्यादीसंबंधी पुणे पुराभिलेखागारात जे कागदपत्र आहेत ते अभ्यासले आहेत. **शाहू दप्तरातील कागदपत्रांचे वर्णनात्मक सूची खंड १ व २** यात व संशोधनासाठी निवडलेले कागद हे खंड महाराष्ट्र शासनाने प्रसिद्ध केले असून नागपूरकर भोसल्यासंबंधी भरपूर माहिती असलेले कागद त्यात विपुल आहेत.

विदर्भ संशोधन मंडळ, नागपूर येथील श्री. **डी. जी. लांडगे** यांनी विदर्भाचा इतिहास लिहिण्याच्या कामी मोठी महत्त्वपूर्ण कामगिरी बजावली आहे. नागपूरकर भोसल्यासंबंधी विशेष करून नागपूरचा व आसपासचा विकास कसकसा झाला. यासंबंधीची माहिती त्यांनी वयोवृद्ध व्यक्तीच्या मुलाखती घेऊन अन्य तऱ्हेने गोळा केली.[१] त्यांनी घेतलेल्या या मुलाखती विदर्भ संशोधन मंडळाच्या वार्षिकात वेळोवेळी प्रसिद्ध झाल्या आहेत. त्यांनी लिहिलेले. ''नागपूरकर भोसल्यांचे ब्राह्मण कारभारी'', ''पिलाजी जाधव'', ''भोसले घराण्यातील काही प्रसिद्ध स्त्रिया.'' इत्यादी शोध निबंध विदर्भ संशोधन मंडळाच्या वार्षिकात प्रसिद्ध झाले आहेत. त्यावरूनही भोसल्यासंबंधी आपणास भरपूर माहिती मिळते.

नागपूर येथील दुसरे एक अभ्यासक **श्री. श. गो. चट्टे** यांनी नागपूरकर भोसल्यांच्या कारकीर्दीतील कागदपत्रे प्रसिद्ध केली आहेत, त्यावरूनही आपणास विदर्भ इतिहासासंबंधी माहिती मिळते. त्यांच्याकडे असलेल्या सनदावरून असे दिसते की पहिल्या रघुजी भोसल्यांनी ब्रह्मपुरी व पवनी येथे मुलकी अधिकाऱ्याची नेमणूक केली होती. त्यात देवगडच्या गोंड राजाकडून रघूजीचा हिस्सा होता त्याचा महसूल वसूल करण्याचा अधिकार दिला होता. तसेच ग्रामजोशी व इतर बलुतेदारांना रघुजी भोसल्यामार्फत त्यांच्या वतनाच्या सनदाही देण्याचे अधिकार दिलेले होते.

श्री. ए. एच् राजूरकर यांनी १८ व्या व १९ व्या शतकाच्या विदर्भातील चंद्रपूरच्या सामाजिक व आर्थिक इतिहास या कागदपत्रांच्या साहाय्याने लिहिला आहे. मुंबईच्या दप्तरखान्यातील कागदपत्रामधूनही या विभागातील २०० वर्षापूर्वी तेथील लोकांच्या स्थितीचे विर्णन करणारा पत्रसंभार उपलब्ध आहे.

श्री. बी. डी. करंजकर या इतिहास अभ्यासूंनी मोठ्या परिश्रमपूर्वक अमरावतीचा इतिहास दोन खंडात प्रसिद्ध केला आहे. विदर्भाचा इतिहास लिहिण्याच्या कामी हे ग्रंथ फारच मौलिक आहेत. या ठिकाणी विदर्भाच्या इतिहासाच्या साधन सामुग्रीची माहिती दिली आहे. तिच्या साहाय्याने विदर्भाचा समग्र इतिहास लिहिता येईल असे वाटते.

विदर्भ पुरालेखागारातील कागदपत्रात इ. स. १७९७ ते स्वातंत्र्य प्राप्तीपर्यंतच्या कालखंडातील ऐतिहासिक कागदपत्रे आहेत. इ. स. १७९७ ते १८१८ पर्यत भोसले राजांनी अनेकांना जमिनी इनाम दिल्या. ही इनामे देवस्थानास दिली. पराक्रमी सरदारांना दिली. मालगुजरांना दिली. ती त्यांनी कोणत्या कारणासाठी दिली याची माहिती ह्या कागदपत्रांत मिळते. तसेच इंग्रजी आमदानीत बसविलेला शेतसारा, त्यांच्या वसूलीसाठी केलेली प्रशासकीय व्यवस्था, मालगुजरांकडून सरकारात जमिनी घेताना केलेले करार वगैरेसंबंधी हे कागद बोलतात. इंग्रजांनी आपल्या आमदानीत पोलिटिकल पेन्शने सुरू केली होती. इंग्रज सरकार महाधूर्त. त्यांनी ही पेन्शने काही काळ चालविली व नंतर हळूच बंदही केली, त्याचा इतिहास ही कागदपत्रे देतात. ह्याच कागदात जमीन मोजणी, लागवडीची कामे, जमिनीवरील पिकांच्या किंमतीचा ठराव, शेतजमिनीच्या मोजमापाचे इंग्रजी आमदानीतील सुमारे २०० नकाशे आहेत. इनामपत्रके, पटवारी, मुंशाहिरा, शिरगणती वगैरेचे रिपोर्ट ऐतिहासिक दृष्ट्या महत्त्वाचे आहेत. अमरावती, एलिचपूर व वऱ्हाड भागातील देशमुख व देशपांडे व जमिनदार पाटील ह्यांच्या जमिनीच्या हकदाऱ्या व वंशावळ्या वऱ्हाडच्या अर्वाचीन काळाच्या इतिहासाची साधने होत तसेच या दप्तरखान्यात काही विदर्भातील नामवंत घराण्यांचे कागदपत्र आले आहेत. दादासाहेब खापर्डे यांचा पत्रव्यवहार, आडगावकर देशपांडे संग्रह, सुभेदार दिनकर वासुदेव संग्रह, विठ्ठल पुरुषोत्तम पानतावणे, रामभाऊ दानाजी पाटील, शंकर गोविंद चट्टे यांच्याकडून मिळविलेले कागद संशोधकांची वाट पाहात आहेत. भाषिक चट्टे यांच्याकडून मिळविलेले कागद संशोधकांची वाट पाहात आहेत. भाषिक तत्त्वावर महाराष्ट्र व मध्य प्रदेश अशी राज्ये १९५६ मध्ये अस्तित्वात आल्यावर नागपूरचे रेकॉर्ड व मध्य प्रदेश शासनाच्या राज्यात अंतर्भूत होणारी इंदूर, ग्वाल्हेर, देवास, धार आदी मराठी संस्थानाचे कागदपत्र मध्य प्रदेशची राजधानी भोपाळ येथे निरंतर राखण्यासाठी नेण्यात आले. ही सर्व कागद पत्रे ओल्ड पॅलेसच्या बाटा तलावाच्या काठावर उभ्या असलेल्या अनेक मजली स्वतंत्र इमारतीत ठेवण्यात आली असून इथे पुराभिलेख विभागाचे मुख्य कार्यालय आहे.

बुधगाव - मिरजमळा दप्तर

वासुदेव शास्त्री खरे यांनी मिरजेला पटवर्धनाचे दप्तर तपासले. त्यांतील पाच ते सहा हजार ऐतिहासिक पत्रांच्या नकला बनविल्या. त्यांना तारखा टिपणी देऊन ती पत्रे बोलकी करून प्रसिद्ध करण्याजोगी केली. पण ती छापण्यात पैसा जवळ नव्हता म्हणून त्यांनी **शिवसंभव, तारामंडल, उग्रमंगल** अशी नाटके लिहिली. ती लोकप्रिय झाली. त्यातून जो पैसा मिळाला तो ऐतिहासिक कागदपत्रे छापण्याच्या कामी उपयोगी आणिला. अशा रितीने ऐतिहासिक **लेख संग्रहाचे १२ खंड खरे शास्त्रींनी छापून**

प्रसिद्ध केले. त्यांच्या निधनानंतर त्यांच्या **चिरंजीवानी आणखी तीन खंड प्रसिद्ध केले.** व ह्या सर्व खंडाची प्रस्तावनाही मराठ्यांच्या सत्तेचा उत्तरार्ध ह्या शीर्षकाखाली दोन खंडात प्रसिद्ध केली. ह्या पंधरा खंडात एकूण ७२७२ पत्रे ८१२८ पृष्ठांवर छापली आहेत. पटवर्धनानी आपला वकील पुण्यात पेशवे दरबारी ठेविला होता. तो आपले स्वामी पटवर्धन यांना त्यावेळच्या पुण्यात चाललेल्या राजकीय घडामोडी, राजधानीत बसून ऐकलेल्या निरनिराळ्या स्वाऱ्यांच्या हकीगती, सरदारांच्या सैन्याच्या हालचाली, इंग्रज-निजाम-हैदर यांचे मनसुबे इत्यादी संबंधीची त्यास ठाऊक झालेली बातमी वारंवार पत्रे लिहून कळवितो. ती सन १७६३ पासूनची सर्व अस्सल पत्रे ह्या १५ खंडात छापल्यामुळे मराठेशाहीचा पानिपत नंतरचा इतिहास आपणास मिळाला. हे बुधगाव दप्तर सध्या पुण्याचे पेशवे दप्तरात आहे.

इतिहास तपस्वी राजवाडे यांनी शिवकालीन कागदपत्रे सरदार, दरकार इनामदार यांच्या वंशजाच्या घरी अनेक वेळा पायी जाऊन मिळविली. राजवाडे यांच्या बुद्धीची झेप फार मोठी होती. त्यांनी ऐतिहासिक साधने प्रसिद्ध केली. त्या **'मराठ्यांच्या इतिहासाची साधने'** ह्या २२ खंडाच्या प्रस्तावनांवरून कळते. शिवाजी महाराजांचा जन्मोत्सव लोकमान्य टिळकांनी सुरू केला. मराठ्यांची अस्मिता जागी झाली. पण शिवाजी महाराजांचा खरा इतिहास महाराष्ट्राच्या हाती येईना. कारण रायगडचा किल्ला झुल्फिकारखानाने इ. स. १६८९ मध्ये ताब्यात घेतल्यावर त्यातील शिवाजीचा दप्तरखाना जाळला. त्यात महाराष्ट्राची शिवकालीन इतिहासाची साधने भस्मसात झाली. हे लक्षात येताच इतिहासाचार्य राजवाड्यांनी देशमुख देशपांडेच्या वंशजाकडून शिवकालीन कागदपत्रे जमविली. व ती खंड ४, ६, १५ ते १९ मध्ये प्रसिद्ध केली.

भारत इतिहास संशोधन मंडळ, पुणे

इतिहासचार्य वि. का. राजवाडे यांनी महाराष्ट्रभर फिरून ऐतिहासिक घराण्यांकडून कागदपत्रे मिळविण्याचा सपाटा सुरू केला. ज्यांनी कागदपत्रे दिली नाहीत त्यांचेकडे बसून त्यांनी त्यांच्याकडील कागदपत्रांच्या नकला केल्या. हे काम करीत असताना ऐतिहासिक कागदांच्या नकला करणे, केलेल्या नकलांचे रुजू पाहणे, तारखा घालणे वगैरे काम करून त्यांनी 'मराठ्यांच्या इतिहासाची साधने' खंड १ ते २२ प्रसिद्ध केले. त्यांनी सहा ऐतिहासिक ग्रंथ संपादन करून विविध विषयावरील लेखाचे दुसरे ६ खंड प्रसिद्ध केले. सन १९१० मध्ये त्यांनी सरदार मेहेंदळे यांच्या सहकार्याने भा. इ. सं. मं. ची स्थापना केली. हे मंडळ पाक्षिक सभा घेऊन एक त्रैमासिक चालवित असते. संस्थेतील संशोधकांनी ठिकठिकाणी जाऊन अस्तित्वात असलेली कागदपत्रांची दप्तरे तपासून त्यांतून निवडक कागद आणून ते मंडळात ठेवलेले आहेत. अशाप्रकारे मंडळाच्या स्थापनेपासून आतापर्यंत जवळजवळ १ लाखाच्यावर ऐतिहासिक कागदपत्रं

मंडळात आहेत. त्या छत्रपतींची पत्रे, पेशवे युरोपियन वकील, बादशहा व त्याचे वजीर, सरदार, शिलेदार व जहागिरदार वकील, जासूद वगैरेची पत्रे जमाखर्चाचे कागद, यातील हुंड्या, वराता तसेच सामाजिक व आर्थिक माहिती या कागदपत्रात सापडते.

ज्या ज्या संशोधकांनी ठिकठिकाणी फिरून कागदपत्रे गोळा करून आणले. त्यांच्या त्यांच्या नावे तो पत्र संभार राखून ठेवला आहे.

हल्लीच मंडळाने (१९८०) प्रकाशित लेख, साधने इ. ची सूची ग्रंथ रूपाने प्रसिद्ध केलेली आहे. आतापर्यंत साधने व त्यावरील लेख यांची एकूण २३२ पुस्तके प्रकाशित झाली आहेत. तसेच सुमारे ५० पुस्तके मंडळ पुरस्कृत ग्रंथ मालेत प्रसिद्ध केली आहेत.

सातारचे पारसनीस संग्रह

रा. ब. पारसनीस यांनी सातारा येथे एक मोठा ग्रंथसंग्रह जमा केला. यात ३०,००० मराठी व ४,००० इंग्रजी कागद होते. त्याखेरीज दोन-तीन हजार ग्रंथ होते. १७ व्या व १८ व्या शतकातील हिंदुस्थानसंबंधीची फ्रेंच व पोर्तुगीज पुस्तके, पोर्तुगीज शिवचरित्र वगैरे पुस्तके त्या वस्तुसंग्रहात होती. शिवाय इतिहास विषयक ग्रंथ तिथे होते. पारसनीसांनी मराठी कागदपत्रे नाना फडणीसांच्या मेणवली येथील दप्तरातून व इतर संस्थानिकांकडून मिळविले होते.

याखेरीज पारसनीसांचा चित्रसंग्रह व काही कागदपत्रे **पारसनीस म्युझिअम** या नावाने साताऱ्यात त्यांच्या चिरजीवांच्या ताब्यात राहिला. त्यात जुनी ऐतिहासिक चित्रकला, विविध आकाराची नाणी, कलाकुसरीच्या नमुनेदार वस्तु, जुनी हत्यारे, थोरले बाजीराव, शाहूमहाराज, शिवाजीमहाराज, महादजी शिंदे, नाना फडणीस यांची चित्रे वगैरे प्रेक्षणीय संग्रह आहे. तसेच मराठी कागदपत्रेही आहेत. त्यात थोरले माधवराव पेशवे, रघुनाथराव, नाना फडणीस, सखाराम बापू बोकील, हरिपंत फडके, महादजी शिंदे, परशुररामभाऊ पटवर्धन इत्यादीची अस्सल पत्रे त्यांच्या जवळील संग्रहात आहेत. या संग्रहातील कागदपत्रांच उपयोग भारत सरकारला दादरा नगर हवेली खटल्याच्या वेळी हेग कोर्टाने दाखल करण्यासाठी झाला असा हा बहुमोल संग्रह सध्या औरंगाबाद येथे मराठवाडा विद्यापीठाकडे आहे.

डेक्कन कॉलेज पदव्युत्तर व संशोधन संस्था, पुणे ६

संस्था संस्कृत पाठशाळा म्हणून सन १८२२ त साली सुरू होऊन पुढे पुणा हायस्कूल, पुणे कॉलेज या स्थितीतून सन १८६३ त डेक्कन कॉलेज झाले. सन १९३४ त ते बंद झाले होते ते सन १९३९ त पुन्हा पदव्युत्तर अभ्यास संस्था म्हणून सुरू झाले. येथील दप्तर म्हणजे साताऱ्याचे पारसनीस याचे. सातारचे इतिहास

संशोधक द. ब. पारसनीस यांनी आपल्या हयातीतील ऐतिहासिक कागदपत्रे नाणी, चित्रे, नकाशे, हस्तिदंती वस्तू, हाडापासून तयार केलेल्या अंजनुशलाका मणी, शिल्पे इ. भारी वस्तू गोळा करून ग्रंथ हा संग्रह आपल्या हॅपी वॅले ह्या बंगल्यात मांडला. स. स. १९२० साली ह्या करिता मुंबई सरकारकडून स्वतंत्र बिल्डिंग बांधून घेतली. आपल्या संग्रहातील काही ऐतिहासिक कागदपत्रे व वर काही उल्लेखिलेल्या वस्तूंपैकी काही वस्तू त्यांनी ह्या नव्या बिल्डिंगमध्ये प्रदर्शित करण्यासाठी सरकारला इ. स. १९२५ मध्ये विकत दिल्या. शासनाने ह्या नव्या बिल्डिंगमधील पारसनीस संग्रह पुण्यास डेक्कन कॉलेजमध्ये इ. स. १९३९ मध्ये पोस्ट ग्रॅज्युएटच्या अभ्यासक्रमात इतिहास या विषयाचे अध्ययन करणाऱ्या विद्यार्थ्यांस उपयोगी पडावा म्हणून आणिला. हा संग्रह आजमितीस तेथेच आहे.

ह्या संग्रहातील ऐतिहासिक कागदपत्रे सन १७५० ते १८५० या कालखंडातील असून त्यांचा उपयोग मराठ्यांच्या इतिहासाची साधने म्हणून बहुश: होत असतो. ह्या कागदपत्राशिवाय ह्या संग्रहात रंगीत चित्रे, साधी चित्रे, ऐतिहासिक पुरुषांची हस्ताक्षरयुक्त पत्रे, प्रमाणपुस्तके, हस्तलिखित ग्रंथनकाशे, लढायांचे नकाशे, फारसी भाषेतील हस्तलिखिते, नाणी, पुतळे, मूर्ती, ताम्रपट चर्मपत्रे संग्रह इत्यादी बहुमोल वस्तू तेरा विभागात विभागलेल्या आहेत.

ह्या संग्रहातील बहुतेक कागद नाना फडणीस यांच्या दप्तरातील असून, ह्यात १०१ रुमाल आहेत. प्रत्येक रुमालात पुडकी किंवा फायली आहेत. त्या लेखकाचे नावाप्रमाणे लावल्या आहेत. ह्यातील महत्त्वाचे रुमाल व पुडके आहेत. त्याची माहिती खाली दिल्याप्रमाणे आहे.

रुमाल नं. १ : पुडके नं. ९, बाळाजीपंत नातू ११ पत्रे.

रुमाल नं. १६ : लाला सेवकराम (नाना फडणीसांचा वकील सन १७५७ ते १७९३) कलकत्त्यास होता याची पत्रे असून ती पारसनीसांनी छापिली आहेत.

रुमाल नं. २७ : मॅलेटसंबंधी महादजी चिंतामण वाघ यांची ३०७ पत्रे, बहिरो रघुनाथ मेहेंदळे याची ८४ पत्रे व गोविंदराव काळे यांची ३८ पत्रे आहेत.

रुमाल नं: २८ : अमृत विश्वनाथ पेठे, हरी बल्लाळ फडके यांनी मॅलेटसंबंधी सुमारे ३३ पत्रे लिहिली असून शिवाय पुरवणी पत्रे ९१ आहेत.

१ येथे दिलेली माहिती शा. ल. वैद्य यांनी भा. इ. सं. मंडळाच्या पाक्षिक सभेपुढे लेख वाचला. त्यावर आधारीत आहे.

रुमाल नं: ३९ : सुमारे ४१७ पत्रे निजामअल्लीबद्दल व भवानी शंकर (यशवंतराव होळकराचा सरदार) याची १२२ पत्रे (सन १७८६-८७) व भवानी नागनाथ याची ६ पत्रे.

रुमाल नं. ४० : मध्ये गणपतराव व्यंकटेश याची निजामाबद्दल १०२६ पत्रे

रुमाल नं. ४१, ४२ व ४४ : निजाम व टिपूसंबंधी सुमारे १३०० पत्रे.

रुमाल नं. ४३ : मध्ये खर्ड्याच्या लढाईची ६८२ पत्रे आहेत. ही पत्रे खाली दिलेल्या प्रसिद्ध व्यक्तींनी लिहिली आहेत. त्यांचे लेखन व पत्रे.

परशुराम भाऊराव पटवर्धन (१६) गोविंदराव काळे (५) नारायण बाबूराव (५) हरी त्र्यंबक वर्तक (६४) यादो तुकदेव (१५) निंबाजी माणकोजी (६) अंताजी नारायण सुळे (५७) बाळकृष्ण चिंतामण फाटक (४४) बाळाजी गोविंद भिडे (४२) विठ्ठल बापूजी (१) कृष्णाजी विठ्ठल व जयराम गोविंद (२६) मल्हारजी ओर्पे (९) त्र्यंबक बजाजी खांडेकर (१५) महादेव नीलकंठ (११४) पांडुरंग कृष्णा गोडबोले (११) सदाशिव रघुनाथ (५) कृष्णाजी माणकेश्वर (६) सखाराम रामचंद्र भावे (४) याशिवाय पुरवणी पत्रे निरनिराळ्या लोकांनी लिहिलेली (२२५)

रुमाल नं. ४६ : पुणे शहराच्या कोतवालीसंबंधी व धर्मादायासंबंधी १०६ पत्रे आहेत.

रुमाल नं. ४७, सवाई माधवरावासंबंधी ८०३ पत्रे यात सदाशिव भट नानल याची ६ पत्रे.

रुमाल नं. ४८, ४९ व ५२ मध्ये राघोबादादासंबंधी अनुक्रमे ३३१, १५० व १८७ पत्रे असून त्यात १२ नंबरच्या फाईलीत बाबुरावांना पत्रे आहेत.

रुमाल नं. ५० : १०५, पत्रे सवाई माधवरावासंबंधी ३२२ बाजीराव (दुसरा) यासंबंधी.

रुमाल नं. ५३ : वसईहून सन १७८३-८४ ची आनंदराव भिकाजी यांची ९४ पत्रे व सन १७७९ ची लक्ष्मण गोविंद यांची १४८ पत्रे आहेत.

रुमाल नं. ५४ : हरिपंत फडके यांची ६८४ पत्रे आहेत.

रुमाल नं. ६० : नाना फडणीस यांना १५ जणांची ५९२ पत्रे आहेत. त्यात पेंडसे व कापसे यांची १०-११ व १२ फायलीत ३५ पत्रे. फाईल नं. ८ मध्ये आचवल यांचे ५ कागद आहेत.

रुमाल नं. ६१ : नागपूर भोसल्यासंबंधी १४ फायली (पत्रे ५७) आहेत व ती २ भवानी काळो, ३ मोरो गोविंद, ६ जिवाजी महादेव काणे, ३ नारो कृष्ण जोशी, १७ लक्ष्मण बल्लाळ जोशी, १ बगाजी रघुनाथ, ९ नारो कृष्ण काळे, २ श्रीधर लक्ष्मण मनशी या प्रसिद्ध पुरुषांनी लिहिली आहेत.

रुमाल नं. ६२ : पुरवणी पत्रे २७३१.

रुमाल नं. ६३ : दौलतराव शिंद्यांसंबंधी सन १७९४ ते १७९८ पर्यंतची ४४३ पत्रे आहेत.

रुमाल नं. ६४ : ५२ प्रतिनिधी, १९८ सचिव, १५ पंतअमात्य, २ सुमंत, ६ मंत्री, ३६ निंबाळकर फलटण, ३ दळवी यांची पत्रे आहेत.

रुमाल नं. ६५-६६ नाना फडणीस यांस कर्नाटकच्या लढाईसंबंधी आलेली अनुक्रमे २१७-१३८ पत्रे.

रुमाल नं. ६७ : चिमणाजी बल्लाळ यांची फडके, आनंदीबाई व राघोबा यासंबंधी १७७ पत्रे.

रुमाल नं. ६८, ६९, ७०, ७२ : यात १६० फाईली असून सर्व पत्रे नाना फडणीसास असून त्यांची संख्या सुमारे ३००० आहे.

रुमाल नं. ७३ : नानासाहेबास आलेली १९६१ पत्रे आहेत.

रुमाल नं. ७६-७७-७८ : नानांची एकंदर पत्रे ११७५.

रुमाल नं. ७४ : कित्तूरच्या लढाईबद्दल १६६ पत्रे आहेत.

रुमाल नं. ७५ : ९ फायली असून त्यात नानांचे हिशेब आहेत. एकंदर ८०० पत्रे.

रुमाल नं. ७९ : जंजिऱ्यासंबंधी ४५१ पत्रे.

रुमाल नं. ८० : इंग्रजांशी लढाई (सन १७७९) बद्दल ७१५ पत्रे.

रुमाल नं. ८१ : सामाजिक संबंधी २२२ पत्रे.

रुमाल नं. ८२ : महादजी शिंद्यांसंबंधी ७१६ पत्रे.

रुमाल नं. ८३ : महादजीचे हिशोबाबद्दल पत्रे ९७.

रुमाल नं. ८४ : धोंडो भिवराव याची सन १७७७-७९-८२ ची ६६६ पत्रे.

रुमाल नं. ८५ : यात इंग्लिश, फ्रेंच व पोर्तुगीज यांचे संबंधी १३९ पत्रे.

रुमाल नं. ८६ : हरिपंत फडके यांनी लिहिलेली ३९६ पत्रे.

रुमाल नं. ८७ : बाबुराव कृष्ण आपटे यांची ८५३ पत्रे.

रुमाल नं. ८८ : नागपूरकर भोसल्यांची पत्रे.

रुमाल नं. ८९ : निजाम व हैदर यासंबंधी २१३८ पत्रे. यापैकी गोविंद कृष्ण काळेंची १७१० पत्रे.

रुमाल नं. ९० : परशुरामभाऊ पटवर्धन यांची नानांना ६३४ पत्रे आहेत. यात १० व्या फायलीत नानांची ५८ पत्रे आहेत.

रुमाल नं. ९१ : महिपत कृष्ण सालेयाची ३७२ पत्रे.

रुमाल नं. ९२ : किबे दप्तरातील ८९ पत्रे.

रुमाल नं. ९३ : रामदासांची बखर.

रुमाल नं. ९४ : चिकुर्डेकर देशमुख यांची २७ पत्रे.

रुमाल नं. ९५ : नारी शिवदेव (पोक्षें) यांची ४९० पत्रे.

रुमाल नं. ९६ : नागपूरकर भोसले यांच्या पदरच्या विश्वासू खालील मंडळीची ६९१ पत्रे - ओरपे ४६३, मल्हारजी व दत्ताजी नाईक १०९, दत्ताजी कुसाजी तोडरमल १०३, लादाजी मल्हारजी ओरपे १६.

रुमाल नं. ९७ : यात हिंगणे बंधूंची ११२ पत्रे आहेत.
रुमाल नं. ९९ : यात होळकर पवार यांची १०७ पत्रे.
रुमाल नं. १०० : गायकवाड यांची ३१२ पत्रे.
रुमाल नं. १०१ : प्रतापवंशावली.

गोदातीर इतिहास संशोधन मंडळ, नांदेड

ही मराठवाड्यातील एक अग्रगण्य व प्राचीन वाङ्मयाचे व इतिहासाचे संशोधन करणारी महत्त्वाची संस्था आहे.

या संस्थेत फारसी, मराठी ऐतिहासिक कागदपत्रांचा मोठा ग्रंथसंग्रह आहे. यात विजापुरी फर्माने, वामन पंडिताचे हस्ताक्षर, तसेच नांदेड विभागातील संत व कवींची व त्यांच्या शिष्य परंपरेची एक मोठी मालिका असलेली हस्तलिखिते व काव्यग्रंथ संग्रहीत केले आहेत. त्याचप्रमाणे फारसह हस्तलिखिताचाही थोडा संग्रह इस्लाम अवलिये यांची चरित्रे, मकतुब, इनशा वगैरे विषयावरील फारसी ग्रंथ यांचा समावेश आहे.

प्राचीन हस्तलिखिताप्रमाणेच ऐतिहासिक कागदपत्रे व इतिहासाविषयी विविध माहिती देणारे जुने मराठी व फारसी कागदपत्र या संग्रहात आहेत. मराठे निजाम संबंधाविषयीचे कागदपत्र आहेत.

राजवाडे संशोधन मंडळ, धुळे

डिसेंबर १९२६ मध्ये इतिहासाचार्य वि. का. राजवाडे यांचे निधन झाल्यावर जाने. १९२७ साली राजवाड्यांचे संशोधन व प्रकाशनाचे कार्य चालू ठेवण्यासाठी व त्यांचा बहुमोल संग्रह सुरक्षित ठेवण्यासाठी एक अद्ययावत इमारत बांधण्यास्तव राजवाडे संशोधन मंडळाची स्थापना झाली. संस्थेची इमारत सन १९३३ च्या सुमारास पुरी झाली. तीत लोखंडी कपाटात हस्तलिखित कागदपत्रांची सूची तयार करून ते कागदपत्र संशोधनास उपलब्ध होतील अशा तऱ्हेने ठेवले आहेत. या मंडळाने आतापर्यंत ऐतिहासिक स्वरुपाचे सुमारे २० ग्रंथ प्रसिद्ध केले आहेत. शिवाय मंडळाचे संशोधक त्रैमासिक आहे.

ह्या मंडळाने हजारो ऐतिहासिक कागदपत्रे मिळवून ते राजवाडे संशोधन मंदिर नावाच्या इमारतीत ठेवले आहेत. ह्यातील पत्रसंभार असा - (१) राजवाडे यांचे कागद (मराठ्यांच्या इतिहासाची साधने म्हणून प्रसिद्ध झाले ते) रुमाल नं. ६, (२) मंडळाने प्रसिद्ध केलेल्या कागदाचे रुमाल ४, (३) कागदाचे रुमाल लावून ठेवलेले व प्रसिद्ध करण्यास म्हणून तपासलेले रुमाल १५, (४) तपासलेले रुमाल १५, तपासलेले रुमाल ४०.

श्री समर्थ वाग्देवता मंदिर, धुळे

सन १८९३ मध्ये या संस्थेची स्थापना झाली. सत्कार्यो-तेजक सभेने सन १९०२ पासून आपले लक्ष प्रामुख्याने श्री रामदासी वाङ्मय संशोधनाकडे व प्रकाशनाकडे लावले. या सभेजवळ हस्तलिखित ग्रंथांचा आणि कागदपत्रांचा अत्यंत बहुमोल आणि विपुल असा संग्रह आहे. त्याच्या अभ्यासाकरिता सन १३३५ मध्ये श्री समर्थाचे बहुविध कार्य व्यक्त होईल असे साहित्य आहे. यात ऐतिहासिक कागदपत्रे, ताम्रपट, शिलालेख, ग्रंथ इ. साधने या संग्रहात आहेत. ह्या संग्रहात प्रामुख्याने श्री समर्थाचे संपूर्ण वाङ्मय आहे. इतर ज्ञात, अज्ञात अशा संत कवीचे अनेक काव्यग्रंथ आहेत. सत्कार्यो-तेजक सभेने प्रसिद्ध केलेल्या श्री (रामदासी संशोधन) खं. १ ते ४ या ग्रंथात या हस्तलिखित संग्रहाचे सर्व वर्णन आहे.

आंध्र प्रदेश

हैद्राबादचे रेकॉर्ड ऑफिस म्हणजे आंध्रप्रदेशचा पुराभिलेख विभाग होय. या विभागास हैद्राबाद येथे तार नाक्यावर स्वतंत्र व भव्य इमारत असून ती आधुनिक शास्त्रानुसार बांधलेली आहे. या दप्तरखान्यात मराठी, इंग्रजी, फारसी व उर्दू कागदपत्राचा भरणा आहे. सध्या या दप्तरखान्यात सुमारे ४ लाख कागदपत्रे आहेत. शहाजहान बादशहाच्या कारकिर्दीपासून ते दुसऱ्या बहादूरशहाच्या शेवटच्या वर्षापर्यंतचे कागदपत्र यात आहेत.

दप्तर-इ-दिवानीया विभागातील कागदपत्र सन १७२० पासून आहेत मराठी कागदपत्रे सन १७७२ पासून असून इंग्रजी रेकॉर्डची सुरवात स. १८०३ पासून होते. सर्व रेकॉर्डचे हॅन्डबुक तयार करण्यात आले असून ते संशोधनास मार्गदर्शक ठरले आहे.

या दप्तरखान्यातील मराठी कागदपत्रे दोन स्वतंत्र सिरीजमध्ये आहेत (१) दिवाणी सिरीज व (२) गंगाखेड संग्रह. या दोन्ही सिरीजमध्ये सरकारी व खाजगी कडील (घरण्यातील) असे संमिश्र कागदपत्र आहेत. दिवाण सिरीजमध्ये दोन लाखाहून अधिक कागदपत्रे असून ती १८ व्या शतकाच्या मध्यापासून ते १९ व्या शतकाच्या सुरवातीच्या कालखंडातील आहेत. औरंगजेबाच्या कारकिर्दीतील (१६५९-१७०६) ७८२६० कागदपत्रे असून त्याचा कॅटलॉग झाला आहे. मराठी कागदपत्रे सहा विभागात आहेत. (१) पुना अखबार (२) देवडी इ खास अकबार (३) स्ट्रे अखबार (४) पानचक्की (५) राजेंद्र किंवा गंगाखेड संग्रह (६) शनेरपूर पत्रव्यवहार. ह्यात हैद्राबादच्या रायरायन कुटुंबाचे व हैद्राबाद शासनाचे असा संमिश्र पत्रव्यवहार आहे. गंगाखेड संग्रहात ८०,००० कागदपत्र असून हा संग्रह गंगाखेडच्या राणीसाहेबांनी मध्यवर्ती रेकॉर्ड ऑफीस, हैद्राबाद याजकडे देणगीदाखल सुपूर्द केला. निजामाच्या

राज्यकारभारात एके काळी ह्या गंगाखेडच्या घराण्याने महत्त्वपूर्ण कामगिरी बजावली होती. निजाम व पुणे दरबारातील निजामाचा वकिल यांच्यामध्ये झालेला पत्रव्यवहार यात पाहावयास मिळतो. या संग्रहातील कागदपत्रांचा सखोल अभ्यास केल्यास आंध्र प्रदेशच्या तद्वतच मराठवाड्याच्या इतिहसासंबंधी नवीन माहिती उजेडात येऊ शकेल. मराठी कागदातून खालील प्रकाशने प्रसिद्ध झाली आहेत. **(१) सनपुरी बखर (२) पुना अखबार खं १ ते ३.**

मराठ्यांचा राज्यविस्तार कर्नाटकात झाला. दक्षिणेत मराठ्यांचे राज्य तंजावर येथे होते मराठ्यांचा संचार कर्नाटकात होत असता त्यासंबंधीचा पत्रव्यवहार म्हैसूरचे सत्ताधीश, कर्नाटकचे नबाब व इतर लहान नोठे पाळेगार तसेच इंग्रजी, फ्रेंच आदी परकीयांशी झाला. त्यांच्या संचारासंबंधीच्या हकीगतीच्या नोंदी मद्रास व तंजावर येथील दप्तरखान्यातील कागदपत्रात सापडल्या. मद्रास रेकॉर्ड ऑफीसची स्थापना मद्रास येथे सन १९०९ मध्ये झाली. लॉर्ड बेंटिंकने सन १८०५ मध्ये हल्लीच्या मद्रास रेकॉर्ड ऑफीसची व्यवस्था केली. तत्पूर्वी सर्व रेकॉर्ड फोर्ट सेंट जॉर्जमधील एका खोलीत होते. तसेच मुधिया नावाचा स्पेशल रेकॉर्ड कीपर थोड्याच दिवसात नेमण्यात आला.

सन १८३७ मध्ये **जॉर्ज गॅरमेची कीपरच्या जागी नेमणूक** करून त्यास राखावयाचे व नष्ट करण्याचे कागद निवडण्यास सांगितले. सन १८५८ मध्ये **डब्ल्यू हडलस्टोन** याची नेमणूक त्या जागी करण्यात आली. याने तेथे दोन वर्षे हे काम केल्यावर सन १८६० मध्ये **ॲंटायबायझ वेलरची** नेमणूक या जागी करण्यात आली. त्यानेच प्रथमतः मद्रास **रेकॉर्ड ऑफिसचे हॅन्डबूक प्रसिद्ध केले.** सन १९०८ पर्यंत हे रेकॉर्ड ऑफिस सेक्रेटरीएटचा भाग म्हणून राहिले. परंतु सन १९०९ मध्ये ह्या ऑफिसकरिता इगमोर येथे एक इमारत बांधण्यात येऊन त्यास हल्लीचे स्वरुप प्राप्त झाले. सध्याची ही इमारत फारच सुंदर आहे. या रेकॉर्ड ऑफिसकरिता पूर्णवेळ **क्युरेटर म्हणून एच् डॉडवेल** यांचो नेमणूक करण्यात आली. या रेकॉर्ड ऑफिसमध्ये सन १६७२ पासूनचे कागदपत्र आहेत. (१) पब्लिक डिपार्टमेंट १६७२-१८५४, (२) मिलिटरी १७५२-१८५४ (३) रेव्हिन्यू १७६४-१८५४ (४) मिंट १७४०-१८७६, (५) मेयर्स कोर्ट १६८९-१७९८, (६) सर्जन जनरल १७८७-१८५८, (७) डच रेकॉर्डस १६५७-१८४६, डॅनिश रेकॉर्डस १७७७-१८४५, याखेरीज फ्रेंच फारसी, मराठी आणि पोर्तुगिज भाषेतील रेकॉर्डही आहेत.

ह्या रेकॉर्डवरून रेकॉर्डस् ऑफ फोर्ट सेंट जॉर्ज सिरीज इ. स. १८७१-७३ मध्ये त्यावेळीच्या मद्रास सरकारने सुरू केली. त्यात (१) डायरी ॲंड कन्सलटेशन ८६ व्हॉल्यूम (इ. स. १६७२ ते १७५६) (२) लेटर्स टू फोर्ट सेंट जॉर्ज (इ. स. १६८१-१७४१) (३) डिसपॅचेस टू इंग्लंड (इ. स. १७०१-१७८८) (४)

डिसपॅचेस फ्रॉम इंग्लंड (५) कंट्री कॉरस्पॉडन्स पब्लिक डिपार्टमेंट (इ. स. १७४०) अशा प्रकारच्या प्रत्येक सिरीजने ५०/६० व्हॉल्यूम प्रसिद्ध केले. त्यात मराठ्यांसंबधीच्या तुरळक नोंदी सापडतात.

मद्रास रेकॉर्ड ऑफीसमध्ये मराठी (मोडी) कागदपत्र रुमालात बांधलेले आहेत. यांची सूची इंग्रजीत **कॅ. गद्रे** यांनी आपल्या पद्धतीने केलेली त्या कार्यालयात पहावयास मिळते.

तंजावर येथे मराठ्यांचे राज्य होते. त्या राज्याचे कागदपत्र मोडीत आहेत. तंजावर येथील सरस्वती महाल लायब्ररीत मोडी कागदपत्राचे सुमारे ७०० रुमाल आहेत. त्यात इ. स. १७४४ पासूनचे महालवार जमीन महसूलाच्या हिशोबाच्या कागदपत्रांचा भरणा जास्त आहे. टिनेवेली व त्रिचनापल्ली या जिल्ह्यांच्या मुख्य कचेरीत ४, ५ मोडी कागदपत्रांची दप्तरे आहेत. त्या कागदपत्रांचा इंग्रजीत काढलेला सारांश पाहावयास मिळतो.

देवास दप्तर

संस्थान देवास (थोरली पाति) हे पवाराचे ह्या संस्थानचे ऐतिहासिक कागदपत्र विलीनीकरणानंतर मध्यप्रदेशची राजधानी भोपाळ येथे गेले आहेत, पण हे कागदपत्र देवासला असताना त्यातून 'संस्थान देवास (थोरली पाति) पवार घराण्याच्या इतिहासाची साधने' इतिहास संशोधक म. वि. गुजर यांनी प्रसिद्ध केली. त्याचा उपयोग त्यांनी **'पवार घराण्याचा इतिहास'** लिहिण्यास केला. ह्या पवार सरकारच्या पदरी खालील पंधरा घराणी होती. (१) अत्रे (२) फडणीस (३) पवार सिंगावदेकर (४) हिंगे (५) गंधे सुपेकर (६) जाधव देशमुख (७) घोरपडे (८) सरदार शिवप्रसाद (९) देवकर (१०) काकडे (११) इथापे (१२) चौधरी (१३) पागनीस (१४) मुजूमहार (१५) कानुंगी. ह्या घराण्यांची माहिती श्री. गुजर यांनी आपल्या 'पवार घराण्याचा इतिहास' ह्या ग्रंथात परिशिष्ट क्र. क मध्ये दिलेली आहे. ह्या घराण्याकडे इतिहासोपयोगी कागदपत्रे असावयास हवीत.

इंदूरचे होळकर दप्तर

थोरले मल्हाररावांच्या कालापासून होळकरशाहीचे कागदपत्र ह्यात आहेत. हे दप्तर इंदूरास गोपाळपुरामध्ये होते. संस्थान विलीन झाल्यावर ते मध्यप्रदेशची राजधानी **भोपाळ येथे हलविण्यात आले.** होळकरांच्या वकीलांनी जयपूर, दिल्ली आदी ठिकाणाहून पत्रे यात आहेत. ह्या दप्तराचा काही भाग अग्नीच्या भक्षस्थानी पडला.

होळकर राजप्रमुखांनी लंडनच्या इंडिया ऑफिसमधून मुळझर संग्रहातील होळकरशाही संबंधीचे इंग्रजी कागदापत्रांच्या प्रति मिळविल्या. त्या अत्यंत विश्वसनीय माहितीच्या इतिहासास उपयुक्त आहेत त्यांनी पेशवे दप्तर पुणे, शिंदे व पवार

दप्तरातून होळकर इतिहाससंबंधीचे कागद मिळविले. त्यावर आधारित **होळकरशाहीचा इतिहास भा. १ ० २** श्री ठाकूर यांनी प्रसिद्ध केला. तसेच त्या कागदातून होळकरशाही इतिहासाची साधने दोन भागात छापली. श्री. **भागवत** यांनी त्या अगोदर होळकर इतिहास साधनांचे **तीन भाग प्रकाशित केले.** देवी अहिल्याबाईच्या कारर्किदीतील बहुमोल कागदपत्रे महेश्वरीहून इ. स. १९०४ मध्ये गॅझेटियर तयार करण्याच्या उपयोगासाठी इंदुरला आणिली. तीही कालांतराने अग्नीच्या भक्ष्यस्थानी पडली. देवी अहिल्याबाई दानशूर होत्या. त्यांनी केलेल्या देवस्थानचे विस्ट १९२३ म्हणून प्रसिद्ध आहे.

ग्वाल्हेर, शिंदे यांचे दप्तर

शिंद्याच्या दप्तरातील कागदपत्रे ग्वाल्हेर दरबाराने सन १९३७ मध्ये रियासतकार सरदेसायांच्या संपादकत्वाखाली पाच खंडातील पत्रव्यवहार एका खंडात प्रसिद्ध केला. ग्वाल्हेर दरबाराशी पारसनीसांनी शिंदे यांचा पत्रव्यवहार प्रसिद्ध करण्याबाबत करार केला होता. त्याप्रमाणे १० खंडापैकी पाचच खंड छापले आणि त्या पाच खंडाचा एक खंड रियासतकार यांनी केला, हे वर सांगितले आहे.

आनंदराव भाऊ फालके यांनी **'शिंदेशाही इतिहासाची साधने'** ही माला सुरू करून त्यात पूर्वीचे चार खंड व ह्या दोन तीन वर्षात तीन खंड मिळून **७ खंड प्रसिद्ध केले.** त्यांनी दिलेल्या ह्या मालेच्या ग्रंथाची सूची भाग ४ मध्ये सुरूवातीसच दिलेली आहे. ते प्रकाशित व्हावयाचे आहेत, असे समजते.

गुळेगुळे दप्तर

प्रसिद्ध इतिहास तज्ञ सितामऊचे **डॉ. रघुवीरसिंह** यांच्या संग्रहात मोडीचे बालबोधीकरण करून ठेवलेले दोन-तीन रुमाल कागदपत्र आहेत. डॉ. रघुवीर सिंहानी आठल्ये नावाचे गृहस्थास माळव्यातील घराण्याकडून ऐतिहासिक कागदपत्र गोळा करण्याची कामगिरी दिली होती. ह्या आठल्यांनी वरील तीन दप्तरातील कागदपत्रे गोळा केली. माळव्यातील मराठे सरदार होळकर व शिंदे याजबद्दलची ही कागदपत्रे आहेत. सितामऊच्या ग्रंथालयात गुळगुळे दप्तराचे सुमारे ९० खंड आहेत. कोटा संस्थानचे सरदार गुळगुळे यांच्याकडील कागदाचा अभ्यास रियासतकार सरदेसाई यांनी केला होता. त्यांच्या मते ह्या दप्तरातील कागदपत्रे मराठ्यांच्या मध्य व उत्तर हिंदच्या राज्यकारभारासंबंधी बोलतात. तसेच यातील कागदपत्रात राणोजी शिंदे यांच्या चिरंजिवांनी केलेल्या पराक्रमाच्या हकिकती, महादजी शिंदे यांचे इ. स. १७६१ ते १७६८ या कालखंडातील कर्तृत्व या विषयी विस्तृत माहिती देतात. तसेच दौलतराव शिंदे याजबद्दलची इ. स. १७७४ नंतरची विशेष माहिती, यशवंतराव

होळकरांच्या वर्धिष्णू राजसत्तेची आणि इंग्रजांशी त्यांच्या चाललेल्या त्यांच्या अटीतटीच्या लढायांचे वर्णन, इंग्रज-मराठे यांच्यातील (१८०३-४) युद्धात मॅनसनने घेतलेली माघार इ. बाबी विस्ताराने सांगितल्या आहेत. तसेच या कागदपत्रात मराठ्यांच्या मध्य व उत्तर हिंदुस्थानातील सामाजिक व आर्थिक स्थितीबद्दलची खूप आढळते.

बंगाल

दि. १८ डिसेंबर १९३४ च्या पत्रात सर जदुनाथ सरकारांनी सरदेसाई यांना मुद्दाम बजावले आहे. कलकत्ता रेकॉर्ड ऑफीसमध्ये (इ. स. १७५८ नंतरच्या) मराठ्यांच्या इतिहासाबद्दल पुण्याच्या दसपट कागदपत्र आहेत. पण याबद्दल एक अवाक्षर काढू नका. (सरकार-सरदेसाई पत्रव्यवहार-टिकेकर पृ. ४५) ह्या बद्दलची माहिती उजेडात यावयाची आहे.

बडोदे, रेकॉर्ड ऑफीस

मराठ्यांचे राज्य गुजरात, काठेवाडात होते. बडोदे दप्तरखान्यात १८ व्या व १९ व्या शतकातील कागदपत्रे आहेत. ते बहुतेक मोडी असून फार थोडे गुजराती भाषेत आहेत. गुजरातमध्ये दाभाडे व गायकवाडांनी मराठी सत्ता प्रस्थापित करून गायकवाडांनी त्या भागाचा राज्य कारभार केला. पेशव्यातर्फे काठेवाडात मुलुखगिरीच्या स्वाऱ्या करून तेथील राजेरजवाड्यांकडून चौथाई वसूल केली. त्यासाठी लढाया दिल्या. त्याची भांडणे मिटविली ह्या सर्व घटनांची हकीकत ह्या दप्तरात सापडते. ह्या दप्तरातील फेरीस्त नं. ४ व १२ मधील कागदपत्रे व द. नं. २७९-२८४ यातील मुलुखगिरी ताळेबंद मराठ्यांच्या इतिहासास उपयुक्त आहेत. बडोदे सरकारने ह्या कागदपत्रावरून शासकीय कामात उपयुक्त अशी **४० सिलेक्शन (वेचे) प्रसिद्ध केले** आहेत. त्यात गायकवाड, फडणीस कचेरी सिलेक्शन, फौजेचे सिलेक्शन, सरदार, शिलेदार वगैरे घराण्यांच्या हकीकती ही प्रामुख्याने मराठ्यांच्या इतिहासाची प्रकाशित झालेली साधने होत. इ. स. १७२४ ते १८१५ या कालखंडातील राजकीय उलाढाली सांगणारा पत्रव्यवहार **बडोदे राज्य ऐतिहासिक वेचे खंड १ ते ८ मध्ये** प्रसिद्ध झाला आहे. तसेच मुतालिक गंगाधर शास्त्री यांचा पंढरपुरी इ. स. १८१५ त खून झाला. त्यांच्या कारकीर्दीसंबंधी माहिती देणारे कागदपत्र **'शास्त्री दरबारातील वेचे'** ह्या शीर्षकाखाली बडोदे सरकारने इ. स. १९४८ साली प्रसिद्ध केले. **बडोदा नरेश सयाजीराव गायकवाड यांनी** इ. स. १९१३ मध्ये दोन इमारती बांधून त्यात आर्काइव्हज् उपयुक्त अश्या लोखंडी शिड्या आदी सामुग्री दिली. सबंध हिंदुस्थानात एक आदर्श दप्तरखाना म्हणून बडोदे दप्तरखान्याची नोंद होते असे जाणकार म्हणतात. ह्यातील मोडी कागदपत्रे १९ व्या व ९ व्या शतकातील गुजरात, काठेवाडचे आर्थिक व सामाजिक इतिहासास उपयुक्त आहेत.

बिकानेर येथील कागदपत्रे

मराठ्यांच्या इतिहासास अत्यंत उपयुक्त ठरणारी सामुग्री राजस्थानातील बिकानेर येथील अभिलेखागारात आहे. राजस्थानच्या अभिलेखागारात राजस्थानातील जोधपूर, जयपूर, बिकानेर, कोटा आदि सर्व संस्थानचे कागदपत्र राखून ठेवले आहेत. विशेषत: जयपूर राज्याच्या कागदपत्रात मराठ्यांशी झालेल्या उलाढालीची हकीकत मिळते. ही माहिती देणारे जयपूर संस्थानातील रेकॉर्डस् हे दोन प्रकारचे आहेत. १) अर्जीवही द:खीनी. २) खरीतावही पुरातन, अर्जीवही द:खीनी ह्यास दोन उपविभाग आहेत. १) महाराजा जयपूर यांना शिंदे यांनी लिहिलेले खलीते किंवा पत्रे २) होळकरांनी जयपूर महाराजांना पाठविलेले खलीते किंवा पत्रे.

याशिवाय जमाखर्ची व पत्रव्यवहाराचे असे दोन प्रकारचे कागदपत्र येथे आहेत. पत्रव्यवहारात बादशहाच्या दरबारात घडलेल्या हकीकतींची टाचणे- त्यांना **अखबार-इ-दरबार-इ-मऊल्ला** असे नाव आहे. हे अखबार दरबारात घडलेल्या गोष्टींची पुष्कळ वास्तव माहिती देतात. या अखबारावरून औरंगजेबाच्या कारभाराची माहिती मिळते. या अखबारातील मराठे-मुघल लढायांच्या बातम्या अतिरंजित आहेत. पण त्यातील तपशील नावनिशीवर दिलेला असल्यामुळे त्या हकीकतीत अतिरंजितेचा अंश कमी आहे असे प्रा. खरे म्हणतात.

गोवा दप्तर

ऐतिहासिक कागदपत्रांनी भरलेले गोवा दप्तर पणजी येथे आहे. या दप्तर खान्यात सुमारे १७,००० खंड असून (व्हाल्यूमस्) ते ८२ लाकडी कपाटात व्यवस्थितरित्या ठेवलेले आहेत. इ. स. १९०० पर्यंतचे जिल्हा पातळीवरील शासकीय कागदपत्रे ही मोडी (मराठीत) आहेत. तसेच १७ व्या १८ व्या शतकातील मराठे, पेशवे व कोल्हापूरकर, सावंतवाडीकर आदि लगतच्या राज्यांशी केलेला पत्रव्यवहार मराठीत आहे. मोनकोज पोर्तुगाल दरबार व गोवा सरकार यातील पत्रव्यवहार (४५६) ह्या कागदपत्रातील ६४ खंड (इ. स. १५७४ - १७००) हा पोर्तुगीज व मराठे यांचे संबंध दाखविणारा आहे. नं. २६ वरचे चेऊल सन १६५७ मध्ये शिवाजी महाराज काबीज करून तेथे आरमाराची उभारणी करतात. नं. २९, ३०, ३१ यामध्ये शिवाजी महाराज कुडाळ, डिचोली व पेडणे जिंकून घेतात. (इ. स. १६६४) सुरतेवर हल्ला, पोर्तुगीजांचा मोगल सरदार लोदीखान याजबरोबर करार.

नं. ३४, ३५, ४० : बारदेशात सन १६६७ मध्ये शिवाजीचे हल्ले.

नं. ४८ : संभाजी महाराजांची पोर्तुगीजांवर स्वारी.

नं. ५१ : संभाजीच्या विरुद्ध पोर्तुगीजांचे देसाईबरोबर गुप्त सख्य.

नं. ५३ : गोव्यातील हिंदुकडून पोर्तुगीजांनी ४०००० शर्फी युद्धकर म्हणून

वसूल केले. त्यामुळे पेडणे, साखळी येथील देसाई मोगलास मिळाले. (सन १६६८)

नं. ५४, ५५ व ५७, ५९ : राजाराम महाराजांचा जिंजीचा प्रवास, कोकणचे देसाई त्यांची बाजू घेतात.

नं. ६६ : सावंतवाडीकरांचे दुटप्पी धोरण, फोंडा व मर्दनगड मराठे काबिज करतात. (इ. स. १७०२)

नं. ६९ : सोट्याचा राजा ८०,००० रु. खंडणी मोगलास देतो. (इ. स. १७०६)

नं. ७२ : खोर्जुवे व पन्हाळे सावंतवाडीकरांकडून पोर्तुगीज जिंकून घेतात. (सन १७०५)

नं. ७३ : शाहू व ताराबाई यांजमध्ये झगडा (इ. स. १७०८) सावंत हे ताराबाईंचे मांडलीक.

नं. ८३ : आग्र्याने चेऊलचा व्यापार पोर्तुगीजास बंद केला. (इ. स. १७०८)

नं. ८९ : मराठ्यांचे वसईवर हल्ले. (इ. स. १७२३)

नं. ८४ब, ८९, ९०, ९२, ९३, ९५, ९९, १०१-अ, १०१-ब, १०२-अ, १०२-ब, १०३-क, १०८, ११०, १०३-ब, ११३, १०४, १०६, १०७, मराठ्यांची वसईवरील मोहीम.

नं. ९२ : सावंत बारदेश काबिज करतात. (इ. स. १७२५)

नं. १११ ते ११५ : सावंत बारदेश पुन्हा काबिज करतात (इ. स. १७४१)

नं. १२० : सदाशिवरावभाऊची गोव्यावर मोहीम. (इ. स. १७४३)

नं. १२१ अ : पेशवे-निजाम संबंध. (१७४९)

नं. १२८ अ : पोर्तुगीजांचे तुळाजी आग्रे संबंधीचा अंदाज.

नं. १२९ : तुळाजी आग्रेंच्या आरमाराचा नाश (इ. स. १७५६) ताराबाई वसई व विजयदुर्ग देऊ करते.

नं. १३५ : विजयदुर्ग येथील मराठे नौदलाचा मुख्य रुद्राजी धुळपसंबंधी माहिती.

नं. : १३८ : पोर्तुगीजांचा सिंधुदुर्गावर हल्ला. (इ. स. १७६४)

नं. १५०-१५२ : मराठा आरमाराशी संघर्ष, धुळप बंदर काबिज करतात.

नं. १६१-क : रघुनाथजी आंग्रे हैदरच्या आरमाराचा मुख्य याच्याशी संघर्ष.

नं. १६३-अ, १६४-एफ, : सावंतवाडीकरांशी युद्ध, डिचोली व साखळी काबिज.

नं. १११ बी, ११४, ११७, ११९, १२१-अ, १२४-अ, १२४-ब, १२८-अ, १२५, १३४, १३६, १५२-ब, १५६, १५७, १५८-ब, १६१,

१६३-अ, १६५-क, १६४-ड : उत्तरेकडील प्रांत जिंकून (उत्तर कोकण) घेण्याचा प्रयत्न. नगरहवेली मिळविली.

नं. १३८-अ, १३४-अ, १४५-अ, १४१, १४९-ब, १५२-ब, १५६, १५७, १५७-अ, १५७-ब, १५८-अ, १६०, १६१, १६१-ब, १६१-एफ्, १६३-अ, १६८-ब : पोर्तुगीजांचे हैदर व टिपू सुलतान यांजबरोबर संबंध.

शेजारच्या राज्यांना पाठविलेली पत्रे

ह्याचे **२२ खंड** असून त्यात पोर्तुगीज-मराठे संबंधीचा पत्रव्यवहार आहे. डॉ. **एस्. पी. सेन** ह्यांनी **'प्रीलीमनरी रिपोर्ट ऑन गोवा आर्काइव्हज्'** ह्या आपल्या पुस्तकात 'मराठ्यांच्या सत्तेचा उदय' ह्या संबंधीचे कागदपत्र प्रसिद्ध केले आहेत. (इ. स. १७०० ते १७४०) या कालातील मराठे-पोर्तुगीज संबंधातील पत्रव्यवहार **ए. बी. डी. ब्रागान्झा परेरा** यांनी प्रसिद्ध केला आहे. **डॉ. पिसुर्लेकर** यांनी सुद्धा मराठे पोर्तुगीज संबंध ह्या आपल्या पुस्तकांच्या ६ व्या भागात काही पत्रे छापली आहेत.

स्टेट कौन्सिल अहवाल व ठराव

ह्या पत्रव्यवहाराचे **९ खंड असून** खंड ६ (१६५५-७६) ह्यात शिवाजी महाराजांच्या हालचालीविषयी अहवाल आहे. दुसऱ्या एका खंडात (ज्यास नंबर नाही.) त्यातील पत्रव्यवहार (१६७६-९८) पर्यंतचा असून त्यात राजा संभाजी व त्याने गोव्यावर केलेल्या अजस्त्र मोहिमेसंबंधीचे अहवाल व ठराव सापडतात. खंड ७ मध्ये १६९९-१७७२ यात मराठ्यांच्या संबंधीचा अहवाल आहे. खंड ८ (इ. स. १७१२-१७५०) कान्होजी आंग्रे याचा उदय आणि मराठ्यांशी युद्ध यासंबंधीच्या माहितीचा पत्रव्यवहार आहे.

❖

परिशिष्ट ४

कठीण शब्दांचे अर्थ

अ

अकरम - कृपावन्त
अकस - द्वेष
अखत्यार - अधिकार
अखबार - बातमी
अग्रहार - धर्मार्थ देणगी
अंगारक - ताम्र, म्लेच्छ
अंगेजणी - पराक्रम, एकी
अज् - पासून
अजबाब - चीजवस्त
अजम - श्रेष्ठ
अजरामरहामत - वंशपरंपरेने
अजहत - स्वतंत्र
अजीज - दीन
अजुर्दा - खिन्न
अडशेरी - पोटगी
अंतराय - कसूर
अदब - नम्रता
अंदू - साखळदंड
अंदेशा - संशय
अनीन - लगाम, कंठरज्जु
अफरा - अव्यवस्थित
अफलाद - दुहितृसंतती
अबादी - वस्ती
अंबरखाना - धान्यकोश
अमानत - जप्त, ठेव
अमीन - विश्वासू अधिकारी
अमील - अंमलदार
अंमा - परंतु
अराबा - तोफेची गाडी, तोफखाना, बातेरी
अरेतुरेची - हातघाईची
अर्कान् (अनेक व.) - खांब
अर्ज - विनंतिपत्र
अर्जानी - दिलेला
अलबता - अवश्यक
अलम - जग
अलाहिदा - निराळा
अवसफ - ख्याती
असामी - थोर व्यक्ती
असुदे - ताजे
अहद - पासून

आ

आजार - त्रास
आतश - अग्नी
आदब - पद्धत, सन्मान
आदा - उत्पन्न
आफत - संकट
आफताब - सूर्य
आबाद - समृद्ध
आमदरफती - ये, जा
आयंदा - पुढील साली
आवई - भूमका, बातमी
आवंदा - यंदा

इ

इकरम - कृपा, देणगी
इजत - प्रतिष्ठा
इजानेब - खावंद
इजाफा - वाढ
इजारा - मक्ता
इटे - बरचीचा प्रकार
इटेकरी - प्रासिक
इतबारी - विश्वासू

इतराजी - राग
इतलाख - निराळी
इतल्ला - सूचना
इतिफाक - ऐकमत्य
इनायत - बक्षीस
इब्बन - बिन
इभ्रत - अब्रु, भरवसा
इरसाल - वसूल भरणा
इलतमास - जाहीर खबर
इलाही - ईश्वर
इशारत - सूचना
इसाफत - इनाम
इस्तकबाल - भावी
इस्तावा - चढलावणी
ईस्तिहार - जाहीर खबर
ईस्तंबोल - कांन्स्टाटिनोपल
ईर - ईर्षा
ई - हे
उखर - उथळ जमीन
उगवणी - वसूल जमा
उजूतवाजू - प्रार्थना
उजूर - आक्षेप, सबब
उपराळा - मदत
उंबरपट्टी - घरपट्टी
उभा मार्ग - राजरस्ता
उमराव - सर्दार
उर्जा - संरक्षण
उलफा - शिधा
उष्टर - उंट
उस्तवारी - व्यवस्था
एकजरा - यत्किंचित्
एकदिल - एकचित
एकबाल - दैव
एकांगी - एकट्याची
एकांड्या - सडा शिपाई
एख्लास - निष्ठा
ऐन - मुख्य
ऐवज - संपत्ति
अँलाद - संतति

क

कजलबास - मोगल सैनिक
कजाख - लढाऊ, साहसी
कट्टा - कत्तल
कतबा - करारी लेख
कथळा - भांडण
कदीम - जुने, प्राचीन
कवज - पावती, देयपत्र
कबिला - बायकामुले
कमकसर - अंदाजे
कमची - वेताची छडी
कमान - शिंगाचे धनुष्य
कमाल - भरपूर
कमावीस - मामलत
कमावीसदार - ग्रामसंघकरग्राही
कयास - मत
कर्यात - प्रांतविभाग
करोना - जबानी
करोल - बंदुकस्वार
कलम - लेखणी
कलमबंदी - कराराची यादी
कलमी - लिहिलेले
कल्हई - मान्यता
कवाईत - युक्ती
कही - दाणावैरण आणणारी तुकडी
काईल - घाबरा
कापडी - गोसावी, यात्रेकरू
काबाड - ओझे
काबीज - हस्तगत
काबील - कर्ता
कामास येणे - लढाईत मरणे

कारखाननीस - संभारलेखक
कारेगार - लागू
काहवा - काफी, विश्रांति कषाय
किताबत - पत्र, पदवी
कित्ता - सदरहूप्रमाणे
किफायत - फायदा
किलाफ - वैर, किंतु
किसान - कुणबट
किस्तबंदी - हप्तेबंदी
कीर्दमहामुरी - पुरी लागण
कुदणे - उडी मारणे
कुदरत - शक्ति
कुफर - लबाडी
कुफराळा - आंगळिक
कुबल - बळकट
कुमेत - पिवळ्या रंगाचा
कुर्निसात - लऊन सलाम
कुल् - सर्व
कुलबाब - सर्व बाबी
कोरबंदी - सलामीसाठीची सैन्यरचना
कसुर - चूक
कोशीस - खटपट
कैफियत - हकीकत
कौल घेणे - स्वाधीन होणे
कौल, कौलनामा - अभयपत्र
क्षेपनिक्षेप - टाकोटाक

ख

खतरा - संशय, भीति
खता - खोट, नष्ट
खरस - कोरड, फेस
खलेल - तंटा
खस्त - खर्च, ठार, पराकाष्टा
खातर - मन
खातरजमा - खातरी
खानदान - कुलीन
खामखा - खात्रीने
खामोश - स्तब्ध
खालाटी - उतरता प्रदेश
खाली - रिकामा
खावंद - धनी
खासदार - अश्वंधर, पादरक्षाधर
खस्त - टप्पा
खिजमत - नोकरी
खिलात - मानाची वस्त्रे
खिस्त - हप्ता
खुजस्तेबुनीयाद - औरंगाबाद
खितास येणे - मरणे
खुरनीस - मुजरा
खुषवख्त - संतुष्ट
खुषरजावंदी - संतोष
खैर - कल्याण
खैरसल्ला - कुशल
खैरात - दानधर्म
खोजा - कंचुकी
ख्याल - ढंग, फंद

ग

गदम - पाणथळ जमीन
गनीम - शत्रू
गरगशा - गोंधळ, तंटा
गरनाळ - रुंद तोंडाची तोफ
गर्दी - नाश
गहजब - राग, संकट
गजीफ - दारुगोळा
गारदी - कवाईती पायदळ
गाबीद - मच्छीमार
गारद - नष्ट
गाव - योजन, अंतर
गाहा - तयारी
गिराशा - डोंगरी, लुटारू
गिल्ला - तक्रार

गीर्द - तटाची भिंत, घेरा
गीर्दनवाई - चौफेर
गुजारत - मार्फत
गुदरणे - घडणे
गुबर - अंतस्थ
गुरदा - पट्टा
गुराब - जहाज
गुसुलखाना - स्नानस्थान
गैफ - अदृश्य
गोषमाल - शिक्षा
गोही - साक्ष

च

चकते - मोगल
चकनामा - सीमापत्रक
चंडोल - पिछाडी
चंद - काही
चाटी - शिंपी
चादर - वस्त्र
चारण - तांडेवाले
चांदणी - श्वेतमंडप, राहुटी
चिटणीस - संदेशलेखक
चिंधीचोळा - विध्वंस
चिरा - पागोटे, मंदील
चिराख - दिवा
चोटी - वेणी
चौगला - ग्रामणी
छबिना - पहारा, रात्रिरक्षण

ज

जकिरा - सामान
जघन्यता - दुर्लौकिक
जंजिरा - द्वीप, समुद्रातील किल्ला
जथ - टोळी
जदीद - नवीन
जमदाड - तरवार
जमेत - सैन्य
जरब - दरारा
जरीबादली - जरीचे वस्त्र
जरीदा - एकाकी
जलूस - उत्सव
जंगी - लढाऊ
जंबूर - लहान तोफ
जंबुरा - तोफ
जागल - पाहारा
जानकुरान - ओलीस
जाफरखानी - केशरी रंगाचे
जाब - उत्तर
जाबता - टिप्पण
जाबसाल - प्रश्नोत्तर
जाया - जखमी
जारी - चालू
जीन - खोगीर
जिमा - जबाबदारी
जिरेटोप - लोखंडी शिरस्त्राण
जिलब - स्वारी, मिरवणूक
जिल्हा - ताब्यातला मुलूख
जुदाई - दुसरेपणा
जेय - ठार
जेरदस्त - कमजोर
झडती - ताळेबंद, यादी
झाडा - हिशोब
झांबडाझांबड - लुटालूट
झील - दलदलीची जागा

ट

टोकरा - नाव
टोपीकर - युरोपियन

ड

डंग - किर्र झाडी
डांग - डोंगराळ चढाव

डावाडोल - भयाभीत

ढ

ढाल - निशाण

त

तकिया - गादी, संस्थान
तकसीर - कमी, चूक
तजावजा - अंतर
तदबीर - उपाय
तबीब - वैद्य
तब्लख - कागदसूत्र
तमा - किंमत, महत्व
तमाम - सर्व
तर्कश - तूणीर
तरकी - अभिवृद्धि
तरांडे - तारु
तलब - आकर्षपत्र
तलब कर - बोलाव
तलासा - टेहळणी
त्वष्ट - तगादा
तवकल - ईश्वरावर भंरवसा
तश्रीफ - पोषाख
तसनस - नाश
तसलीम - सलाम
तह - ठराव
तहद - अवधी
तहमूल - सहन
तळपट - जाळपोळ
तक्षीम - वाटणी
ग करणे - ताणणे
बी - शिक्षा
तागायत - पर्यंत
ताजीम - बहुमान
तापता - रेशमी कापड
ताबीन - आज्ञाधारक
ताम्र - मोगल, पठाण
ताराज - उध्वस्त
तालामाला - सुमार
तालीक - नक्कल
तालुका - प्रांत
तालेवार - दैववान
ताहा - कडे, यांसी
तिलक - गंधाचा टिळा
तिवट - पागोटे
तुमार - जमाखर्च, समाहार
तुरुक - मुसलमान
तुरप - घोडदळ, ट्रुप
तेजी - घोडा
थट्टी - गाई, म्हशी, गोशाळा
थळ - ठिकाण
दंडक - प्रघात
दफन - पुरणे
दफे होणे - हाकलणे
दर - आत
दरक - अधिकार
दरकार - जरुरी
दरसदे - दरशेकडा
दराज - लांब
दराजकरणे - वाढविणे
दरोबस्त - सर्व
दस्त - हस्तगत
दस्तखत - हस्तपत्र
दस्तूर - चाल, रूढी
दस्तपंजा - अमयहस्त
दरुणी - अंत:पुर
दाइम - अखंडित
दाईज - भाऊबंद
दाखल - नमूद श्रत
दाना - शाहाणा
दारुलजफर - विजापूर

दाली - कमरपट्टा
दालीबांधणे - लढाईस तयार होणे
दिक्क - विमूढ
दिक्कत - हरकत, त्रास
दिगर - तथापी
दिमत - ताबा
दिल् - अंत:करण
दिलगीर - दु:खी
दिलदिलासा - आश्वासन
दिलेरी - धारिष्ट
दिवाण - सरकार, प्रधान
दिवाळ - भिंत, मर्यादा
दुमाला - स्वाधीन
दुमदारी - पिछाडी
दुनिया - इहलोक
दूरदेशी - दूरदर्शी
दुलग - दुटप्पी
दुवा - आशीर्वाद
दुस्त - वस्त्रपंचक
देकार - धर्मादाय
देशक - अधिकारी
देहाय - गावगन्ना
द्यानती - शुद्ध वासना
धमधमा - मोर्चा, बातेरी
धांढोरा - डांगोरा
धारकरी - तरवारबहाद्दर
नक्कल - निर्वंश
नकीब - चोपदार
नजुमी - ज्योतिषी
नतीजा - शिक्षा, परिणाम
नफर - सख्या, किंकर
नवगोजी - राजमंडप
नवदिगर - बदल
नवाजीस - परामर्ष
नसीन - बसलेला
नसीयत - शिक्षा
नाईकवाडी - हशमांचा मुख्य
नाटकशाळा - वेश्या
नातवान - दुर्बळ, गरीब
नामजाद - नियोजित
नामोश - प्रसिद्धी
नामोहरम - पराभूत
नालबंदी - शिंपायास आगाऊ दिलेला पैसा
निखालस - शुद्ध, अगदी
निगादारत - राखण
निगा - संरक्षण
निमकहराम - कृतघ्न
निमचा - तरवार
निरख - भाव
निशाण - चिन्ह
निवीस - लिहिणारा
गिविसिंदा
निसबत - संबंधी
नेकजात - सद्‌गुणी
नौबत - नगारा
पडदळे - कटिचर्म
पन्हा - संरक्षक
परगणा - ग्रामगण
परवर्दिगर - पोशिंदा
पशमी - लोकरी
पंचहजारी - चमूपाल
पाईक - प्यादा, शिपाई
पाखर - अश्वकवच
पाटील - ग्रामरक्षक
पाडाव - हस्तगत
पांढरी - गावठाणाची जागा
पील - हत्ती
पीलखाना - हत्तीखाना
पुले - पेंढ्या
पुस्तदरपुस्त - वंशपरंपरा

पेश करणे - अर्पण करणे
पेशजी - मागे, पूर्वी
पेसकस - नजर
पेस्तर - पुढे, पुढील
पैगाम - संधान
पैजार - पादत्राण
पैरवी - पाठलाग
पैवस्ती - पोचल्याची तारीख
पोतदार - द्रव्यपरीक्षक
पोतनीस - खजीनदार
पोते - खजीना
फड - कचेरी
फडफर्मास - नजराणा
फराशीस - फ्रेंच
फरास - आस्तरण
फरोक्त - विकलेला
फर्जद - मुलगा
फर्मान - राजपत्र, सनद
फसकी - जकात
फारीक - रिकामे
फिरंग - तरवार
फिरंगी - पोर्तुगीज
फिलहाल - तत्काळ
फुरशीस - चौकशी, प्रश्न
फेरिस्त - अनुक्रमणिका
फौत - मृत्यु
बकाल - धंदेवाला
बक्षीगिरी - सेनाधिपत्य
बखतर - चिलखत
बखर - हकीकत
बख्तवार - भाग्यवान
बगल - बाजू
बजानेब - यांसि, प्रति
बजिन्नस - प्रत्यक्ष
बटाई - जमीन मोजणी
बद - वाईट
बदनामी - अपकीर्ति
बमय - सह, सुद्धा
बमोजीब - प्रमाणे
बयान - तपशील
बराय - प्रमाणे
बरकंदाज - बंदुकवाला
बरेवजेने - उत्तम रीतीने
बर्खुर्दार - उपभोगणारा, चि. रंजीव)
बलादुरी - ओवाळणे
बंदगी - सेवा
बांका - बळकट
बाज - पूर्वी
बाजे - इतर
बाड - तंबूचे आवरण
बादज - नंतर
बादजबरसात - पावसाळ्यानंतर
बादली - भरजरी
बांद धरणे - कैद करणे
बारगीर - धन्याच्या घोड्यावरचा स्वार
बारामहाल - पृ. ८८ टीप पहा.
बालेकिल्ला - अधित्यका
बासन - भांडे
बिचोबा - लहान तंबू
बिदानंद - त्यास कळावे की
बिनी - आघाडी
बिसाद - जिनगी
बिसादी - सर्वस्व
बुणगा - पिछाडी, बिन. ल. ढाऊ लोक
बुलंगा - सेनासंभार
बेगमी - निश्चितपणा
बेचिराख - उध्वस्त
बेदिल - असंतुष्ट
बेवकुफ - मूर्ख
बेहगुदी - व्यवस्था

बेहोष - गाफिल
बोर - तांबूस
बोहरी - व्यवसायी
भांडे - तोफ
भिस्त - सामर्थ्य
भीड - गर्दी
भेटी - नजराणा
मकरबी - पाश्चात्य
मखलाशी - शेरा, सही
मखसूद - अभिप्राय
मजकुर - पूर्वनिर्दिष्ट
मजरा - कमी
मजालस - सभा
मदार - स्तंभ
मदारुल्महाम - मुख्यप्रधान
मनसबा - युक्ति
मना - निषेध
मनेवार - बंडखोर
मरातब - पदवी
मऱ्हामत - देणगी
मलई - दांडगाई
मवसर - ताकद, सवड
मशाकत - मेहनत
महकूफ - बंद
महजर - निवाडा पत्र
महताब - चंद्रज्योत
मशारनिलहे - पूर्वनिर्दिष्ट
मश्रीफ - पूर्व, व्ययलेख
मसाला - खर्च
महमुदी - तलम कापड
माकुल - उचित
माची - उपत्यका
मादबान - घोडी
माफजत सांभाळा
मामुरी - कायम
मारुज - विनंति
मालमवेशी - मालमत्ता
मालुमात - हकीकत
माहसरा - वेढा
माहीना - महिन्याचा पगार
मिनहू - चालू
मिरासी - वंशपरंपरा
मिसल - योग्यस्थान
मुकाबला - गाठ, भेट
मुखता - तोंडी
मुखफा - रहस्य
मुजरद - मुद्दाम, जासूद
मुजाहीम - गैरसोईचे
मुजुमदार - देशलेखक
मुदबख - स्वयंपाक
मुनासब - रास्त
मुफसद - बंडखोर
मुबलघ - पुष्कळ
मुराई - बंडखोर
मुरीद - शिष्य
मुलाजमत - भेट
मुलुखगिरी - स्वारी
मुशाहिरा - पगार
मुशफक - कृपाळु
मुस्तेद - तयार
मेण - तरवारीचे म्यान
मेहमानी - आतिथ्य
मोईन - नेमणूक
मोख्तसर - श्रेष्ठ
मोझ्या - योग्यता
मोर्चा - धमधमा, चौकी, तोफखाना
मोर्तब - शिक्का
मोहतर्फा - एक कर
मोहबत - कृपा
मोहरा - मुख्य मनुष्य

यीख्तयार - निर्वाहक
यजित - शरण
यजितखत - राजीनामा
यारेदी - हस्तक
येबिन - पौत्र
येलगार - हल्ला
रक्माला - राजलेख
रजा - परवानगी
रजातलब - हुकूम
रदबदली - मनवळवणी
रफअत - अत्युच्च
रफीक - दोस्त
रबी - वैशाखफल
रयान - रयत लोक
रव - रांग
रंवदळ - तुडवण
रवा - चालू, धातूचा तुकडा
रवासुदगी - देवविणे
रवेसीने - नात्याने
रसद - धान्य व वैरण
रंगरेज - रंगारी
राऊत - स्वार
राजीक - दंगा
रास - (घोड्याचे) नग
रासकर्दन - दुबेरजी
राह - रस्ता
रिसाला - स्वारांचे पथक
रुई - शिस्त
रुजू - संमत, यथार्थ
रुबरु - समक्ष
रुसकत - निरोप
रुसूम - (शेकडा) हक्क
रुस्तुमी - पराक्रम
रेजगिरी - बंदुकीचा बार, छरे
रोख - तात्कालिक

रोखा - हुकूम, पत्र
रोजकीर्द - दिनचर्या
रोजमुरा - वेतन
रोशन - श्रुत
लबे - जासूद
लंगर - शिधा
लाजीम - संबंध, योग्य
लवाजीम
लायनी - लबाडीने
वजारतमाह - प्रधानस्थान
वरात - हुंडी
वलंदेज - डच
वलीअहद - युवराज
वसवसा - भीति
वस्ता - अलंकार
वस्तु - हस्ते, मार्फत
वाकनीस - वृत्तांत लेखक
वाका - हकीकत
वाकीफ - अनुरूप
वाढून जा - चालून जा
वाम - ऋण
वारापाणी - निकाल
विजरे - व्हाइसराय
विलायत - जनपद, मूळ देश
विल्हे - निकाल
विशदर्थे - स्पष्टपणे
विस्वा - स्थलादाय
वटि - भाला
वैराण - ओसाड
व्यासगंगा - बियास नदी
शकदिक - साशंक
शकटभेद - फितूर
शरीक - सामील
शह - वेढा, दाब
शादमानी - आनंद

शाईशिरस्ता - नियम
शार्गिद - शिष्य, सेवक
शामळ - हबशी
शाहजणे - मोठे नगारे
शाहजादा - राजपुत्र
शाहनूर - सावनूर
शिकस्त - पराभूत
शिबंदी - स्थानिक फौज
शिलक - सरबत्ती
शिलशिला - वहिवाट
शिलेखाना - हत्यारगृह
शिलेदार - स्व-तुरगी
शिंगोटी - पशूवरील कर
शेर - वाद्य, समर्थ
शेरणी - नजराणा
शेव - ऐन जिनसी कर

स

सक्त - अतिशय
सचंतर - स्वतंत्र
सत्गा - बळी, ओवाळणी
सदर - सभा
सदर्हु - पूर्वीप्रमाणे
सद्दी - सद्धाग्य
सपूत - सुपुत्र
सफेजंग - मोठी लढाई
सफेल - तटाची गच्ची
समपत्र - संमति पत्र
सर - नग, संख्या
सर करणे - जिंकणे
सरखेल - आंग्रे
सरद - सरहद्द
सरनोबत - सेनापती
सरबरा - मदत
सरंजाम - सामुग्री
सराई - धर्मशाळा
सर्फराज - बक्षीस, ऊर्जित
सलाबत - धाक, मजबूत
सवाद - गावे, खेडें
संगिनात - हत्यारबंद लोक
संचणी - जमाव
साजकरोटी - शपथ
सादेलवार - प्रामव्यय
साकिन - राहणार
सानी - दुसरा
सालोत्रा - अश्वशास्त्र
साहि - शाहाजी
साहेब - प्रभु, धनी
सिताब - जलद
सीम - तिसरा
सुतरनाल - उंटावंरची तोफ
सुदामत - बिनहरकत
सुभेदार - देशाधिकारी
सुरत - चेहरा, प्रकार
सुर्नीस - सचिव
सौंगद - शपथ
हद्दमहद्द - सीमा
हनोज - तथापी
हमीण - पैशाचा कसा
हरकारा, हलकारा - जासूद
हरकी - दंड
हरदम - नेहमी
हरवजेनें - कोणत्याही
हरीफ - धूर्त
हरोल - सहाय्य, जलदी
हरोळी - आघाडी
हर्षामर्ष - चुरस
हवालदार - पतिपाल
हवालदील - घाबरे
हवेली - शाखानगर
हशम - निवडक पायदळ

हंगामा - दंगा, गवगवा
हातरोखा - हातचे पत्र
हाट - बाजार
हाल - सध्याचे
हालखुद - यशावश्य
हिंदुवानी - हिंदुपण
हावभरी - उतावळा
हिलाहरकत - अडथळा
हुजत - हिशेब

हुजरात - खास फौज
हु - श्री
हुडा - बुरुज
हुर्मती - मान
हेजीब - वकील
हैरानपेरोशान - लुटालूट
हैवान - प्राणी
होड - प्रतिज्ञा
हौदा - हत्तीवरचे आसन

संदर्भग्रंथ व इतर साधने

संदर्भग्रंथ :

१. आठवले सदाशिव, रामशास्त्री प्रभुणे : चरित्र व पत्रे, श्रीविद्या प्रकाशन, पुणे, १९८८

२. आठवले सदाशिव (संपा.), हिंगणे दफ्तर, खंड ३ रा, भारत इतिहास संशोधक मंडळ, पुणे, १९८६

३. आपटे द. वि. (संपा.), चंद्रचूड दफ्तर, कला पहिली, भा. इ. सं. मंडळ, पुणे, १९२०

४. ओतुरकर रा. वि. (संपा.), पेशवेकालीन सामाजिक व आर्थिक पत्रव्यवहार (भा. इ. सं. मं. त्रैमासिक वर्ष ३०-३१, अंक ३-४ व १, १९४९-५०), भा. इ. सं. मंडळ, पुणे

५. ॲक्वर्थ आणि शाळिग्राम (संपा.), इतिहास प्रसिद्ध पुरुषांचे व स्त्रियांचे पोवाडे, आ. दुसरी, शं. तु. शाळिग्राम, पुणे, १९११

६. कुंटे भ. ग. (प्रधान संपा.) व रघुबीरसिंह (संपा.), पुणे दप्तरातील कागदपत्रे ग्रंथमाला (न्यू सिरीज) : हिंदी साधने, पुराभिलेख विभाग, महाराष्ट्र शासन, मुंबई १९७९

७. खरे ग. ह. (संपा.), हिंगणे दफ्तर, खंड दुसरा, भा. इ. सं. मंडळ, पुणे, १९४७

८. खरे, वा. वा. (संपा.), ऐतिहासिक लेखसंग्रह, खंड १, २, ४ व १२

९. खोबरेकर वि. गो. व शिंदे शं. सं. (संपा.), कोकणच्या इतिहासाची साधने (१६९२-१८२८), खंड १ ला, महाराष्ट्र शासन, मुंबई १९७१

१०. गर्गे स. मा. (संपा.), करवीर रियासतीची कागदपत्रे, खंड १, स. मा. गर्गे, पुणे, १९७०

११. गुजर मा. वि. (संपा.), करवीर छत्रपति घराण्याच्या इतिहासाची साधने (१७६१-१८४४), भाग ३-४, मा. वि. गुजर, पुणे १९६२

१२. जोशी ग. ना., केळकर य. न. व दीक्षित मो. गं. (संपा.), 'पराग' मासिक, पुणे, फेब्रुवारी १९४८, मे १९४८

१३. जोशी र. म. (संपा.), पुणे अखबार, भाग १, मध्यवर्ती अभिलेख कार्यालय, आंध्र प्रदेश शासन, हैद्राबाद, १९५३

१४. जोशी शं. ना. (संपा.), भाऊसाहेबांची बखर, पुणे, १९७२

१५. देसाई स. शं. (संपा. व अनुवादक), करवीरचे छत्रपति आणि पोर्तुगीज छत्रपति एज्युकेशन चॅरिटेबल ट्रस्ट, कोल्हापूर, १९७८

१६. पवार आप्पासाहेब (संपा.), ताराबाईकालीन कागदपत्रे, खंड १, शिवाजी विद्यापीठ, कोल्हापूर, १९६९

१७. पारसनीस द. ब., (इतिहाससंग्रह मासिक-पुस्तकातील) ऐतिहासिक टिपणे, भाग १, २, ३)

१८. पारसनीस द. ब. (संपा.), (इतिहाससंग्रह मासिक-पुस्तकातील) ऐतिहासिक स्फुट लेख, भाग ४

१९. पारसनीस द. ब. (संपा.), भारतवर्ष मासिक-पुस्तक, माघ शु. १, शके १८१८, अंक ४

२०. पुरंदरे कृ. वा. (संपा.), पुरंदरे दप्तर, भाग २ व ३, प्रकाशक श्री. र. राजगुरू (भाग २) व कृ. वा. पुरंदरे (भाग ३), पुणे, १९२९, १९३४

२१. फाळके आनंद भाऊ (संपा.), शिंदेशाही इतिहासाची साधने, खंड १ ला, आनंद भाऊ फाळके, ग्वाल्हेर, १९२९

२२. बेंद्रे वा. सी. (संपा.), महाराष्ट्रेतिहाची साधने, विभाग ३, मुंबई मराठी ग्रंथसंग्रहालय, मुंबई, १९६६

२३. भागवत अ. ना. (संपा.), होळकरशाहीच्या इतिहासाची साधने, पूर्वार्ध, खंड १ ला, अ. ना. भागवत, इंदूर, १९२४

२४. भागवत अ. ना. (संपा.), होळकरांची कैफियत (होळकरशाहीच्या इतिहासाची साधने, खंड ६), आ. २ री, अ. ना. भागवत, इंदूर, १९३०

२५. भारत इतिहास संशोधक मंडळ, त्रैमासिक, वर्ष २७, अंक ३-४ (१९४७), वर्ष ६५, अंक १-४ (जुलै १९८६ - एप्रिल १९८७)

२६. राजवाडे वि. का. (संपा.), मराठ्यांच्या इतिहासाची साधने, खंड १, ३ व ६

२७. लिमये, सोहोनी व जोशी शं. ना. (संपा.), पानिपतचा रणसंग्राम, गो. न. कुंटे, सांगली, १९६५

२८. वर्टीकर, शं. ह. (संपा.), कापशीकर सेनापति घोरपडे घराण्याची कागदपत्रे, भाग १ व २, शं. ह. वर्टीकर, कोल्हापूर, १९७१

२९. वागळे नरेंद्र व कुलकर्णी अ. रा. (संपा.), वल्लभाचे परशरामचरित्र, पॉप्युलर प्रकाशन, मुंबई, १९७६

३०. वाड ग. चि. व साने का. ना. (संपा.), सातारकर महाराज व त्यांचे पेशवे ह्यांच्या रोजनिशीतील उतारे, क्र. ९ : माधवराव पेशवे - भाग १, डेक्कन व्हर्न्याक्युलर ट्रान्सलेशन सोसायटी, पुणे १९११

३१. वैद्य शं. ल. (संपा.), वैद्य दप्तरातून निवडलेले कागद (१७५०-५५) खंड ५ वा, वि. शं. वैद्य, पुणे, १९५२

३२. शेजवलकर त्र्यं. शं. (संपा.), नागपूर अफेअर्स, खंड पहिला, डेक्कन कॉलेज

पोस्ट - ग्रॅज्युएट अँड रीसर्च इन्स्टिट्यूट, पुणे, १९५४

३३. सरदेसाई गो. स., काळे या. मा. व वाकसकर वि. स. (संपा.), काव्येतिहाससंग्रहात प्रसिद्ध झालेले ऐतिहासिक पत्रे, यादी वगैरे लेख, द्वितीयावृत्ति, चित्रशाळा प्रेस, पुणे, १९३०

३४. सरदेसाई गो. स., कुलकर्णी कृ. पां., काळे या. मा. (संपा.), ऐतिहासिक पत्रव्यवहार, समर्थ भारत छापखाना, पुणे १९३३

३५. सरदेसाई गो. स. (संपा.), पेशवे-दप्तरातून निवडलेले कागद, खंड ७, १४, २५, २७, ४२ व ४३

३६. सरदेसाई गो. स., मराठी रियासत, मध्य विभाग - १ (१७०७-१७४०), आ. दुसरी, गणेश महादेव आणि कंपनी, मुंबई, १९२५

३७. सरदेसाई गो. स. (संपा.), महादजी शिंदे ह्यांची कागदपत्रे, ग्वाल्हेर सरकार, ग्वाल्हेर, १९३७

३८. सरदेसाई गो. स., मुसलमानी रियासत, भाग २, आ. २ री

३९. Gune V.T., Selection from Marathi (Modi) Records from God Archives, Vol. 1, Bassein Campaign (1723-1741), Publication of Historical Archives of God, Panaji, 1979.

पत्रेतर साधने :

४०. डेक्कन कॉलेज ऐतिहासिक संग्रह - मेणवली दप्तर, रुमाल क्र. २७, ४२, ५१, ५४, ७२, ८०, ८७

४१. पेशवे दप्तर संग्रह - नाना फडणिसाचा खाजगी संग्रह, रुमाल २६

४२. पेशवे दप्तर संग्रह - सरदेसाई यांनी केलेल्या ऐतिहासिक कागदपत्रांच्या अप्रसिद्ध नकला, पुस्तक ७ व ८

४३. पेशवे दप्तर संग्रह - संशोधनासाठी निवडलेले कागद, रुमाल क्र. ११ व २३

वर्णानुक्रमसूची